ശാന്ത കാവുമ്പായി

കണ്ണൂർ ജില്ലയിലെ കാവുമ്പായി ജനിച്ചു. അച്ഛൻ പരേതനായ ഇ.കെ.രാഘവൻ നമ്പ്യാർ. അമ്മ ടി.വി.ലക്ഷ്മി. സേലം രക്തസാക്ഷി സഖാവ് തളിയൻ രാമൻനമ്പ്യാരുടെ ചെറുമകളാണ്. 2013 ൽ അധ്യാപകജോലിയിൽ നിന്ന് വിരമിച്ചു.

പ്രസിദ്ധീകരിച്ച കൃതികൾ : മോഹപ്പക്ഷി, ഘർ വാപസി, ഗൗരി (കവിതാസമാഹാരം)

കാവുമ്പായിലെ അങ്ങേമ്മ (ലേഖനസമാഹാരം),

ഡിസംബർ 30 (നോവൽ)

എന്റെ കുഞ്ഞിരാമേട്ടൻ; നിങ്ങളുടെയും, പി.യശോദ-കനൽവഴികളിലെ ആദ്യപഥിക (ജീവചരിത്രം)

സിംഹപുരിയിൽ ചക്രക്കസേരയിൽ (യാത്രാവിവരണം)

തിരക്കഥ : ഡിസംബർ 30, എന്റെ കുഞ്ഞിരാമേട്ടൻ; നിങ്ങളുടെയും

വിലാസം: തെക്കിനി, ദുർഗാറോഡ്, പള്ളിക്കുന്ന് പി.ഒ., കണ്ണൂർ – 670004
e-mail : santhatv.tv@gmail.com
Ph : 9447738170

Malayalam Language
Marannuvecha Karachilinoppam
(Autobiography)
by
Santha Kavumbayi

♦

Published in April 2024
by Kairali Books Private Limited
Thalikkavu Road, Kannur.
Ph : 0497-2761200
E-Mail : kairalibooksknr@gmail.com

♦

Cover Design
Prasanth Mangad

♦

05/24-25/Sl.No.1572/100/NS 18.6
ISBN 978-93-5973-452-1

മറന്നുവെച്ച കരച്ചിലിനൊപ്പം

ശാന്ത കാവുമ്പായി

കൈരളി ബുക്സ്

സമർപ്പണം :

അച്ഛനുമമ്മയ്ക്കും ജീവൻ നിലനിർത്താൻ
താങ്ങും തണലുമേകിയ പ്രിയമുള്ളോർക്കും.

വ്യത്യസ്തമായ ജീവിതാനുഭവങ്ങൾ മറ്റുള്ളവരും
അറിയണമെന്നു തോന്നിയതുകൊണ്ട്
എന്റെ കഥയിലൊരൽപ്പം കുറിച്ചിട്ടു.

ശാന്ത കാവുമ്പായി

പിറവി

വേദനയായി,
ശ്വാസംമുട്ടലായി,
ഇരുട്ടിലേക്ക് ആണ്ടുപോകലായി,
അരക്ഷിതാവസ്ഥയിലേക്ക് പുറന്തള്ളപ്പെടലായി ഒരു പിറവി.
അനങ്ങാതെ,
കരയാതെ,
പഴന്തുണിപോലെ അമ്മയുടെ ഗർഭപാത്രത്തിൽ നിന്ന് പുറത്തേക്ക് വലിച്ചിടപ്പെട്ട ഒരു പെൺകുഞ്ഞ്.

അത് ഞാനായിരുന്നു.

തെക്കൻ രാമത്ത് വീട് എന്ന തറവാട്ടിലെ ഒരു തലമുറയിലെ ആദ്യ സന്താനവും ഞാനായിരുന്നു. എന്റെ വലിയച്ഛന്റെ മകൾ, രാധേച്ചി, ഞാൻ മണ്ണിലേക്കിറങ്ങുന്നതിനു മുന്നേ ഈ ഭൂമി വിട്ടുപോയിരുന്നു. അപ്പോൾ അച്ഛന്റെ വീട്ടിലും ജീവിച്ചിരിക്കുന്നവരിൽ ആദ്യപെൺകുട്ടിയായിരുന്നു ഞാൻ.

എന്തായിട്ടെന്താ, നേരാംവണ്ണം പെറ്റ് വീഴപ്പെടാനും പെറാനും ആവതില്ലാത്തവളെ ആരും സന്താനമായി കണക്കിലെടുത്തില്ല. മാത്രമല്ല, എന്റെ പെണ്ണത്തം പരമാവധി ഒളിച്ചുവെക്കാനും എനിക്കേറെ പ്രിയപ്പെട്ടവർ തന്നെ അവസാനംവരെ ശ്രമിച്ചുകൊണ്ടിരുന്നു.

'അമ്മത്തമ്പുരാനെ, കുഞ്ഞീന്റെ കാലാന്നല്ലോ ബെർന്നത്. ഉയ്യെന്റെ തൈവേ, അടിയങ്ങളെന്താക്കാ? ബയി കാണിക്കണേ തമ്പുരാനെ.' മലിചേയി അലറിവിളിച്ചു.

അത് കേൾക്കേണ്ട താമസം, വണ്ണാൻ വളപ്പിലെ അന്ത്രാളത്തിൽ നിന്നും കൂട്ടക്കരച്ചിൽ ഉയർന്നുപൊങ്ങി. അമ്മയുടെ അമ്മായിമാർ രണ്ടു പേരും ഇളയമ്മയും പെറ്റുപെണ്ണിന്റെ മേലെ വീണ് അലമുറയിട്ടു. 'ന്റെ മോളേ... ദൊച്ചൂ... കണ്ണുതൊറക്ക്...'

അമ്മമ്മ ഒച്ചയെടുത്ത് പെണ്ണുങ്ങളെ പിടിച്ചുമാറ്റി.

'ന്റെ ചേയി. സന്ധ്യക്ക് മുമ്പേ നോവും നൊമ്പലോം തൊടങ്ങീതാ

ണല്ലോ ന്റെ കുട്ടിക്ക് പുതിയ പേറ്റപായില് കെടത്തീറ്റ് ഒരു രാത്രി പൊല രാനായല്ലപ്പ... ന്റെ ഭഗോതീ, എളയാവൂരമ്മേ, ഞാനെന്താപ്പ ചെയ്യണ്ടേ... നിനക്ക് ആവൂല്ലെങ്കില് അത് പറ ചേയീ.' അമ്മമ്മ കരഞ്ഞുകൊണ്ട് ദേഷ്യപ്പെട്ടു.

'അടിയൻ നോക്ക്ന്ന്ണ്ട് അമ്മത്തമ്പ്രാനെ, ആയുസ്സ്ണ്ടെങ്കി രണ്ടും രണ്ട് പാത്രാക്കിത്തരും. ബാക്ക്യെല്ലം തമ്പുരാന്റെ കൈയില്. സമാധാ നായിറ്റ് ഇരിക്ക്.' കുഞ്ഞിക്കിണ്ണത്തില് കൈമുക്കി വെളിച്ചെണ്ണ കോരി യെടുത്ത് നിറവയറില് തടവിക്കൊണ്ട് ചേയി പറഞ്ഞു.

'അമ്മത്തമ്പ്രാൻ ഒന്ന്! മുക്ക്യാട്ടെ. ബേദന മാറണ്ടേ? ന്റെ ദേവീ അമ്മ ത്തമ്പ്രാൻ മിണ്ട്ന്നില്ലല്ലോ.' ചേയി വേവലാതിയോടെ കെർപ്പക്കാരത്തി യുടെ വയറില് ആഞ്ഞു തടവുകയും അമർത്തുകയും ചെയ്തു.

'മോളേ...' അമ്മമ്മ ഉറക്കെ കരഞ്ഞു. ഇളയമ്മ നിലത്തുവീണുരുണ്ടു. അമ്മായിമാർ കരച്ചിലടക്കാൻ പാടുപെട്ടു.

കുഞ്ഞപ്പമ്മാവൻ ആത്രേയകത്ത് നിലത്ത് പലകയില് മുഖവും കുമ്പി ട്ടിരുന്നു. രാത്രി പത്തുമണിക്ക് മുമ്പേ കൊയ്യത്ത് പോയി മലി ചേയിയെ കൊണ്ടുവന്നതാണല്ലോ അദ്ദേഹം. വലിയമ്മാവൻ മാറത്തെ രോമം പിടി ച്ചുപറിച്ചു കൊണ്ട് സൈര്യമില്ലാതെ അകത്തും ഇറയത്തുമായി അങ്ങോ ട്ടുമിങ്ങോട്ടും നടന്നു. അച്ഛപ്പൻ, പിലാക്കുന്നുമ്മല് കുറ്റ്യാടൻ കുഞ്ഞിരാ മൻ നമ്പ്യാർ, ഉള്ളില് നിന്നും അടച്ചുതഴുതിട്ട അന്ത്രാളത്തിന്റെ വാതില് ക്കല് പലവട്ടം പോയിനോക്കി തിരിച്ചുവന്നു. വീണ്ടും തെക്കേ അക ത്തെ പത്തായത്തിന്റെ മുകളില് വിരിച്ച കോസടിയില് പോയി കിടന്നു. കിടപ്പുറക്കാതെ വീണ്ടും എഴുന്നേറ്റു.

'ബൈരം കൊടുക്കാണ്ട് ചെറിയ അമ്മത്തമ്പ്രാന്റെ അടുത്തിരുന്ന് ത ടീക്കൊടുക്ക് അമ്മത്തമ്പ്രാനെ.' മലി ഗൌരവത്തോടെ ആവശ്യപ്പെട്ടു.

അമ്മമ്മ കരഞ്ഞുകൊണ്ട് പേറ്റുപെണ്ണിന്റെ തലയും നെറ്റിയുമുഴിഞ്ഞു കൊണ്ടിരുന്നു. അമ്മമ്മയുടെ കണ്ണില്നിന്നും കണ്ണീർ വീണ് നെറ്റി നനഞ്ഞപ്പോൾ ലക്ഷ്മി മെല്ലെ ഞെരങ്ങി.

'കാളും ബിളിക്കും ചീയണ്ട അമ്മത്തമ്പ്രാനേ. കുട്ടി തിരീന്ന്ണ്ട്ന്ന്! തോന്ന്ന്ന്. അങ്ങന്യാണെങ്കില് അരനാഴിക കാത്താ മതി.' മലി ചേയി ആശ്വസിപ്പിച്ചു.

'ചേയീ, കുഞ്ഞീന്റെ കൈ അല്ലേ കാണുന്നത്.'

'അതെ അമ്മത്തമ്പ്രാനെ. അടിയൻ ഇനി മെല്ലെ ഒന്ന്! ബലിച്ചാല് മതി.'

അമ്മമ്മ കൈയെടുത്ത് മലിയെ തടഞ്ഞു. 'വേണ്ട.. അത് തള്ളക്കും

പിള്ളക്കും കേടാകും. ന്റെ മോളെ കടിഞ്ഞൂൽക്കനിയാണ്. ഒരു കാലാന്ന് പൊറത്ത് ബന്ന്റ്റ്റ്ള്ളത്. ഇപ്പൊ കൈയും. ബലിച്ചാൽ കുട്ടീന ജീവനോട കിട്ടൂല. തന്നെ വരട്ടെ. കാത്തിരിക്കാനേ പറ്റൂ.'

അമ്മമ്മ പറഞ്ഞതുപോലെ മെല്ലെമെല്ലെ കാലും കൈയും പിന്നെ തലയും പുറത്തുവന്നു. താങ്ങിയെടുത്ത മലിയുടെ കൈയിൽ ഒരു നിർ ജ്ജീവവസ്തുവായി ഞാൻ കുഴഞ്ഞുകിടന്നു. അമ്മമ്മ കുഞ്ഞിനെ നോക്കി. പന്തികേട് മണത്തു.

'ന്റെ കുഞ്ഞിക്ക് എന്താ പറ്റ്യത് ചേയീ.' അമ്മമ്മ കരഞ്ഞു.

'പെണ്ണാന്ന്, കുട്ടിക്ക് ജീവനില്ല അമ്മത്തമ്പ്രാനെ.' മലി മന്ത്രിച്ചു.

'നിക്ക് ചേയീ. ഞാനൊന്ന് നോക്കട്ടെ. കുഞ്ഞീ, നീ അടുക്കളേന്ന്! ഒരു കലം എടുത്തു അടുപ്പിൽ വെച്ച് ചൂടാക്കി കൊണ്ട് വാ.' അമ്മമ്മ കൽപ്പിച്ചു.

കവിളിലെ കണ്ണീർ പുറംകൈകൊണ്ട് തുടച്ച് കുഞ്ഞി എന്ന മാധവി അമ്മായി എഴുന്നേറ്റു. അൽപ്പനിമിഷങ്ങൾക്കുള്ളിൽ ചൂടായ മൺകലം പേറ്റകത്തെത്തി.

'കുട്ടീന്റെ ചങ്ങായി എടുത്ത് കലത്തിൽ വെക്ക് ചേയീ.'

'അമ്മത്തമ്പ്രാനേ...' മലി അമ്പരന്നു.

'നീ ഞാൻ പറീമ്പോലെ ചെയ്യ്. വേഗം.'

മലി മറുപിള്ള എടുത്ത് ചൂടാക്കിയ കലത്തിൽ വെച്ചു. ജീവനില്ലാത്ത കുഞ്ഞ് നേരിയ ശബ്ദത്തിൽ ഒന്നു കരഞ്ഞു. നിർണ്ണായകമുഹൂർത്തം. ഒരു ജീവചരിത്രം അവിടെ ആരംഭിക്കുകയായിരുന്നു. അമ്മയുടെ അമ്മമ്മ പറന്നുപോകാൻ തുടങ്ങിയ എന്റെ ജീവനെ ആവാഹിച്ചുവരുത്തിയതാണ്. കുഴഞ്ഞുപോയ ശരീരത്തിൽനിന്നും കാലമെത്തുന്നതുവരെ ഇനി അതി ന് മോചനമില്ല.

അമ്മമ്മ അന്ത്രാളത്തിന്റെ വാതിൽ വലിച്ചുതുറന്നു. തല പുറത്തേക്ക് നീട്ടി വിളിച്ചു പറഞ്ഞു. 'മോള് പെറ്റു. പെങ്കുട്ട്യാന്ന്.'

അച്ഛപ്പനും അമ്മാവന്മാരും വാതിൽക്കൽ തന്നെ ഉണ്ടായിരുന്നു.

'അമ്മയ്ക്കും കുട്ടിക്കും കൊയപ്പൊന്നുല്ലല്ലോ?' അച്ഛപ്പൻ ചോദിച്ചു.

'ഇല്ല.' അമ്മമ്മയുടെ ശബ്ദം ചെറുതായി വിറച്ചു.

അച്ഛപ്പൻ തിടുക്കത്തിൽ പടിഞ്ഞാറ്റകത്ത് പോയി മച്ചിന്റെ മുട്ടുമ്മൽ നിന്ന്! പഞ്ചാംഗമെടുത്ത് നാൾ ഗണിച്ചുനോക്കി. പതിനെട്ട് വയസ്സും ഒരു മാസവും പ്രായമുള്ള ഉത്രം നക്ഷത്രക്കാരി കൊ.വ. 1131 കന്നി 12 ബുധ നാഴ്ച്ച, പുലർച്ചയ്ക്ക് 4.40ന് അവിട്ടം നക്ഷത്രത്തിൽ ഒരു പെൺകുഞ്ഞി ന് ജന്മമേകി. (1955 സെപ്റ്റംബർ 28 ബുധൻ)

മലി കുഞ്ഞിന്റെ പൊക്കിൾ മുറിച്ച് ചൂടുവെള്ളത്തിൽ തുണി മുക്കി ദേഹം തുടച്ചു വൃത്തിയാക്കി അമ്മമ്മയുടെ കൈയിൽ കൊടുത്തു. കമ്പിളിത്തുണിയും പഴയ തുണിയും ഒക്കെയെടുത്ത് അമ്മമ്മ കുഞ്ഞിനെ പൊതിഞ്ഞു നെഞ്ചോട് ചേർത്ത് ചൂട് പകർന്നു.

ഇനി കലശം ആടണം. മലി തേങ്ങാക്കൊലച്ചിൽ എടുത്ത് നിലത്തടിച്ച് കുഞ്ഞിനെ ഞെട്ടിക്കാൻ ശ്രമിച്ചു. കാഞ്ഞരങ്ങാട്ടപ്പൻ, തൃച്ചമ്പര ത്തപ്പൻ, പെടുംപിലാവ് ഭഗവതി എന്നിങ്ങനെ ഇരുപത്തഞ്ചോളം ദേവ കളെ വാഴ്ത്തിക്കൊണ്ട് ഇളനീർ വെള്ളത്തിൽ പവൻ ഉരച്ചു കുഞ്ഞി ന്റെ വായിൽ തൊട്ട് തേച്ച് മലി കലശമാടി. അമ്മമ്മയുടെ കാൽ കോയ യിൽ നിന്ന് ഒരു കാൽ തറവാട്ടിൽ ജനിക്കുന്ന കുഞ്ഞുങ്ങൾക്ക് നാവിൽ പൊന്നുതൊട്ടു കൊടുക്കാൻ മാറ്റിവെച്ചിരുന്നു. തലേദിവസം, നോവും നൊമ്പലും തുടങ്ങുമ്പോൾ, തന്നെ ഇളനീരും പറിപ്പിച്ചുവെച്ചിരുന്നല്ലോ അമ്മമ്മ.

'ജാനകീ, കുട്ടിക്ക് നിന്റെ മൊലപ്പാല് കൊട്ക്ക്.' മുലകുടിക്കുന്ന കുഞ്ഞുള്ള മകന്റെ ഭാര്യയോട് അമ്മമ്മ പറഞ്ഞു.

ജാനകി അമ്മായി മുലപ്പാൽ പിഴിഞ്ഞെടുത്ത് കുഞ്ഞിന്റെ വായിലി റ്റിച്ചു. കുഞ്ഞ് നുണഞ്ഞിറക്കി. അമ്മായി പറഞ്ഞു. 'അമ്മേ, കുട്ടി പാല് കുടിക്കുന്ന്ണ്ട്'

'കുഞ്ഞിക്ക് മൊല വായിൽ വെച്ചുകൊടുക്ക്.' അമ്മമ്മ പറഞ്ഞു.

പെറ്റ പെണ്ണിനെ മലി തന്നെ നനച്ചുതുടച്ചു വൃത്തിയാക്കി. പെറ്റ പെണ്ണ് കുളത്തിൽ പോയി മുങ്ങിക്കുളിച്ച് പേറ്റശുദ്ധി മാറ്റിയാലേ മറ്റുള്ളവർക്ക് തൊടാൻ പാടുള്ളൂ. അതിനുമുമ്പ് തൊട്ടവരും അയിത്തക്കാരാവും.

കുഞ്ഞിനെ അമ്മയുടെ അടുത്ത് കൊണ്ടുവന്ന് കിടത്തി. പെറ്റമ്മ കുഞ്ഞിനെ തൊട്ടുനോക്കി. ചുരുണ്ട മുടി, വെളുത്ത നിറം, പക്ഷേ, കുഞ്ഞ് അനങ്ങുന്നില്ല. ഇടതുകൈമാത്രം അൽപ്പമൊന്നനങ്ങുന്നുണ്ട്.

പെറ്റപെണ്ണ് വലിയമ്മായ്മ്മയോട് ചോദിച്ചു.

'വല്യമ്മായ്മ്മേ, മോളെന്താ അനങ്ങാത്തത്? ഏച്ചീരെ കുഞ്ഞി ഗംഗനും ഇങ്ങന്ന്യായിരുന്നോ?'

കൗമാരം വിട്ടുമാറാത്ത ആ ഇളം അമ്മയുടെ വേവലാതി മുഴുവൻ ആ ചോദ്യത്തിൽ അലയടിച്ചിരുന്നു. തന്റെ കടിഞ്ഞൂൽ കനിയെന്താ ഇങ്ങ നെ എന്ന ചിന്ത ആ നവമാതാവിനെ അലട്ടി.

പ്രസവിച്ച പെണ്ണിന്റെ മനസ്സ് വിഷമിപ്പിക്കാതെ ആ വലിയ പ്രശ്നത്തെ വളരെ സമർത്ഥമായി മുതിർന്നവർ കൈകാര്യംചെയ്തു.

'അതൊന്നും കാര്യാക്കണ്ട. തേച്ചുകുളിപ്പിക്കുമ്പം എല്ലാം മാറും. നാളേ

ക്ക് കൈയെല്ലാം അനക്കും.' വലിയമ്മായി മരുമകളെ സമാധാനിപ്പിച്ചു.

എന്റെ അമ്മയ്ക്ക് സമാധാനമായി.

'അമ്മാളു, മോൾക്ക് *കുമ്മം പൊറുക്കണം. അരി അടുപ്പത്തിട്ടില്ലേ?' അമ്മമ്മ വിളിച്ചു ചോദിച്ചു.

'ചോറ് വാർത്തു അമ്മേ, കുരുമുളക് സമ്മന്തി അരക്ക്ന്ന്ണ്ട്.' ഇള യമ്മ മറുപടി പറഞ്ഞു.

ഇളയമ്മ കുരുമുളകും വെളുത്തുള്ളിയും ചേർത്ത് അരച്ചുരുട്ടിയ ചമ്മ ന്തിയും ചോറും തേച്ചുമിനുക്കിയ വലിയ ഓട്ടുകിണ്ണത്തിൽ കൊണ്ടുവന്നു. പെറ്റപെണ്ണ് വെറുപ്പോടെ മുഖം തിരിച്ചു. 'അനക്ക് വേണ്ട.'

അമ്മമ്മ പറഞ്ഞു. 'എന്നാ ഒരു കാര്യംചെയ്യ്. ലേശം ബറ്റുംബെ ള്ളായിറ്റ് കൊടുക്ക്. കുടിക്ക് മോളെ. കുട്ടിക്ക് പാൽ വെരണ്ടേ?'

അമ്മായിമാർ കുഞ്ഞിയും ജാനകിയും പ്രസവിച്ച പെണ്ണിനെ തൊട്ട് അശുദ്ധമായവർ. ഇനി കുളിച്ചിട്ടേ അവർക്ക് അടുക്കളയിൽ കയറാൻ പ റ്റൂ. ലക്ഷ്മിയുടെയും കുഞ്ഞിന്റെയും അപ്പുറത്തും ഇപ്പുറത്തുമായി അ വരും കിടന്നു. ഒന്ന് മയങ്ങണം. ഒരു രാത്രി മുഴുവൻ ഉറക്കമിളച്ചതാണ്. പുലർന്നിട്ടുവേണം ഒതയോത്തെ കുളത്തിൽ പോയി മുങ്ങിക്കുളിക്കാൻ. മഴയുടെ താളത്തിൽ കുഞ്ഞിനേയും ചേർത്ത് പിടിച്ച് ആ നവമാതാവ് ആശ്വാസത്തോടെ മയങ്ങി.

വീട്ടിലെ ആണുങ്ങളോട് പോലും ആരും ഒന്നും പറഞ്ഞില്ല. എല്ലാം ക്രമേണ ശരിയാകും എന്ന ശുഭാപ്തി വിശ്വാസത്തിൽ മറ്റുള്ളവർ പ്രസവ ശുശ്രൂഷയും മറ്റും നന്നായി ചെയ്തുകൊണ്ടിരുന്നു.

ജാനകി അമ്മായി മൂന്നു ദിവസത്തോളം സ്വന്തം കുഞ്ഞെന്നു തന്നെ കരുതി മുലയൂട്ടി എന്റെ അമ്മിഞ്ഞമ്മയായി. അന്ന് അമ്മയുടെ പാല് തന്നെ എന്നെ കുടിപ്പിച്ചിരുന്നെങ്കിൽ എനിക്ക് കുറച്ചുകൂടി ആരോഗ്യ മുണ്ടാകുമായിരുന്നു എന്ന് പിൽക്കാലത്ത് ഞാൻ അമ്മയോട് പരാതി പ്പെടാറുണ്ട്. അക്കാലത്ത് അമ്മയുടെ മഞ്ഞപ്പാൽ കുട്ടിക്ക് കൊടുക്കാ തെ കറന്നുകളയുകയായിരുന്നു പതിവ്. അക്കാലത്തെ കൂടിയ ബാല മരണങ്ങൾക്ക് അതുമൊരു കാരണമായിരിക്കാം.

വറ്റാത്ത പ്രതീക്ഷയിൽ

'എടോ ഇങ്ങു വന്നാട്ടെ, കുട്ടി പ്രസവിച്ചത് കായിമ്പായി അറിയി ക്കണ്ടെ. ഞാനെന്നാ എറങ്ങ്വാ.'

രാവിലത്തെ കഞ്ഞി കുടി കഴിഞ്ഞ് അച്ഛപ്പൻ ഇറങ്ങി. എന്റെ അച്ഛന്റെ

വീട് കാവുമ്പായിയാണ്. സേലം രക്തസാക്ഷി സഖാവ് തളിയൻ രാമൻ നമ്പ്യാരുടെ രണ്ടാമത്തെ മകൻ ഇ.കെ. രാഘവൻ നമ്പ്യാരാണ് എന്റെ അച്ഛൻ. അച്ഛനും അച്ഛന്റെ ഏട്ടനും അമ്മയും അടങ്ങിയ ചെറിയ കുടുംബം.

അമ്മയുടെ അച്ഛപ്പൻ കൊച്ചുമോളുടെ പ്രസവം ഭർത്താവിന്റെ വീട്ടിൽ അറിയിക്കാൻ പുറപ്പെട്ടതാണ്. ചെങ്ങളായി നിന്ന് ശ്രീകണ്ഠാപുരം വരെ ബസുണ്ട്. അവിടുന്ന് കാവുമ്പായിലേക്ക് അഞ്ചു കി.മീ.ഓളം നടക്കണം. എഴുപതുകളിൽ എത്തിനിൽക്കുന്ന അദ്ദേഹം വടിയുംകുത്തി ചുറു ചുറുക്കോടെ അത്രയും ദൂരം അങ്ങോട്ടും തിരിച്ചിങ്ങോട്ടും നടക്കുക തന്നെ ചെയ്യും. തളിയമ്മാർ വീടിനു തൊട്ടുകിടക്കുന്ന പൊള്ളോലെടം വളപ്പിനു താഴെയുള്ള നെൽവയലിലെ വീതികുറഞ്ഞ വരമ്പിൽ വടി കുത്തി സൂക്ഷിച്ചു നടക്കുമ്പോൾ പിന്നിൽ നിന്ന് ഒരു വിളി കേട്ടു. 'രാ മാട്ടാ..'

അദ്ദേഹം തിരിഞ്ഞു നോക്കിയില്ല. പ്രതികരിച്ചുമില്ല. കന്നിമാസമാണ്. ഇരുവശത്തും ചെളിയിൽ വിളഞ്ഞുകിടക്കുന്ന നെല്ലാണ്. വരമ്പിന് ഇടയ്ക്ക് കണ്ടിയുമുണ്ട്. ശ്രദ്ധയൊന്നു പാളിയാൽ ചെളിയിൽ മറിഞ്ഞു വീഴും. വയൽ കഴിഞ്ഞു കോണികയറി പറമ്പിലെത്തിയിട്ടാണ് അദ്ദേ ഹം തിരിഞ്ഞു നോക്കിയത്. മകളുടെ ഭർത്താവിന്റെ ഏട്ടൻ, നാരായ ണൻ. പ്രായത്തിൽ ഇളപ്പമാണെങ്കിലും പേരക്കുട്ടിയുടെ പുരുഷന്റെ വീട്ടു കാരെ ബഹുമാനിക്കണം.

'ഓ..നാരാണൻ കുട്ട്യാരുന്നോ? വരമ്പത്ത്ന്ന് ഞാൻ തിരിഞ്ഞ് നോ ക്കീനെങ്കിൽ നിനക്ക് പണിയാകും. ഉരുണ്ട്പെരണ്ട് ബീണാല് ബാല്യ ക്കാർക്ക് എടുക്കാണ്ട് കയ്യോ...ബാ... നടന്നോണ്ട് പറയാം.'

പടി കയറി വരുന്ന ബന്ധുവിനെ കണ്ട് അച്ഛന്റെ അമ്മ ആഹ്ലാദിച്ചു. ശുഭവാർത്ത അറിയിക്കാനാണ് വരുന്നത് എന്ന് അമ്മക്കറിയാം. കാൽ കഴുകി ഇരയത്തേക്ക് കയറുമ്പോഴേക്ക് ഇറയത്ത് പുൽപ്പായ വിരിച്ചു കഴിഞ്ഞിരുന്നു. സംഭാരവുമെടുത്തുകഴിഞ്ഞു.

സംഭാരം കുടിച്ച് കുഞ്ഞിരാമൻ നമ്പ്യാർ വിടർന്ന ചിരിയോടെ പ റഞ്ഞു. 'കുട്ടി പ്രസവിച്ചു കുഞ്ഞീ, ഏട്ടന്റെം അനിയന്റെം സ്നേഹം പോലെ തന്നെ രണ്ടാൾക്കും പെൺകുട്ട്യോള്.'

'പെണ്ണ് പൊന്നാന്ന് രാമാട്ടാ. പെണ്ണില്ലാത്തേന്റെ സങ്കടം മാറി.' അങ്ങേ മ്മ ചിരിച്ചു.

പോകാൻ നേരം അമ്മയുടെ ആഹ്ലാദം അച്ഛപ്പന്റെ കുപ്പായക്കീശ യിൽ കൈയിട്ടു. പണം എടുക്കാനല്ല. കീശയിൽ വെക്കാനാണെന്ന് മാത്രം.

'ആയ്...ആയ്... എന്ത്ന്നാ കുഞ്ഞീ, നീയി കാണിക്ക്ന്ന്. എന്നെ ധർമ്മ സങ്കടത്തിലാക്കല്ലേ.'

'എന്റെ സന്തോഷാന്ന് രാമാട്ടാ. നിങ്ങക്കില്ലാഞ്ഞിറ്റല്ല.'

മോൾ പ്രസവിച്ച് നാലാം പക്കമാണ് എന്റെ അമ്മമ്മ പെരിങ്കോന്നിൽ എത്തിയത്. അമ്മമ്മയുടെ അമ്മയും അച്ഛനും അനിയത്തിയും ആങ്ങള മാരും മകളെയും കുട്ടിയേയും നന്നായി നോക്കുമെന്ന് എന്റെ അമ്മമ്മ യ്ക്കറിയാം. രണ്ടു പെണ്മക്കളുടെ കല്യാണവും അമ്മമ്മയുടെ തറവാട്ടു കാർ തന്നെയാണ് നടത്തിയത്. എന്റെ അമ്മയ്ക്ക് സ്വന്തം അച്ഛനോടും അമ്മയോടും ഉള്ളതിനേക്കാൾ കൂടുതൽ അടുപ്പം ഉണ്ടായിരുന്നത് അമ്മ മ്മയോടും അച്ഛപ്പനോടും ഇളയമ്മയോടും അമ്മാവന്മാരോടുമൊക്കെയാ യിരുന്നു. മക്കത്തായത്തിന്റെ സൗകര്യങ്ങൾ അനുഭവിക്കാൻ തുടങ്ങി യിരുന്നെങ്കിലും മരുമക്കത്തായത്തിന്റെ നന്മകൾ മുഴുവൻ അലിഞ്ഞു പോയിരുന്നില്ല. അമ്മമ്മയുടെ അച്ഛൻ, പിലാക്കുന്നുമ്മൽ കുഞ്ഞിരാ മൻ നമ്പ്യാർ, കരക്കാട്ടെടത്തിലെ കാര്യസ്ഥനായിരുന്നു. മക്കളെയും മരു മക്കളെയും ഒരുപോലെ സ്നേഹിച്ച മനുഷ്യൻ. അദ്ദേഹത്തിന്റെ മൂത്ത മകൾ ദേവകിയെ തേർതലയിലെ പാലങ്ങാടൻ കുഞ്ഞിക്കണ്ണൻ നമ്പ്യാ രാണ് പുടമുറി കഴിച്ചത്. പേരുകേട്ട തറവാട്ടുകാരനും കുറുമാത്തൂർ ഇല്ലത്തെ കാര്യസ്ഥനുമായിരുന്നു അദ്ദേഹം. അച്ഛന്റെ 'ദേവിക്കുട്ടി'യുടെ ഭർത്താവിന് മാതാപിതാക്കൾ അതിനനുസരിച്ച ബഹുമാനവും നൽകി യിരുന്നു.

ദേവകിയമ്മമ്മ ഭർത്താവ് ഉണ്ടാക്കിയ തേർതലയിലെ ചീത്തീലേ വീട്ടിൽ നിന്ന് അൽപ്പം മാറിയുള്ള കടവിലെത്തി ബോട്ടിൽ കയറി കൊളന്തക്കടവിൽ ഇറങ്ങും. അവിടെ നിന്ന് നടന്ന് പെരിങ്കോന്നിൽ എത്തു മ്പോഴേക്കും സന്ധ്യയായി.

മകളെയും കുട്ടിയേയും കാണാനുള്ള ആർത്തിയോടെ പെറ്റ പെണ്ണ് കിടക്കുന്ന വടക്കിനിയുടെ ഭാഗത്തുള്ള കോമ്പിനിയിലേക്ക് ദേവകി തിടു ക്കത്തിൽ കടന്നുചെന്നു. അമ്മയുടെ അമ്മ കുഞ്ഞിനെ വാരിയെടുക്കു മ്പോൾ പാട്ടി അമ്മമ്മ പറഞ്ഞു. 'കുട്ടി കയ്യും കാലൊന്നും അനക്ക്ന്നി ല്ലണേ.'

'അതെല്ലാം കുളിപ്പിക്കുമ്പം മാറ്വമ്മേ.'

ദേവകി രാവിലെ പോകാനിറങ്ങുമ്പോൾ അമ്മ ചോദിച്ചു. 'ഇന്ന് തന്നെ പോണോ മോളെ?'

'ചാത്തങ്കരി നെല്ല് ബെളഞ്ഞു ചത്ത്ന്. പെണ്ണുങ്ങളോട് മൂരാൻ ബെ രാൻ പറഞ്ഞിറ്റ്ണ്ട്. അവരെത്തുമ്പ്ളക്ക് അനക്കും എത്തണം.' വരാന്ത

15

യിൽനിന്നും ഇറങ്ങുമ്പോൾ ദേവകി മറുപടി പറഞ്ഞു.

അമ്മയ്ക്ക് പ്രസവിച്ച മകളെ നോക്കിയിരിക്കാൻ കഴിയില്ല. കന്നി മാസമാണ്. എട്ടുപത്ത് പൊതി വിത്തിന്റെ നെൽക്കൃഷിയുണ്ട്. എല്ലാം വിളഞ്ഞുകിടക്കുന്നു. അത് മുഴുവൻ പണിക്കാരെയും കൂട്ടി മൂർന്നു കറ്റ കെട്ടി ചുമന്നു വീട്ടിലെ കളത്തിലെത്തിക്കണം. പുഴയ്ക്കക്കരെ, തേർളാ യിയും കണ്ടമുണ്ട്. അവിടുന്ന് കറ്റ ചീനക്ക് ഇക്കരെയെത്തിക്കണം. എന്നിട്ട് തലച്ചുമടായി കളത്തിലെത്തിക്കണം. പിന്നെയത് മെതിച്ചു മണി യാക്കണം. ഉണക്കണം, തൂറ്റണം, പത്തായത്തിൽ നിറയ്ക്കണം. എല്ലാം അമ്മമ്മയുടെ മേൽനോട്ടത്തിൽ വേണം. ഭർത്താവിനെ ഒന്നിനും കിട്ടില്ല. മക്കളാണെങ്കിൽ പഠിക്കുന്നവരാണ്. പിന്നെ എങ്ങനെയാണ് അമ്മ തറ വാട്ടിൽ താമസിച്ചു മകളുടെ പ്രസവശുശ്രൂഷ ചെയ്യുക! അമ്മയ്ക്ക് പോയേ തീരൂ.

അടുത്ത ദിവസം കാവുമ്പായി നിന്ന് ഒരാളെത്തി, കുഞ്ഞിനെ കാണാൻ. അച്ഛന്റെ ജ്യേഷ്ഠൻ, എന്റെ വലിയച്ഛൻ.

അമ്മയുടെ കമ്മാരമ്മാവൻ വലിയ സഖാവ് ആയിരുന്നു. അദ്ദേഹ ത്തിന്റെ ഒത്താശയിലും ഉത്തരവാദിത്തത്തിലുമായിരുന്നു അമ്മയുടെ കല്യാണം നടന്നത്. പെണ്ണിന്റെയും മറ്റുള്ളവരുടെയും എതിർപ്പ് അദ്ദേ ഹത്തിന്റെ ഉറച്ച അഭിപ്രായത്തിനു മുന്നിൽ വിലപ്പോയില്ല. താൻ വിശ്വ സിക്കുന്ന മഹത്തായ രാഷ്ട്രീയത്തിൽ വിശ്വസിക്കുന്ന കുടുംബം. പ്രാ പ്തരായ രണ്ടു ആണമക്കളും അമ്മയും മാത്രം. ഇഷ്ടംപോലെ ഭൂസ്വത്ത്. അനന്തരവൾ ഒരിക്കലും കഷ്ടപ്പെടില്ല എന്ന് കമ്മാരമ്മാവന് ഉത്തമബോ ധ്യമുണ്ടായിരുന്നു. ഇതൊക്കെ കാര്യകാരണസഹിതം ബോധ്യപ്പെടുത്തി യപ്പോൾ അദ്ദേഹത്തിന്റെ പിതാവിന് സമ്മതിക്കേണ്ടി വന്നു. മറ്റൊരു ഘടകം ജാതകമാണ്. അത്രയ്ക്ക് പൊരുത്തമുള്ള ജാതകങ്ങളാണെന്നും കൂടി അറിഞ്ഞപ്പോൾ പിലാക്കുന്നുമ്മൽ കുഞ്ഞിരാമൻ നമ്പ്യാർക്ക് രണ്ടാ മതൊന്ന് ആലോചിക്കേണ്ടി വന്നില്ല. വരന്റെ ജാതകം ബഹുവിശേഷം. കേസരിയോഗമാണ്. അപ്പോൾ വിട്ടുകളയുന്നതെങ്ങനെ?

അന്ന് പെരിങ്കോന്നിനടുത്ത് അരിമ്പ്രയിൽ കമ്മ്യൂണിസ്റ്റ് പാർട്ടിയുടെ മീറ്റിംഗ് ഉണ്ടായിരുന്നു. മീറ്റിംഗിൽ പങ്കെടുത്തതിനുശേഷം കമ്മാരമ്മാ വന്റെ കൂടെ നാരായണൻ പെരിങ്കോന്നിൽ എത്തി. അനിയന്റെ കടി ഞ്ഞൂൽക്കനിയെ കാണാതെ വലിയച്ഛനെങ്ങനെ നാട്ടിലേക്ക് മടങ്ങും. കുട്ടിയെ കാണാതെ തളിയന്മാർ വീട്ടിൽ എത്തിയാൽ അമ്മ വെറുതെ വിടുമോ? അമ്മയോട് എന്ത് സമാധാനം പറയും? രാത്രി വൈകി വീട്ടി ലെത്തി ലോഗ്യംപറച്ചിലും സത്ക്കാരവും കഴിഞ്ഞ് നാരായണന് മുക

ലിലത്തെ മുറിയിൽ കിടക്ക വിരിച്ചു. രാവിലെ നാരായണൻ ചോദിച്ചു. 'അല്ല രാമാട്ടാ, ഈടൊ്യ്യൊരു കുഞ്ഞിപ്പെണ്ണുങ്ങൾ ഉണ്ടല്ലോ. ഒച്ച്യൊന്നും കേക്ക്നില്ല്യല്ലോ.'

അച്ഛപ്പൻ ഉള്ളിലേക്ക് നോക്കി വിളിച്ചു. 'എടോ, കുട്ടി ഒണന്നാ? മോള വെല്ലിച്ചനെ കാണിക്ക്.'

അമ്മമ്മ കച്ചമുണ്ടിൽ പൊതിഞ്ഞ കുട്ടിയെ കൊണ്ടുവന്ന് വലിയച്ഛ നെ കാണിച്ചു.

വീട്ടിലെത്തിയ നാരായണനെ അമ്മ ചോദ്യങ്ങൾ കൊണ്ട് വീർപ്പുമു ട്ടിച്ചു. 'കുട്ടി നല്ല നെറോണ്ടാ നാരാണാ? മുടീണ്ടാ? തടീണ്ടാ? കൈയ്യും കാലും കൊടഞ്ഞ് കളിക്ക്ന്ണ്ടാ?'

'ഞാനയിന്റെ മീടെ കണ്ടറ്റ്ലൂ അമ്മെ. നല്ലോണം വെളുത്തിറ്റന്നെ. തലമുടിയുണ്ട്. കരച്ചിലൊന്നും കേട്ട്റ്റ്ല. ശാന്തസ്വഭാവിയാന്നു തോന്നു ന്നു. ശാന്താന്നു പേരിടണം.'

അങ്ങനെ വലിയച്ഛൻ എന്റെ പേരും തീരുമാനിച്ചു. ശാന്ത, ശാന്ത സ്വഭാവമുള്ളവൾ. പക്ഷേ, ആ പേര് എനിക്ക് ചേരില്ല എന്ന്! മറ്റുള്ളവ രെക്കൊണ്ട് പറയിക്കാൻ മാത്രം പുരോഗതി എന്റെ സ്വഭാവത്തിലുണ്ടായി എന്നത് പിൽക്കാലചരിത്രം.

ശാന്തയെന്ന പേരുമായ്

കുട്ടിക്ക് പേരുവിളിക്കുന്ന ദിവസമറിയിക്കാനും ക്ഷണിക്കാനും അച്ഛന്റെ കുടുംബത്തിലേക്ക് അമ്മയുടെ വീട്ടിലെ സ്ത്രീകൾ തന്നെ പോകണം. അതാണ് മുറ. ഇല്ലെങ്കിൽ അച്ഛന്റെ വീട്ടുകാർ ചടങ്ങിന് വരി ല്ല. അവർ വന്നില്ലെങ്കിൽ ചടങ്ങ് നടക്കുകയുമില്ല. അതുകൊണ്ട് കണി യാട്ടി ചിരുതേയിയെ തുണകൂട്ടിയാണ് അമ്മമ്മ മൂത്ത മകൾ മീനാ ക്ഷിയെ കാവുമ്പായിലേക്ക് പറഞ്ഞയച്ചത്. പെൺകുട്ടിയുടെ ഭർത്താവി ന്റെ വീട്ടിൽ പോകുമ്പോഴെല്ലാം പലഹാരം കൊണ്ടുപോകണമെന്നതാണ് മുറ. പക്ഷേ, കന്നിമാസമാണ്. കന്നിമാസത്തിലെ മുരലും മെതിക്കലും ഒക്കെയായി വീട്ടിലെ സ്ത്രീകൾക്ക് തിരക്ക് തന്നെയായിരിക്കും. അപ്പോൾ പലഹാരം ഉണ്ടാക്കാൻ അമ്മമ്മയ്ക്ക് കഴിഞ്ഞില്ല. അതിനു പരിഹാരമാ യി ഇടക്കേപ്പുറം കമ്മാരൻ നമ്പ്യാരുടെ പീടികയിൽ നിന്ന് ജീരകം ചേർ ക്കാത്ത നെയ്യപ്പം പ്രത്യേകമായി ഉണ്ടാക്കിച്ച് മീനാക്ഷിയുടെ കൈയിൽ കൊടുത്തയക്കുകയായിരുന്നു അമ്മമ്മ.

അന്നുതന്നെ മടങ്ങാൻ വന്ന വിരുന്നുകാരെ അച്ഛന്റെ അമ്മ തടഞ്ഞു

വെച്ചു. കുട്ടിയുണ്ട് എന്ന് പറഞ്ഞപ്പോൾ 'ഓന പാട്ട്യേടത്തി നോയ്ക്കോ ളും'ന്നായി കുഞ്ഞ്യമ്മ. സാധു മീനാക്ഷിക്കുണ്ടോ കുഞ്ഞേടത്തിയെ ധിക്കരിക്കാനുള്ള ശേഷി.! അന്ന് അവർക്ക് അവിടെ തങ്ങേണ്ടി വന്നു. വൈകുന്നേരം ചിരുതേയിക്കൊപ്പം എരിയെരിഞ്ഞി കണ്ടത്തിന്റെ അതി രിലെ തോട്ടിൽ കുളിക്കാൻ തെങ്ങിൻ തടിപ്പാലം കടക്കുമ്പോൾ പാവം മീനാക്ഷി തോട്ടിൽ വീണുപോയി. 'ഉയ്യെന്റ മീനാച്ചി മുത്തമ്മേക്കാ...' നിലവിളിച്ചുകൊണ്ട് ചിരുതേയി തോട്ടിലേക്ക് ചാടിയിറങ്ങി മീനാക്ഷിയെ പിടിച്ചുകയറ്റി.

അന്നുരാത്രി പെരിങ്കോന്നിൽ അമ്മയെ വിളിച്ചുകരയുന്ന കുഞ്ഞുഗംഗാ ധരനെ ഉറക്കാൻ അമ്മയുടെ അമ്മമ്മയും ഇളയമ്മയും പാടുപെട്ടു.

അന്തൂർ വീട്ടിലെ കല്യാണിയമ്മ, വേറെ രണ്ടുമൂന്ന് ബന്ധുക്കൾ തു ടങ്ങിയവർക്കൊപ്പം അച്ഛന്റെ അമ്മ വണ്ണത്താടിച്ചി മാതിയെ തുണകൂട്ടി പെരിങ്കോന്നിലേക്ക് പുറപ്പെട്ടു. പാല് കൊടുക്കേണ്ട മുഹൂർത്തത്തിനു മുന്നേ അവർ വണ്ണാൻ വളപ്പിലെത്തി. അച്ഛപ്പൻ കണ്ടിക്കൽ ഇറങ്ങി വ ന്ന് വിശിഷ്ടാതിഥികളെ സ്വീകരിച്ചു.

മടിയിൽ കുഞ്ഞിനെയുമെടുത്ത് പടിഞ്ഞാറ്റകത്ത് വെള്ളയും കമ്പി ളിയും വിരിച്ചതിൽ മുഹൂർത്തം തെറ്റാതെ അമ്മയിരുന്നു. കത്തിച്ചുവെച്ച നിലവിളക്കിനു മുന്നിൽ വെച്ച് അച്ഛന്റെ അമ്മ, എന്റെ അങ്ങേമ്മ, എന്റെ അരയിൽ പുതിയ വെള്ളിയരഞ്ഞാണം കെട്ടി, കാച്ചിയ പാൽ പ്ലാവില കൊണ്ട് കോരിയെടുത്ത് എന്റെ വായിലിറ്റിച്ചുകൊണ്ട് വിളിച്ചു. 'ശാന്തക്കുട്ടീ'

അന്നുമുതൽ മരിക്കുന്നതുവരെ എന്റെ അങ്ങേമ്മ മറ്റാരും വിളിക്കാത്ത ആ പേര് വിളിച്ചുകൊണ്ടിരുന്നു. 'ശാന്തക്കുട്ടീ......'

എന്റെ അമ്മയോ, അച്ഛനോ, അമ്മാവന്മാരോ മറ്റ് ബന്ധുക്കളോ എന്നെ അത്രയേറെ ഇമ്പത്തിൽ ആ പേര് വിളിക്കാറില്ല. അവർക്കെല്ലാം ഞാൻ വെറും ശാന്ത മാത്രം. ഇന്ന് എന്റെ അങ്ങേമ്മയുടെ 'ശാന്തക്കു ട്ടീ...എന്ന വിളി ചിലപ്പോഴെങ്കിലും ഞാൻ കേൾക്കാറുണ്ട്. എന്റെ ഇളയ സഹോദരന്റെ പതിനെട്ടും പതിനഞ്ചും വയസ്സുള്ള മക്കൾ സംസാരിക്കാൻ തുടങ്ങിയതുമുതൽ എന്നെ വിളിക്കുന്നത് 'ശാന്തക്കുട്ടീ' എന്നാണ്. അപ്പോ ഴൊക്കെ ഞാൻ അങ്ങേമ്മയെ ഓർക്കും.

പാല് കൊടുക്കൽ ചടങ്ങിനുശേഷം കുഞ്ഞിനെ എടുത്ത് ലാളിക്കുന്ന അങ്ങേമ്മയോട് പാട്ടിയമ്മമ്മ അൽപ്പം ദു:ഖത്തോടെ പറഞ്ഞു. 'കുട്ടി കൈകൊടഞ്ഞു കളിക്കുന്നില്ല കുഞ്ഞീ.'

'അതൊന്നും സാരൂല്ല പാട്ട്യേടത്തി. തേച്ചുകുളിപ്പിക്കുമ്പം എല്ലാം

മാറും.'

അമ്മയുടെ രാഘവൂട്ടിയുടെ മോളെ കണ്ട്, പാല് കൊടുത്ത്, പേര് വിളിച്ച് നിറഞ്ഞ മനസ്സോടെ അമ്മ കാവുമ്പായിലേക്ക് മടങ്ങി. അങ്ങനെ എനിക്കൊരു പേര് കിട്ടി.

മറ്റൊരാളും എനിക്കുവേണ്ടി ഒരു പേര് കരുതിവെച്ചിരുന്നു. ഭാസ്കര മ്മാവൻ, അമ്മയുടെ ജ്യേഷ്ഠൻ, വിലാസിനി എന്ന പേരാണ് എനിക്കി ടാൻ ആഗ്രഹിച്ചത്. പക്ഷെ, അച്ഛന്റെ വീട്ടുകാർക്കാണ് പേരിടാനുള്ള അവകാശം. പ്രത്യേകിച്ച് എന്റെ അച്ഛന്റെ അമ്മ, കുഞ്ഞി എന്ന ഉമ്മങ്ങ, ആജ്ഞാശക്തിയുള്ള ആളായിരുന്നു. അവരുടെ തീരുമാനത്തെ എതിർ ക്കാനുള്ള മണ്ടത്തരം പക്വമതികളായ അമ്മയുടെ അച്ഛപ്പനും അമ്മമ്മയും കാണിക്കാറില്ല. അമ്മാവൻ എന്നെ കാണുന്നതിനു മുമ്പ് തീരുമാനിച്ച പേരാണെങ്കിൽ വലിയച്ഛൻ കണ്ടതിനുശേഷമാണ് തീരുമാനിച്ചത് എന്നൊരു വ്യത്യാസമുണ്ട്.

ഭൂമിയിൽ പിറന്നു വീണ പുതിയ പ്രജയെ കാണാൻ പലരും വന്നു. എന്നാൽ ആ പിറവിക്ക് കാരണക്കാരൻ ആയ ആൾ മാത്രം വന്നില്ല. എന്റെ അച്ഛനെ കാണാൻ എനിക്ക് പിന്നെയും കാത്തിരിക്കേണ്ടിവന്നു.

ഒമ്പതാംമാസം ഗർഭിണിക്ക് ഈറ്റിന് കൊടുക്കാൻ വന്നതാണ് എന്റെ അച്ഛൻ. ഒരു ടിൻ വെളിച്ചെണ്ണയും പ്രസവശുശ്രൂഷയ്ക്ക് ആവശ്യമായ പച്ചമരുന്നുകളും പുടവയും നാദ്യൻ ചന്തുവിനെക്കൊണ്ട് എടുപ്പിച്ച് വൈകുന്നേരമാണ് അദ്ദേഹം വന്നത്. പിറ്റേദിവസം അതിരാവിലെ പോകുകയും ചെയ്തു.

നാല്പതിന്റന്ന് രാവിലെ അമ്മ ഒതയോത്ത കുളത്തിൽ പോയി മുങ്ങി ക്കുളിച്ച് അശുദ്ധി നീക്കി. നാലാംനാൾ, ഏഴാംനാൾ, പതിനാലാംനാൾ, ഇരുപത്തെട്ടാംനാൾ എന്നിങ്ങനെ പ്രസവാശുദ്ധി മാറാനുള്ള മുങ്ങിക്കുളി മുൻ ദിവസങ്ങളിലും അമ്മ അനുഷ്ഠിച്ചിട്ടുണ്ട്. അന്ന് എല്ലാ സ്ത്രീകളും ഇത്തരം ഘട്ടങ്ങളിലൂടെ കടന്നുപോകണമായിരുന്നു. മഴയാണ്, തണു പ്പാണ്, സുഖമില്ല എന്നതൊന്നും അതിൽ നിന്നും വിടുതൽ കിട്ടാനുള്ള കാരണങ്ങളല്ല.

അന്നു വൈകുന്നേരവും എന്റെ അച്ഛൻ വന്നു. ഉറങ്ങാൻ നേരം താഴെ കിടക്കുന്ന കുട്ടിയെ ഒന്നു തൊട്ടുനോക്കി. തീർന്നു അച്ഛന്റെ വാത്സല്യ പ്രകടനം. അമ്മയോട് ഒന്നും ചോദിച്ചില്ല. അമ്മയൊന്നും പറഞ്ഞതുമില്ല. അന്തർമുഖനായ എന്റെ അച്ഛന് അത്രയൊക്കെയേ സ്വന്തം കുട്ടിയെ ലാളിക്കാൻ അറിയൂ. വളരെ ഇഷ്ടപ്പെട്ട ആളുകളോടും ഇഷ്ടപ്പെട്ട വിഷ യങ്ങളോടും മാത്രമാണ് അൽപ്പമെങ്കിലും സന്തോഷത്തോടെ അച്ഛൻ

പ്രതികരിക്കാറുള്ളത്. അച്ഛനെ അങ്ങനെ കർക്കശക്കാരനാക്കിയത് അനു ഭവങ്ങളാണ്. ഒരു മഹാസമരത്തിനു ജീവിതവും ജീവനും നൽകിയതാണ് അച്ഛന്റെ കുടുംബം. ആ ചെറിയ പ്രായത്തിനിടയിൽ എന്തൊക്കെ യാത നകളും വേദനകളും പീഡനങ്ങളും അപമാനങ്ങളുമാണ് എന്റെ അച്ഛൻ അനുഭവിച്ചത്! അതിന്റെയൊക്കെ മുറിവ് ഒരിക്കലും ഉണങ്ങിയില്ല. പിൽ ക്കാലത്ത് ഒരു കാര്യത്തിലും അച്ഛൻ പൂർണ്ണമായി സന്തോഷിച്ചിട്ടില്ല. അപ്പോൾ പിന്നെങ്ങനെയാണ് ആദ്യമായി അച്ഛനാകുമ്പോൾ മാത്രം തുള്ളിച്ചാടുന്നത്?

നവമാതാപിതാക്കൾക്ക് കുട്ടിയുടെ അവസ്ഥയെക്കുറിച്ച് വലിയ ധാര ണയൊന്നുമില്ലെങ്കിലും അമ്മയുടെ അച്ഛപ്പനും അമ്മമ്മയും ചെറുതായി വേവലാതിപ്പെടാൻ തുടങ്ങിയിരുന്നു. അവരത് പുറത്ത് കാണിച്ചില്ലെങ്കിലും വേണ്ട പ്രതിവിധികൾ ചെയ്യാൻ തീരുമാനിച്ചു. ചെങ്ങളായിലും പരിസര പ്രദേശങ്ങളിലും കൈപ്പുണ്യത്തിനു പേരുകേട്ട ഒരു കമ്പൗണ്ടർ ഉണ്ടാ യിരുന്നു. ഗ്രാമപ്രദേശങ്ങളിൽ അലോപ്പതി ഡോക്ടർമാർ ഇല്ലാതിരുന്ന ആ കാലഘട്ടത്തിൽ ചെങ്ങളായി ശ്രീകണ്ഠാപുരം പ്രദേശങ്ങൾക്ക് ചുറ്റു പാടുമുള്ള ഗ്രാമങ്ങളിൽ ആ കുറവ് പരിഹരിച്ചിരുന്നത് അദ്ദേഹമായി രുന്നു. അച്ഛപ്പൻ അദ്ദേഹത്തെ വീട്ടിലേക്ക് കൂട്ടിക്കൊണ്ടുവന്നു കുട്ടിയെ കാണിച്ചു. കമ്പൗണ്ടർ കുഞ്ഞിന്റെ കൈകൾ മടക്കിയും നിവർത്തി യും പരിശോധിച്ചു. തീരെ മടക്കാത്ത വലതുകൈ ഫ്ളാനൽ തുണി യിൽ ചുരുട്ടി പതുക്കെ കെട്ടിവെക്കാൻ നിർദ്ദേശിച്ചു. എല്ലാം ശരിയാകും എന്നാണ് അദ്ദേഹം അഭിപ്രായപ്പെട്ടത്. അതുകൊണ്ടും അച്ഛപ്പൻ തൃപ് തനായില്ല. കരക്കാട്ടെടത്തിൽ ഇടയ്ക്കിടെ സന്ദർശിച്ച് ചികിത്സ നൽകു ന്ന ഒരു വൈദ്യർ മാഷ് ഉണ്ടായിരുന്നു. അച്ഛപ്പൻ കരക്കാട്ടെടത്തിലെ മുൻ കാര്യസ്ഥൻ ആയതിനാൽ വൈദ്യരുമായി പരിചയവും അടുപ്പവും ഉണ്ടായിരുന്നു. അദ്ദേഹത്തെയും അച്ഛപ്പൻ പെരിങ്കോന്നിൽ എത്തിച്ചു. കുട്ടിയെ പരിശോധിച്ചിട്ട് നാരായണത്തൈലം പുരട്ടാനാണ് അദ്ദേഹം നിർ ദ്ദേശിച്ചത്. വൈദ്യരും അച്ഛപ്പനെ സമാധാനിപ്പിച്ചു. 'വളരുമ്പോൾ മാറും.'

അച്ഛന്റെ വീട്ടിലേക്ക്

ഞാൻ എന്റെ അച്ഛന്റെ വീട്ടിലേക്ക്, കാവുമ്പായിലേക്ക്, പോവുക യാണ്. അച്ഛന്റെ ഏട്ടന്റെ മൂന്നാമത്തെ കല്യാണവുമായിരുന്നു അന്ന്. അതിൽ ഞാനും പങ്കെടുക്കണമെന്നാണ് എന്റെ അങ്ങെമ്മ തീരുമാനി ച്ചത്. ശ്രീകണ്ഠാപുരത്തിനടുത്ത് ഓടത്ത് പാലത്തിനടുത്ത് വെച്ചാണ് ഞാൻ പുതിയ വലിയമ്മയെ ആദ്യമായി കണ്ടത്.

മൂന്നാമത്തെ കല്യാണം എന്ന് കേൾക്കുമ്പോൾ നെറ്റി ചുളിക്കേണ്ട. ഈ ഗതികേട് എന്റെ വലിയച്ഛന് കാവുമ്പായി സമരം സമ്മാനിച്ചതാണ്. വലിയച്ഛന്റെ ആദ്യഭാര്യയെ സമരം തട്ടിയെടുത്തു. ഏഴുവർഷത്തെ തടവ് കഴിഞ്ഞ് ഇറങ്ങിയ ഉടനെ എന്റെ അച്ഛനും അച്ഛന്റെ അമ്മയും ചേർന്ന് വലിയച്ഛന്റെ ഇഷ്ടം അന്വേഷിക്കാതെ മറ്റൊരു കല്യാണം നിശ്ചയിച്ചു. ജയിലിൽനിന്ന് വന്ന ഉടനെ സ്നേഹസമ്പന്നരായ വീട്ടുകാരെ ധിക്കരിച്ച് ഇഷ്ടമില്ലാത്ത കല്യാണത്തിൽനിന്നും പിൻവാങ്ങാൻ വലിയച്ഛനു കഴിയുമായിരുന്നില്ല. അങ്ങനെ രണ്ടാമത്തെ കല്യാണത്തിൽ അദ്ദേഹം പെട്ടു പോവുകയായിരുന്നു.

എന്റെ അമ്മ പറയാറുണ്ട്. 'ഞാൻ പ്രസവിക്കാൻ പോകുമ്പോൾ എരുവേശ്ശിയിലെ മാധവി ഏട്ത്തിമ്മ ആയിരുന്നു ഏട്ടന്റെ ഓള്. പെറ്റെണീറ്റ് ബെർമ്പം പെര്യക്ക്ന്ന് കല്യാശേരിയിലെ ഏട്തിമ്മേന കണ്ടു.'

എന്റെ അമ്മയ്ക്ക് മാധവി ഏട്ത്തിമ്മയെ വലിയ ഇഷ്ടമായിരുന്നു. 'നീ ചെയ്യണ്ട മോളെ' എന്ന്! പറഞ്ഞ് ഏട്ത്തിമ്മ എല്ലാ ജോലിയും ചെയ്യുമായിരുന്നു.

'ഞാനുണ്ടായിരുന്നെങ്കിൽ ഏട്ത്തിമ്മ പോകില്ലായിരുന്നു.' അമ്മ ഇടയ്ക്കിടെ സങ്കടപ്പെടാറുണ്ട്.

അമ്മ പ്രസവിക്കാൻ പോയ കാലത്ത് വലിയമ്മ എരുവേശ്ശിയിലേക്ക് പോയി. മോളുടെ കാലിന് പൊള്ളൽ പോലെ വന്ന കുമിള പൊട്ടി പുണ്ണായി മാറിയിരുന്നു. മോളെ എരുവേശ്ശിയിലെ വൈദ്യരെ കാണിക്കാനായിരുന്നു വലിയമ്മ വീട്ടിലേക്ക് പോയത്. അവിടെ വെച്ചാണ് മോൾ മരിച്ചത്. പിന്നെ കാവുമ്പായിയിൽ നിന്ന് കൂട്ടാൻ പോയില്ല. ഭർത്താവിന്റെ വീട്ടിൽനിന്നും ആരും കൂട്ടാൻ വന്നില്ലെങ്കിൽ ബന്ധം മുറിഞ്ഞു എന്നാണ് അർത്ഥം.

മോൾ മരിച്ച വിവരം വലിയച്ഛനാണ് ആദ്യം അറിഞ്ഞത്. അദ്ദേഹം തളിയന്മാർ വീട്ടിലെ മറ്റുള്ളവരെ അറിയിച്ചതിങ്ങനെ. 'ആ ബാധ്യതയും തീർന്നു.'

ഇത് അറിഞ്ഞപ്പോൾ എനിക്കൊരു സംശയം. ശരിക്കും അങ്ങനെ തന്നെയാണോ വലിയച്ഛന്റെ മനസ്സിലും തോന്നിയത്. അല്ലെന്ന് വിശ്വസിക്കാനാണ് എനിക്കിഷ്ടം. തന്റെ ഓമനക്കുഞ്ഞിന്റെ മരണത്തെക്കുറിച്ച് ഒരു പിതാവിന് ഇത്ര ഉദാസീനനാകാൻ കഴിയുമോ? കഷ്ടിച്ച് നിൽക്കാൻ പഠിക്കുന്ന പ്രായം എന്നാണ് അമ്മ പറഞ്ഞത്. ആ പ്രായംവരെ അവള അച്ഛൻ എടുക്കാറില്ലേ? കൊഞ്ചിക്കാറില്ലേ? ഞാൻ അറിയുന്ന വലിയച്ഛൻ അങ്ങനെയൊക്കെ ചെയ്യുന്ന ആളാണ്. അവൾ അച്ഛന്റെ അമ്മ

യുടെ പുടവത്തുമ്പ് പിടിച്ചുനിൽക്കുമായിരുന്നത്രേ. ആൺമക്കളുടെ പെണ്മ ക്കളെ അത്രയേറെ സ്നേഹിക്കുന്ന എന്റെ അങ്ങേമ്മയുടെ കണ്ണിലും ഒരുതുള്ളി കണ്ണുനീർ അവൾക്കുവേണ്ടി ഉറന്നില്ലേ? ഉണ്ടാവും. ദുരഭിമാ നത്തിന്റെയും വാശിയുടെയും മേൽക്കോയ്മയിൽ അവർ ആ കണ്ണീർ ചിലപ്പോൾ പുറത്ത് കാണിച്ചുകാണില്ല.

പയ്യാവൂർ ഉത്സവത്തിനു പോയപ്പോൾ എന്റെ അമ്മ തന്റെ പ്രിയ പ്പെട്ട ഏട്ത്തിമ്മയെ കണ്ടു. അവർ അമ്മയെ കെട്ടിപ്പിടിച്ചു കരഞ്ഞു. 'നിങ്ങൾ എന്തിനാണ് പോയത് ഏടത്തിമ്മേ?' ആൾക്കൂട്ടത്തിന്റെ മധ്യ ത്തിൽ വെച്ച് അങ്ങനെ ചോദിക്കാനേ അമ്മയ്ക്ക് കഴിഞ്ഞുള്ളു.

ഞാനും ഒരിക്കൽ ആ വലിയമ്മയെ കണ്ടു. ആളുകൾ അധികവും നടന്നുപോയിരുന്ന ആ കാലത്ത് ഞങ്ങളുടെ പുതിയ വീടിനടുത്തുകൂടി യാണ് എരുവേശ്ശിയിൽ നിന്ന് കൂട്ടുമുഖത്തേക്കും ശ്രീകണ്ഠാപുരത്തേ ക്കുമൊക്കെ ആളുകൾ കടന്നുപോയിരുന്നത്. ഒരു ദിവസം മറ്റ് സ്ത്രീ കൾക്കൊപ്പം അതുവഴി കടന്നുപോകുമ്പോൾ പ്രിയപ്പെട്ട അനിയത്തി യെ കാണാതെ മുന്നോട്ട് നീങ്ങാൻ അവർക്ക് കഴിഞ്ഞില്ല. അമ്മയുടെ നാലാമത്തെ മോനെ വാരിയെടുത്ത് ഇറയത്തെ കുറ്റിയെകരത്തിൽ മാധ വി വലിയമ്മ ഇരുന്നു. ഉപേക്ഷിക്കപ്പെട്ട ആ സാധുസ്ത്രീയുടെ കണ്ണു കളിൽ ഉറഞ്ഞുകൂടിയ സങ്കടം എനിക്ക് അന്ന് കാണാൻ കഴിഞ്ഞു. മുൻ ഭാര്യയുടെ സ്വാതന്ത്ര്യത്തിന്റെ പരിധിയിൽ നിന്നുകൊണ്ട് അവർ വലി യച്ഛനെക്കുറിച്ച് അന്വേഷിച്ചു, 'ഓർക്ക് എത്ര മക്കളാണ്?'

ചോദിച്ചതിലേറെ ചോദിക്കാനാഗ്രഹിച്ചത് ഉള്ളിലടക്കി അവർ അന്ന്! യാത്രയായി. ഇപ്പോൾ ഞാൻ തിരിച്ചറിയുന്നു. ആ സാധുസ്ത്രീയെ അവ ഗണിച്ച് ഉപേക്ഷിച്ചപ്പോൾ വലിയച്ഛൻ സ്വന്തം ഭാഗധേയത്തിന്റെ ദുരന്തം ഉറപ്പാക്കുകയായിരുന്നുവെന്ന്. അവരായിരുന്നു പിന്നീടും അദ്ദേഹത്തി ന്റെ ഭാര്യ എങ്കിൽ ഇതിനേക്കാൾ സുഖവും സമാധാനവും ജീവിതത്തിൽ ലഭിക്കുമായിരുന്നു.

എന്നെ കൂട്ടാൻ വരുന്നതിന്റെ തലേദിവസം രാത്രി കല്യാശേരിയിൽ വധുവിന്റെ വീട്ടിൽ വെച്ച് കുറച്ചുപേർ മാത്രം പങ്കെടുത്ത പുടമുറി. രാവി ലെ വധുവിനെയും കൊണ്ട് തിരിച്ചുവരുമ്പോഴാണ് ഞങ്ങളെ കണ്ടുമുട്ടി യത്. പിന്നെ ഒന്നിച്ചായി യാത്ര.

കാവുമ്പായിലെ അങ്ങേമ്മ പേരക്കുട്ടിയുടെ വരവ് മകന്റെ കല്യാണ ത്തിൽ മുങ്ങിപ്പോവാതെ, ആർഭാടം ഒട്ടും കുറയ്ക്കാതെ ആഘോഷിച്ചു. ബന്ധുക്കളായ എട്ടു പെണ്ണങ്ങളെ കാവുമ്പായിയിൽ നിന്ന് അതിരാവിലെ ജീപ്പിന് ചെങ്ങളായിവരെ എത്തിച്ചു. അവിടുന്ന് അവർ നടന്ന് പെരിങ്കോ

ന്നിലെത്തി. വണ്ണാൻ വളപ്പിൽ പ്രഥമനടക്കമുള്ള സദ്യ രാത്രി തന്നെ ത യാറാക്കി വെച്ചിരുന്നു.

പെറ്റെണീറ്റ് ഭർത്താവിന്റെ വീട്ടിലേക്ക് പോകുമ്പോൾ ഭാര്യവീട്ടുകാരു ടെ സ്ഥിതിക്കനുസരിച്ചു പലഹാരം കൊണ്ടുപോകണം. പെറ്റെണീറ്റ് വരു മ്പോൾ കൊണ്ടുവന്ന അപ്പം ചെറിയ പൊതികളാക്കി നാട്ടിലെ ഓരോ വീട്ടിലുമെത്തിക്കണമെന്നതാണ് നാട്ടുനടപ്പ്.

പെണ്ണ് പെറ്റെണീറ്റ് പോകുമ്പോൾ കാരയും (ഉണ്ണിയപ്പം) നുറുക്കും (മുറുക്ക്) കൊണ്ടുപോകണം. വണ്ണാൻ വളപ്പിൽ ദിവസങ്ങൾക്ക് മുമ്പേ അപ്പമുണ്ടാക്കാനുള്ള തയ്യാറെടുപ്പുകൾ തുടങ്ങിയിരുന്നു. പത്തുസേർ അരിയുടെ അപ്പം കൊണ്ടുപോകണമെന്ന് അച്ഛപ്പൻ പറഞ്ഞിട്ടുണ്ട്. അമ്മമ്മയുടെ നേതൃത്വത്തിൽ വീട്ടിലെ സ്ത്രീജനങ്ങൾ അരയുംതല യും മുറുക്കിയിറങ്ങി. അമ്മായിമാരായ ജാനകിയും മാധവിയും അമ്മ യ്ക്ക് പിന്തുണയുമായി രംഗത്തുള്ളപ്പോൾ പാട്ടിയമ്മ പത്ത് സേർ അല്ല ഇരുപത് സേർ അരിയുടെ അപ്പവുമുണ്ടാക്കും. ജാനകി അമ്മായിയും മാധവി അമ്മായിയും നന്നായി മുറുക്ക് പിരിക്കും. പാട്ടിയമ്മയും ദേവകി യും മുറുക്ക് പിരിക്കാൻ അറിയുന്നവർ തന്നെ. മുറുക്കിനുള്ള അരി രണ്ടു ദിവസം മുമ്പ് കുതിർക്കാനിടും. അടുത്തദിവസം ഉരലിൽ ഇട്ട് ഉലക്ക കൊണ്ട് കുത്തി പൊടിക്കണം. എന്നിട്ട് മുറത്തിലിട്ടു തെള്ളിയെടുക്കണം. നെല്ല് മൂർന്നതിനുശേഷം കണ്ടം കാലിപൂട്ടി ഉഴുന്ന് വിതക്കും. കൊല്ല ത്തോട് കൊല്ലം ദോശയും മുറുക്കും ഉണ്ടാക്കാനുള്ള ഉഴുന്ന് ഇങ്ങനെ വിളയിച്ചു സൂക്ഷിച്ചിട്ടുണ്ട്. അരിയുടെ അളവിന് ആനുപാതികമായി ഉ ഴുന്ന് അളന്നെടുത്ത് മൺകലത്തിലെടുത്ത് വറുക്കണം. വറുത്തെടുത്ത മുടൻ ഉഴുന്ന് ഉരലിൽ തരക്കി പുറംതോൽ കളയണം. എന്നിട്ട് ഉരലിൽ ഇട്ടു കുത്തിപ്പൊടിക്കണം. അത് മുറത്തിൽ വാരിയിട്ട് മിനുസത്തിൽ തെള്ളിയെടുക്കണം. അരിപ്പൊടിയും ഉഴുന്നുപൊടിയും അൽപ്പം മഞ്ഞ ളും കുരുമുളക് പൊടിയും എള്ളും ചേർത്ത് തേങ്ങാപ്പാലിൽ നന്നായി കുഴച്ച് ചെറിയ ഉരുളകളാക്കി കൈയിൽ എടുത്ത് നിവർത്തിയിട്ട പു തിയ പായയിൽ അലക്കി വെളുപ്പിച്ച പരുത്തിത്തുണി വിരിച്ചതിൽ വല തുകൈയുടെ മൂന്നു വിരലുകൾ ചേർത്ത് ഞെക്കിഞെക്കി പിരിയൻ നാടപോലെ പിരിച്ചു വട്ടത്തിൽ ചേർത്തു വെക്കും. നാലോ, അഞ്ചോ വിദഗ്ദ്ധരായ പെണ്ണുങ്ങൾ പിരിക്കാൻ ഇരിക്കുമ്പോൾ ഒന്നോ, രണ്ടോ പേർ ഉരുളി അടുപ്പത്തുവെച്ച് തീകത്തിച്ച് ആട്ടിയെടുത്ത നറുവെളിച്ചെ ണ്ണയിൽ നുറുക്ക് പൊരിച്ച് പുത്തൻ മൺകലങ്ങളിൽ നിറച്ചുകൊണ്ടി രിക്കും.

അച്ഛന്റെ വീട്ടിൽ കൊണ്ടുപോകുന്നതിന്റെ തലേരാത്രിയിൽ മാത്രമേ കാര ചുടൂ. ഇളം ചൂടുള്ള കാരയപ്പവും കൈകൊണ്ട് പിരിച്ച മുറുക്കും പുതുതായി വാങ്ങിയ വലിയ ചൂരൽക്കൊട്ടയിൽ നിറച്ച് തലയിൽ ചുമന്നു കൊണ്ട് ഒരു തീയസ്ത്രീ ഞങ്ങളുടെ കൂടെയുണ്ട്. പെറ്റെണീറ്റ് പോകു മ്പോൾ ഭർത്താവിന്റെ വീട്ടിലേക്കുള്ള അപ്പം ചുമക്കേണ്ടത് തീയസ്ത്രീ കളാണ്. നാദ്യൻ, വണ്ണത്താൻ സ്ത്രീകൾ കൊണ്ടുപോയാൽ നമ്പ്യാർ തറവാട്ടുകാർ കഴിക്കുകയില്ല.

കുഞ്ഞിനേയുംകൊണ്ട് അച്ഛന്റെ വീട്ടിലേക്ക് പോകുമ്പോൾ രാഹു കാലത്തിന് മുമ്പ് ഇറങ്ങണം. കാവുമ്പായിക്കാർ പെരിങ്കോന്നിൽ എത്താൻ അൽപ്പം വൈകിപ്പോയി. അപ്പോൾ അച്ഛപ്പൻ അതിനും ഉപായം കണ്ടു പിടിച്ചു. രാഹുകാലം തുടങ്ങുന്നതിന് മുമ്പ് അമ്മയെയും കുഞ്ഞിനെ യും പടിഞ്ഞാറ്റകത്ത് ഇരുത്തി മുതിർന്നവർ തലയിൽ അരിയിട്ട് അനു ഗ്രഹിച്ച് പുറത്തേക്ക് കൊണ്ടുവന്നു. എന്നിട്ട് ഇറയത്ത് പുൽപ്പായിട്ടു അ മ്മയെയും കുഞ്ഞിനെയുമിരുത്തി. ബന്ധുക്കൾ വന്ന് സദ്യയുണ്ട് ഇറ ങ്ങുമ്പോൾ അമ്മായിമാരും അമ്മയും എന്നെയുമെടുത്ത് കൂടെ ഇറങ്ങി. ചെങ്ങളായി വരെ നടന്നും പിന്നീട് ജീപ്പിലുമായിരുന്നു യാത്ര. പഴയ ങ്ങാടി എത്താറായപ്പോഴാണ് വരനും വധുവും സംഘവും ഒരു ജീപ്പിൽ വരുന്നത് കണ്ടത്. ഓടത്ത് പാലം അന്ന് നടപ്പാലം മാത്രമായിരുന്നു. പാ ലം നടന്നുകയറി അപ്പുറത്ത് നിന്ന് വേറെ ജീപ്പ് പിടിച്ചാണ് കൂട്ടുംമുഖം വരെ എത്തിയത്. അവിടുന്നങ്ങോട്ട് നടക്കുകയേ ഗതിയുണ്ടായിരുന്നു ള്ളൂ.

കല്യാണപ്പാർട്ടിയുടെ വണ്ടിയിൽ നിന്നും രണ്ടുപേർ ഞങ്ങളുടെ ജീപ്പിൽ കയറി. രണ്ടു ജീപ്പും കൂട്ടുംമുഖത്തെത്തി നിന്നു. അവിടുന്നി റങ്ങി പൊള്ളക്കാടി കണ്ടത്തിലൂടെ മുണ്ടക്കച്ചിലെ തോടിന്റെ തെങ്ങു തടിപ്പാലവും കടന്ന് എരിയെരിഞ്ഞി കണ്ടത്തിലൂടെ നടന്നുവരുമ്പോൾ പച്ചപ്പട്ടുടുത്ത നെൽവയലുകൾ തലയാട്ടി ഞങ്ങളെ സ്വാഗതംചെയ്തു. ഞാനും കാർത്യായനി വലിയമ്മയും കാവുമ്പായിയുടെ മണ്ണിലേക്ക് ആദ്യ മായി വരികയാണല്ലോ.

വീട്ടിലേക്ക് കയറാനുള്ള ആദ്യ ഊഴം പുതിയ പെണ്ണിന് തന്നെ. വലി യമ്മയുടെ കാൽ കഴുകിച്ച് പടിഞ്ഞാറ്റകത്ത് കൊണ്ടിരുത്തി തലയിൽ അരിയിട്ട് അനുഗ്രഹിക്കുന്നതുവരെ ഞങ്ങൾ പുറത്ത് കാത്തുനിന്നു. അതി നുശേഷം അമ്മയെയും കുഞ്ഞിനെയും അങ്ങേമ്മ പടിഞ്ഞാറ്റയിൽ നില വിളക്കിനു മുന്നിലിരുത്തി തലയിൽ അരിയിട്ട് അനുഗ്രഹിച്ചു. ആ സമ യത്ത് എന്റെ അങ്ങേമ്മയുടെ ആകെയുള്ള പെൺകുഞ്ഞ് ഞാൻ മാത്ര

മാണല്ലോ. അതിന്റെ അൽപ്പം അഹങ്കാരമൊക്കെ എനിക്കുണ്ടായിരി ക്കണം. ഞാൻ എന്റെ പുതിയ ലോകത്തെ കണ്ണുമിഴിച്ച് നോക്കി.

അങ്ങേമ്മയുടെ വാത്സല്യം നുണഞ്ഞ്

എന്റെ കാര്യങ്ങളെല്ലാം അങ്ങേമ്മ ഏറ്റെടുത്തു. കൂട്ടുംമുഖത്ത് ചൂരൽ ക്കൊട്ട ഉണ്ടാക്കി വിൽക്കുന്ന ചേട്ടത്തിയോട് പറഞ്ഞ് എനിക്ക് കിടക്കാ നുള്ള തൊട്ടിൽ ഉണ്ടാക്കിച്ചു. തിരുവിതാംകൂറിൽ നിന്നും മലബാറിലേക്ക് വമ്പിച്ച തോതിൽ കുടിയേറ്റം നടക്കുന്ന കാലമായിരുന്നു അത്. അവി ടെ നിന്നുള്ള ക്രിസ്ത്യാനികളെ ചേട്ടൻ, ചേട്ടത്തി എന്നൊക്കെ ഇവിടു ത്തുകാർ ബഹുമാനപൂർവ്വം വിളിക്കുക പതിവായിരുന്നു.

എണ്ണ തേപ്പിക്കുക, കൈയും കാലും ഉഴിയുക, കുളിപ്പിക്കുക തുട ങ്ങി എനിക്ക് വേണ്ട കാര്യങ്ങളെല്ലാം അങ്ങേമ്മ തന്നെ ചെയ്തു. അ ങ്ങേമ്മയുടെ കൈയിലുള്ളത് ഒരു പെൺകുഞ്ഞാണ്. അമ്മ ഏറെ കൊ തിച്ചുണ്ടായ ഒരു മോൾ. അവളെ സ്നേഹിക്കുന്നതിൽ കർക്കശക്കാരി യായ എന്റെ അങ്ങേമ്മ ഒരു പിശുക്കും കാണിച്ചില്ല. അതിന് ആരോഗ്യ മുണ്ടോ എന്നതൊന്നും അമ്മയ്ക്ക് വിഷയമല്ലായിരുന്നു.

പിന്നെ അച്ഛൻ. അദ്ദേഹത്തിന് ഞാൻ വന്നാലെന്താ, ഇല്ലെങ്കിലെന്താ. തൊട്ടിലിൽ അനങ്ങാതെ, കരയാതെ കിടക്കുന്ന കുഞ്ഞിനെ കണ്ടാലാ യി, കണ്ടില്ലെങ്കിലായി. കണ്ടത്തിലും കരയ്ക്കുമായി നൂറുകൂട്ടം പണി യുണ്ട്. അതിനിടയ്ക്ക് ഓളും മോളുമൊന്നും അദ്ദേഹത്തിന് ഒരു വിഷ യമല്ല. കൃഷിപ്പണി അച്ഛന്റെ ഒരു ദിവസത്തിന്റെ മുഴുവൻ സമയവും അപഹരിക്കും. അതിനു പുറമേ അൽപ്പം രാഷ്ട്രീയവും, സ്വാമിമഠവുമായി ബന്ധപ്പെട്ട് അൽപ്പം ആത്മീയകാര്യങ്ങളും ഉണ്ട്. രാവിലെ എഴുന്നേറ്റ് പോയാൽ ഉച്ചയ്ക്ക് ഭക്ഷണം കഴിക്കാനേ വരൂ. പിന്നെയും പോകും. അതിനിടയ്ക്ക് അച്ഛന്റെ അമ്മ എന്തെങ്കിലും ചോദിക്കുകയോ, പറയുക യോ ചെയ്താലായി. അച്ഛൻ ഏട്ടനെ കുഞ്ഞേട്ടൻ എന്നാണ് വിളിക്കുക എന്ന് പറഞ്ഞുകേട്ടിട്ടുണ്ട്. എന്റെ ഓർമ്മയിൽ അച്ഛൻ അങ്ങനെ വിളി ക്കുന്നത് കേട്ടിട്ടില്ല. അച്ഛന്റെ ഉള്ളിലെ മൃദുലവികാരങ്ങളെയെല്ലാം ബാല്യ ത്തിൽ തന്നെ കാവുമ്പായി സമരം കവർന്നുകൊണ്ടുപോയിരുന്നുവല്ലോ. കൊലക്കേസിൽ പ്രതികളാക്കപ്പെട്ട് അച്ഛനും ഏട്ടനും ഒളിവിൽ. എം.എ സ്.പി. വീട് കത്തിച്ചു. അമ്മയെ അപമാനിച്ചു. പോലീസിന്റെ പിടിയിൽ പ്പെടാതെ ഒളിച്ചൊളിച്ചു കഴിയാൻ വിധിക്കപ്പെട്ട, നാട്ടിൽനിന്നും ബഹി ഷ്കൃതനായ പതിനഞ്ചുകാരന്റെ അന്നത്തെ ദുരിതജീവിതം വർണ്ണി ക്കാൻ വാക്കുകൾ മതിയാവില്ല. അച്ഛനും ഏട്ടനും ജയിലിലായതിനു

ശേഷം മറ്റുള്ളവർ കൈയേറാൻ തുടങ്ങിയ വസ്തുവകകൾ നിരാലംബ യായ അമ്മയ്ക്കൊപ്പം പിടിച്ചുവെക്കാൻ ആ ബാലൻ എന്തുമാത്രം കഷ്ട പ്പെട്ടിട്ടുണ്ടാവും. ദുർബ്ബലരെ ചവുട്ടിമെതിക്കുന്ന സമൂഹത്തിൽനിന്ന് എന്തെന്ത് അപമാനങ്ങൾ അവരന്ന് ഏറ്റുവാങ്ങിയിട്ടുണ്ടാകും!

ഇതിന്റെയൊക്കെ ഫലമായിട്ടയിരിക്കാം, ദേഷ്യവും സങ്കോചവുമാണ് അച്ഛനിൽ മുന്നിട്ട് നിൽക്കുന്ന വികാരം. ഇളയ മകൻ ആണെങ്കിലും കാര്യം നോക്കുന്നവനും പ്രാപ്തനുമായതുകൊണ്ട് ഏട്ടനും അമ്മയ്ക്കും ബഹുമാനമാണ്. അതിന്റെ അകൽച്ചയുമുണ്ട് എന്ന് കൂട്ടിക്കോളൂ.

ഒരുദിവസം അച്ഛന്റെ അമ്മ അച്ഛനോട് ചോദിച്ചു. 'ന്റെ രാഘവാ, എന്തൊരു കറുപ്പാണ് പുത്യപെണ്ണിന്. നീ കണ്ടിറ്റ്ലേ?

അപ്പോൾ എന്റെ അമ്മ അൽപ്പം എരിവ് ചേർത്തുകൊടുത്തു. 'ഇരുട്ട ത്താരിക്കും അമ്മേ കണ്ടിറ്റ്ണ്ടാവുക.'

മാധവിയേട്ത്തിയമ്മയെക്കുറിച്ചുള്ള ഓർമ്മകൾ അമ്മയുടെ നെഞ്ചിൽ കിടന്നു വിങ്ങുന്നുണ്ടായിരുന്നു.

അങ്ങേമ്മ ഇളയ മകന്റെ ഭാര്യയോട് പുത്യപെണ്ണിനെക്കുറിച്ച് നേര ത്തെ അഭിപ്രായം പറഞ്ഞിരുന്നു. 'ഒരു കൃച്ചനാണ് അല്ലേ.'

പോരാത്തതിന് എന്റെ അമ്മയുടെ മനസ്സിൽ അമ്മാള്ളേടത്തി പറ ഞ്ഞതും ഉണ്ടായിരുന്നു. 'എന്തൊരു കറപ്പാണേ. മുഖശ്രീയൊക്കെണ്ട്. നാലും നാരാണന് ചേരുന്ന പെണ്ണല്ല.'

അമ്മാളു വലിയമ്മ അച്ഛന്റെ അമ്മാവന്റെ മകളാണ്. അമ്മയുടെ അച്ഛൻ വഴിയും അവർ ബന്ധുക്കളാണ്. അതുകൊണ്ട് അവർക്ക് അമ്മ യോട് ഒരു പ്രത്യേകസ്നേഹമാണ്. അച്ഛൻ ഒന്നും മറുപടി പറഞ്ഞില്ല. എന്റെ അമ്മയെ ദഹിപ്പിക്കുന്ന ഒരു നോട്ടം നോക്കി.

ഏട്ടന് പെണ്ണിനെ കണ്ടെത്തുക എന്നത് അനിയന്റെ ഉത്തരവാദിത്ത മായിരുന്നു. അനിയന് പെണ്ണിനെ കണ്ടെത്തിയത് ഏട്ടനായിരുന്നല്ലോ. അച്ഛൻ നഷ്ടപ്പെട്ട മക്കൾക്ക് പരസ്പരം തുണയാകാനല്ലേ പറ്റൂ.

യാഥാസ്ഥിതികരായ തറവാട്ടുകാരുടെ കണക്കുകൂട്ടലിൽ എന്റെ വലി യച്ഛന് ഏറെ അയോഗ്യതകൾ ഉണ്ട്. കമ്മ്യൂണിസ്റ്റുകാരനായ കലാപ കാരി. കൊലപാതകക്കുറ്റത്തിൽ ശിക്ഷിക്കപ്പെട്ട് ഏഴുവർഷം ജയിലിൽ കഴിഞ്ഞവൻ. രക്തസാക്ഷിയുടെ മകൻ. മൂന്നാമത്തെ കല്യാണം.

അന്തസ്സുള്ള തറവാട്ടുകാർ എങ്ങനെയാണ് ഇങ്ങനെയൊരാൾക്ക് പെണ്ണിനെ നൽകുക! അത് എന്റെ അച്ഛൻ അനുഭവിച്ചറിഞ്ഞതാണ്. വലിയമ്മയുടെ മകനെയും കൂട്ടി അങ്ങേമ്മയുടെ നാടായ കയരളത്ത് ഒരു വലിയ തറവാട്ടിൽ ഏട്ടന് വേണ്ടി പെണ്ണന്വേഷിച്ചു പോയിരുന്നു എന്റെ അച്ഛൻ. അതിഥികളെ കണ്ടപ്പോൾ ഗൃഹനാഥൻ 'എന്താ വന്നത്'

എന്ന് ചോദിച്ചു. സ്വരത്തിലെ അപ്രിയം അതിഥികൾക്ക് പെട്ടെന്ന് മന സ്സിലായി.

'ഞങ്ങൾ ഒരു പശുവിനെ വാങ്ങാൻ ഇറങ്ങിയതാണ്.' അവർ പെട്ടെ ന്നുതന്നെ യാത്ര പറഞ്ഞിറങ്ങി.

ഇത് ഒരു കടുത്ത അപമാനമായി അച്ഛന് തോന്നിയതിൽ അത്ഭുത മില്ല. ഇരിക്കൂർ ഫർക്കയിൽ മുക്കാൽ ഭാഗത്തിന്റെയും ജന്മിയും അധി കാരിയുമായ കരക്കാട്ടെടം നായനാർ 'കാവുമ്പായി രാജാവ്' എന്നു വിളി പ്പേര് നൽകിയ അച്ഛൻ, തളിയൻ രാമൻ നമ്പ്യാർ ജീവിച്ചിരുന്നെങ്കിൽ കഥ മറ്റൊന്നായേനെ. ഉഗ്രപ്രതാപിയായ ആ അച്ഛന്റെ മകന് ഏതു തറ വാട്ടിൽ നിന്നാണ് പെണ്ണിനെ ലഭിക്കാത്തത്! മക്കൾക്ക് ഉന്നത വിദ്യാ ഭ്യാസം നൽകി ഉയർന്ന സ്ഥാനത്ത് എത്തിക്കണമെന്ന് അച്ഛൻ ആഗ്ര ഹിച്ചിരുന്നു. പക്ഷെ, അദ്ദേഹത്തിന് സമൂഹത്തിന്റെ മാറ്റത്തിനുവേണ്ടി പ്രവർത്തിക്കാനായിരുന്നു നിയോഗം. എല്ലാം വലിച്ചെറിഞ്ഞ് വിപ്ലവമാ ർഗ്ഗത്തിലേക്ക് എന്റെ മുത്തച്ഛൻ ഇറങ്ങിയപ്പോൾ സ്വന്തം ജീവനും കുടും ബത്തിന്റെ ജീവിതവും അഭിമാനവും ഒലിച്ചു പോവുകയായിരുന്നു. യാത ന യുടെ പെരുംകയത്തിൽ എന്റെ പൂർവികർ മുങ്ങിത്താഴ്ന്നെങ്കിലും ഞാൻ ഇന്ന് അവരെക്കുറിച്ച് ഓർത്ത് അഭിമാനംകൊള്ളുന്നു. എന്റെ അ ച്ഛനും വലിയച്ഛനും ഉന്നത പദവികളിൽ എത്തിയില്ലെങ്കിലും സമൂഹ ത്തിന്റെ നല്ല മാറ്റത്തിൽ ചെറുതല്ലാത്ത പങ്ക് വഹിച്ചിട്ടുണ്ട് എന്റെ മുത്ത ച്ഛനും കുടുംബവും എന്നത് ചാരിതാർത്ഥ്യം നൽകുന്നതാണ്.

തങ്ങളെപ്പോലെയുള്ള തറവാട്ടുകാരിൽ നിന്നും ഏറ്റ അപമാനത്തിൽ മനംമടുത്ത അച്ഛനെ കൂടെയുള്ള ബന്ധു കല്യാശ്ശേരിയിലെ രാമൻ നമ്പ്യാ രുടെ വീട്ടിലേക്കാണ് കൊണ്ടുപോയത്. അദ്ദേഹത്തിന്റെ പത്തൊമ്പത് വയസ്സുള്ള മകൾ കാർത്യായനി വിവാഹപ്രായമെത്തിയ കുട്ടിയാണ്. അ മ്മയില്ലാത്ത ഒരു പാവം പെൺകുട്ടി. സഹോദരിമാരും ഏകസഹോദര നും വിവാഹിതരായി. മകളെ നല്ലൊരു ചെറുപ്പക്കാരന്റെ കൈയിലേൽ പ്പിച്ചാൽ അച്ഛന് സമാധാനത്തോടെ കണ്ണടയ്ക്കാം.

പുതിയ വലിയമ്മ തീരെ സംസാരിക്കാത്ത പ്രകൃതമായിരുന്നു. എന്നെ എടുക്കാനൊന്നും അവർ മെനക്കെടാറില്ല. ജ്യേഷ്ഠത്തിയമ്മയാണെങ്കി ലും അടുക്കളയുടെ ചാർജ് അനിയന്റെ ഭാര്യയായ എന്റെ അമ്മയ്ക്കാ യിരുന്നു. അമ്മയോ, അങ്ങേമ്മയോ പറയുന്ന ജോലികൾ ചെയ്തതിനു ശേഷം വലിയമ്മ ഏതെങ്കിലും മൂലയ്ക്ക് പോയി പതുങ്ങിയിരിക്കും. കഴി യുന്നതും മറ്റുള്ളവരുടെ മുന്നിൽ നിന്നും രക്ഷപ്പെടാൻ ശ്രമിക്കുകയയാ ണ് പതിവ്. അമ്മയില്ലാതെ വളർന്നതല്ലേ. അതിന്റെ പ്രശ്നങ്ങൾ വലി

യമ്മയ്ക്കുണ്ടായിരുന്നു. കാർഷികവൃത്തിക്ക് പ്രാധാന്യമുള്ള വീട്ടിൽ ജോലികളെല്ലാം മകന്റെ ഭാര്യമാർ ചെയ്യേണ്ട സാഹചര്യമാണല്ലോ ഉണ്ടാ യിരുന്നത്. അതിൽ നിന്നും ആർക്കും മാറിനിൽക്കാനാവില്ല.

വലിയമ്മയ്ക്കാണെങ്കിൽ അതൊന്നും ശീലമില്ല താനും. വലിയമ്മ യുടെ വീട്ടിൽ പോലീസുകാരനായ അച്ഛൻ കൊണ്ടുവരുന്നത് പാകം ചെയ്യുകയേ വേണ്ടൂ. കൃഷിയും കഷ്ടപ്പാടുമൊന്നും ഇല്ല. പ്രാഥമിക കൃത്യ ങ്ങൾക്ക് പറമ്പിൽ പോയാൽ പിന്നെ ആളിനെ കാണാൻ പ്രയാസമാണ് എന്ന് അമ്മ പറയാറുണ്ട്. അമ്മയോ, അങ്ങേമ്മയോ അന്വേഷിച്ചുപോകു മ്പോൾ കിളയിൽ വെറുതെ ഇരിക്കുകയായിരിക്കും. ചോദിക്കുമ്പോൾ മാങ്ങ പെറുക്കാൻ ഇറങ്ങിയതാണ് എന്ന് പതുക്കെ സമാധാനം പറയും. മുറ്റം അടിക്കും. ചക്ക നന്നാക്കാൻ കൂടും. അമ്മ തീണ്ടാർന്നാൽ മാത്രം അടുക്കളയിൽ കയറും. സാധാരണ തളിയമ്മാർ വീട്ടിൽ നെല്ല് കുത്തു ന്നത് പുറംപണിക്ക് വരുന്ന പണിക്കാരാണ്. കൂരാച്ചിയും വട്ടിച്ചിയും പൊ ള്ളാർന്തിയുമൊക്കെ വരാത്ത ദിവസങ്ങളിൽ വീട്ടിലെ സ്ത്രീകൾ തന്നെ നെല്ല് കുത്തേണ്ടി വരാറുണ്ട്. വലിയമ്മയ്ക്ക് നെല്ല് കുത്താനൊന്നും അറി യില്ല. വലിയമ്മയുടെ മടി കാണുമ്പോൾ അങ്ങേമ്മ കലമ്പും. പാവം ഒരക്ഷരം മറുപടി പറയില്ല. മിണ്ടാതെ കേൾക്കും. വല്ലാണ്ട് ദേഷ്യം വരു മ്പോൾ അങ്ങേമ്മ പറയും. 'പുളിയൻ മാങ്ങീം പെറുക്കിത്തിന്നു ഒയ ക്രോത്ത് അമ്പലത്തിലും കൊളത്തിലുംപോയി ഒളിച്ചുശീലിച്ചുപോയി. ഒരുപണിയും എടുക്കാതെ.' മറുപടിയൊന്നും പറയാതെ അതും നിശ്ശ ബ്ദം കേട്ടിരിക്കും.

രാവിലെ എഴുന്നേറ്റ ഉടനെ വലിയച്ഛൻ വടക്കുപുറത്തെ ഇറയത്ത് വന്നിരുന്നു പറയും. 'ഒരു ദോശ ചുട്ടു താ അമ്മേ.'

ആ സമയത്ത് അങ്ങേമ്മ വടക്കോർത്തിരുന്ന് കൂട്ടാനു മുറിച്ചിടുക യോ മറ്റോ ആയിരിക്കും. അടുത്ത് ഒരു കുട്ടിപ്പായിൽ എന്നെ കിടത്തിയി ട്ടുണ്ടാകും. അങ്ങേമ്മ അടുക്കളയിലേക്ക് വിളിച്ചുപറയും. 'ദെച്ചൂട്ടീ, ഒരു ദോശ ചുട്ടുകൊണ്ടാ.'

വലിയച്ഛൻ അമ്മയോട് സംസാരിക്കുന്നതിനിടെ എന്റെ കൈയെല്ലാം പിടിക്കും. കവിളിലും ചെവിയിലും തൊടും. എന്നിട്ട് അമ്മയോട് പറ യും. 'വലുതാവുമ്പം ഇവളതെല്ലാം മാറും അല്ലേമ്മേ.'

അങ്ങേമ്മ പറയും. 'അതെല്ലാം മാറും. ഓള് എണീറ്റ് നടന്നോളും.'

അപ്പോഴേക്കും എന്റെ അമ്മ ദോശയുംകൊണ്ട് വരും. അതും തിന്നിട്ടാണ് വലിയച്ഛൻ വയലിലേക്ക് പോകുക. അവിടെ പല കാര്യങ്ങ ളും ചെയ്യാനുണ്ടാവും. വയലിലേക്ക് വെള്ളം കയറ്റണം. വയലിൽ അ

വിടവിടെ കൂനകൂട്ടിയ ചാണകവും തോലും വാരി വിതറണം. കാലിപൂ
ട്ടാൻ നുകവും ഞേങ്ങോലും എടുത്ത് കൊണ്ടുവെക്കണം. അങ്ങനെ
നൂറുകൂട്ടം പണി ഒരു കൃഷിക്കാരന് സ്വന്തം വയലിൽ ചെയ്യാനുണ്ടാ
കും. അതെല്ലാം കഴിഞ്ഞിട്ടേ വീട്ടിലേക്ക് പ്രാതൽ കഴിക്കാൻ എത്തൂ.
അപ്പോൾ വയറ്റിൽനിന്നും പുകച്ചിലെടുക്കും. അതിനെ മറികടക്കാനാ
ണ് ഒരു ദോശ പല്ലുതേക്കുന്നതിന് മുമ്പ് കഴിക്കുന്നത്.

അച്ഛന്റെ അമ്മ എന്നെ മടിയിൽ വെച്ചുകൊണ്ടാണ് ചക്കയൊക്കെ
നന്നാക്കുക. എന്റെ എല്ലാ കാര്യങ്ങളും അങ്ങേമ്മ തന്നെയാണ് ചെയ്യു
ന്നത്. പെണ്മക്കൾ ഇല്ലാത്ത അമ്മയ്ക്ക് ഞാൻ ഒരു നിധിയായിരുന്നു.

പുതിയ പെണ്ണിനേയും പെറ്റെണീറ്റ് വന്ന പെണ്ണിനേയും കുട്ടിയേയും
കാണാൻ ബന്ധുക്കളും നാട്ടുകാരും ആയ സ്ത്രീകൾ വന്നു. അങ്ങേമ്മ
അഭിമാനത്തോടെ കുഞ്ഞുമോളെ കാണിച്ചു. മുറുക്കാനും മറ്റും നൽകി
അവരെ സൽക്കരിച്ചു. കാവുമ്പായിയിലെ പെണ്ണുങ്ങൾ കുഞ്ഞിനെ കണ്ടു.
അതിന്റെ നിവർത്തിപ്പിടിച്ച വലതുകൈ കണ്ടു. 'കെർപ്പക്കാരത്തി ശരി
ക്ക് കിടക്കാഞ്ഞിട്ടാണ് അല്ലേ, കുഞ്ഞേടത്തീ. കുഞ്ഞീന്റെ കൈ എല്ലിൽ
കുടുങ്ങിപ്പോയിറ്റ്ണ്ടാവും.' എന്ന് അവർ വിദഗ്ദ്ധാഭിപ്രായവും പ്രകടി
പ്പിക്കും.

അവരൊക്കെ എട്ടും പത്തും പ്രസവിച്ചവരാണ്. അതുകൊണ്ട് അഭി
പ്രായം പറയാൻ സർവഥാ യോഗ്യതയുള്ളവർ. ഗർഭിണി ചെരിഞ്ഞുകി
ടക്കണം. അങ്ങനെ തന്നെ എഴുന്നേൽക്കണം. മറുവശം കിടക്കണമെന്നു
തോന്നിയാൽ എഴുന്നേറ്റ് മറുവശത്തേക്ക് തിരിഞ്ഞിട്ടു വേണം കിടക്കാൻ.
കിടന്നിടത്തുനിന്ന് മറുവശത്തേക്ക് ഉരുണ്ടു നീങ്ങിയാൽ കുട്ടിയുടെ കയല
ചുറ്റിപ്പോകും എന്നാണ് പറയുക.

ചെറുതായി കുറ്റപ്പെടുത്തിയാലും അവർക്കൊക്കെ സുന്ദരിയും പരി
ഷ്ക്കാരിയുമായ എന്റെ അമ്മയെ അത്രയ്ക്കിഷ്ടമായിരുന്നു. അച്ഛന്റെ പുട
മുറി നിശ്ചയിച്ചപ്പോൾ നാട്ടിലെ പെണ്ണുങ്ങളായ പെണ്ണുങ്ങളെല്ലാം പ
രസ്പരം പറഞ്ഞിരുന്നു. 'എടോൻ രാഘവൻ വീരാളിപ്പട്ടുപോലത്തെ
പെണ്ണിന്യാ പൊടോറി കയ്ക്കുന്നത്.'

അമ്മയുടെ പുടമുറി; അച്ഛന്റെയും

മകരമാസത്തിലായിരുന്നു അമ്മയുടെ പുടമുറി. അമ്മയ്ക്ക് ഈ കല്യാ
ണത്തിൽ ഒട്ടും താൽപ്പര്യമുണ്ടായിരുന്നില്ല. കാവുമ്പായി എന്നത് അമ്മ
യെ സംബന്ധിച്ചിടത്തോളം മലയാണ്. മലക്കോട്ട് പോകില്ല എന്നതാണ്
അമ്മയുടെ വാശി. കാരണം മലനാട്ടിൽ പുനംകൃഷിയും വയൽകൃഷിയും

ഒക്കെയായി ഒരുപാട് പണിയെടുക്കണം എന്നാണ് അമ്മ കേട്ടിട്ടുള്ളത്. അങ്ങനെ കഠിനമായി പണിയെടുക്കാൻ തനിക്ക് ആവില്ല എന്നായിരുന്നു അമ്മയുടെ വിശ്വാസം. അതിനൊരു കാരണവുമുണ്ടായിരുന്നു.

ചെറുപ്പത്തിൽ അമ്മയുടെ അനിയത്തി ഉറക്കത്തിൽ കട്ടിലിന്റെ മുക ളിൽനിന്ന് താഴെ കിടക്കുന്ന അമ്മയുടെ നെഞ്ചത്ത് വീണിരുന്നു. അമ്മ യ്ക്ക് ആ സംഭവത്തിനുശേഷം ഒരുപാട് ചികിത്സ ചെയ്യേണ്ടി വന്നു. അ തുകൊണ്ട് മുതിർന്നപ്പോഴും താൻ ഒരു രോഗിയാണെന്ന് അമ്മ ഉറച്ചു വിശ്വസിച്ചു. ഒരുപാട് പണിയെടുക്കാൻ കഴിയില്ല എന്ന അമ്മയുടെ ഈ ഭയത്തിന്റെ മുകളിലേക്കാണ് അശനിപാതംപോലെ അങ്ങോമ്മയുടെ ആഗ്രഹം വന്നുപതിച്ചത്.

കുഞ്ഞ്യമ്മ ബന്ധുവായ പരിപ്പായിലെ കുമിഴി ഗോപാലൻ നമ്പ്യാ രോട് തന്റെ ഇളയ മകന് പുടമുറി കഴിക്കാൻ നല്ലൊരു പെൺകുട്ടിയെ വേണമെന്ന ആഗ്രഹം പ്രകടിപ്പിച്ചു. അദ്ദേഹം പറഞ്ഞു. 'പെരിങ്കോന്നി ലെ പിലാക്കുന്നുമ്മൽ രാമാട്ടനില്ലേ. ഓറ മൂത്ത മോൾക്ക് പത്തുപതിനാ റു വയസ്സുള്ള ഒരു കുട്ടീണ്ട്. കാണാൻ നല്ല കുട്ട്യാ. കമ്മാരനോട് അയ ക്കോന്നു ചോയ്ക്കട്ടെ.'

കമ്മാരമ്മാവന് സേലം രക്തസാക്ഷി തളിയൻ രാമൻ നമ്പ്യാരുടെ കുടുംബവുമായി ബന്ധമുണ്ടാക്കുന്നത് ഏറെ സന്തോഷമുള്ള കാര്യമാ യിരുന്നു. അദ്ദേഹവും കറകളഞ്ഞ ഒരു കമ്മ്യൂണിസ്റ്റ് ആണല്ലോ. കാവു മ്പായി കർഷകസമരകാലത്ത് ജന്മിയുടെ പത്തായപ്പുരയിൽ കൊണ്ടു പോയി എം.എസ്.പി. അദ്ദേഹത്തെ ഒരുപാട് മർദ്ദിച്ചിട്ടുമുണ്ട്. പ്രഗത്ഭ നായ അമ്മാവൻ സമ്മതിച്ചാൽ പിന്നെ പെണ്ണിന്റെ മുത്തച്ഛനും അച്ഛനും എങ്ങനെ എതിർക്കും. പാലങ്ങാട്ടു കേളോത്ത് കണ്ണൻ നമ്പ്യാർക്ക്, അമ്മ യുടെ അച്ഛൻ, ഈ ബന്ധം അത്ര ഇഷ്ടമല്ലായിരുന്നു. 'എന്തോ ആയി ക്കോ' എന്നൊരു മട്ടിൽ അദ്ദേഹം നിഷ്ക്രിയനായി ഇരുന്നു. അദ്ദേഹം അമ്മമ്മയുടെ തറവാട്ട് വീട്ടിൽ വെച്ച് നടത്തിയ മകളുടെ പുടമുറിയിൽ പോലും പങ്കെടുത്തില്ല. അതൊരു പ്രതിഷേധമായിരുന്നില്ല. ഒരുതരം നി സ്സംഗതയായിരുന്നു. നിശ്ചയവും പുടമുറിയുമെല്ലാം അമ്മാവന്മാരും മു ത്തച്ഛനും അമ്മമ്മയും ഇളയമ്മയും ചേർന്ന് പെരിങ്കോന്നിലെ തറവാ ട്ടിൽ വെച്ച് നടത്തുകയായിരുന്നു. മരുമക്കത്തായ സമ്പ്രദായത്തിൽ അ മ്മയുടെ വീട്ടുകാർക്കാണല്ലോ പെൺകുട്ടിയുടെ രക്ഷാകർതൃത്വവും ഉ ത്തരവാദിത്വവുമുണ്ടായിരുന്നത്.

അച്ഛന്റെ ഏട്ടൻ അനിയനുവേണ്ടി പെണ്ണ് കാണാൻ എം.സി.കണ്ണൻ നമ്പ്യാരെയും കൂട്ടി തേർതലയിലേക്ക് വന്നു. അവർ വരുന്നതിന്റെ മണ

മടിച്ചപ്പോഴേ പെണ്ണ് അടുക്കളപ്പുറത്തുകൂടി ഇറങ്ങി തോട്ടത്തിലെ വള പ്പിലേക്ക് രക്ഷപ്പെട്ടു.

ചായസത്കാരമൊക്കെ കഴിഞ്ഞ് പെണ്ണിനെ അന്വേഷിച്ചപ്പോൾ പെണ്ണിന്റെ പൊടിപോലും കണ്ടുകിട്ടിയില്ല. തോട്ടത്തിലെ വളപ്പിൽ മൂന്നു നാലുപേർ പിടിച്ചാൽ ഒതുങ്ങാത്ത വലിയ മാവും പ്ലാവും മറ്റ് മരങ്ങളും ഉണ്ട്. ഒരു മാവിന് മറഞ്ഞ് അവൾ ഒളിച്ചിരുന്നു. പെണ്ണ് കാണാൻ നിന്നു കൊടുത്തില്ലെങ്കിൽ അവർ ഒഴിഞ്ഞുപൊയ്ക്കോളും എന്നായിരുന്നു അ വളുടെ വിശ്വാസം. പക്ഷെ, ആ വിശ്വാസം രക്ഷിച്ചില്ല. കാത്തിരുന്നു മടു ത്തപ്പോൾ എം.സി.പറഞ്ഞു. 'കുട്ടിയെ ഞാൻ മുമ്പ് കണ്ടിട്ടുണ്ട്. നമുക്ക് മറ്റ് കാര്യങ്ങൾ ആലോചിക്കാം.'

അങ്ങനെ ആലോചന മുറുകി. വിവാഹം നിശ്ചയിച്ചു. കല്യാണത്തി ന്റെ ഒരുക്കങ്ങൾക്കൊപ്പം പെണ്ണിന്റെ പ്രതിഷേധവും കരച്ചിലും മൂർധ ന്യത്തിൽ എത്തി. അമ്മമ്മ ഒരിക്കൽ പറഞ്ഞത് എനിക്ക് ഓർമ്മയുണ്ട്. 'രോഗിയായ എന്നെ മലക്കോട്ട് അയക്ക്വാ'ന്നും പറഞ്ഞ് അലറിവിളിച്ചു കരയുമത്രെ. അച്ഛന്റെ തറവാട്ടിനടുത്തുള്ള പുഴക്കരയിലും കാട്ടുകണ്ടി പറമ്പുകളിലും അലഞ്ഞ് ലക്ഷ്മി പ്രതിഷേധിച്ചുകൊണ്ടിരുന്നു. ചേമ്പി ലയിൽ വീണ വെള്ളത്തുള്ളിപോലെ അതെല്ലാം ചിതറിപ്പോയി.

അല്ലെങ്കിലും എന്റെ അച്ഛൻ ഒരു നിയോഗം പോലെ നാളുകൾക്ക് മുന്നേ പെണ്ണിനെ കണ്ടിരുന്നു. പുടമുറിക്കാര്യം സ്വപ്നം കാണുന്നതിനു മുമ്പ് രാഘവൻ ചീത്തീലെ വീട്ടിൽ ഒരു രാപാർത്തിരുന്നു. മലപ്പട്ടത്തെ കൂവേര വളപ്പിൽ താമസിക്കുന്ന കുഞ്ഞുംപിടുക്ക ചമ്പോച്ചേരി ഗോവി ന്ദൻ നമ്പ്യാർ ആയിരുന്നു മീനാക്ഷി വലിയമ്മയുടെ ഭർത്താവ്. മലപ്പട്ട ത്തെ വലിയമ്മയുടെ വീട്ടിൽ വിരുന്നുപോയപ്പോൾ അവിടുത്തെ അയൽ ക്കാരനായ ഗോവിന്ദൻ നമ്പ്യാരുടെ കൂടെ തൃച്ചമ്പരം ഉത്സവം കാണാൻ വന്നതായിരുന്നു രാഘവൻ. ഉത്സവം കണ്ടതിനുശേഷം ഗോവിന്ദൻ പ റഞ്ഞു. 'നമ്മക്ക് എന്റെ ഭാര്യവീട്ടിൽ പോയിറ്റ് നാട്ടിലേക്ക് മടങ്ങാം.'

ഉത്സവം ഒരു നോക്ക് കണ്ടതിനുശേഷം തൃച്ചമ്പരത്ത് നിന്ന് തേർത ലയിലേക്ക് രണ്ടുപേരും പുലരാറായപ്പോൾ നടന്നെത്തി. അമ്മമ്മ മകളു ടെ ഭർത്താവിന് വാതിൽ തുറന്നുകൊടുത്തു. 'ചായവെക്കണോ' എന്ന് ചോദിച്ചപ്പോൾ രാവിലെ മതി എന്ന് പറഞ്ഞ് സംബന്ധക്കാരനും സുഹൃ ത്തും മുകളിലേക്ക് ഉറങ്ങാൻ പോയി. രാവിലെ അതിഥികൾക്ക് പല്ലു തേച്ച് മുഖം കഴുകാനുള്ള വെള്ളം കൊണ്ടുവെക്കൽ ലക്ഷ്മിയുടെ ജോ ലിയായിരുന്നു. മുറ്റത്തിന്റെ തിണ്ടിന്മേൽ വെള്ളംകൊണ്ടുവെക്കുമ്പോൾ അവൾ ഇറയത്തെ ബെഞ്ചിൽ ഇരിക്കുന്ന രാഘവനെ ശ്രദ്ധിച്ചില്ലെങ്കി

ലും അയാൾ അവളെ ശരിക്കും കണ്ടിരുന്നു. അതിസുന്ദരിയായ ലക്ഷ്
മിയെ പുടമുറി കഴിക്കാൻ അവനെന്തിനു സമ്മതിക്കാതിരിക്കണം!

എന്നാൽ ലക്ഷ്മി പുടമുറി ദിവസംപോലും പൊരുതിക്കൊണ്ടിരിക്കു
കയായിന്നു. രാത്രിയിലെ പുടമുറിക്ക് വൈകുന്നേരംവരെ പെരിങ്കോന്നി
ലേക്ക് പോകാൻ അവൾ കൂട്ടാക്കിയില്ല. അച്ഛന്റെ തറവാട്ടിലുള്ളവർ പുട
മുറിക്ക് പോകാൻ തയ്യാറായി വന്നുവിളിച്ചിട്ടും ലക്ഷ്മി ഒരുങ്ങിയിറങ്ങി
യില്ല. വലിയച്ഛന്റെ മകൻ നാരായണൻ പെങ്ങളെ ഒരുപാട് ഉപദേശിച്ചു.
'വീട്ടുകാരെ നാണം കെടുത്തരുത്. പെൺകുട്ടികൾക്ക് എന്തായാലും വി
വാഹം കൂടിയേ തീരൂ.'

നിർബ്ബന്ധം മുറുകിയപ്പോൾ അവൾക്ക് അവരുടെ കൂടെ പോകേണ്ടി
വന്നു.

നല്ലവണ്ണം ഇരുട്ടിയപ്പോഴാണ് കല്യാണപ്പെണ്ണ് വണ്ണാൻവളപ്പിലെത്തി
യത്. സന്ധ്യ കഴിഞ്ഞിട്ടും മരുമകളെ കാണാഞ്ഞപ്പോൾ അമ്മാവന്മാർക്ക്
വേവലാതിയായി. വലിയമ്മാവൻ പറഞ്ഞു. 'ഈ കുട്ടി ആളുകളെ ഇങ്ങ
നെ ബുദ്ധിമുട്ടിക്കണോ?'

അവർ പെണ്ണിനെ കൊണ്ടുവരാൻ തേർതലയിലേക്ക് ആളുകളെ അയ
ച്ചു. അവർ പെട്രോമാക്സും കത്തിച്ച് വഴിയിൽ ഇറങ്ങുമ്പോഴേക്കും
കല്യാണപ്പെണ്ണ് അച്ഛന്റെ ബന്ധുക്കൾക്കൊപ്പം നടന്നു വരുന്നത് കണ്ടു.
അപ്പോൾ അമ്മാവന്മാർ അനുഭവിച്ച ആശ്വാസം പറഞ്ഞറിയിക്കാൻ ക
ഴിയാത്തതായിരുന്നു.

ലക്ഷ്മി വരാൻ കൂട്ടാക്കിയില്ലെങ്കിൽ എന്തുചെയ്യുമെന്ന് അമ്മാവന്മാർ
ആലോചിച്ചിരുന്നു. അമ്മമ്മയുടെ അനുജത്തിക്ക് പത്തുപതിനാലു വയ
സ്സുള്ള ഒരു മകളുണ്ട്. വേറെ വഴിയില്ലെങ്കിൽ അവളെ രാഘവന് പുട
മുറി കഴിച്ചുകൊടുക്കാം എന്ന്! തീരുമാനിച്ചു. ബാക്കിയെല്ലാം വരുമ്പോ
ലെ വരട്ടെ. എന്റെ അമ്മമ്മയുടെ അമ്മാവൻ, പാട്ടിയമ്മയുടെ സഹോദ
രൻ ഗോവിന്ദൻ, കൊച്ചുമരുമകളെ ഉപദേശിച്ചു. 'വളരെ നല്ല ബന്ധമാണ്,
ഏതായാലും പെൺകുട്ടികൾ വിവാഹം ചെയ്യണം. ഇതാണ് വിധി എന്ന്!
വിചാരിക്കണം.' എന്നൊക്കെ പറഞ്ഞ് അദ്ദേഹം മരുമകളെ സമാധാനി
പ്പിച്ചു.

ഗോവിന്ദമ്മാവൻ അധ്യാപകനാണ്. അദ്ദേഹം എള്ളരിഞ്ഞി സ്കൂളിൽ
വെച്ച് രാഘവനെയും പഠിപ്പിച്ചിട്ടുണ്ട്.

വരനും സംഘവും കൊണ്ടുവന്ന ഏഴ് അണപ്പുടവയാണ് (ഇണപു
ടവ) പുടമുറിക്ക് മുറിച്ചത്. ഒരു അണപ്പുടവ കസവിന്റെതായിരുന്നു. കസ
വുപുടവ മറ്റ് പുടവകളുടെ മേലെ വെച്ചു. നൂറ്റൊന്നു ഉറുപ്പിക പുടവയു

ടെ മുകളിൽ വെച്ചു. ഒമ്പത് കെട്ട് പുകയിലയും അതിനനുസരിച്ചുള്ള വെറ്റിലയും അടയ്ക്കയും കൊണ്ടുവന്നിരുന്നു. മകന്റെ പുടമുറിക്ക് ഒരു കുറവും ഉണ്ടാകരുതെന്ന് അങ്ങേമ്മയ്ക്ക് നിർബ്ബന്ധമുണ്ടായിരുന്നു.

പടിഞ്ഞാറ്റയിൽ വെച്ച് വരൻ വധുവിന്റെ കൈയിൽ പുടവ വെച്ചു കൊടുത്തപ്പോൾ പെണ്ണിന്റെ വിറയ്ക്കുന്ന കൈകളിൽനിന്ന് പുടവകൾ താഴെവീണു. പാറുവമ്മായി പെണ്ണിന്റെ കൈകൾ ചേർത്ത് പിടിച്ചിട്ടും പുടവകൾ രക്ഷപ്പെട്ടില്ല. പാട്ടിയമ്മമ്മയുടെ ഏച്ചി ചീല എന്ന ശീലയു ടെ മകൻ നാരായണന്റെ ഭാര്യയാണ് പാറുവമ്മായി. നാരായണൻ തവ റൂൽ സ്കൂൾ സ്ഥാപകമാനേജരും അധ്യാപകനും ആണ്. പാട്ടിയമ്മ എഴുതിക്കൊടുത്ത സ്ഥലത്താണ് അദ്ദേഹം സ്കൂൾ നിർമിച്ചത് എന്നാണ് പറഞ്ഞ് കേട്ടിട്ടുള്ളത്. അദ്ദേഹം അമ്മയുടെ വലിയമ്മായി മാധവിയുടെ അച്ഛനുമാണ്. അദ്ദേഹത്തിന് നേർ പെങ്ങളും മരുമക്കളുമില്ലാത്തതുകൊ ണ്ട് പാട്ടിയമ്മയ്ക്കും മക്കൾക്കുമാണ് ആ സ്ഥാനം ഉള്ളത്. ഈ നാരായ ണമ്മാവനാണ് ലക്ഷ്മിയെ അരിയിലെഴുതിച്ചത്.

കല്യാണപ്പെണ്ണ് അവിവേകമൊന്നും കാണിക്കാതിരിക്കാൻ നിഴലായി ഇളയമ്മ കൂടെനടന്നു. പുടമുറി കഴിഞ്ഞ് പ്രായമുള്ളവർ പെണ്ണിനെ പടി ഞ്ഞാറ്റിയിൽ ഉറങ്ങാൻ വിടേണ്ട കാര്യം പറഞ്ഞപ്പോൾ ഗോവിന്ദമ്മാവൻ ഇടപെട്ടു. 'അല്ലെങ്കിൽ തന്നെ ഇടങ്കോലിട്ട് നിൽക്കുന്ന കുട്ടിയാണ്. ഓള പ്രാന്ത് പിടിപ്പിക്കണോ? സംബന്ധക്കാരും ബന്ധുക്കളും ഉള്ളപ്പോൾ ഈ ട്യോരു കൊഴപ്പുണ്ടാക്കണോ? അമ്മാളു ഇന്ന് ദെച്ചൂന്റെ കൂടെ കെട ക്കട്ട്.'

ഇളയമ്മ പുലർച്ചയ്ക്ക് തന്നെ പെണ്ണിനെ എഴുന്നേല്പിച്ചു കുളിക്കാ നും മറ്റും പ്രേരിപ്പിച്ചു. നിർബ്ബന്ധിച്ചു ഭക്ഷണം കഴിപ്പിച്ചു. വരനും സംഘ വും രാവിലെ തന്നെ കാവുമ്പായിലേക്ക് തിരിച്ചുപോയിരുന്നു. അധികം വൈകാതെ പെണ്ണിനെ കൊണ്ടുപോകാൻ കാവുമ്പായിൽ നിന്ന് വെറ്റി ലക്കെട്ടുകാർ എത്തി. വെറ്റിലക്കെട്ടുകാരായി പത്തോളം പെണ്ണുങ്ങളാണ് വന്നത്. പെണ്ണിന്റെ വസ്ത്രമുള്ള പെട്ടി എടുക്കാൻ കൂടെ ഒരു നാദ്യനും ഉണ്ട്. കൂട്ടാൻ വന്നവരും കൊണ്ടാക്കാൻ പോകുന്നവരും സദ്യയുണ്ടു. അവരുടെ കൂട്ടത്തിൽ വധുവിനെയും ഇരുത്തി സദ്യ വിളമ്പി.

അമ്മമ്മയുടെ അമ്മാവൻ കുഞ്ഞാംകുട്ടിയുടെ ഭാര്യ ദാക്ഷായണി അമ്മായി ലക്ഷ്മിയെ സാരിയുടുപ്പിച്ചു. അവർ പട്ടാളക്കാരനായ ഭർത്താ വിന്റെ കൂടെ കേരളത്തിനു പുറത്ത് താമസിച്ചിട്ടുണ്ട്. അതുകൊണ്ട് സാരി യുടുത്ത് പരിചയമുണ്ട്. അച്ഛപ്പൻ വാങ്ങിയ സാരിയും വരന്റെ വീട്ടിൽ നിന്നും വാങ്ങിയ സാരിയും ഏതാണ്ട് ഒരേ നിറം തന്നെ. കാവുമ്പായി

യിൽ നിന്നും കൊണ്ടുവന്ന സാരിക്ക് അല്പം കടുത്ത നിറമായിരുന്നു. കസവും കൂടുതലുണ്ട്. കാവുമ്പായി കടുത്ത നിറത്തിൽ ചാലിച്ചാണ ല്ലോ ഉയിർത്തെഴുന്നേറ്റത്! പരിഷ്കാരിയായ വധുവിന് രണ്ട് ബ്ലൌസ്, ബ്ലൌസിനടിയിൽ ധരിക്കേണ്ട ബോഡീസ്, സാരി എന്നിവ കാവുമ്പാ യിയിൽനിന്നും പെണ്ണുങ്ങൾ വരുമ്പോൾ കൊണ്ടുവന്നു. സാധാരണ അക്കാലത്ത് കല്യാണപ്പെണ്ണിന് സാരിയും ബോഡീസുമൊന്നും വാങ്ങാ റില്ല.

വെറ്റിലക്കെട്ടുകാർ പുറപ്പെടാറായപ്പോൾ വധുവിനെ പടിഞ്ഞാറ്റകത്ത് കൊണ്ടിരുത്തി. മുതിർന്നവർ വധുവിനെ തലയിൽ അരിയിട്ട് അനുഗ്ര ഹിക്കണം. എന്റെ അമ്മയുടെ അച്ഛൻ, പാലങ്ങാടൻ കേളോത്ത് കണ്ണൻ നമ്പ്യാർ മകളുടെ കല്യാണത്തിൽ പങ്കെടുത്തിരുന്നില്ലല്ലോ. അതുകൊണ്ട് രാവിലെ എത്തിച്ചേർന്ന അദ്ദേഹത്തിന്റെ ജ്യേഷ്ഠൻ പാലങ്ങാടൻ രാമൻ നമ്പ്യാർ അച്ഛന്റെ സ്ഥാനത്ത് നിന്ന് അനിയന്റെ മകളുടെ തലയിൽ അരി യിട്ട് അനുഗ്രഹിച്ചു.

നിറഞ്ഞൊഴുകുന്ന കണ്ണുകളോടെ ലക്ഷ്മി വണ്ണാൻ വളപ്പിലെ തറ വാട്ടുവീട്ടിൽനിന്ന് ഭർത്തൃഗൃഹത്തിലേക്ക് യാത്രയായി. അക്കാലത്ത് ഒരു പെൺകുട്ടിയും കണ്ണീരൊഴുക്കാതെ സ്വന്തം വീടിന്റെ പടിയിറങ്ങാറില്ല. അതിന് കാരണങ്ങൾ രണ്ടാണ്. ഒന്ന് സ്വന്തം വീടും വീട്ടുകാരെയും ഉപേക്ഷിച്ചുപോകുന്നതിലുള്ള വിഷമം. രണ്ടാമത്തേത് ഭർത്തൃഗൃഹത്തി ലെ പീഡനഭയം. ഇഷ്ടമില്ലാത്ത കല്യാണമായാലും വേണ്ടെന്ന് പറയാ നുള്ള സ്വാതന്ത്ര്യം അന്ന് പെൺകുട്ടികൾക്കില്ലായിരുന്നു. എന്റെ അമ്മ യുടെ വീട്ടുകാർ അന്നത്തെ കാലത്ത് ഒരു ഇടത്തരം കുടുംബത്തിന് ലഭിക്കാവുന്നതിൽ ഉയർന്ന വിദ്യാഭ്യാസം നേടിയവരായതുകൊണ്ട് അമ്മ യ്ക്ക് എതിർക്കാനുള്ള സ്വാതന്ത്ര്യമെങ്കിലും ലഭിച്ചിരുന്നു. എന്റെ അച്ഛ നോടും അച്ഛന്റെ കുടുംബത്തോടുമുള്ള ഇഷ്ടംകൊണ്ടാണ് അമ്മയുടെ വീട്ടുകാർ ഈ പുടമുറിക്ക് സമ്മതിച്ചത്. അവരുടെ കണക്കുകൂട്ടൽ തെറ്റിയില്ല എന്ന് അമ്മയുടെ പിൽക്കാലജീവിതം തെളിയിച്ചുവല്ലോ.

ആൺവീട്ടിൽ നിന്ന് വെറ്റിലക്കെട്ടുകാർ പത്തുപേർ വന്നതിനു പകരം പെണ്ണിന്റെ ഭാഗത്തു നിന്ന് ഒന്ന് കുറച്ച് ഒമ്പത് പെണ്ണുങ്ങൾ പെണ്ണിനെ കൊണ്ടാക്കാൻ പോയി.

ഭർത്തൃഗൃഹത്തിൽ

വെറ്റിലക്കെട്ടുകാരും പുതിയപെണ്ണും തളിയന്മാർ വീട്ടിൽ എത്തി. ഇറ യത്തേക്ക് കയറുന്ന നടയിൽ വെച്ച് അമ്മായി പെണ്ണിന്റെ കൈയിലെ

തുണിക്കുട വാങ്ങി മടക്കി. വരന്റെ മരുമകളുടെ സ്ഥാനത്തുള്ള ലക്ഷ്മി ക്കുട്ടി കിണ്ടിയിൽ നിറച്ച വെള്ളം പുതിയ അമ്മായിയുടെ കാലിൽ ഒഴി ച്ചുകൊടുത്തു. കാല്കഴുകൽ ചടങ്ങ് തീരാൻ കാത്തുനിന്ന അങ്ങേമ്മ ആവേശത്തോടെ പുതിയ പെണ്ണിന്റെ കൈപിടിച്ച് പടിഞ്ഞാറ്റകത്തേക്ക് നയിച്ചു. കത്തിച്ചുവെച്ച നിലവിളക്കിനു മുന്നിൽ കിഴക്കോട്ട് തിരിഞ്ഞ് ഇരുത്തിയതിനുശേഷം നിറഞ്ഞ ഹൃദയത്തോടെ ഭർത്താവിന്റെ അമ്മ പുതിയ മകളുടെ തലയിൽ അരിയിട്ട് അനുഗ്രഹിച്ചു. മുതിർന്ന ബന്ധു ക്കളും പെണ്ണിന്റെ തലയിൽ അരിയിട്ട് അനുഗ്രഹിച്ചു.

മുറ്റത്തിന്റെ അതിരിൽ വലിയ കുട്ടകത്തിൽ വെള്ളം നിറച്ചുവെച്ചി രുന്നു. കൂടെ വന്ന പെണ്ണുങ്ങൾ അതിൽനിന്ന് ഒട്ടുമുരുട കൊണ്ട് വെള്ളം കോരി കാലുകഴുകി ഇറയത്തേക്ക് കയറി. കോമ്പിനിയിൽ അവർക്കു വേണ്ടി വിരിച്ചിട്ടിരുന്ന പുതിയ പായയിൽ ഇരുന്നു. സത്കാരത്തിന്റെ ആദ്യ പടിയായി മുറുക്കാൻ കൊടുത്തു. പിന്നെയാണ് സദ്യ. സദ്യയു ണ്ടതിനുശേഷം ലോഹ്യവും പറഞ്ഞ് പെണ്ണിന്റെ ബന്ധുക്കൾ യാത്ര യായി. പെൺകുട്ടി തനിച്ചായി. കുഞ്ഞകത്ത് തനിച്ചിരിക്കുന്ന പെണ്ണിന്റെ അടുത്തേക്ക് അങ്ങേമ്മ പാഞ്ഞുചെന്നു. 'മോൾ ഇവിടെ ഒറ്റക്കിരിക്കണ്ട. എനി ഇതാ നമ്മള വീട്. എല്ലാരൊപ്പരോം കൂടണം. മാധവീ മോള നിന്റെ പ്പുറം കൂട്ട്.'

അമ്മ പുതിയപെണ്ണിനെ കൈ പിടിച്ച് അടുക്കളയിലേക്ക് കൊണ്ടു പോയി ഏടത്തിയമ്മയെ ഏൽപ്പിച്ചു. ആ സമയം മുതൽ മാധവി അനി യത്തിയുടെ കൂട്ടുകാരിയും ജ്യേഷ്ഠത്തിയുമായി. അപരിചിതമായ വീട്, ഇഷ്ടമില്ലാത്ത വിവാഹം. ലക്ഷ്മി ഭർത്താവിന്റെ മുറിയിൽ ഉറങ്ങാൻ വിസമ്മതിച്ചു. കൊട്ടിലകത്ത് ഇരുട്ടിൽ ഇരുന്ന് കരയുന്ന ലക്ഷ്മിയെ ഏടത്തിയമ്മ ചേർത്തുപിടിച്ചു. അവിടെ ഒരു പായിട്ട് കൂടെ കിടന്നു. ദിവ സങ്ങൾ, മാസങ്ങൾ ഇതേ രീതിയിൽ കടന്നുപോയി. മാധവി അനിയ ത്തിക്കുട്ടിയെ ഉപദേശിക്കും. 'ഇങ്ങനെയൊന്നും പെരുമാറാൻ പാടില്ല. പെണ്ണുങ്ങളായാൽ കല്യാണം കഴിക്കും. പിന്നെ അതിനനുസരിച്ചു ജീവി ക്കണം. മറ്റുള്ളവരെക്കൊണ്ട് പറയിപ്പിക്കരുത്. അനിയൻ പാവാണ്.'

അനിയത്തി ഉറങ്ങുന്നതുവരെ ഏടത്തിയമ്മ കൂട്ട് കിടക്കും. അതിനു ശേഷം മുകളിലെ മുറിയിലേക്ക് പോകും.

അതിനിടയിൽ അങ്ങോട്ടും ഇങ്ങോട്ടും ഉള്ള വിരുന്നുകളൊക്കെ ക ഴിഞ്ഞു. വിരുന്നുവരുന്ന മകന്റെ ഭാര്യവീട്ടുകാരെ വെറുംകൈയോടെ അങ്ങേമ്മ പറഞ്ഞയക്കാറില്ല. യാത്ര പറയുന്ന പുതിയ ബന്ധുക്കൾക്ക് അമ്മ നിർബ്ബന്ധിച്ച് പണം നൽകി. ഇത് കണ്ട ലക്ഷ്മിയുടെ നിയന്ത്രണം

നഷ്ടപ്പെട്ടു. ലക്ഷ്മി സ്വന്തം വീട്ടുകാരോട് പൊട്ടിത്തെറിച്ചു. 'എന്നെ വിറ്റി
ട്ട് പണോം വാങ്ങി പോകല്ലേ.'

പിൽക്കാലത്ത് ദേഷ്യം വരുമ്പോഴൊക്കെ വലിയച്ഛൻ ഈ കാര്യം
വിളിച്ചു പറയാറുണ്ട്. ചിലപ്പോൾ അച്ഛനും.

വന്നതിന്റെ അടുത്ത ദിവസം രാവിലെ നാരായണൻ അടുക്കളയി
ലേക്ക് വന്നു. അവിടെ ചൂളി നിൽക്കുന്ന ലക്ഷ്മിയോട് പറഞ്ഞു. 'നമ്മ
ക്ക് രണ്ടാക്കും കൂടി ചായ വെക്കാം.'

പാൽ കാച്ചുന്നതും ഉറയൊഴിക്കുന്നതും വേറെ വേറെ മൺകലത്തി
ലാണ്. പാലിന്റെയും വെള്ളത്തിന്റെയും പഞ്ചസാരയുടെയും ചായപ്പൊടി
യുടെയും അളവുകൾ ഏട്ടൻ അനിയത്തിക്ക് പറഞ്ഞുകൊടുത്തു.

എരുമപ്പാലിലാണ് ചായവെക്കുന്നത്. തളിയന്മാർ വീട്ടിൽ പശുവിനെ
യും എരുമയെയും വളർത്തുന്നുണ്ട്. അവയെ കമ്പാരി പറമ്പിൽ കൊണ്ടു
പോയി മേയ്ക്കും. പെരുന്തില വയലിൽ ആലകെട്ടി അവിടെയാണ് രാത്രി
യിൽ കെട്ടുക. എരുമയെ നോക്കാൻ ഒരാൾ. പശുവിനെയും മൂരികളെ
യും നോക്കാൻ വേറൊരാൾ. അങ്ങനെ രണ്ട് ആൺകുട്ടികൾ ഉണ്ട്. അവർ
രാത്രിയിൽ തളിയന്മാർ വീടിന്റെ ഇറയത്ത് ഉറങ്ങും. രാവിലെ എഴുന്നേ
റ്റ് ആലയിൽ പോയി പാൽ കറന്നെടുക്കും. ചായ പ്രചാരത്തിൽ ആ
വാത്ത ആ കാലത്തും ലക്ഷ്മി തേർതലയിൽനിന്നും ചായവെക്കാറു
ണ്ട്. അടുത്ത ദിവസം മുതൽ ചായ വെക്കുന്ന ജോലി അവളുടേതായി.
രാവിലത്തെ ഈ ചായകുടിയിലും അവളുടെ ഭർത്താവ് ഉണ്ടാവാറില്ല.
അയാൾ അതിരാവിലെ കാലികളെ മേയ്ക്കാൻ നിൽക്കുന്ന കുട്ടികളിൽ
ആരെയെങ്കിലും കൂട്ടി വയലിലോ, പറമ്പിലോ പോയിട്ടുണ്ടാകും.

സമരകാലത്ത് അന്യാധീനപ്പെട്ടുപോകുമായിരുന്ന വസ്തുവകകൾ
അമ്മയ്ക്കൊപ്പം നിന്ന് ഒരു പാട് യാതന അനുഭവിച്ചുകൊണ്ടാണ് രാഘ
വൻ പിടിച്ചുവെച്ചത്. എല്ലാം നഷ്ടപ്പെട്ടിടത്തുനിന്നാണ് ജീവിതം തുടങ്ങി
യത്. ഏട്ടൻ ഏഴുകൊല്ലത്തെ ജയിൽവാസം കഴിഞ്ഞെത്തുമ്പോഴേക്കും
അമ്മയും മകനും കൂടി ജീവിതം തിരിച്ചുപിടിച്ചിരുന്നു. അതുകൊണ്ട്
ജോലി കഴിഞ്ഞേ അദ്ദേഹത്തിന് ഭക്ഷണംപോലുമുള്ളു. അവസാനകാ
ലംവരെയും അങ്ങനെ തന്നെയായിരുന്നു എന്റെ അച്ഛൻ ജീവിച്ചത്.
അപ്പോൾ നവവധുവിന്റെ ശാഠ്യവും ദേഷ്യവുമൊന്നും നോക്കിയിരിക്കാൻ
ഭർത്താവിന് നേരമില്ല. എങ്കിലും ലക്ഷ്മിയുടെ ഒഴിഞ്ഞുമാറലും ഓടി
യൊളിക്കലുമൊക്കെ രാഘവനെ നോവിപ്പിച്ചിരുന്നു. ആദ്യം ചെറിയ പരാ
തിയും പരിഭവം പറച്ചിലുമൊക്കെയായി അത് അയാൾ പ്രകടിപ്പിച്ചു.
നേരിൽ പറയാതെ അവൾ കേൾക്കെ ഏടത്തിയമ്മയോട് പറയാൻ തുട

ങ്ങി. 'അയിന്റെ ഒരു അഹങ്കാരം കണ്ടോ ഏട്ത്തിമ്മേ. ഒരു കോപ്പ്കാര ത്യ്യാന്നാ വിചാരം. ഓടും ഒളിക്കുംചീയാൻ ഈട കടുവ്യ്യാന്നും ഇല്ല. ബാക്കീള്ളോരും മനുഷ്യരന്ന്യാ.'

ഏടത്തിയമ്മ രാഘവനെ സമാധാനിപ്പിക്കും. 'ഓൾ ചെറ്യ കുട്ട്യല്ലേ. ഓക്കറിയാഞ്ഞിറ്റല്ലേ. എല്ലാം മാറും.'

പക്ഷേ, എല്ലാം മാറിയില്ല.

ദെച്ചൂട്ടി വീട്ടുജോലികളൊക്കെ ചെയ്യാൻ തുടങ്ങി. അടുക്കളയിൽ പാചകം മുക്കാലും ഏറ്റെടുത്തു. എല്ലാവരുടെയും തുണി കിണറ്റുകര യിൽ കൊണ്ടുപോയി സോപ്പിട്ട് അടിച്ചുനനച്ച് കഞ്ഞിയും നീലവും പിഴി ഞ്ഞ് ഉണക്കിയെടുത്തു. ഏടത്തിയമ്മ നെല്ലുകുത്തൽ തുടങ്ങിയ കഠിന മായ ജോലികൾ ചെയ്ത് അനിയത്തിക്ക് പൂർണപിന്തുണ നൽകി. വീട്ടിൽ എല്ലാറ്റിനും അടുക്കും ചിട്ടയും കൈവന്നു. അങ്ങേമ്മ സന്തുഷ്ടയായി ചിരിച്ചു. പുതിയ പെണ്ണിനെ കാണാൻ വരുന്നവരെയും ലോഹ്യം പറയാൻ വരുന്നവരെയും സ്വീകരിച്ചു. പുതിയപെണ്ണിന്റെ ഗുണഗണങ്ങൾ എത്ര വർണ്ണിച്ചിട്ടും അമ്മയ്ക്ക് മതിയാവുന്നില്ല. നാട്ടിലെ പെണ്ണുങ്ങളെ ല്ലാം തളിയമ്മാർ വീട്ടിലെ പുതിയ പെണ്ണിനെ കാണാനെത്തി. അവരെ ല്ലാം അവളുടെ ചെമ്പകപ്പൂനിറത്തിലും ചുരുൾമുടിയിലും മുഖശ്രീയി ലും കണ്ണാടിക്കവിളിലും മയങ്ങി. അവളൊന്നു മിണ്ടാൻവേണ്ടി മാത്രം അവർ പലതും ചോദിച്ചു. ചിലരൊക്കെ തൊട്ടും തലോടിയും ലാളിച്ചു. വളയും മാലയും പിടിച്ചുനോക്കി.

ഏട്ടനും അവൾ പ്രിയപ്പെട്ടവളായി. നാരായണൻ പറഞ്ഞു. 'ഒരു പെങ്ങൾ ഇല്ലാതേന്റെ കൊറവ് ഇപ്പൊ തീർന്നു അല്ലേമ്മേ.'

അത് കേൾക്കുമ്പോൾ അമ്മ ചിരിക്കും.

ഏടത്തിയമ്മയ്ക്ക് അവൾ ജീവനായിരുന്നു. മോളേന്ന് മാത്രമേ വിളി ക്കൂ. തളിയമ്മാർ വീട്ടിൽ അവളുടെ പേര് സദാ മുഴങ്ങി. 'ദെച്ചൂട്ടീ... ദെച്ചു ട്ടീ... ദെച്ചൂട്ടീ...'

തേർതലയിലും പെരിങ്കോന്നിലും ലക്ഷ്മിയെ ദെച്ചു എന്നാണ് വിളി ച്ചിരുന്നത്. കാവുമ്പായിയിലെ അമ്മ അവളെ 'ദെച്ചൂട്ടീ'ന്നു വിളിക്കാമെന്ന് തീരുമാനിച്ചു. വീട്ടുകാരും നാട്ടുകാരും സ്നേഹത്തോടെ അങ്ങനെ തന്നെ വിളിച്ചു. 'ദെച്ചൂട്ടീ... ദെച്ചൂട്ട്യേച്ചീ...'

അപ്പോഴും ഒരാൾക്ക് മാത്രം അവൾ ഇണങ്ങിയില്ല. സ്വന്തം ഭർത്താ വിനോടുള്ള കർത്തവ്യത്തെക്കുറിച്ച് ഒട്ടും ബോധവതിയായതുമില്ല.

ലക്ഷ്മിയുടെ അകൽച്ചയും വെറുപ്പും തിരിച്ചറിഞ്ഞ രാഘവൻ ആരു മില്ലാത്ത അവസരത്തിൽ അവളോട് സംസാരിക്കാൻ തയ്യാറെടുത്തു. സമ

രകാലത്ത് തെക്കിനിയും പടിഞ്ഞാറ്റിപ്പുരയുമായിരുന്ന തളിയന്മാർ വീട് എം.എസ്.പി. കത്തിച്ചിരുന്നു. അന്ന് കരിഞ്ഞുതീരാത്ത തെക്കിനി പുതുക്കി പണി കഴിപ്പിച്ചതാണ് ഇപ്പോഴത്തെ തളിയന്മാർ വീട്. വീടിനെ ചുറ്റിയുള്ള വരാന്ത ഇംഗ്ലീഷിലെ എൽ. അക്ഷരംപോലെയാണ്. എൽ.ന്റെ നീളം കുറഞ്ഞ ഭാഗത്തോട് ചേർന്നാണ് രാഘവൻ കിടക്കുന്ന പടിഞ്ഞാറ്റകം. അതിന് പുറത്തേക്ക് തുറക്കുന്ന ചെറിയൊരു ജനാലയുണ്ട്. അതിലൂടെ നോക്കിയാൽ വരാന്ത ഒടിയുന്നത് മുതൽ ചുമർ വരെയുള്ള ഭാഗത്ത് ഇരിക്കുന്ന ആളെ കാണാം. വരാന്തയ്ക്ക് അത്രയും ഭാഗത്ത് മാത്രം കുറ്റിയേരം (അരഭിത്തി) കെട്ടിയിട്ടുണ്ട്. വീടിന്റെ മുൻവശത്തും അടുക്കളപ്പുറത്തും കല്ലുകൊണ്ട് ചുറ്റും കെട്ടിയ മുറ്റമുണ്ട്. മുൻവശത്തെ മുറ്റത്ത് നിന്ന് കല്ലുകൊണ്ട് കെട്ടിയ അഞ്ചാറു നടകളിറങ്ങിയിട്ട് താഴത്തെ മുറ്റംപോലുള്ള നടപ്പാതയിൽ എത്തും. അത് അവസാനിക്കുന്നത് പൊള്ളോലൈടം പറമ്പിലാണ്. ആ പറമ്പിലാണ് കളവും കളപ്പുരയും. രണ്ടു പറമ്പിനെയും വേർതിരിക്കുന്ന കിളയ്ക്ക് നല്ലൊരു തടിപ്പാലമുണ്ട്. അത് കടന്ന് പൊള്ളോലൈടം പറമ്പിൽ കയറി താഴേക്ക് നടന്ന് കോണിയിറങ്ങി കണ്ടത്തിലൂടെയാണ് പുറത്തേക്ക് പോകുന്നതും വീട്ടിലേക്ക് വരുന്നതും. വരാന്തയുടെ എൽ. ഭാഗത്തിന്റെ കുറ്റിയേരത്തിനടുത്ത് നിന്ന് താഴേക്ക് നോക്കിയാൽ പാലം കടന്നു വീട്ടിലേക്ക് വരുന്നവരെ കാണാം. അവർക്ക് വരാന്തയിലുള്ളവരെ കാണാൻ കഴിയില്ല. അമ്മയും ഏട്ടനും ഏടത്തിയമ്മയും വയലിലും കളത്തിലുമൊക്കെ പോകുന്നനേരം രാഘവൻ ലക്ഷ്മിയോട് സംസാരിക്കാൻ തെരഞ്ഞെടുത്തു. വരാന്ത കൂടിച്ചേരുന്നിടത്ത് കുറ്റിയേരത്തിനടുത്തായി ഇട്ടിട്ടുള്ള കസേരയിൽ പാലം കടന്ന് ആരെങ്കിലും വരുന്നുണ്ടോ എന്ന് നോക്കിക്കൊണ്ട് ഭർത്താവ് ഉറക്കെ വിളിച്ചു. 'ഏ, ഇങ്ങു വാ.. ഒന്നു ചോയ്ക്കട്ട്.'

അടുക്കളയിൽ നിന്നും അവൾ അൽപ്പം പരിഭ്രമത്തോടെ കോമ്പിനിയിലൂടെ കുഞ്ഞകത്ത് കടന്ന് കൊട്ടിലകവും കടന്ന് ആത്രേയകത്തു നിന്ന് പടിഞ്ഞാറ്റകത്ത് കയറി ജനലിന്റുത്ത് നിന്നു. അവൾ അവിടെ ഉണ്ടെന്ന് മനസ്സിലായപ്പോൾ രാഘവൻ പറയാൻ തുടങ്ങി. 'നീ എന്നെ പേടിക്കണ്ട. ഞാൻ നിന്നെ ഒന്നും ചെയ്യില്ല. നിനക്ക് ഇഷ്ടമില്ലെങ്കിൽ ഇനി ആരെങ്കിലും വരുമ്പം അവരുടെ കൂടെ നിന്റെ വീട്ടിലേക്ക് പൊയ്ക്കോ. പിന്നെ ഇങ്ങോട്ട് വരാതിരുന്നാൽ മതിയല്ലോ. കല്യാണം കഴിച്ചിട്ടില്ലാന്നു വിചാരിച്ചാ മതി.'

ലക്ഷ്മി ഒന്നും മിണ്ടിയില്ല. അപ്പോഴേക്കും ആരോ പാലം കടന്ന് വരുന്നത് കണ്ടപ്പോൾ രാഘവൻ എഴുന്നേറ്റ് പോയി.

പലപ്പോഴായി ഇതുപോലെ ഒരുപാട് കാര്യങ്ങൾ രാഘവൻ ലക്ഷ്മി യോടു പറഞ്ഞു. എല്ലാം ഈ ബന്ധത്തിൽ നിന്നും അവളെ മോചിപ്പി ക്കുന്നതിനെക്കുറിച്ചായിരുന്നു.

പിന്നെയുമേറെ നാളുകൾ കഴിഞ്ഞാണ് അവൾ ഭർത്താവിനോട് അലി ഞ്ഞത്. അലിയാതിരിക്കാൻ അവൾ കല്ലും മരവുമൊന്നുമല്ലല്ലോ. ഒരു മനുഷ്യസ്ത്രീയല്ലേ. അന്ന് അവൾ അലിയാതെ തിരിച്ചുപോയിരുന്നെ ങ്കിൽ ഇവിടെ ഇങ്ങനെയൊരു കുമാരീസംഭവം എങ്ങനെയുണ്ടാകാനാണ്. അതിനിടയിൽ ലക്ഷ്മിയ്ക്ക് ശ്വാസംമുട്ടൽ വന്നു. പണ്ട് അനിയത്തി നെഞ്ചത്ത് വീണതിന്റെ ബാക്കിപത്രം. തേർള പോകാമെന്ന് പറഞ്ഞിട്ട് അമ്മ സമ്മതിച്ചില്ല. അന്നത്തെ കഷായത്തിന്റെ കുറിപ്പടി തേർതലയിൽ നിന്ന് അച്ഛൻ എത്തിച്ചുകൊടുത്തു. നാരായണൻ കൂട്ടുംമുഖത്തെ വണ്ണാൻ വൈദ്യരുടെ വൈദ്യശാലയിൽ പോയി പാൽക്കഷായത്തിനു വേണ്ട പച്ചമരുന്നുകൾ വാങ്ങിക്കൊണ്ടുവന്നു. ഭർത്താവിന്റെ അമ്മയും ഏടത്തിയമ്മയുംകൂടി പാകവും പത്ഥ്യവും നോക്കി കഷായംവെച്ചുകൊ ടുത്തു. അയയിൽ കാണുന്ന തുണിയൊക്കെ വാരി ആളൊഴിഞ്ഞ നേ രം നോക്കി, ഏതാണ്ട് വൈകുന്നേരം മൂന്നുമണിക്ക്, ഒറ്റത്തെയുടെ തോ ട്ടിൽ പോയി അലക്കി കുളിക്കുന്ന പതിവുണ്ടായിരുന്നു ലക്ഷ്മിക്ക്. വീട്ടിൽ കുളിക്കണമെങ്കിൽ ഇരുട്ടാവണം. എപ്പോഴും ആളും തിരക്കുമുള്ള വീടല്ലേ. അക്കാലത്ത് കുളിമുറി എന്നൊന്ന് നാട്ടിൻപുറങ്ങളിൽ ഇല്ലല്ലോ. അസു ഖം തുടങ്ങിയതോടെ ഈ പതിവിനു വിലക്കുവീണു. ഇനിമുതൽ വെള്ളം ചൂടാക്കി കുളിച്ചാൽ മതിയെന്ന് അമ്മ കൽപ്പിച്ചു.

ഇടവമാസം പിറന്നു. മഴക്കാലം തുടങ്ങി. കണ്ടത്തിൽ നൂറുകൂട്ടം പണി കൾ. നിലമുഴണം. കാട്ടിൽ നിന്ന് തോല് (പച്ചില) കൊത്തിക്കെട്ടി കൊണ്ടു വന്നു കണ്ടത്തിലിടണം, അത് തറിച്ച് ഏഴു ചാൽ കാലിപൂട്ടിയ വയ ലിൽ വാരി വിതരണം. കാലിവളം കടത്തണം. വീണ്ടും ഉഴുത് പായസ മാക്കിയ കണ്ടത്തിൽ ഞാറു പറിച്ചു നടണം. ഒരു മാസത്തെ നാട്ടിപ്പണി യുണ്ട്. ആണാളും പെണ്ണാളുമായി പത്തിരുപത് പേർ കണ്ടത്തിൽ ഉണ്ടാകും. അവർ നേരോം നെലോം നോക്കാതെ പണിയെടുത്താലേ നാട്ടി പ്പണി പൂർത്തിയാവൂ. ലക്ഷ്മി ഒഴികെ എല്ലാവരും വയലിലായിരിക്കും. രാവിലെ ചായയും പലഹാരവും ഉച്ചയ്ക്ക് കഞ്ഞിയും ചക്കയും എല്ലാം കൊണ്ടുപോകാൻ കണ്ടത്തിൽ നിന്ന് ആരെങ്കിലും വീട്ടിലേക്ക് വരും. വീട്ടുകാരും പണിക്കാരും വരമ്പത്തിരുന്ന് അത് കഴിക്കും. വീട്ടിലിരുന്ന് അത് ഉണ്ടാക്കേണ്ടത് ലക്ഷ്മിയുടെ ജോലിയാണ്. ചക്ക പ്ലാവിൽ നിന്ന് കൊക്ക കെട്ടി പറിക്കാനും നന്നാക്കിയെടുത്ത് പാകംചെയ്യാനുമൊക്കെ

അവൾക്ക് പ്രത്യേക സാമർഥ്യമുണ്ട്.

കൊട്ടിയൂർ വൈശാഖോത്സവകാലത്താണ് സാധാരണ നാട്ടിപ്പണി നടക്കുക. എന്ത് തിരക്ക് ആയാലും കൊട്ടിയൂർ പോകണമെന്ന് 'നിരീ ച്ചാൽ' കാവുമ്പായിക്കാർ പോയിരിക്കും. കുടുംബത്തിൽ ഒരാൾ അങ്ങ നെ 'നിരീച്ചാൽ' മറ്റാരും ഇപ്പോൾ പോകേണ്ട എന്ന് പറയില്ല. പിൽക്കാ ലത്ത് എന്റെ അച്ഛൻ അമ്മയെ ഇഷ്ടത്തോടെ ഒരു സ്ഥലത്തേക്കും വിടാ റില്ലായിരുന്നു. സ്വന്തം വീട്ടിൽപ്പോലും. എന്നാൽ കൊട്ടിയൂർ പോകുന്ന കാര്യം അമ്മ അച്ഛനോട് ചോദിക്കില്ല. പുലർച്ചയ്ക്ക് പോകുമ്പോൾ അച്ഛൻ കിടക്കുന്ന കൊട്ടിലകത്ത് പോയി കാലൊന്നു തൊട്ട് 'ഞാൻ കൊട്ടിയൂർ പോകുന്നു' എന്ന് അറിയിച്ച് ഇറങ്ങും. തടയാൻ പാടില്ലാത്തതുകൊണ്ട് ഒന്നും മിണ്ടാതെ കിടക്കുകയല്ലാതെ അച്ഛന് വേറെ മാർഗമില്ലായിരുന്നു. ആണധികാരസമൂഹത്തിൽ ഇത്തരം മനോഹരമായ വിശ്വാസങ്ങൾ ആവ ശ്യമാണ്. പെണ്ണുങ്ങൾക്കും ഒന്ന് അനുവാദം ചോദിക്കാതെ പുറത്തിറ ങ്ങേണ്ട!

കൊട്ടിയൂർ മഹോത്സവം ഒരു ദാമ്പത്യം മുമ്പോട്ട് കൊണ്ടുപോകാ നും നിമിത്തമായി. നാട്ടിപ്പണിക്ക് അവധികൊടുത്ത് അങ്ങേമ്മയും വലി യച്ഛനും കൊട്ടിയൂരിലേക്ക് ഒറ്റപ്പോക്കങ്ങ് പോയി. വലിയമ്മയാണെങ്കിൽ അവരുടെ വീട്ടിലാണ്. നവവധൂവരന്മാർ മറ്റാരുമില്ലാതെ വലിയൊരു വീട്ടിൽ. ചിമ്മിനിവിളക്കിന്റെയും നിലവിളക്കിന്റെയും മങ്ങിയ വെളിച്ച ത്തിൽ പ്രേതങ്ങളും ഭൂതങ്ങളും ഇറങ്ങി നടക്കുന്ന കാലം. ഇരുട്ടും മഴ യും കൂടി സഹായിച്ചപ്പോൾ അവൾ ആയുധംവച്ചു കീഴടങ്ങി. ലക്ഷ്മി രാഘവനൊപ്പം പൊറുതി തുടങ്ങി എന്നു പറഞ്ഞാൽ മതിയല്ലോ. എന്റെ കൊട്ടിയൂരപ്പാ അങ്ങാണപ്പോൾ ഈ കുമാരീസംഭവത്തിന് കാരണഭൂത നായത് അല്ലേ.

ശ്രീകണ്ഠാപുരം വരെ ജീപ്പ് കിട്ടിയതുകൊണ്ട് പിറ്റേന്ന് വൈകുന്നേരം തന്നെ തീർഥാടകർ തിരിച്ചെത്തി. അന്ന് രാത്രി അച്ഛന്റെ അമ്മയ്ക്ക് മനസ്സി ലായി 'കൊട്ടിയൂരപ്പൻ തന്റെ കുടുംബത്തെ അനുഗ്രഹിച്ചിരിക്കുന്നു'.

അമ്മ വീട്ടിൽ

അമ്മയുടെയും അച്ഛന്റെയും കഥയ്ക്കിടയിൽ ഞാനൊരു കഥയില്ലാ ത്തവളായാൽ പറ്റില്ലല്ലോ. എന്റെ കഥ തുടരട്ടെ. അമ്മയും കുഞ്ഞും കാവുമ്പായി ഏറെനാൾ നിന്നില്ല. കഷ്ടിച്ചൊരു മാസം. അതിനിടയിൽ കണ്ണൻ നമ്പ്യാർ മകളെ അന്വേഷിച്ചു വന്നു. അദ്ദേഹം ആദ്യമായി മക ളുടെ കുഞ്ഞിനെ കണ്ടു. ചികിത്സിക്കണമെന്നു പറഞ്ഞു.

അങ്ങേമ്മ പറഞ്ഞു. 'ന്റെ മോന് ആദ്യുണ്ടായ മോളാണ്. അയിന നോക്കണ്ടാന്നു ഞാൻ പറയില്ല. ചികിത്സിക്കാൻ പറ്റ്വെങ്കിൽ കുട്ടിക്കോ.'

അമ്മയെ പറഞ്ഞയക്കാം എന്നും പറഞ്ഞ് അച്ഛൻ പോയി. ഏറെ വൈകാതെ അമ്മ അനിയത്തിയുടെ മകളെ തുണകൂട്ടി വന്നു. അടുത്ത ദിവസം രാവിലെ തന്നെ ഞങ്ങൾ പുറപ്പെട്ടു. നാലു മാസം പ്രായമുള്ള എന്നെയുമെടുത്ത് ശ്രീകണ്ഠാപുരംവരെ അമ്മ നടന്നു. അവിടെ എന്റെ അമ്മ ബസ് വരുന്നതുവരെ കാത്തിരിക്കുന്ന ഒരു മുസ്ലീം വീടുണ്ട്. അഞ്ചു കിലോമീറ്ററോളം നടന്ന ക്ഷീണം മാറ്റാൻ അവിടുത്തെ പൂമുഖത്ത് എ ന്നെയുംകൊണ്ട് അൽപ്പനേരം ഇരിക്കുമായിരുന്നു.

വളക്കെ ബസ് സ്റ്റോപ്പിൽ ഇറങ്ങിയിട്ട് കുറെ നടന്നാൽ വളക്കെ തോടിനടുത്തെത്തും. അത് ഇറങ്ങി കടക്കണം. സാമാന്യം വെള്ളമുള്ള തോടാണ്. ഏറ്റത്തിനു ഇറങ്ങിക്കടക്കാൻ പ്രയാസമാണ്. അവിടുന്ന് മണ ക്കാട്ട് വരെ നല്ലദൂരമുണ്ട്. മണക്കാട്ട് വയലിൽ നിന്ന്! പറമ്പിലേക്ക് കയ റിയാൽ വഴി തീർത്തും ദുർഘടം. ഇരുവശവും കുന്നുകൾ. അവിടെ നിന്ന് ഒഴുകിയെത്തുന്ന മഴവെള്ളച്ചാലാണ് വഴി. ഉരുളൻ കല്ലുകളും പാറ ക്കെട്ടുകളും നിറയെ ഉണ്ട്. അവയിൽ തട്ടിയും വഴുതിയും വീഴാതെ ഒഴുകുന്ന വെള്ളത്തിലൂടെ സൂക്ഷിച്ചുനടക്കണം. അഞ്ചാറു പറമ്പ് കഴി ഞ്ഞാൽ ചീത്തീലെ വീടെത്തും. വഴിയുടെ ഇരുവശത്തുമുള്ള കുന്നി ലെ താമസക്കാർ പാവപ്പെട്ട മുസ്ലീം കുടുംബങ്ങളാണ്. എന്നെയുംകൊണ്ട് ആദ്യമായി വരുമ്പോൾ അവിടുത്തെ പെണ്ണുങ്ങൾ ഇറങ്ങിവന്നു. കാട്ടാ ളി കദീസ, പാത്തുമ്മ, മഞ്ചക്കൽ പാത്തുമ്മ, മുത്താറി കദീസ തുടങ്ങി യവരൊക്കെ ചീത്തീലെ ദെച്ചുന്റെ കുട്ടീന കാണാൻ ഇറങ്ങി വന്നു. തല മൂടിയ തുണി മേലോട്ട് നീക്കി അമ്മ അവർക്കെല്ലാം എന്നെ കാണിച്ചു കൊടുത്തു.

കൂനംകണ്ടി വീടുംകടന്ന് ഞങ്ങൾ അച്ഛപ്പന്റെ വീട്ടിലെത്തി. അമ്മമ്മ പടിഞ്ഞാറ്റകത്ത് കയറി നിലവിളക്ക് കൊളുത്തി അമ്മയെയും കുട്ടിയെ യും തലയിൽ അരിയിട്ട് അനുഗ്രഹിച്ചു. ഞാൻ ആദ്യമായി അമ്മയുടെ വീട്ടിൽ കയറുകയല്ലേ.

ഇതാണ് എന്റെ അമ്മയുടെ വീട്. തേർതലയിലെ അച്ഛപ്പൻ, പാല ങ്ങാടൻ കേളോത്ത് വീട്ടിൽ കണ്ണൻ നമ്പ്യാർ, പുതുതായി പണികഴിപ്പി ച്ച വീടാണ്. വീടിന്റെ മുന്നിലും പിന്നിലും വലിയ കുന്നാണ്. അതിനിട യിൽ അല്പം നിരപ്പായ സ്ഥലമുണ്ട്. അവിടെയാണ് വീട് സ്ഥിതിചെയ്യു ന്നത്. മഴവെള്ളം ഒലിച്ചുപോകുന്ന വീതികുറഞ്ഞ കിളയുടെ ഇരുവശ ത്തും കല്ലുകൊണ്ട് മതിൽ കെട്ടിയ പറമ്പുകൾ പല തട്ടുകളിലേക്ക്

ഉയർന്നുപോകുന്നു. അവിടെയൊക്കെ ഓരോരോ വീടുകളുണ്ട്. കിളയിൽ നിന്ന് മിക്ക പറമ്പിലേക്കും കയറാൻ ഒറ്റത്തടി കോണികളുമുണ്ട്. ഞങ്ങ ളുടെ വീട്ടിലേക്ക് കയറാൻ ഒരു കോണിയുണ്ട്. നേരെ എതിർഭാഗത്തെ കുന്നിന്മുകളിലുള്ള നഫീസുമ്മയുടെ വീട്ടിലേക്ക് കയറാൻ അല്പം മാറി മറ്റൊരു കോണി. താഴെയുള്ള വെള്ളത്തിലൂടെ പോകാൻ മടിയുള്ളവർ ആ കോണി കയറി കരയിലൂടെ മണക്കാട്ടേക്ക് നടക്കും. എപ്പോഴും വെള്ള മൊലിക്കുന്നതുകൊണ്ടായിരിക്കാം ചീത്തീൽ എന്ന പേര് വന്നത്.

ആത്രേയകത്ത് തൊട്ടിൽ കെട്ടി എന്നെ കിടത്തി. സ്കൂളിൽനിന്ന് വന്ന ഉടനെ അമ്മാവന്മാരും ഇളയമ്മമാരും തൊട്ടിലിൽ കിടത്തിയ കുട്ടി യെ വന്നുപൊതിഞ്ഞു. അവർ എന്നെ തൊട്ടും തലോടിയും നോക്കി.

എനിക്ക് മൂന്ന് അമ്മാവന്മാരുണ്ട്. ഒരു വലിയമ്മയുണ്ട്. രണ്ട് ഇളയ മ്മമാരുമുണ്ട്. ഏറ്റവും ഇളയവർ ഇളയമ്മമാരാണ്. ഭാസ്കരൻ അമ്മയു ടെ മൂത്ത സഹോദരൻ. സഹോദരങ്ങളിൽ മൂത്ത ആൾ മീനാക്ഷിയാണ്. വിവാഹിതയാണെങ്കിലും മിക്കവാറും വീട്ടിൽ തന്നെയാണ് വലിയമ്മ യുടെ താമസം. ഭാസ്കരൻ ഫറോക്ക് കോളേജിൽ പ്രീഡിഗ്രിക്ക് പഠി ക്കുന്നു. രണ്ട് അമ്മാവന്മാരും രോഹിണി ഇളയമ്മയും പറശിനിക്കടവ് ഹൈസ്കൂളിൽ പഠിക്കുന്നു, പത്മനാഭൻ പത്തിലായിരിക്കും, നാരായ ണൻ എട്ടിൽ, രോഹിണി ആറിൽ. ജാനു മാത്രം മൂന്നാം ക്ലാസിൽ കുറു മാത്തൂർ സ്കൂളിൽ പഠിക്കുന്നു.

അച്ഛപ്പന്റെ മക്കളെയെല്ലാം രണ്ടാംക്ലാസിലാണ് ചേർത്തിരുന്നത്. കണി യാൻ കുമാരൻ മാഷ് വീട്ടിൽ വന്ന് മക്കളെയും ചുറ്റുവട്ടത്തുള്ള കുട്ടിക ളെയും ആദ്യം പാലങ്ങാട്ടുവെച്ചും പിന്നീട് ചീത്തീലെ വീട്ടിൽ വെച്ചും പഠിപ്പിച്ചിരുന്നു. കുറുമാത്തൂർ സ്കൂളിലെ അധ്യാപകൻ ഗോവിന്ദൻ മാഷി ന്റെ അനുജൻ കുമാരനെ അച്ഛപ്പൻ മക്കളെ വീട്ടിൽ വന്ന് പഠിപ്പിക്കാൻ ഏർപ്പാടാക്കിയതാണ്. അടുപ്പവും ബന്ധവുമുള്ള മറ്റ് ചില കുട്ടികളും വീട്ടിൽ പഠിക്കാൻ വരും. ഒരു കൊല്ലം വീട്ടിൽ ഇരുത്തി പഠിപ്പിച്ചതിനു ശേഷം അടുത്തകൊല്ലം സ്കൂളിൽ രണ്ടാംക്ലാസിൽ ചേർക്കുകയാണ് പതിവ്. അതിന് പ്രധാന കാരണം സ്കൂൾ ദൂരെയാണ് എന്നതാണ്. ചെറിയ കുട്ടികൾക്ക് അത്രയും ദൂരം നടന്നെത്താൻ പ്രയാസമാണ്.

മാഷ് രാവിലെ വന്ന് കുറച്ചു പഠിപ്പിച്ചുകഴിയുമ്പോൾ അമ്മയുടെ വലി യമ്മ, അച്ഛപ്പന്റെ സഹോദരി, 'മാഷക്ക് കഞ്ഞികൊടുക്ക്' എന്ന് പറയും. അപ്പോൾ സ്ത്രീകളിൽ ആരെങ്കിലും തെക്കിനിയുടെ ഇറയത്ത് പലക യിട്ട് കഞ്ഞി വിളമ്പും. അന്നത്തെ സാമൂഹ്യാചാരം ജാതിവ്യവസ്ഥയിൽ ഊന്നിയുള്ളതാണല്ലോ. അധ്യാപകനോട് ബഹുമാനം ഉണ്ടെങ്കിലും അദ്ദേ

ഹം കഞ്ഞികുടിച്ച കിണ്ണം കിണ്ടിയിലെ വെള്ളമെടുത്ത് സ്വയം കഴുകി കമിഴ്ത്തിവെക്കണം.

അമ്മയുടെ സ്കൂൾ കാലം ബഹുരസമാണ്. അഞ്ചാംക്ലാസ് വരെയു ള്ള സ്കൂളാണ്. അന്നൊക്കെ സ്കൂളിൽ പോകുമ്പോൾ ചില പെൺകു ട്ടികൾ പെറ്റിക്കോട്ടും അതിന്റെ മുകളിൽ ഒരു പാവാടയും ധരിക്കും. ബാ ക്കിയുള്ളവർ കരയുള്ള മുണ്ടും കുപ്പായവും ധരിക്കും. ആൺകുട്ടികൾ മുണ്ടും കുപ്പായവുമാണ് ധരിക്കുക. കുറുമാത്തൂർ കുന്നു കയറുന്നിട ത്താണ് കൃഷ്ണൻ മോലോത്തെ കുളം. സ്കൂൾ വിട്ടുവരുന്ന കുട്ടികൾ അതിൽ കുളിച്ചിട്ടാണ് വരുക. കുളത്തിന്റെ ഒരുഭാഗം മാത്രം കല്ലുകെട്ടി യതാണ്. ബാക്കി മൂന്നുഭാഗവും മൺതിട്ടാണ്. ഭാരതയുദ്ധകാലത്ത് ശ്രീ കൃഷ്ണൻ കാലുകൊണ്ട് തോണ്ടി ഉണ്ടാക്കിയതാണ് കുളം എന്നാണ് പുരാവൃത്തം.

കുളത്തിലെ വെള്ളം വറ്റാറില്ല. മഴക്കാലത്ത് കവിഞ്ഞൊഴുകാറുമില്ല. ഒരു ചെറുചാൽ ഉറവ കുളത്തിലേക്ക് വീഴുന്നത് കാണാം. ഇല്ലത്തിനടു ത്ത് കുളം. അമ്പലം കൃഷ്ണൻ മോലോത്ത്. അമ്പലത്തിനു അടുത്തെ ത്താൻ ഒരു കുന്ന് കയറണം. അത് കഴിഞ്ഞ് പിന്നെയും ഒരു കുന്ന് കയറണം. ഈ കുന്ന് കയറുമ്പോൾ നാരായണൻ 'പൈക്കുന്നേ'ന്ന് കരയും. എന്നിട്ട് അവിടെ ഇരിക്കും. 'നീ വരുന്നില്ലെങ്കിൽ വരണ്ട' എന്ന്! പറഞ്ഞ് ലക്ഷ്മി സ്ലേറ്റ്, പെൻസിൽ, മണൽ നിറച്ച തൊണ്ട് എല്ലാം അ വന്റെ അടുത്ത് വെച്ചിട്ട് മുമ്പോട്ട് പോകും.

മറ്റുള്ളവരെല്ലാം കുറച്ച് ദൂരെ എത്തുമ്പോൾ നാരായണൻ പതുക്കെ എഴുന്നേൽക്കും. ഓടി കൂട്ടത്തിലെത്തും. തലേദിവസത്തെ മോരുപുളി ങ്കറിയും കായ് വട്ടനും, ചിലപ്പോൾ രാത്രി വെച്ച മീൻകറിയുടെ ബാക്കി യുമൊക്കെ കൂട്ടി വയറുനിറയെ കഞ്ഞി കുടിച്ചിട്ടാണ് പലങ്ങാട്ടെ കുട്ടി കൾ സ്കൂളിലേക്ക് വരുന്നത്. അതുകൊണ്ട് വിശന്നിട്ടൊന്നുമല്ല, സ്കൂളിൽ പോകാനുള്ള മടി വരുമ്പോൾ കുഞ്ഞുനാരായണൻ എടു ക്കുന്ന അടവാണതെന്ന് സഹോദരങ്ങൾക്കറിയാം.

ഉച്ചഭക്ഷണമില്ലാത്തതുകൊണ്ട് വൈകുന്നേരമാകുമ്പോൾ എല്ലാവർ ക്കും വിശക്കും. അപ്പോൾ ബപ്പക്കായ് മാവിലെ മൂക്കാത്ത മാങ്ങ ആൺ കുട്ടികൾ എറിഞ്ഞിട്ട് തിന്നും. അവർ പെൺകുട്ടികൾക്ക് ഒരോഹരി കൊ ടുക്കുകയും ചെയ്യും.

അല്ലെങ്കിലും നാരായണന് അല്പം കുസൃതി കൂടുതലാണ്. പത്തു പതിനാല് വയസുള്ളപ്പോൾ ബോട്ട് ഗതാഗതമുണ്ടായിരുന്ന പുഴ നീന്തി തേർലായി കരയിലേക്ക് കടക്കുക എന്നത് കക്ഷിയുടെ ഒരു വിനോദമാ

യിരുന്നു. കൂടെയുള്ള സഹോദരങ്ങൾ ഉറക്കെ വിളിച്ചുകരഞ്ഞാലും നാരാ യണൻ അനുസരിക്കാറില്ല.

കുറുമാത്തൂർ പുഴ കണ്ടകൈ വെച്ച് രണ്ടായി പിരിഞ്ഞു തേർലായി തുരുത്തിനെ ഒറ്റപ്പെടുത്തിയിട്ടു മുല്ലക്കൊടിയിലെ ആയാറമ്പത്ത് വെച്ച് വീണ്ടും ഒന്നിക്കും. തേർളക്കാർ ആയാറമ്പത്ത് പള്ളിയിലെ നേർച്ചക്ക് തോണിയിലാണ് പോകാറുള്ളത്.

വിശപ്പിന്റെ വിളി അകറ്റുന്ന ദിനങ്ങളും സ്കൂൾ ജീവിതത്തിലുണ്ടാ കാറുണ്ട്. കുറുമാത്തൂർ ഇല്ലത്ത് വേളി, ശ്രാദ്ധം, പിറന്നാൾ തുടങ്ങി എന്തു വിശേഷമുണ്ടായാലും അധ്യാപകരെയും കുട്ടികളെയും ക്ഷണിക്കുക പതിവായിരുന്നു. സ്കൂൾ കുന്നിൻ മുകളിലും ഇല്ലം താഴെയുമാണ്. കുന്നി റങ്ങി കുളത്തിൻ കരയിൽക്കൂടി, ഇല്ലത്തിന്റെ പിന്നിൽക്കൂടി പോയാൽ വെപ്പുപുരയുടെ അടുത്തെത്താം. വെപ്പുപുരയുടെ ഇറയത്തിന്റെ നിലത്ത് അധ്യാപകരെയും കുട്ടികളെയും ഇരുത്തിയിട്ട് വിളമ്പുകാർ ഓരോരു ത്തരുടെ മുന്നിലും ഇലവെക്കും. സദ്യ വിളമ്പുമ്പോൾ തന്നെ പാചക ക്കാർ പറയും. 'ആരും എഴുന്നേറ്റ് ഓടരുത്, പായസമുണ്ട്.'

പത്മനാഭൻ ആദ്യമേ ഓടുന്ന കൂട്ടത്തിലാണ്. കക്ഷിക്ക് പായസം ഇഷ്ടമല്ല. ഉണ്ട് കഴിഞ്ഞാൽ ഇല്ലത്തിന്റെ പിന്നാമ്പുറത്തെ വയൽ വക്കിൽ എച്ചിലില ഇടും. എന്നിട്ട് കുളത്തിൽ നിന്നും കൈകഴുകിയെന്നു വരു ത്തിയിട്ട് കുട്ടികൾ സ്കൂളിലേക്ക് ഓടും.

ലക്ഷ്മി ആദ്യമൊന്നും ഈ സദ്യയ്ക്ക് പോകാറില്ലായിരുന്നു. അത് ക്ലാസ് അധ്യാപകൻ കുഞ്ഞിക്കണ്ണൻ മാഷ് കണ്ടുപിടിച്ചു. അദ്ദേഹം അവളെ ശാസിച്ചു. 'എല്ലാവരും പോകുമ്പോൾ നീ മാത്രമെന്താ പോകാ ത്തത്? ഇനി ഇങ്ങനെ മാറി ഇരിക്കരുത്.'

ഇല്ലത്തിന്റെ പിന്നാമ്പുറത്തേക്ക് അന്നംതേടി എല്ലാ ദിവസവും പോകു ന്ന കുറെ കുട്ടികളുണ്ട്. കുറച്ചു പെൺകുട്ടികൾ വിശപ്പ് സഹിക്കാതെ വരുമ്പോൾ അന്തഃപുരത്തിന്റെ അടുക്കളപ്പുറത്തെത്തും. അപ്പോൾ അമ്മ അന്തർജ്ജനം ഈയം പൂശിയ ഒരു ചെമ്പിലെ ചോറിൽ കറികളെല്ലാം ഒഴിച്ച് കുഴച്ചുരുട്ടി ഓരോ ഉരുള അവരുടെ കൈയിൽ വെച്ചുകൊടുക്കും. ഉപ്പിട്ട കഞ്ഞിവെള്ളവും കൊടുക്കും. വിശക്കുന്ന വയറുകൾക്ക് അത് അമൃതായിരുന്നു. മുകളിൽ ഈ കാഴ്ച കാണാൻ മറ്റൊരു സംഘം പെൺകുട്ടികൾ കൂട്ടംകൂടി നിൽക്കുന്നുമുണ്ടാകും.

കുളത്തിനടുത്തും സ്കൂളിനടുത്തും ഓരോ മാവുണ്ട്. ആദ്യം ഓടി പ്പോകുന്നവർക്ക് മാങ്ങ കിട്ടും. പെൺകുട്ടികൾ പാവാട മാടി മാങ്ങ അ തിൽ പെറുക്കിയിടും മുണ്ടുടുത്തവർ മുണ്ടിന്റെ മടിത്തുമ്പിലിടും. കുറെ

തിന്നും. ബാക്കി ഒളിപ്പിച്ചു വീട്ടിൽ കൊണ്ടുപോകും. ഇതൊക്കെ മാഷി
ന്റെ കണ്ണിൽപ്പെടാതെ ചെയ്യണം. മാഷ് കണ്ടാൽ അടി ഉറപ്പാണ്.

സ്കൂളുകളിൽ അമേരിക്കൻ പാൽപ്പൊടി കാച്ചികൊടുക്കാൻ തുടങ്ങി
യതോടെ ചോറുരുളയ്ക്ക് കാത്തുനിൽക്കുന്ന പെൺകുട്ടികളുടെ നിര
അപ്രത്യക്ഷമായി.

സ്കൂൾ സ്ഥാപകനും മാനേജരും കുറുമാത്തൂർ ഇല്ലം നമ്പൂതിരി ത
ന്നെയായിരുന്നു.

ഇതൊക്കെ എന്റെ അമ്മ പഠിക്കുന്ന കാലത്തെ സ്കൂൾ വിശേഷങ്ങ
ളാണ്. ഞാൻ ജനിച്ച കാലത്ത് അമ്മയുടെ ഇളയ അനുജത്തി ജാനകി
മാത്രമേ കുറുമാത്തൂർ സ്കൂളിൽ പഠിക്കുന്നുണ്ടായിരുന്നുള്ളൂ. ജാനുവി
നു കൂട്ടായി കുറുമാത്തൂർ സ്കൂളിലേക്ക് പോകാൻ കുഞ്ഞുഗംഗാധര
നെ ഒന്നാം ക്ലാസിൽ ചേർത്തു. മറ്റ് മൂന്നുപേരും പറശ്ശിനിക്കടവ് ഹൈ
സ്കൂളിലാണ് പഠിക്കുന്നത്. വൈകുന്നേരം സ്കൂൾ വിട്ടാൽ പറശ്ശിനി
ക്കടവിൽ നിന്നും ബോട്ടിൽ കയറി കടോത്ത് വീടിന്റെ അടുത്തുള്ള കട
വിൽ ഇറങ്ങി, പുഴക്കരയിലൂടെ നടന്ന് നേരെ വീട്ടിനു മുകളിലെ നെല
മ്പ്രക്കുന്നിൽ കയറി, താഴോട്ടിറങ്ങിയാൽ വീട്ടിലെത്താം. കുട്ടികൾ സ
ന്ധ്യകഴിഞ്ഞാലെ എത്തൂ. പലപ്പോഴും വീട്ടിൽനിന്ന് ആരെങ്കിലും കട
വിൽ പോയി കാത്തുനിന്ന്! കൂട്ടിക്കൊണ്ടുവരുകയാണ് പതിവ്.

സ്കൂൾ വിട്ട് വന്ന ഉടനെ ജാനു ഏച്ചിയുടെ കുട്ടിയെ കാണാൻ തൊ
ട്ടിലിനടുത്തെത്തി. 'കഞ്ഞി കുടിച്ചിറ്റ് കുഞ്ഞീന്റൊപ്പരം കളിക്കാ ജാനൂ.'
അമ്മമ്മ പറഞ്ഞു.

ജാനു ഇളയ മോളാണ്. ഏഴാം വയസ്സിലും അമ്മയുടെ അമ്മിഞ്ഞ
കണ്ടാൽ കുടിക്കാൻ ഓടിയെത്തുന്നവൾ. സ്കൂൾ വിട്ട് വരുമ്പോൾ അമ്മ
ചിലപ്പോൾ മുറ്റം അടിക്കുകയായിരിക്കും. ജാനു അമ്മിഞ്ഞ കുടിക്കു
മ്പോഴേ അമ്മ വിവരമറിയൂ. അമ്മ വീട്ടിൽ കുപ്പായമിടാത്തത് അവൾക്ക്
വലിയ സൗകര്യമാണല്ലോ.

മൂത്ത ഇളയമ്മ രോഹിണിക്ക് പന്ത്രണ്ടു വയസ്സേ ഉള്ളുവെങ്കിലും
വളരെ ശ്രദ്ധയോടെ കുട്ടിയെ എടുത്ത് നടക്കും. എടുക്കുമ്പോൾ എന്റെ
അമ്മ ഓർമ്മിപ്പിക്കും. 'കഴുത്തിന് കൈവെക്കണേ മോളെ.'

എല്ലാവരുടെയും രാജകുമാരനായൊരാൾ വരാനുണ്ട്. എന്റെ വലിയ
മ്മാവൻ ഭാസ്കരൻ. മകനെ ഡോക്ടറാക്കാൻ അച്ഛന് വലിയ മോഹം.
അതിനു മുന്നോടിയായി അങ്ങ് ഫറോക്ക് കോളേജിൽ ചേർത്ത് പഠിപ്പി
ക്കുകയാണ്. പ്രീഡിഗ്രി കഴിഞ്ഞാൽ മെഡിസിൻ എന്ന സ്വപ്നമാണ്

അച്ഛനുള്ളത്. മൂത്തവനെ ഉയർത്തിയാൽ അവൻ മറ്റുള്ളവരെയും നോക്കി ക്കോളും എന്നായിരുന്നു അച്ഛൻ പറഞ്ഞുകൊണ്ടിരുന്നത്.

സുന്ദരനായ മരുമകൻ അമ്മാവന്മാരുടെയും കണ്ണിലുണ്ണിയാണ്. അമ്മ മ്മയുടെ കുഞ്ഞാംകുട്ടിയമ്മാവൻ പട്ടാളക്കാരനായിരുന്നു. പട്ടാളക്കാരു ടെ ആശ്രിതർക്കുള്ള പഠനാനുകൂല്യം ലഭിച്ചതുകൊണ്ട് ഭാസ്കരന് ഫീസ് കൊടുക്കേണ്ടി വന്നില്ല. കുറച്ചുദിവസങ്ങൾക്കുള്ളിൽ ഭാസ്കരനും വീ ട്ടിൽ വന്നു. മരുമകളെ കണ്ടു. കൈയൊക്കെ പിടിച്ചു പരിശോധിച്ചു. വ ലുതാകുമ്പോൾ ശരിയാകുമെന്ന് അദ്ദേഹവും വിശ്വസിച്ചു. ഭാസ്കരമ്മാ വൻ ഇടയ്ക്ക് തൊട്ടിലിൽ കിടക്കുന്ന കുട്ടിയെ തൊട്ടുനോക്കുമായിരു ന്നു.

ചീത്തീലെ വീടിന്റെ ഒരു അയൽവക്കം കൂനംകണ്ടി വീടാണ്. കിള യിൽക്കൂടി വരാൻ മടിയുള്ളവർ കൂനംകണ്ടി പറമ്പിൽ കയറി അവരു ടെ മുറ്റത്തുകൂടിയാണ് ചീത്തീലെ വീട്ടിലെത്തുക. എന്നെ ആദ്യമായി കൊണ്ടുവരുന്ന ദിവസം അവിടുത്തെ കോരേട്ടന്റെ അച്ഛൻ, കൊട്ടൻ അച്ഛ പ്പൻ എന്നെ കണ്ടിരുന്നില്ല. കോരേട്ടന്റെ ഭാര്യ പാറുവേച്ചി പറഞ്ഞു. 'അച്ഛ ന് ദച്ചുന്റെ കുഞ്ഞീന കാണാൻ ആശീണ്ട്.'

വീട്ടിൽ വെക്കുന്ന നാറുന്ന റേഷൻ അരികൊണ്ടുള്ള കഞ്ഞി കൊട്ട ച്ചപ്പൻ കുടിക്കില്ല. അപ്പോൾ ചീത്തീലെ വീട്ടിൽ നിന്ന് ഉച്ചക്ക് കഴമ അ രിയുടെ കഞ്ഞി കൊടുത്തയയ്ക്കും. അത്രയ്ക്കും അടുപ്പമായിരുന്നു അ യൽക്കാർ തമ്മിൽ ഉണ്ടായിരുന്നത്.

അമ്മ എന്നെ കൊട്ടച്ചപ്പനെ കാണിക്കാൻ കൊണ്ടുപോയി.

അമ്മമ്മയ്ക്ക് എപ്പോഴും തിരക്കാണ്. കൃഷികാര്യം മുഴുവൻ അമ്മ മ്മയുടെ ചുമലിലാണ്. തേർതലയിലെ കണ്ടത്തിൽ രണ്ടാംവില മൂരേ ണ്ട സമയമായി. ഇടയ്ക്കിടെ പെരിങ്കോന്നിൽ പോയി അച്ഛനമ്മമാരെ കാണണം. അച്ഛൻ കൊടുത്ത പറമ്പിലെ പണി എടുപ്പിക്കണം. സ്വന്ത ക്കാരുടെ കല്യാണം, മറ്റ് ആഘോഷങ്ങൾ ഒക്കെയുണ്ടാവും. അതിനൊ ക്കെ അമ്മമ്മ തന്നെ പോകണം. അമ്മമ്മയെ കാത്തിരിക്കുന്ന തെയ്യങ്ങ ളും ഉത്സവങ്ങളും ഒരുപാടുണ്ട്. അവിടെയൊക്കെ പോവുക എന്നത് അ മ്മമ്മയുടെ ജീവിതവ്രതമാണ്, സ്വാതന്ത്ര്യമാണ്. അതിലാരും കൈകട ത്താറില്ല. തുണപോകാൻ അമ്മമ്മയ്ക്ക് ഒരു സന്തതസഹചാരിയുമുണ്ട്. നമ്മുടെ ചിരുതേയി. അതുകൊണ്ട് അടുത്തും ദൂരെയും ഉള്ള ഉത്സവം, തെയ്യം ഒന്നും അമ്മമ്മ ഒഴിവാക്കാറില്ല. 'മുത്തമ്മേക്കാ' എന്ന് വിളിച്ച് ചി രുതേയി ചീത്തീലെത്തുമ്പോൾ അച്ഛപ്പൻ കളിയാക്കും.

'ചെണ്ടക്ക് കോൽ ബീന്നെട്ത്തെല്ലും മുത്തമ്മേക്കനും എളേമ്മേക്ക

നും എത്തണല്ലാ. ഇന്നേദ്യാ യാത്ര?'

അത്രേയുള്ളു പാവം ഭർത്താവിന്റെ എതിർപ്പ്. അതൊന്നും അവരു
ടെ യാത്രയ്ക്ക് തടസ്സമാവാറില്ല. അതുകൊണ്ട് കക്ഷി വീട്ടിലുള്ള ദിവ
സങ്ങൾ കുറയും. അല്ലെങ്കിലും അച്ഛപ്പൻ മറ്റുള്ളവരുടെ സ്വാതന്ത്ര്യത്തിൽ
കൈകടത്താറില്ല. ഇതിനിടയിൽ ഭർത്താവിന്റെ വീട്ടിൽ നിന്നും കുറച്ചു
നാൾ താമസിക്കാൻ വന്ന മകളെയും കുട്ടിയെയും പരിചരിച്ചു വീട്ടിലിരി
ക്കാൻ അമ്മയ്ക്കെവിടെ സമയം. വീട്ടിലുള്ള ദിവസങ്ങളിൽ എന്നെ കു
ളിപ്പിക്കുന്നതൊക്കെ അമ്മമ്മ തന്നെയായിരിക്കും. വീട്ടുകാര്യങ്ങൾ മീ
നാക്ഷി വലിയമ്മ നോക്കും. എന്റെ അമ്മ ചില്ലറ ജോലികളിലൊക്കെ
സഹായിച്ചാൽ മതി.

കൈപ്പറത്തെ വീട് ചീത്തീലെ വീടിനടുത്താണ്. അവിടുത്തെ നാരാ
യണി വലിയമ്മ ഇടയ്ക്കിടെ ചീത്തീൽ വരും. എന്നെ എടുത്ത് മടിയിൽ
വെച്ചിട്ട് കൈ പിടിച്ചുനോക്കി ചോദിക്കും. 'കുഞ്ഞീന്റെ വലതു കൈ അ
നക്കോ ഇല്ലേ, ദച്ചൂ?'

'അനക്കല്ലും ചെയ്യും ഏട്തിമ്മേ. മടക്കാനേ കയ്യാണ്ടുള്ളൂ.' അമ്മ
പറയും.

അമ്മയുടെ വലിയച്ഛന്റെ മോൻ നാരായണി വലിയമ്മയെ പുടമുറി
കഴിച്ചിരുന്നു. അതുകൊണ്ടാണ് അമ്മ 'ഏട്തിമ്മേ'ന്ന് വിളിക്കുന്നത്. രണ്ടു
വീട്ടുകാരും അത്രയേറെ താൽപ്പര്യപ്പെട്ടു കഴിച്ച പുടമുറിയായിരുന്നു അത്.
അതുകൊണ്ട് ജാതകം ചേരില്ല എന്നതൊന്നും അവർ പരിഗണിച്ചില്ല.
പക്ഷേ, വലിയമ്മയ്ക്ക് നീണ്ട ഒരു പനി വന്നപ്പോൾ വീട്ടുകാർ പേടിച്ചു.
സ്നേഹബന്ധം ഒട്ടും ചോരാതെ വിവാഹബന്ധം പിരിഞ്ഞു. രണ്ടുപേ
രെയും വേറെ വിവാഹംകഴിപ്പിക്കുകയും ചെയ്തു.

ചീത്തീലെ വീടിന്റെ മുന്നിലെ കുന്നിൽ താമസിക്കുന്ന നഫീസുമ്മ
അമ്മയുടെ കൂട്ടുകാരിയാണ്. അവർ അമ്മയോട് വർത്തമാനം പറയാ
നും ശാന്തക്കുട്ടിയെ കാണാനും എന്നും വരും. കാട്ടാളി പാത്തുമ്മയും
മഞ്ചക്കൽ പാത്തുമ്മയും വീട്ടിൽ വരാറുണ്ട്. ചുറ്റുമുള്ള ദരിദ്രകുടുംബ
ങ്ങളിൽ നിന്ന് വ്യത്യസ്തമായി കുന്നുമ്പറത്തെ പുര സാമാന്യം ഭേദ
പ്പെട്ട സാമ്പത്തിക സ്ഥിതിയുള്ളതാണ്. അവിടുത്തെ വലിയുമ്മ വീട്ടിന
ടുത്ത് കവുങ്ങ് ഇല്ലാത്തതിനാൽ ചീത്തീലെ വീട്ടിനു താഴെയുള്ള കവു
ങ്ങിൻ തോട്ടത്തിൽ പട്ടേം പാളേം പെറുക്കാൻ വരും. എല്ലാം പെറുക്കി
കെട്ടിവെച്ചതിനു ശേഷം ഉമ്മ വീട്ടിൽ വന്ന് കുട്ടിയെ കണ്ടു.

പാലങ്ങാട്ടെ വീട്ടിൽനിന്നും എല്ലാവരും എന്നെ കാണാൻ വന്നു.
തമ്പായി വലിയമ്മയും മാധവി വലിയമ്മയും നാരായണി അച്ഛമ്മയുമൊ

ക്കെ എന്നെ കണ്ടു. ലക്ഷ്മി വലിയമ്മ ഒരിക്കൽ മാത്രം വന്നു. അവർക്ക് നടക്കാൻ അല്പം വിഷമം, പിന്നെ അല്പം അപസ്മാരത്തിന്റെ പ്രശ്ന വുമുണ്ട്. അതുകൊണ്ട് കൂടെക്കൂടെ വരാറില്ല.

ആയിശുമ്മയും പാത്തുമ്മയും നെല്ല് കുത്താൻ വരും. അമ്മ എന്നെ യുമെടുത്ത് കിഴക്ക് ഭാഗത്തെ ഇറയത്തേക്ക്, നെല്ല് കുത്തുന്നിടത്തേക്ക് പോകും. ഉമ്മമാർ തലയിലെ തട്ടംകൊണ്ട് ദേഹത്തെ ഉമിയും തവിടു മൊക്കെ തട്ടിക്കളഞ്ഞിട്ടു എന്നെ എടുക്കും. എന്തായാലും അമ്മ സ്വ സ്ഥമായി കുറച്ചൂനാൾ സ്വന്തം വീട്ടിൽ കഴിഞ്ഞു. പക്ഷേ, അത് അധിക നാൾ നീണ്ടുനിന്നില്ല.

കോണി കയറി വരുന്ന വിരുന്നുകാരെ കണ്ട് അമ്മ ഒന്ന് അമ്പരന്നു. കാവുമ്പായിയിലെ അമ്മയും ഏട്ടനും. പതിവുപോലെ അമ്മമ്മ സ്ഥല ത്തില്ല. അവരെ സത്കരിക്കേണ്ടത് അമ്മയുടെ ഉത്തരവാദിത്തമായി. അച്ഛ ന്റെ അമ്മ കുട്ടിയെ ലാളിക്കുന്നതിനിടയിൽ അമ്മ പെട്ടെന്ന് അടുക്കള യിൽ വെള്ളം ചൂടാക്കി ഉണക്കിലിരി കുതിരാൻ വെച്ചിട്ട് കൂനംകണ്ടിയി ലേക്ക് ഓടി. പുറത്ത് തേച്ചുമിനുക്കി വെച്ച പാത്രങ്ങളുടെ കൂട്ടത്തിൽ നിന്ന് ചീനച്ചട്ടി വലിച്ചെടുത്ത് തിരിച്ചോടി. അരി അമ്മിയിലിട്ടു അരച്ച് ചീനച്ചട്ടിയിൽ നെയ്യപ്പം ചുട്ടു. നെയ്യപ്പവും ചായയും പഴവും കൊടുത്ത് അവരെ സത്കരിച്ചു.

കുംഭം 22 മുതൽ മീനം 6വരെ തൃച്ചമ്പരം ഉത്സവമാണ്. മീനം ആറാം തീയതി ഉത്സവം പൂക്കോത്ത് നടയ്ക്കടുത്തുള്ള കുട്ടി അരയാലിനടു ത്ത് ആണ്. വൈകുന്നേരം പാൽക്കുടം വരുന്നതുവരെ ഉത്സവം. പിന്നെ കൃഷ്ണൻ തൃച്ചമ്പരം അമ്പലത്തിലേക്കും ബലരാമൻ മഴുരമ്പലത്തി ലേക്കും മടങ്ങുന്നതോടെ ഉത്സവം തീരും. മീനം ആറാം തീയതിയിലെ കൂടിപ്പിരിയൽ കാണാൻ അമ്മയും മകനും കാവുമ്പായിയിൽ നിന്ന് പുറ പ്പെട്ടതാണ്. ദച്ചൂട്ടിയെയും കുട്ടിയെയും കൊണ്ടുവരണമെന്ന ആഗ്രഹം അമ്മ പ്രകടിപ്പിച്ചപ്പോൾ എന്റെ അച്ഛൻ പറഞ്ഞു. 'അയിനായിറ്റ് ഇപ്പൊ പോണ്ട. സുഗൂല്ലാത്ത കുട്ടീനീംകൊണ്ട് ഇപ്പൊ അയക്കൂല. ഈട ഒരു പാട് പണിയിയില്ലേ.'

ലക്ഷ്മിയുടെ മനസ്സ് ഭർത്താവിന് അറിയാം. അതാണ് വീട്ടുകാരെ നിരുത്സാഹപ്പെടുത്തിയത്. പക്ഷേ, അച്ഛന്റെ അമ്മ അങ്ങനെ പിൻവാ ങ്ങാൻ തയ്യാറായിരുന്നില്ല. കഷ്ടപ്പെട്ട് കെട്ടിപ്പടുത്ത കുടുംബമാണ്. അത് താറുമാറാകാൻ അമ്മ സമ്മതിക്കില്ല. ഇറങ്ങാൻ നേരം അമ്മ ദച്ചൂട്ടിയെ വിളിച്ചു പറഞ്ഞു. 'ഞാൻ രാഘവനെ അയക്കും. കോടിപ്പൂരും കോടിവി ഷൂം കുഞ്ഞിമോൾ അച്ഛന്റെ വീട്ടിലാ നിക്കണ്ടത്.'

കല്യാശേരി, മൂത്തമകന്റെ ഭാര്യവീടും സന്ദർശിച്ചിട്ടേ അമ്മ അന്ന് മടങ്ങിയുള്ളൂ. കാർത്യായനി വലിയമ്മ സുഖമില്ലാതെ സ്വന്തം വീട്ടിലാണ്. ഗർഭിണിയുമാണ്. സുഖമില്ലതായപ്പോൾ വലിയമ്മയുടെ ഏച്ചിയും അച്ഛനും വന്ന് കൂട്ടി കൊണ്ടുപോയതാണ്.

അല്പദിവസങ്ങൾക്കുള്ളിൽ അമ്മ മകനെ തേർതലയ്ക്ക് അയച്ചു. സന്ധ്യയാകുമ്പോഴേക്കും അച്ഛൻ ഭാര്യയേയും മകളെയും കൂട്ടാൻ ഭാര്യ വീട്ടിൽ എത്തി. അടുത്തദിവസം രാവിലെ പുറപ്പെടാൻ തീരുമാനിച്ച് അന്ന വിടെ തങ്ങി.

പൂരവും വിഷുവും കൊട്ടിയൂരപ്പനും

അച്ഛനും അമ്മയും എന്നെയും കൊണ്ട് രാവിലെ പുറപ്പെട്ടു. അച്ഛ ന്റെ അമ്മ ഞങ്ങളെ കാത്തിരിക്കുന്നുണ്ടായിരുന്നു. 'എന്റെ മോള് വ ന്വല്ലാ..'

അങ്ങേമ്മ എന്നെ വാരിയെടുത്തു.

മീനമാസത്തിലെ പൂരമല്ലേ വരുന്നത്. ഞാനല്ലേ അങ്ങേമ്മയുടെ പൂരം നോൽക്കേണ്ടും പൂങ്കന്നി. ചാണകം തേച്ചു മിനുക്കിയ മുറ്റത്ത് ആദ്യ ത്തെ അഞ്ചുദിവസം ചാണകംകൊണ്ട് മെനഞ്ഞ അഞ്ചുകാമനെ വീത വും ആറാമത്തെ ദിവസം അഞ്ചു മൺകാമനെയും ഏഴാംദിവസം ര ണ്ടു മൺകാമനെയും ഉണ്ടാക്കിവെച്ച് പൂരം ആഘോഷിക്കണം. ചില സ്ഥലങ്ങളിൽ 9 പൂരമാണെങ്കിലും രണ്ടുദിവസം കാമനെവെക്കാതെ കിണറ്റുകരയിൽ പൂവ് മാത്രമിടുന്ന പതിവാണ് അങ്ങേമ്മയ്ക്കുള്ളത്. മീനമാസത്തിലെ പൂരനാളുകളിൽ കൂരാച്ചി കൊണ്ടുതരുന്ന കൈതോ ല കുരിയയിൽ നിന്ന് ചെമ്പകപ്പൂവും പാലപ്പൂവും മുരുക്കിൻ പൂവുമൊ ക്കെ വാരിയെടുത്ത് അങ്ങേമ്മ അമ്മയുടെ കൈകളിൽ ചേർത്തുവെച്ച പൂരക്കുട്ടിയായ എന്റെ കുഞ്ഞിക്കൈകളിൽ വെച്ചുതന്നു. എന്റെ അമ്മ മൂന്നുവട്ടം വീതം പ്രദക്ഷിണംവെച്ച് കിഴക്കോട്ടുതിരിഞ്ഞ് കാമന് ചുറ്റും എന്റെ കൈയിലെ പൂവിതറിച്ചു. പ്രദക്ഷിണം പൂർത്തിയാക്കി പൂവിടുന്ന തുവരെ അങ്ങേമ്മ കുവികുരവയിട്ട് തളിയമ്മാർ വീട്ടിലും വസന്തോത്സ വമെത്തി എന്ന് അറിയിച്ചുകൊണ്ട് പൂരക്കുവലുയരുന്ന മറ്റ് വീടുകൾ ക്കൊപ്പമെത്താൻ മത്സരിച്ചു.

ഏഴാംനാൾ അങ്ങേമ്മ ഉണക്കലെരികൊണ്ട് ഉപ്പിടാത്ത പൂരക്കഞ്ഞി വെച്ചു. പൂരട ചുട്ടു. ഏഴു പ്ലാവില കോട്ടിവെച്ചു. ഏഴുപാലയില കോട്ടി വെച്ചു. ഏഴിലും ഏഴിലും ഉപ്പില്ലാത്ത പൂരക്കഞ്ഞി വിളമ്പി. എന്നിട്

അതിൽ വിളക്കുതിരി കത്തിച്ചുവെച്ചു. നാക്കില രണ്ടെണ്ണം നിലവിളക്കി നുമുന്നിൽ വെച്ച് പൂരക്കഞ്ഞി വിളമ്പിവെച്ചു. അരിമണി ഏഴ് എണ്ണിയെ ടുത്ത് വിളക്കുതിരി ശീലയിൽ പൊതിഞ്ഞുകെട്ടിവെച്ചു.

ഏഴാം നാളിൽ രാവിലെ അങ്ങേമ്മ എന്നെ കുളിപ്പിച്ച്, കാമനെ കുളി പ്പിച്ച്, കുറിതൊടുവിച്ച്, എന്നെ എടുത്ത് പൂവിടുവിപ്പിച്ചു.

അന്തിക്ക് നിലവിളക്ക് കൊളുത്തിയെടുത്ത്, എന്നെയെടുത്ത്, കാമ നെയെടുത്ത്, അരിമണിക്കെട്ടെടുത്ത്, പൂവും വാരി, ചോറും വാരി, അട യും വാരി, പ്ലാവിൻ ചുവട്ടിലേക്ക് യാത്രയാക്കി. പ്ലാവിന് ചുറ്റും മൂന്നു പ്രദക്ഷിണം വെച്ച് മടങ്ങുമ്പോൾ,

'തോട്ടിലും കൊളത്തിലും പോല്ലേ കാമാ
ഇനിയത്തെ കൊല്ലും വരണേ കാമാ.
നേരത്തെ കാലത്തേ വരണേ കാമാ'
എന്നും പാടിക്കൊണ്ട് പിന്തിരിയുമ്പോൾ, ഉറപ്പ് പോരാഞ്ഞിട്ടോ എന്തോ, കാമനെ ഒന്നുകൂടി ഓർമ്മിപ്പിച്ചു.

നേരെ വടക്കോട്ട് പോണേ കാമാ...
തെക്കൻ ദിക്കിൽ പോല്ലേ കാമാ..
ഈന്തോലപ്പന്തലിൽ ഇരുത്തേ്വ കാമാ..
ഈന്തോല ചുട്ട് കരിക്കേ കാമാ...
തെക്കത്തി പെണ്ണു ചതിക്കേ കാമാ...

അങ്ങേമ്മയുടെ ശാന്തക്കുട്ടിക്ക് അടുത്തകൊല്ലവും പൂരംനോമ്പ് നോൽ ക്കേണ്ടതല്ലേ. അപ്പോൾ പിന്നെ എങ്ങനെയാണ് അങ്ങേമ്മ കാമദേവ നോട് ഇങ്ങനെയൊരു പരിദേവനം നടത്താതിരിക്കുക.

സതീദേവിയുടെ ആത്മാഹുതിയെത്തുടർന്ന് ദു:ഖിതനും കോപിഷ്ഠ നുമായ ശിവൻ കഠിനതപസ്സിൽ മുഴുകി. ദേവന്മാരുടെ നിർദ്ദേശമനുസ രിച്ച് ശിവന്റെ തപസ്സിളക്കാൻ മലരമ്പെയ്ത കാമദേവനെ ശിവൻ തൃക്ക ണ്ണ്! തുറന്ന്! ദഹിപ്പിച്ചു. രതീദേവി ഭർത്താവിനെ ജീവിപ്പിക്കാൻ പ്രാർ ഥിച്ചപ്പോൾ കാമന് പുനർജന്മമുണ്ടാകും എന്ന്! ശിവൻ വരംനൽകി. കാമ നില്ലാതെ പ്രപഞ്ചം കഷ്ടത്തിലായപ്പോൾ ദേവന്മാർ വിഷ്ണുഭഗവാനെ കണ്ട് സങ്കടംബോധിപ്പിച്ചു. വസന്തകാലത്ത് കന്യകമാർ പൂക്കൾകൊണ്ട് കാമന്റെ രൂപമുണ്ടാക്കി പൂവിട്ടുപൂജിക്കാൻ വിഷ്ണുഭഗവാൻ ഉപദേശി ച്ചു. കന്യകമാരുടെ പൂജയുടെ ഫലമായി കാമൻ പുനർജ്ജനിച്ചുവെന്നാ

ണ് പൂരത്തിന്റെ ഒരു ഐതിഹ്യം.

പൂരം കഴിഞ്ഞ ഉടനെ തളിയന്മാർ വീട്ടിൽ വിഷു ആഘോഷത്തിന്റെ ഒരുക്കങ്ങൾ തുടങ്ങുകയായി. നെല്ല് പുഴുങ്ങി ഉണക്കി. പണിക്ക് വരുന്ന പെണ്ണുങ്ങളത് കുത്തിച്ചേറി കലങ്ങളിൽ നിറച്ചു വെച്ചു. ഉണക്കലെരി തര ക്കിവെച്ചു. തേങ്ങയുടെ തൊണ്ട് കത്തിച്ചെടുത്ത കരിയും ചോത്രപ്പയ്യി ന്റെ കറുകറുത്ത ചാണകവുംകൊണ്ട് വീടും മുറ്റവും തേച്ചുമിനുക്കി. അങ്ങേമ്മ പെട്ടിതുറന്ന് നാരായണന്റെ കൈയിൽ പണം എടുത്തുകൊ ടുത്തു. കൂട്ടുംമുഖത്ത് പോയി അങ്ങാടി സാധനങ്ങൾ വാങ്ങണം. വിഷു ക്കോടി വാങ്ങുമ്പോൾ ശാന്തക്കുട്ടിക്ക് കുഞ്ഞിമുണ്ട് വാങ്ങാൻ പ്രത്യേ കം പറഞ്ഞേൽപ്പിച്ചു.

പ്ലാവിൽ നിന്ന് മൂത്ത ചക്ക നോക്കി പറിച്ചെടുത്ത് ഉപ്പേരി വറുത്തു കോരിവെച്ചു. പടിഞ്ഞാറ്റകത്ത് അങ്ങേമ്മ അരിമാവ് കൊണ്ട് കളംവരച്ച് കണിയെയൊരുക്കി. അങ്ങേമ്മ വാങ്ങിത്തന്ന കോടിമുണ്ടുടുത്ത്, അമ്മയു ടെ മടിയിലിരുന്ന് ഞാൻ ആദ്യമായി കണി കണ്ടു. അങ്ങേമ്മ എന്റെയും അമ്മയുടെയും തലയിൽ അരിയിട്ട് അനുഗ്രഹിച്ചു. പുത്തൻ കലത്തിൽ നിറച്ച അരിയുടെ മുകളിൽനിന്ന് നാണയം എടുത്ത് അങ്ങേമ്മ എന്റെ കൈയിൽ വെച്ചുതന്നു. ആദ്യത്തെ കൈനീട്ടം.

വീട്ടിൽ ഉള്ളവർ സദ്യയുണ്ടു കഴിഞ്ഞാൽ അടിയാർക്ക് കൊടുക്കണം. കൂരാച്ചിയും വെള്ളച്ചിയും വട്ടിച്ചിയും മുള്ളിക്കയും വിഷുസദ്യ കൊണ്ടു പോവാൻ വന്നിട്ടുണ്ട്. അവർ വരുമ്പോൾ പുതിയ കുരിയയിൽ അവിലി ടിച്ചു കൊണ്ടുവരും. അങ്ങനെ വന്നില്ലെങ്കിൽ അക്കൊല്ലം അവർ പണി ക്ക് വരില്ല എന്നർത്ഥം.

വെള്ളച്ചി ചോദിച്ചു. 'ചാന്തക്കുട്ടി ഓട്ത്തു ബല്യ്ക്റാടെ?'

'ഓളേട്യാം പോണ്ടെ. ഈടത്തന്നിണ്ട്. കോടി വിഷൂന് അച്ഛന്റെ ബീട്ടി ലാ നിക്കണ്ടെത്, അല്ലേ മോളേ.' അങ്ങേമ്മ എന്നെ ഓമനിച്ചുകൊണ്ട് വട ക്കോറത്ത് വന്നു. അവർക്ക് എടുക്കാൻ പാകത്തിന് എന്നെ ഇറയത്ത് ഇരുത്തിക്കൊടുത്തു. പുലയരെ തൊട്ടാൽ ചെറിയ കുട്ടികൾക്ക് അയി ത്തമില്ല. അങ്ങേമ്മയുടെ കൈയിൽ നിന്ന് എന്നെ എടുത്താൽ അങ്ങേ മ്മയെ തൊട്ടില്ലെങ്കിലും കുട്ടിത്തൊട്ടു എന്ന പേരിൽ അങ്ങേമ്മയ്ക്ക് അയി ത്തമാകും. വട്ടിച്ചി എന്നെ വാരിയെടുത്തു. മുള്ളിക്ക കൈപിടിച്ചുനോ ക്കിയിട്ട് ചോദിച്ചു. 'കുഞ്ഞി കൈ മടക്കുലെ ബെല്യ്ക്റാടെ?'

'മരുന്ന് തേക്ന്നില്ലേ?' കൂരാച്ചി ചോദിച്ചു.

'കൈയെല്ലാം ഓള് മടക്കിക്കോളും. തൈലം തേക്ന്ന്ണ്ട്. ഈടിരിക്, നിങ്ങക്ക് ചോറ് തരാം.' അങ്ങേമ്മ എന്നെ വാങ്ങി അടുക്കളയിലേക്ക് ക

യറി.

'ദച്ചൂട്ടീ .. ഇവര്‍ക്ക് ചോറ് കൊട്ക്ക്.'

'എല്ലും എടുത്ത് വെച്ചിട്ട്ണ്ട്. അമ്മ വെളമ്പിക്കൊടുത്തോ. കുഞ്ഞീന ഇങ്ങു താ.' എന്റെ അമ്മ എന്നെ എടുത്തു.

വലിയമ്മ ഓരോരുത്തര്‍ക്കും വേണ്ടി പുതിയ മണ്‍കലങ്ങള്‍ മുറ്റത്ത് കൊണ്ടുവന്ന് നിരത്തിവെച്ചു. അവരുടെ വീട്ടിലുള്ളവര്‍ക്കുള്ള ചോറ് ഓരോ കലത്തിലും വിളമ്പി. കറികളും വേറെ വേറെ വിളമ്പിക്കൊടു ത്തു. പായസവും വിളമ്പി. ഓരോരുത്തര്‍ക്കും അങ്ങേമ്മ വിഷുക്കോടി കൊടുത്തു. വിഷുസദ്യയുണ്ട്, വിഷുക്കോടിയും വാങ്ങി വിഷുസദ്യയും തലയിലേറ്റി സന്തോഷത്തോടെ അവര്‍ മടങ്ങി.

മേടം രണ്ടിന് പുള്ള്യാംകുന്നില്‍ വിത്തുമായി പോകണം. പുനം കൊത്തണം. അടുത്ത ദിവസം അച്ഛനും അങ്ങേമ്മയും പണിക്കാരെയും കൂട്ടി പുനംകൊത്താന്‍ പോയി. തലേ ദിവസത്തെ ചോറും ഒപ്പം രാത്രി ചൂടാക്കി വെച്ച വിഷുക്കറികളും എന്റെ അമ്മ ഒന്നുകൂടി ചൂടാക്കി കൊടു ത്തു. എന്നെ കൊട്ടിലകത്ത് തൊട്ടിലില്‍ കിടത്തി അമ്മ അടുക്കളപ്പണി യെടുത്തു. ഞാനാണെങ്കില്‍ ഒട്ടും കരയാറില്ല. 'ഒരു ചക്ക മുഴുവന്‍ പാങ്ങ ക്കി കയ്യോളും മോള്‍ കാളൂല.' അമ്മ പറയാറുണ്ട്. പണിത്തിരക്കിനിട യില്‍ കൊട്ടിലകത്ത് കെട്ടിയ തൊട്ടിലില്‍ കിടത്തിയ എന്നെ അമ്മ ഇ ടയ്ക്കൊന്ന് വന്നുനോക്കും. അപ്പോള്‍ ഞാന്‍ നിവര്‍ത്തിയ പുറംകൈ തിരിച്ചുപിടിച്ച് വിരല്‍ ഈമ്പിക്കൊണ്ട് കിടക്കുകയായിരിക്കും.

പുനംകൊത്തിത്തീരാന്‍ ഒരാഴ്ചയിലേറെ വേണം. ഒരു കുന്നു മുഴു വന്‍ കൊത്തി തീര്‍ക്കണമല്ലോ. നെല്ല്, ചാമ, മുത്താറി, ചോളം, തുവര, വെള്ളരി, നരയന്‍, മത്തന്‍, വെണ്ട, കക്കിരി തുടങ്ങി പരുത്തിവരെയു ള്ള വിത്തായവിത്തെല്ലാം വിഷുവിന്റന്നു ഉച്ചയ്ക്കുശേഷം കൂട്ടിപ്പെരക്കി വെച്ചിരുന്നു. ആണാളും പെണ്ണാളും പന്ത്രണ്ട് വര്‍ഷം മൂത്ത കാടുവയ ക്കി, തീയിട്ട് കരിച്ച മണ്ണില്‍ വിത്തിട്ട് ബര്യകൊണ്ട് കൊത്തിക്കൊത്തി കയറിപ്പോകും.പിന്നെ വീടണയുന്നത് സന്ധ്യയ്ക്ക്. പണി കഴിഞ്ഞ് തോട്ടി ലിറങ്ങി കുളിച്ചിട്ടേ അങ്ങേമ്മ വീട്ടിലെത്തൂ.

വന്ന ഉടനെ എന്നെ എടുത്തിട്ടേ അങ്ങേമ്മയ്ക്ക് മറ്റു കാര്യമുള്ളൂ.

പുനംകൊത്തല്‍ കഴിഞ്ഞ ഉടനെ കണ്ടത്തില്‍ ഞാറിടണം. അതും കഴിഞ്ഞാല്‍ കണ്ടത്തില്‍ കാലിപൂട്ടാന്‍ തുടങ്ങണം, പെണ്ണുങ്ങളെയും കൂട്ടി കാട്ടില്‍നിന്നും തോല്‍ കൊത്തിക്കൊണ്ടുവന്ന് വയലില്‍ തറിച്ചി ടണം, വളമിടണം, പിന്നെ നാട്ടിപ്പണിയായി. അച്ഛനും അങ്ങേമ്മയ്ക്കും വലിയച്ഛനും നിന്നുതിരിയാന്‍ നേരമുണ്ടാകില്ല.

നേരമില്ലെങ്കിലും ഉണ്ടാക്കണമല്ലോ. വീണ്ടുമൊരു വൈശാഖകാലം വന്നണഞ്ഞല്ലോ. കൊട്ടിയൂർ പെരുമാളുടെ വിളിവന്നാൽ എങ്ങനെ പോകാതിരിക്കും. വലിയച്ഛനും അങ്ങേമ്മയും പെട്ടെന്ന് തീരുമാനിച്ച് പെട്ടെന്നുതന്നെ കൊട്ടിയൂരേക്ക് പുറപ്പെട്ടു.

വീട്ടിൽ ഞാനും എന്റെ അമ്മയും അച്ഛനും മാത്രം. അപ്പൊ ഒരു വിശേഷമുണ്ടായി. എന്റെ അച്ഛൻ എന്നെ ആദ്യമായി എടുത്തു. എടു ക്കുമ്പോൾ അമ്മ പറഞ്ഞു. 'കഴുത്തിനു പൊറകിൽ കൈവെച്ച് എടു ക്കണം. മോളെ കഴുത്തിന് ശക്തിയില്ല.'

അന്ന് എന്റെ പ്രായം ഒമ്പത് മാസം. അച്ഛൻ ആദ്യമായി എന്നെ എടു ത്തത് ഒമ്പതാംമാസത്തിലാണ്. അച്ഛൻ കുറേനേരം എന്നെ നോക്കിനി ന്നു. പിന്നെ വാരിപ്പിടിച്ചു എടുത്തു. അമ്മയും ഏട്ടനും കൊട്ടിയൂർ പോ യി രണ്ടുദിവസം കഴിഞ്ഞ് തിരിച്ചെത്തുന്നതുവരെ അച്ഛൻ എന്നെയും എടുത്ത് പറമ്പിലെല്ലാം ചുറ്റി നടന്നു. ചുമലിലിട്ടു പാലം കടന്ന് കളമു ള്ള വളപ്പിൽ പോയി.

അതിനിടയിലാണ് അമ്മയുടെ തറവാട്ടിൽ ഒരു പുടമുറി നടന്നത്. ശരിക്കും ഒന്നല്ല, രണ്ടു പുടമുറിയാണ് ഒരേദിവസം നടന്നത്. അങ്ങോട്ടു മിങ്ങോട്ടുമുള്ള വിവാഹം ആയിരുന്നു. കല്യാശ്ശേരിയിലെ നല്ല തറവാട്ടു കാരായിരുന്നു തീണ്ടക്കര വീട്ടുകാർ. എന്റെ അമ്മയുടെ പട്ടാളക്കാരനായ കുഞ്ഞമ്മാവൻ, നാരായണൻ, അവിടുന്നൊരു പെണ്ണിനെ ഇങ്ങോട്ട് കൊണ്ടുവരുമ്പോൾ അവിടുത്തെ ചെറുപ്പക്കാരൻ അമ്മയുടെ ഇളയമ്മ യുടെ മകൾ കമലയെ അങ്ങോട്ട് കൊണ്ടുപോകുന്നു. പെരിങ്കോന്നിൽ നിന്ന് ആണുങ്ങളും പെണ്ണുങ്ങളും കാവുമ്പായി വന്നു വെറ്റിലടക്ക വെച്ച് പുടമുറി ക്ഷണിച്ചതാണ്. അങ്ങനെ ക്ഷണിച്ചില്ലെങ്കിൽ തറവാട്ടുകാർ പുട മുറിക്ക് പോകില്ല. സംബന്ധക്കാർ പ്രത്യേകിച്ചും.

അങ്ങേമ്മ പുടമുറിക്ക് പോയില്ല. പകരം കയരളത്തെ ബന്ധുവായ പാറുവിനെ അമ്മയ്ക്കൊപ്പം അയച്ചു. അങ്ങേമ്മയും പാറുവലിയമ്മയുടെ അമ്മയും ഏടത്തി, അനിയത്തിമാരുടെ മക്കളായ സഹോദരിമാരായിരു ന്നു. ഭർത്താവിന്റെ വഞ്ചനയിൽ മനംനൊന്ത് രണ്ടു മക്കളെയുംകൊണ്ട് ഇറങ്ങിപ്പോന്ന ഒരു സാധുസ്ത്രീയായിരുന്നു അവർ. കയരളത്ത് നിന്ന് ഇടയ്ക്ക് കുഞ്ഞേടത്തിയുടെ വീട്ടിൽ വിരുന്നുവരും. വന്നാൽ ഒരുമാസ മൊക്കെ ഏടത്തിയുടെ കൂടെ താമസിക്കും.

അമ്മ എന്നെയും എടുത്ത് പാറുവേടത്തിക്കൊപ്പം പെരിങ്കോന്നിലേ ക്ക് പുറപ്പെട്ടു. വഴിക്കുവെച്ച് അമ്മ ചോദിച്ചു. 'ഏച്ചീ, കുട്ടിന്റെ കാല് മട ങ്ങീറ്റ്ണ്ടാ?'

പാറു വലിയമ്മ പറഞ്ഞു. 'നേര്യെന്ന്യാ മോളെ.'

എന്റെ പാദങ്ങൾ മേൽപ്പോട്ട് മടങ്ങി മുൻകണങ്കാലിൽ ചേർത്തുവെ ക്കുമായിരുന്നു. അമ്മ എപ്പോഴും അത് പിടിച്ചു നേരെ വെക്കും. അമ്മയു ടെ ഗർഭപാത്രത്തിൽ നിന്നും ക്രമംതെറ്റിച്ചു പുറത്തുവന്നതിന്റെ അന ന്തരഫലം.

ഞങ്ങൾ വണ്ണാൻവളപ്പിലെത്തുമ്പോൾ രണ്ട് പുടമുറിയുടെ ആളും ബഹളവും. തിരക്കിനിടയിലും പാട്ടി അമ്മമ്മ ഓടി വന്നു. അമ്മയുടെ കൈയിൽനിന്നും എന്നെ വാങ്ങി ഓമനിച്ചു. ദച്ചൂമോളെ ആശ്വസിപ്പിച്ചു. 'എല്ലാം മാറും മോളെ.'

അച്ഛൻ പുടമുറി ദിവസം രാവിലെയാണ് എത്തിയത്. മരുമകളുടെ ഭർത്താവല്ലേ. വരന്റെ കൂടെ കല്യാശ്ശേരിയിലേക്ക് പുടമുറിക്കാരനായി പോകേണ്ടതാണ്.

കല്യാശ്ശേരിയിൽ പുടമുറി നടക്കുന്ന മുഹൂർത്തത്തിൽ തന്നെ പെരി ങ്കോന്നിലും പുടമുറി കഴിഞ്ഞു. അവിടുന്ന് പെണ്ണിനേയുംകൊണ്ട് വെറ്റി ലക്കെട്ടുകാർ ഇങ്ങോട്ട് വന്നു. ഇവിടുത്തെ പെണ്ണിനേയും കൊണ്ട് ഇവി ടുത്തെ വെറ്റിലക്കെട്ടുകാർ അങ്ങോട്ടും പുറപ്പെട്ടു.

അച്ഛനും അമ്മയും പാറുവലിയമ്മയും വൈകുന്നേരം തന്നെ കാവു മ്പായിലേക്ക് മടങ്ങി. കൂട്ടുംമുഖത്ത് എത്തിയപ്പോൾ നല്ലവണ്ണം ഇരുട്ടായി. അങ്ങേമ്മയുടെ ഇളയ ആങ്ങള കണ്ണമ്മാവന്റെ കച്ചവടപ്പീടികയിൽ ക യറി അച്ഛൻ ആവശ്യപ്പെട്ടു. 'അമ്മോമാ ഒരു മെഴുകുതിരി വേണം.'

'നിക്കെടാ, ഞാൻ പീട്യേന്റെ നെരയൊന്ന് ഇട്ടോട്ട്. നമ്മക്ക് പെട്രോ മാക്സ് എടുത്തിറ്റ് പോവാം. ചെര്യ കുട്ടീനീം കൊണ്ട് ഇരുട്ടത്ത് പോയി റ്റ് ബീവണ്ട.'

അമ്മാവൻ പീടിക പൂട്ടി പെട്രോമാക്സ് എടുത്ത് ഞങ്ങളുടെ പിന്നി ലായി നടന്നു. അന്ന് അദ്ദേഹം തളിയന്മാർ വീട്ടിൽ കിടന്നു. സാധാരണ അക്കരമ്മിലെ പെങ്ങൾ തമ്പായിയുടെ വീട്ടിലാണ് അദ്ദേഹം താമസി ക്കാറുള്ളത്. അന്നുരാത്രി മുഴുവൻ അങ്ങേമ്മയുടെ മനസ്സിലെ പ്രകാശം പോലെ തളിയന്മാർ വീടിന്റെ ഇറയത്ത് പെട്രോമാക്സ് പാൽപ്രഭ ചൊ രിഞ്ഞുനിന്നു.

ഓണവും പിറന്നാളും പുത്തരിയും

മഴക്കാലം മുഴുവൻ അച്ഛന്റെ വീട്ടിൽ. എന്നെയും അമ്മയെയും അങ്ങേ മ്മ തേർതല പോകാൻ അനുവദിച്ചില്ല. രാവിലെ പത്ത് മണിയാകുമ്പോ

ഴേക്കും വെള്ളം ചുടാക്കി അങ്ങേമ്മ തന്നെ എന്നെ കുളിപ്പിക്കും. ഉടു പ്പൊക്കെ ഇടുവിച്ച് തണുപ്പ് തട്ടിക്കാതെ എന്നെ വീട്ടിനുള്ളിൽ തന്നെ ഇരുത്തും.

കോരിച്ചൊരിയുന്ന മഴയത്ത് അച്ഛനും വലിയച്ഛനുമൊക്കെ തൊപ്പി ക്കുടയുമിട്ട് ഓരോരോ ജോലിക്കായി പുറത്തേക്കിറങ്ങും. നാട്ടുകാരിൽ ഭൂരിപക്ഷവും കള്ളക്കർക്കിടകത്തിൽ പണിയൊന്നും ഇല്ലാതെ കൊടിയ ദാരിദ്ര്യത്തിലായിരിക്കും. ഇഷ്ടക്കാർ പലരും അങ്ങേമ്മയെ സന്ദർശിക്കാ റുണ്ട്. രണ്ടു ദിവസം വളപ്പിൽ കിളക്കാൻ കൂട്ടണം, കാസേറ് അരി, അൽ പ്പം പണം എന്നിങ്ങനെ ആവശ്യങ്ങളെറെ. അമ്മ കഴിയുന്നതും ആരെ യും നിരാശപ്പെടുത്താറില്ല. എല്ലാവരെയും മുറുക്കാനും കൊടുത്ത് സ്വീക രിക്കും. എന്നെ മടിയിൽ ഇരുത്തി നാട്ടുവിശേഷങ്ങളും പഴങ്കഥകളും കൈമാറും.

മിഥുനം കഴിഞ്ഞ് കർക്കിടകത്തിൽ കോരിച്ചൊരിയുന്ന മഴയത്ത് ദുർ ദ്ദേവതകൾ ഇറങ്ങും. അതിൽ പ്രമുഖയായ ജ്യേഷ്ഠയെ വീട്ടിൽനിന്നും അടിച്ചുപുറത്താക്കണം. അതിനു വീട് മുഴുവൻ അടിച്ചുതളിച്ച് ഏഴാം നാൾ പുലർച്ചയ്ക്ക് ചാണകവെള്ളത്തിൽ മാച്ചിയുടെ ഈർക്കിൽ, മുടി, നഖം മുതലായ അശുദ്ധവസ്തുക്കൾ ഇട്ട് തോട്ടിൽ കൊണ്ടുപോയി കള യണം. അങ്ങേമ്മ ഇതൊക്കെ ശരിയാക്കിക്കൊടുത്താൽ ചേട്ടയെ കൊണ്ടു കളയുന്ന കാര്യം വലിയച്ഛൻ ഏൽക്കും. കാവുമ്പായി കർക്കിടകം പതി നാറാംനാളിൽ മലയന്റെ വേടനും ഇരുപത്തെട്ടാംനാളിൽ വണ്ണാന്റെ വേടനും വരും. വേടൻ കെട്ടിയ കുട്ടിയേയുംകൊണ്ട് കോരിച്ചൊരിയുന്ന മഴയത്തായിരിക്കും മലയൻ ഗൃഹസന്ദർശനത്തിനെത്തുക. രണ്ടു വേട ന്മാരുടെയും പുരാവൃത്തം പാശുപതാസ്ത്ര കഥയാണ്. കിരാതവേഷ ത്തിൽ ശിവൻ അർജ്ജുനനെ പരാജയപ്പെടുത്തുന്ന തോറ്റം (പാട്ടുകഥ) വേടന്റെ കുടെയുള്ള വണ്ണാൻ കിണ്ണംമുട്ടി പാടും. തോറ്റത്തിന്റെ അവ സാനഭാഗം വേടനു നൽകേണ്ട സാധനങ്ങളുടെ പേരാണ് പാടുന്നത്. നെല്ല്, അരി, വെള്ളരിക്ക, ചക്കക്കുരു, ഉപ്പ്, ഉപ്പിലിട്ട മാങ്ങ, മഞ്ഞൾക്കൊമ്പ്, കരിക്കട്ട തുടങ്ങി എല്ലാ സാധനങ്ങളും പാട്ടിലുണ്ടാകും. തോറ്റത്തിന്റെ അവസാനം ഗുരുസി കലക്കി ചെറിയ കുട്ടികൾക്ക് ഉഴിഞ്ഞു പുറത്തേ ക്ക് ഒഴിക്കാൻ പറയും.

മലയന്റെ വേടൻ വന്നപ്പോൾ അങ്ങേമ്മ എന്നെ ഇറയത്ത് കുട്ടിപ്പാ യിൽ ഇരുത്തി കരി കലക്കിയ ഗുരുസി എന്റെ ദേഹത്ത് മൂന്നുവട്ടം ഉഴി ഞ്ഞ് മുറ്റത്തിന്റെ തെക്ക് ഭാഗത്തേക്ക് നീട്ടിയൊഴിച്ചു. വണ്ണാൻ വേടൻ വന്നപ്പോൾ മഞ്ഞളും നൂറും കലക്കിയ ചുവന്ന ഗുരുസി ഉഴിഞ്ഞ് വടക്കോ

ട്ട് ഒഴിച്ചു. കുഞ്ഞുങ്ങൾക്ക് ആധിയും വ്യാധിയും അകറ്റാൻ ആണ് ഇങ്ങനെ ചെയ്യുന്നത്.

കള്ളക്കർക്കിടകം ചിങ്ങത്തിനു വഴിമാറി. തളിയന്മാർ വീട്ടുപറമ്പ് നിറ യെ കുരുമുളക് വള്ളികൾ പൊതിഞ്ഞുനിൽക്കുന്ന വന്മരങ്ങളാണ്. അതി നിടയിലെ മണ്ണിൽ ഒളിച്ചിരിക്കുന്ന ഓണച്ചെടികൾ ചിങ്ങമാവാൻ കാത്തി രിക്കുകയായിരുന്നു. മണ്ണിനടിയിൽ നിന്ന് പൊട്ടിമുളച്ചുവന്ന് പൂവിട്ടു ചിരി ക്കാൻ. എന്റെ അമ്മ ഓണപ്പൂക്കൾ പറിച്ചെടുത്ത് താളിലയിൽ വെക്കു മ്പോൾ അതിരുകളിലെ കിളയിൽ നിന്ന് നരിക്കരിമ്പിൻ പൂക്കളും ചീങ്ങ പ്പൂവും വെള്ളിലയും തല നീട്ടി ഞങ്ങളെ വേണ്ടെന്നു ചോദിക്കും. പൂവാ യ പൂവെല്ലാം പറിച്ചെടുത്ത് എന്നെ ഇറയത്ത് ഇരുത്തി അമ്മ മുറ്റത്ത് പൂവിടും. ഞാൻ അമ്മ പൂവിടുന്നത് നോക്കിയിരിക്കും.

ഉത്രാടവും തിരുവോണവും ആണ് ആഘോഷനാളുകൾ. ഓണത്തി ന്റെ സാധനങ്ങളെല്ലാം വലിയച്ഛൻ കൂട്ടുംമുഖത്ത് പോയി വാങ്ങിക്കൊ ണ്ടുവരും. വെളിച്ചെണ്ണ വാങ്ങാൻ ഓട്ടുമുരുട കൊണ്ടുപോകും. മുരുട യുടെ ഇടുങ്ങിയ കഴുത്തിൽ വട്ടത്തിൽ ചരടുകെട്ടി മുകളിലേക്ക് തൂക്കി പിടിക്കാൻ ഒരു പിടി ഉണ്ടാക്കും. ഉത്രാടത്തലേന്നു തന്നെ നേന്ത്രക്കായ് വറുത്തുവെക്കും. നേന്ത്രക്കായ് കൂട്ടുംമുഖത്ത് നിന്ന് വാങ്ങും. നാരങ്ങാ ക്കറിയും നേരത്തെ ഉണ്ടാക്കിവെക്കും. സദ്യവട്ടങ്ങളൊക്കെ അന്നേദിവസം ഉണ്ടാക്കണമല്ലോ. ചെറുപയർ പരിപ്പ് പ്രഥമൻ അല്ലെങ്കിൽ കുഞ്ഞുനെ ല്ലരി പായസം ആയിരിക്കും വെക്കുക. സാധാരണ നെല്ലിന്റെ പകുതി വ ലുപ്പമുള്ള സുഗന്ധം പരത്തുന്ന നെല്ലാണ് കുഞ്ഞുനെല്ല്. വരമ്പത്തുകൂ ടി നടക്കുമ്പോൾ മൂക്കിലേക്ക് മണമടിച്ചുകയറും. നെയ്ച്ചോർ വെക്കാൻ, പായസം വെക്കാൻ ഒക്കെ വിശിഷ്ടമാണ് കുഞ്ഞുനെല്ലിന്റെ അരി. അഞ്ചാ റു കണ്ടം കുഞ്ഞെല്ല് വിളയിക്കും. എന്റെ അമ്മയാണ് പ്രധാന പാചക ക്കാരി. വലിയമ്മ സഹായിയാണ്. ഒട്ടും കരയാത്ത കുട്ടിയായതിനാൽ എനിക്ക് വിശക്കുമ്പോൾ മുലപ്പാൽ തരാൻ മാത്രം അമ്മയ്ക്ക് എന്റെ അടുത്ത് വന്നാൽ മതിയായിരുന്നു.

എള്ളരിഞ്ഞിയിൽനിന്ന് ഒരു പാവം വാണിയൻ ഓണമുണ്ണാൻ വരും. ചിലപ്പോൾ അച്ഛന്റെയും വലിയച്ഛന്റെയും മുസ്ലീം, ക്യസ്ത്യൻ സുഹൃ ത്തുക്കളെയും വിളിക്കാറുണ്ട്. ഭാര്യാഭർത്താക്കന്മാരായ മാങ്ങാച്ചേട്ടനും ചേട്ടത്തിയും മിക്കവാറും സദ്യ ഉണ്ണാൻ ഉണ്ടാകും. മാങ്ങ പാട്ടത്തിനെ ടുത്ത് പറിച്ചുകൊണ്ടുപോയി വിൽക്കുന്നതുകൊണ്ടാണ് മാങ്ങാച്ചേട്ടൻ എന്ന വിളിപ്പേർ പതിഞ്ഞത്. അവർ തളിയന്മാർ വീട്ടിലെ പറങ്കിമാങ്ങ പറിക്കുന്നത് ഞാൻ നോക്കിയിരിക്കാറുണ്ട്. ചേട്ടൻ മാവിന്മേൽ കുറച്ചു

കയറി കൊക്കകൊണ്ട് പറിച്ചെടുക്കും. അതിനിടയിൽ മാവിനടുത്ത് തെങ്ങുണ്ടെങ്കിൽ വീട്ടുകാർക്ക് തേങ്ങയും പറിച്ചുകൊടുക്കും. കപ്പ ദുർ ലഭമായിരുന്ന ആ കാലത്ത് ചേട്ടൻ അങ്ങേമ്മയ്ക്ക് കപ്പകൊണ്ടുകൊടു ക്കുമായിരുന്നു. അമ്മ അതിന് ചില്ലറയെന്തെങ്കിലും കൊടുക്കുകയും ചെയ്യും.

അവർ ഭാര്യയും ഭർത്താവും എപ്പോഴും ഇണക്കുരുവികളെപ്പോലെ ഒന്നിച്ചേ വരൂ. അവർ ഒരു പാത്രത്തിൽനിന്ന് ഒരുമിച്ച് ആഹാരം കഴിക്കു ന്നത് അക്കാലത്ത് ഒരു കൗതുകക്കാഴ്ചയായിരുന്നു. ഭർത്താവ് കഴിച്ച പാത്രത്തിൽ ബാക്കി വന്നതിന്റെ കൂടെ വിളമ്പി ഭാര്യമാർ കഴിക്കുന്ന കാലത്ത് ഭാര്യാഭർത്താക്കന്മാർ ഒന്നിച്ച് ഒരേ പാത്രത്തിൽ നിന്നും ആഹാ രം കഴിക്കുന്ന സമത്വസുന്ദരമായ കാഴ്ച അക്കാലത്തെ സാധാരണസ്ത്രീ കളെ ഹരംകൊള്ളിച്ചിരിക്കാം. തളിയമ്മാർ വീട്ടിലും ആണ്മക്കൾ ഉണ്ണുന്ന തെക്കൻ തളികയിൽ നിറയെ അങ്ങേമ്മ ചോറ് വിളമ്പുമായിരുന്നു. അമ്മ വന്നതിനുശേഷം അച്ഛൻ പറയും 'എന്തിനാ ഈ പെണ്ണുങ്ങളെക്കൊ ണ്ട് എച്ചിൽ തീറ്റിക്കുന്നത്.'

അച്ഛൻ അതിൽനിന്ന് വേണ്ടത് മറ്റൊരു കിണ്ണത്തിൽ കോരിയെടു ത്ത് കഴിക്കും. അദ്ദേഹം ഒരിക്കലും എന്റെ അമ്മയെക്കൊണ്ട് എച്ചിൽ തീറ്റിച്ചിട്ടില്ല.

വലിയമ്മയ്ക്കും വലിയച്ഛന്റെ ബാക്കി കഴിക്കേണ്ടി വരാറില്ല. അങ്ങേ മ്മ വലിയച്ഛൻ കഴിച്ച കിണ്ണത്തിലേ ഉണ്ണൂ. നഷ്ടപ്പെട്ടു എന്ന് കരുതിയ പൊന്നുമകനെ ഏഴുകൊല്ലത്തിനുശേഷം തിരിച്ചുകിട്ടിയതാണ് അമ്മയ് ക്ക്. ആ മകൻ കഴിച്ചതിന്റെ ബാക്കി അമ്മയ്ക്ക് അമൃതാണ്.

എന്റെ അമ്മയെ മാങ്ങാച്ചേട്ടനും ചേട്ടത്തിയും കൊച്ചൂട്ടി എന്നേ വിളിക്കൂ. ദച്ചൂട്ടി എന്ന് അവരുടെ നാവിനു വഴങ്ങില്ല.

ഓണസദ്യയ്ക്കും ഓണപ്പുടവയ്ക്കും അവകാശമുള്ളവരാണ് സ്ഥിരം പണിക്കാരായ അടിയാളർ. അവർക്കായി വാങ്ങിയ പുതിയ പുടവ കുഞ്ഞി റയത്ത് വിരിച്ച് അതിൽ വാഴയില വാട്ടിവെക്കും ചോറും കറികളും വിള മ്പിയതിനുശേഷം ഇലയടക്കം പുടവ കോണുകൾ ചേർത്തു കെട്ടി കൊണ്ടുപോകും.

ഓണത്തിനു മുമ്പ് പുത്തരി ഉണ്ണണം. ഓണം നേരത്തെ ആണെ ങ്കിൽ ഉത്രാടത്തിന് പുത്തരി ഉണ്ണും. അല്ലെങ്കിൽ ഓണത്തിനു മുമ്പ് പുത്ത രിയുണ്ണും. അപ്പോഴേക്കും പത്തായത്തിൽ സൂക്ഷിച്ച പഴയ നെല്ല് തീർ ന്നിട്ടുണ്ടാകും. പുള്ള്യാംകുന്നിലെ പുനംകൃഷിയിൽ താഴെഭാഗത്ത് കു റച്ചുഭാഗം ഞവരവിത്ത് വാളും. ഞവരനെല്ല് ചിങ്ങത്തിൽ വിളയും. പുത്ത

രി ഉണ്ണേണ്ടതുകൊണ്ട് നന്നായി വിളഞ്ഞില്ലെങ്കിലും മൂരും. മുഹൂർത്തം നോക്കി വലിയച്ഛൻ കാഞ്ഞിരത്തിന്റെ ഇല. പീരവള്ളി, ചേദിപ്പൂ എന്നിവ കൈയിൽ ചേർത്തുപിടിച്ച് ഒരുപിടി നെൽക്കതിർ അറുത്തുകൊണ്ടുവന്ന് പടിഞ്ഞാറ്റകത്ത് കത്തിച്ചുവെച്ച വിളക്കിനു മുന്നിലെ തളികയിൽ വെക്കും. പിന്നീട് അത് മച്ചിന്റെ മുട്ടുമ്മിൽ സൂക്ഷിച്ചുവെക്കും. അതിനുശേഷം അടിയാരും അയൽക്കാരും വീട്ടിലുള്ളവരുമായ പെണ്ണുങ്ങൾ പോയി മൂർന്നുകൊണ്ടുവരും. ആണുങ്ങൾ കറ്റ ഇറയത്തിട്ടുമെതിക്കും. മഴയു ള്ള കാലമായതിനാൽ ഉണക്കാനൊന്നും പറ്റില്ല. ഇറയത്ത് മെതിച്ച നെല്ല് ത്‌ലാത്തിയിട്ടു കാലുകൊണ്ട് ഇളക്കിക്കൊടുക്കും. നനവ് ആറിയാൽ നല്ല മുറത്തിൽ എടുത്ത് പാറ്റി ഒരുവിധം പതിരുകളയും. അപ്പോഴേക്കും അ യൽക്കാരും ഇഷ്ടക്കാരും പുത്തരിയുണ്ണാൻ നെല്ല് ചോദിച്ചുവരും. പുഴു ങ്ങാനും തരക്കാനും ഉള്ളത് മാറ്റിവെച്ച് രണ്ടോ, മൂന്നോ സേർ വീതം ചോദിക്കുന്നവർക്കൊക്കെ കൊടുക്കും. പുത്തരി എല്ലാവരും അവനവ ന്റെ വീട്ടിൽനിന്നു മാത്രമേ ഉണ്ണൂ.

നാട്ടിപ്പണിക്ക് വന്നിട്ട് കൂലി അളക്കുമ്പോൾ അവർ തന്നെ ഇങ്ങോട്ട് പറയും. 'കുഞ്ഞേട്ത്തീ, പുത്തരീന്റെ നെല്ല് കയിച്ചിറ്റ് അളന്നാ മതി.'

'നിനക്ക് ഇഷ്ടമുണ്ടെങ്കിൽ ഇപ്പ കയിച്ചാ മതി.' അങ്ങേമ്മ ചിരിക്കും.

നെല്ല് പുഴുങ്ങുന്ന ചെമ്പിന്റെ കഴുത്തിലും നെല്ല് കുത്തുന്ന ഉരലിനു ചുറ്റും പീരവള്ളി കെട്ടും. ഏറ്റം നോക്കി വേണം നെല്ല് പുഴുങ്ങാനും കുത്താനും.

പറമ്പിലും പുനത്തിലും ആദ്യമുണ്ടാകുന്ന പച്ചക്കറികൾ പുത്തരിക്ക് പറിക്കാം എന്ന് പറഞ്ഞ് മാറ്റിവെക്കുകയാണ് പതിവ്. കക്കിരി, വെള്ളരി, വെണ്ടയ്ക്ക, ഇളവൻ, മത്തൻ, താലോലിക്ക, പടവലം, ചുരങ്ങ എല്ലാം പുത്തരിക്ക് കൂട്ടാൻ വെക്കാൻ കായ്ച്ചുനിൽക്കും.

അങ്ങേമ്മയുടെ ഇഷ്ടജനങ്ങളും ആദ്യമുണ്ടായ പച്ചക്കറികൾ തളിയ ന്മാർ വീട്ടിലോർക്ക് കൊണ്ടുകൊടുക്കാറുണ്ട്. മാടായി അപ്പനായർ അതി ലൊരാളാണ്. പറമ്പിൽ ആദ്യമെന്തുണ്ടായാലും അത് അദ്ദേഹം അങ്ങേ മ്മയ്ക്ക് മാറ്റിവെക്കും. ചേമ്പ്, ചേന, നരയൻ കുമ്പളത്തിന്റെ ഇല, കോട്ടോ പ്പയർ, പയറില തുടങ്ങിയവയെല്ലാം എടുത്ത് ഒരു വരവുണ്ട്. പിന്നെ അമ്മയുടെ അടുത്തിരുന്നു മുറുക്കും. ജയിൽക്കഥകൾ പറയും. അച്ഛപ്പ ന്റെയും വലിയച്ഛന്റെയും കൂടെ ജയിൽ ശിക്ഷ അനുഭവിച്ച ആളല്ലേ. അതുകൊണ്ട് കഥകൾക്ക് പഞ്ഞമില്ല.

ഞങ്ങളുടെ പുനത്തിൽ വിളയിച്ച പുന്നെല്ലരികൊണ്ട് പായസംവെച്ച്, ചോറ് വെച്ച്, അവിടെ വിളഞ്ഞ പച്ചക്കറികൊണ്ട് കൂട്ടാനുണ്ടാക്കി മുഹൂർ

ത്താംതെറ്റാതെ അമ്മ എന്നെ ആദ്യ പുത്തരിയൂട്ടി.

തിരുവോണം കഴിഞ്ഞ് പതിനാറാം നാളിൽ മകം. മഹാലക്ഷ്മിയു
ടെ നാളായതിനാൽ മകം പെൺകുട്ടികൾക്ക് പ്രധാനമാണ്. ഓണം കഴി
ഞ്ഞാലും അതുവരെ അമ്മ പൂവിടും. ചേദിപ്പൂ അല്ലെങ്കിൽ ശീവോതി
എന്നറിയപ്പെടുന്ന, മതിലിലും മറ്റും വളരുന്ന ഇല പറിച്ച് പൂക്കൾക്കൊ
പ്പം ഇടണം. ആയില്യം നാളിൽ മുറ്റമടക്കം അടിച്ചുതളിച്ച് ചാണകം തേ
ച്ചുമിനുക്കി വൃത്തിയാ ക്കും. ശീവോതി വരുമ്പോൾ സുഗന്ധം പരത്താൻ
കാട്ടുകൂവ കിളച്ചുകൊണ്ടുവന്ന് ഉരലിൽ ഇട്ട് ഇടിച്ചു മാറ്റം മുഴുവൻ പാ
റ്റണം. ആയില്യത്തിന്നു രാത്രിയിൽ അങ്ങേമ്മ അരിമാവ് കലക്കി കൈ
അൽപ്പം വളച്ചു ഒരു വശം അരിമാവിൽ തൊട്ട് നിലത്ത് ശീവോതിയുടെ
കാലടയാളം പതിപ്പിക്കും. അതിനുമുകളിൽ വിരലുകൊണ്ട് മുകളിലോ
ട്ട് വരച്ച് പാദത്തിനു വിരലുകൾ വെക്കും. ഗ്ലാസ് അരിമാവിൽ കമിഴ്ത്തി
മുക്കി വൃത്തം വരയ്ക്കും. ശ്രീഭഗവതി ആനപ്പുറത്തേറിയാണ് എഴുന്ന
ള്ളുന്നത്. ആനയുടെ കാലുകളാണ് വൃത്തങ്ങൾ. വീട്ടിലേക്ക് കയറുന്നിടം
തൊട്ട് എല്ലാ സ്ഥലങ്ങളിലും മുറികളിലും ശീവോതിക്കാലുകൾ പതി
പ്പിക്കും. വാതിൽപ്പടികളിൽ അരിമാവ് കൊണ്ട് കുറി വരക്കും.

മകം നാളിൽ മകം പറിക്കണം. പതിനാറിനം പച്ചിലകൾ ശേഖരിച്ച്
കറിവെക്കണം. തേങ്ങ ചിരകിയിട്ട് ഉണക്കിലരിച്ചോറ് വെക്കണം. തലേന്ന്
രാത്രിയിൽ ചോറ് ആശുദ്ധമാവാതെ കുറച്ച് എടുത്ത് കുളുത്തായി മാറ്റി
വെച്ചിട്ടുണ്ടാകും. ശീവോതിക്ക് കുളുത്ത് നിർബ്ബന്ധമാണ്. മകംനാളിൽ
പെൺകുട്ടികൾ കുളിച്ച് പൂവിട്ട് വിളക്ക് കൊളുത്തി ചേദ്യമ്മയ്ക്ക് ഇല
യിട്ട് ഉണങ്ങലരിച്ചോറും കുളുത്തും തൈരും ഇലക്കറിയും വിളമ്പണം.
എന്നിട്ട് ശീവോതി കഴിച്ചതിന്റെ ബാക്കിയെന്നു സങ്കൽപ്പിച്ചു പെൺകു
ട്ടികൾ കഴിക്കണം. ഐശ്വര്യത്തോടെ അങ്ങേമ്മ വിളമ്പിത്തന്ന്!, അമ്മ
വാരിത്തന്ന് ഞാനും ആദ്യമായി മകമുണ്ടു.

കന്നിമാസത്തിലെ അവിട്ടം എന്റെ പിറന്നാളാണ്. അങ്ങേമ്മ രാവിലെ
തന്നെ അയല്പക്കത്ത്, വട്ടക്കുന്നില്ലത്തെ നമ്പൂിശനെ കാണാൻ പോയി.
പോകുമ്പോൾ ഉരുളിയിൽ തേങ്ങ, അരി, വെല്ലം മുതലായവ കൊണ്ടു
പോയികൊടുത്തിട്ട് പറഞ്ഞു. 'മോള പേരിൽ ഒരു പുഷ്പാഞ്ജലി കഴി
പ്പിക്കണം. ഇന്ന് ഓള ജന്മനക്ഷത്രമാണ്. ശാന്ത, അവിട്ടം.'

'പ്രസാദം ആകുമ്പോൾ വിളിക്കാം കുഞ്ഞീ.' അദ്ദേഹം പറഞ്ഞു.

അങ്ങേമ്മ എന്നെ കുളിപ്പിച്ചു. വലിയച്ഛൻ തലേന്ന് വാങ്ങിക്കൊണ്ടു
വന്ന പുതിയ ഉടുപ്പിടുവിച്ച് ഒരുക്കുമ്പോഴേക്ക് തേർതലയിൽ നിന്ന് പിറ
ന്നാൾക്കാരിക്ക് പുതിയ കുപ്പായവും വാങ്ങി അച്ഛപ്പൻ വന്നു.

അന്നത്തെക്കാലത്തെ വലിയ പരിഷ്കാരിയായിരുന്നു എന്റെ അച്ഛ
പ്പൻ. വെളുത്ത മല്ലിന്റെ മുണ്ടും വെളുത്ത കുപ്പായവും ധരിച്ച് വെളുത്ത
ഒരു ഷാൾ ചുമലിലും ഇടും. കണ്ണടയും വാച്ചും ഒക്കെയായി ആററ അ
ടി പൊക്കമുള്ള വെളുത്ത് സുന്ദരനായ പുരുഷനായിരുന്നു എന്റെ അ ച്ഛ
പ്പൻ. അദ്ദേഹത്തിന് അന്നത്തെ അഞ്ചാംക്ലാസ് വിദ്യാഭ്യാസമുണ്ട്. സ്കൂ
ളിൽ പഠിക്കുന്ന കാലത്ത് അദ്ദേഹത്തിന് ഒരു മെഡൽ കിട്ടിയിരുന്നു.
ഞാൻ ടി.ടി.സി.ക്ക് പഠിക്കുമ്പോൾ നാണയശേഖരണത്തിൽ വെക്കാൻ
'തിരിച്ചുതരണം' എന്ന നിബന്ധനയോടെ എനിക്ക് അത് തന്നിരുന്നു.
ഞാൻ ഉണ്ടാക്കിയ പഴയ നാണയങ്ങളുടെ ആൽബത്തിന്റെ നടുവിൽ
പ്രൗഢിയോടെ അത് വിരാജിച്ചു. ഞാൻ അത് ബോർഡിനെ കാണിച്ചു
തിരിച്ചുകൊണ്ടുവന്നതാണ്. ബന്ധുവായ ഒരു അധ്യാപകവിദ്യാർത്ഥി തിരി
ച്ചുതരാമെന്നും പറഞ്ഞ് എന്റെ നാണയ ആൽബം വാങ്ങിക്കൊണ്ടു
പോയി. പക്ഷേ, അയാൾ അതിലെ പ്രധാന നാണയങ്ങളെല്ലാം അടിച്ചു
മാറ്റി ഏതാനും മുക്കാലുകൾ മാത്രമാണ് തിരിച്ചുതന്നത്. അത് അയാൾ
തിരിച്ചുതരാത്തതുകാരണം അച്ഛപ്പന് കൊടുത്ത വാക്ക് എനിക്ക് പാലി
ക്കാനായില്ല. എഴുപത് വർഷത്തോളം അദ്ദേഹം നിധി പോലെ കാത്തു
സൂക്ഷിച്ചത് ഞാനായിട്ട് കൊണ്ടുകളഞ്ഞു.

കുറച്ചുകാലം അച്ഛപ്പൻ ഒരു അദ്ധ്യാപകൻ ആയിരുന്നു. പിന്നീട് അത്
ഉപേക്ഷിച്ചാണ് കുറുമാത്തൂർ ഇല്ലത്തെ കാര്യസ്ഥൻ ആയത്. സഹായി
കൾക്കൊപ്പം പല സ്ഥലങ്ങളിലും തോണിയിൽ പോയി വാരംപിരിച്ച്
രശീത് മുറിച്ചുകൊടുക്കൽ ആയിരുന്നു അദ്ദേഹത്തിന്റെ പ്രധാന ജോലി.

വട്ടക്കുന്നത്തെ ഇല്ലത്തമ്മ പറമ്പിന്റെ അതിരിൽ വന്നു പ്രസാദം കാലാ
യി എന്ന് വിളിച്ചു പറഞ്ഞപ്പോൾ അമ്മ പോകാനിറങ്ങി. അച്ഛപ്പൻ അമ്മ
യുടെ കൈയിൽ ദക്ഷിണ കൊടുക്കാൻ കുറച്ചധികം രൂപ വെച്ചുകൊ
ടുത്തു. അമ്മ എന്നെയുമെടുത്ത് ഇല്ലത്ത് പോയി ദക്ഷിണ കൊടുത്ത്
പായസവും പൂവും ചന്ദനവും വാങ്ങി. നമ്പ്ടീശൻ ഇറയത്ത് നിന്നുകൊണ്ട്
കൈ നിവർത്തി സ്പർശിക്കാതെ എന്നെ അനുഗ്രഹിച്ചു.

നാല് മാസം പ്രായമായിട്ടും ഞാൻ കമിഴാൻ ശ്രമിച്ചതേയില്ല. അപ്പോൾ
എന്റെ അമ്മ എന്നെ കമിഴ്ത്തി കിടത്തുമായിരുന്നു. ഞാൻ അമ്മയെ
തല പൊന്തിച്ച് ഒന്ന് നോക്കിയിട്ട് കഴിയില്ല എന്ന മട്ടിൽ തലചെരിച്ചു
അവിടെ തന്നെ കിടക്കും. അൽപ്പം കഴിയുമ്പോൾ തല ചെരിച്ചു വീണ്ടും
നോക്കും. അമ്മ ചുറ്റും തലയണ വെച്ച് അതിന്റെ നടുവിൽ എന്നെ എടു
ത്ത് ഇരുത്തുമായിരുന്നു. അങ്ങനെയാണ് അമ്മ എന്നെ ഇരിക്കാൻ പഠി
പ്പിച്ചത്.

ഉച്ചയ്ക്ക് നിലവിളക്ക് കത്തിച്ചുവെച്ച് കുട്ടിപ്പായിൽ എന്നെ ഇരുത്തി തലയിൽ അരിയിട്ട് മുന്നിൽ നാക്കിലവെച്ച് അങ്ങേമ്മ ചോറും കറിക ളും വിളമ്പി. 'അപ്പിച്ചും ബേണ്ടേ മോക്ക്.' എന്ന് പറഞ്ഞ് അങ്ങേമ്മ മാക്രി വിളമ്പി.

എന്റെ അമ്മ പിറന്നാൾ സദ്യ വായിൽ വെച്ചുതന്നു.

പുതുക്കിടി വീട്ടിലും ശിപായിയുടെ വീട്ടിലും അള്ളോറ വീട്ടിലും അമ്മ മാക്രി കൊണ്ടുകൊടുത്തു. മാരാർ വീട് അയൽപക്കം തന്നെയാണെങ്കി ലും അവിടെ കൊടുത്തില്ല. പണ്ട് മാരാർ നമ്പ്യാരുടെ ഭക്ഷണം കഴിക്കി ല്ല. അതുപോലെ നമ്പ്യാർ മാരാരുടെ ഭക്ഷണവും കഴിക്കില്ല.

മാക്രി പിറന്നാളിന് നമ്പ്യാർ വീടുകളിൽ ഉണ്ടാക്കുന്ന ഒരു പായസ മാണ്. ഉണക്കലെരി കുതിർത്ത് ഉരലിൽ പൊടിച്ചെടുക്കും. അരിപ്പൊടി യും തേങ്ങയും വെല്ലവും ചേർത്തു കുറുക്കിയുണ്ടാക്കിയ പായസം മറ്റ് കുട്ടികൾക്ക് വിളമ്പണം. 'ആയിരം അരി പൊടിഞ്ഞാൽ ആയുസ്സിന് ബലം.' എന്നാണ് ചൊല്ല്.

തളിയന്മാർ വീടിനു ചുറ്റും അയൽവീടുകൾ കുറവാണ്. അൽപ്പം അകലെയാണ് കുട്ടികളുള്ള വീടുകൾ. അവർക്ക് തളിയന്മാർ വീട്ടിൽ വന്ന് സദ്യയുണ്ണാൻ പ്രയാസമായിരുന്നു. അതുകൊണ്ടാണ് അമ്മ കുട്ടി കൾ ഉള്ള വീടുകളിൽ മാക്രി കൊണ്ടുകൊടുത്തത്.

ചികിത്സകൾ... ചികിത്സകൾ....

വയസ്സ് ഒന്നരയാകാറായി. എന്നിട്ടും ശാന്തക്കുട്ടി തനിയെ കമിഴ്ന്നില്ല, തനിയെ ഇരുന്നില്ല. നിന്നില്ല, നടന്നുമില്ല. വിരുന്നു വരുന്ന ബന്ധുക്കളും ബിശ്യം പറയാൻ വരുന്ന അയൽക്കാരും പണിക്കുവരുന്ന പെണ്ണുങ്ങളും ചോദിക്കാൻ തുടങ്ങി. 'കുട്ടി നടക്കൂല, അല്ലേ. കൈക്കും കാക്കും ചീമ നില്ല, അല്ലേ.'

അങ്ങേമ്മയും അമ്മയും മറുപടി പറഞ്ഞുകൊണ്ടിരുന്നു.

'വലുതാവുമ്പം മാറും.'

ഇങ്ങനെ മറ്റുള്ളവരോട് പറയുമ്പോഴും എല്ലാവരുടെയും മനസ്സിൽ ആശങ്ക ഉരുണ്ടുകൂടി. കുട്ടിയെ ചികിത്സിക്കണം. ആരെയാണ് കാണി ക്കേണ്ടത്.

വീട്ടിൽ ഇടയ്ക്കെല്ലാം വരുന്ന ഒരു ബന്ധുവുണ്ട്. അച്ഛന്റെ മരുമക ളുടെ ഭർത്താവ് നിടിയേങ്ങയിലെ ദാറുട്ടി നമ്പ്യാർ. അച്ഛന്റെ വലിയമ്മ യുടെ മകളുടെ മകൾ ലക്ഷ്മിക്കുട്ടിയുടെ ഭർത്താവാണ് അദ്ദേഹം.

ശ്രീകണ്ഠാപുരം വന്നാൽ കാവുമ്പായി വരാതെ ദാറൂട്ടി നമ്പ്യാർ പോകി
ല്ല. അച്ഛനോ, വലിയച്ഛനോ കണ്ടാൽ കൂട്ടിക്കൊണ്ടു വരികയും ചെയ്യും.
അമ്മാവന്മാർക്ക് മരുമകനെയും മരുമകന് അമ്മാവന്മാരെയും വലിയമ്മ
യെയും വലിയ കാര്യമായിരുന്നു.

ദാറൂട്ടി വലിയച്ഛൻ വീട്ടിലെത്തി എന്നെ കണ്ടപ്പോൾ ആനക്കുഴിയിലെ
കുഞ്ഞുവൈദ്യരുടെ കാര്യം പറഞ്ഞു. 'നല്ല കൈപ്പുണ്യ്യാണ്, കുട്ടിയെ
ഒന്നു കണ്ടാൽ മതി.' അദ്ദേഹം പറഞ്ഞു.

ഇപ്പോഴത്തെ പള്ളിത്തറ ജ്വല്ലറി ഉടമകളുടെ പൂർവികനാണ്
ആനക്കുഴി കുഞ്ഞുവൈദ്യർ. അക്കാലത്തെ പേരുകേട്ട ഒരു വൈദ്യനാ
യിരുന്നു അദ്ദേഹം. ദാറൂട്ടി നമ്പ്യരുടെ സാന്നിദ്ധ്യ്യത്തിൽ വീട്ടുകാർ വൈദ്യ
രുടെ അടുത്ത് പോകുന്നതിനുള്ള തീയതി തീരുമാനിച്ചു. അതിനിടയിൽ
തേർതലയിൽ നിന്ന് മകളുടെ ക്ഷേമം അന്വേഷിക്കാൻ അച്ഛപ്പനും കാവു
മ്പായിയിലെത്തി. അദ്ദേഹവും വൈദ്യരെ കാണാൻ കൂടെ പോവാമെ
ന്ന് ധാരണയായി. പറഞ്ഞദിവസം അച്ഛനും അമ്മയും എന്നെയും എ
ടുത്ത് നിടിയേങ്ങയിലേക്ക് പുറപ്പെട്ടു. കൂട്ടുംമുഖത്ത് നിന്ന് പന്ന്യാൽ
വഴി ചേപ്പറമ്പ് കടന്ന് നിടിയേങ്ങയിലെത്താം. അത്രയുംദൂരം അമ്മയ്
ക്ക് എന്നെ എടുത്ത് നടക്കാനാവില്ല. അമ്മ തളരുമ്പോൾ അച്ഛൻ എന്നെ
എടുത്തു. അച്ഛനാണെങ്കിൽ കുട്ടികളെ എടുക്കാനു മറിയില്ല.

എങ്ങനെയൊക്കെയോ അച്ഛനെന്നെ ഞേറ്റിയെടുത്ത് നടന്നു. ഉച്ചയ്ക്ക്
മുമ്പ് നിടിയേങ്ങയിൽ എത്തി. മരുമകളുടെ ഭർത്താവിന്റെ ആതിഥ്യം
സ്വീകരിച്ച് അന്നവിടെ തങ്ങി.

അക്കാലത്ത് മലയോരഗ്രാമങ്ങളെല്ലാം അർദ്ധവനപ്രദേശമായിരുന്നു.
നിടിയേങ്ങയും അതുപോലൊരു കാട് മൂടിയ ഗ്രാമം തന്നെയായിരുന്നു.
ദാറൂട്ടി നമ്പ്യാരുടെ അനിയൻ വീടിനടുത്തുള്ള കാട്ടിൽനിന്ന് വിരുന്നു
കാർക്ക് കൂട്ടാൻ വെക്കാൻ കാട്ടുകയ്പ്പക്ക ശേഖരിച്ചുകൊണ്ടുവന്ന കാ
ര്യം അമ്മ പറയാറുണ്ട്. ആ കൂട്ടാന്റെ സ്വാദ് അമ്മ ഇപ്പോഴും മറന്നിട്ടില്ല.
അന്നുരാത്രി അച്ഛന്റെ മരുമകൾ ലക്ഷ്മിയുടെ ഭർത്താവിന്റെ വീട്ടുകാർ
അമ്മാവനെയും അമ്മായിയെയും ചോറും കാട്ടുകയ്പ്പക്ക കൂട്ടാനും പു
ളിങ്കറിയും മൊളീഷ്യ്യവും നൽകി സത്കരിച്ചു. രാവിലെ അച്ഛപ്പൻ എ
ത്തിയ ഉടനെ ദാറൂട്ടി നമ്പ്യാർക്കൊപ്പം നിടിയേങ്ങയിൽ നിന്നും ഞങ്ങൾ
പുറപ്പെട്ടു. കുറച്ചു നടക്കുമ്പോൾ ഒരു ജീപ്പ് കിട്ടി. കരുവഞ്ചാൽ കുന്നി
നു താഴെവരെ ജീപ്പ് പോകും.

അവിടുന്ന് പിന്നെയും കുറെ കുന്നുകൾ കയറിയിറങ്ങണം. എന്റെ
മാതാപിതാക്കൾ എന്നെ മാറിമാറി എടുത്ത് കിളകളിലൂടെ, ഊടുവഴിക

ലിലൂടെ കുന്നും കുഴികളും താണ്ടി മറ്റുള്ളവർക്കൊപ്പമെത്താൻ പാടു പെട്ടു. കുറെ ഏക്കർ സ്ഥലത്ത് ഒറ്റപ്പെട്ട ഒരു ഓടിട്ട വീട്. അവിടെയാണ് കുഞ്ഞുവൈദ്യരും കുടുംബവും താമസിക്കുന്നത്.

തിരുവിതാംകൂറിൽനിന്നും മറ്റും മലബാറിലേക്കുള്ള കുടിയേറ്റം വലി യതോതിൽ തുടരുന്ന കാലമാണ്. ഉൾപ്രദേശങ്ങളിൽ കുടിയേറുന്ന ക്രിസ് ത്യാനികൾ ഭൂമിക്കാണ് പ്രാധാന്യം കൽപ്പിച്ചിരുന്നത്. കൈയിലുള്ള കാശിന് കിട്ടാവുന്നത്ര വനഭൂമി വാങ്ങി തെളിച്ച് അതിനു നടുവിൽ കയ റിക്കിടക്കാൻ ഒരു വീട് തട്ടിക്കൂട്ടിയുണ്ടാക്കും. എന്നിട്ട് കാടിനോടും കാലാ വസ്ഥയോടും മല്ലിട്ട് മണ്ണിൽ പൊന്നു വിളയിക്കാനുള്ള ശ്രമമായിരിക്കും. അത്തരത്തിൽ കുടിയേറിയ ഒരാളായിരുന്നു വൈദ്യരും.

ഉച്ചകഴിഞ്ഞു വൈദ്യരെ കാണാൻ പറ്റി. അദ്ദേഹം എന്നെ പരിശോ ധിച്ചു. കൈ മടക്കിയും നിവർത്തിയുമൊക്കെ പരിശോധിച്ചിട്ട് അദ്ദേഹം പറഞ്ഞു.'കൊച്ചല്ലേ, വലുതാവുമ്പോൾ മാറിക്കോളും.'

അരച്ചുരുട്ടിയ പച്ചമരുന്ന് കാടിവെള്ളത്തിൽ ചൂടാക്കി കൈക്കും കാലിനും പുരട്ടി അരമണിക്കൂർ കഴിഞ്ഞ് ചൂടുവെള്ളത്തിൽ കുളിപ്പി ക്കണം. കുളിച്ചതിനുശേഷം കൈക്കും കാലിനും തൈലം പുരട്ടണം.' വൈദ്യർ ചികിത്സ വിധിച്ചു. 12ദിവസത്തേക്കുള്ള പച്ചമരുന്നും തൈല വും നൽകി.

പരിശോധനയും മരുന്ന് നൽകലുമൊക്കെ കഴിയുമ്പോഴേക്കും നേരം വൈകി. നടന്നുപോകേണ്ടതാണ്. വഴിക്കിരുവശവും കാടാണ്. വെയിൽ മങ്ങുമ്പോൾ നരിയും കാട്ടുപോത്തുമൊക്കെ ഇറങ്ങും. ജീവന് തന്നെ ആപത്താകും. അന്ന് അവിടെ തങ്ങുകയല്ലാതെ മറ്റ് മാർഗ്ഗമില്ലായിരുന്നു. അടുത്തുള്ള, ഉടുമ്പൻ ചീത്ത എന്ന സ്ഥലത്ത് ഒരു സ്കൂളുണ്ട്. അധ്യാ പകർ സ്കൂളിൽ തന്നെയാണ് താമസിക്കുന്നത്.

അവർക്ക് ഒരു പാചകക്കാരനുമുണ്ട്. കിടക്കാനുള്ള സ്ഥലവും ഭക്ഷ ണവുമൊക്കെ വൈദ്യർ സ്കൂളിൽ ഏർപ്പാടാക്കിക്കൊടുത്തു. കിടക്കാ നുള്ള പായയൊക്കെ വൈദ്യരുടെ വീട്ടിൽനിന്നും സംഘടിപ്പിച്ചു. ചെ റിയ കുട്ടിയായ എന്നെയുംകൊണ്ട് എന്റെ രക്ഷിതാക്കൾ അന്ന് ആ സ്കൂ ളിൽ തങ്ങി.

എല്ലാവരും രാവിലെ എഴുന്നേറ്റ് പുറപ്പെട്ടു. ദാറൂട്ടി നമ്പ്യാർ നിടിയേ ങ്ങായിലേക്കും അച്ഛനും അമ്മയും അച്ഛപ്പനും തേർതലയിലേക്കും വഴി പിരിഞ്ഞു. ചീത്തീലെ വീട്ടിലെത്തുമ്പോൾ വൈകുന്നേരമായതിനാൽ അച്ഛനും അന്ന് അവിടെ തങ്ങി. ഭാര്യവീട്ടിൽ എത്തിയാൽ അച്ഛൻ കര യിൽ പിടിച്ചിട്ട മത്സ്യത്തെപ്പോലെയാണ് പെരുമാറുക. ഇതുപോലെ

എപ്പോഴെങ്കിലും പെട്ടുപോയാൽ ഇറയത്തുനിന്ന് തെക്കേ അകത്തുകൂ ടി നേരെ മുകളിലേക്ക് കയറും. മുകളിലെ വരാന്തയിൽ കസേരയിൽ ഇരിക്കും. ആവശ്യമില്ലാതെ ആരെയും അഭിമുഖീകരിക്കാൻ അച്ഛന് ഇഷ്ട മില്ല. അച്ഛപ്പൻ ചായ കുടിക്കാനും ഭക്ഷണം കഴിക്കാനുമൊക്കെ വിളി ച്ചാൽ താഴേക്ക് ഇറങ്ങിവരും. മടങ്ങാനുള്ള സമയമുണ്ടെങ്കിൽ വന്നകാര്യം സാധിച്ചിട്ട് വളരെ പെട്ടെന്ന് മടങ്ങും. വന്ന കാലിൽ ഒന്ന് ഇരുന്നെന്നു വരുത്തും. ഇരുന്ന ഉടനെ പോവാനായി എഴുന്നേറ്റ് കഴുക്കോലിന്റെ വള യുംപിടിച്ച് അമ്മയെ കാത്തുനിൽക്കും. അമ്മ എത്തിയാൽ രണ്ട് വാക്കും പറഞ്ഞ് കക്ഷി സ്ഥലംവിടും. അതിനിടയിൽ അമ്മമ്മ ഒരുഗ്ലാസ് ചായ കുടിപ്പിക്കും. ഈ തിരക്ക് അച്ഛന്റെ ജീവിതത്തിലുടനീളം ഉണ്ടായിരു ന്നു. അദ്ദേഹം ഇടയ്ക്കിടെ പറയുമായിരുന്നു. 'സമയമാണ് ഈശ്വരൻ.' അങ്ങനെയുള്ള സമയം നഷ്ടപ്പെടുത്താൻ അച്ഛൻ ഒരിക്കലും തയ്യാറാ യിരുന്നില്ല. വെറുതെയാണോ അങ്ങാടിയിൽ ഉള്ളവർ അച്ഛനെ 'അർജന്റ് നമ്പ്യാർ' എന്ന് വിശേഷിപ്പിക്കുന്നത്.

കാവുമ്പായി എപ്പോഴും പണിയും തിരക്കുമായതിനാൽ അവിടെ താമ സിച്ച് എന്നെ വേണ്ടതുപോലെ ശുശ്രൂഷിക്കാൻ അമ്മയ്ക്ക് ആവില്ല എന്ന് ബോധ്യമുള്ളതുകൊണ്ട് അച്ഛൻ ഞങ്ങളെ തേർതലയിൽ വിട്ടിട്ട് ഒറ്റയ് ക്ക് വീട്ടിലേക്ക് മടങ്ങി. അമ്മ എന്റെ ചികിത്സ തുടങ്ങി. കാടിവെള്ളത്തിൽ പച്ചമരുന്ന് ചൂടാക്കി ദേഹത്ത് പുരട്ടി പലകയിൽ ഇരുത്തിയാൽ കരയാ തെ ഞാൻ അവിടെ ഇരുന്നുകൊള്ളും. അമ്മയും സഹോദരങ്ങളും വി ളിക്കുന്നത് കേട്ട് ഞാൻ അച്ഛപ്പനെ വിളിച്ചു. 'അച്ഛാ...' അത് കേൾക്കു മ്പോൾ അച്ഛപ്പൻ അലിവോടെ പറയും. 'കുട്ടീന ഈട ഒറ്റക്കാക്കീറ്റ് ഇ വളെവിട്യാ പോയത്. ലക്ഷ്മീ, കുട്ടീനിട്ടിട്ട് ഏടീം പോകല്ല. കുട്ടീന അ കത്ത് കൊണ്ട് കിടത്തീറ്റ് ബേറെ പണിയെടുത്താ മതി.'

അച്ഛപ്പനും ഭാസ്കരമ്മാവനും മാത്രമേ അമ്മയെ ലക്ഷ്മീ എന്ന്! മുഴു വൻ പേര് വിളിക്കാറുള്ളൂ. അമ്മ എന്നെ മരുന്ന് പുരട്ടി പലകമേൽ ഇരു ത്തിയിട്ട് മറ്റുജോലികൾക്ക് പോകുമായിരുന്നു. അരമണിക്കൂർ കഴിയു മ്പോൾ വെള്ളം ചൂടാക്കി കുളിപ്പിക്കും. എന്നിട്ട് തൈലം പുരട്ടും. കുറെ കഴിയുമ്പോൾ ചുടുവെള്ളത്തിൽ തുണി മുക്കി തുടയ്ക്കും. ആനക്കുഴി യിലെ വൈദ്യരുടെ ചികിത്സ തുടരുന്നതിനിടയിൽ മറ്റൊരു പ്രശ്നമു ണ്ടായി. എനിക്ക് കടുത്ത ശ്വാസംമുട്ടൽ അനുഭവപ്പെട്ടു. കുഴമ്പ് തേച്ചി രുത്തിയിട്ട് തണുപ്പടിച്ചതായിരിക്കാം നെഞ്ചിൽ കഫം നിറയാൻ കാരണം. കുട്ടികളുടെ ബെരുത്തെള്ളേല് എന്നാണ് അക്കാലത്ത് അത് അറിയപ്പെ ട്ടിരുന്നത്.

അമ്മമ്മ പറഞ്ഞു. 'നാറാത്ത് കുട്ട്യളെ ബെർത്തത്തിന് ചികിത്സിക്കു ന്ന ഒരു കണിയാൻവൈദ്യരുണ്ട്. നമ്മള ചിരുതേയീരെ ബന്ധുവാന്ന്. ആദ്യൊന്നു കാണിക്കാം.'

അമ്മമ്മ ചിരുതേയിയെ വരുത്തി. ചിരുതേയിയും അമ്മയുംകൂടി വൈദ്യരുടെ അടുത്തേക്ക് എന്നെ കൊണ്ടുപോയി. ചിരുതേയി എന്നെ എടുത്തുകൊണ്ട് മുമ്പിൽ നടന്നു. ചിരുതേയിയും അമ്മയും തോട്ടുവാ യിൽ, തോട് പുഴയിൽ ചേരുന്നിടം, കൂടി നടന്നിട്ട്, ആഴം കുറഞ്ഞ ഭാഗ ത്തുകൂടി വള്ളക്കെ തോട് ഇറങ്ങിക്കടന്നു. എന്നിട്ട് പെരുമ്പാറക്കടവ് (കണ്ട കൈകൈടവ്) കടന്ന് കണ്ടക്കൈയിലൂടെ നടന്ന് വേളത്ത് പറമ്പിലെത്തി ബസ് കാത്തുനിന്നു. അവിടുന്ന് ബസിൽ കയറി നാറാത്ത് ഇറങ്ങി. പിന്നെയും കുറെ നടക്കണം. പല വളപ്പുകളിൽ കയറിയും കിളകളിലി റങ്ങിയും വീതികുറഞ്ഞ വഴിയിലൂടെ നടന്ന്! കണിയാൻ വൈദ്യരുടെ വീട്ടിലെത്തി. ചിരുതേയി വൈദ്യരുടെ ബന്ധുവായതുകൊണ്ട് അകത്തു പോയി കഞ്ഞി കുടിച്ചു. വൈദ്യരുടെ വീട്ടുകാരി അമ്മയ്ക്ക് നാരങ്ങാ വെള്ളം കൊടുത്തു.

വൈദ്യർ പച്ചമരുന്നൊക്കെ ഇട്ട് കാച്ചിയ ഒരു നെയ്യ് മൂക്കിനും സന്ധി കളിലും പുരട്ടാൻ തന്നു.

തിരിച്ചുവരുമ്പോഴും എന്നെ എടുത്തത് ചിരുതേയിയാണ്. അല്ലെങ്കിലും എന്നും എന്നെ എടുത്ത് നടക്കാനുള്ള നിയോഗം ചിരുതേയിക്കായിരു ന്നല്ലോ. എന്തിനാണ് ചിരുതേയി അങ്ങനെയൊരു നിയോഗം ഏറ്റെടു ത്തതെന്ന് അറിയണമെങ്കിൽ ചിരുതേയിയെക്കുറിച്ച് കൂടുതൽ അറിയണം. അത് അധികം വൈകാതെ പറയാം. അന്നുതന്നെ എനിക്ക് നെയ്പ്രയോ ഗം തുടങ്ങി. ആദ്യം മൂർധാവിൽ നെയ്യ് തൊട്ടുവെക്കണം. പിന്നെ തൊണ്ട യ്ക്ക്, നെഞ്ഞത്ത്, കക്ഷത്തിൽ, കക്ഷത്തിനു താഴെ നെഞ്ചിന്റെ ഇരുവ ശങ്ങളിലുമുള്ള അള്ളക്ക്, കൈത്തണ്ടയുടെ മടക്കിൽ, ഉള്ളം കൈയിൽ, കാൽമുട്ട് മടക്കിനുള്ളിൽ, ഉള്ളംകാലിൽ ഒക്കെ മരുന്നുനെയ്യ് തൊട്ടുവെ ച്ചു. മറ്റൊന്നുകൂടി ചെയ്യാൻ വൈദ്യർ പറഞ്ഞിരുന്നു. അലക്കിയ ഒരു ക ഷണം ശീലയിൽ അരൂത എന്ന പച്ചിലമരുന്ന് കെട്ടി കഴുത്തിന്റെ കുഴി യിൽ മരുന്നുകെട്ട് വരത്തക്കവണ്ണം കഴുത്തിൽ പൊന്നുപോലെ കെട്ട ണം. കുളിപ്പിക്കുമ്പോൾ അത് അഴിച്ചുവെക്കണം. കുളിച്ചുകഴിഞ്ഞാൽ പിന്നെയുമെടുത്ത് കഴുത്തിൽ കെട്ടണം.

എന്റെ ചികിത്സയ്ക്ക് അരൂത വേണമെന്നറിഞ്ഞപ്പോൾ ഭാസ്കരമ്മാ വൻ മുറ്റത്തെ തെങ്ങിൻ തടത്തിൽ അരൂത തൈ കൊണ്ടുവന്ന് നട്ടു. എന്റെ അമ്മയ്ക്ക് ഈ ചികിത്സയിൽ അൽപ്പം അവിശ്വാസമുണ്ടായിരു

ന്നു. പക്ഷേ, ശ്വാസം മുട്ടൽ മാറിയപ്പോൾ അമ്മയ്ക്കും വിശ്വാസമായി.

ഇക്കാലത്താണ് ഭാസ്കരമ്മാവന് ചിക്കൻപോക്സ് പിടിപെട്ടത്. അക്കാലത്ത് അദ്ദേഹം ഒരു മാഷിന്റെ വീട്ടിൽ ട്യൂഷൻ പഠിക്കാൻ പോകാറുണ്ടായിരുന്നു. ആ യാത്രയിലെവിടുന്നോ കിട്ടിയതായിരുന്നു ചിക്കൻപോക്സ്. അമ്മമ്മ പെരിങ്കോന്നിൽ പോയ സമയമായിരുന്നു അത്. അമ്മമ്മയുടെ പെരിങ്കോന്നിലെ തറവാട്ടുവീട്ടിൽ മീനാക്ഷി വലിയമ്മ ഗിരിജയെ പ്രസവിച്ച് കിടക്കുന്നുണ്ടായിരുന്നു. പ്രസവശുശ്രൂഷയൊക്കെ പാട്ടിയമ്മമ്മയാണല്ലോ ചെയ്യേണ്ടത്. അമ്മമ്മ തത്കാലം അമ്മയെ സഹായിക്കാൻ പോയതാണ്.

രാവിലത്തെ കഞ്ഞി കുടിക്കാനായപ്പോൾ അമ്മാവൻ അടുക്കളപ്പുറത്തെ ഇറയത്ത് വന്നിട്ട് എന്റെ അമ്മയോട് പറഞ്ഞു. 'അനക്ക് ഈട കഞ്ഞി തന്നാ മതി.'

ഏട്ടനെന്താ പറ്റിയത് എന്നോർത്തുകൊണ്ട് കഞ്ഞിയും പരിപ്പും കായും മൊളീഷ്യംവെച്ചതും നാരങ്ങാക്കറിയും പെങ്ങൾ ഇറയത്ത് കൊണ്ടുവെച്ചുകൊടുത്തു. അമ്മാവൻ കഞ്ഞികുടിച്ച് പാത്രം കഴുകിവെച്ചു. അമ്മ പാത്രം എടുക്കാൻ വന്നപ്പോൾ അമ്മാവൻ പറഞ്ഞു. 'പാത്രം എടുക്കണ്ട. അനക്ക് ഇനി അതിൽ തന്നാ മതി. ആ നാരങ്ങാക്കറി കളഞ്ഞെ.'

'നീ എന്ത്ന്നാ കള്ളക്കളി കളിക്ക്ന്ന്?' എന്ന് ചോദിച്ചുകൊണ്ട് അമ്മ അമ്മാവന്റെ മുഖത്തേക്ക് നോക്കി. കണ്ണിന്റെ പുരികത്തിൻ മുകളിൽ ഒരു കുമിള കണ്ടു.

'നിന്റെ മോത്ത് എന്താ പൊന്ത്യത്?' അമ്മ വീണ്ടും ചോദിച്ചു.

'ഞാൻ തെക്കേ അകത്തു കിടന്നോളും.' അമ്മാവൻ പിൻവശത്തെ മുറ്റത്തിറങ്ങി വീടിന്റെ മുൻവശത്തെത്തി തെക്കേ അകത്തേക്ക് പോയി. വിവരമറിഞ്ഞ ഉടനെ അച്ഛപ്പൻ തേർലായിക്കാരൻ ചടയൻ ഇവറാനെ വിളിച്ചുകൊണ്ടുവന്ന് അമ്മാവനെ കാണിച്ചു. മുഖത്ത് നിറയെ വസൂരിക്കലയുള്ള ഇവറാൻ അമ്മാവന്റെ രോഗം സ്ഥിരീകരിച്ചു. ചിക്കൻപോക്സ് തന്നെ.

ഇവറാൻ അച്ഛപ്പന്റെ തറവാട്ടുപറമ്പിന്റെ മൂലയിലുള്ള ഒരു ഒറ്റമുറി പ്പീടികയിൽ ചക്കര, പൊരി, ഉണക്ക്, മുറുക്കുമാല, പുകയില, വെറ്റില തുടങ്ങിയവ കച്ചവടം ചെയ്തിരുന്നു. വസൂരി വന്ന് മാറിയ ആളായതിനാൽ ഇത്തരം രോഗങ്ങൾ വരുമ്പോൾ നാട്ടുകാർ അദ്ദേഹത്തിന്റെ വിദഗ്ദ്ധാഭിപ്രായം ചോദിക്കുക പതിവായിരുന്നു.

ഒരുദിവസം രാത്രി ഒരു ഭയങ്കര കള്ളൻ വളരെ സമർത്ഥമായി അദ്ദേ

ഹത്തിന്റെ പീടിക മുറിച്ചു. പീടികമുറിയുടെ പിന്നിൽ നിന്ന് താഴോട്ട് കുഴിച്ച് ഇറങ്ങി കല്ലിലക്കി മുറിയിൽ നൂണുകയറിയ പാവം കള്ളന് കിട്ടി യതോ! കുറച്ചു ചില്ലറത്തുട്ടുകൾ, അരടിൻ വെളിച്ചെണ്ണ, ഒരു കോയ മുറുക്ക്, കുറച്ചു പയറും പരിപ്പും. പീടികയിൽ പണം സൂക്ഷിക്കാത്ത ഇ വറാനെ ശപിച്ചുകൊണ്ട് പുറത്തിറങ്ങിയ കള്ളന്റെ ചെരുപ്പും തോർത്തും പീടികയിൽ കുടുങ്ങിപ്പോയി. തെളിവ് ബാക്കിയായതോടെ കള്ളനെ പി ടികിട്ടി, പോലീസും വന്നു. വേണ്ടപ്പെട്ടവർ ഇടപെട്ട് നഷ്ടപരിഹാരവും പിഴയുമൊടുക്കി കേസില്ലാതാക്കി. മനംമടുത്ത ഇവറാൻ അതിൽ പി ന്നെ കട തുറന്നില്ല.

അച്ഛപ്പൻ ഒരു കത്തുംകൊടുത്ത് അമ്മമ്മയെ കൂട്ടിക്കൊണ്ടുവരാൻ ചിരുതേയിയെ പെരിങ്കോന്നിലേക്ക് പറഞ്ഞയച്ചു. അമ്മമ്മ വരുമ്പോൾ കുഞ്ഞുഗംഗാധരനെ കൂട്ടണ്ട എന്ന് പ്രത്യേകം കത്തിൽ എഴുതിയിരു ന്നു. പക്ഷെ, കത്തൊന്നു നോക്കി എന്നല്ലാതെ വിശദമായി വായിക്കാ നൊന്നും അമ്മമ്മ മെനക്കെട്ടില്ല. വായിച്ചിരുന്നെങ്കിൽ ചടയൻ ഇവറാൻ വന്ന് ഭാസ്കരനെ നോക്കിയ കാര്യം മനസ്സിലാകുമായിരുന്നു. അമ്മമ്മ കുട്ടിയേയും കൂട്ടിയാണ് വന്നത്. അതുകൊണ്ടെന്താ! ചിരുതേയിക്ക് ഉട നെ തന്നെ കുട്ടിയെ പെരിങ്കോന്നിലേക്ക് കൊണ്ടാക്കേണ്ടി വന്നു.

അമ്മമ്മ എത്തിയ ഉടനെ മകന്റെ പരിചരണം ഏറ്റെടുത്തു. പപ്പമ്മാ വനെക്കൂടി പരിചരിക്കേണ്ട ചുമതല അധികം വൈകാതെ അമ്മമ്മയ്ക്ക് ലഭിച്ചു. അടുത്ത ദിവസം നാരയണമ്മാവനും കിടപ്പിലായി. അപ്പോഴേ ക്കും ഭാസ്കരമ്മാവൻ രോഗംമാറി കുളിച്ചു. അത്യാവശ്യം സ്വന്തം കാര്യ ത്തിന് തളിപ്പറമ്പിലൊക്കെ പോകാനും തുടങ്ങി. പക്ഷെ, അമ്മമ്മയും വേഗം കിടപ്പിലായി.

എന്റെ അമ്മ തിരക്കുപിടിച്ച നാളുകളിലൂടെയിരുന്നു കടന്നുപൊ യ്ക്കൊണ്ടിരുന്നത്. സുഖമില്ലാത്ത മോളെ നോക്കണം. വീട്ടിലെ രോഗി കൾക്ക് സമയാസമയത്ത് പത്ഥ്യംനോക്കി ആഹാരമുണ്ടാക്കികൊടു ക്കണം. മറ്റുള്ളവർക്കും പകരുന്ന രോഗമായതിനാൽ അയൽപക്കക്കാരും സഹായികളും വരാറില്ല. നെല്ല് പുഴുങ്ങിക്കുത്തി കഞ്ഞിവെക്കണം. ആകെ വരുന്നത് അമ്മയുടെ കൂട്ടുകാരിയായ നഫീസുമ്മയാണ്. അവർ നെല്ല് കുത്തിക്കൊടുക്കും. അമ്മ ചിലപ്പോഴൊക്കെ അവരുടെ വീട്ടിൽ ഉണക്കിയ നെല്ല് കൊണ്ടുകൊടുക്കും. സൗകര്യമുള്ളപ്പോൾ അവർ അത് അവിടെ കുത്തിവെക്കും.

ഞാനാണെങ്കിൽ വിശന്നാലും മൂത്രമൊഴിച്ചാലും വല്ലാതെ കരഞ്ഞ് അമ്മയെ ശല്യപ്പെടുത്താറില്ല. സഹിക്കാൻ ആകാത്തപ്പോൾ ഒന്ന് ക

രയും. അത് കേൾക്കുമ്പോൾ അമ്മമ്മ തെക്കേ അകത്ത് നിന്ന് കരയും. 'ഈ പാപ്പേയ്ച്ചാ പോയെ. ന്റെ കയ്യാത്ത കുട്ടി കാൾന്നല്ലോ ദൈവേ.'

'ലേശം കാല്യാൽ അലിഞ്ഞുപോവ്വോ?' എന്ന്! പറഞ്ഞ് അമ്മ വന്ന് എന്നെ എടുത്ത് മുല തരും. അമ്മ ചിലപ്പോൾ അടുക്കളപ്പുറത്തെ ഇറ യത്തിട്ട അമ്മിയിൽ പറങ്കിയും മഞ്ഞളും തേങ്ങയുമൊക്കെ അരയ്ക്കു കയായിരിക്കും. അപ്പോൾ എന്റെ കരച്ചിൽ കേട്ടാലും ഉടനെ അമ്മയ്ക്ക് ഓടിവരാനാവില്ല.

കന്നിയിൽ മൂർന്നുകഴിഞ്ഞാൽ കരക്കണ്ടത്തിൽ മുഴുവൻ ഉഴുന്നിടും. അത് വിളഞ്ഞ് പറിക്കാറായി. ചിരുതേയി ഉണങ്ങിയ ഉഴുന്ന് ചെടികൾ പൊരിച്ചുകൊണ്ടുവന്ന് കൂനംകണ്ടിക്കാരുടെ അതിർത്തിയിൽ എ ത്തിക്കും. അമ്മ അത് നഫീസുമ്മയുടെ സഹായത്തോടെ കളത്തിൽ കൊണ്ടുവന്ന് ചിക്കും. രോഗപ്പകർച്ച ഭയന്ന് ചീത്ത്തീലെ വീട്ടിൽനിന്ന് വെള്ളമെടുത്തുകൊണ്ടിരുന്ന കൂനം കണ്ടി പാറു കിളയിലൂടെ നടന്ന് ഞങ്ങളുടെ വീട് കടന്ന്, കുന്നുകയറി കൈപ്പറത്തെ വീട്ടിൽ നിന്ന് വെ ള്ളംകൊണ്ടുപോകാൻ തുടങ്ങി.

അച്ഛപ്പൻ കാമ്പ്, കൂമ്പ്, കണ്ടച്ചക്ക തുരുത്തിലെ പച്ചക്കറി എന്നിവ യെല്ലാം സംഘടിപ്പിച്ചു കൊണ്ടുകൊടുക്കും. പീടികയിൽപോയി സാധ നങ്ങൾ വാങ്ങിക്കൊണ്ടുകൊടുക്കും. പാലങ്ങാട്ടെ പശുക്കളെ മണക്കാട്ടെ ആലയിൽ കെട്ടി അവിടുന്ന് കറന്ന് പാൽ കൊണ്ടുപോകുകയാണ് പതിവ്. പശുവിനെ കറക്കുന്നവർ ചീത്ത്തീലെ വീട്ടിനു താഴെക്കൂടി പാലുംകൊണ്ട് പോകുമ്പോൾ കോണിക്കൽ വെച്ച പാത്രത്തിൽ പാൽ ഒഴിച്ചുവെക്കും. അത് വീട്ടിൽനിന്നും ആരെങ്കിലും എ) ടുത്തുകൊണ്ടുവരും. രോഹിണിയും ജാനുവും മുറ്റമടിക്കുക, ഉഴുന്നൊക്കെ വാരി ഉണക്കാൻ കളത്തിൽ ചിക്കു ക തുടങ്ങി ചെറിയ ജോലികളൊക്കെ ചെയ്യും. ഏതായാലും ആ ചി ക്കൻപോക്സ് കാലം കടന്നുപോവുക തന്നെ ചെയ്തു. സ്തുത്യർഹ മായ രീതിയിൽ എന്റെ അമ്മ സഹോദരങ്ങളെയും അമ്മയെയും പരി പാലിച്ചു. വെറുതെയൊന്നുമല്ല അമ്മയ്ക്കത് സാധിച്ചത്. എന്നെപ്പോലെ സത്സ്വഭാവിയായ, കരയാത്ത ഒരു മോൾ ഉണ്ടായതുകൊണ്ടാണ്. അപ്പോൾ ഞാനല്ലേ അമ്മയുടെ ഉത്തരവാദിത്തം പൂർത്തിയാക്കാൻ സഹായിച്ചത്!

പ്രത്യാശയുടെ കാത്തിരിപ്പ്

ആനക്കുഴിയിലെ കുഞ്ഞുവൈദ്യർ നാരായണത്തൈലം തേച്ചാൽ മതി യെന്നു പറഞ്ഞതുകൊണ്ട് എന്റെ കൈക്കും കാലിനും നാരായണത്തൈ

ലം തേച്ചിരുത്തി അമ്മ അപ്പുറത്തേക്ക് മാറിയതാണ്. അപ്പോഴാണ് അ
ങ്ങേമ്മയും ഇടക്കളവൻ വീട്ടിലെ ചെറിയ വലിയമ്മയും കോണി കയറി
വന്നത്. അങ്ങേമ്മ ധൃതിയിൽ കിണ്ടിയിൽ നിന്ന് വെള്ളമൊഴിച്ച് കാൽ
കഴുകി നേരെ അവരെ നോക്കി ചിരിക്കുന്ന മോളുടെ അടുത്തേക്ക് വന്നു.
മോളുടെ കൈ പിടിച്ചുനോക്കിയിട്ട് അമ്മ പറഞ്ഞു. 'മോളെ കൈക്ക്
കുറച്ച് കരുത്ത് വന്ന് അല്ലേ ചെറിയക്കുട്ടീ.''

ചെറിയക്കുട്ടി കുട്ടിയുടെ കൈ തൊട്ടുനോക്കിയിട്ട് സമ്മതിച്ചു. 'അതേ,
അമ്മായി. ചെറിയ കുട്ട്യല്ലേ മാറും.'

അച്ഛപ്പൻ അമ്മയെ വിളിച്ചു. 'ലക്ഷ്മീ, ആരാ വന്നതെന്ന് നോക്ക്യാ.
അമ്മേന വിളിച്ച് അകത്ത് കൊണ്ടുപോയി ഇരുത്തൂ.'

ലക്ഷ്മി പുറത്ത് വന്ന് പറഞ്ഞു. 'ആത്തിരുന്നിറ്റ് വർത്തമാനം പറയാം
അമ്മേ.'

'ഇരിക്കാനൊന്നും നേരൂല്ല. നമ്മക്ക് ഇപ്പൊ പോണം. വീട്ടിലാരൂല്ലാ
ന്നറീല്ലേ.' അങ്ങേമ്മ പറഞ്ഞു.

കാർത്ത്യായനി പ്രസവിക്കാൻ പോയതാണ്. രണ്ടാമത്തെ പ്രസവമാണ്.
ആദ്യപ്രസവം മാസം തികയുന്നതിനുമുമ്പ് സംഭവിച്ചതുകൊണ്ട് കു
ഞ്ഞിനെ കിട്ടിയില്ല.

എന്റെ അമ്മ പറഞ്ഞു. 'ഏട്ടനോട് പറയാണ്ട് എങ്ങന്യാമ്മേ വെര്വാ.'

അപ്പോൾ അച്ഛപ്പൻ പറഞ്ഞു. 'ഓന കാക്കൊന്നും വേണ്ട. നിങ്ങള
കുട്ടീനീംകൊണ്ട് നിങ്ങള് പൊയ്ക്കോ.'

അമ്മമ്മ ഒറ്റയും വടയും ചുട്ട് വിരുന്നുകാർക്ക് ചായ കൊടുത്തു. രണ്ടു
മൂന്ന് കൂട്ടാൻ അധികം ഉണ്ടാക്കി മോളുടെ ഭർത്താവിന്റെ അമ്മയെ ഊ
ട്ടി. അവൾക്ക് കൊണ്ടുപോകാൻ അഞ്ചാറുതേങ്ങ ഉരിച്ചു സഞ്ചിയിൽ ഇ
ട്ടുകൊടുത്തു. 'എന്തെങ്കിലും വാങ്ങിക്കോ' എന്ന് പറഞ്ഞ് അച്ഛൻ
മകൾക്ക് പണവും കൊടുത്തു. ഭർത്താവിന്റെ വീട്ടിൽ പോകുമ്പോഴെല്ലാം
അപ്പം ചുട്ടു കൊണ്ടുപോകണം. അതിനുള്ള സാവകാശം കിട്ടാഞ്ഞതു
കൊണ്ടാണ് വാങ്ങാൻ പറഞ്ഞത്. എന്റെ അമ്മ കൂട്ടുമുഖത്ത് എത്തി
യപ്പോൾ മൂന്നുകോയ മുറുക്ക് വാങ്ങി.

അത്ര സന്തോഷത്തോടെ അല്ലെങ്കിലും അമ്മ പോകാൻവേണ്ടി സാരി
യുടുത്തു. എന്നെ ഉടുപ്പിടുവിച്ചു. കൂട്ടാൻ വന്നവർക്കൊപ്പം പോകാനിറ
ങ്ങി. ചെറിയ വലിയമ്മ എന്നെ എടുത്തു മുമ്പേ നടന്നു. അമ്മ പിന്നിൽ
നിന്ന് വിളിച്ചു പറഞ്ഞു. 'മോളെ കഴുത്തിന് പിന്നിൽ കൈ വെക്കണേ
ഏച്ചീ.'

അല്ലെങ്കിൽ കഴുത്ത് ബലമില്ലാതെ പിന്നോട്ട് ഒടിഞ്ഞുപോകും.

എന്റെ രണ്ടാമത്തെ പൂരവും വിഷുവും ഓണവും അങ്ങേമ്മ ആഷ്ടാ ദത്തോടെ ആഘോഷിച്ചു. ഞാൻ നടക്കാത്തതൊന്നും എന്റെ അങ്ങേമ്മ യ്ക്ക് എന്നെ സ്നേഹിക്കുന്നതിന് തടസ്സമായില്ല. പൂവിടുവിച്ചും കണി കാണിച്ചും തൈലം പുരട്ടി കുളിപ്പിച്ചും മൂന്നാം പിറന്നാൾ ആഘോഷി ച്ചും അങ്ങേമ്മ എന്നെ ലാളിച്ചു.

കന്നിമാസത്തിൽ അങ്ങേമ്മയ്ക്ക് ആഹ്ലാദകരമായ ഒരു വാർത്തയും കൂടി കിട്ടി. ഒരു മകം പിറന്ന മങ്ക കൂടി തളിയന്മാർ വീടിന്റെ അവകാശി യായിരിക്കുന്നു. എന്റെ വലിയച്ഛന് ഒരു മോളുണ്ടായിരിക്കുന്നു. ഇനി ഞാൻ ഇവിടെ ഒറ്റക്കല്ല. അനിയത്തിയും കൂട്ടിനുണ്ടാകും. ആ സമയ ത്ത് അങ്ങേമ്മ അതിമധുരമായ മറ്റൊരു കാര്യവും കണ്ടുപിടിച്ചു. അമ്മ യുടെ പ്രിയപ്പെട്ട ദച്ചൂട്ടിക്ക് കുളി തെറ്റിയിരിക്കുന്നു. എന്റമ്മ ഗർഭിണി യാണ്. അങ്ങേമ്മയുടെ മൂന്നാമത്തെ പേരക്കുട്ടിയും ജനിക്കാൻ പോകുന്നു.

മകരത്തിലാണ് അമ്മ പ്രസവിക്കാൻ പോയത്. ജാനകി അമ്മായി യും യശോദമ്മായിയും കമല ഇളയമ്മയും ചിരുതേയിയും ഗർഭിണി യെ മടിയിൽ അരിയിട്ട് കൊണ്ടുപോകാൻ തലേദിവസം തന്നെ കാവു മ്പായിയിൽ വന്നു താമസിച്ചു.

അമ്മയേക്കാൾ പ്രായമുള്ള ഒരാളെ ഇങ്ങനെ ചിരുതേയി എന്ന് പേർ വിളിക്കുന്നത് ഇപ്പോഴത്തെ കേൾവിക്കാർക്ക് അരോചകമായിരിക്കും എ ന്നറിയാം. ആ കാലഘട്ടത്തിൽ അതായിരുന്നു പതിവ്. താഴ്ന്ന ജാതി യിൽ പെട്ടവരെ കുട്ടികൾ പോലും പേരാണ് വിളിച്ചിരുന്നത്. ചിരുതേയി യുടെ ജാതിയായ കണിയാൻ നമ്പ്യാരേക്കാൾ താഴ്ന്നതായിട്ടാണ് ക ണക്കാക്കിയിരുന്നത്. പിൽക്കാലത്ത് ആ തെറ്റായ സമ്പ്രദായം തിരുത്തി ചിരുതേയിയേച്ചി, മാതുവേച്ചി എന്ന് മാറ്റിവിളിച്ചുകൊണ്ട് ഞങ്ങൾ പ്രാ യശ്ചിത്തം ചെയ്യാൻ തുടങ്ങി.

അടുത്ത ദിവസം ഉച്ചയ്ക്ക് മുമ്പുതന്നെ തളിയന്മാർ വീട്ടിൽ സദ്യ ഉണ്ടാക്കി വിരുന്നുകാരുടെ ഒപ്പമിരുത്തി അങ്ങേമ്മ അമ്മയെ ഊട്ടി. അ തിനുശേഷം മടിയിൽ അരിയിടൽ ചടങ്ങ് തുടങ്ങി. അമ്മ ഉടുത്ത സാരി യുടെ മുകളിൽ പുതിയ ഡബിൾ മുണ്ടുകൂടിയുടുത്ത് പടിഞ്ഞാറ്റയിൽ കത്തിച്ച നിലവിളക്കിനു മുന്നിൽ ഇരുന്നു. അങ്ങേമ്മ നിറകണ്ണുകളോ ടെ തളികയിൽ നിന്ന് അരിയെടുത്ത് തലയിലിട്ട് അനുഗ്രഹിച്ചു. അങ്ങേ മ്മയുടെ ജ്യേഷ്ഠത്തിയും കരഞ്ഞുകൊണ്ട് അമ്മയുടെ തലയിൽ അരി യിട്ട് അനുഗ്രഹിച്ചു. ഒരു കിണ്ണത്തിൽ അങ്ങേമ്മ കാരയപ്പം ചുട്ടുവെച്ചി രുന്നു. അത് അമ്മ ഉടുത്ത പുതിയ മുണ്ടിന്റെ മടിയിൽ അങ്ങേമ്മ വാരി ഇട്ടുകൊടുത്തു. അമ്മ അത് അമ്മായി നീട്ടിപ്പിടിച്ച ടൌവ്വലിലേക്ക് ചൊ

രിഞ്ഞു. അമ്മായി അപ്പം പൊതിഞ്ഞുകെട്ടി കൊണ്ടുപോകാൻ ഒരുക്കി വെച്ച അമ്മയുടെ റങ്കു പെട്ടിയിൽ വെച്ചു. പിന്നീട് അങ്ങേമ്മ നിറഞ്ഞ കണ്ണുകളോടെ ഒരു നാഴിയും ഒരു പിടിയുമായി അളന്നെടുത്ത ഉണക്ക ലരി അമ്മയുടുത്ത മുണ്ടിന്റെ മടിയിൽ ഇട്ടുകൊടുത്തു. അമ്മ അത് കൂ ട്ടിപ്പിടിച്ച് എഴുന്നേറ്റ് തിരിഞ്ഞുനോക്കാതെ നടന്ന് ഇറയവും കടന്ന്, നട കൾ ഇറങ്ങി, മുൻവശത്തെ മുറ്റം കടന്ന്, താഴെ മുറ്റത്തേക്കുള്ള പടിക ളിറങ്ങി, നേരെ നടന്ന്, പാലം കടന്ന്, കളമുള്ള പറമ്പിൽ കയറി. അ പ്പോഴേക്കും അമ്മായി മടിയിലെ അരി വാങ്ങാൻ ടൌവലുമായി മുന്നി ലെത്തി. അമ്മയുടെ മടിയിലെ അരി അമ്മായി നീട്ടിയ ടൌവലിൽ ചൊ രിഞ്ഞ്, പൊതിഞ്ഞു പെട്ടിയിൽ വെച്ചു. എന്നെയും എടുത്ത് ചിരുതേയി അവരുടെ കൂടെ നടന്നു.

എന്റെ അമ്മ അങ്ങേമ്മയ്ക്കെന്ന പോലെ ജ്യേഷ്ഠത്തി തമ്പായി അച്ഛ മ്മയ്ക്കും വളരെ പ്രിയപ്പെട്ടവളായിരുന്നു. അമ്മയുടെ ചെറിയ തെറ്റുക ളൊക്കെ അവർ ക്ഷമിക്കുമായിരുന്നു. എങ്കിലും കുറച്ചുദിവസങ്ങൾക്കു മുമ്പ് അങ്ങേമ്മയ്ക്ക് അമ്മയെ ഒന്ന് കലമ്പേണ്ടി വന്നു.

അങ്ങേമ്മ മിക്കവാറും പകൽ മുഴുവൻ വയലിലായിരിക്കും. ഒരു ദി വസം അമ്മ തെര് കലക്കുമ്പോൾ അങ്ങേമ്മയുടെ ഒരു ബന്ധു മോര് വാങ്ങാൻ വന്നു. 'ഞാൻ കലക്കാം മോളെ, നീ എണീറ്റോ.' അവർ അമ്മ യോട് പറഞ്ഞു.

അവർ തെര് കലക്കി ആവശ്യമുള്ളത്ര മോരും എടുത്ത് പോയി. പോകുന്ന പോക്കിൽ അങ്ങേമ്മ മുറ്റത്ത് പായിൽ ഉണക്കാനിട്ട കാപ്പി ക്കുരുവിൽ നല്ലൊരു ഭാഗം വാരിയെടുക്കാനും മറന്നില്ല. അമ്മ അത് കണ്ടെങ്കിലും ഒന്നും പറയാൻ പോയില്ല. ഏതായാലും അമ്മ വന്നാൽ കലമ്പ് ഉറപ്പാണെന്ന് എന്റെ അമ്മയ്ക്ക് അറിയാമായിരുന്നു. പ്രതീക്ഷി ച്ചതുപോലെ മുറ്റത്തെത്തിയ ഉടനെ കാപ്പിക്കുരു ഗണ്യമായി കുറഞ്ഞി രിക്കുന്നുവെന്ന് അങ്ങേമ്മ തിരിച്ചറിഞ്ഞു,

'ദച്ചൂട്ടീ.. ഞാൻ ചിക്കെടുത്ത്ന്ന് ആരാ കാപ്പിക്കുരു വാരിക്കൊണ്ടോ യത്.' അങ്ങേമ്മ ഒച്ചയെടുത്തു.

അമ്മ ആരാണ് കൊണ്ടുപോയതെന്ന് പറഞ്ഞുകൊടുത്തു. അപ്പോൾ അങ്ങേമ്മയുടെ ദേഷ്യം ഇരട്ടിച്ചു. 'നോക്കാഞ്ഞിട്ടല്ലേ, പ്രാപ്തിയില്ലാഞ്ഞി ട്ടല്ലേ' എന്നൊക്കെ പറഞ്ഞ് ഒരുപാട് കലമ്പാൻ തുടങ്ങി. 'ഓറ് നിങ്ങളെ ബന്ധുവാണ്. എന്റെ അച്ചന്റീം ബന്ധുവാണ്. ഓറെന്തെടുത്താലും അന ക്ക് കൈമ്മ്ന്നു പിടിക്കാൻ കയ്യില്ല. തേച്ചും കൊണ്ടുപോയാലും അന ക്ക് കലമ്പാനാവൂല.'

അമ്മയുടെ ഈ മറുപടി കൂടി ആയപ്പോൾ അങ്ങേമ്മയുടെ നിയ
ന്ത്രണം നഷ്ടപ്പെട്ടു. അങ്ങേമ്മ കലമ്പ് നിർത്താൻ ഭാവമില്ലെന്ന് കണ്ട
പ്പോൾ അമ്മ എന്നെയുമെടുത്ത് വടക്കുപുറത്തുകൂടി ഇറങ്ങി. കാട്ടിലാ
ണ് നടന്നെത്തിയത്. സാധാരണ അമ്മ അവിടെ വിറക് പെറുക്കാൻ
പോകാറുണ്ട്. ചുണ്ടച്ചാലിലെ ഈ കാട് അമ്മയ്ക്ക് വളരെ പരിചിതമാ
ണ്. ഇവിടുത്തെ കാട്ടുമരങ്ങളിൽ പാഞ്ഞുകയറി കൊമ്പുകൾ മുറിച്ച്
വിറക് ശേഖരിക്കാൻ അമ്മയ്ക്ക് വലിയ സാമർത്ഥ്യമാണ്. അടുക്കളയു
ടെ വശത്തുള്ള കുഞ്ഞിറയത്ത് അമ്മ കൊണ്ടുവന്ന വിറക് അങ്ങേമ്മ
കലാപരമായി മുറിച്ച് അടുക്കിവെച്ചത് കാണുമ്പോൾ വീട്ടിൽ വരുന്ന
പെണ്ണുങ്ങൾ അതിശയം കൂറാറുണ്ട്.

ഈ കാട്ടിൽ മകരത്തിൽ തന്നെ അടിമുടി കായ്ച്ചുനിൽക്കുന്ന ഒരു
പ്ലാവ് ഉണ്ട്. അമ്മ അതിൽനിന്ന് ചക്കക്കെണ്ടലുകൾ പറിച്ചു കൊണ്ടുവന്നു
കൂട്ടാൻ വെക്കും. അമ്മയുടെ ചക്കപ്പെരക്ക് കൂട്ടുമ്പോൾ വലിയച്ഛന് പോ
ലും ഇതെന്താണ് സാധനം എന്ന് മനസ്സിലാവാറില്ല. അമ്മയ്ക്ക് അത്രയ്
ക്ക് പ്രിയപ്പെട്ട ഈ കാട് അമ്മയെ ഒരിക്കലും ഒറ്റിക്കൊടുക്കില്ല. അതു
കൊണ്ട് ആർക്കും ഞങ്ങളെ കാണാനും പറ്റില്ല. എന്നെ ഒരു മരത്തിന്റെ
ചുവട്ടിൽ തോർത്ത് വിരിച്ച് ഇരുത്തിയിട്ട് അമ്മ കുറച്ചു വിറകു ശേഖരി
ച്ചു. പിന്നെ എന്നെ മടിയിൽ വെച്ച് അവിടെ ഇരുന്നു. ഒരുപാട് നേരം അ
മ്മ അങ്ങനെ ഇരുന്നു.

അതിനിടയിൽ പാട്ടക്കോടതിയിലെ കേസും കഴിഞ്ഞു അച്ഛൻ വീട്ടി
ലെത്തി. അങ്ങേമ്മ അമ്മയെ കാണാനില്ലെന്ന് അറിയിച്ചു. 'ഓള് കുട്ടീ
നീം എടുത്ത് ഏട്ട്യോ പോയി.'

അച്ഛൻ വസ്ത്രം പോലും മാറാതെ ഞങ്ങളെ തേടിയിറങ്ങി. എന്റെ
അച്ഛൻ തുവെള്ളവേഷത്തിലാണ് പുറത്തിറങ്ങാറുള്ളത്. അതുകൊണ്ട്
ആളിനെ ദൂരത്തുനിന്നേ കാണാൻ കഴിയും. അമ്മ വിറകുപെറുക്കാൻ
പോകുന്ന കാട്ടിലാണ് അച്ഛൻ ഞങ്ങളെ അന്വേഷിച്ച് ആദ്യം എത്തിയത്.
അമ്മ എന്നെ നെഞ്ചോട് ചേർത്ത് പിടിച്ചിട്ട് പറഞ്ഞു. 'മിണ്ടല്ലേ, മോളെ.'

ഞാൻ അനുസരണയോടെ അമ്മയുടെ നെഞ്ചോട് ചേർന്നിരുന്നു.

ഞങ്ങൾ വലിയൊരു മരത്തിനു മറഞ്ഞുനിന്നു. അച്ഛൻ പരതുന്നതനു
സരിച്ച് അമ്മ മരത്തിനു ചുറ്റും മാറിക്കൊണ്ടിരുന്നു. അച്ഛന്റെ കണ്ണ് നിറ
ഞ്ഞിരുന്നു. അച്ഛൻ കുറെനേരം നടന്നുനോക്കി ഞങ്ങളെ കാണാതെ
തിരിച്ചുപോയി. അച്ഛൻ പോയി എന്ന് ഉറപ്പായപ്പോൾ അമ്മ എന്നെ എടു
ത്ത്, വിറകുകെട്ട് തലയിലേറ്റി വീടിന്റെ അതിർത്തിയിൽ കൊണ്ടുവെച്ചു.
എന്നിട്ട് അളോറ വീട്ടിൽ പോയിരുന്നു. അധികം വൈകാതെ അച്ഛൻ

അവിടെയുമെത്തി. അച്ഛന്റെ തലവെട്ടം കണ്ടതോടെ അമ്മ എന്നെ എടു ത്ത് 'ഞാനീട്ണ്ട്ന്നു പറയല്ലേ' ന്നും പറഞ്ഞ് വീടിന്റെ പിറകിലേക്ക് മ റഞ്ഞു.

അച്ഛൻ ചോദിച്ചു. 'അമ്മാളുവേച്ചീ ഓള് ഈട വന്നിനാ...'

'ഇല്ലല്ലോ രാഘവാ.' അമ്മാളു വലിയമ്മ മറുപടി കൊടുത്തു. അച്ഛൻ നിരാശനായി തിരിച്ചു പോയി. വീട്ടിൽ പോയി സങ്കടത്തോടെ പറഞ്ഞു 'ഓള് ആ കുട്ടീനീംകൊണ്ട് ഏട്യെങ്കിലും പോയി തൊലഞ്ഞാരിക്കും. ആ കുട്ടീന ഈഡ്യാക്കി പോയാ മതിയാർന്നു .'

വീട്ടുപറമ്പിൽ കാടുമൂടിയ ഒരു പൊട്ടക്കിണറുണ്ട്. അച്ഛൻ അതിൽ പോയി നോക്കി. എന്നിട്ട് സൈ്വര്യമില്ലാതെ അള്ളോറ വീട്ടിൽ വീണ്ടുമെത്തി. ഇപ്രാവശ്യം അച്ഛൻ ഞങ്ങളെ കണ്ടു. അമ്മയുടെ കൈയിൽ നിന്നും എന്നെ പിടിച്ചുവാങ്ങി കൂടെ പോകാൻ പറഞ്ഞു.

'ഞാൻ വന്നോളും. നിങ്ങള് പൊയ്ക്കോ.' അമ്മ പറഞ്ഞു.

'വരാനാ പറഞ്ഞെ.' അച്ഛൻ നടന്നു.

അമ്മ പതുക്കെ നടന്ന് വീട്ടിലെത്തി. ഉള്ളിൽ കയറാതെ കുഞ്ഞിറയ ത്തിരുന്നു.

അച്ഛൻ എന്നെ അങ്ങേമ്മയുടെ കൈയിൽ കൊടുത്തിട്ട് പടിഞ്ഞാറ്റ കത്തേക്ക് കയറിപ്പോയി. അലക്കിയ ഒരു മുണ്ടുമെടുത്ത് പെട്ടെന്ന് ഇ റങ്ങി വന്നു. അമ്മയെ കൈപിടിച്ച് ബലമായി എഴുന്നേൽപ്പിച്ചു. മുണ്ട് കൈയിൽ പിടിപ്പിച്ചിട്ട് പറഞ്ഞു. 'ഉടുക്ക്. ഇപ്പൊ നിന്നെ വീട്ടിൽ കൊ ണ്ടാക്കാം.'

'കൈ വിട്. അനക്ക് ഉടുക്കാൻ അറിയാം. അന്യാരും ഉടുപ്പിക്കണ്ട.' അമ്മ കുതറി.

അങ്ങേമ്മ ഓടിവന്നു. 'എന്താ രാഘവാ, നീയി കാണിക്കുന്നത്?'

'ബാക്കിള്ളോര തീ തീറ്റിച്ച്റ്റ്. അനക്ക് ഓള വേണ്ട.'

'ഓള അനുനയിപ്പിച്ചു കൊണ്ടരാണ്ട്. ഓക്ക് ബുദ്ധി ഇല്ലാഞ്ഞിട്ടല്ലേ. ഇപ്രാവശ്യം ക്ഷമിക്ക്. ഇപ്പളത്തെ പിള്ളര് നിന്റെ പ്രാന്തിനൊന്നും നിക്കുല.' വലിയച്ഛനും സമാധാനിപ്പിച്ചു.

'ഒന്ന് ഉക്കത്തും മറ്റൊന്ന് വയറ്റിലും. ഓന് ബേണ്ടപോലും. നീ ഇതിൽ എടപെടണ്ട. ഞാൻ നോയ്ക്കോളും. ആത്തെങ്ങാൻ കേറിപ്പൊ.' അങ്ങേമ്മ അച്ഛനെ ഓടിച്ചു. അമ്മയുടെ കൈ പിടിച്ച് ഉള്ളിലേക്ക് കൊണ്ടുപോയി.

അമ്മ രണ്ടാമതും ഗർഭിണിയാണ്. ദേഷ്യം വന്നപ്പോൾ എന്തെങ്കിലും പറഞ്ഞുവെന്നുവെച്ച് മൂന്നു മക്കളെ ഉപേക്ഷിക്കാൻ അങ്ങേമ്മയ്ക്ക് മന സ്സില്ല.

ഇപ്പോൾ തൽക്കാലത്തേക്കാണെങ്കിലും അങ്ങേമ്മയുടെ പ്രിയപ്പെട്ട മക്കൾ പോകുകയാണ്. അപ്പോൾ ആ അമ്മ എങ്ങനെയാണ് കണ്ണ് നിറ യ്ക്കാതെ അവരെ പറഞ്ഞയക്കുക. അനിയത്തി കരയുമ്പോൾ താരത മ്യേന ദുർബ്ബലയായ ജ്യേഷ്ഠത്തി, തമ്പായിയും കരഞ്ഞുപോയതാണ്.

കുഞ്ഞാവ വന്നു

അമ്മയുടെ പ്രസവത്തീയതി അടുക്കുംതോറും വീട്ടുകാർ കുറേശ്ശെ വേവലാതിപ്പെടാൻ തുടങ്ങി. ആദ്യപ്രസവം അത്രയെളുപ്പത്തിൽ മറക്കാൻ കഴിയുന്നതല്ലല്ലോ. ലക്ഷ്മിയെ ആശുപത്രിയിലാക്കണം എന്ന് ഭാസ്ക രമ്മാവൻ ഉറപ്പിച്ചു പറഞ്ഞു.

'ഇക്കൊല്ലത്തെ അടക്ക പാട്ടത്തിന്റെ പണം മുഴുവൻ എന്റെ മോൾ ക്ക് വേണ്ടി ചെലവഴിക്കാം. ആരോഗ്യമുള്ള കുട്ടീന്യല്ലേ നമ്മക്ക് വേണ്ടത്.' അച്ഛപ്പൻ തീരുമാനിച്ചു.

അന്ന് കണ്ണൂർ ജില്ലാശുപത്രിയിൽ മാത്രമേ പ്രസവവാർഡും മറ്റ് സൌ കര്യങ്ങളുമുണ്ടായിരുന്നുള്ളൂ. അവിടെ അഡ്മിറ്റാക്കാം എന്ന് അമ്മയു ടെ വീട്ടുകാർ തീരുമാനിച്ചു.

അമ്മമ്മയും അച്ഛപ്പനുമൊക്കെ അമ്മയെ ഡോക്ടറെ കാണിക്കാൻ കണ്ണൂർ കൊണ്ടുപോകണം എന്ന് പറഞ്ഞുകൊണ്ടിരുന്നപ്പോൾ ഒരുദിവ സം രാവിലെ അമ്മയ്ക്ക് അല്പം അസ്വസ്ഥത അനുഭവപ്പെട്ടു. ചെങ്ങ ളായി ഒരു നേഴ്സ് ഉണ്ടായിരുന്നു. ഉടനെ തന്നെ ഒരു ജീപ്പ് പിടിച്ച് ചെങ്ങ ളായി പോയി നേഴ്സിനെ കൊണ്ടുവന്നു.

നേഴ്സ് പരിശോധിച്ചിട്ട് ചോദിച്ചു. 'വേദന ഉണ്ടോ മോളെ.'

'കുട്ടി തിരിഞ്ഞു വരുന്നപോലെ വേദനയുണ്ട്.' അമ്മ പറഞ്ഞു.

'തല താണ് വരുന്നുണ്ട്. കൈക്ക് കുട്ടീരെ തല മുട്ടുന്നുണ്ട്. ഒന്നു തി രിയുകേ വേണ്ടു. സുഖപ്രസവായിരിക്കും. അടുത്ത് പേറ്റിച്ചി ഇല്ലേ. അ വരെ വിളിച്ചാൽ മതി. ഒന്നും പേടിക്കണ്ട. ചെലപ്പോ ഇന്ന് രാത്രി തന്നെ പ്രസവിക്കും.' നേഴ്സ് പറഞ്ഞു.

നേഴ്സ് അപ്പോൾ തന്നെ പോയി.

എപ്പോൾ വേണമെങ്കിലും മലിയെ വിളിച്ചുകൊണ്ടുവരാൻ കഴിയും. 'കാലിന്റെ ചുണ്ട്മ്മുന്നു ചോര വരുവോളം പേറ്റുനോവ് പറയരുത്' എ ന്ന് പണ്ടുള്ളവർ പറയുന്നത് കേട്ട് വളർന്ന അമ്മ വേദനയെക്കുറിച്ച് പരാ തി പറഞ്ഞില്ല. രാത്രി എട്ടുമണിയായപ്പോൾ സഹിക്കാൻ പറ്റാത്തൊര വസ്ഥയിൽ അമ്മയോട് പറഞ്ഞു. 'ഇനി ആവുല്ല അമ്മേ.'

അമ്മമ്മ പത്മനാഭനെ വിളിച്ച് പറഞ്ഞു. 'ഏച്ചിക്ക് സുഖുല്ല. നീ അങ്ങ ട്ടെ കോരനീം ബിളിച്ച് ആ മലി മാണീന കുട്ടിക്കൊണ്ടാ.'

പത്മനാഭൻ ടോർച്ചുമെടുത്ത് ഇറങ്ങി. തോട്ടത്തിലെ വളപ്പിനടുത്താണ് മാണി താമസിക്കുന്നത്. രാത്രിയായതുകൊണ്ട് മാണിക്കൊപ്പം പണി ക്കരും വന്നു.

മലി മാണി വരുമ്പോഴേക്ക് കുട്ടിയുടെ മൂർദ്ധാവ് പുറത്ത് വന്നിരു ന്നു. രാത്രി ഒമ്പത് മണിക്ക് പ്രസവിച്ചു. വെളുത്ത് തുടുത്ത ഓമനക്കുട്ടൻ. തല നിറയെ കറുത്ത് ചുരുണ്ട മുടി. അച്ഛപ്പൻ സമയം കുറിച്ചു. മേടം 12, ഒമ്പത് മണി, വെളുത്ത അത്തം. മലി കുട്ടിയെ കുളിപ്പിച്ച് കലശമാടി.

മലി പുറത്തേക്ക് തല നീട്ടി വിളിച്ചു. 'പെറ്റു. ആങ്കുട്ടി. കാണണ്ടവർ കണ്ടാട്ടെ.'

കുട്ടിയുടെ അച്ഛനും അമ്മയുടെ അച്ഛനും അമ്മാവന്മാരും കുഞ്ഞക ത്തിന്റെ വാതിൽക്കലെത്തി. മലി കുട്ടിയുടെ രണ്ടുകൈയും പിടിച്ച് തൂ ക്കിയെടുത്ത് അവരെ കാണിച്ചു. 'ഒരു ബെർത്തും മോനില്ല. തമ്പ്രാക്ക ന്മാർ നോക്ക്യാട്ടെ.'

മലി കുട്ടിയെ തൂക്കിയെടുത്ത് കണ്ടപ്പോൾ അമ്മ ഒച്ചയെടുത്തു. 'നീ എന്ത്നാ എന്റെ കുട്ടീന ചീയ്ന്ന്. ഇങ്ങ് കൊണ്ടാ.'

'ഓ...ഒര് കുട്ടി...മറ്റാർക്കുല്ല...ഇങ്ങന്യെല്ലാം ചീതാലേ ശക്തീണ്ടാവുലു.'

'എന്റെ കുട്ടീന ഇങ്ങന്യൊന്നും ചീയണ്ട.' അമ്മ കിടക്കുന്നിടത്ത് നിന്ന് ചാടി എഴുന്നേറ്റ് കുട്ടിയെ പിടിച്ചുവാങ്ങി.

കുട്ടിയുടെ അച്ഛൻ കീശയിൽ കൈയിട്ട് മുഴുവൻ നോട്ടുകളും വാരി യെടുത്ത് മലിക്ക് കൊടുത്തു. അച്ഛപ്പനും മലിക്ക് പണംകൊടുത്തു. പിശു ക്കനായ എന്റെ അച്ഛൻ 200 രൂപ കൊടുത്തു എന്ന് കണ്ടപ്പോൾ എന്റെ അമ്മ മനസ്സിലോർത്തത്രേ. 'ഇയാളെങ്ങന്യാ ബസിന് പൈസ കൊടു ക്ക്വാ.'

ഏതായാലും മലി സന്തുഷ്ടയായി. പണിക്കർക്കും സന്തോഷമായി.

അച്ഛൻ അമ്മയെ ആശുപത്രിയിൽ കൊണ്ടുപോകാൻ വേണ്ടി തലേ ദിവസം വൈകുന്നേരം ഭാര്യവീട്ടിൽ വന്നു താമസിച്ചതായിരുന്നു. അതാണ് കൈയിൽ കൂടുതൽ പണമുണ്ടായത്. യാതൊരു ബുദ്ധിമുട്ടും കൂടാതെ ഭാര്യ ഒരു ആൺകുഞ്ഞിന് ജന്മംനൽകിയതിന്റെ സന്തോഷം അടക്കാൻ കഴിയാതെ പ്രകടിപ്പിച്ചതാണ് അച്ഛൻ.

കുട്ടിയെ അമ്മയുടെ അടുത്ത് കിടത്തി. പെറ്റനോവും ക്ഷീണവുമൊ ക്കെ മാറി സമാധാനമായി കിടന്നപ്പോൾ അമ്മ പറഞ്ഞു. 'മോളെ കാ ണണം.'

മീനാക്ഷി വലിയമ്മ എന്നെ അടുത്തുകൊണ്ടിരുത്തി. 'ഇതാ നിന്റെ മോള്.'

അമ്മമ്മ പറഞ്ഞു. 'മോളെ അനിയനാന്ന്. കുഞ്ഞുമോനെ കണ്ടോ.'

പനിനീർപ്പൂപോലുള്ള എന്റെ അനിയനെ ഞാൻ ആദ്യമായി കണ്ടു. ഇടതുകൈയുടെ ചൂണ്ടുവിരൽ നീട്ടി പതുക്കെ അവന്റെ കവിളിൽ തൊട്ടു. പിന്നെയും പിന്നെയും തൊട്ടു. പതുക്കെ വിളിച്ചു. 'കുഞ്ഞാവേ...'

അമ്മേടെ വട്ടീൽ കുഞ്ഞാവിണ്ട്ന്ന് അമ്മ പറഞ്ഞ്റ്റ്ണ്ടല്ലാ.. ഇപ്പൊ കുഞ്ഞാവ വന്നല്ലോ.. ഞാൻ ഉറങ്ങുന്നതുവരെ അമ്മ ഞങ്ങളെ ഇരുപു റവുമായി കിടത്തി. ഉറങ്ങിയാൽ അമ്മമ്മയോ, വലിയമ്മയോ എന്നെ എ ടുത്തുകൊണ്ട് പോയി അവരുടെ കൂടെ കിടത്തും. പാട്ടി അമ്മമ്മ അമ്മ യെ നോക്കാൻ തേർതല വന്നു താമസിച്ചു. എല്ലാവരും കൂടി എന്നെ യും നോക്കി. ഞാൻ ഇടയ്ക്കിടെ 'കുഞ്ഞുമോനേ, കുഞ്ഞാവേ'ന്നാ ക്കെ വിളിച്ച് തൊട്ടുനോക്കും.

എന്റെ രണ്ടു കൈകളും കാണിച്ച് ഞാൻ എല്ലാവരോടും പറയുമാ യിരുന്നു. 'ഇത് മങ്ങും. ഇത് മങ്ങൂല.'

പപ്പമ്മാവൻ അത് പറഞ്ഞ് കളിയാക്കുന്നത് ഒരു സ്വപ്നത്തിലെന്ന പോലെ എനിക്ക് ഓർമ്മയുണ്ട്. അത് കേൾക്കുമ്പോൾ എനിക്ക് വല്ലാത്ത സങ്കടം വരുമായിരുന്നു എന്നതും എനിക്കിപ്പോഴും ഓർമ്മയുണ്ട്. എന്റെ ഇടതുകൈക്കാണ് അൽപ്പമെങ്കിലും ബലമുള്ളത്. അതാണ് ഞാൻ അങ്ങ നെ പറഞ്ഞുകൊണ്ടിരുന്നത്.

ഭാസ്കരമ്മാവൻ ടീച്ചേഴ്സ് ട്രെയിനിംഗ് കോഴ്സിനു പഠിക്കുന്ന കാല മായിരുന്നു. അതുകൊണ്ട് മരുമകനെ അല്പദിവസം കഴിഞ്ഞാണ് അദ്ദേ ഹം കണ്ടത്. അമ്മാവൻ വന്നിട്ട് അച്ഛനമ്മമാരെ കുറ്റപ്പെടുത്തി. 'ഒന്നി ങ്ങനെ എന്ന് നിങ്ങളന്ന്യാ പറീന്നത്. എന്നിട്ട് നിങ്ങക്കെന്തു ധൈര്യം. എന്തുകൊണ്ട് നേരത്തെ പോയി ആസ്പത്രിയിൽ അഡ്മിറ്റാക്കിയില്ല?'

'നിനക്ക് ഒട്ടും പേടിയില്ല, അല്ലേ?' പെങ്ങളോടും ഏട്ടൻ ചോദിച്ചു.

'പേടിച്ചിട്ടെന്താ വേണ്ടത്?' മറ്റൊരു ചോദ്യത്തിലൂടെ പെങ്ങൾ മറുപ ടി പറഞ്ഞു.

അമ്മാവൻ മരുമകന്റെ കൈയൊക്കെ പിടിച്ചുനോക്കി. കുട്ടിയുടെ അച്ഛ ന്റെ വീട്ടിൽ പ്രസവം അറിയിക്കാൻ പോകണം. കുട്ടിയുടെ അച്ഛൻ കണ്ട തും അറിഞ്ഞതുമൊന്നും ആ ചടങ്ങ് വേണ്ടെന്നുവെക്കാൻ മതിയായ കാരണമല്ല. അതുകൊണ്ട് അമ്മമ്മയുടെ അച്ഛൻ തന്നെയാണ് ഇപ്രാവ ശ്യവും കാവുമ്പായി പോയത്.

അച്ഛപ്പൻ വടിയും കുത്തി പടികയറി വരുമ്പോൾ അമ്മ ഉപചാരപൂർ

വം സ്വീകരിച്ചു. അച്ഛപ്പൻ ചിരിച്ചുകൊണ്ട് പറഞ്ഞു. 'ഒരു മോള്ളായി, ഒ രു മോമ്പായി കുഞ്ഞീ.'

'കുട്ടീന്റെ കൈക്കും കാക്കും ബെർത്തൊന്നും ഇല്ലല്ലോ രാമാട്ടാ.' അമ്മ ചോദിച്ചു.

'ഒരു കൊയപ്പൂല്ല കുഞ്ഞീ. ചൊണക്കുട്ടനല്ലേ ഓൻ.' അച്ഛപ്പൻ ചി രിച്ചു.

കുട്ടിയുടെ പാല്കൊടുക്കല് പറയാൻ മീനാക്ഷി വലിയമ്മ തന്നെ ഒരാളെ തുണകൂട്ടി കാവുമ്പായി പോയി.

അമ്മയുടെ വലിയച്ഛന്റെ മകൻ കോറൂട്ടിയുടെ ഭാര്യ മീനാക്ഷി മോനെ കണ്ടിട്ട് അഭിപ്രായപ്പെട്ടു. 'മോളപ്പോലെ തന്നെ മോനും. മോന്റെ കൈ ക്ക് കുറച്ച് ശക്തി കൂടുതല്ണ്ട്, അല്ലേ?'

ഇപ്പോൾ അമ്മയുടെ വീട്ടില് നാല് കുട്ടികളുണ്ട്. വലിയമ്മയുടെ രണ്ടു മക്കൾ, എനിക്ക് രണ്ടു വയസ്സ് മൂത്ത ഗംഗാധരനും ഒരു വയസ്സ് ഇളയ ഗിരിജയും ഞാനും പിന്നെ കുഞ്ഞാവയും. ഗംഗാധരനും ഗിരിജയും അല് പസ്വല്പം കുസൃതിക്കാരാണ്. ഗിരിജ ദേഷ്യം വരുമ്പോഴൊക്കെ ഉറക്കെ കരയും, നിലത്ത് വീണുരുളും. അവൾ തൊള്ളതുറക്കുമ്പോൾ അമ്മമ്മ ദേഷ്യപ്പെടും. 'നിന്നെപ്പോലെ അല്ലേ ശാന്തക്കുട്ടി. എന്നാ നിനക്ക് വേ ണ്ടത്, പറ.'

ഞാനും കുഞ്ഞാവയും സാധുക്കുട്ടികളാണ്. ഒട്ടും കരയാറില്ല പോലും.

അങ്ങേമ്മയും ആന്തൂർ വീട്ടില് കല്യാണിയും അളോറ മീനാക്ഷി യും പ്രസന്നയേയും കൊണ്ട് കാര്ത്യായനിയുമാണ് പാലുകൊടുക്കാൻ വന്നത്. സംബന്ധക്കാർ വരുമ്പോൾ വെറ്റിലയും പുകയിലയും കുട്ടി കൾക്ക് തിന്നാനും വാങ്ങണം. കുട്ടിക്ക് അരഞ്ഞാണം, കുട്ടിയുടുപ്പ് എന്നി വയും കൊണ്ടുവരണം. ഇതൊക്കെ എടുക്കാൻ വണ്ണത്താടിച്ചി മാതി യും കൂടെയുണ്ട്. ചീത്തീലെ വീട്ടില് ആരും മുറുക്കാറില്ലെങ്കിലും മുറ തെറ്റിക്കാൻ പാടില്ലല്ലോ. അമ്മയുടെ പാലങ്ങാട്ടെ വലിയച്ഛൻ മുറുക്കു ന്നതുകൊണ്ട് വെറ്റിലയും പുകയിലയും അമ്മമ്മ അവിടെ കൊണ്ടുകൊ ടുക്കും. പാലുകൊടുത്ത് പേരിടുമ്പോൾ മോനിടാൻ സാധാരണ ചെറി യ കുട്ടികൾക്കിടുന്ന വെള്ളക്കുപ്പായമാണ് അങ്ങേമ്മ കൊണ്ടുവന്നത്. അച്ഛപ്പൻ തളിപ്പറമ്പില് പോയി കുറെ വെളുത്ത ഉടുപ്പുകളും ഭംഗിയു ള്ള ഒരു റോസ് ഉടുപ്പും കൊണ്ടുവന്നിരുന്നു. ഭാസ്കരമ്മാവൻ തൊപ്പി യൊക്കെയുള്ള ഉടുപ്പാണ് കൊണ്ടുവന്നത്. എന്നാലും അച്ഛന്റെ വീട്ടു കാർ കൊണ്ടുവന്ന ഉടുപ്പിട്ടാണ് ചടങ്ങ് നടത്തേണ്ടത്.

അങ്ങേമ്മ ഇറയത്ത് കയറാൻ തുടങ്ങിയപ്പോഴേ ഞാൻ മണംപിടിച്ച് നെരങ്ങി നെരങ്ങി അങ്ങേമ്മയുടെ മുന്നിലെത്തി. 'ന്റെ മോളെ എത്ര നാ ളായി കാണാത്തെ 'എന്ന് പറഞ്ഞ് അങ്ങേമ്മ എന്നെ വാരിയെടുത്തു. എന്റെ അങ്ങേമ്മയെ എനിക്ക് അത്രയ്ക്ക് ഇഷ്ടമാണ്. അമ്മയ്ക്ക് എന്നെ യും ഇഷ്ടമാണ്. എന്നെ എടുത്തുകൊണ്ടാണ് അമ്മ കുഞ്ഞാവയെ കാണാൻ പോയത്.

പേരിടൽ ചടങ്ങിന് അമ്മയും കുട്ടിയും ഇരുന്നപ്പോൾ അങ്ങേമ്മ ചോ ദിച്ചു. 'കുട്ടിക്കെന്താ പേരിടണ്ടത്?'

വന്നവരുടെ കൂട്ടത്തിലെ മീനാക്ഷി പറഞ്ഞു. 'പ്രേമരാജൻന്ന് ഇടാം.'

അപ്പോൾ കുട്ടിയുടെ അമ്മ പറഞ്ഞു. 'പ്രേമം വേണ്ട. ബാബുരാജൻ മതി.'

'ആയ്ക്കോട്ടപ്പാ. നിങ്ങക്കല്ലേ പുതിയ പേരെല്ലാം അറിയാ.' അങ്ങേ മ്മ സമ്മതിച്ചു.

അങ്ങനെ എന്റെ കുഞ്ഞാവ ബാബുരാജൻ ആയി.

സദ്യയൊക്കെ ഉണ്ട് പോകാറായപ്പോൾ അങ്ങേമ്മ എന്നെ താഴെവെ ച്ചില്ല. അങ്ങേമ്മ മീനാക്ഷിയോട് ചോദിച്ചു. 'നമ്മക്ക് ശാന്തക്കുട്ടീന എടു ത്തൂടെ?'

'പിന്നെന്താ വെല്ലിമ്മേ. ശാന്തക്കുട്ടീന ഞാനെടുക്കൂലെ.' എന്നായി മീനാക്ഷി.

'ദച്ചുട്ടീ, മോളെ കുപ്പായയെല്ലാം ഇങ്ങെടുക്ക്. ഞാനോള കായിമ്പായി കൊണ്ടോവ്വാ...'അങ്ങേമ്മ പറഞ്ഞു.

'ഇപ്പൊ കൂട്ടണോ അമ്മേ. നാട്ടിപ്പണി കയിഞ്ഞില്ലല്ലോ.' അമ്മ സംശ യിച്ചു.

'നീ കുട്ടീരെ കുപ്പായിങ്ങെടുക്ക്. അതെല്ലം ഞാൻ നോയ്ക്കോളും. ഇപ്പ കാർത്ത്യാണി വീട്ടില്ണ്ടല്ലൊ.'

അമ്മ പിന്നെ മിണ്ടിയില്ല. ആരും ഒന്നും മിണ്ടിയില്ല. മിണ്ടിയിട്ട് കാര്യൂ ല്ലെന്നറിയാം. അങ്ങേമ്മ എന്നെ ഞേറ്റിയെടുത്ത് കൊണ്ടുപോയി.

കാവുമ്പായിയിൽ എന്നെ കുളിപ്പിക്കുന്നതും ഊട്ടുന്നതും ഉറക്കുന്നതും എല്ലാം അങ്ങേമ്മയാണ്. തൊള്ളകീറി കരയുന്ന വലിയച്ഛന്റെ മകൾ പ്രസ ന്ന അങ്ങേമ്മയെ തൊടാൻ സമ്മതിക്കില്ല. അവൾ എനിക്ക് രണ്ടു വയ സ്സിന് ഇളയതാണ്. അവൾ തൊള്ള തുറക്കുമ്പോൾ അങ്ങേമ്മ പറയും. 'രാക്ഷസിക്കുട്ടി, ഇത്രേയ ഉള്ളൂ. എന്നാലെന്താ, ഒച്ചക്ക് ഒരു കൊറവുല്ല.'

അവൾ വളരെ മെലിഞ്ഞ, ചെറിയ ഒരു കുട്ടിയായിരുന്നു. എപ്പോഴും അവളുടെ അമ്മയുടെ ഒക്കത്ത് തന്നെയായിരിക്കും. മലമൂത്രവിസർജനം

നടത്താൻ വളപ്പിൽ പോകുമ്പോൾ പോലും വലിയമ്മ അവളെ എടു
ത്തിട്ടേ പോകൂ.

ഇടമുറിയാതെ പെയ്യുന്ന മിഥുനത്തിൽ, കാക്ക കരയാത്ത കർക്കിട
കത്തിൽ നാട്ടുകാരോട് അങ്ങേമ്മ പറയുന്ന പഴയ കഥകൾ കേട്ടുകേട്ട്
ഞാൻ അങ്ങേമ്മയുടെ മടിയിലിരുന്നു. അങ്ങേമ്മ രാമായണവും ഭാഗവ
തവും വായിക്കുന്നത് അടുത്തിരുന്ന് കേട്ടു. രാത്രിയിൽ കോമ്പിനിയി
ലെ നിലത്ത് വിരിച്ച കുഴമ്പ് മണക്കുന്ന കോസടിയിൽ അമ്മയുടെ നെ
ഞ്ചോട് ചേർന്ന് കിടക്കുമ്പോൾ അമ്മയുടെ ചുണ്ടിൽ നിന്നുതിരുന്ന ഭാ
ഗവതത്തിലെ ഈരടികളും ഓട്ടിൻപുറത്തുനിന്ന് വീഴുന്ന മഴയും എനി
ക്ക് താരാട്ടായി.

അപ്പൂംചുട്ട് അടേംചുട്ട്
അപ്പന്റെ വീട്ടിൽ പൂവ്വാലോ...

എന്റെ കുഞ്ഞാവയെ അച്ഛന്റെ വീട്ടിലേക്ക് കൂട്ടിക്കൊണ്ട് വരികയാണ്.
മക്കൾക്ക് വേണ്ടി ആർത്തിപിടിച്ചു നടക്കുന്ന ഒരു അങ്ങേമ്മയുണ്ട്
അവിടെ. ഞങ്ങളെ കുറേനാളൊന്നും അമ്മയുടെ വീട്ടിൽ താമസിക്കാൻ
അങ്ങേമ്മ സമ്മതിക്കില്ല. മിഥുനവും കർക്കിടകവും കഴിഞ്ഞു. കള്ളക്കർ
ക്കിടകം കുറുകെ ചാടിയതുകൊണ്ട് അമ്മയെയും കുട്ടിയെയും മൂന്നാം
മാസത്തിൽ കൊണ്ടുവരാൻ കഴിഞ്ഞില്ല.

അങ്ങേമ്മ കനകത്തിടത്തിൽ പോയി ഒതേനൻ നമ്പ്യാരെ കണ്ടു.
പെറ്റെണീറ്റ് വരാനുള്ള നല്ല ദിവസം നോക്കാൻ. കാഴ്ച കുറവാണെങ്കി
ലും കവിയും പണ്ഡിതനുമായ അദ്ദേഹം ഗണിച്ചു നോക്കി നല്ല ദിവസം
പറഞ്ഞുകൊടുത്തു. ചിങ്ങമാസത്തിലെ ശുഭദിനത്തിൽ മോനെ കാവു
മ്പായിയിലേക്ക് കൊണ്ടുവരാൻ തീരുമാനിച്ചു.

കാർത്യായനി വലിയമ്മയുടെ നേതൃത്വത്തിലുള്ള സംഘം 'പെറ്റോ
ളീം കുട്ടീനീം കൂട്ടാൻ' തേർതലയിലേക്ക് പുറപ്പെട്ടു. ശ്രീകണ്ഠാപുരത്ത്
നിന്നു കുറുമാത്തൂർ വഴി കുണ്ടേരി എത്തിയപ്പോൾ റോഡ് അവസാനി
ച്ചതുകൊണ്ട് വന്ന ജീപ്പ് തിരിച്ചയച്ചു. ഇനി നടന്നുപോകാനുള്ള വഴിയേ
യുള്ളൂ. തിരിച്ചുപോകുമ്പോൾ അച്ഛപ്പൻ വേറെ ജീപ്പ് കൊണ്ടുവന്ന്
കുഞ്ഞാവയെയും അമ്മയെയും കാവുമ്പായിലേക്കയക്കുകയായിരുന്നു.
ഓടത്തുപാലംവരെ ആ ജീപ്പിലും പിന്നെ തെങ്ങിൻ തടിയുടെ പാലം
നടന്നുകയറി മറുപുറത്തുനിന്ന് മറ്റെരു ജീപ്പിലുമായി ഞങ്ങൾ കൂട്ടും
മുഖംവരെയെത്തി. കൂട്ടുമുഖത്ത് നിന്നു വയലിലിറങ്ങി തോട് കടക്ക

ണം. കുട്ടിയെയുംകൊണ്ട് പെണ്ണുങ്ങൾ ഒറ്റത്തടിപ്പാലം കടക്കുന്നതിനു മുമ്പ് അങ്ങേമ്മയുടെ ഒരു ബന്ധു, കൊപ്പത്തിൽ കുട്ട്യപ്പ നമ്പ്യാർ ഓടി വന്ന് മോനെ വാങ്ങി പാലം കടത്തിക്കൊടുത്തു.

അങ്ങേമ്മ പടിഞ്ഞാറ്റകത്ത് നിലവിളക്ക് കൊളുത്തി അമ്മയേയും കുട്ടിയെയുമിരുത്തി തലയിൽ അരിയിട്ടനുഗ്രഹിച്ചു. അമ്മ ബാബുരാജനെ കോമ്പിനിയിൽ കുട്ടിപ്പായിൽ കിടത്തി. ഞാൻ നെരങ്ങി വന്ന് മെല്ലെ കു ഞ്ഞാവയുടെ തല തൊട്ടു. അമ്മ പറഞ്ഞു. 'കുഞ്ഞാവേന ചീയല്ലേ മോളെ.'

ഞാൻ മോന്റെ കഴുത്തിന്റെ പിന്നിൽക്കൂടി കൈയിട്ട് എടുക്കാൻ നോക്കി. 'മോൾക്ക് എടുക്കാൻ ആവൂല. കയീരെ ഉമ്മല്ലാം മാറ്റ്. ഇപ്പം അമ്മ്യെടുത്ത് തരാം.'

അമ്മ എന്നോട് കാല് നീട്ടി ഇരിക്കാൻ പറഞ്ഞു. കാലിന്റെ ഇടയിൽ കുഞ്ഞുമോനെ വെച്ചുതന്നു.

ഞാൻ എപ്പോഴും കുത്തീർന്ന് നെരങ്ങി കുഞ്ഞുമോന്റെ അടുത്ത് പോയി ഇരിക്കും. മോനെ തൊട്ടുനോക്കും. വലിയ കുട്ടിപ്പായിൽ കിട ത്തിയാൽ അടുത്ത് കിടക്കും. കെട്ടിപ്പിടിക്കും കഴുത്തിന്റെ പിന്നിൽക്കൂ ടി കൈയിട്ട് എടുക്കാൻ നോക്കുമ്പോൾ അമ്മ കളിയാക്കും. 'എടുക്കാൻ ആയതന്നെ. നിന്റെ കാലു വേദനിക്കട്ട്.'

അങ്ങനെ പറയുമെങ്കിലും അമ്മ മോനെ എന്റെ കാലിന്മേൽ വെച്ചു തരും. മോൻ എന്നെ കാണുമ്പോൾ നടുവ് പൊന്തിച്ച് ചിരിക്കും. അ പ്പോൾ കുഞ്ഞേച്ചി എങ്ങനെ കുഞ്ഞാവയെ എടുക്കാതിരിക്കും. സ്വാധീ നമില്ലാത്ത കൈകൾ കൊണ്ട് ചേർത്തുപിടിച്ച് 'വാവോടി...വാവോടി' എ ന്ന് പാടും.

കാവുമ്പായി വരുന്നതിനുമുമ്പ് തന്നെ മോൻ കമിഴാൻ പഠിച്ചിരുന്നു. അമ്മ മോനെ ഇറയത്ത് കിടത്തി എന്നെ അടുത്തിരുത്തി പാട്ടുപാടും.

'ഇത്തിരിപ്പൂവേ, ചുകന്ന പൂവേ,
ഇത്തറ നാളും നീയെങ്ങുപോയി,
മണ്ണിന്റടിയിലൊളിച്ചിരുന്നോ
മറ്റുള്ള പൂക്കളെ കാത്തിരുന്നോ.'
അത് കേട്ടുകേട്ട് ഞാനും പഠിച്ചു. ഞാനും പാടാൻ തുടങ്ങി.

എന്നെപ്പോലെയല്ല മോൻ. അവൻ എല്ലാം തന്നത്താൻ ചെയ്യും. ഒരു ദിവസം ഇറയത്ത് കിടത്തിയപ്പോൾ കുട്ടി മറിഞ്ഞുമറിഞ്ഞ് വക്കിനെ ത്തിയിട്ട് വലിയച്ഛൻ കണ്ടതുകൊണ്ട് മുറ്റത്തേക്ക് വീണില്ല. തേർതല യിൽ വെച്ചും അവന്റെ പണി അതുതന്നെയായിരുന്നു. ഇറയത്ത് കിട ത്തിയിട്ട് വീഴാൻ പോയി. അമ്മമ്മ പറഞ്ഞു. 'ഇനി കുട്ടീന എറേത്ത് കി

ടത്തണ്ട.'

ഇറയത്ത് കിടത്തിയ കുട്ടിയുടെ കൈ പിടിച്ചുനോക്കിയിട്ട് വലിയ ച്ഛൻ പറഞ്ഞു. 'ഇവനൊരു കൊഴപ്പൂല്ല. മോള നോക്കിയ കണ്ണോണ്ട് നോക്കീട്ടാ നിങ്ങക്ക് അങ്ങനെ തോന്നുന്നത്.'

കുഞ്ഞാവ ഇടയ്ക്ക് എന്നെപ്പോലെ വലതുകൈ നിവർത്തി വെക്കു മായിരുന്നു. അതുകൊണ്ട് ചിലരെങ്കിലും എന്നെപ്പോലെ മോനും എന്ന! പറയാറുണ്ട്.

ഉറക്കത്തിൽ കൈവിരൽ വായിൽ വെച്ച് കുടിക്കുന്ന ഒച്ചകേൾക്കു മ്പോൾ അമ്മ പറയും. 'ഓ..വയറ് നെറഞ്ഞു.' എന്നിട്ട് മോനെ ഉണർ ത്തി മുലകൊടുക്കും.

അമ്മ കൊട്ടിലകത്ത് കെട്ടിയ തൊട്ടിലിൽ കിടത്തി ആട്ടി മോനെ ഉറ ക്കും. മോൻ ഉറങ്ങുമ്പോൾ അമ്മയും തൊട്ടിലിനു താഴെ വെറും നില ത്ത് കിടന്ന! ഉറങ്ങിപ്പോകും. ആദ്യം ഉണരുന്നത് മോനായിരിക്കും. മോ നുണർന്നു കൈകാലിട്ടടിക്കുമ്പോഴായിരിക്കും അമ്മ ഉണരുന്നത്. ഞാൻ കോമ്പിനിയുടെയും കുഞ്ഞകത്തിന്റെയും ഉയരമുള്ള വാതിൽപടികൾ കൈയും കാലും കുത്തി നെരങ്ങി കയറി മറിഞ്ഞ് കൊട്ടിലകത്തെത്തും. അവിടെ ഇരുന്നിട്ട് തൊട്ടിലാട്ടാൻ തുടങ്ങുമ്പോൾ അമ്മ പറയും. 'തൊ ട്ടിൽ തലക്ക് മുട്ട്യാ എന്നപ്പറയണ്ട.'

'ഞാൻ ബീവുല.' എന്നും പറഞ്ഞ് 'ഇത്തിരിപ്പൂവേ ചുകന്ന പൂവേ'പാ ട്ടുപാടി ഞാൻ തൊട്ടിലാട്ടും. തൊട്ടിലിന്റെ കൂടെത്തന്നെ ഇരുന്ന് മുമ്പോ ട്ട് നീങ്ങും. എന്നിട്ട് ചുമരോട് ചേർത്തുപിടിച്ച് മാറിയിരുന്നിട്ടു തൊട്ടിൽ വിടും. തൊട്ടിൽ പിടിച്ചുനിർത്താൻ കൈ മാത്രമല്ല, തലയും ചുമലുമെ ല്ലാം ഉപയോഗിക്കും. ഇതാണ് എന്റെ തൊട്ടിലാട്ടുന്ന രീതി എന്നാണ് അമ്മ പറയാറുള്ളത്. അമ്മ എനിക്ക് പിടിക്കാൻ വേണ്ടി തൊട്ടിലിന്റെ ഒ രു വശത്ത് മധ്യത്തിലായി ഒരു കയർ കെട്ടിവെച്ചിരുന്നു. കുറച്ചെല്ലാം വേദനിച്ചാലും ഞാൻ കരയാറില്ല.

വലിയച്ഛൻ എനിക്കും പ്രസന്നയ്ക്കും ഒരുപോലെയുള്ള രണ്ട് ഉടുപ്പ് കൊണ്ടുവന്നു. പക്ഷെ, ഉടുപ്പ് വാങ്ങുമ്പോൾ വലിയച്ഛൻ ഒരുകാര്യം മ റന്നുപോയി. എനിക്ക് മൂന്ന് വയസ്സും അവൾക്ക് ഒരുവയസ്സുമാണെന്ന നിസ്സാരകാര്യം. ഫലമോ, ഇട്ടുനോക്കുമ്പോൾ അവൾക്ക് പാകം, എനിക്ക് കേറില്ല. തേർതല പോയപ്പോൾ അമ്മ അത് പാകമാകുന്ന മറ്റൊരു കുട്ടി ക്ക് കൊടുത്ത് പ്രശ്നം പരിഹരിച്ചു.

എന്നെപ്പോലെ തന്നെ കുഞ്ഞാവയ്ക്കും അങ്ങേമ്മയെ വലിയ ഇഷ്ട മായിരുന്നു. തുലാം മാസത്തിൽ രണ്ടാംവിളയുടെ നാട്ടിപ്പണിക്കാലത്ത്

വയലിൽനിന്നും പണി കഴിഞ്ഞ് അങ്ങേമ്മ വീട്ടിലെത്തുമ്പോൾ സന്ധ്യ യാകും. തോട്ടിൽ നിന്ന് കുളിയും കഴിഞ്ഞ് ഈറൻ തുണിയോടെ വരു ന്നതിനാൽ ഉടനെ കുട്ടിയെ എടുക്കാനാവില്ല. വേഗം ഈറൻ മാറി മോനെ എടുക്കാനുള്ള തിടുക്കത്തിൽ അങ്ങേമ്മ കോമ്പിനിയിൽ കിടത്തിയ കുട്ടിയെ മറികടന്ന് അയലിൽ നിന്ന് ഉണങ്ങിയ മുണ്ട് ഉടുക്കുന്നതിനിട യിൽ കുഞ്ഞാവ കമിഴ്ന്ന് മറിഞ്ഞ് അമ്മയുടെ അടുത്തെത്തി മുണ്ടി ന്തുമ്പിൽ പിടിച്ചുവലിക്കുമ്പോൾ അങ്ങേമ്മ പറയും, 'ഞാൻ തുണി മാ റ്റട്ട്. എന്നിട്ട് കുണ്ടപ്പന എടുക്കാം.'

ഒരുദിവസം ഞാൻ ഒരു പണി പറ്റിച്ചു. ഞാൻ മെല്ലെ മുറ്റത്തിറങ്ങി. എന്റെ പിന്നാലെ പ്രസന്നയുമുണ്ട്. ഞങ്ങൾ ഉലക്കോടും കടന്ന് വളപ്പി ലെത്തി. പൊട്ടക്കിണറിന്റെ അടുത്ത് മാങ്ങ പഴുത്ത് വീഴുന്നുണ്ട് എന്നെ നിക്കറിയാം. അത് പെറുക്കി മോന് കൊടുക്കണം. ഞാൻ രണ്ടുമൂന്നടി വെച്ചും ഇരുന്നും നിരങ്ങിയും പോയി മാങ്ങ പെറുക്കി കൊണ്ടുവന്ന് ഒ ന്ന് മോന്റെ കൈയിൽ വെച്ചുകൊടുത്തു. ഞാനും പ്രസന്നയും ഓരോ ന്ന് ഈമ്പിക്കൊണ്ട് നിൽക്കുമ്പോൾ അമ്മ വന്നു. മോൻ കുഞ്ഞിക്കൈ യിൽ മാങ്ങ മുറുക്കി പിടിച്ചിരിക്കുന്നത് കണ്ട് അമ്മ ഞങ്ങളെ ചീത്തപറ ഞ്ഞു. 'എന്റെ അസുരക്കുട്ട്യളെ, മോന്റെ കൈ പൊള്ളൂലെ. മാങ്ങാച്ചെ ന കൊണ്ടാൽ.'

അമ്മ മോന്റെ കൈയിൽനിന്നും മാങ്ങ വാങ്ങി ദൂരെക്കളഞ്ഞു.

ഞങ്ങൾ മൂന്ന് കുട്ടികളെയും അങ്ങേമ്മയാണ് കുളിപ്പിക്കുന്നത്. എന്റെ അമ്മ പതിവുപോലെ അടുക്കളക്കാര്യത്തിൽ ആണ്ടുമുങ്ങി. നാട്ടിപ്പണി യാണ്. ഒരുപാടാൾക്ക് ഭക്ഷണമുണ്ടാക്കണം. പത്തുമണിയാകുമ്പോഴേ ക്കും കപ്പ പുഴുങ്ങിയതും കട്ടൻ ചായയും പണിക്കാർക്ക് കണ്ടത്തിൽ കൊണ്ടുപോയി കൊടുക്കണം. അച്ഛപ്പന്റെ ഒരു മരുമകൾ, ദേവിവലിയമ്മ, തളിയമ്മാർ വീടിന്റെ മുകളിലത്തെ പറമ്പിൽ താമസിക്കുന്നുണ്ട്. അവ രെ വിളിച്ച് മക്കളെ നോക്കാനാക്കിയിട്ടാണ് അമ്മ കണ്ടത്തിലേക്ക് ഓ ടുക. തിരിച്ചും അതുപോലെ ഓടണം. പതിനഞ്ചും ഇരുപതും പണി ക്കാരുണ്ടാകും. അവർക്ക് ഉച്ചയ്ക്ക് കഞ്ഞിയും കറിയും വേണം. കൊ ണ്ടുപോകാൻ ആൾ വരുമ്പോഴേക്കും ഉണ്ടാക്കിവെക്കണം. മക്കൾ കര യാത്തവരായത് അമ്മയ്ക്ക് വലിയ സൗകര്യമായി.

നാട്ടിപ്പണി കഴിയുമ്പോഴേക്കും മോന് കഫം നിറഞ്ഞ് പനി വന്നു. അച്ഛൻ ഏരുവേശ്ശി പോയി പെരുവണ്ണാൻ വൈദ്യരെ വീട്ടിലേക്ക് കൂട്ടി ക്കൊണ്ടുവന്ന് മോനെ കാണിച്ചു. വൈദ്യർ മൂക്കിൽ ഇറ്റിക്കാൻ നെയ്യ് കൊടുത്തു. രണ്ടുവിധം ഗുളിക മുലപ്പാലിൽ ചാലിച്ചുകൊടുക്കാനും നൽ

കി. മോന്റെ അസുഖം മാറാൻ മൂന്നാഴ്ചയോളം എടുത്തു.

കുട്ടിക്ക് അസുഖംകൂടി ആയപ്പോൾ അമ്മയ്ക്ക് തേർതല പോകണം എന്നായി. കുട്ടിക്കൊണ്ടു പോകാൻ അമ്മ ആരോടോ പറഞ്ഞയച്ചത് അനുസരിച്ച് അമ്മമ്മ ചിരുതേയിയെ അയച്ചു.

അല്ലെങ്കിലും പണി തീർന്നിട്ട് കാവുമ്പായിയിൽ നിന്ന് ഒരിക്കലും പോകാൻ ആവില്ല. നാട്ടിപ്പണി കഴിഞ്ഞ ഉടനെ പറമ്പിൽ വയക്കാനും കിളക്കാനും തുടങ്ങും. അത് കഴിയുന്നതിന് മുമ്പ് കണ്ടത്തിൽ കളപറി ക്കണം. അത് കഴിഞ്ഞ ഉടനെ പറമ്പത്ത് ചാലിലും പുള്ള്യാംകുന്നിലും വയക്കണം. അത് തീർന്ന ഉടനെ കണ്ടത്തിലേക്ക് ഇറങ്ങണം. നെല്ല് മൂ രലും മെതിക്കലും ഉണക്കലും തുറ്റലുമായി ഒരുമാസം പോര. മൂർന്നുക ഴിഞ്ഞ കണ്ടം കാലിപുട്ടി ഉഴുന്ന് വാളണം. വീണ്ടും ഞാറിടണം. അങ്ങേ മ്മ പോകേണ്ട എന്ന് പറഞ്ഞെങ്കിലും അമ്മ 'നാട്ടിപ്പണി കഴിഞ്ഞില്ലേ, വേഗം വരാം' എന്നൊക്കെ നല്ല വാക്ക് പറഞ്ഞ് അങ്ങേമ്മയെ സമാധാ നിപ്പിച്ച് അവിടുന്ന് രക്ഷപ്പെട്ടു.

ചിരുതേയി അമ്മയെയും കുട്ടികളെയും തേർതലയിൽ എത്തിച്ചു. അമ്മയ്ക്ക് വീണ്ടുമൊരു വിശ്രമകാലം. മോന്റെ അസുഖം ശരിക്ക് മാറാ ഞ്ഞതിനാൽ അച്ഛൻ വണ്ണാൻ വൈദ്യരെ തേർതലയിലേക്ക് കൂട്ടിക്കൊ ണ്ടുവന്നു.

മോന്റെ കാര്യങ്ങൾ മീനാക്ഷി വലിയമ്മയും നോക്കും. അമ്മയില്ല ങ്കിലും കുട്ടി തൂറിയാൽ വൃത്തിയാക്കും. വലിയ വാശിക്കാരിയാണെങ്കി ലും, പറഞ്ഞാലൊന്നും അനുസരിക്കില്ലെങ്കിലും ഗിരിജ കുട്ടിയെ ഒന്നും ചെയ്യില്ല. ഗംഗേട്ടനും ഒന്നും ചെയ്യില്ല. കുട്ടിയെ ഒന്ന് നോക്കിയാലായി. അവന് എപ്പോഴും കളിച്ചു നടക്കണം എന്നേയുള്ളൂ.

ഞാൻ എപ്പോഴും കുഞ്ഞാവയുടെ അടുത്തിരിക്കും. കരയുമ്പോൾ വാവോടി പാടും. കുഞ്ഞാവ ഉറക്കെ കരയുമ്പോൾ 'വാവോടി വാവോ ടി' എന്ന് ഞാൻ വേഗം വേഗം പാടും. ഞാൻ തൊടുമ്പോൾ അവൻ എന്നെ 'ച്ഛ്ച്ഛീ...ച്ഛ്ച്ഛീ...' എന്ന് വിളിച്ചു ചിരിക്കും. അപ്പോൾ അമ്മയും അങ്ങേമ്മയും 'അത് ഇച്ച്യാ'ന്നൊന്നു ചോദിച്ചു കളിയാക്കും. മോൻ എന്നെ ഏച്ചീന്ന് വിളിക്കുന്നതല്ലേ. 'മ്മ..ച്യാ...'എന്നും മോൻ പറയുമല്ലോ.

തളിയന്മാർ വീട്ടിൽ ഞാനും പ്രസന്നയും ഇറയത്ത് ഇരുന്ന് കളിക്കു മ്പോൾ അവൻ രണ്ടുകൈ കൊണ്ടും അമ്മയുടെ നെഞ്ചിൽ പടപടാ അ ടിച്ച് 'ച്ഛ്ച്ഛീ....ച്ഛ്ച്ഛീ...' എന്നുവിളിച്ച് ചവിട്ടിത്തുള്ളുമായിരുന്നു. അവൻ അമ്മ യുടെ കയ്യിൽ നിന്ന് വിടുതൽനേടി ഞങ്ങളുടെ കൂടെ കളിക്കണം.

അമ്മയുടെ സുഖവാസം വേഗം അവസാനിച്ചു. എങ്ങനെ അവസാ

നിക്കാതിരിക്കും! അങ്ങേമ്മ അവിടെ ഒറ്റയ്ക്കാണ്. കാർത്യായനി വലി
യമ്മ സുഖമില്ലാതെ വീട്ടിൽ പോയിരിക്കുന്നു. പ്രസന്നപോലും കാവു
മ്പായി ഇല്ല. മക്കളെ കാണാതെ, താലോലിക്കാതെ അങ്ങേമ്മ എങ്ങ
നെ ജീവിക്കും!

അമ്മ ഇടക്ക്ളവൻ വീട്ടിൽ പോയി മരുമകളെ വിളിച്ചു. 'ചെറിയക്കുട്ടീ
നാളെ നമ്മക്കൊന്ന് തേർളവരെ പോണം. കുട്ട്യോള കുട്ടിക്കൊണ്ടരണം.'

അമ്മായ്മ്മ വിളിച്ചാൽ ചെറിയക്കുട്ടി എവിടെയും പോകും. രണ്ടു
പേരും അതിരാവിലെ പുറപ്പെട്ടു. ഉച്ചയ്ക്ക് മുമ്പ് അവർ തേർതല എത്തി.
സൽക്കാരമൊക്കെ കഴിഞ്ഞപ്പോൾ അങ്ങേമ്മ ആവശ്യം അറിയിച്ചു. അമ്മ
യെയും മക്കളെയും കൊണ്ടുപോകാനാണ് വന്നത്.

അച്ഛപ്പൻ അല്പം എതിർപ്പൊക്കെ പ്രകടിപ്പിച്ചു. 'തണുപ്പും മഴയു
മാണ് വരുന്നത്. രണ്ടു കുട്ടികളെ അവൾക്ക് ഒറ്റക്ക് നോക്കാൻ ആവില്ല.'

മോന് അസുഖം വന്ന സാഹചര്യത്തിലാണ് അച്ഛപ്പൻ അങ്ങനെ പറ
ഞ്ഞത്.

'ഓളെങ്ങന്യാ ഒറ്റക്കാവുന്നത്. ഞാനില്ലേ കൂടെ?' അങ്ങേമ്മ ചോദിച്ചു.

അപ്പോൾ അമ്മമ്മ പറഞ്ഞു. 'നാട്ടിപ്പണിയല്ലേ ബെർന്നത്. കുഞ്ഞേ
ടത്തിക്ക് വയലിൽ പോണ്ടേ? അതാ പറഞ്ഞത്?'

'ഞാൻ ഒറ്റക്കല്ലേ. ഞാൻ ഏടീം പോന്നില്ല. ഞാൻ കുട്ട്യള നല്ലോണും
നോക്കും. അനക്ക് അവരല്ലേ ഉള്ളൂ.'

ഇവിടെ അമ്മയുടെ അച്ഛനും അമ്മയ്ക്കും കീഴടങ്ങാതെ തരമില്ലെ
ന്നായി. ഞങ്ങൾ അങ്ങേമ്മയുടെ കൂടെ കാവുമ്പായി എത്തി. അങ്ങേമ്മ
പറഞ്ഞത് ശരിയാണ്. അങ്ങേമ്മ ഞങ്ങളെ നന്നായി നോക്കാറുണ്ട്. പി
ന്നെ കൃഷിപ്പണിയുടെ തിരക്ക് ഒരു കർഷകകുടുംബത്തിന് ഒഴിവാക്കാൻ
ആവില്ല.

മോൻ ജനിച്ചതിനുശേഷം കാവുമ്പായി വന്നാൽ ഞാൻ അങ്ങേമ്മ
യുടെ കൂടെയാണ് ഉറങ്ങാറുള്ളത്.

പറ്റുന്നിടത്തെല്ലാം അങ്ങേമ്മ എന്നെ എടുത്ത് കൊണ്ടുപോകും.
ഏതോ വിശേഷദിവസത്തിൽ കനകത്തെടത്തിൽ പോയപ്പോൾ അവി
ടെ വന്ന് താമസിക്കാറുള്ള ഒരു അക്കമ്മ അങ്ങേമ്മയോട് പറഞ്ഞു. 'കുട്ടി
ക്ക് പൊതുല്ലാത്തതൊന്നും നോക്കണ്ട കുഞ്ഞീ. നിന്റെ പൊന്നിന്റെ
മാച്യാണ് ഇവൾ.'

'കുഞ്ഞപ്പന പോലന്ന്യാ രാഘവന്റെ കുട്ടി' ചെറിയവലിയമ്മ അങ്ങേ
മ്മ കേൾക്കെ മോനെ നോക്കിയിട്ട് പറയും. അതുകേൾക്കുമ്പോൾ അകാ
ലത്തിൽ പൊലിഞ്ഞുപോയ ഇളയമോനെക്കുറിച്ചുള്ള കണ്ണീരോർമ്മകൾ

അങ്ങേമ്മയിൽ ജ്വലിച്ചുണരും. 'വല്യേട്ടൻ വരുമ്പ്ളക്കിൽ ഈട വ്യത്തി യാക്കണം അമ്മേ'ന്നും പറഞ്ഞ് എം.എസ്.പി. കത്തിച്ചുനശിപ്പിച്ച വീ ടിന്റെ കുഞ്ഞി ഞാലി പൊന്നുമോൻ നനഞ്ഞ മണ്ണിട്ട് നിലംതല്ലികൊ ണ്ട് തല്ലി നന്നാക്കുന്നതൊക്കെ അമ്മ എങ്ങനെ മറക്കാനാണ്

വല്യേട്ടൻ ജയിലിൽനിന്ന് വരുന്നതുവരെ എന്റെ ഇളയപ്പൻ കാത്തു നിന്നില്ല. കുഞ്ഞേട്ടനെയും അമ്മയേയും കണ്ണീർക്കടലിൽ മുക്കിയെങ്ങോ പോയ്മറഞ്ഞല്ലോ എന്റെ കുഞ്ഞെളേപ്പൻ.

അങ്ങേമ്മ ബാബുമോനെ എടുത്ത് തൊക്കിൽവെച്ച് കളത്തിലേക്ക് പോകും. അടുത്തെവിടെ പോകുമ്പോഴും മോൻ അങ്ങേമ്മയുടെ തൊക്കി ലുണ്ടാകും.

ഈ കഥയൊക്കെ എന്നോട് പറഞ്ഞപ്പോൾ ഞാൻ അമ്മയോട് ചോ ദിച്ചു. 'അമ്മ എന്തിനാ കുട്ടീന പൊറത്ത് കൊണ്ടുപോകാൻ വിട്ടത്?'

അപ്പോൾ അമ്മ പറഞ്ഞ മറുപടി ഇതായിരുന്നു. 'ഓറ കുട്ടീംകൂട്യ ല്ലേ? ഞാൻ കാവുമ്പായി വരുമ്പം എന്റെ കൈയിൽ കുട്ട്യൊന്നും ഉണ്ടാ യിരുന്നില്ലല്ലോ.'

എനിക്ക് അമ്മയോട് ബഹുമാനംതോന്നിയ ഒരു നിമിഷമായിരുന്നു അത്.

എന്തൊക്കെ പറഞ്ഞാലും അങ്ങേമ്മയ്ക്ക് വയലിലും പറമ്പിലും പോയേ തീരൂ. അപ്പോൾ അമ്മയ്ക്ക് അടുക്കളപ്പണി എടുക്കേണ്ടി വന്നു. ഒപ്പം ഞങ്ങളെ നോക്കേണ്ടിയും വന്നു. ഒരു ദിവസം മോനെ തൊട്ടി ലിൽ കിടത്തിയിട്ട് 'മോനെ നോക്കണേ മോളേ'ന്നും പറഞ്ഞ് അമ്മ വെ ള്ളമെടുക്കാൻ മുറ്റത്തിനു താഴെയുള്ള കിണറിനടുത്തേക്ക് പോയി. ആ തക്കംനോക്കി കുഞ്ഞാവ തൊട്ടിലിൽ എഴുന്നേറ്റ് നിന്നു. ചൂരൽ തൊ ട്ടിൽ മോൻ നിന്ന ഭാഗത്തേക്ക് ചരിയാൻ തുടങ്ങി. എനിക്ക് പെട്ടെന്ന് മോൻ വീണുപോകും എന്ന് മനസ്സിലായി. ഞാൻ നെരങ്ങി ചരിയുന്ന ഭാഗം ഇടതുകൈയും ചുമലും തലയുമെല്ലാം ഉപയോഗിച്ച് ചുമരിനടു ത്തേക്ക് ഉന്തി നേരെ നിർത്താൻ ശ്രമിച്ചു. അതേസമയം തന്നെ അത്ഭു തകരമായ മറ്റൊരു കാര്യവും ഞാൻ ചെയ്തു. ഞാൻ ഉറക്കെ വിളിച്ചുപ റഞ്ഞു. 'അമ്മേ..കുഞ്ഞാവ ബീന്നാ...' അമ്മ എത്തുന്നതുവരെ ഞാനത് ആവർത്തിച്ചുകൊണ്ടിരുന്നു.

കുറച്ച് അകലെയുള്ള കിണറ്റിലേക്ക് അമ്മ തൊട്ടി ഇറക്കിയപ്പോഴാ യിരുന്നു എന്റെ കരച്ചിൽ കേട്ടത്. തൊട്ടിയുടെ കയർ കപ്പിയിട്ട പാല ത്തിൽ ഒന്ന് കുരുക്കിയിട്ട് അമ്മ പറന്നുവന്നു. കൊട്ടിലകത്ത് കടന്നപ്പോൾ അമ്മ കണ്ട കാഴ്ച! മോൻ തൊട്ടിലിൽ എഴുന്നേറ്റ് നിൽക്കുന്നു. മോൾ

ഉറക്കെ വിളിച്ചുപറഞ്ഞുകൊണ്ട് കൈയും ചുമലും തലയും ഉപയോ
ഗിച്ച് ചരിഞ്ഞുപോകുന്ന തൊട്ടിൽ ചുമരിനടുത്ത് കൊണ്ടുപോയി നേ
രെ നിർത്താൻ പാടുപെടുന്നു. സ്വാധീനമില്ലാത്ത കൈകൊണ്ട് അന്ന്!
മോനെ വീഴാതെ പിടിച്ചുനിർത്താൻ കഴിഞ്ഞെങ്കിലും എല്ലാവരെയും
വിട്ട് പറന്നുപോകുമ്പോൾ എന്റെ കുഞ്ഞാവയെ പിടിച്ചുനിർത്താൻ ഈ
കുഞ്ഞേച്ചിക്ക് കഴിഞ്ഞില്ലല്ലോ.

'ഇത്തിരിപ്പൂവേ ചുകന്ന പൂവേ,
ഇത്തറ വേഗം നീയെങ്ങുപോയി.'

'രണ്ട് സന്ധുണ്ട്. കുട്ടിയെ നല്ലോണം നോക്കണം. എല്ലാ ഗ്രഹങ്ങളും
ഒത്ത ജാതകാണ്. കിട്ടിയാൽ നിങ്ങളുടെ ഭാഗ്യമായിരിക്കും ആ കുട്ടി.'
മോന്റെ ജനനസമയവും നാളും ഗണിച്ചു നോക്കിയിട്ട് ഒതേനൻ നമ്പ്യാർ
പറഞ്ഞു. അവന്റെ കോട്ടനാൾ എഴുതാൻ അമ്മമ്മയാണ് കനകത്തെട
ത്തിൽ പോയത്.

ഞങ്ങളുടെ അമ്മയോട് ആരും ഈ വിവരം പറഞ്ഞില്ല.

ബാബുരാജന്റെ നെറ്റിയിൽ ഇടയ്ക്കിടെ മായുകയും തെളിയുകയും
ചെയ്യുന്ന ഒരു കുങ്കുമരേഖയുണ്ട്. എന്തൊക്കെയോ അസാധാരണത്വം
ദ്യോതിപ്പിക്കാറുണ്ട് അവന്റെ നെറ്റിത്തടത്തിലെ കുങ്കുമച്ഛവി.

മേടമാസത്തിലെ അത്തം കുഞ്ഞാവയുടെ പിറന്നാളാണ്. അമ്മ വട്ട
ക്കുന്നില്ലത്ത് പോയി സാധനങ്ങളും ദക്ഷിണയും നൽകി. അമ്മയും അ
ങ്ങേമ്മയും കൂടി സദ്യയൊരുക്കി. മോനെ കുളിപ്പിക്കുമ്പോഴേക്കും അച്ഛ
പ്പൻ റോസ് നിറത്തിലുള്ള കുഞ്ഞുടുപ്പുംകൊണ്ട് തേർതലയിൽനിന്നും
വന്നു. അമ്മ ഞങ്ങളുടെ രാജകുമാരനെ ആ പുതിയ കുപ്പായമിടുവിച്ചു.
ആ കുപ്പായത്തിന് മറ്റൊരു നിയോഗമുണ്ടെന്ന് അന്ന് ആരും അറിഞ്ഞില്ല.

ആ വർഷവും കാവുമ്പായി പുതുമഴ പെയ്തു. അവിടെ മഴപെയ്യാൻ
തുടങ്ങിയാൽ വിരാമമുണ്ടാവാറില്ല. ഉച്ചയ്ക്കുശേഷം ഇടിവെട്ടി പെട്ടെന്ന്
ചറപറാ മഴവീഴും. ആ സമയത്ത് ഞാനും പ്രസന്നയും ഇറയത്ത് പല
കയിട്ട് ഇരിക്കുന്നുണ്ടാകും. അക്കാലത്ത് എല്ലാവരും രാത്രിയിൽ ഉറ
ങ്ങുന്ന സമയമൊഴികെ എപ്പോഴും ഇറയത്താണ് വിശ്രമസമയം ചെല
വഴിക്കുക. അന്നത്തെ വീടുകൾക്ക് കിഴക്കോറം, വടക്കോറം, തെക്കോ
റം, പടിഞ്ഞാറെപ്പൊറം എന്നിങ്ങനെ എല്ലാ വശവും ഇറയമുണ്ടായിരി
ക്കും. ഓരോ ഇറയത്തിനും പ്രത്യേകം ധർമ്മങ്ങളുമുണ്ട്. കിഴക്കോറം
ആണുങ്ങളുടെ സാമ്രാജ്യമാണ്. വടക്കോറം പെണ്ണുങ്ങളുടെയും. അവർ

അവിടെയിരുന്ന് കൂട്ടാന് മുറിക്കും, അരയ്ക്കും, പേന് നോക്കും, അത്യാ വശ്യം നാട്ടുവിശേഷവും ഏഷണിയുമൊക്കെ പറയും. കുട്ടികൾക്ക് കിഴ ക്കോർത്ത് ഇരിക്കാം. വീടിന്റെ മുഖം കിഴക്കല്ലെങ്കിലും ശീലംകൊണ്ട് മുൻവശത്തിന് കിഴക്കോറമെന്നേ പറയൂ.

അതുപോലെ വീടിന്റെ എല്ലാവശവും മുറ്റവുമുണ്ടായിരിക്കും. അതു കൊണ്ട് മുറ്റമടിച്ച് എണങ്ങത്തിപ്പെണ്ണുങ്ങളുടെ നടുവൊടിയും. രാവിലെ യും വൈകുന്നേരവും മുറ്റമടിച്ചില്ലെങ്കിൽ പുരുഷന്റെ വീട്ടിൽനിന്നും കൊണ്ടാ ക്കാൻ വേറെ കാരണം വേണ്ടല്ലോ.

പുതുമഴക്കാലത്ത് കാവുമ്പായിയിൽ ആലിപ്പഴംമഴ പെയ്യും. കൽക്ക ണ്ടം വാരിയെറിയുമ്പോലെ ആകാശത്തുനിന്ന് പടപടാ ആലിപ്പഴം വീ ഴുന്നത് എന്തൊരു കാഴ്ചയാണെന്നോ! അത് കാഴ്ചപോലെ തന്നെ കേൾ വിയുമാണ്. ഓട്ടിൻപുറത്ത് വീഴുമ്പോൾ അനേകം മദ്ദളങ്ങൾ ഒന്നിച്ചു മുഴങ്ങുന്ന ഒച്ച. മുറ്റത്ത് വീഴുമ്പോൾ ചരൽക്കല്ലുകൾ വാരിയെറിയും പോലെ മറ്റൊരു ശബ്ദം. ഇടയ്ക്കിടെ ആയിരം ചെണ്ടക്കോലുകൾ ഒന്നി ച്ചുവീഴുമ്പോലെയുള്ള ഇടിമുഴക്കം. ഓട്ടിൻപുറത്തെ മഴവെള്ളം മുറ്റത്തേ ക്ക് തിരിയിട്ട് തീർക്കുന്ന നാദധാരകൾ. ഭയങ്കരവും മോഹനവുമായ ഈ നാദസ്വരമേളത്തിന് അകമ്പടിയായി മണവാട്ടിമാരും പോക്കാച്ചിമാരും മറ്റുമായ തവളകളും. അവയ്ക്കൊപ്പം മത്സരിക്കാൻ കീരാംകിരിക്കകളും. ഈ മണാട്ടിത്തവളകൾ അകത്തുകയറിയാൽ പിന്നെ പുറത്തിറങ്ങാറി ല്ല. കൊട്ടിലകത്തും പടിഞ്ഞാറ്റകത്തും അത്രേയകത്തും കുഞ്ഞകത്തു മൊക്കെ ഒളിച്ചിരുന്ന് സംഗീതമാലപിച്ച് വീട്ടിൽ ആധിപത്യമുറപ്പിക്കും. വാതിലിന്റെ മൂലയ്ക്ക് വെക്കുന്ന മാച്ചി എടുക്കുമ്പോഴൊക്കെ കക്ഷിക ളെ കാണാൻ പറ്റുമെങ്കിലും ആരുമൊന്നും ചെയ്യില്ല. മുതിർന്നവർ കുട്ടി കളെ പറഞ്ഞുപേടിപ്പിക്കുകയുംചെയ്യും. 'തവളേന ചീതാല് അമ്മേരെ മൊലക്ക് കുരു വെരും.' അതുകൊണ്ട് അമ്മമാരോട് സ്നേഹമുള്ള അ ന്നത്തെ കുഞ്ഞുങ്ങൾ തവളയെ ഉപദ്രവിക്കില്ല.

അമ്മ മഴയത്തേക്കിറങ്ങി ആലിപ്പഴം പെറുക്കി കിണ്ണത്തിലിട്ടിട്ട് എന്റെ അടുത്തേക്ക് ഓടിവരും. അലിഞ്ഞുതീരുന്നതിനുമുമ്പ് എനിക്ക് അതിൽ തൊടണം. അതോർക്കുമ്പോൾ ഇന്നും എന്റെ കൈകളിൽ ആലിപ്പഴ ത്തിന്റെ തണുപ്പ് അനുഭവപ്പെടുന്നു. എന്റെ കാഴ്ചയിലും കേൾവിയിലും സ്പർശനത്തിലും ആനന്ദം കോരിനിറച്ച പുതുമഴക്കാലം തന്നെയാണ ല്ലോ ഒരിക്കലും മറക്കാനാവാത്ത സങ്കടവും നൽകിയത്.

ആ തണുതണുത്ത മഴക്കാലം ഞങ്ങൾക്ക് തീരാവേദനയും ചുടുക ണ്ണീരുമാണ് നൽകിയത്. വീട്ടുകാർ മുഴുവൻ വിരിപ്പുകൃഷിയുടെ നാട്ടി

പ്പണിയിൽ മുഴുകിയപ്പോൾ പണിക്കാർക്കടക്കം വെച്ചു വിളമ്പൽ അമ്മ യുടെ ജോലി തന്നെയാണല്ലോ. ചായയും പലഹാരവും ഉണ്ടാക്കണം. കഞ്ഞിവെക്കണം. പ്ലാവിൽ നിന്ന് ചക്ക പറിച്ചുകൊണ്ടു വന്ന് മുറിച്ചു പാങ്ങാക്കി കൂട്ടാൻ വെക്കണം. അതിനിടയിൽ അമ്മ കരയാൻ അറി യാത്ത മക്കളെ വല്ലപ്പോഴും ഒന്നുവന്ന് നോക്കിയാലായി. അപ്പോഴേക്കും മോൻ നെഞ്ചത്തേക്ക് നീട്ടി മൂത്രമൊഴിച്ച് തണുത്ത് കിടക്കുകയായി രിക്കും. അങ്ങനങ്ങനെ എന്റെ കുഞ്ഞാവയ്ക്ക് പനി വന്നു, നെഞ്ചിൽ കഫം നിറഞ്ഞ് ശ്വാസംമുട്ടൽ വന്നു. അച്ഛൻ പെരുവണ്ണാൻ വൈദ്യരെ വീട്ടിൽ കൂട്ടിക്കൊണ്ടുവന്നു.

അച്ഛപ്പൻ വിവരമറിഞ്ഞ് അമ്മയെ കൂട്ടാൻ വന്നു. അമ്മയെ കൊണ്ടു പോകാൻ അങ്ങേമ്മ സമ്മതിച്ചില്ല. കഷായവും ഗുളികയുമൊക്കെയാ യി ചികിത്സ തുടർന്നു. മൂന്നാഴ്ചയോളം കുഞ്ഞാവ പിടിച്ചുനിന്നു. കണ്ണു തുറക്കാതെ, അമ്മിഞ്ഞ കുടിക്കാതെ, ഞങ്ങളുടെ പൊന്നുമോൻ ഒരേ കിടപ്പ് തുടർന്നു. ഒരുനാൾ ഇരുട്ടിയപ്പോൾ മോന്റെ ശ്വാസഗതി കുറഞ്ഞു വന്നു. അങ്ങേമ്മ വേവലാതിയോടെ അച്ഛനോട് പറഞ്ഞു. 'രാഘവാ കോ ണീന്റ്ടുത്ത് പോയി ചെറിയക്കുട്ടീന വിളിച്ച് ഗോയിന്നനെ അയക്കാൻ പറ.'

വലിയച്ഛൻ വീട്ടിൽ ഇല്ല. പുറത്ത് ഇരുട്ടിക്കൊണ്ടിരിക്കുന്നു. മഴ ഇപ്പോൾ പെയ്യും എന്ന മട്ടിൽ വിങ്ങിപ്പൊട്ടി നിൽക്കുകയാണ്. അച്ഛൻ ഇറങ്ങിയോടി. കളമുള്ള വളപ്പിലെ കോണിയുടെ അടുത്ത് ചെന്ന് ഉറ ക്കെ കൂവി വിളിച്ചു. 'ചെറിയേടത്തീ...'

മറുവിളി കേട്ടപ്പോൾ അച്ഛൻ പറഞ്ഞു. 'നീ ഒന്ന് ഗോയിന്നാട്ടന പറ ഞ്ഞയ്ക്ക്...മോന് സുഗൂല്ല.'

പോയ വേഗത്തിൽ അച്ഛൻ തിരിച്ചോടി.

കോണി ഇറങ്ങുന്ന വയലിനപ്പുറം ആദ്യത്തെ വീട് ചെറിയ വലിയ മ്മയുടെതാണ്. അതിനപ്പുറം അങ്ങേമ്മയുടെ ജ്യേഷ്ഠത്തി തമ്പായിയും മകൻ ഗോവിന്ദനും താമസിക്കുന്നു. ഗോവിന്ദൻ വലിയച്ഛൻ വേഗമെത്തി. കോമ്പിനിയിൽ കത്തുന്ന നിലവിളക്കിനടുത്ത് പായിലിരിക്കുന്ന അമ്മ യുടെ മടിയിൽ കുഞ്ഞാവ മയങ്ങിക്കിടക്കുന്നു. അമ്മയുടെ കണ്ണുകൾ ഒഴുകിക്കൊണ്ടിരുന്നു. അടുത്ത് അങ്ങേമ്മ കരച്ചിൽ കടിച്ചുപിടിച്ച് കുഞ്ഞി നെ നോക്കിയിരിക്കുന്നു. ഇതെല്ലാം കണ്ട് പേടിച്ച് ഞാനും ഇരുന്നു. ഇറ യത്തേക്കു കടക്കുന്ന വാതിൽപ്പടിയിൽ ഒരു മണ്ണെണ്ണ വിളക്ക് കത്തിച്ചു വെച്ചിട്ടുണ്ട്.

അച്ഛൻ ഇടയ്ക്കിടെ അകത്തേക്കും ഇറയത്തേക്കും ഭ്രാന്തനെപ്പോ

ലെ നടന്നുകൊണ്ടിരുന്നു.

ഗോവിന്ദൻ വലിയച്ഛൻ മഴയ്ക്കൊപ്പം കയറിവന്ന് ചോദിച്ചു. 'എന്താ ഏച്ചീ മോന്. കൂടുതലാണോ?'

'നമ്മളെന്താ വേണ്ട് ഗോയിന്നാ?' ഏങ്ങലടിച്ചുകൊണ്ട് അങ്ങേമ്മ ചോ ദിച്ചു.

'തന്റേടം വിടല്ല ഏച്ചീ. ഇരിട്ടിയിൽ കുട്ടികളെ ചികിത്സിക്കുന്ന ഡോ ക്ടർ ഉണ്ട്. നാളെ നേരം ബെളുത്താ മോന അങ്ങോട്ട് കൊണ്ടുപോകാം.'

എന്റെ കുഞ്ഞാവയുടെ നെഞ്ചിൻകൂട് ഒന്ന് ഉയർന്നുതാണു. കഫം കുറുകുന്ന തൊണ്ടയിൽനിന്ന് ഒരു കുഞ്ഞുശ്വാസം പുറത്തേക്ക് വന്നു.

'അമ്മേ...' എന്റെ അമ്മ ഉറക്കെ കരഞ്ഞു. ഗോവിന്ദൻ വലിയച്ഛൻ അമ്മയുടെ കൈയിൽനിന്ന് കുട്ടിയെ വാങ്ങി പായിൽ കിടത്തി. അന ങ്ങാതെ കിടക്കുന്ന മോന്റെ ദേഹം കണ്ട് അമ്മയ്ക്ക് തല ചുറ്റി. വലിയ ച്ഛൻ മോന്റെ മൂക്കിനുതാഴെ ഒരു നൂൽ വെച്ച് കുറച്ചുനേരം നോക്കിയി രുന്നു. എന്നിട്ട് പതുക്കെ പറഞ്ഞു. 'കുട്ടി പൊയ്പ്പോയി.'

എന്റെ അമ്മ ഉറങ്ങിയപോലെ നിലത്തു വീണു. അങ്ങേമ്മ മോന്റെ അടുത്തിരുന്ന് കരഞ്ഞു.

ഗോവിന്ദൻ വലിയച്ഛനും അച്ഛനും കൂടി അമ്മയെ എടുത്ത് കൊട്ടില കത്ത് കൊണ്ടുപോയി കിടത്തി. അച്ഛൻ എന്നെ എടുത്ത് പടിഞ്ഞാറ്റ കത്ത് കൊണ്ടുപോയി അച്ഛന്റെ കൂടെ കിടത്തി. എന്റെ അടുത്ത് അമ്മ യില്ല, അങ്ങേമ്മയില്ല, കുഞ്ഞാവയില്ല. അച്ഛൻ എന്നെ രോമം നിറഞ്ഞ നെഞ്ചോട് ചേർത്ത് കിടത്തി. എന്റെ ഓർമ്മയിൽ ഇന്നും മങ്ങാതെ കിട ക്കുന്ന അച്ഛനൊപ്പമുള്ള ആദ്യത്തെ ഉറക്കം. ഒന്നും മിണ്ടാതെ പേടിച്ച് ഞാൻ അവിടെ പതുങ്ങിക്കിടന്നു. പിന്നെ ഉറങ്ങിപ്പോയി.

അച്ഛന്റെ അടുത്തുനിന്ന് അങ്ങേമ്മ രാത്രിതന്നെ ഉറക്കത്തിൽ എന്നെ എടുത്ത് കൊട്ടിലകത്ത് അമ്മ കിടക്കുന്ന പായിൽ കിടത്തിയിട്ട് പറഞ്ഞു. 'ഇതാ നിന്റെ മോൾ. ഇനി മോനെക്കുറിച്ചോർത്ത് കാളുംബിളിക്കും ബേ ണ്ട. പ്രാണൻ പിടിച്ചുവെക്കാൻ നമ്മളെക്കൊണ്ട് ആവാത്തതല്ലേ, മോളേ.'

രാത്രി മുഴുവൻ ഏങ്ങലടിച്ചു കരഞ്ഞും മയങ്ങിയും വീണ്ടും കര ഞ്ഞും തളർന്നുകിടക്കുന്ന അമ്മ എഴുന്നേറ്റുപോകാതിരിക്കാൻ ഒരു ക രുതലായി അമ്മ കിടക്കുന്നതിന് കുറുകെ പായിട്ട് ചെറിയ വലിയമ്മ കി ടന്നു. അവരുടെ മകൾ ദച്ചു കുറെ പ്രാവശ്യം ഗർഭം അലസി സങ്കട ത്തിൽ കഴിയുന്ന കാര്യം ഓർമ്മിപ്പിച്ചുകൊണ്ട് ചെറിയ വലിയമ്മ അമ്മ യെ ആശ്വസിപ്പിച്ചുകൊണ്ടിരുന്നു. പുലർച്ച മൂന്നു മണിയായപ്പോൾ ഗോ വിന്ദൻ വലിയച്ഛൻ അങ്ങേമ്മയോട് ചോദിച്ചു. 'രാത്രി ഒമ്പത് മണിക്കേ

കുട്ടീരെ പ്രാണൻ പോയതാ. ഇനീം ബെച്ചാൽ പെറ്റമ്മ ബീവും തൈ
യും ചീയും. എടുക്കട്ടെ ഏച്ചീ.'

പൊന്നുമോന്റെ തണുത്ത ദേഹം പെറ്റമ്മയെ അവസാനമായി തൊ
ടാൻ അനുവദിച്ചതിനുശേഷം അദ്ദേഹം മോനെ കൈയിലെടുത്ത് പുറ
ത്തേക്കിറങ്ങി. ഗോവിന്ദൻ വലിയച്ഛൻ വീട്ടുപറമ്പിന്റെ തെക്കേ മൂലയി
ലെ കുടുംബശ്മശാനത്തിൽ കുഞ്ഞുകുഴിയെടുത്ത് കുഞ്ഞാവയുടെ
ദേഹം മറവുചെയ്തു.

പുലർച്ചയ്ക്കാണ് എന്റെ വലിയച്ഛൻ വന്നത്. വന്ന ഉടനെ അദ്ദേഹം
മുറികളിൽ കയറി പരതി. അങ്ങേമ്മയോട് ചോദിച്ചു. 'എപ്പായിരുന്നമ്മേ?'

അങ്ങേമ്മ പൊട്ടിത്തെറിച്ചു. 'നാരാണാ, നീ എന്നോട് മിണ്ടാതിരിക്കു
ന്നതാ നിനക്ക് നല്ലത്.'

'നീ ഏട്യാടാ തെണ്ടാൻ പോയിന്. അനിയന്റെ കുട്ടി നിന്റെ കുട്ടി
അല്ലേടാ. നീ തളിയൻ രാമന്റെ മോൻ അല്ലേടാ. ചത്താ നിന്റെ തലപിടി
ക്കണ്ട മോൻ ആയിരുന്നില്ലേടാ പോയത്. 'അച്ഛപ്പന്റെ മരുമകൻ, കോരൻ
വലിയച്ഛൻ ആപത്തിൽ കുടുംബത്തിനൊപ്പം ഉണ്ടാകാഞ്ഞതിന് എന്റെ
വലിയച്ഛനെ ചീത്ത പറഞ്ഞുകൊണ്ടിരുന്നു. വലിയച്ഛൻ ഒന്നും മിണ്ടാ
തെ തലകുനിച്ചുനിന്നു കേട്ടു.

രാവിലെ അങ്ങേമ്മ അമ്മയെ വടക്കോർത്ത് കൊണ്ടിരുത്തി. ചെറിയ
വലിയമ്മ അമ്മയുടെ തലയിൽ വെള്ളമൊഴിച്ചുകൊടുത്തു. അങ്ങേമ്മ
തോർത്തിക്കൊടുത്തു. അമ്മയെ കൈപിടിച്ച് അകത്തേക്ക് കൊണ്ടുവന്ന്
അടുക്കളയിൽ ഇരുത്തി. കഞ്ഞി വിളമ്പി മുമ്പിൽ വെച്ച് അങ്ങേമ്മ പ
റഞ്ഞു. 'കുടിക്ക്.'

അമ്മ കഞ്ഞി തൊട്ടുനോക്കാതെ കണ്ണീരൊഴുക്കി.

പതിവായി വീട്ടിൽ വരാറുള്ള അക്കമ്മ മോൻ മരിച്ചത് അറിഞ്ഞ്
വീട്ടിൽ വന്നിട്ടുണ്ടായിരുന്നു. അവർ വടക്കോർത്ത് ഇരിക്കുന്നുണ്ട്.
അങ്ങേമ്മ അമ്മയുടെ രണ്ടുകൈയും പിടിച്ച് എഴുന്നേല്പിച്ച് വടക്കോർത്ത്
കൊണ്ടുവന്നിരുത്തി.

'അക്കമ്മ നോക്ക്, ഈ കുട്ടി ജലപാനമില്ലാതെ കെടക്ക്വാ. ഇവൾ
പട്ടിണി കെടന്നാ പോയ മോൻ തിരിച്ചുവവ്വോ? ഒന്ന് പറഞ്ഞുകൊട്ക്ക്.'

അക്കമ്മ പറയാൻ തുടങ്ങി. 'മോളെ ഇതൊന്നും നമ്മള കൈയിലല്ല.
ഭഗവാനിട്ട ആയുസ്സ് ഭഗവാനെടുത്തു. ഓന നിനക്ക് വിധിച്ചിറ്റല്ല. നിനക്ക്
ഇനീം നല്ല മക്കളുണ്ടാകും. ഇപ്പൊ നിനക്കൊരു മോള്ണ്ട്. നീ ഇങ്ങനെ
കെടന്നാൽ അയിന ആരാ നോക്ക്വാ.. ബേണ്ടെങ്കിലും കഞ്ഞി കുടിക്ക്
മോളെ.'

അച്ഛൻ അന്ന് എഴുന്നേറ്റില്ല. ഒന്നും കഴിച്ചതുമില്ല.

അമ്മയെ കൂട്ടാൻ അമ്മമ്മയും മാധവിയമ്മായിയും ജാനകിയമ്മാ യിയും വന്നു. പാറക്കാടിയിൽനിന്ന് ലക്ഷ്മി അമ്മായി വന്നു. അവരെ കണ്ടപ്പോൾ അമ്മ പൊട്ടിക്കരഞ്ഞു. മാധവിയമ്മായി മരുമകളെ കെട്ടി പ്പിടിച്ച് ആശ്വസിപ്പിച്ചു. അമ്മമ്മയോട് അങ്ങേമ്മ പറഞ്ഞു. 'മോൻ പോ യ വീട്ട്ന്ന് പൊല കയ്യാണ്ട് പൊയ്ക്കൂട ദേവകീ.'

മരിച്ച ആളുടെ മാതാപിതാക്കൾ, മക്കൾ തുടങ്ങി പുലയുള്ളവർക്ക് പന്ത്രണ്ട് ദിവസം കഴിയാതെ വീട്ടിൽനിന്നും പുറത്ത് പോകാൻ പാടില്ല എന്നാണ് നിയമം. അമ്മമ്മ ഒരുദിവസം കാവുമ്പായി തങ്ങി. അടുത്തദി വസം പെരിങ്കോന്നിലേക്ക് പോയി പാട്ടി അമ്മമ്മയെ കാവുമ്പായിലേക്ക് പറഞ്ഞയച്ചു.

പാട്ടി അമ്മമ്മ കൂടെനിന്ന് അമ്മയെ പരിപാലിച്ചു.

അച്ഛൻ അമ്മയെ കഴിയുന്നതുപോലെ സമാധാനിപ്പിക്കാൻ ശ്രമിച്ചു. 'മോൻ നമ്മളതാണെങ്കിൽ നമ്മക്ക് കിട്ടായിരുന്നു. നമ്മൾ നോക്കായിറ്റ ല്ലല്ലോ. രാത്രീം പാതിരീന്ന്ല്ലാണ്ട് ഞാൻ ഓടി നടന്നില്ലേ. എന്നിട്ടും കിട്ടീല്ലല്ലോ. നമ്മക്ക് ജീവിതം മുമ്പോട്ട് കൊണ്ടുപോയല്ലേ തീരൂ. തിന്നാ ണ്ടും കുടിക്കാണ്ടും നിന്നാൽ മോൻ വരുലല്ലോ.'

ഞാൻ മാത്രം ഇടയ്ക്കിടെ ചോദിച്ചുകൊണ്ടിരുന്നു. 'കുഞ്ഞാവ ഓട് ത്തു?'

അത് കേൾക്കുമ്പോൾ അമ്മ കരഞ്ഞു. അങ്ങേമ്മ പറഞ്ഞു. 'കു ഞ്ഞാവ തമ്പാച്ചന്റുത്ത് പോയി. കൊറേനാൾ കഴീമ്പം വെരും.'

എന്റെ കുഞ്ഞാവ നേരത്തെ തമ്പാച്ചന്റുത്ത് പോയി. ഇതുവരെ വ ന്നില്ല. ഞാൻ എപ്പോഴാണ് തമ്പാച്ചന്റുത്ത് പോയി മോനെ കാണുക!

സാന്ത്വനത്തണലിൽ

പതിനാലാമത്തെ ദിവസം പാട്ടി അമ്മമ്മ പോയി. അടുത്ത ദിവസം തന്നെ ദേവകി അമ്മമ്മ ചിരുതേയിക്കൊപ്പം വന്ന് എന്നെയും അമ്മയെ യും തേർതലയിലേക്ക് കൂട്ടിക്കൊണ്ടുപോയി. അമ്മ എപ്പോഴും കിടക്കു കയായിരിക്കും. ആരെങ്കിലും നിർബ്ബന്ധിച്ചാൽ ഭക്ഷണം കഴിച്ചെന്നു വ രുത്തും. എന്നെ അമ്മമ്മയും വലിയമ്മയും കൂടി പരിപാലിച്ചു. അവരെ സഹായിക്കാൻ ചിരുതേയിയും വന്നു. ആരും അമ്മയെ ശല്യപ്പെടുത്തി യില്ല. എല്ലാവരും ഞങ്ങളോട് അലിവോടെ പെരുമാറി.

അമ്മ ചിലപ്പോൾ സ്വബോധമില്ലാത്ത മാതിരി പെരുമാറി. ഒന്നും ഓർ മയില്ലാത്ത അമ്മയെ കണ്ട് എല്ലാവരും പരിഭ്രമിച്ചു.

ഭാസ്കരമ്മാവൻ അമ്മയെ തളിപ്പറമ്പിൽ ഒരു വനിതാ ഡോക്ടറു ടെ അടുത്ത് കൊണ്ടുപോയി ചികിത്സിച്ചു. എന്നെ ചികിത്സിക്കുന്ന കാ ര്യവും പരിഗണിച്ചു. പെരിങ്കോന്നിലെ അച്ചപ്പൻ നായനാർ വൈദ്യരെ ചീത്തീലെ വീട്ടിൽ കൊണ്ടുവന്നു. വൈദ്യർ എന്നെ പരിശോധിച്ചിട്ട് ആ വർത്തനതൈലം പുരട്ടി ഞവരപ്പായസംവെച്ച് തടവാൻ വിധിച്ചു. അദ്ദേ ഹം തേർതലയിലെ വീട്ടിൽ വന്ന് ചികിത്സിക്കുകയായിരുന്നു. അടുക്കള യുടെ പുറകിലുള്ള ഇറയത്ത് അടുപ്പ് കൂട്ടി കഷായം വെച്ചു. എന്റെ വ യസ്സ് കണക്കാക്കി നാല് പ്രാവശ്യം ആവർത്തിച്ച് കുറുക്കിയുണ്ടാക്കിയ ആവർത്തന തൈലം ദേഹത്ത് തടവി. പിന്നീട് ഞവരപ്പായസം വെച്ച് ദേഹം മുഴുവൻ തടവി. ഒരാഴ്ച വൈദ്യരുടെ മേൽനോട്ടത്തിൽ ഞവര പ്പായസ ചികിത്സ നടത്തി. പിന്നീട് കൈയിലും കാലിലും മാത്രം തട വാൻ നിർദ്ദേശിച്ചു. വൈദ്യരുടെ നിർദ്ദേശമനുസരിച്ച് അമ്മ എല്ലാം ചെ യ്തു. എന്റെ ശുശ്രൂഷയിൽ മുഴുകിയപ്പോൾ അമ്മ മോന്റെ വേർപാടി ന്റെ ദു:ഖം കുറച്ചൊക്കെ മറന്നു.

മുറ്റത്തിന്റെ മേലെത്തട്ടിലെ കളത്തിൽ വെച്ചാണ് അമ്മ എന്നെ തൈലം പുരട്ടി വ്യായാമം ചെയ്യിക്കുന്നത്. അപ്പോൾ ഗിരിജ വന്ന് അ ല്പം അക്രമാസക്തമായി എന്നെ നോക്കും. ഞാൻ അവളുടെ ഏച്ചിയാ ണ് എന്ന് പറഞ്ഞിട്ടെന്താ കാര്യം! എഴുന്നേറ്റ് നടക്കാത്ത ഏച്ചിയെ അ വൾക്ക് ഒരു വിലയുമില്ല. ഓടിച്ചാടി നടക്കുന്ന അവൾ എന്നെ വെറുതെ വിടുന്നത് എന്റെ അമ്മയെ പേടിച്ചുമാത്രം!

ചന്തിയിട്ട് നെരങ്ങിയും മുട്ടുകുത്തിയും ഞാൻ നീങ്ങുമ്പോൾ എന്റെ അമ്മ വിചാരിക്കുമത്രേ. 'എന്റെ കുട്ടിക്ക് മാത്രം നടക്കാനാവുലല്ലോ.'

അമ്മമ്മ പറയും. 'കുട്ടീന ചരലിലൊന്നും എളക്കറ്. ചന്തീലെ തോല് പോകും.'

അമ്മയുടെ ശ്രമം വെറുതെയായില്ല ഞാൻ അഞ്ചാം വയസ്സിൽ നില ത്ത് കൈ കുത്തി എഴുന്നേറ്റ് നിൽക്കാൻ തുടങ്ങി. കളത്തിന്റെ വക്കിലു ള്ള തിണ്ടിനടുത്ത് അമ്മ എന്നെ നിർത്തും . എന്നിട്ട് കുറച്ചു മാറിനിന്ന് വിളിക്കും. അപ്പോൾ തിണ്ടിൽ കൈ അമർത്തിവെച്ച് ഒന്നുരണ്ടടി നീങ്ങാനും ഞാൻ പഠിച്ചു.

അമ്മ സാധാരണ ജീവിതത്തിലേക്ക് പതുക്കെ നടന്നുകയറി. അല ക്കാനും കുളിക്കാനുമൊക്കെ പുഴയിൽ പോയിത്തുടങ്ങി.

അമ്മയുടെ ദു:ഖത്തിനും സന്തോഷത്തിനും പുഴയല്ലാതെ മറ്റാരാണ് ഇതുവരെ സാക്ഷിയായിട്ടുള്ളത്. അമ്മമ്മ അമ്മയെ പ്രസവിച്ച് പാലങ്ങാ ട്ടെ വീട്ടിൽ എത്തിയ അന്നുതൊട്ട് കുറുമാത്തൂർ പുഴയെ കാണുന്നത

ല്ലേ. നടക്കാൻ പഠിക്കുന്നതിനു മുന്നേ മുറ്റത്തോളം കയറിവന്ന് അമ്മ
യെ കളിക്കാൻ വിളിക്കുന്ന കൂട്ടുകാരിയല്ലേ പുഴ. ആ പുഴയിലെത്ര ക
ളിച്ചാലും കുളിച്ചാലും അമ്മയ്ക്കും സംഘത്തിനും മതിയാവാറില്ല. ആ
കളികുളിസംഘത്തിൽ ഒരു വയസ്സുകാർ മുതൽ കൌമാരം കടന്നവർ
വരെയുണ്ട്. ആണും പെണ്ണുമുണ്ട്. പുഴയിലെ തിമിർപ്പ് മതിയാക്കണ
മെങ്കിൽ അച്ഛപ്പന്റെ മരുമകൻ കേളപ്പേട്ടൻ വടിയുമെടുത്ത് പീടികയിൽ
നിന്നിറങ്ങണം. കേളപ്പേട്ടൻ പീടികയിൽനിന്നും ഇറങ്ങുന്നത് കണ്ടവർ
ഭാഗ്യവാന്മാർ. അവർ പാഞ്ഞപെര്യക്ക് പുല്ല് മുളയ്ക്കില്ല. അല്ലാത്തവരു
ടെ ചന്തിയുടെ തൊലി വടിയെടുക്കും. അദ്ദേഹത്തിന്റെ കൈയിലെ വടി
ക്ക് അമ്മാവന്മാരുടെ മക്കളെന്നോ, അയൽക്കാരുടെ മക്കളെന്നോ ഭേദമി
ല്ലല്ലോ.

എന്റെ അമ്മ നല്ല നീന്തൽക്കാരിയാണ്. അമ്മയ്ക്ക് നന്നായി തുഴയാ
നുമറിയാം. അമ്മ കുളി ക്കാൻ പോയാൽ തോണി തുഴയാൻ പരിശീലി
ക്കുമായിരുന്നു. അമ്മ തുഴയുമ്പോൾ ആൺകുട്ടികൾ പറഞ്ഞുകൊടു
ത്ത് സഹായിക്കും. അവർ തോണി മാറ്റിതുഴയാൻ പറയും. സാധാരണ
തോണി മുന്നോട്ട് പോകാൻ നേരെ തുഴഞ്ഞാൽ മതി. തോണി തിരി
ക്കാൻ മറുഭാഗത്ത് മാറ്റിത്തുഴയാൻ പറയും. ബോട്ട് വരുമ്പോൾ അമ്മ
യ്ക്ക് കുറേശ്ശെ പേടിയാകും. കാരണം ബോട്ട് വരുമ്പോൾ തോണി ഉല
യും. അതുകൊണ്ട് ബോട്ട് വരുന്നുണ്ടോ എന്ന് നോക്കിയേ അമ്മ തോ
ണി ഇറക്കൂ.

അച്ഛപ്പനും സഹോദരന്മാർക്കും പുഴയ്ക്കക്കരെ തേർളായിയിൽ വ
യലുണ്ട്. പാവപ്പെട്ട കുറെ മുസ്ലീം കുടുംബങ്ങളും ഒരു തീയ കുടുംബ
വുമാണ് അക്കാലത്തെ അവിടുത്തെ താമസക്കാർ. മിക്കവർക്കും ആടു
ണ്ടാകും. വിളഞ്ഞ നെല്ല് മൂരാൻ തുടങ്ങിയാൽ അടുത്ത വീട്ടുകാർ മൂര്
ന്ന ഭാഗത്ത് ആടുകളെ കൊണ്ടുവന്ന് കെട്ടും. സൂത്രക്കാരായ ആടുകൾ
വലിഞ്ഞും കയർ പൊട്ടിച്ചുമൊക്കെ വിളഞ്ഞ നെല്ല് ശാപ്പിടും. അത് തട
യാൻ വയലിന്റെ ഉടമസ്ഥർ രാവിലെ തോണിയിൽ കടവ് കടന്നുവന്ന്
കാവൽ നിൽക്കും . പെണ്ണുങ്ങൾ കടവ് കടന്ന് മൂരാൻ വരാൻ പത്തുപ
തിനൊന്നു മണിയൊക്കെ ആകും. അവർ വന്നാൽ കാവലാൾക്ക് തിരി
ച്ചുപോകാം. പഠനകാലം കഴിഞ്ഞപ്പോൾ മുതൽ ഈ കാവൽ ഡ്യൂട്ടി
എന്റെ അമ്മയുടേതായിരുന്നു. രാവിലെ അങ്ങോട്ട് പോകാൻ അമ്മയു
ടെ വലിയച്ഛന്റെ മകൻ നാരായണേട്ടൻ തോണിയിൽ കടവ് കടത്തി
ക്കൊടുക്കും. മൂരൽപ്പെണ്ണാളുകളുടെ തലവെട്ടം കാണുമ്പോൾ അമ്മ
തിരിച്ചുപോകാൻ കടവിലേക്ക് പുറപ്പെടും. അക്കരെ നിന്ന് തോണിയും

കൊണ്ട് ആരെങ്കിലും വരുന്നതുവരെ അവിടെ കാത്തി രിക്കും. തോണി വന്നാൽ അങ്ങോട്ട് പോകാൻ ആരുമില്ലെങ്കിൽ അമ്മ തന്നെ തുഴഞ്ഞു പോകും.

മാസങ്ങൾ കടന്നുപോയി. മഴ നിന്ന് കുറുമാത്തൂർ പുഴയിലെ വെ ള്ളം താഴുമ്പോൾ പാലങ്ങാട്ടെ വീടിനു താഴെയായി പൊങ്ങി വരുന്ന ഒ രു തുരുത്തുണ്ടായിരുന്നു. വളക്കുറുള്ള ആ മണ്ണിൽ വിത്ത് കൊണ്ടിടുക യേ വേണ്ടു. പറിച്ചാലും പറിച്ചാലും തീരാത്ത വിളവ് കിട്ടും. അച്ഛപ്പൻ ആ തുരുത്തിൽ പച്ചക്കറി നടും. കല്യാണത്തിന് മുമ്പ് അമ്മയായിരുന്നു അച്ഛപ്പന്റെ പ്രധാന സഹായി. കുറുമാത്തൂരെ വിശാലമായ പറമ്പിൽ എല്ലാവരും പറങ്കി നടാറുണ്ടായിരുന്നു. മഴ നിൽക്കുമ്പോഴേക്കും അത് പറിച്ചൊഴിയും. അച്ഛപ്പൻ ആ കാലി പറങ്കിച്ചെടി പൊരിച്ചുകൊണ്ടുവന്ന് തുരുത്തിൽ വീണ്ടും നടും. അതൊക്കെ വീണ്ടും തളിർത്തുപൂത്ത് നിറ യെ കായ്ക്കും. മൂത്ത വഴുതിനച്ചെടിയും അതുപോലെ കൊണ്ടുവന്ന് നടും. മത്തൻ, വെള്ളരി, വെണ്ട, ചീര, പയർ, കയ്പ്പ, പടവലം, താലോ ലി എന്നുവേണ്ട എല്ലാ പച്ചക്കറികളും അവിടെ നടും. എക്കൽ വളം വ ന്നടിഞ്ഞ മണ്ണിൽ അവയൊക്കെ നന്നായി വളരും. നട്ടുകഴിഞ്ഞാൽ പുഴ യിലെ വെള്ളം കോരി ഒഴിക്കുകയേ വേണ്ടു.

ചീത്തീലെ വീട്ടിൽ ബന്ധുക്കളും സുഹൃത്തുക്കളുമെല്ലാം ഇടയ്ക്കി ടെ വരും. വന്നവരെല്ലാം ചോദിക്കും. 'ദെച്ചു കായിമ്പായി പോയിറ്റ്ലേ.'

അമ്മമ്മ പറയും. 'കുഞ്ഞിക്ക് സുഗൂല്ലല്ലോ. ആട പണീം തെരക്കും തണുപ്പും.'

അമ്മയുടെ വലിയച്ഛന്റെ മകൻ, പാലക്കിലെ നാരായണൻ പറഞ്ഞു. 'എനി കായിമ്പായീന്ന് വന്നാ ദെച്ചൂന അയക്കണ്ട എളേമ്മേ. ഒരു സുഗൂ ല്ലാത്ത കുഞ്ഞീനേംകൊണ്ട് വന്നിറ്റ് ആരും തിരിഞ്ഞ് നോക്കീറ്റ്ല്ലല്ലാ. അപ്പൊ നമ്മളെയെല്ലാം പുല്ലമ്മാരാക്കീറ്റല്ലെ. ഒരു കുട്ട്യല്ലെ ആയുള്ളൂ. ഓൾ നമ്മളൊപ്പരം നിന്നോട്ട്.'

അമ്മമ്മ ഒന്നും മിണ്ടിയില്ല. അച്ഛപ്പൻ ഇടയ്ക്ക് അങ്ങനെയൊക്കെ പറയാറുണ്ടെങ്കിലും അപ്പോൾ ഒന്നും മിണ്ടിയില്ല.

ഇതിനിടയിൽ കാവുമ്പായിയിൽ വലിയച്ഛൻ മുറുമുറുക്കാൻ തുടങ്ങി യിരുന്നു. അമ്മ പോയിട്ട് മാസങ്ങൾ കഴിഞ്ഞു. 'എറങ്കല്ല് കെട്ടാനാ പൈ സ?' വലിയച്ഛൻ അമ്മയോടും അനുജനോടും ചോദിച്ചു. എന്നുവെച്ചാൽ അച്ഛൻ വേറെ പുടമുറി കഴിക്കണം. കാവുമ്പായിക്കാർ പണിയെടുക്കാ നാണ് പുടമുറി കഴിക്കുന്നത്. അവിടെയാണെങ്കിൽ പണിക്ക് ആളില്ല. അത് ഉടൻ പരിഹരിക്കണം.

അങ്ങേമ്മ ഒന്നും മിണ്ടിയില്ല. അച്ഛനും ആദ്യമൊന്നും പ്രതികരിച്ചില്ല.

'എന്ത് കണ്ടിറ്റാ. പൊതുല്ലാതൊരു കുട്ടീം... വേറെ ഒന്നിന കുട്ടിക്കൊ ണ്ടരണം.' വലിയച്ഛൻ പറഞ്ഞുകൊണ്ടിരുന്നു.

ശല്യം സഹിക്കാൻ കഴിയാതായപ്പോൾ അച്ഛൻ പൊട്ടിത്തെറിച്ചു. 'എ ന്റെ ജീവിതത്തിൽ ഒരു പെണ്ണ് വേണെങ്കില് അത് അവര് മതി. അവര് ക്ക് സുഖാവുമ്പോ അവര് വരും. അനക്ക് സുഗുല്ലാത്ത കുട്ടി മതി.'

മകരം പിറന്നു. ഒരു ദിവസം സന്ധ്യകഴിഞ്ഞ നേരത്ത് അച്ഛൻ ചീത്തീ ലെ വീട്ടിൽ വന്നുകയറി. അച്ഛൻ മുല്ലക്കൊടി പോയിവരുന്ന വഴിയാണ്. പെണ്ണുങ്ങളോട് മൂരാൻ വരാൻ പറയാൻ പോയതാണ്. ആ കാലത്ത് മൂർച്ചക്കാരികളുടെ ക്ഷാമം പരിഹരിക്കാൻ മുല്ലക്കൊടിയിൽനിന്നും മ റ്റും പെണ്ണുങ്ങളെ തളിയന്മാർ വീട്ടിൽ കൂട്ടിക്കൊണ്ടുവന്ന് പാർപ്പിക്കാറു ണ്ടായിരുന്നു.

'ഇത്ര ഇരുട്ടിയിട്ട് നിങ്ങൾ എങ്ങനെയാണ് കടവ് കടന്നത്?' അമ്മ അത്ഭുതപ്പെട്ടു.

അമ്മമ്മ മകളുടെ ഭർത്താവിനെ സത്കരിച്ചു. അച്ഛപ്പൻ വിശേഷം ചോദിച്ചു.

ശാന്തസ്വഭാവികളായ അച്ഛപ്പനും അമ്മമ്മയും അച്ഛനോട് പരിഭവി ച്ചില്ല. അന്ന് രാത്രി അച്ഛനും അമ്മയും ഞാനും ചീത്തീലെ പടിഞ്ഞാറ്റ കത്ത് ഉറങ്ങി.

ഒരടി മുന്നോട്ടുവെച്ച്
രണ്ടടി പിന്നോട്ടായ്....

ഉച്ചയ്ക്ക് ചോറും ഉണ്ടിട്ടാണ് ഞങ്ങൾ കാവുമ്പായിലേക്ക് പുറപ്പെ ട്ടത്. തേർതലയിൽനിന്നു വളക്കൈയിലേക്ക് നല്ല ദൂരമുണ്ട്. അച്ഛന് കുട്ടി കളെ എടുക്കാൻ അറിയില്ലെങ്കിലും എന്നെ എടുക്കുകയല്ലാതെ മറ്റ് മാർ ഗ്ഗമില്ലല്ലോ. അച്ഛന്റെ ഒക്കിൽ നിന്ന് ഞാൻ ഊർന്ന് വീഴുമ്പോൾ അമ്മ സഹായത്തിനെത്തും. ഞങ്ങൾ കാവുമ്പായിയിലെത്തുമ്പോൾ നേരം സന്ധ്യയോടടുത്തിരുന്നു. അച്ഛൻ തലേദിവസം രാത്രി തിരിച്ചെത്താത്ത തുകൊണ്ട് ഞങ്ങളെ കൂട്ടിക്കൊണ്ടുവരും എന്നൊരു പ്രതീക്ഷ അങ്ങേ മ്മയ്ക്കുണ്ടായിരുന്നു. അമ്മ ചിരിച്ചുകൊണ്ട് എന്നെ എടുത്തു.

എന്റെ നില്പ് വിശേഷമൊക്കെ അറിഞ്ഞപ്പോൾ അങ്ങേമ്മയ്ക്ക് സ ന്തോഷമായി. കാവുമ്പായി വെച്ചും എന്റെ വ്യായാമവും പരിചരണവും അമ്മ തുടർന്നു. എന്നെ ഒരിടത്ത് നിർത്തിയിട്ട് നീളമുള്ള ഒരു വടി അമ്മ നീട്ടിക്കാണിക്കും. ഞാൻ പേടിച്ചുപേടിച്ച് ഒന്നുരണ്ടടി വെച്ച് അത് പിടി

ക്കാൻ ശ്രമിക്കും. അപ്പോൾ അമ്മ വീണ്ടും പിന്നോട്ട് മാറും. വല്ലാണ്ട് പേടി വരുമ്പോൾ ഞാൻ അനങ്ങാതെ നിന്ന് കരയും. കരയാത്ത എന്നെ കരയിക്കാൻ എന്റെ അമ്മ പെടുന്നപാട് നോക്കൂ.

ഞങ്ങളുടെ അഭ്യാസങ്ങൾ കണ്ടപ്പോൾ അങ്ങേമ്മ ഒരു തീരുമാനമെടുത്തു. ശാന്തക്കുട്ടിക്ക് നടക്കാൻ പഠിക്കാൻ ഒരു വണ്ടി ഉണ്ടാക്കണം.

എന്റെ അച്ഛൻ കൂട്ടുംമുഖം അങ്ങാടിയിൽ അഞ്ചുസെന്റ് സ്ഥലം വാങ്ങിയിരുന്നു. അവിടെ ഒരു പീടിക എടുക്കണം. അതിന്റെ പണി നടന്നു കൊണ്ടിരിക്കുകയാണ്. ശങ്കരൻ ബിച്ചോർമ്മനോട് (വിശ്വകർമ്മൻ) അങ്ങേമ്മ ഒരു വണ്ടി ഉണ്ടാക്കാൻ പറഞ്ഞു. ആശാരി വണ്ടി ഉണ്ടാക്കി. മൂന്ന് ചക്രമുള്ള മരത്തിന്റെ വണ്ടി. ഒരു ചക്രം മുന്നിൽ, രണ്ടെണ്ണം പിന്നിൽ. സൈക്കിളിന്റെ ഹാൻഡിൽ പോലെ മരംകൊണ്ട് ഒരു പിടി. കുട്ടി അത് പിടിച്ച് നടക്കുമ്പോൾ ചക്രം ഉരുളും. അപ്പോൾ അറിയാതെ രണ്ടു മൂന്നടി മുന്നോട്ട് വെക്കും.

വണ്ടി കിട്ടിയതിൽപ്പിന്നെ അമ്മയുടെ അധ്വാനം അല്പം കുറഞ്ഞു. അങ്ങനെ അഞ്ചുവയസ്സാകുമ്പോഴേക്ക് ഞാൻ നടന്നു തുടങ്ങി.

അങ്ങേമ്മ എനിക്കും പ്രസന്നയ്ക്കും കഴുത്തിൽ ഓരോ പൊന്നുകെട്ടിത്തന്നു. ഓരോ പവന്റെ സ്വർണനാണയം വാങ്ങി അതിന്മേൽ തട്ടാനെ കൊണ്ട് കാൽ പവന്റെ തൊത്തും വെപ്പിച്ച് കറുത്ത ചരടിൽ കോർത്ത് കഴുത്തിൽ കെട്ടിത്തരുകയായിരുന്നു. പതിനേഴുവയസ്സോളം ആ പൊന്നുംകെട്ടിയാണ് ഞാൻ നടന്നത്. അത് പിന്നീട് മാലയ്ക്ക് വഴിമാറിക്കൊടുത്തു. കഴുത്തിൽ മൂന്നുപവന്റെ സ്വർണത്തുടരിൽ പത്താക്ക് കോർത്ത് ധരിക്കുന്നതായിട്ടാണ് ഞാൻ അങ്ങേമ്മയെ കണ്ടിട്ടുള്ളത്. ഒരുനാൾ അങ്ങേമ്മ തീരുമാനിച്ചു. അതും അമ്മയുടെ പെൺകുട്ടികൾക്ക് പങ്കിട്ടു കൊടുക്കണം. ആ പെൺകുട്ടികൾ ഞാനും പ്രസന്നയും തന്നെയായിരുന്നു. അമ്മ പൊന്നിൻതുടരിൽ നിന്നും പത്താക്ക് അഴിച്ചെടുത്ത് കറുത്ത ചരടിൽ കോർത്ത് സ്വന്തം കഴുത്തിൽ ഇട്ടു. എന്നിട്ട് പൊന്തുടരും കൊണ്ട് ഞങ്ങളുടെ വീട്ടിൽ വന്നു. അത് അച്ഛന്റെ കൈയിൽ കൊടുത്തിട്ട് പറഞ്ഞു. 'ഇതു കൊണ്ടുപോയി രണ്ടു മാല ഉണ്ടാക്കി കൊണ്ടുവരണം.'

അച്ഛൻ അമ്മ പറഞ്ഞതുപോലെ ചെയ്തു. ഗുരുവായൂരപ്പന്റെ ചിത്രമുള്ള ലോക്കറ്റോടുകൂടിയ ആ മാല ഞാൻ വർഷങ്ങളോളം കഴുത്തിലിട്ടു നടന്നു. എനിക്ക് ജോലി കിട്ടിയതിനുശേഷമാണ് ആ മാല പുതുക്കി അല്പം വലുതാക്കിയത്. അങ്ങനെ ഞാൻ അമ്മ കെട്ടിത്തന്ന പൊന്നിൽ നിന്നും മാലയിലേക്ക് കടന്നതും അമ്മയുടെ ആഗ്രഹവും തീരുമാനവും

അനുസരിച്ചായിരുന്നു. എന്നിലെ പെൺകുട്ടി എന്ന സത്വത്തെ അംഗീ കരിച്ച ആദ്യത്തെ ആൾ അങ്ങേമ്മയാണ്. അവസാനത്തെ ആളും അ ങ്ങേമ്മയാണ്.

'സുഖുല്ലാത്ത കുട്ടിയാണ്, പടി കടക്കുമ്പം വീണുപോകും. നോക്ക ണേ.' എന്റെ പെറ്റമ്മ തോട്ടിൽ കുളിക്കാൻ പോകുമ്പോൾ അച്ഛനെ ഓർ മ്മിപ്പിക്കും. അമ്മ കുളിച്ചുവരുന്നതുവരെ അച്ഛൻ എന്നെ നോക്കിക്കോ ളും. തളിയമ്മാർ വീട്ടിൽ എനിക്ക് അമ്മമാർ രണ്ടുണ്ടല്ലോ. അതുകൊ ണ്ടാണ് ഇവിടെ പെറ്റമ്മ എന്ന് പ്രത്യേകം പറയുന്നത്.

ഞങ്ങൾ കാവുമ്പായി എത്തിയതിനുശേഷമാണ് വലിയമ്മയും പ്രസന്നയും വീട്ടിലെത്തിയത്.

അന്ന് കക്കൂസ് ഇല്ലാത്ത കാലം. വിശാലമായ പറമ്പിന്റെ അതിരിലോ, കിളയിലോ ഒക്കെയാണ് ആളുകൾ തൂറാൻ പോകുന്നത്. അഞ്ചുവയ സ്സായെങ്കിലും എനിക്ക് നടക്കാൻ ആവാത്തതുകൊണ്ട് പിൻവശത്തെ മുറ്റത്തിന്റെ മൂലയിൽ ഇരുത്തിയിട്ട് അമ്മ കോരിക്കളയുകയാണ് പതി വ്. അടുക്കളയിൽ തിരക്കുള്ളപ്പോൾ അടുക്കളഭാഗത്തെ മുറ്റത്ത് ഇറക്കി വിട്ടിട്ട് അമ്മ പറയും. 'മുട്ടുകുത്തി പൊയ്ക്കോ തൂറാൻ.'

മുട്ടുകുത്തി കുറച്ചുപോകുമ്പോൾ ഞാൻ 'കൈ ബേദനിക്കുന്നു' എന്ന് പറയും. അപ്പോൾ അമ്മ ഇറങ്ങി വന്ന് എന്നെ എടുത്ത് മുറ്റത്ത് കൊ ണ്ടാക്കും. തൂറി കഴിയുമ്പോൾ എന്നെ അമ്മ കൈയിൽ കുറുകെയാണ് എടുക്കുക. കാൽമുട്ടിന്റെ പിന്നിൽ ഒരു കൈയും കഴുത്തിൽ മറ്റേ കൈ യും വെച്ച് എടുത്ത് ഒലക്കോട്ടിന്റെ പിന്നിൽ കൊണ്ടുപോയി ചന്തി കഴു കിയിട്ട് എടുത്തുകൊണ്ടു വരും. കഷ്ടിച്ചു നടക്കാനായപ്പോൾ അമ്മ എ ന്നെ വളപ്പിൽ കൊണ്ടാക്കും. അമ്മയ്ക്ക് പറ്റാത്തപ്പോൾ വടക്കുപുറത്തു കൂടി പുളിയുടെ കീഴിലേക്ക് ചന്തിയിട്ട് നെരങ്ങിയും മുട്ടുകുത്തിയും തൂ റാൻ പോയിട്ട് ചരലിലുരഞ്ഞു പൊട്ടിയ മുട്ട് കാണുമ്പോൾ എന്റെ അ മ്മയ്ക്ക് സങ്കടം വരുമായിരുന്നത്രെ.

സ്വത്തൊക്കെ ഭാഗംവെച്ചപ്പോൾ അമ്മയ്ക്ക് അച്ഛന്റെ വീതത്തിലു ള്ള വയലിലും പറമ്പിലും പണിക്കാർക്കൊപ്പം പോകേണ്ടി വന്നു. അ പ്പോൾ അങ്ങേമ്മ എന്നെയും പ്രസന്നയെയും പരിപാലിച്ചുകൊണ്ട് വീ ട്ടിലിരിക്കും. അങ്ങേമ്മ എന്നെ മുറ്റത്തും പറമ്പിലുമൊന്നും കൊണ്ടാ ക്കാൻ മെനക്കെടില്ല. തൂറാൻ മുട്ടുമ്പോൾ അങ്ങേമ്മ കുഞ്ഞിറയത്തി ന്റെ മൂലയ്ക്ക് കൊണ്ടാക്കിയിട്ട് പറയും. 'മോൾ ആട തൂറിക്കോ.'

അപ്പോൾ കൂട്ടിന് അനിയത്തി പ്രസന്നയും വരും. ഞങ്ങൾ രണ്ടുപേ രും ഞാലി ഇറയത്ത് മത്സരിച്ചു തൂറിവെക്കും. അങ്ങേമ്മ ഞങ്ങളെ ര

ണ്ടുപേരെയും കഴുകി വൃത്തിയാക്കും. ഒരിക്കൽ ഇറയത്ത് കുത്തിയിരു ന്നു തുറുമ്പോൾ കുഞ്ഞിറയത്തിന്റെ അടുത്തുള്ള മുറ്റത്തുകൂടി ഞങ്ങ ളെ നോക്കി ചിരിച്ചുകൊണ്ട് വലിയച്ഛൻ നടന്നുപോയി. അപ്പോൾ എ നിക്ക് വല്ലാതെ നാണം തോന്നി. എന്റെ ഓർമയിലെ ആദ്യത്തെ നാണം.

പാവം, എന്റെ അമ്മ പണി കേറി വന്നാൽ ആദ്യം ചെയ്യേണ്ടത് ഞ ങ്ങളുടെ വിസർജ്യം കിളയിലേക്ക് കടത്തുക എന്നതായിരുന്നു.

പ്രസന്ന അമ്മയുടെ വീട്ടിൽനിന്നു വരുമ്പോഴേ കുരയുണ്ടായിരുന്നു. കുരച്ചുകുരച്ചു മുഖം നിലത്ത് മുട്ടുന്നതുകൊണ്ട്, നിലംകാരുന്നതുകൊ ണ്ട്, നിലങ്കാരി കുര എന്ന പേരിൽ അറിയപ്പെടുന്ന പകർച്ചവ്യാധിയായി രുന്നു അത്. കുട്ടികളെയാണ് ഏറെയും ബാധിക്കുക. അത് ബാധിച്ചാൽ മൂന്നുമാസം കഷ്ടപ്പെടുത്തും. അധികം വൈകാതെ എനിക്കും രോഗം പകർന്നുകിട്ടി. പ്രസന്നയെ അധികം കഷ്ടപ്പെടുത്താതെ രോഗംമാറി. എ ന്റെ കാര്യമാണ് കഷ്ടമായത്. രോഗം അങ്ങേ അറ്റത്തെ രൗദ്രഭാവത്തി ലാണ് എന്നെ ആക്രമിച്ചത്. കുരച്ചുകുരച്ചു മൂത്രമൊഴിച്ചുപോകും. അ ച്ഛൻ പതിവുപോലെ പെരുവണ്ണാൻ വൈദ്യരെ കൊണ്ടുവന്നു. അദ്ദേഹ ത്തിന്റെ ചികിത്സയിൽ കുറെ നാൾ കഴിഞ്ഞു. നിലങ്കാരി കുര വന്നതി നുശേഷം എന്റെ തൊണ്ടക്കുഴി കുഴിഞ്ഞു തെളിഞ്ഞു. കഴുത്ത് മെലി ഞ്ഞു. കണ്ണ് കുണ്ടിൽ താണ് കോങ്കണ്ണ് ആയിത്തീർന്നു.

എന്റെ അവസ്ഥ കണ്ട് അമ്മ പേടിച്ചു. വീട്ടിൽ പോകണം. കുട്ടിയെ മറ്റാരെയെങ്കിലും കാണിച്ചു ചികിത്സിക്കണം. പക്ഷേ, മേടം ഇരുപത്ത ഞ്ചു മുതൽ ഇടവം പത്തുവരെ പുലക്കോട്ടത്ത് തെയ്യമാണ്. തെയ്യം ക യ്യാണ്ട് ആർക്കും കണ്ടി കീഞ്ഞൂട.

പുലക്കോട്ടം കാവിന്റെ വായിലാണ് കാവുമ്പായി(കായിമ്പായി). ഉഗ്ര മൂർത്തിയാണ് പുലക്കോട്ടത്തമ്മ. കാവുമ്പായിക്കാരുടെ കളവും വ്യഭി ചാരവും അക്രമവുമൊക്കെ നിയന്ത്രിക്കുന്നത് പുലക്കോട്ടത്തമ്മയാണ്. ഇതിനൊക്കെ ഇരയായിത്തീർന്നവർ തോട്ടിൽ മുങ്ങിനിവർന്നീറൻ മാറാ തെ കാവിലെത്തി നെഞ്ചത്തടിച്ച് കേൾപ്പിച്ച് കലംകമഴ്ത്തിയാൽ ദേവി ശത്രുവിന്റെ പിന്നാലെ പായും. നാൽപ്പത് ദിവസത്തിനുള്ളിൽ ശത്രുവി ന്റെ കഥ തീർക്കും. ഞങ്ങളുടെ തൊട്ടയൽവാസി ഇത്തരമൊരു പ്രതി കാരപൂർത്തിയിൽ സ്വന്തം കഴുത്തിലെ പൊന്നഴിച്ച് ഉറഞ്ഞുതുള്ളുന്ന ദേവിക്കുമുന്നിൽ കാഴ്ചവെച്ചുവത്രേ (അവർ തന്നെ പറഞ്ഞത്). ഇതു പോലെ ഒരുപാട് കഥകൾ പുലക്കോട്ടത്തമ്മയെപ്പറ്റി പറയാനുണ്ട്.

അങ്ങ് ദൂരെയേതോ മറുനാട്ടിൽ നിന്നും മലനാട് കാണാൻ മരക്കല മേറി വന്നവർ. ഏട്ടത്തിയും അനിയത്തിയും ആളെത്തിന്നും കൂട്ടം. യാ

ത്രക്കാരെയും കപ്പിത്താനേയും കൊന്നുതിന്ന് വിശപ്പടക്കിയവർ. കപ്പി ത്താനില്ലാ കപ്പലിൽ പിന്നെയുമൊരുപാട് ദൂരമവർ താണ്ടി. പിന്നെയ വർ കപ്പൽ കരക്കിടിച്ച് നിർത്തി. കരയിലിറങ്ങി പുഴിവാരി പല്ലുതേച്ച് ഭ ഗവതിമാരവിടുന്നും നടകൊണ്ടു.

ഇരിപ്പിടവും പൂജയും ലഭിക്കാതെ മനംനൊന്ത്, കുടിയിരിക്കാനിടം തേടി നടന്നുതളർന്നവർ വയത്തുരെത്തി. വയത്തൂർ കാല്യാർ തമ്പുരാ നാട്ടെ കൂട്ടത്തിൽ കൂട്ടാതെ ബെളയാംകോട്ട് ദേവിയെ കൂട്ടിനുവിട്ട് നല്ല വാക്കോതിവിട്ടു. അങ്ങനെ വിടുമ്പോൾ ഭഗവതിക്ക് പന്തവും വിളക്കും ദേവിക്ക് ചുറ്റും വെളിച്ചവും കല്പിച്ചരുളാനും ദേവൻ മറന്നില്ല. ഭഗവതി മാർ വിളക്കുപിടിച്ച്, ചുറ്റുമിന്നിച്ച് മലകയറി, പുഴനീന്തി, നടനടന്നു. അ ന്തിക്കും മോന്തിക്കും കണ്ടവരെല്ലാം ഏഴുനാൾ പനിച്ചു തുള്ളി. പാതി രാവിൽ അട്ടഹാസം കേട്ട് കുട്ട്യോള് ഞെട്ടിയൊണർന്ന് നെലവിളിച്ചു.

പയ്യാവൂരപ്പനും കൈയൊഴിഞ്ഞപ്പോൾ കാവുമ്പായിയപ്പനായ മഹാ വിഷ്ണുവിനെത്തേടിയവരെത്തി. ഇരിക്കാൻ ശിങ്കിടിവട്ടം സ്ഥലം കാ വുമ്പായിയപ്പനും നൽകാഞ്ഞു മനമിടിഞ്ഞ് നട ന്നുനടന്നവർ വെള്ളരി ക്കുണ്ടിനടുത്തെത്തി. ദാഹിച്ച് തൊണ്ട പൊട്യപ്പം അനിയത്തി കുണ്ടി ലിറങ്ങി കാലും മുഖവും കഴുകി. മൂന്ന് വട്ടം കൈക്കുമ്പിളിൽ വെള്ളം കോരിക്കുടിച്ച് നിവർന്നപ്പോൾ, ചാളേന്റെ ചൊമരുമ്മല് പാതി മെടഞ്ഞ പായ കണ്ടു. മീങ്കുടയും കണ്ടു.

അനിയത്തി നെഞ്ചത്തടിച്ചു നിലവിളിച്ചു. 'ഏട്ത്തീ, ചതിച്ചൂലോ. അയി ത്തായീലോ.'

'നമ്മക്കിനി ഇവിടെയിരിക്കാം. നീ എന്നെത്തൊടാണ്ട് മാറിയിരി.'

അന്നവരിരുന്ന കണ്ടം ഒറ്റക്കണ്ടം.

ദേവി ചാളക്കിലെ പെണ്ണുങ്ങളെ ഒച്ച്യാട്ടി ബിളിച്ചു.

'പന്തവും വിളക്കും വാരി ഒരു സ്ഥാനത്ത് വെക്ക്. എച്ചിലും വറ്റും പറ്റരുത്.' എന്നും പറഞ്ഞവർ മറഞ്ഞു.

പെണ്ണാളത് വാരി പ്ലാവിന്റെ കീഴിൽ വെച്ചു.

കക്കുടീല് കള്ളും കുടിച്ചിരിക്കുമ്പം പൊലേൻ മയക്കത്തിൽ ബെല്യ ചാള കത്ത്ന സൊപ്നം കണ്ട്, പാഞ്ഞുപർത്തി കേറിവന്ന് ചാളേന്റെ മിറ്റത്ത് നിന്നു. ചാണോം കരീം തേച്ച പടിഞ്ഞാറ്റീൽ പന്തോം ബെള ക്കും മൊളച്ച് ബന്ന്. പച്ചക്കലെവും മൊളച്ച്ന്. പട്ടുമുണ്ടും ബാളുണ്ട്.

അന്നുതൊട്ടിന്നോളം പുലയർ തന്നെയാണല്ലോ ദേവിയുടെ കോലം കെട്ടിയാടുന്നത്. തെയ്യം കാണുന്നതും അവർ മാത്രമായിരിക്കും. മറ്റു ള്ളവർക്ക് അവിടെ പ്രവേശനമില്ല. എന്നാലും നേർച്ചയൊക്കെ കൊടു

ത്ത് പുലക്കോട്ടത്ത് മാതാവിനെ പ്രീതിപ്പെടുത്താൻ നാട്ടുകാരെല്ലാവരും ശ്രമിക്കും.

'പൊലക്കോട്ടത്തമ്മ്യാണ, പൊലക്കോട്ടത്ത് മാതാവ് ചോയ്ച്ചോട്ട് ' എന്നൊക്കെ ഞങ്ങളുടെ നാട്ടിൽ സദാ മുഴങ്ങിക്കേൾക്കാറുണ്ട്. തെയ്യ ക്കാലത്ത് അവിടെ നിന്നും പണിക്ക് വരുന്ന കൂരാച്ചിയുടെയം കരിഞ്ചി യുടെയും മുള്ളിക്കത്തിന്റെയുമൊക്കെ കൈയിൽ അങ്ങേമ്മ പുലക്കോട്ട ത്തേക്ക് വെളിച്ചെണ്ണയും പണവും നേർച്ചയായി കൊടുത്തയക്കും. പു ലക്കോട്ടത്ത് തെയ്യം തുടങ്ങിയാൽ നാട്ടുകാർ കാവുമ്പായി വിട്ട് അന്യ നാട്ടിൽ അന്തിയുറങ്ങാൻ പോകില്ല. നോമ്പെടുത്തവർ കോട്ടത്തുനിന്നി റങ്ങിയാലേ പുരവന്റെ വീട്ടിൽനിന്നും പെണ്ണുങ്ങൾ സ്വന്തം വീട്ടിലേക്ക് പാർക്കാൻ പോവുകയുള്ളൂ.

പുലക്കോട്ടത്തെ തെയ്യം കഴിയുന്നതുവരെ അമ്മ പിടിച്ചുനിന്നു. അ പ്പോഴേക്കും ഇടവത്തിലെ നാട്ടിപ്പണിയും തീർന്നു. അമ്മ അച്ഛനോട് പ റഞ്ഞു. 'അനക്ക് വീട്ടിൽ പോണം. മനസ്സ് നേരെ നിക്ക്ന്നില്ല. ഒന്നോ പോയി. ഒന്നുള്ളേനേം കളയാൻ കയ്യില്ല. കുട്ടീനീംകൊണ്ട് അനക്ക് പണിയൊന്നും എടുക്കാനാവൂല.'

അച്ഛൻ വേഗം സമ്മതിച്ചു. 'പൊയ്ക്കോ.'

കുറച്ചുകുറച്ചു മൂത്രമൊഴിച്ച് അതിലേക്ക് മറിഞ്ഞുവീഴുന്ന മോളെ കാണുമ്പോൾ അച്ഛനും പേടിയായിട്ടുണ്ടാകും. കുഞ്ഞാവയുടെ അടു ത്തേക്ക് ഞാനും പോയ്ക്കളയുമോ എന്ന് ന്യായമായും കരുതാമല്ലോ. അമ്മയുടെ വീട്ടിൽനിന്നും ലഭിച്ച ചികിത്സയുടെ ഫലമായി നിൽക്കാ നും നടക്കാനും തുടങ്ങിയ ഞാൻ ഇപ്പോൾ തീർത്തും കിടപ്പിലായി. ശ്വാസംമുട്ടി കുറുകുന്ന ഒച്ച കേൾക്കുമ്പോൾ ഞാൻ മരിച്ചുപോകും എ ന്ന് അമ്മ പേടിച്ചുപോകുമായിരുന്നു. അപ്പോഴെല്ലാം അമ്മയ്ക്ക് മോനെ ഓർമ്മ വരും. കുറെ കണ്ണീരൊഴുക്കും. പിന്നെ സ്വയം ആശ്വാസം ക ണ്ടെത്തും. മോനെക്കാൾ എത്ര വലിയ രോഗം വന്നിട്ടും മോൾ ബാക്കി യായയല്ലോ. മോനെ അമ്മയ്ക്ക് വിധിച്ചിട്ടില്ല. അതാണ് അവൻ പോയത് എന്ന് ആശ്വസിക്കാൻ ശ്രമിക്കും.

അച്ഛപ്പൻ ഇടയ്ക്കിടെ മക്കളുടെ ക്ഷേമം അന്വേഷിക്കാൻ കാവുമ്പാ യിയിലെത്തും. പെരിങ്കോന്നിൽ നിന്ന് അമ്മയുടെ അമ്മാവന്മാരും വരും. അച്ഛപ്പൻ കാവുമ്പായി വരുമ്പോൾ കൊണ്ടുവരുന്ന സഞ്ചിയിൽ പത്ത് തേങ്ങയുണ്ടാകും. അക്കാലത്ത് കാവുമ്പായി തെങ്ങ് കുറവായിരുന്നു. അതാണ് കൊണ്ടുവരുന്ന സാധനങ്ങളുടെ കൂട്ടത്തിൽ തേങ്ങയും ഉൾ പ്പെട്ടത്. അത്രയേ അദ്ദേഹത്തിന് തൂക്കിപ്പിടിച്ചു നടക്കാൻ കഴിയൂ എന്ന

താണ് പത്തിന്റെ കണക്കിലെ കാര്യം. ബിസ്ക്കറ്റ്, മറ്റ് പലഹാരങ്ങള്‍, അച്ഛപ്പന്‍ തുരുത്തിയില്‍ വിളയിക്കുന്ന വഴുതിനങ്ങ, പയര്‍, മറ്റു പച്ച ക്കറികള്‍ തുടങ്ങിയവയെല്ലാം മകള്‍ക്ക് കൊണ്ടുകൊടുക്കും. അച്ഛപ്പന്‍ കാവുമ്പായിലെത്തി എന്റെ അവസ്ഥ കണ്ട് വിഷമത്തോടെയാണ് തേര്‍ തലയിലേക്ക് തിരിച്ചത്. അദ്ദേഹം പിറ്റേന്നുതന്നെ ഞങ്ങളെ കൂട്ടാന്‍ ചിരു തേയിയെ കാവുമ്പായിലേക്ക് പറഞ്ഞയച്ചു.

ഇപ്പോള്‍ പോകേണ്ടെന്നു പറഞ്ഞെങ്കിലും അധികം ബലം പിടിക്കാന്‍ അങ്ങേമ്മയ്ക്ക് ധൈര്യമില്ലായിരുന്നു. മോന്റെ അനുഭവം മറക്കാന്‍ ആവി ല്ലല്ലോ.

അമ്മ എന്നെയും കൂട്ടി ചിരുതേയിക്കൊപ്പം തേര്‍തലയിലേക്ക് പുറപ്പെട്ടു.

'എന്താ എല്ലാവരും ഈട നിക്ക്ന്ന്?' അമ്മ ചോദിച്ചു.

'സുഗുല്ലാത്ത കുട്ടീനീംകൊണ്ട് പോയതാ. ബാക്കീള്ളോര്‍ പേടിക്കാ ണ്ടെന്താ ബേണ്ട്?' അമ്മമ്മ പറഞ്ഞു.

'മൂത്ത്മേക്കനെന്തിനാ പേടിക്ക്ന്ന്? അന്റൊപ്പരല്ലേ വന്നത്?' ചിരു തേയി ചോദിച്ചു.

'അതന്ന്യാ അന്റ്യാരു സമാധാനം. അന്നെക്കാള്‍ നീ പോകുന്നതാ നല്ലത്. നിന്നെപ്പോലെ അന്നെക്കൊണ്ടാവൂല.'

'അത് നേരാ. ഞങ്ങള്‍ തിരിച്ചുവരണ്ടേ്യരുന്ന് കരുത്യ്താ. കുട്ടിക്ക് ശ്വാസം കിട്ടാണ്ടായി. ചിരുതേയി കടേത്ത് വീട്ടില്‍ പോയി കഞ്ഞിവെ ള്ളം കൊണ്ടന്ന് കൊടുത്തപ്പ നേര്യായത്.' അമ്മ പറഞ്ഞു.

'മൂത്തമ്മീം എളേമ്മീം വീട്ടില്‍ കേറ്യാട്ടെ. സുഖൂല്ലാത്ത കുട്ടീനീം കൊണ്ട് തൃസന്ധ്യയ്ക്ക് വളപ്പില് നിന്നിട്ട് വര്‍ത്താമാനം പറയുന്ന്!' അച്ഛ പ്പന്‍ ശാസിച്ചു.

ഹോമിയോ, ആയുര്‍വേദചികിത്സകള്‍ കൊണ്ട് എന്റെ അസുഖം പൂര്‍ ണ്ണമായി മാറ്റാന്‍ കഴിയില്ലെന്ന് ഭാസ്കരമ്മാവന്‍ അഭിപ്രായപ്പെട്ടു. 'കണ്ണൂര്‍ ജില്ലാശുപത്രിയില്‍ ഒരു വിദഗ്ദ്ധഡോക്ടറുണ്ട്. 'ഡോ.എ.ജി.നമ്പ്യാര്‍.' നമു ക്ക് കുട്ടിയെ അദ്ദേഹത്തെ കാണിക്കാം.'

'അതന്ന്യാ നല്ലത്. മുറിവൈദ്യം കൊണ്ടൊന്നും കുട്ടീരെ രോഗം മാ റാന്‍ പോകുന്നില്ല. നീ അവളുടെ കൂടെ പോകണം.' അച്ഛപ്പന്‍ നിര്‍ദ്ദേ ശിച്ചു.

ഡോ. എ.ജി.നമ്പ്യാര്‍ ആശുപത്രിയില്‍ വരുന്ന ദിവസം അന്വേഷിച്ച റിഞ്ഞതിനു ശേഷം അമ്മാവന്‍ എന്നെ ആശുപത്രിയില്‍ കൊണ്ടുപോ കാനുള്ള ഒരുക്കങ്ങള്‍ തുടങ്ങി. പണം അച്ഛപ്പന്‍ നല്‍കി. കൈയിലുള്ള

പണം മതിയാവാതെ വന്നാലോയെന്ന്! കരുതി അമ്മമ്മ പാലക്കിലെ അമ്മമ്മയോട് കുറച്ചു പണം കടം വാങ്ങി അമ്മയുടെ കൈയിൽ കൊടു ത്തു. എന്നെ എടുത്ത് കൊണ്ടാക്കാൻ പൊക്കുണ്ട് വരെ ചിരുതേയി വ ന്നു. അവിടുന്ന് അമ്മാവനും അമ്മയും കൂടി ബസിൽ കയറി കണ്ണൂരേ ക്ക് പുറപ്പെട്ടു. കണ്ണൂർ ബസ് സ്റ്റാൻഡിൽ നിന്ന് ആൾ വലിച്ചുകൊണ്ടു പോകുന്ന റിക്ഷയിൽ കയറി ആശുപത്രിയിൽ എത്തി. റിക്ഷയിൽ വെ ച്ച് ഞാൻ കുരച്ചുകുരച്ച് ഛർദ്ദിച്ചു. ഭാസ്കരമ്മാവൻ ഒരുനിമിഷംപോലും അറച്ചുനിൽക്കാതെ കൈക്കുമ്പിളിൽ എന്റെ കഫം ഏറ്റുവാങ്ങി പുറ ത്തേക്ക് കളഞ്ഞു.

ഡോ.എ ജി നമ്പ്യാർ എന്നെ വിശദമായി പരിശോധിച്ചു. അദ്ദേഹം പറഞ്ഞു. 'കുട്ടിക്ക് കാത്സ്യം കുറവാണ്. അതാണ് ശക്തിയില്ലാത്തത്.

ഗർഭിണിയായിരിക്കുമ്പോൾ അമ്മയ്ക്ക് കാത്സ്യം കുറവായതാണ് കാ രണം.' മറ്റൊന്നുകൂടി ഡോക്ടർ പറഞ്ഞു. 'ആരോഗ്യമുള്ള കുട്ടികളെ പ്രസവിക്കണമെങ്കിൽ അമ്മയ്ക്കും ചികിത്സ വേണ്ടി വരും.'

അദ്ദേഹം അമ്മയുടെ ചികിത്സയ്ക്ക് ഡോ.ശാന്താ മാധവന്റെ പേര് നിർദ്ദേശിച്ചു. അമ്മാവൻ ഹോസ്പിറ്റലിൽ ഡോ.ശാന്താ മാധവന് ഒ.പി.യു ള്ള ദിവസം അന്വേഷിച്ചറിഞ്ഞു. ഡോക്ടർ എ.ജി.നമ്പ്യാർ കുറിച്ചു തന്ന മരുന്ന്, മീനെണ്ണഗുളിക, പാലിൽ ഇറ്റിച്ചു കുടിക്കുന്ന തുള്ളിമരുന്ന്, ഇൻ ജെക്ഷൻ മരുന്ന് എന്നിവയെല്ലാം അമ്മാവൻ വാങ്ങി. എന്നിട്ടും അമ്മമ്മ കൊടുത്ത പണം മുഴുവൻ വേണ്ടിവന്നില്ല.

എനിക്ക് ആഴ്ചയിൽ രണ്ട് ഇൻജെക്ഷൻ വീതം എടുക്കണം. അതി ന് ചൊറുക്കള വരെ പോകണം. കുഞ്ഞിക്കണ്ണൻ ഡോക്ടറുടെ ആശുപ ത്രിയിൽ പോയാൽ അവിടുത്തെ നേഴ്സ് ഇൻജെക്ഷൻ വെച്ചുതരും. എനിക്ക് ഇൻജെക്ഷൻ വെക്കാൻ ആഴ്ചയിൽ രണ്ടു ദിവസം അമ്മ ചിരുതേയിയെ തുണകൂട്ടി എന്നെ ആശുപത്രിയിൽ കൊണ്ടുപോകും.

പുതിയ ഡോക്ടറുടെ നിർദ്ദേശമനുസരിച്ച് അമ്മ എന്നെ മീനെണ്ണ തേച്ചിട്ടു. പാലിൽ മീനെണ്ണത്തുള്ളികൾ ചേർത്ത് എനിക്ക് കുടിക്കാൻ തന്നു. നല്ല ഭക്ഷണവും നൽകി. അച്ഛപ്പന്റെ ലഗോൺ കോഴി ഇടുന്ന മു ട്ടയെല്ലാം എന്നെ തീറ്റിച്ചു. എനിക്കുമാത്രം മുട്ട പൊരിച്ചുതരുമ്പോൾ ഒ രു വയസ്സ് ഇളയ ഗിരിജയോട് 'നല്ലകുട്ടിയല്ലേ' എന്നൊക്കെ പറഞ്ഞ് മു തിർന്നവർ അവളെ പറ്റിക്കുമായിരുന്നു. അവരുടെ പുന്നാര വർത്തമാന ത്തിൽ മയങ്ങി അവൾ ശാഠ്യം പിടിക്കാതെ നല്ല കുട്ടിയായി ഇരിക്കും. അമ്മ എനിക്ക് നല്ല നെയ്മത്തി കനലിൽ ചുട്ടുതന്നു. പതുക്കെപ്പതു ക്കെ എന്റെ ആരോഗ്യനില മെച്ചപ്പെടാൻ തുടങ്ങി.

ആയിടയ്ക്കാണ് പാട്ടി അമ്മമ്മയുടെ ഏച്ചി ചേയി മരിച്ചത്. എന്റെ അമ്മമ്മയുടെ വലിയമ്മ ശ്രീദേവിയമ്മ എന്ന ചേയി, തെക്കൻ രാമത്ത് വീട്ടിലെ കാരണവത്തി, പാറക്കാടിയിലെ തറവാട്ടുവീട്ടിലാണ് താമസം. ചേയി അമ്മമ്മയ്ക്ക് മൂന്ന് ആണമക്കൾ ഉണ്ടായിരുന്നെങ്കിലും ഒരാളൊഴി കെ മറ്റ് രണ്ടുപേരും സ്ഥലത്തുണ്ടായിരുന്നില്ല. പാട്ടി അമ്മമ്മയുടെ ഏ ട്ടൻ നാരായണൻ നമ്പ്യാരുടെ മകൾ ലക്ഷ്മിയെ ആണ് ചേയി അമ്മമ്മ യുടെ മകൻ കൃഷ്ണൻ കല്യാണം കഴിച്ചത്. കിട്ടമ്മോന്റെ ഭാര്യ ലക്ഷ് മിയമ്മായിക്ക് എന്റെ അമ്മയടക്കമുള്ള മരുമക്കളെ വലിയ ഇഷ്ടമായിരു ന്നു. എന്റെ അമ്മമ്മയ്ക്ക് അവർ ആങ്ങളയുടെ ഭാര്യ മാത്രമല്ല, അമ്മാ വന്റെ മകളുമാണല്ലോ. പെണമക്കൾ ഇല്ലാത്തതിനാൽ അനിയത്തിയുടെ മക്കളെ ചേയി അമ്മമ്മ സ്വന്തം മക്കളായി കരുതിയിരുന്നു. മരുമക്കത്താ യത്തിൽ നിന്ന് മക്കത്തായത്തിലേക്കുള്ള സംക്രമണകാലം പൂർത്തിയാ യിരുന്നില്ല. അതുകൊണ്ട് കുടുംബം എന്നു പറഞ്ഞാൽ പെൺകുട്ടിക ളും അവരുടെ പെൺസന്താനങ്ങളുമാണ്. പ്രായമുള്ളവർ മരിച്ചാൽ തറ വാട്ടിലെ സന്താനങ്ങൾ ബലിയിടണം. ഞാനാണെങ്കിൽ ഒരു തലമുറയി ലെ ആദ്യസന്താനവുമാണ്.

ചേയി അമ്മമ്മയ്ക്ക് ബലിയിടാൻ അമ്മയും രോഹിണി ഇളയമ്മയും എന്നെയുംകൂട്ടി പന്ത്രണ്ടാം ദിവസം അതിരാവിലെ പാറക്കാടിയിലേക്ക് പുറപ്പെട്ടു. എന്നെ അമ്മയും ഇളയമ്മയും മാറിമാറി എടുത്തുനടന്നു. പന്ത്രണ്ടാംനാൾ എല്ലാവരും ബലിയിട്ടു പൂർത്തിയാക്കണം. രാവിലെ എഴു ന്നേറ്റ് ഒന്നും കഴിക്കാതെ കുളത്തിലോ, പുഴയിലോ പോയി മുങ്ങിക്കുളി ക്കണം. ആ ഈറനോടെ വേണം ബലിയിടാൻ. എന്നെ കുളത്തിൽ കുളി ക്കാൻ കൊണ്ടുപോകണമെന്ന് അമ്മമ്മമാർ പറഞ്ഞപ്പോൾ എന്റെ അമ്മ ഇടപെട്ടു. 'പച്ചവെള്ളത്തിൽ മുങ്ങിക്കുളിച്ചാൽ മോക്ക് പനി വരും. ബലി ഞാനിട്ടാ പോരെ. അത്ര പുണ്യം മതി.'

ഗിരിജ മിടുക്കിയായി കുളത്തിൽ പോയി മുങ്ങിക്കുളിച്ചുവന്ന് മുതിർ ന്നവർക്കൊപ്പം ബലിയിടുന്നത് ഞാൻ നോക്കിയിരുന്നു.

എന്റെ തറവാടായ തെക്കൻ രാമത്ത് വീടിനെക്കുറിച്ച് അമ്മയും അമ്മ മ്മയും പറഞ്ഞുകേട്ട ചരിത്രം ഇങ്ങനെയാണ്.

പണ്ട് കടത്തനാട്ടിൽനിന്നും ഏതാണ്ട് പത്തുവയസ്സ് പ്രായമുള്ള ഒരു പെൺകുട്ടിയെ എളയാവൂരേക്ക് പുടമുറി കഴിച്ചുകൊണ്ടുവരികയായി രുന്നു. ഈ ചെറിയ കുട്ടിയെ ഇത്ര ദൂരെ അയക്കുന്നതിൽ മനംനൊന്ത് പുതിയപെണ്ണ് ഇറങ്ങുമ്പോൾ അവളുടെ ഓലക്കുടയിൽ കയറിയിരുന്ന് കൂടെ വരികയായിരുന്നു കുടുംബപരദേവത. വെറ്റിലക്കെട്ടുകാർ എള

യാവൂരെത്തിയപ്പോൾ ശിവന്റെ അമ്പലത്തിൽ ദർശനം നടത്തി. പുതി യപെണ്ണിന്റെ താഴെവെച്ച കുട എത്ര ശ്രമിച്ചിട്ടും അവിടുന്ന് എടുക്കാൻ കഴിഞ്ഞില്ലത്രേ. പ്രശ്നംവെച്ച് നോക്കിയപ്പോൾ കുടയിൽ കയറി ഇരു ന്ന ദേവി അവിടെ ഇരിക്കാൻ ആഗ്രഹിക്കുന്നു എന്ന് കണ്ടു. ദേവിയെ ക്ഷേത്രത്തിൽ പ്രതിഷ്ഠിക്കാതെ തരമില്ലെന്നായി. ശിവന്റെ സമീപത്ത് ഒരു ക്ഷേത്രം കൂടി നിർമ്മിച്ച് ദേവിയെ കുടിയിരുത്തി. എളയാവൂരമ്മ എന്ന് പേരുകൊണ്ട ദേവിയ്ക്ക് മീനമാസത്തിലെ പൂരം നാളുകളിൽ ഉത്സ വം. മുണ്ട്യാടനും തെക്കനും കിര്യക്കാർ, കാര്യം വിചാരിപ്പുക്കാർ അല്ലെ ങ്കിൽ കാര്യക്കാർ, എന്നാണ് അമ്മ പറയാറുള്ളത്. എളയാവൂരിലെ മുണ്ട്യാടൻ തറവാട്ടിലേക്കാണത്രെ തെക്കൻ തറവാട്ടിലെ കന്യകയെ പുടമുറി കഴിച്ചുകൊണ്ടുവന്നത്. അതിനെക്കുറിച്ച് ഒരു പാട്ടിന്റെ വരിക ളും അമ്മ മൂളാറുണ്ട്.

'തെക്കുന്നു വന്നവർ ഊരാളൻ തെക്കനും
തക്കത്തിലൂരാളൻ മുണ്ട്യാടനും
ഇങ്ങനെ ഊരാളന്മാർ രണ്ടായി നിന്നു.'

തെക്കൻ രാമത്ത് വീട്ടിൽ ഒരു കുഞ്ഞുണ്ടായാൽ അതിനെ ദേവി യുടെ തിരുമുമ്പിൽ കൊണ്ടുവരണം. അവിടെ തുലാഭാരം തൂക്കണം. ഇന്നും തെക്കൻ തറവാട്ടിലെ കുടുംബാംഗങ്ങൾ അത് പാലിക്കുന്നുണ്ട്.

കടത്തനാട്ടുനിന്ന് എളയാവൂർ പുടമുറി കഴിച്ചുകൊണ്ടുവന്ന സ്ത്രീ യുടെ ചീല (ശീല) എന്ന മകളെ മലപ്പട്ടം കൊവുന്തലയിൽ പുടമുറി കഴിച്ചുകൊണ്ടുപോയി. അവരുടെ മകളാണ് പാറക്കാടിയിൽ പുടമുറി കഴിച്ചുകൊണ്ടുവന്ന ലക്ഷ്മി. അവരുടെ ഭർത്താവ് വേളത്ത് വീട്ടിൽ കമ്മാരൻ നമ്പ്യാർ സാത്വികനായ ഒരു മനുഷ്യനായിരുന്നു. അദ്ദേഹം ആരിൽ നിന്നും ഒന്നും കൈപ്പറ്റാറില്ല. 'അത് എനിക്ക് കടം ആയിരി ക്കും.'എന്നാണ് അദ്ദേഹം പറയുക. മകളുടെ ഭർത്താവിന്റെ വീട്ടിൽ പോ യാലും പച്ചവെള്ളംപോലും കഴിക്കാറില്ല. മറ്റുള്ളവർ ഇരിക്കുന്ന കസേ രയിൽ പോലും അദ്ദേഹം ഇരിക്കാറില്ല.

കമ്മാരൻ നമ്പ്യാർക്കും ലക്ഷ്മിക്കും മക്കൾ ചേയി, രാമൻ, പാറു, പാട്ടി, കമ്മാരൻ, ഗോപാലൻ, ഗോവിന്ദൻ, കുഞ്ഞാംകുട്ടി എന്നിവരാണ്. അതിൽ പാട്ടിയാണ് എന്റെ അമ്മമ്മയുടെ അമ്മ. എന്റെ അമ്മമ്മ ദേവ കി. ദേവകിയുടെ ഏഴു മക്കളിൽ മൂന്നാമത്തെ ആൾ എന്റെ അമ്മ ല ക്ഷ്മി.

ചേയി അമ്മമ്മ മരിച്ചതിന്റെ പന്ത്രണ്ടാംനാൾ രാത്രിയിൽ പറക്കാടി യിലെ തറവാട്ടുവീട്ടിൽവെച്ച് ഗണപതിഹോമം. അന്ന് എല്ലാവരും പറ

ക്കാടിയിലെ തറവാട്ടിൽ തങ്ങി. രാത്രിയിൽ രാമത്ത് വീടിന്റെ നീണ്ട വ
രാന്തയിൽ ഒരുപാട് കുട്ടികൾക്കൊപ്പമിരുന്ന് ഇലവെച്ച് സദ്യ ഉണ്ടത് എ
നിക്ക് നല്ല ഓർമ്മയുണ്ട്. മറ്റ് കുട്ടികൾക്കിടയിലിരുന്ന് സ്വാധീനം കുറ
ഞ്ഞ വലതുകൈകൊണ്ട് ചോറ് വാരിയുണ്ണുന്ന അഞ്ചുവയസ്സുകാരിയെ
പലരും സഹതാപത്തോടെ നോക്കിയിരിക്കാം. ചിലരെങ്കിലും പരിഹാ
സത്തോടെയും. ഏതായാലും ഒരാൾ എന്നെ സൂക്ഷ്മമായി നിരീക്ഷിച്ചി
രുന്നു എന്നുതുറപ്പാണ്. അതുകൊണ്ടാണല്ലോ എന്റെ രണ്ടു കൈകളെ
യും പരിഹാസപൂർവം അദ്ദേഹം അനുകരിച്ചു കാണിച്ചത്!

അമ്മയുടെ അച്ഛന്റെ തറവാട്ടിൽ പാട്ടി, കുഞ്ഞിക്കൃഷ്ണൻ, കമ്മാരൻ,
കോറൂട്ടി, രാമൻ, കുഞ്ഞിക്കണ്ണൻ എന്നിങ്ങനെ ആറ് സഹോദരങ്ങൾ.
അച്ഛപ്പൻ അമ്മമ്മയെ പുടമുറി കഴിച്ച് വർഷങ്ങൾ കഴിഞ്ഞാണ് അച്ഛപ്പ
ന്റെ മരിച്ചുപോയ ഏട്ടൻ കുഞ്ഞിക്കൃഷ്ണന്റെ മകൾ കുട്ടിപ്പാറുവിനെ
അമ്മമ്മയുടെ അമ്മാവൻ കമ്മാരൻ നമ്പ്യാർ പുടമുറി കഴിച്ചത്. ഇന്ന
ത്തെപ്പോലെ അച്ഛൻ മരിച്ചാൽ സ്വത്തവകാശം മക്കൾക്ക് ലഭിക്കുമെന്ന്
ഉറപ്പില്ലാത്ത കാലം. മരിച്ചുപോയ സഹോദരന്റെ മൂന്ന് മക്കൾക്കും കൂടി
ഫലപുഷ്ടിയുള്ള ഒരു പറമ്പ് നൽകണമെന്ന ന്യായമായ ആവശ്യം അ
മ്മാവന്റെ സ്വത്തിന് മരുമക്കൾ അവകാശികൾ എന്ന മുറയനുസരിച്ച്
നിരാകരിക്കപ്പെട്ടു. കമ്മാരമ്മാവൻ ഭാര്യയുടെ സ്വത്തവകാശത്തിനുവേ
ണ്ടി കുറെ കേസ് നടത്തിയെങ്കിലും ഫലമുണ്ടായില്ല.

എന്റെ അച്ഛപ്പൻ ഏറ്റവും ഇളയ ആളായിരുന്നു. അതുകൊണ്ട് സ
ഹോദരങ്ങളോട് എതിരഭി പ്രായം പറയാറില്ല. എങ്കിലും സ്വന്തം വീട്ടിൽ
വെച്ച് അദ്ദേഹം ഭാര്യയോടും മക്കളോടും പറയാറുണ്ടായിരുന്നു. 'അത്
ഏട്ടന്റെ കുട്ടികൾക്ക് അവകാശപ്പെട്ടതാണ്. ഏട്ടൻ ഒരുപാട് അധ്വാനിച്ച്
ഉണ്ടാക്കിയതാണ്.'

ഈ സ്വത്ത് വിഷയത്തിന്റെ വൈരാഗ്യം ഇടയ്ക്കിടെ കമ്മാരമ്മാവൻ
അദ്ദേഹത്തിന്റെ സഹോദരി പാട്ടിയോട്, അമ്മമ്മയുടെ അമ്മ, തീർക്കാ
റുണ്ടായിരുന്നു. അത്തരത്തിൽ ഒരു ദുർഭാഷണമായിരുന്നു അന്നും അ
ദ്ദേഹം പെങ്ങളോട് നടത്തിയത്. 'കുടുംബത്തിന്റെ സുകൃതല്ലേ. ഇരി
ക്കുന്ന കണ്ടില്ലേ. ഒന്ന് അങ്ങനെ, ഒന്ന് ഇങ്ങനെ...'

തന്റെ കൈകൾ മലർത്തി കാണിച്ചുകൊണ്ട് എന്റെ കൈകളുടെ അ
വസ്ഥ അനുകരിച്ചു കാണിക്കാനും അദ്ദേഹം അന്ന് മറന്നില്ല.

പക്ഷേ, പാട്ടിയമ്മമ്മ അക്ഷോഭ്യയായി മറുപടി പറഞ്ഞു. 'അനക്ക്
അങ്ങനത്തെ മക്കൾ മതി. അതും അനക്ക് ഒരു രസാണ്. നീ നല്ല മക്ക
ളൊപ്പരം നിന്നോ. നീയൊന്നും എന്റെ മക്കളെ നോക്കണ്ടല്ലോ. എന്റെ മ

105

ക്കള എന്തിനാ പറീന്ന്.'

അമ്മാവന് ജ്യേഷ്ഠത്തിയോട് സ്നേഹമായിരുന്നെങ്കിലും ഭാര്യ വീ ട്ടുകാരിൽനിന്നും കടുത്ത അനീതിയേൽക്കേണ്ടി വന്നതിന്റെ രോഷമാ യിരുന്നു പ്രകടിപ്പിച്ചത്. എന്റെ അച്ഛനെപ്പോലെ അൽപ്പം കർശക്കസ്വഭാ വക്കാരനുമായിരുന്നു അദ്ദേഹം. അദ്ദേഹത്തെക്കുറിച്ച് എന്റെ അച്ഛൻ പ റയുന്ന ഒരു സംഭവമുണ്ട്. മലബാർ ഡിസ്ട്രിക് ബോർഡിനു കീഴിൽ സ്ഥാപിക്കപ്പെട്ട നിടിയേങ്ങ ലോവർ എലമെന്ററി സ്കൂളിലെ അധ്യാപ കനായിരുന്നു അദ്ദേഹം. നാട്ടിപ്പണിയൊക്കെ ആവുമ്പോൾ കമ്മാരൻ മാസ്റ്റർ സ്കൂളിലെത്താൻ അല്പം വൈകും. അങ്ങനെ വൈകിയെത്തി യ ഒരു ദിവസം എ.ഇ.ഒ. പരിശോധനയ്ക്ക് സ്കൂളിലെത്തി. വൈകിയ തിന്റെ കാരണം എ.ഇ.ഒ. ചോദിച്ചു. അദ്ദേഹം അല്പം ധിക്കാരത്തോടെ മറുപടി പറഞ്ഞു. 'വന്ന സമയം കൂട്ടിയാൽ മതി. ഞാൻ ഒരു ചെറിയ ജോലിക്കാരനാണ്. സ്പെഷ്യൽ വണ്ടി വിളിച്ച് വരാനാവൂല.'

എ.ഇ.ഒ. പിന്നെ ഒന്നും മിണ്ടിയില്ല. ഒരു നടപടിയുമെടുത്തില്ല. മോ ശം റിപ്പോർട്ട് പോലും അദ്ദേഹം എഴുതിയില്ലത്രെ.

അധ്യാപകർ പിച്ചക്കാശിനു ജോലിചെയ്തിരുന്ന കാലം. വീട്ടിൽ ഒ രുവിധം കഴിയാനുള്ള വകയുള്ളതുകൊണ്ട് കാലുപിടിച്ച് മാപ്പപേക്ഷി ക്കേണ്ട കാര്യമൊന്നും കമ്മാരമ്മാവനില്ലായിരുന്നു.

എത്ര സ്വാധീനം കുറവാണെങ്കിലും ഞാൻ എന്റെ വലതുകൈകൊ ണ്ട് മാത്രമേ ഭക്ഷണം കഴി ച്ചിരുന്നുള്ളൂ . ആദ്യമൊക്കെ കൂടുതൽ ബ ലമുള്ള ഇടതുകൈകൊണ്ട് ചോറ് വാരാൻ ശ്രമിക്കുമ്പോൾ അമ്മ പിടി ച്ചുവെക്കും.'നീയെന്താ മാപ്പക്കുട്ട്യാ ഇടത്തെ കൈയോണ്ട് വാരിത്തി ന്നാൻ?'

മാപ്പക്കുട്ടികൾ ഇടതുകൈ കൊണ്ടല്ല ഭക്ഷണം കഴിക്കുന്നത് എന്ന് അമ്മയ്ക്കും അറിയാമല്ലോ. എന്നിട്ടും വെറുതെ അങ്ങനെ പറഞ്ഞതെ ന്തിനാണ്? ചിലപ്പോൾ അവർ മുണ്ടുടുക്കുന്ന കാര്യം ഓർത്തുപോയതാ യിരിക്കും.

വളരെ ചെറുപ്പം മുതലുള്ള കാര്യങ്ങൾ ഓർമ്മിക്കാൻ എനിക്ക് കഴി യുമായിരുന്നു. അതിലൊന്നാണ് എന്നെ വല്ലാതെ നൊമ്പരപ്പെടുത്തിയ ഈ സംഭവവും. ഇത് ഞാനറിഞ്ഞ ആദ്യ അപമാനമായിരുന്നു. അതി നുമുമ്പ് ഉണ്ടായിരിക്കാമെങ്കിലും അതൊന്നും എനിക്ക് ഓർമ്മയില്ലല്ലോ. പക്ഷേ, ആരോഗ്യമില്ലാതെ ജനിച്ചതിന്റെ പേരിൽ പിന്നീട് എത്രയെത്ര അപമാനവീകരണങ്ങളിൽ കൂടി ഞാനും എന്റെ മാതാപിതാക്കളും കട ന്നുപോയിരിക്കുന്നു അതിലൊന്നും വലിയ കാര്യമില്ലെന്ന തിരിച്ചറിവ് ഇപ്പോൾ എനിക്കുണ്ടായിരിക്കുന്നു.

മുളപൊട്ടിയ സ്പർദ്ധയിൽ

അച്ഛനും ഏട്ടനും സമരപാതയിലും തുടർന്ന് ജയിലിലും ആയതിനാൽ എന്റെ അച്ഛന് ബാല്യം കഴിയുന്നതിനുമുന്നേ കുടുംബത്തിന്റെ ഉത്തര വാദിത്തങ്ങൾ ഏറ്റെടുക്കേണ്ടി വന്നു. സമരാനന്തര വേട്ടയാടപ്പെടലിനും ഒറ്റപ്പെടലിനും അപഹസിക്കപ്പെടലിനും എന്റെ അച്ഛൻ ഇരയായിരുന്നു. ഒരുകുട്ടി അർഹിക്കുന്ന ബാല്യവും കൗമാരവും എന്റെ അച്ഛന് നഷ്ട പ്പെട്ടുപോയിരുന്നു.

അതിജീവനത്തിനായി കഠിനാധ്വാനത്തിന്റെ മാർഗ്ഗത്തിലൂടെ ചെറു പ്രായത്തിലേ സഞ്ചരിക്കേണ്ടിവന്നതുകൊണ്ട് ജീവിതമെന്നാൽ അദ്ദേ ഹത്തിന് അധ്വാനം മാത്രമായി മാറി. കിടപ്പാടം ചുട്ടുകരിക്കപ്പെട്ടും ആ ക്രമിക്കപ്പെട്ടും എരിയുന്ന വയറോടെ എങ്ങും അഭയംലഭിക്കാതെ ആട്ടി യോടിക്കപ്പെട്ടും അലഞ്ഞുതിരിഞ്ഞവനാണ് എന്റെ അച്ഛൻ. പുരകത്തി ച്ചപ്പോൾ വാഴവെട്ടിയവരിൽനിന്നും ലഭിച്ച അനുഭവം സമ്മാനിച്ച ധൈ ര്യത്തോടെ കുടുംബത്തിന്റെ വസ്തുവകകൾ തിരി ച്ചുപിടിച്ചതാണ് ആ കൗമാരക്കാരൻ. ജീവനുണ്ടെങ്കിൽ അത് നാനാവിധമാകാൻ അച്ഛൻ സമ്മതിക്കില്ല.

ഉള്ളതിന്റെ കൂടെ കൂട്ടിച്ചേർക്കാനാണ് എന്നും അച്ഛൻ ശ്രമിച്ചിട്ടുള്ളത്. സ്വന്തം സുഖവും സൗകര്യവുമൊന്നും അച്ഛൻ നോക്കാറേയില്ല. ഒറ്റ മ ന്ത്രം മാത്രം. ലക്ഷ്യത്തിലെത്താൻ കഠിനമായി അധ്വാനിക്കുക.

അച്ഛൻ നെല്ലും പുല്ലുമൊക്കെ വിറ്റ് കിട്ടിയ പണംകൊടുത്ത് കൂട്ടും മുഖത്ത് സെന്റ് സ്ഥലം വാങ്ങിയിരുന്നു. അക്കാലത്ത് അവിടെ അധി കം പീടികകകൾ ഉണ്ടായിരുന്നില്ലെങ്കിലും ഭാവിയിൽ അവിടം വികസി ക്കുമെന്നും അപ്പോൾ ഒരു പീടിക മുതൽക്കൂട്ടാവുമെന്നും അച്ഛന്റെ ദീർ ഘവീക്ഷണം കണക്കുകൂട്ടി.

ജന്മിത്തം അവസാനിച്ചിരുന്നില്ല. അച്ഛപ്പൻ, സഖാവ് തളിയൻ രാമൻ നമ്പ്യാർ, കരക്കാട്ടടം നായനാരുടെ കുടിയാൻ ആയിരുന്നില്ല. അവസാനം പൊള്ളക്കാടി വയലിന്റെ കുടിയായ്മ അദ്ദേഹത്തിൽ വന്നുചേരുകയാ യിരുന്നു. നിലവിലെ വ്യവസ്ഥിതിയെ മാറ്റാനുള്ള സമരത്തിൽ പഴയ സ തീർഥ്യൻ നേതൃത്വം വഹിച്ചതിനാൽ ശത്രുവായതും അയാളുടെ രക്ത സാക്ഷ്യത്തിന് താൻ കാരണക്കാരനായതിലും ഉണ്ണമ്മൻ നായനാർക്ക് മന:സ്ഥാപമുണ്ടായെന്നു വേണം കരുതാൻ. അച്ഛൻ പൊള്ളക്കാടി വയ ലിന്റെ വാരവുംകൊണ്ട് പോകുമ്പോഴൊക്കെ രക്തസാക്ഷി സ.തളിയന്റെ മകനോട് നായനാർ സൗഹൃദമായി പെരുമാറി.

അച്ഛൻ നായനാരോട് ഒരു കാര്യം ആവശ്യപ്പെട്ടു. 'എന്റെ അച്ഛനെ

എം.എസ്.പി. പിടിച്ചുകൊണ്ടുപോയത് പറമ്പത്ത് ചാലിൽ നിന്നാണ്. അച്ഛന്റെ ശവശരീരംപോലും പിന്നെ ഞാൻ കണ്ടിട്ടില്ല. അനക്ക് ആ സ്ഥലം വേണം. ഞാനെന്താ തരണ്ടെന്ന് വെച്ചാൽ നിങ്ങള് പറഞ്ഞോ.'

അങ്ങനെ അച്ഛൻ വാങ്ങിയതാണ് പറമ്പത്ത് ചാലിലെ ആറര ഏക്ര യോളം വരുന്ന സ്ഥലം. അച്ഛൻ അതിൽ പൃത്തിക്കമാവ് (കശുമാവ്) ന ട്ടു. നായനാരിൽനിന്നും ഏരുവേശ്ശിയിലും അച്ഛൻ കുറച്ചുസ്ഥലം വാങ്ങി യിട്ടുണ്ടായിരുന്നു. ഏരുവേശ്ശിയിലെ തീർത്താട് കാട് ആറേക്രയോളം വരും. കുരുമുളകും അടക്കയുമാണ് അവിടുത്തെ പ്രധാന വിളകൾ. പുതു ക്കുടി രാമൻ നായരെയും പുതുക്കിടി കൃഷ്ണൻ നായരെയുമൊക്കെ കൂട്ടി അവിടെ കിളക്കാനും മുളക് പറിക്കാനും അടക്ക പറിക്കാനുമൊ ക്കെ അച്ഛൻ പോകും. കാവുമ്പായിയിലെ വയൽക്കൃഷിയും കരക്കൃഷി യും നോക്കാൻ തന്നെ വലിയ പാടാണ്. അതിനുപുറമെയാണ് പുതിയ സ്ഥലത്തെ പണികൾ.

അച്ഛൻ ഇങ്ങനെ കഷ്ടപ്പെടുമ്പോൾ അങ്ങേമ്മ മൂത്ത മോനോട് ചോ ദിക്കും. 'നിനക്ക് ഓന്റൊപ്പരം പണിക്ക് പോയ്ക്കൂടെ നാരാണാ?'

അപ്പോൾ വലിയച്ഛൻ ഒച്ചയെടുക്കും. 'എല്ലാം ഓന്റെ പേറ്റിലല്ലേ? ഓൻ കോപ്പുണ്ടാക്കൂ, ഞാൻ പണിയെടുക്കൂ. ഇനിയത് നടക്കൂല.'

'കണ്ടാര് കൊണ്ടോവാണ്ട് ഓനല്ലേ എല്ലും പിടിച്ചുവെച്ചത്?' അമ്മ യും വിട്ടുകൊടുക്കില്ല.

ക്രമേണ അച്ഛനും വലിയച്ഛനുമിടയിൽ സ്വരച്ചേർച്ചയില്ലായ്മ തല പൊക്കാൻ തുടങ്ങി. അച്ഛൻ വാങ്ങിയ കൂട്ടുംമുഖത്തെ സ്ഥലം രണ്ടുപേ രുടെയും പേരിൽ രജിസ്റ്റർ ചെയ്തിട്ടും അകൽച്ച ഒട്ടും കുറഞ്ഞില്ല. തോ ളോടുതോൾ ചേർന്ന് പണിയെടുത്തിരുന്ന ഏട്ടനും അനിയനും അധി കം സംസാരിക്കാതായി.

ഏട്ടനും അനുജനും അമ്മയും ഒന്നും രണ്ടും പറഞ്ഞ് വലിയ കല മ്പിൽ അവസാനിക്കും. കലമ്പ് മൂത്താൽ ഏട്ടൻ അച്ഛനായി മാറി അനു ജന്റെ മേൽ കൈവെക്കുകയും ചെയ്യും. അത് കണ്ട് പേടിച്ച് ഞാനും പ്രസന്നയും ഉറക്കെ കരയും.

പ്രാണൻ കൈയിലെടുത്ത് കുഞ്ഞേട്ടനെ തേടിനടന്ന അനിയനെ ഏട്ടൻ മറന്നുപോയി. അനിയന് നൊന്താൽ കരയുന്ന ഏട്ടനെ അനിയ നും മറന്നു. ആർത്തയായയപമാനിതയായി മക്കൾക്ക് വേണ്ടി മാത്രം ജീവൻ നിലനിർത്തിയ അമ്മയെ മക്കൾ രണ്ടുപേരും മറന്നു.

ബാക്കിയായത് ഞാൻ...ഞാൻ...മാത്രം.

പെങ്ങൾ എന്ന് പറഞ്ഞ് പുന്നാരിച്ച വലിയച്ഛനിപ്പോൾ തെക്കത്തി ദ

ച്ചു എന്ന് അമ്മയുടെ വീട്ടുപേർ ചേർത്ത് ആക്ഷേപിച്ച് പറയാൻ തുട ങ്ങി. അമ്മയുടെ കുറ്റങ്ങളും കുറവുകളും നിരത്താൻ തുടങ്ങിയപ്പോൾ അച്ഛൻ ഏട്ടനോട് തീർത്തു പറഞ്ഞു. 'അവരെ കാര്യം ഞാൻ നോയ് ക്കോളും നിങ്ങള് കഷടപ്പെടണ്ട.'

ഏട്ടനോടും അമ്മയോടും തോൽക്കുമ്പോൾ പ്രതിരോധിക്കാൻ എന്റെ അച്ഛന് ഒരു മാർഗ്ഗമുണ്ട്. നിരാഹാരം. എത്ര ദിവസം വേണമെങ്കിലും എന്റെ അച്ഛൻ പട്ടിണി കിടന്നോളും. അപ്പോൾ പെറ്റമ്മ പോയി കാലു പിടിച്ച് എങ്ങനെയെങ്കിലും വല്ലതും കഴിപ്പിക്കും.

പുതുതായി വാങ്ങിയ വസ്തുക്കളിൽ പകുതി വലിയച്ഛന്റെ പേരിലേ ക്കു കൂടി മാറ്റിയെഴുതി പ്രശ്നം പരിഹരിക്കാൻ ശ്രമിച്ചു.

എന്നിട്ടും തളിയന്മാർ വീട്ടിൽ പ്രശ്നങ്ങൾ പുകഞ്ഞുകൊണ്ടിരുന്നു. അകന്നുപോയ മനസ്സുകൾ വീണ്ടും അടുക്കാൻ വിസമ്മതിച്ചു.

അവസാനം അച്ഛൻ ഉറച്ച തീരുമാനം എടുത്തു. ഇനി ഒന്നിച്ചു പോകാൻ ആവില്ല. സ്വത്ത് ഭാഗംവെക്കണം. ഇത് നേരിട്ട് കുഞ്ഞേട്ടനോട് പറയാൻ എന്റെ അച്ഛന് ധൈര്യംപോര. സ്വത്ത് ഓഹരി വെക്കണം എന്ന് പറഞ്ഞ് ഒരു കുറിപ്പെഴുതി ഏട്ടന് കൊടുത്തുകൊണ്ടാണ് അച്ഛൻ ഏട്ടൻ പേടിയെ മറികടന്നത്. ഇല്ലെങ്കിൽ താൻ നാടുവിട്ടുപോകും എന്ന് കൂടി കുറിപ്പിൽ എഴുതാൻ അച്ഛൻ പ്രത്യേകം ശ്രദ്ധിച്ചിരുന്നു.

സ്വത്ത് ഭാഗംവെക്കാൻ ഏട്ടനും സമ്മതം. പിന്നെന്താ തടസ്സം! അമ്മ. അമ്മയുടെ ഇഷ്ടം മക്കളെന്തിനറിയണം! അമ്മയുടെ ചെലവിനുള്ളത് മാറ്റിവെച്ചിട്ട് സ്വത്തുക്കൾ മുഴുവൻ രണ്ടായി മുറിച്ചു. പണിക്കാരെപ്പോ ലും രണ്ടായി ഭാഗംവെച്ചു. മുള്ളിക്കവും വട്ടിച്ചിയും വലിയച്ഛനും, കൂരാ ച്ചി അച്ഛനും എന്ന് തീരുമാനമായി.

സ്വത്ത് ഭാഗംവെച്ചെങ്കിലും രണ്ടുപേരും തറവാട്ടിൽ തന്നെ താമസം തുടർന്നു. തളിയന്മാർ വീട്ടിലെ ഭാഗക്കരാറൊന്നും തൽക്കാലം കാടാറു മാസക്കാരായ എന്നെയും എന്റെ അമ്മയെയും ബാധിച്ചില്ല. ഞങ്ങൾ പതിവുപോലെ കുറച്ചുനാൾ കാവുമ്പായിലും അതിലേറെനാൾ തേർത ലയിലുമായി കഴിഞ്ഞു.

വിദ്യാരംഭം

അമ്മയുടെ സങ്കടങ്ങൾ അമ്മമ്മയുടെ സ്വൈര്യം കെടുത്തി. കുടും ബത്തിൽ എന്തെങ്കിലും വിഷമം ഉണ്ടാകുമ്പോൾ പ്രശ്നംവെപ്പിച്ചു നോ ക്കുക എന്നത് അമ്മമ്മയുടെ ഒരു ശീലമാണ്. അവർ ഒരു പ്രശ്നാരിയു

ടെ അടുത്ത് പോയി അമ്മയുടെ പേരിൽ പ്രശ്നംവെപ്പിച്ചു. ജ്യോത്സ്യൻ ഗണിച്ചു നോക്കി അമ്മയുടെ പൂർവജന്മം കണ്ടുപിടിച്ചുകളഞ്ഞു. അമ്മ കഴിഞ്ഞ ജന്മം ഒരു ബ്രാഹ്മണ സ്ത്രീ ആയിരുന്നുവത്രേ. ആ ജന്മത്തിൽ അമ്മ ഒരു മഹാപരാധം ചെയ്തിട്ടുണ്ട്. പൂർവജന്മത്തിൽ അമ്മ അല ക്ഷ്യമായി വലിച്ചെറിഞ്ഞ തീണ്ടാരിത്തുണിയിലൂടെ ഇഴഞ്ഞുപോകേണ്ടി വന്ന സർപ്പത്തിന് ആശുദ്ധിയായെന്നും കൂടി അദ്ദേഹം ഉറപ്പിച്ചുപറഞ്ഞു. കഴിഞ്ഞ ജന്മത്തിലെ സർപ്പശാപത്തിന്റെ ഫലം ഈ ജന്മത്തിൽ അനു ഭവിക്കുകയാണ്. അതാണ് അമ്മയ്ക്ക് ആരോഗ്യം കുറഞ്ഞ കുട്ടികളു ണ്ടായത്.

ഇനിയിപ്പെന്താ ചെയ്യുക?

പരിഹാരമുണ്ട്. സർപ്പകോപം മാറ്റണം. ആയില്യം നോമ്പ് നോൽ ക്കണം.

കന്നിമാസത്തിലെ ആയില്യം നാഗങ്ങളുടെ ജന്മദിനം. അന്ന് പെരള ശ്ശേരി സുബ്രഫ്മണ്യ ക്ഷേത്രത്തിലേക്ക് പെരിങ്കോന്നിലെ അച്ഛപ്പനും അ മ്മമ്മയുംകൂടി അമ്മയെ കൊണ്ടുപോയി. എന്നെയും കൂട്ടിയിരുന്നു. തേർ തലയിൽ നിന്ന് ബോട്ടിന് വളപട്ടണത്തേക്ക്. അവിടുന്ന് ബസ്സിന് പെരള ശ്ശേരിയിലേക്ക്. നാഗരൂപിയായ സുബ്രഫ്മണ്യനാണ് പെരളശ്ശേരിയിലെ പ്രതിഷ്ഠ. അവിടെയാണ് അമ്മ വ്രതമിരിക്കേണ്ടത്. വ്രതമെടുക്കുന്നവർ രാവിലെ ഒന്നും കഴിക്കാതെ പോകണം. രാത്രിയിൽ സർപ്പബലി കഴി ഞ്ഞിട്ടേ ആഹാരം കഴിക്കാൻ പാടുള്ളൂ.

അമ്പലത്തിൽ എത്തിയ ഉടനെ അമ്മ അമ്പലക്കുളത്തിൽ മുങ്ങിക്കു ളിച്ചു. വീട്ടിൽ നിന്നും പോരുമ്പോൾ രണ്ടുജോഡി വസ്ത്രംകൂടി കൊ ണ്ടുവന്നിരുന്നു. അമ്മ കുളി കഴിഞ്ഞ് വസ്ത്രം മാറി വ്രതമെടുക്കുന്ന വർക്കുള്ള മുറിയിലേക്ക് പോയി. മറ്റുള്ളവർ പുറത്തും ഇരുന്നു. ഉച്ചയ് ക്ക് വീണ്ടും കുളിച്ച് അമ്മ രണ്ടാമത്തെ വസ്ത്രം മാറിയുടുത്തു. അമ്മ യ്ക്കുവേണ്ടി സർപ്പബലി വഴിപാടിനുള്ള രസീത് മുറിച്ചു. അതാണ് അ വിടുത്തെ പ്രധാന വഴിപാട്. മറ്റൊരു വഴിപാടുമുണ്ട്. മുട്ടസമർപ്പണം. നാഗദേവന് മുട്ടസമർപ്പിക്കാൻ അമ്മ വീട്ടിലെ കോഴികളിട്ട മുട്ട കൊ ണ്ടുവന്നിരുന്നു. നാഗദേവന്റെ പ്രതിഷ്ഠയുള്ള സ്ഥലത്ത് അമ്മ പ്രാർ ത്ഥനാപൂർവം മുട്ടവെച്ചത് എനിക്ക് ഓർമ്മയുണ്ട്.

സർപ്പബലിയാരാധനയ്ക്കുശേഷം രാത്രി പതിനൊന്നു മണിയാകു മ്പോൾ പ്രസാദം കിട്ടും. അമ്മ അതുവരെ നോമ്പെടുക്കുന്നവർക്കുള്ള മുറിയിലിരുന്നു ജപിക്കുകയായിരുന്നു. രാത്രിയിൽ വ്രതം പൂർത്തിയാ ക്കിയതിനുശേഷം ക്ഷേത്രത്തിൽ കിട്ടുന്ന ചോറുണ്ട് അവിടെത്തന്നെ

തങ്ങി. രണ്ടാമത്തെ തവണ പെരളശ്ശേരി പോകുമ്പോൾ കൂടെ കാവു മ്പായിയിൽനിന്ന് പുതിയ മഠത്തിലെ കല്യാണിയേച്ചിയും അവരുടെ അ മ്മയുമുണ്ടായിരുന്നു. മൂന്നാമത്തെ പ്രാവശ്യം പെരളശ്ശേരി പോകാൻ പാ റാട്ടെ കല്യാണിയേച്ചിയെയും കുട്ടി അമ്മ കാവുമ്പായിയിൽനിന്ന് തേർത ലയിലേക്ക് വരുകയായിരുന്നു.

ആ സമയത്തൊക്കെ അമ്മ കണ്ണൂരെ ഡോ. ശാന്താ മാധവന്റെ ചികി ത്സയിലായിരുന്നു. അമ്മയ്ക്ക് കാത്സ്യം കുറവാണെന്ന് കണ്ടെത്തിയതു കൊണ്ട് ഇൻജക്ഷനും മരുന്നുമൊക്കെയായി ചികിത്സ പുരോഗമിച്ചു. ഞാൻ വീണ്ടും നടക്കാൻ തുടങ്ങി. അങ്ങനെ വ്രതവും ചികിത്സയുമൊ ക്കെയായി ഞാനും അമ്മയും തേർതല കഴിയുമ്പോൾ ഞങ്ങളുടെ അ ലസ ജീവിതത്തിലേക്ക് ഭാസ്കരമ്മാവൻ ഒരു ചെറുകല്ലിട്ടിളക്കി. പാറി പ്പാറി നടക്കുന്ന എന്നെ നോക്കി അമ്മാവൻ അമ്മയോട് ചോദിച്ചു. 'കു ട്ടീന പഠിപ്പിക്കണ്ടേ?'

'വേണം.' അമ്മയ്ക്കും സംശയമില്ല.

'കുട്ടിക്ക് വിദ്യാരംഭം കുറിക്കേണ്ടേ? ഇപ്പോൾ തന്നെ വൈകി. അ ഞ്ചുവയസ്സ് കഴിഞ്ഞില്ലേ? സാരമില്ല. ബുദ്ധിയുള്ള കുട്ട്യല്ലേ. വേഗം പഠി ച്ചോളും.' അമ്മാവൻ തുടർന്നു.

അമ്മ സമ്മതിച്ചു.

'എവിട്യാ ചേർക്കു? കാവുമ്പായി അല്ലേ അടുത്ത് സ്കൂളുള്ളത്. അ വിടെ ചേർത്താൽ മതി. അവൾക്ക് കുറേദൂരം നടക്കാൻ കഴിയില്ലല്ലോ.'

അമ്മാവന്റെ നിർദ്ദേശം അമ്മ അംഗീകരിച്ചു. നവരാത്രി തുടങ്ങുന്ന തിനു മുമ്പ് ചിരുതേയിക്കൊപ്പം ഞങ്ങൾ കാവുമ്പായിയിലേക്ക് പുറപ്പെട്ടു.

അമ്മ അച്ഛനോട് എന്നെ അരിയിൽ എഴുതിക്കേണ്ടതിനെപ്പറ്റി പ റഞ്ഞു. അച്ഛന് എതിർപ്പൊന്നുമില്ല. പക്ഷെ, സംശയമുണ്ട്. നടക്കുമ്പോൾ വീഴുന്ന കുട്ടി എങ്ങനെയാണ് സ്കൂളിൽ പോകുക!

എന്റെ അമ്മയ്ക്ക് ഒട്ടും സംശയമില്ലായിരുന്നു. അമ്മ പറഞ്ഞു. 'സ്കൂൾ അടുത്തല്ലേ ഞാൻ കൊണ്ടാക്കേം കൂട്ടിക്കൊണ്ടുവേം ചെയ്യും.'

ഏതായാലും കാവുമ്പായിയിലെ സ്കൂളിൽ എന്നെ ചേർക്കുന്നതിൽ എല്ലാവർക്കും സന്തോഷമായിരുന്നു. എന്നെ സ്കൂളിൽ ചേർത്താൽ അ മ്മ കാവുമ്പായി താമസിക്കുമല്ലോ.

ഇതിനും എത്രയോ മുമ്പേ അമ്മാവൻ എന്നെ നിരീക്ഷിക്കാറുണ്ടാ യിരുന്നു. എന്റെ ശക്തിയില്ലാത്ത കൈകൾ അദ്ദേഹത്തെ വിഷമിപ്പിച്ചി രുന്നു. അമ്മാവൻ അമ്മയോട് ചോദിക്കുമായിരുന്നു. 'ഇവൾ കൈ അന ക്കുമോ?എങ്കിൽ എന്തെങ്കിലും ചെയ്യാം. ഇവള്ക്ക് എന്തെങ്കിലും സിദ്ധി

ഉണ്ടാകും.'

വിജയദശമിനാളിൽ സ്വാമിമഠത്തിൽ വെച്ചാണ് എനിക്ക് വിദ്യാരംഭം കുറിച്ചത്. കാവുമ്പായിക്കാരുടെ സമത്വചിന്തയ്ക്ക് മുളപൊട്ടിയ പുണ്യ സ്ഥലമല്ലേ സ്വാമിമഠം. കല്യന്മാർ ഒത്തുകൂടി പരനെ സമത്വഭാവേന ആ രാധന നടത്തുന്ന വിപ്ലവചിന്തയിൽ കോമർകുട്ടിയെഴുത്തച്ഛന്റെ നേതൃ ത്വത്തിൽ സ്ഥാപിതമായ ഈ മാനവക്ഷേത്രം തന്നെയാണ് സേലം ര ക്തസാക്ഷി സ. തളിയൻ രാമൻ നമ്പ്യാരുടെ കൊച്ചുമോൾക്ക് ആദ്യാ ക്ഷരം കുറിക്കാൻ അനുയോജ്യമായ സ്ഥാനം എന്ന് കണ്ടെത്തിയ എ ന്റെ അച്ഛനെ ശ്ലാഘിക്കാതിരിക്കാനാവില്ല. ഇതുപോലെ പ്രഥമദൃഷ്ടിയിൽ മറ്റുള്ളവർക്ക് ബോധ്യപ്പെടാത്ത എത്രയെത്ര മഹത്തായ കാര്യങ്ങൾ എ ന്റെ അച്ഛൻ ഇതിനകം ചെയ്തിട്ടുണ്ട്!

തലേദിവസം തന്നെ അരിയിലെഴുത്തിനു വേണ്ടതെല്ലാം അമ്മ ഒരു ക്കിയിരുന്നു. ഉണക്കലെരി എടുത്തുവെച്ചു. നെല്ല് അമിച്ചുകുത്തി അവി ലുണ്ടാക്കി. കുഞ്ഞുനെല്ല് വറുത്ത് മലരുണ്ടാക്കി. ഇളനീർ പറിപ്പിച്ചുവെ ച്ചു. തുളസി, കൂവളം, ചെമ്പരത്തിപ്പൂ, ചെക്കിപ്പൂ തുടങ്ങിയവ രാവിലെ ശേഖരിച്ചു. അമ്മ എന്നെ രാവിലെയെഴുന്നേൽപ്പിച്ച് കുളിപ്പിച്ചു. ചന്ദന ക്കുറി തൊടുവിച്ച് അലക്കിയ ഉടുപ്പിടുവിച്ചു. എന്റെ കൈപിടിച്ച് മെല്ലെ നടത്തി. കോണിയിറങ്ങി വയലിലെത്തിയപ്പോൾ വരമ്പത്തുകൂടി എനി ക്ക് നടക്കാനാവാത്തതിനാൽ അമ്മ എടുത്തുനടന്നു.

കൈതപ്രത്തെ കരിയിൽ വീട്ടിൽ ഗോവിന്ദൻ വലിയച്ഛനാണ് എന്നെ അരിയിലെഴുതിച്ചത്. നാട്ടുകാർക്ക് ഒരു നവ ആത്മീയത പകർന്നു കൊ ടുക്കുന്ന സ്വാമിമഠത്തിന്റെ നേതൃസ്ഥാനത്തുള്ള ആളും പണ്ഡിതനുമാ യിരുന്നു അദ്ദേഹം. ബ്രാഹ്മണൻ അല്ലെങ്കിലും ഗണപതിഹോമവും പുഷ് പാഞ്ജലിയുമൊക്കെ നടത്താറുണ്ടായിരുന്നു അദ്ദേഹം. ഗോവിന്ദൻ വലി യച്ഛൻ എന്നെ മടിയിലിരുത്തി തളികയിൽ നിറച്ച ഉണക്കലെരിയിൽ എന്റെ വലതുകൈയുടെ ചൂണ്ടുവിരൽ പിടിച്ച് ഹരിശ്രീ എഴുതിച്ചു. അദ്ദേഹം പറഞ്ഞതെല്ലാം ഞാൻ അനുസരണയോടെ കേട്ട് പറഞ്ഞെഴുതി. വിരൽ ത്തുമ്പാലന്നു ഞാനാവാഹിച്ചെടുത്തത് എന്റെ ജീവിതത്തിൽ അത്ഭുത കരമായ മാറ്റങ്ങൾ വരുത്താൻ ശേഷിയുള്ള അക്ഷരങ്ങളെയായിരുന്ന ല്ലോ.

അമ്മ എന്നെ പഠിപ്പിക്കാൻ തുടങ്ങി. ഇളനീർത്തൊണ്ട് സംഘടിപ്പിച്ച് അതിൽ നല്ല പുഴി നിറച്ചു. ഇരയത്ത് ഒരു പലകയിട്ട് എന്നെ ഇരുത്തി നിലത്ത് മണൽ വിരിച്ചു. എന്റെ വലതുകൈയുടെ ചൂണ്ടുവിരൽ പിടിച്ച് പുഴിയിൽ എഴുതിച്ചു. 'അ..ആ..ഇ..ഈ..' വിരലല്പം നൊന്തു. അൽപ്പം

112

ചോരയും പൊടിഞ്ഞു. എന്നാലും ഞാൻ വേഗം വേഗം പഠിച്ചു.

അച്ഛപ്പൻ തൃച്ചംബരം ഉത്സവത്തിനു പോയപ്പോൾ എനിക്ക് ചിത്രപു സ്തകം വാങ്ങിക്കൊണ്ടു വന്നിരുന്നു. ഞാൻ അതുനോക്കി ഇല, കൈ, പശു എന്നൊക്കെ പറയുമായിരുന്നു. ഇപ്പോൾ അക്ഷരങ്ങൾ ചേർത്ത് വായിക്കാനും പഠിച്ചു.

രോഗപുരാണം

അമ്മ വീണ്ടും ഗർഭിണിയായി. ഇനി ഒരു ഭാഗ്യപരീക്ഷണത്തിന് അമ്മ തയ്യാറല്ലായിരുന്നു. അമ്മയ്ക്ക് ചികിത്സ ആവശ്യമാണ്. അങ്ങേമ്മയെ കാര്യങ്ങൾ ബോധ്യപ്പെടുത്തി വീട്ടിലേക്ക് പോകാനുള്ള സമ്മതം വാങ്ങി. ചിരുതേയിയെ വരുത്തി ഞാനുമമ്മയും തേർതലയിലേക്ക് പോയി.

ഭാസ്കരമ്മാവൻ അമ്മയെ ഡോക്ടറെ കാണിക്കാൻ കണ്ണൂർ ജില്ലാ ശുപത്രിയിലേക്ക് കൊണ്ടുപോയി. അമ്മയ്ക്ക് കാത്സ്യം കുറവാണെന്നു പറഞ്ഞ് കാത്സ്യം ഇൻജെക്ഷൻ വെച്ചു. ടോണിക്കും മരുന്നും ഗുളിക യും നൽകി. ആറുമാസം തുടർച്ചയായി കഴിക്കണം.

അമ്മയ്ക്കൊപ്പം എന്റെ ചികിത്സയും തുടർന്നു. എനിക്ക് ഇൻജെ ക്ഷൻ വെക്കാൻ അമ്മയും ചിരുതേയിയും എന്നെയുമെടുത്ത് ചൊറുക്ക ളയിലെ കുഞ്ഞിക്കണ്ണൻ ഡോക്ടറുടെ ആശുപത്രിയിൽ പോയി കാത്തി രുന്നതും നേഴ്സ് ചന്തിക്ക് കുത്തിവെച്ച് വേദനിപ്പിച്ചതും ഇപ്പോഴും എ നിക്ക് ഓർമയുണ്ട്. ഇൻജെക്ഷൻ എടുക്കാൻ രണ്ടാഴ്ച കൂടുമ്പോൾ എ ന്നെ കൊണ്ടുപോകണമായിരുന്നു. ഗർഭാസ്വാസ്ഥ്യങ്ങൾ കൂടിയപ്പോൾ എന്നെയുംകൊണ്ട് ആശുപത്രിയിൽ പോകാൻ അമ്മയ്ക്ക് കഴിയാതാ യി. ഇൻജെക്ഷൻ മുടക്കാൻ കഴിയാത്തതുകൊണ്ട് ചിരുതേയിയുടെയും രോഹിണി ഇളയമ്മയുടെയും കൂടെ എന്നെ പറഞ്ഞയച്ചു.

ആ സമയത്ത് ഭാസ്കരമ്മാവൻ ടീച്ചേഴ്സ് ട്രെയിനിംഗ് കോഴ്സ് ക ഴിഞ്ഞ് പെരുന്തലേരി സ്കൂളിൽ അധ്യാപകനായി ജോലിചെയ്യാൻ തുട ങ്ങിയിരുന്നു. അമ്മാവൻ വൈകുന്നേരം സ്കൂൾ വിട്ട് വീട്ടിലെത്തിയിട്ടും ഞങ്ങൾ ആശുപത്രിയിൽനിന്ന് തിരിച്ചെത്തിയില്ല. എന്നെ അവിടെയൊ ന്നും കാണാഞ്ഞപ്പോൾ അമ്മാവൻ അന്വേഷിച്ചു. 'കുട്ടിയെവിടെ?'

'ഓളീം കുട്ടി രോഹിണീം ചിരുതേയീം ചൊറുക്കള കുത്തിവെക്കാൻ പോയിന്.' അതും പറഞ്ഞ് എന്തോ പണിത്തിരക്കിലേക്ക് ഊളിയിടാൻ തുടങ്ങിയ അമ്മമ്മയെ അമ്മാവൻ കൈക്കുപിടി ച്ച് നിർത്തി. സുഖമില്ല ത്ത കുട്ടിയെ പ്രാപ്തിയില്ലാത്ത ചെറിയ കുട്ടിയുടെ കൂടെ പറഞ്ഞയച്ച

തിനു അമ്മാവന് നല്ല ദേഷ്യം വന്നു. അദ്ദേഹം അമ്മമ്മയുടെ കൈ ബല മായി പിടിച്ചുനിർത്തി ചോദിച്ചു. 'ഒരു ചെറിയകുട്ടീടെ കൂടെ സുഗുഗുല്ലാ ത്ത കുട്ടിയെ അയച്ചു അല്ലേ? നിങ്ങൾക്കെന്താ ഇവിടെ പണി? നിങ്ങ ൾക്ക് കൂടെ പോയ്ക്കൂടായിരുന്നോ?'

'അയിനെന്താ. ചിരുതേയി ഒപ്പരുല്ലേ? അവര് വന്നോളും.' അമ്മമ്മയ് ക്ക് ഒട്ടും പരിഭ്രമം തോന്നിയില്ല.

'ഇതുവരെ വന്നില്ലല്ലോ. വാ പോയി നോക്ക്.' അമ്മാവൻ അമ്മമ്മയു ടെ കൈപിടിച്ചു വലിച്ചു.

'വേണ്ട ഏട്ടാ...' അമ്മ അമ്മാവനെ തടഞ്ഞു. അപ്പോഴേക്കും ഞങ്ങൾ തിരിച്ചെത്തി.

അമ്മമ്മ അങ്ങനെയാണ്. വലിയ വികാരവും പരിഭ്രമവുമൊന്നും ഒരു കാര്യത്തിലും ഉണ്ടായിരുന്നില്ല. സ്വന്തം വീട്ടുകാരിൽനിന്നും അത്രയേ റെ പരിഗണനയും ലാളനയും ലഭിച്ചതുകൊണ്ടായിരിക്കാം അമ്മമ്മയ് ക്ക് ഇത്രയും ആത്മവിശ്വാസം കൈവന്നത്. അച്ഛന്റെ പ്രിയപ്പെട്ട ദേവി ക്കുട്ടിയാണല്ലോ അമ്മമ്മ. അച്ഛപ്പൻ തോട്ടുവായ്ക്ക് ബോട്ടിറങ്ങി നെല ബ്രക്കുന്നു വഴി വടിയുംകുത്തി ചീത്ത്ലേ വീട്ടിലേക്ക് ഇറങ്ങിവരുമ്പോൾ അമ്മാവൻമാർ 'ദേവിക്കുട്ടീ'എന്ന് വിളിച്ച് അമ്മമ്മയെ കളിയാക്കാറുണ്ട്.

അമ്മയുടെ അച്ഛന് ഒരിക്കൽ കടുത്ത ടൈഫോയിഡ് പനി ബാധിച്ചി രുന്നു. നാട്ടുചികിത്സയ്ക്കൊന്നും രോഗം വഴങ്ങിയില്ല. പനി മൂർധന്യാവ സ്ഥയിലെത്തിയപ്പോൾ അമ്മമ്മയുടെ അച്ഛൻ ഉണർന്നു പ്രവർത്തിച്ചു. അദ്ദേഹം ഭാര്യയോട് പറഞ്ഞു. 'മോൾക്ക് ഭർത്താവ് വേണെങ്കിൽ ഇപ്പ റങ്ങിക്കോ. മുരലും മുതിക്കലൊക്കെ ആട നിക്കട്ട്.'

കേട്ടതുപാതി കേൾക്കാത്തത് പാതി പാട്ടിയമ്മമ്മ ഉടുമുണ്ട് മാറി ഇ റങ്ങി.

കുറുമാത്തൂർ നമ്പൂതിരിയെ കൊണ്ടുപോകുന്ന മഞ്ചലും മഞ്ചൽക്കാ രും ഉടനെ പാലങ്ങാട്ടെത്തി. അർദ്ധബോധാവസ്ഥയിലായ അച്ഛപ്പനെ മഞ്ചലിൽ കെട്ടിയിട്ടാണ് കൊണ്ടുപോയത്. തളിപ്പറമ്പിലെ ഗോവിന്ദമേ നോൻ ഡോക്ടറുടെ ഡിസ്പെൻസറിയിൽ അച്ഛപ്പനെ അഡ്മിറ്റാക്കി. പാ ട്ടിയമ്മമ്മ അരികിൽനിന്നും മാറാതെ മകളുടെ ഭർത്താവിനെ ശുശ്രൂഷി ച്ചു. ആദ്യമൊക്കെ പെരിങ്കോന്നിലെ അച്ഛപ്പനും വീട്ടിൽ പോകാതെ ആ ശുപത്രിയിൽ തങ്ങി. അച്ഛപ്പന്റെ ഏട്ടന്റെ മകൻ പത്മനാഭൻ എപ്പോഴും ആശുപത്രിയിൽ കൂടെ നിന്നു. സാധനങ്ങൾ വാങ്ങിക്കൊണ്ടു വരിക, തേർതലയിൽ നിന്ന് ലക്ഷ്മിയെയും മീനാക്ഷിയെയും ആശുപത്രിയി ലേക്ക് കൂട്ടിക്കൊണ്ടുവരിക, തിരിച്ചു വീട്ടിലേക്ക് കൊണ്ടാക്കെു തുട

114

ങ്ങിയവയെല്ലാം അയാളുടെ ജോലിയായിരുന്നു. ഒരാൾ എപ്പോഴും അ മ്മമ്മയുടെ സഹായിയായി ആസ്പത്രിയിൽ നിൽക്കണം. അതിന് ലക്ഷ് മിയും മീനാക്ഷിയും മാറി മാറി വന്നുനിൽക്കും. ലക്ഷ്മിയ്ക്ക് ഏതാണ്ട് പത്ത് വയസ്സ് പ്രായം. ഭാസ്കരൻ തളിപ്പറമ്പ് മുത്തേടത്ത് ഹൈസ്കൂ ളിൽ പഠിക്കുകയായിരുന്നു. അവൻ എല്ലാ ദിവസവും അച്ഛനെ കാണാൻ ആശുപത്രിയിലെത്തിയിരുന്നു. അച്ഛന്റെ അവസ്ഥയിൽ മനംനൊന്ത് ആ കൗമാരക്കാരൻ കരച്ചിൽ ഉള്ളിലടക്കിപ്പിടിച്ച് വിങ്ങിപ്പൊട്ടിയാണ് തളി പ്പറമ്പിൽ നിന്ന്! മുഷ്യത്തുകൂടി നടന്ന് വീട്ടിലെത്തുക.

രോഗത്തിന്റെ മൂർധന്യത്തിലെത്തി നിൽക്കുന്ന അച്ഛപ്പൻ പിച്ചുംപേ യും പറയാൻ തുടങ്ങിയിരുന്നു. 'നെഹ്റു എനിക്ക് കത്തയച്ചിന്. എനി ക്ക് ഡൽഹിക്ക് പോകണം. മീനാക്ഷീ നെഹ്റുവിന്റെ കത്ത് കണ്ടിട്ട് ഞാൻ അത്ഭുതപ്പെട്ടുപോയി. നെഹ്റു എനിക്ക് നാരങ്ങ കൊടുത്തയച്ചു. ഞാൻ അതിശയപ്പെട്ടു. ഈ നാരങ്ങയുംകൊണ്ട് നെഹ്റു വന്നല്ലോ. വിമാന ത്തിലാ വന്നത്.' എന്നൊക്കെ പറയുമ്പോൾ അമ്മമ്മ കരഞ്ഞു.

'സാരൂല്ല ഏടത്തീ... സൂക്കേടിന്റെ സ്വഭാവല്ലേ, കാളല്ലേ.' മഞ്ഞേരി കണ്ണൻ നമ്പ്യാർ പാട്ടിയമ്മമ്മയെ ആശ്വസിപ്പിക്കും. അദ്ദേഹം അച്ഛപ്പ ന്റെ അയൽക്കാരനാണ്. പാലക്കിൽ പാറുവിന്റെ ഭർത്താവ്. ഡോ. ഗോ വിന്ദമേനോന്റെ വെപ്പുകാരനാണ് അദ്ദേഹം. അതുകൊണ്ട് ഡോക്ടറുടെ വീട്ടിൽ എവിടെയും കയറാനുള്ള സ്വാതന്ത്ര്യം അദ്ദേഹത്തിനുണ്ട്. ഇടയ് ക്കിടെ നാട്ടുകാരനെ കാണാൻ അദ്ദേഹം ആസ്പത്രിയിൽ വരും. രണ്ടു മുറിയും അടുക്കളയും ഉള്ള ഒരു വീടാണ് ആസ്പത്രിയായി മാറ്റിയത്. അവിടെ നിന്ന് നോക്കിയാൽ ഡോക്ടറുടെ വീട് കാണും.

അച്ഛപ്പന് ആകെ പുകച്ചിലാണ്. മുറിയിലേക്ക് കയറുമ്പോൾ തന്നെ പനിയുടെ ചൂട് മറ്റുള്ളവർക്ക് അനുഭവപ്പെടുമായിരുന്നു. പലപ്പോഴും ഇന്ന് കഴിയില്ല എന്ന അവസ്ഥ. ഇന്ന് കഴിഞ്ഞാൽ ഭാഗ്യം എന്ന് ബന്ധുക്കൾ പറയാൻ തുടങ്ങി.'കിട്ട്യാ നമ്മള ഭാഗ്യം'എന്ന് അളിയന്മാർ സങ്കടപ്പെട്ടു.

അസുഖസമയത്ത് അമ്മമ്മയെ അല്പനേരം കാണാഞ്ഞാൽ അച്ഛ പ്പൻ പേടിച്ച് 'അമ്മേ' യെന്നു വിളിച്ചു കരയും. 'ഞാനിവിടെ ഉണ്ടെ'ന്ന് പറഞ്ഞ് അമ്മമ്മ ഓടി വന്ന് കൈപിടിക്കും. 'പേടിക്കണ്ട' എന്ന് പറ ഞ്ഞു തലോടും.

സ്ഥൈര്യം കൈവിടും എന്ന് തോന്നുമ്പോൾ പാട്ടി അമ്മമ്മ കണ്ണട ച്ചിരുന്നു നാമം ജപിക്കും. മകളുടെ ഭർത്താവിന്റെ ജീവനുവേണ്ടി ഭഗ വാനോട് കേണപേക്ഷിക്കും. പഴനി സുബ്രഹ്മണ്യ സ്വാമിയെ വിളിച്ചു നേർച്ചനേർന്നു. ആറു മക്കളുടെ അച്ഛനല്ലേ. മകൾ നിറവയറിൽ ഏഴാമ

ത്തെ കുഞ്ഞിനെയും ചുമന്ന് ഇന്നോ, നാളെയോ എന്ന മട്ടിൽ പെരി
ങ്കോന്നിൽ കാത്തിരിക്കുന്നുമു.ണ്ട്

വ്രതനിഷ്ഠയോടെ അമ്മമ്മ മകളുടെ ഭർത്താവിനെ ശുശ്രൂഷിച്ചു. ആദ്യ
മൊക്കെ ഓറഞ്ചുനീര് മാത്രമേ കഴിക്കുമായിരുന്നുള്ളൂ. പാലങ്ങാട്ടുനി
ന്ന് പാൽ കൊടുത്തയക്കും. അത് കാച്ചി കുടിപ്പിക്കാൻ ശ്രമിക്കും. ഓട്
സ് കാച്ചി സ്പൂണിൽ കോരി വായിൽ ഒഴിച്ചുകൊടുക്കും. ദ്രാവകം മാത്രം
കുറേശ്ശെ ഇറക്കും. ഗോവിന്ദമേനോൻ ഡോക്ടർ 'വൈറ്റ് ഓട്സ്' വാങ്ങാൻ
പ്രത്യേകം എഴുതിക്കൊടുത്തതാണ്.

പാട്ടി അമ്മമ്മ മരുന്നും പഥ്യാഹാരങ്ങളും കൊടുത്ത് അച്ഛപ്പനെ
ജീവിതത്തിലേക്ക് തിരിച്ചു കൊണ്ടുവന്നു.

അപകടനില തരണംചെയ്തു എന്ന് ബോധ്യമായപ്പോൾ പെരിങ്കോ
ന്നിലെ അച്ഛപ്പൻ നാട്ടിലേക്ക് മടങ്ങി. പൂർണഗർഭിണിയായ മകൾ അവി
ടെയുണ്ട്. അവിടെ അച്ഛപ്പന്റെ സാന്നിധ്യം അത്യാവശ്യമാണ്.

എല്ലാവരും ആശ്വാസത്തിന്റെ നെടുവീർപ്പിട്ടു. കുറച്ചുനാൾ കഴിഞ്ഞ
പ്പോഴേക്കും ലക്ഷ്മി, മീനാക്ഷി, ഭാസ്കരൻ എന്നീ കുട്ടികൾക്ക് ആശു
പത്രിവാസം ഒരു വിനോദയാത്രയും സുഖവാസവുമൊക്കെയായി മാറി.
അച്ഛൻ കട്ടിലിൽ കിടക്കുമ്പോൾ മറ്റുള്ളവർ താഴെ കിടന്നുറങ്ങും. രാവി
ലെ എഴുന്നേറ്റ് അടുത്തുള്ള കുളത്തിൽ പോയി കുളിക്കും. ഭക്ഷണമു
ണ്ടാക്കാൻ അമ്മമ്മയെ സഹായിക്കും. ഒന്നര മാസത്തെ ചികിത്സയും
പരിചരണവുംകൊണ്ട് അച്ഛപ്പന്റെ ടൈഫോയിഡ് കുറഞ്ഞു. പരിശോ
ധിക്കുമ്പോഴൊക്കെ ഡോ. ഗോവിന്ദമേനോൻ അച്ഛപ്പനോട് ഇംഗ്ലീഷിൽ
സംസാരിക്കും. അച്ഛപ്പന് ഇംഗ്ലീഷിൽ സംസാരിക്കുന്നത് വലിയ ഇഷ്ടമാ
യിരുന്നു. അദ്ദേഹത്തിന് പഴയ അഞ്ചാംക്ലാസ് വിദ്യാഭ്യാസം ലഭിച്ചിരു
ന്നല്ലോ. അദ്ദേഹം കുറച്ചുനാൾ അധ്യാപകജോലിയും ചെയ്തിരുന്നു.

ഡിസ്ചാർജ് ആയി മഞ്ചലിൽ കുണ്ടേരി എത്തിയപ്പോൾ അച്ഛപ്പൻ
ശാഠ്യംപിടിച്ചു. 'എനിക്ക് എന്റെ വീട്ടിൽ പോകണം.'

ചീത്തീലെ വീടിന്റെ കുടിയൽ കഴിഞ്ഞിരുന്നില്ല. പണിയും പൂർത്തി
യായിരുന്നില്ല. എന്നിട്ടും അച്ഛപ്പന്റെ വാശിക്കു മുന്നിൽ വേണ്ടപ്പെട്ടവർ
വഴങ്ങിക്കൊടുത്തു. മഞ്ചലിൽ തന്നെ അച്ഛപ്പനെ ചീത്തീലെ പുതിയ
വീട്ടിൽ എത്തിച്ചു. മകളുടെ ഭർത്താവിനെ രോഗംമാറ്റി തേർതലയിലെ
വീട്ടിലെത്തിച്ചതിനുശേഷം അമ്മമ്മ പെരിങ്കോന്നിലേക്ക് പോയി. മകൾ
ക്ക് ഒമ്പതാംമാസമാണ്. ഏതുദിവസവും പ്രസവിക്കാം എന്ന അവസ്ഥ
യിൽ ആണ്. അവളുടെ അടുത്ത് ഇനി അമ്മ ഉണ്ടായേ തീരൂ.

പണിതീരാത്ത ചീത്തീലെ വീട്ടിൽ അച്ഛനും മക്കളും താമസം തു

ടങ്ങി. പതിനഞ്ചുകാരി മീനാക്ഷി പുതിയ വീടിന്റെ വീട്ടമ്മയായി. അനി
യനും അനിയത്തിയും ഏച്ചിയെ സഹായിച്ചു. പാലങ്ങാട്ടുനിന്ന് ആളു
കൾ എപ്പോഴും സഹായത്തിനെത്തി. അച്ഛപ്പന്റെ ഏട്ടന്റെ മകൻ കുണ്ടൻ
ചീത്തീലെ വീട്ടിൽ തന്നെ രാവും പകലും കഴിഞ്ഞു. മൂർന്ന നെല്ല് മെതി
ച്ചും മെതിക്കാതെയും ഇറയത്തും കളത്തിലുമായി ഇട്ടിട്ടുണ്ട്. അതിന്
കാവലായി കുണ്ടൻ ഇറയത്ത് കിടക്കും.

വാഹനസൗകര്യം കുറഞ്ഞ ആ കാലത്ത് ജന്മിയുടെ കാര്യസ്ഥൻ
ആയതുകൊണ്ട് അച്ഛപ്പന് ഒരുപാട് സഞ്ചരിക്കേണ്ടിവരാറുണ്ട്. കാട്ടുപാ
തയിലൂടെ ഉൾഗ്രാമങ്ങളിലേക്ക് വാരം പിരിക്കാനും രസീത് കൊടുക്കാ
നും മറ്റുമായി കാലവും നേരവും നോക്കാതെ കാൽനടയായി സഞ്ചരി
ക്കുമ്പോൾ കാട്ടുമൃഗങ്ങളെ പേടിച്ചേ തീരൂ. അതുകൊണ്ടാണ് അദ്ദേഹം
ലൈസൻസുള്ള തോക്ക് സംഘടിപ്പിച്ചത്. ചിലപ്പോഴൊക്കെ തോക്കും
കൊണ്ട് അടുത്തൊക്കെയുള്ള കാട്ടിൽ നായാട്ടിനും പോകാറുണ്ട്. കു
ന്നുകളും കാടുകളും നിറഞ്ഞ തേർതലയിൽ കാട്ടുമൃഗങ്ങൾക്ക് ഒട്ടും
ക്ഷാമമില്ലായിരുന്നു. അച്ഛപ്പന്റെ രോഗകാലത്ത് വീട്ടിൽ തിരിച്ചെത്തിയ
പ്പോൾ കൂനംകണ്ടി രാമനെപ്പോലുള്ള നായാട്ടുചങ്ങാതിമാർ വല്ലപ്പോ
ഴും ചുറ്റുവട്ടത്തുള്ള കാട്ടിൽ തോക്കുംകൊണ്ടൊന്ന് കറങ്ങാറുണ്ട്.
അപ്പോൾ കാട്ടുപന്നിയും മാനും മുയലുമൊക്കെ തടയും. അതിന്റെ നല്ല
കൊറക് തോക്കിന്റെ ഉടമസ്ഥന് അവകാശപ്പെട്ടതാണ്. അത് തോക്കി
നൊപ്പം വീട്ടിലെത്തിയാൽ പാവം മീനാക്ഷിക്കുട്ടി കഷ്ടപ്പെട്ടതു തന്നെ.
അമ്മയില്ലാത്ത വീട്ടിൽ അത് മുറിച്ച് കഴുകി മുളകും മഞ്ഞളും തേങ്ങ
യുമൊക്കെ നീട്ടമ്മിയിലിട്ട് അരച്ച് കറിവെക്കാനുണ്ടോ ആ പതിനഞ്ചു
കാരിക്ക് കഴിയുന്നു! കാട്ടുപന്നിയുടെ ഇറച്ചി കഷ്ടപ്പെട്ട് അരച്ചുവെച്ച് അ
വൾ അച്ഛന് വിളമ്പിക്കൊടുത്തു. ഒരു കഷണമെടുത്ത് വായിൽ വെച്ച
തും അദ്ദേഹം തുപ്പി. ഇറച്ചിക്കറി കരിഞ്ഞുപോയിരിക്കുന്നു. അതുവരെ
മക്കളെ നുള്ളി നോവിക്കാത്ത അച്ഛൻ അന്ന് ആദ്യമായി മകളെ അടി
ച്ചു. ചീത്തവിളിച്ചു, 'ഈ കൈസാടിന്യെല്ലം എന്തിന് കൊള്ളും.'

മീനാക്ഷി പേടിച്ചു. ലക്ഷ്മിയും ഭാസ്കരനും പേടിച്ചു. അച്ഛൻ തല്ലും
എന്നത് അവർക്ക് പുതിയ അറിവായിരുന്നു. അച്ഛന് ചീത്ത വിളിക്കാൻ
അറിയാമെന്നതും അവർക്ക് പുതിയ അറിവാണ്. അച്ഛനിൽനിന്നും ഒ
രകലം പാലിച്ചുകൊണ്ട് ലക്ഷ്മിയും ഭാസ്കരനും പെരുമാറി. പക്ഷേ,
മീനാക്ഷിക്ക് അത് പറ്റില്ലല്ലോ. അവളല്ലേ ആ സമയത്ത് വീട്ടിലെ കുടും
ബിനി. അച്ഛന് ഭക്ഷണം കൊടുക്കണം. മരുന്ന് കൊടുക്കണം. മറ്റുള്ള
വർക്കും ആഹാരം വേണം. ഉത്തരവാദിത്തം കൂടിയതിനനുസരിച്ച് മീനാ

117

ക്ഷി അടിയും വാങ്ങാൻ തുടങ്ങി.

അച്ഛന്റെ സ്വഭാവത്തിൽ വന്ന ഈ വലിയ മാറ്റം അസുഖത്തിന്റേ താണ് എന്ന് തിരിച്ചറിയാനുള്ള ബോധവും അതിനുതക്ക പ്രായവും അന്നവർക്കില്ലായിരുന്നു എന്നതാണ് ഏറെ സങ്കടം. മക്കൾക്ക് പരിചയ മുള്ള അച്ഛൻ ആരെയും കലമ്പാറില്ലല്ലോ.

ഏട്ടന്മാരും ഭാര്യമാരും മക്കളും പെങ്ങളും തനിക്കൊപ്പവും തന്നെ ക്കാൾ മൂത്തതുമായ മരുമക്കളും അവരുടെ ഭാര്യമാരും മക്കളുമൊക്കെ യുള്ള ഒരു വലിയ കൂട്ടുകുടുംബത്തിലെ അംഗമായിരുന്നു അച്ഛപ്പൻ. കൂട്ടുകുടുംബവ്യവസ്ഥയിൽ അച്ഛനും മക്കളും തമ്മിലുള്ള ബന്ധം അത്ര ഊഷ്മളമായിരുന്നില്ല. മക്കളെ വളർത്തുന്നതിൽ അച്ഛന്മാർക്ക് വലിയ പങ്കുണ്ടാവാറില്ല. അച്ഛൻ മക്കളെ ലാളിക്കാറുമില്ല. പക്ഷെ, പാലങ്ങാടൻ കേളോത്ത് വീട്ടിൽ കണ്ണൻ നമ്പ്യാർ ആധുനിക ചിന്താഗതിയുള്ള ആളാ യിരുന്നു. മക്കളെ ലാളിക്കാനും അവരെ സംരക്ഷിക്കാനും അദ്ദേഹം ഒട്ടും മടിച്ചില്ല.

പാലങ്ങാട്ടെ വീട്ടിൽ ഒരുപാട് പശുക്കളെ കറക്കുന്നുണ്ട്. എന്നാൽ പാൽ കുടിക്കുന്ന സ്വഭാവം ആർക്കുമില്ല. കറന്നെടുത്ത മുഴുവൻ പാ ലും തൈരാക്കുകയാണ് പതിവ്. തൈര് കലക്കി വെണ്ണയെടുത്ത് ഉരു ക്കി നെയ്യാക്കും. ഇഷ്ടംപോലെ മോരുള്ളതുകൊണ്ട് മിക്ക ദിവസങ്ങളി ലും മോര് പുളിങ്കറിയാണ് പാലങ്ങാട്ടു വീട്ടിലെ പ്രധാനപ്പെട്ട കൂട്ടാൻ. കാമ്പും കായും കപ്പക്കയും ചേമ്പിന്തണ്ടുമൊക്കെ വേവിച്ച് തേങ്ങയും ജീരകവും അരച്ച് മോരൊഴിച്ച് കൂട്ടാൻ വെക്കുകയാണ് പതിവ്. രാവി ലെയും ഉച്ചയ്ക്കും കഞ്ഞിയും രാത്രിയിൽ ചോറുമാണ് എല്ലാവരുടെ യും ഭക്ഷണം. പെങ്ങൾ ഉരുക്കി കുപ്പിയിൽ നിറച്ചുവെച്ച നറുനെയ്യ് ആ ങ്ങളമാർക്ക് ചുടുചോറിൽ ഒഴിച്ചുകൊടുക്കും. കുട്ടികൾക്ക് അതൊന്നും വിധിച്ചിട്ടില്ല. എല്ലാം ആണുങ്ങൾക്ക് മാത്രം. എന്നാൽ അച്ഛപ്പൻ നെയ്യിൽ കുഴച്ച ചോറുരുളകൾ മക്കളുടെ വായിൽ വെച്ചുകൊടുക്കും.

അക്കാലത്തെല്ലാവരും തോട്, പുഴ, കുളം ഇവയിലേതിലെങ്കിലും പോയി മുങ്ങിക്കുളിക്കുകയായിരുന്നു പതിവ്. പാലങ്ങാട്ടെ വീടിനു തൊട്ടു താഴത്തു കൂടിയാണ് കുറുമാത്തൂർ പുഴ ഒഴുകുന്നത്. പുഴയിൽ കളി ച്ചും കുളിച്ചുമാണ് പാലങ്ങാട്ടെ കുട്ടികളും മുതിർന്നവരും ജീവിച്ചത്. മക രം, കുംഭം, മീനം മാസങ്ങളിൽ കുളിക്കാരോട് പിണങ്ങുന്ന പുഴ ഉപ്പുനി റച്ചുവെച്ച് അവരെ അകറ്റിനിർത്തും. അപ്പോൾ കുറെ ദൂരെയുള്ള കൃഷ് ണൻ മോലോത്തെ കുളം തന്നെ ശരണം. എന്നാലും കിണറ്റിൽനിന്നു വെള്ളമെടുത്ത് ആരും കുളിക്കില്ല. എല്ലാ വീട്ടിലും കിണറുമുണ്ടാകില്ല.

പലരും അയൽപക്കത്തെ കിണറിനെയായിരുന്നു കുടിവെള്ളത്തിന് ആ
ശ്രയിച്ചിരുന്നത്. ആരും കുടിവെള്ളം നിഷേധിക്കില്ല. പക്ഷെ, ഒരു കുഴ
പ്പമുണ്ട്. ജാതിയിൽ താഴ്ന്നവരെയും അന്യമതസ്ഥരെയും കിണർ തൊ
ട്ട് അശുദ്ധമാക്കാൻ സമ്മതിക്കില്ല. അവർ പാനി കിണറിനടുത്ത് കൊ
ണ്ടുവെച്ചിട്ട് മാറിനിൽക്കും. അവർക്ക് കിണറ്റിൽനിന്ന് വെള്ളം വലിച്ച്
പാനിയിൽ നിറച്ചുകൊടുക്കേണ്ട ചുമതല വീട്ടുകാരുടേതാണ്. കുറച്ചു
വലുതായപ്പോൾ മുതൽ ഗിരിജ പുഷ്പംപോലെ വെള്ളം വലിച്ച് പാനി
യിൽ ഒഴിച്ചുകൊടുക്കുന്നത് കാണുമ്പോൾ അസൂയപ്പെടാനേ എനിക്ക്
കഴിയുമായിരുന്നുള്ളൂ.

അച്ഛൻ ജോലിയൊക്കെ കഴിഞ്ഞ് വീട്ടിലെത്താൻ സന്ധ്യകഴിയും.
എന്നിട്ട് പാനൂസും കത്തിച്ച് മീനാക്ഷിയെ കൂട്ടുകൂട്ടി കൈയിലൊരു തീ
പ്പെട്ടിയും കരുതി കൃഷ്ണൻ മോലോത്തെ കുളത്തിൽ കുളിക്കാൻ പോ
കും. അച്ഛൻ കുളിച്ചുകഴിയുന്നതുവരെ മീനാക്ഷി കുളക്കടവിൽ കാത്തി
രിക്കും.

ജോലി കഴിഞ്ഞ് അച്ഛൻ വന്നുകേറുമ്പോൾ ലക്ഷ്മിയും ഭാസ്കര
നും അച്ഛനെ പറ്റിക്കൂടി നിൽക്കും. അച്ഛന്റെ കൈയിലും കീശയിലുമൊ
ക്കെ അവർ കൈയിട്ടുനോക്കും. വായിലിട്ടാൽ അലിയുന്ന അരി അലുവ
യൊക്കെയുണ്ടാകും അവിടെ. അത് എടുത്ത് അവർ തിന്നും. പുതിയ
സാധനങ്ങൾ കണ്ടാൽ മക്കൾക്ക് വാങ്ങിക്കൊണ്ടുവരുന്നത് അച്ഛന്റെ ശീ
ലമാണ്. ചിലപ്പോൾ മക്കൾ മെല്ലെ അച്ഛന്റെ പുറത്ത് പോയി കിടക്കും.
അപ്പോൾ അച്ഛൻ പറയും. 'എന്തോ കാര്യം പറയാൻ ഉണ്ടല്ലോ.'

ലക്ഷ്മി കൊഞ്ചും 'അത് നാളെ പറയാം.'

'എന്താ ഇപ്പൊ പറഞ്ഞാൽ?' അച്ഛൻ ചോദിക്കും.

സ്ലേറ്റ്, പെൻസിൽ, നോട്ടുബുക്ക്, തുടങ്ങിയ സ്കൂൾ സാധനങ്ങൾ
വാങ്ങാൻ പൈസ വേണം. അതിനാണ് ഈ പുന്നാരം. മക്കൾ പറഞ്ഞാൽ
പിന്നെ അച്ഛന് അപ്പീലില്ല. കീശയിൽ നിന്ന് പണമെടുത്തുകൊടുക്കും.

പെൺകുട്ടികൾ മുടി നീട്ടി വളർത്തിയിരുന്ന ആ കാലത്ത് അഞ്ചാം
ക്ലാസ് വരെ മീനാക്ഷിയും ലക്ഷ്മിയും കഴുത്തറ്റം മുറിച്ച മുടിയുമായാ
ണ് സ്കൂളിൽ പോയിരുന്നത്. മാസത്തിലൊരിക്കൽ നാദ്യൻ വീട്ടിൽ വ
ന്ന് അച്ഛന്റെ മുടി മുറിക്കുമ്പോൾ മക്കളുടെ മുടിയും നിരത്തി മുറിക്കും.
പല പെൺകുട്ടികളും നീണ്ട മുടി മൂർദ്ധാവിൽ ചുരുട്ടിക്കെട്ടി ഒറ്റമുണ്ടും
ഉടുത്ത് പോയിരുന്ന കാലത്ത് പരിഷ്കാരിയായ കണ്ണൻ നമ്പ്യാരുടെ
മക്കൾ കുപ്പായവുമിട്ട് കഴുത്തറ്റം മുറിച്ച മുടിയുമായി സ്കൂളിലെത്തി.

സ്കൂളിൽ പോകുമ്പോൾ അച്ഛൻ വീട്ടിൽ ഉള്ള ദിവസങ്ങളിൽ മക്കൾ

ക്ക് മുടി ചീകിക്കൊടുക്കും. ചീപ്പുകൊണ്ട് തലമുടി ചീകി പേൻ എടു ത്ത് കൈയിലിട്ടു കൊടുക്കും. കൂട്ടുകാരിയുടെ മുന്നിൽവെച്ച് അച്ഛൻ ഇ ങ്ങനെ പേൻ എണ്ണിക്കൊടുക്കുമ്പോൾ നാണക്കേടാവുമെന്നു അമ്മ പറ യാറുണ്ട്.

അച്ഛന്റെ അസുഖം മൂത്തമകളുടെ ജീവിതത്തെയും ബാധിച്ചു. പറ ശ്ശിനി ആന്തുരെ ഇടക്കേപ്പുറം വീട്ടിലാണ് മീനാക്ഷിയെ പുടമുറി കഴിച്ച യച്ചത്. പുടമുറി കഴിക്കുമ്പോൾ പെൺകുട്ടിക്ക് പതിമൂന്നു വയസ്സ് കഴി ഞ്ഞതേ ഉണ്ടായിരുന്നുള്ളൂ. പാറക്കാടിയിലെ രാമത്ത് തറവാട്ടിൽ വെ ച്ചായിരുന്നു മീനാക്ഷിയുടെ പുടമുറി ആർഭാടമായി നടത്തിയത്. ഭർത്താ വിന്റെ വീട്ടുകാർ നല്ല തറവാട്ടുകാരും സാമ്പത്തികശേഷിയുമുള്ളവരാ യിരുന്നു. എന്നിട്ടും ഒരു വർഷംകൊണ്ട് ബന്ധം മുറിഞ്ഞു. ഓണത്തി നും വിഷുവിനും വിവാഹിതയായ പെൺകുട്ടിയെ വീട്ടുകാർ സ്വന്തം വീട്ടിലേക്ക് കൂട്ടിക്കൊണ്ടുവരും. ഉച്ചയ്ക്ക് സ്വന്തം വീട്ടിൽനിന്നും തിരു വോണസദ്യ ഉണ്ടതിനുശേഷം പുതിയ ബന്ധുക്കൾക്ക് പുതുവസ്ത്ര വും വാങ്ങി ഭർത്താവ് ഭാര്യവീട്ടിലേക്ക് വരും. അന്നുരാത്രി ഭാര്യവീട്ടിൽ അന്തിയുറങ്ങി അടുത്ത ദിവസം ഭാര്യയേയും കൂട്ടി സ്വന്തം വീട്ടിലേക്ക് മടങ്ങണം. പോകുമ്പോൾ പെണ്ണിന്റെ വീട്ടിൽ നിന്ന് മുറുക്കും കാരയു മൊക്കെ കൊണ്ടുപോകണം. മുറയനുസരിച്ചു ഓണത്തിന് മുമ്പ് മീനാ ക്ഷിയെ വീട്ടുകാർ ആന്തൂർ നിന്ന് കൂട്ടിക്കൊണ്ടു വന്നിരുന്നു. തിരുവോ ണദിവസം വൈകുന്നേരം ഭർത്താവ് പാലങ്ങാട്ടെത്തിയില്ല. പകരം, ദിവ സങ്ങൾക്ക് ശേഷം കണ്ണൻ നമ്പ്യാരുടെ പേരിൽ 25 ഉറുപ്പികയുടെ ഒരു മണിയോർഡറാണ് പാലങ്ങാട്ടെ വീട്ടിൽ എത്തിയത്. പനിക്കോളിലിരി ക്കുന്ന അച്ഛപ്പൻ അത് ഒപ്പിട്ട് വാങ്ങാൻ തയ്യാറായില്ല. 'ഓണത്തിന് വരാ ത്തോന്റെ പണം എനിക്ക് വേണ്ട.'

സംബന്ധക്കാരൻ ഭാര്യയുടെ ചെലവിന് അയച്ച പണം നിരസിച്ചാൽ ആ ബന്ധം മുറിഞ്ഞുവെന്നു കരുതിയാൽ മതി. ജ്വരം ബാധിച്ച അച്ഛൻ മണിയോർഡർ മടക്കുമ്പോൾ അമ്മയും അമ്മയുടെ അച്ഛനും ആ വീട്ടിൽ ഉണ്ടായിരുന്നു. അമ്മ പതിവുപോലെ അടുക്കളയിലോ, അടുക്കളപ്പുറ ത്തോ ആയിരിക്കും. പത്തുമുപ്പതാളുകൾക്ക് ഭക്ഷണമുണ്ടാക്കണമെങ്കിൽ വീട്ടിലെ പെണ്ണുങ്ങളുടെ നടുവൊടിയണം. അല്ലെങ്കിലും ഇറയത്ത് ആ ണുങ്ങളിരിക്കുന്നിടത്ത് വന്ന് അഭിപ്രായം പറയാനും തീരുമാനം എടു ക്കാനും സാധാരണ പെണ്ണുങ്ങൾക്ക് കഴിയാറില്ല. പക്ഷേ, പെരിങ്കോന്നി ലെ അച്ഛപ്പനും പ്രശ്നത്തിൽ ഇടപെട്ടില്ല എന്നത് ദൗർഭാഗ്യകരമായി പ്പോയി.

'വിധി വിഹിതമാക്കാനാവില്ല അല്ലേ അച്ഛപ്പാ..'എന്ന് അപമാനിതനാ
യ ഭർത്താവ് വികാരഭരിതമായ ഭാഷയിൽ പെരിങ്കോന്നിലെ അച്ഛപ്പന്
കത്തയച്ചതോടെ അതൊരു അടഞ്ഞ അധ്യായമായി.

കുറുമാത്തൂർ ഇല്ലത്തെ കാര്യസ്ഥൻ ജോലി ടൈഫോയ്ഡ് കാല
ത്താണ് അച്ഛപ്പന് ഉപേക്ഷിക്കേണ്ടി വന്നത്. പിന്നീട് അച്ഛപ്പൻ ജോലി
ക്ക് പോയില്ല. ഏട്ടന്റെ മകൻ നാരായണൻ പകരക്കാരനായി കുറച്ചു
നാൾ ഇല്ലത്ത് പോയി. പക്ഷെ, അദ്ദേഹവും തുടർന്നില്ല.

കുറുമാത്തൂർ നമ്പൂതിരിക്ക് പ്രിയപ്പെട്ട ആൾ തന്നെയായിരുന്നു പാ
ലങ്ങാടൻ കേളോത്ത് കണ്ണൻ നമ്പ്യാർ. തനിക്ക് കുറച്ചു സ്ഥലം വേണ
മെന്ന അദ്ദേഹത്തിന്റെ ആവശ്യം കേട്ട ഉടനെ നമ്പൂതിരി പറഞ്ഞു. 'നി
നക്ക് ഇഷ്ടമുള്ളിടത്ത് നോക്കിക്കോ. ചാർത്തിത്തരാം.'

പക്ഷേ, ജന്മിയുടെ സാധാരണ കാര്യസ്ഥന്മാരെപ്പോലെ കള്ളത്തര
ത്തിൽ എഴുതിവാങ്ങിയില്ല അദ്ദേഹം. നെടുമുണ്ടയിലെ വള്ളിക്കൊരമ്പ
യിൽ പത്തേക്കർ കാട് ചെറിയ വില കൊടുത്ത് അച്ഛപ്പൻ നമ്പൂതിരി
യോട് വാങ്ങി. ആ കാട് വയക്കി വെളുപ്പിച്ച് അമ്പഴം, മുരിക്ക്, കരയം
തുടങ്ങിയ മരക്കാലുകൾ നാട്ടി അവയിൽ കുരുമുളക് നട്ടുവളർത്തി തോ
ട്ടമുണ്ടാക്കുകയായിരുന്നു.

വീട്ടുകാര്യങ്ങളും കൃഷികാര്യങ്ങളുമെല്ലാം അമ്മമ്മയും മുത്തമോനും
കൂടി നോക്കി നടത്തി. അച്ഛപ്പൻ അത്യാവശ്യം മാത്രം പുറത്തുപോയി.
കാര്യങ്ങൾ ഒന്നും നോക്കാനുള്ള മാനസികാവസ്ഥ അദ്ദേഹത്തിന് ഇ
ല്ലാതായിരുന്നു.

അച്ഛപ്പന്റെ രോഗം മാറി മാസങ്ങൾ കഴിഞ്ഞപ്പോൾ പാട്ടി അമ്മമ്മ
നേർന്ന നേർച്ച വീടാൻ പഴനിമലയിലേയ്ക്ക് തീർഥയാത്ര നടത്തി. ചി
ല മാസങ്ങളിൽ തമിഴ് നാട്ടിൽ നിന്ന് ഭസ്മം പൂശി കാവടിയും മുദ്രയും
ധരിച്ച് സുബ്രഹ്മണ്യഭക്തനായ ഒരു ആണ്ടി പീലിക്കാവടിയുമേന്തി, ശംഖ്
ഊതി, ജലം തളിച്ച് ധർമ്മം വാങ്ങാൻ വീടുകളിൽ വരാറുണ്ടായിരുന്നു.
അദ്ദേഹം തേർതലയിൽ വന്നാൽ ചീത്തീലെ വീട്ടിലാണ് അന്തിയുറങ്ങാ
റുള്ളത്. അദ്ദേഹം തമിഴ് കീർത്തനം പാടി ഉറഞ്ഞു തുള്ളി അച്ഛപ്പന്റെ
കൈയിൽ ആണ്ടവന്റെ മുദ്രവള അണിയിച്ചു. അദ്ദേഹത്തിന്റെ നേതൃത്വ
ത്തിൽ അച്ഛപ്പൻ പഴനിക്ക് പോകാൻ വ്രതമെടുത്തു. ആണ്ടിയുടെ നേതൃ
ത്വത്തിൽ തന്നെയാണ് അച്ഛപ്പനും സംഘവും പഴനിക്ക് പോയത്. കാ
വിത്തോർത്ത് ചുമലിലിട്ട് ആണ്ടിയായി ട്ടുതന്നെയാണ് അച്ഛപ്പൻ പഴനി
മല കയറിയത്. പാട്ടി അമ്മമ്മ, അവരുടെ മൂത്ത സഹോദരൻ രാമൻ ന
മ്പ്യാർ, അദ്ദേഹത്തിന്റെ ഭാര്യ ലക്ഷ്മി, ചേയി വലിയമ്മ, മീനാക്ഷി, ല

ക്ഷ്മി, ഭാസ്കരൻ തുടങ്ങിയവരടങ്ങിയ സംഘവും അദ്ദേഹത്തെ അനു ഗമിച്ചു.

പഴനിയിൽനിന്നും തിരിച്ചെത്തിയ അച്ഛപ്പൻ തികഞ്ഞ സുബ്രഹ്മണ്യ ഭക്തനായി മാറി. തിങ്കളാഴ്ചതോറും ഒരിക്കലുണ്ണാൻ തുടങ്ങി. കൊട്ടില കത്ത് സുബ്രഹ്മണ്യസ്വാമിയുടെ ചിത്രം വെച്ച് കർപ്പൂരാരാധന നടത്തി. സുബ്രഹ്മണ്യന്റെ ചിത്രത്തിനു മുന്നിൽ ചന്ദനത്തിരികൾ കത്തിച്ചുവെ ച്ച്, തളികയിൽ കർപ്പൂരമിട്ടു കത്തിച്ച് സ്കന്ദസ്തുതികൾ പാടിക്കൊണ്ട് അച്ഛപ്പൻ ചിത്രത്തിനു നേരെയുഴിയും. ഭക്തിയോടെ കൈകൂപ്പി നിൽ ക്കുന്ന ഞങ്ങൾക്കുനേരെ കർപ്പൂരത്തട്ട് നീട്ടും. ഞങ്ങളത് കൈകൊണ്ടു ഴിഞ്ഞ് മുഖത്തുചേർക്കും.

അച്ഛനും മുതിർന്ന മക്കളും ചീത്തീലെ പണിതീരാത്ത വീട്ടിൽ പൊ റുതി തുടങ്ങിയിട്ടും അമ്മമ്മ പെറ്റെണീറ്റ് വന്നത് പാലങ്ങാട്ടെ വീട്ടിൽ തന്നെയായിരുന്നു. കുറെനാൾ അമ്മമ്മ അവിടെത്തന്നെ താമസിച്ചു. പി ന്നെ കുറച്ചുനാൾ അങ്ങുമിങ്ങുമായി കഴിഞ്ഞു. കൂട്ടുകുടുംബത്തിന്റെ സുരക്ഷിതത്വത്തിൽ അടയിരുന്ന അമ്മമ്മയെ അത്ര എളുപ്പത്തിൽ അ ണുകുടുംബത്തിലേക്ക് പറിച്ചു നടാനാവില്ലായിരുന്നു.

പഴനിമലയിൽ

വർഷങ്ങൾക്കുശേഷമുള്ള മറ്റൊരു പഴനി യാത്രയെക്കുറിച്ചാണ് ഇനി പറയാൻ പോകുന്നത്. അതിൽ ഞാനുമൊരംഗമായിരുന്നു. ഈ തീർ ഥാടനം എന്റെ വലിയമ്മ, മീനാക്ഷിക്കുള്ള നേർച്ചയായിരുന്നു. സംഭവ ബഹുലമായ ഒരു യാതനാപർവം താണ്ടിയതിനുശേഷമായിരുന്നു വലി യമ്മ ആ നേർച്ചയിലേക്കെത്തിയത്.

മീനാക്ഷിയുടെ ആദ്യവിവാഹബന്ധം മുറിഞ്ഞതിനുശേഷം പുനർ വിവാഹം നടത്തിയിരുന്നു. വലിയമ്മയെ രണ്ടാമത് പുടമുറി കഴിച്ച് അ യച്ചത് മലപ്പട്ടത്തെ ഒരു കർഷകകുടുംബത്തിലേക്കാണ്. അക്കാലത്തെ പ്രധാനകൃഷി നെല്ലായിരുന്നു. കണ്ടത്തിൽ ഞാറിട്ടാൽ മുളച്ചുപൊങ്ങു മ്പോൾ തന്നെ പുഴുവിന്റെ ശല്യമുണ്ടാകും. ഒരുദിവസം കണ്ടത്തിൽ വ ണ്ടുപൊടി പാറ്റാൻ മീനാക്ഷിയെയാണ് ഭർതൃവീട്ടുകാർ നിയോഗിച്ചത്. തേർതലയിൽ നിന്ന് കണ്ടത്തിന്റെ വരമ്പിൽക്കൂടി നടന്നുപോയ ബന്ധ മേ മീനാക്ഷിക്കുണ്ടായിരുന്നുള്ളൂ. വണ്ടുപൊടി എങ്ങനെയാണ് അടി ക്കേണ്ടത് എന്നൊന്നും കക്ഷിക്ക് അറിയില്ല. എന്നാലും പുടമുറി കഴിച്ചു കൊണ്ടുവന്ന എണങ്ങത്തിപ്പെണ്ണിന് അമ്മയോടും പെങ്ങളോടുമൊന്നും

ആവൂല എന്ന് പറയാൻ കഴിയില്ല. പറഞ്ഞാലൊട്ടു വിലപ്പോകുകയുമി
ല്ല. സാധാരണ ഞാറിന് വണ്ടുപൊടി പാറ്റേണ്ടത് തുണിയിൽകെട്ടിയാ
ണ്. മീനാക്ഷിക്ക് ഇതുവല്ലതും അറിയോ! വണ്ടുപൊടി പാറ്റുമ്പോൾ ഇ
ടയ്ക്ക് കൈയിലൊക്കെ പറ്റി. വലതുകൈ മൊത്തം വീങ്ങി. ഉള്ളംകൈ
യിൽ വരെ കുമിള പൊന്തി. മീനാക്ഷി കിടപ്പിലായി.

അമ്മമ്മയുടെ അനുജത്തി അമ്മാളുവമ്മമ്മയ്ക്ക് അടിച്ചേരി നെൽവ
യലുണ്ട്. പെരിങ്കോന്നിലെ കടവ് കടന്നാൽ അടിച്ചേരി എത്തും. അടി
ച്ചേരി മലപ്പട്ടത്തിന്റെ വായ് ആണ്. അമ്മമ്മയുടെ വയലിൽ പണിയെടു
ക്കുന്ന പെണ്ണുങ്ങൾ കൂവേര വളപ്പിലെ മീനാക്ഷി കിടപ്പിലായ കാര്യം
പറഞ്ഞുകൊടുത്തു. അമ്മാളുവിന് ഏച്ചിയുടെ മക്കളെന്നുവെച്ചാൽ സ്വ
ന്തം മക്കൾ തന്നെയാണ്. അവർക്ക് ആപത്തുണ്ടായാൽ പെറ്റ വയറിനെ
ക്കാൾ അവരുടെ വയർ നോവും. കേട്ടതുപാതി കേൾക്കാത്തത് പാതി
അമ്മാളു മലപ്പട്ടത്തേക്ക് പാഞ്ഞു. കൂവേരവളപ്പിലെ വീട്ടിൽ ചുരുണ്ടു
കിടന്ന് കണ്ണീരൊലിപ്പിക്കുന്ന മീനാക്ഷിയെ പിടിച്ചെഴുന്നേല്പിച്ചു. കുമി
ളിച്ചുവീർത്ത കൈകൾകണ്ട് ഇളയമ്മ ഞെട്ടി. മീനാക്ഷി ഇളയമ്മയെ കണ്ട്
'ഏച്ചീ..' എന്നു വിളിച്ച് പൊട്ടിക്കരഞ്ഞു.

അമ്മമ്മ അപ്പോൾ തന്നെ മീനാക്ഷിയെ താങ്ങിപ്പിടിച്ച് ഇറങ്ങി. ഇറ
ങ്ങാൻ നേരം വീട്ടുകാരോട് പറഞ്ഞു. 'ഞാൻ ഇവളെ കൊണ്ടുപോക്വാ...'
ആരും ഒന്നും മിണ്ടിയില്ല.

ഇളയമ്മ വീങ്ങിയ കൈ താങ്ങിപ്പിടിച്ച് മീനാക്ഷിയെ മെല്ലെ മെല്ലെ
നടത്തിച്ച് പെരിങ്കോന്നിലെത്തി. അച്ഛപ്പൻ നായനാർ വൈദ്യരെ കൊ
ണ്ടുവന്നു. വൈദ്യർ കുറച്ചു പച്ചമരുന്നൊക്കെ ഇട്ടു. ദിവസം കഴിയുന്തോ
റും പഴുപ്പും വീക്കവും കൂടിക്കൂടി വന്നു. ഇനിയെന്തു വേണമെന്നു വേ
വലാതിയായി. ഒടുവിൽ തേർതല കൊണ്ടുപോകാൻ തീരുമാനിച്ചു. നി
ടുവാലൂരെ വണ്ണത്താൻ വൈദ്യരെ കാണിച്ചാൽ മാറിയേക്കും. മീനാക്ഷി
യെ ബോട്ടിന് തേർതലയിലെത്തിച്ചു. അച്ഛൻ നിടുവാലൂരെ വൈദ്യരെ
കൊണ്ടുവന്നു. വൈദ്യന്റെ നിർദ്ദേശമനുസരിച്ച് അത്തി, ഇത്തി, ആൽ
അരയാൽ എന്നീ മരങ്ങളുടെ തോൽ ചെത്തിക്കൊണ്ടുവന്ന് പാലിൽ പു
ഴുങ്ങി അരച്ചെടുത്ത് കൈയിൽ പൂക്കുമരുന്നിട്ടു. എന്നിട്ടും പഴുപ്പ് കൂടി
യതേയുള്ളു. സ്വതവേ മെലിഞ്ഞ മീനാക്ഷി എല്ലും തോലുമായി. രാത്രി
യിൽ ഉറങ്ങാതെ വേദനകൊണ്ട് പുളയുന്ന മകളെ കണ്ട് അച്ഛനും അ
മ്മയും പേടിച്ചു. ഉറക്കെ നിലവിളിക്കുന്ന അമ്മയുടെ അടുത്തേക്കു പോ
കാതെ ഗംഗാധരനും ഗിരിജയും മാറിനിന്നു.

അച്ഛന്റെ നിർദ്ദേശപ്രകാരം ആങ്ങള ചെങ്ങളായിയിലെ കമ്പൌണ്ട

റെ കൊണ്ടുവന്നു കാണിച്ചു. കമ്പൗണ്ടർ പരിശോധിച്ചിട്ടു പറഞ്ഞു. തളിപ്പറമ്പിൽ കൊണ്ടുപോകണം. ഇത് ഡോക്ടറെ തന്നെ കാണിക്കണം. പുണ്ണിൽ പുഴു കയറിയിട്ടുണ്ട്.'

പുഴു കയറിയ കൈയിൽ നിന്ന് ചോരയും ചലവും വാർന്നു പൊയ് ക്കൊണ്ടിരുന്നു. ഉള്ളംകൈയിലെ മാംസം പഴുത്തളിഞ്ഞു ദ്വാരം വീണു. ഉള്ളംകൈയിൽ നോക്കിയാൽ നിലം കാണുമെന്ന നിലയായി. വലിയ മ്മ ഒരു രാത്രി കൂടി ഉറങ്ങാതെ കരഞ്ഞുപുലർത്തി.

വലിയമ്മയെ തളിപ്പറമ്പിലെ ഗോവിന്ദമേനോൻ ഡോക്ടറെ കാണി ക്കാൻ കുണ്ടേരിവരെ താങ്ങിപ്പിടിച്ചുകൊണ്ടുവന്ന് അവിടുന്ന് ജീപ്പിൽ കയറ്റി തളിപ്പറമ്പിലേക്ക് കൊണ്ടുപോയി.

ഡോക്ടർ പരിശോധിച്ച് ഡെറ്റോളൊക്കെ ഇട്ടു കഴുകിയപ്പോൾ പുഴു ക്കൾ ഇറങ്ങിപ്പോയി. ഓപ്പറേഷൻ ചെയ്ത് ചൂണ്ടുവിരൽ പകുതിക്ക് വെച്ച് നീക്കംചെയ്തു. അന്നുതന്നെ തിരിച്ചു വീട്ടിലെത്തി.

വലിയമ്മ ഒരു വർഷത്തോളം കിടപ്പിലായി. മരിച്ചുപോകും എന്നുത ന്നെ എല്ലാവരും കരുതി. ചിരുതേയി അടുത്തുനിന്ന് മാറാതെ ശുശ്രൂഷി ച്ചു. സ്വന്തം വീട്ടിൽ പോകാതെ രാത്രിയിൽ വലിയമ്മയുടെ അടുത്ത് പായ വിരിച്ചുകിടന്നു. തൊണ്ടയിൽ കഫം നിറഞ്ഞിട്ടു കുരച്ചുതുപ്പാൻ കഴിയാതെ ശ്വാസംകുറുകും. നേരിയ തുണി കൈവിരലിൽ ചുറ്റി വലി യമ്മയുടെ തൊണ്ടയിൽ കൈയിട്ട് കഫം വലിച്ചെടുക്കുമ്പോൾ പ്രാണ വേദനയിൽ വലിയമ്മ ചിരുതേയിയുടെ കൈ കടിച്ചുമുറിച്ചു.

വലിയമ്മയുടെ മുടി ജടകെട്ടി. മുടിയുടെ നീളം കുറച്ച് മുറിച്ചുകള ഞ്ഞു. എന്നിട്ടും ജട നീണ്ടു. വലിയമ്മ അത് തൊടാൻ സമ്മതിച്ചില്ല. 'സ്വാമിയുടെ ജടയാണ്. പഴനി പോയി മുറിക്കണം.' 'മുത്തനെ അയച്ച താ.' എന്നൊക്കെ പിച്ചുംപേയും പറയാൻ തുടങ്ങി.

ഞങ്ങൾ തേർതല വന്നപ്പോൾ അമ്മ വലിയമ്മയെ പുറത്ത് കൊണ്ടി രുത്തി. ചിരുതേയി വലിയമ്മയുടെ തല പിടിച്ചുകൊടുത്തു. 'നിന്റെ സാമീ രെ ഒരു ജട' എന്ന് പറഞ്ഞ് അമ്മ കത്രിക എടുത്ത് വലിയമ്മയുടെ ജട മുറിച്ചുകളഞ്ഞു. അവിടെ പേൻ താവളമാക്കിയിരുന്നു. അനിയത്തി ബ ലം പിടിക്കുന്ന ഏട്ടത്തിക്ക് മുറിച്ചുകളഞ്ഞ ജടയിൽ നൃത്തംവെയ്ക്കു ന്ന പേനുകളെ കാണിച്ചുകൊടുത്തു. എന്നിട്ട് കുളിപ്പിച്ച് ഇരുത്തിയശേ ഷം പറഞ്ഞു. 'ഇപ്പൊ നിനക്ക് എത്ര സുഖായി'

വലിയമ്മ ഒന്നും മിണ്ടിയില്ല. ചെറുതായി ഒന്നുചിരിച്ചു.

വലിയമ്മയെ തിരിച്ചുകിട്ടില്ല എന്ന ഘട്ടത്തിൽ മനംനൊന്ത് പെറ്റമ്മ പ്രശ്നംവെപ്പിച്ചു. സുബ്രഹ്മണ്യസ്വാമിക്ക് മുഷിച്ചിൽ. അമ്മ നേർന്നു.

'പത്തുവീട് തെണ്ടി ഉണ്ണാം. പഴനിയിൽ പോകാം.'

ഏതാണ്ട് ഒരു വർഷമെടുത്തു വലിയമ്മ സാധാരണ ജീവിതത്തിലേ ക്ക് മടങ്ങി വരാൻ. ഇനി നേർച്ചകൾ വീടണം.

തിങ്കളാഴ്ച നോമ്പുംനോറ്റ് കാവിയുമുടുത്ത് ചുറ്റുമുള്ള വീടുകളിൽ നിന്നും ഭക്ഷതെണ്ടി കിട്ടിയ അരികൊണ്ട് സ്വയം ചോറ് വെച്ചുണ്ട് മീനാ ക്ഷി അമ്മയുടെ പ്രാർത്ഥന നിറവേറ്റി.

ഇനി പഴനി യാത്രയാണ് ബാക്കിയുള്ളത്.

അമ്മയും ഞാനും ഗിരിജയും വലിയമ്മയും പാട്ടിയമ്മമ്മയും ചിരു തേയിയും അടങ്ങിയ സംഘത്തെ നയിച്ചുകൊണ്ട് അച്ഛപ്പൻ പഴനിമല തീർഥാടനത്തിനിറങ്ങി. ബോട്ടിന് വളപട്ടണത്ത് ഇറങ്ങി നടന്ന് അടുത്തു തന്നെയുള്ള വളപട്ടണം തീവണ്ടി നിലയത്തിലെത്തി.

ഗിരിജ ചുറുചുറുക്കോടെ നടന്നുപോയി. എന്നെ ചിരുതേയി എടു ത്തുകൊണ്ടുപോയി. അമ്മ ഗർഭിണിയായതുകൊണ്ട് അധികമൊന്നും എന്നെ എടുക്കാനാവില്ല. ഞാൻ അഞ്ചുവയസ്സ് കഴിഞ്ഞ കുട്ടിയല്ലേ.

ഞാൻ ആദ്യമായി തീവണ്ടിയിൽ കയറി. ഓടിപ്പോവുന്ന കാഴ്ചകൾ കണ്ടു. കത്തുന്ന ബൾബും കറങ്ങുന്ന ഫാനും കണ്ടു. വിശക്കുമ്പോൾ ചോറും ചായയുമൊക്കെ അച്ഛപ്പൻ വാങ്ങിത്തന്നു. റെയിൽവേ സ്റ്റേഷ നിൽ നിന്ന് കുതിരവണ്ടിയിലാണ് ഞങ്ങൾ പഴനി എത്തിയത്. ഞാൻ ആദ്യമായി കുതിരയെ കാണുകയായിരുന്നു. കുതിരവണ്ടിയിൽ കയറു മ്പോൾ ആദ്യം പേടി തോന്നിയെങ്കിലും പിന്നെ നല്ല രസമായിരുന്നു. അ ച്ഛപ്പൻ മലയ്ക്ക് താഴെയുള്ള സത്രത്തിൽ ഞങ്ങൾക്ക് താമസ സൗകര്യമൊരുക്കി.

അറുനൂറിലേറെ പടികൾ കയറണം പഴനിമല ക്ഷേത്രത്തിലെത്താൻ. കുറച്ചുപടികൾ അമ്മ എന്നെ കൈ പിടിച്ചുകയറ്റി. ഞാൻ തളരുമ്പോൾ ചിരുതേയി എടുത്തു കയറി. ചിരുതേയിക്ക് ഇടയ്ക്ക് വലിയമ്മയെയും നോക്കണമല്ലോ.

രാത്രിയിൽ പഴനിമലമുകളിൽ നിന്ന് ചുറ്റും കാണാൻ എന്തു രസമാ യിരുന്നു. പൂത്തിക്കമാവിൽ പഴുത്ത മാങ്ങകൾ തൂങ്ങി നിൽക്കുമ്പോലെ മഞ്ഞനിറത്തിൽ ബൾബുകൾ പ്രകാശിക്കുന്നു. തിരക്ക് കുറവായതിനാൽ ശ്രീമുരുകനെ തൊഴാൻ അധികം കാത്തുനിൽക്കേണ്ടി വന്നില്ല.

രാവിലെ എല്ലാവരും കുളിക്കാൻ പുറപ്പെട്ടു. സത്രത്തിനു പുറത്ത് കുറച്ചുമാറി നീളത്തിൽ കെട്ടിയ സിമന്റ് ടാങ്കിൽ വെള്ളം നിറച്ചുവച്ചി ട്ടുണ്ട്. അതിനു ചുറ്റുംനിന്ന് കോരിക്കുളിക്കണം. കോരിക്കുളിക്കാനുള്ള പാത്രങ്ങൾ അതിൽ തന്നെ ഉണ്ട്. കുറെപ്പേർക്ക് ഒന്നിച്ചുനിന്ന് കുളിക്കാം.

ആണുങ്ങൾക്കും പെണ്ണുങ്ങൾക്കും വേറെ വേറെ ടാങ്കുണ്ട്.

എന്നെയും ഗിരിജയെയും ഒരു ഭാഗത്ത് ഇരുത്തി മുതിർന്നവർ കുളി ക്കാൻ തയ്യാറെടുത്തു. അപ്പോഴാണ് ഞങ്ങൾ ആ കാഴ്ച കണ്ടത്. സാരി യുടുത്തുവന്ന ഒരു സ്ത്രീ പെട്ടെന്ന് ഉടുത്ത സാരി അഴിച്ചുമാറ്റി. അവി ടെയും നിർത്തിയില്ല, എല്ലാ വസ്ത്രവും അഴിച്ചുകളഞ്ഞു. പൂർണനഗ്ന യായി ടാങ്കിനടുത്ത് വന്ന് കുത്തിയിരുന്ന് വെള്ളം കോരിയൊഴിച്ച് സോ പ്പുതേച്ച് കുളിക്കാൻ തുടങ്ങി. കുളിച്ചുകഴിഞ്ഞ് പതുങ്ങിച്ചെന്ന് നേരത്തെ അഴിച്ചു ദൂരെവെച്ച വസ്ത്രമെടുത്ത് ധരിച്ച് സ്ഥലം വിട്ടു. ആ കാഴ്ച യിൽ ഞങ്ങളെല്ലാം വാപൊളിച്ചുനിന്നുപോയി. ആ കുളിയോർമ ഇന്നും എന്റെ മനസ്സിൽ പച്ച പിടിച്ചുനില്പുണ്ട്.

വലിയമ്മ രാവിലെ കാവിയുടുത്ത് തലയിൽ പാൽക്കാവടിയുമെടു ത്ത് മല കയറി. വലിയമ്മയുടെ പാൽക്കാവടി ഒരാൾ ഏറ്റുവാങ്ങി ശ്രീ കോവിലിനുള്ളിലേക്ക് കൊണ്ടുപോയി. ക്ഷേത്രദർശനവും വഴിപാടുക ളും ഒക്കെ കഴിച്ച് വൈകുന്നേരത്തെ ട്രെയിനിൽ ഞങ്ങൾ നാട്ടിലേക്ക് മ ടങ്ങി.

ഭക്ഷണമൊക്കെ കഴിഞ്ഞ് രാത്രി തീവണ്ടിയുടെ ധുക് ധുക് താള ത്തിൽ ഞങ്ങൾ രസിച്ചിരിക്കുമ്പോൾ പെട്ടെന്ന് അമ്മയുടെ അലർച്ച കേ ട്ടു. മുകളിലെ ബർത്തിൽ കിടന്ന അച്ഛപ്പൻ അമ്മയുടെ കരച്ചിൽ കേട്ട് വേഗം ഇറങ്ങിവന്നു. മീനാക്ഷി വലിയമ്മ എന്റെ അമ്മയുടെ ചുമലിൽ കടിച്ചുപിടിച്ചിരിക്കുന്നതാണ് കണ്ടത്. മറ്റുള്ളവർ വിടാൻ പറഞ്ഞിട്ട് വ ലിയമ്മ കേട്ടമട്ടില്ല. അമ്മ വേദനകൊണ്ട് പുളയുകയാണ്. അച്ഛപ്പൻ വ ലിയമ്മയുടെ കവിളിൽ പിടിച്ച് അമ്മയിൽനിന്ന് വേർപെടുത്തി. അമ്മയു ടെ ചുമലിൽ നിന്നും വായ വേർപെട്ട ഉടനെ വലിയമ്മ ഉറക്കെ കൂവാൻ തുടങ്ങി. തീവണ്ടിയും വലിയമ്മയും മത്സരിച്ചു കൂവിക്കൊണ്ടിരുന്നു. 'പ ഴനി പൊന്മല വാഴും...'എന്നിങ്ങനെ ഇടയ്ക്ക് പാട്ടുകളും പാടുന്നുണ്ട്.

ഞാനും ഗിരിജയും പേടിച്ചുകരയുമെന്ന് തോന്നിയപ്പോൾ ചിരുതേ യി പറഞ്ഞു. 'മക്കൾ ജപിച്ചോ... പേടിക്കണ്ട...'

ഞങ്ങൾ മത്സരിച്ചു 'രാമ... രാമ...'എന്ന് ജപിക്കാൻ തുടങ്ങി. വണ്ടി യിലുള്ള മറ്റുള്ളവരും ഞങ്ങളുടെ കലാപരിപാടികൾ ശ്രദ്ധിക്കാൻ തുട ങ്ങി. കൂവലിന്റെ ഇടവേളകളിൽ വലിയമ്മ പറയാനും തുടങ്ങി. 'ഭർത്താ വും മക്കളുമുള്ള എന്നെ സ്വാമിക്ക് കൊടുത്തില്ലേ? ധർമ്മത്തിന് അയച്ചി ല്ലേ?'

എന്റെ അമ്മ വേദനിക്കുന്ന ചുമൽ തടവിക്കൊണ്ട് പറഞ്ഞു. 'നിന്റെ ഭർത്താവിന് നിന്നെ വേണ്ട പോലും.'

വലിയമ്മ അനുജത്തിയെ ദഹിപ്പിക്കുന്ന നോട്ടം നോക്കി.

തീവണ്ടി വളപട്ടണത്ത് എത്തുന്നതുവരെ വലിയമ്മ പിച്ചും പേയും പറഞ്ഞുകൊണ്ടിരുന്നു. ചിരുതേയിയും പാട്ടി അമ്മമ്മയും അടുത്തിരുന്ന് സമാധാനിപ്പിച്ചുകൊണ്ടിരുന്നു. ട്രെയിനിറങ്ങി ബോട്ടിന്റെ സമയമാവാത്തതുകൊണ്ട് സ്റ്റേഷനിൽ തന്നെ ഇരുന്നു. വലിയമ്മ ക്ഷീണിച്ച് അവിടെ കിടന്നുറങ്ങിപ്പോയി.

പുലരാനായപ്പോൾ ബോട്ടിൽ കയറി തേർതലയിലെ വീട്ടിലെത്തി. വലിയമ്മയെ പടിഞ്ഞാറ്റകത്ത് കൊണ്ടുപോയി കിടത്തി.

നീണ്ട കാലുള്ള ചിമ്മിനിക്കൂടും കത്തിച്ച് ഒരു കൈയിൽ പിടിച്ചുകൊണ്ട് മകൾ ഉറങ്ങുകയാണോയെന്ന് കുനിഞ്ഞ് നോക്കിയതാണ് അമ്മമ്മ. നിവരുമ്പോൾ അമ്മമ്മയുടെ കുളിച്ചിട്ട് കെട്ടാത്ത നീണ്ടുചുരുണ്ട മുടി വലിയമ്മയുടെ കൈയിൽ കിട്ടി. ഒറ്റവലിയാണ്.

'അയ്യോ, ഈ പാപ്യെന്താ ചീന്നേ.' അമ്മമ്മ നിലവിളിച്ചു.

ഭാസ്കരമ്മവൻ വന്ന് ഒച്ചയെടുത്തപ്പോൾ വലിയമ്മ മുടി വിട്ടു.

അടുത്തദിവസം തന്നെ ചിരുതേയിയെ തുണ കൂട്ടി ഞാനും അമ്മയും കാവുമ്പായിലേക്ക് രക്ഷപ്പെട്ടു.

ചിരുതേയി എന്ന ഞങ്ങളുടെ മറ്റൊരമ്മ

ചിരുതേയിയേച്ചിക്ക് ഞങ്ങളുമായി രക്തബന്ധം ഉണ്ടായിരുന്നില്ല. പക്ഷെ, ഞങ്ങളുടെ ഏറ്റവും വലിയ ബന്ധു ചിരുതേയി ആയിരുന്നു. ഏതാണ്ട് വലിയമ്മയുടെ പ്രായം. എന്നാലും മീനാക്ഷി മൂത്തമ്മേക്കൻ എന്നാണ് ചിരുതേയി വലിയമ്മയെ വിളിക്കാറുള്ളത്. എന്റെ അമ്മയെ കുഞ്ഞീന്നും വിളിക്കും. അമ്മമ്മയ്ക്കാണെങ്കിൽ ചിരുതേയി പ്രിയപ്പെട്ട സഖിയാണ്. എവിടെ ഉത്സവമുണ്ടോ, തെയ്യമുണ്ടോ അവിടെ യൊക്കെ ദേവകിയും ചിരുതേയിയും എത്തുമായിരുന്നു. വെള്ളാട്ട് ഉത്സവമൊക്കെ തുടങ്ങുമ്പോൾ രണ്ടുപേരും കേൾക്കെ അച്ഛപ്പൻ പരിഹസിക്കും. 'വെള്ളാട്ട് ഉത്സവം തൊടങ്ങ്യല്ലോ. മൂത്തമ്മേക്കനും എളേമ്മേക്കനും പോന്നില്ലേ?'

അത് കേൾക്കുമ്പോൾ അമ്മമ്മ എന്തെങ്കിലും കൊറുക്ക് മറുപടി പറയും. ചിരുതേയി ചിരിക്കും. തന്റെ പരിഹാസം അവരുടെ തൊലിപ്പുറത്തുപോലും ഏശിയിട്ടില്ലെന്ന് അടുത്ത ദിവസം അവർ പോകാനിറങ്ങുമ്പോഴാണ് അച്ഛപ്പന് മനസ്സിലാവുക.. അല്ലെങ്കിലും അച്ഛപ്പൻ ഒരിക്കലും അമ്മമ്മയോട് ഭർത്താവിന്റെ അധികാരം പ്രയോഗിച്ചിട്ടില്ല. അമ്മമ്മയുടെ സ്വാതന്ത്ര്യത്തിൽ കൈകടത്തിയിട്ടുമില്ല. അമ്മമ്മയ്ക്ക് ഇഷ്ടമുള്ളിട

ത്ത് പോകാനും വരാനും വരുമാനം എടുക്കാനും ചെലവഴിക്കാനുമുള്ള സ്വാതന്ത്ര്യം ഉണ്ടായിരുന്നു. ഒരുകാര്യത്തിലും അച്ഛപ്പൻ മറ്റുള്ളവരോട് നിർബ്ബന്ധബുദ്ധി കാണിക്കാറുണ്ടായിരുന്നില്ല. മിക്കവാറും മീനാക്ഷി വീട്ടിൽ തന്നെയുള്ളതുകൊണ്ട് വീട്ടുകാര്യങ്ങൾ ഒരുവിധം നടന്നു പോകും.

ചിരുതേയി അമ്മമ്മയുടെ മാത്രം സഖിയായിരുന്നില്ല. അടുപ്പവും പരി ചയവുമുള്ള ആർക്കും ചിരുതേയിയുടെ സേവനം ലഭിക്കുന്നതാണ്. എ ല്ലാ കൊല്ലവും ഒരു സംഘം പെണ്ണുങ്ങളെയും കൂട്ടി കൊട്ടിയൂർ പോ കുന്നത് ചിരുതേയിക്ക് ഒരു ആചാരമായിരുന്നു. പ്രായമുള്ള സ്ത്രീകൾ സുഖമില്ലാതെ കിടക്കുന്നുണ്ടെങ്കിൽ ആരും വിളിക്കാതെ തന്നെ ചിരു തേയി അവിടെ എത്തിയിരിക്കും. മലവും മൂത്രവുമെടുത്ത് രോഗിയെ കുളിപ്പിച്ച് വൃത്തിയാക്കിയാലേ അവർക്ക് സമാധാനമാവൂ.

കുറുമാത്തൂരിന് തൊട്ടുനിൽക്കുന്ന പുല്യാഞ്ഞ്യോട് ദേശത്തെ കണി യാനായിരുന്നു ചിരുതേയിയുടെ അച്ഛൻ ചന്തു. അദ്ദേഹത്തിന്റെ ഒരു കാൽ മെലിഞ്ഞതായതുകൊണ്ട് നടക്കുമ്പോൾ മുടന്തുണ്ട്. മെലിഞ്ഞ കാൽ വലിച്ചുനടന്ന് എല്ലാ ജോലിയും ചെയ്യും. കുടകെട്ടലാണല്ലോ ക ണിയാന്റെ കുലത്തൊഴിൽ. അതുകൊണ്ട് നാട്ടുകാർക്ക് ഓലക്കുട ഉണ്ടാ ക്കി കൊടുക്കണമല്ലോ. കുടനിർമ്മാണത്തിനുള്ള ഓല കൊത്തിയെടുക്കാൻ പനയിൽ കയറണമല്ലോ. അതിന് അദ്ദേഹത്തിനു കയറാൻ ആദ്യമേ മ രത്തിൽ ഏണി കെട്ടിവെയ്ക്കും. എന്നിട്ട് സ്വാധീനമുള്ള ഒരു കാൽ കൊ ണ്ട് പനയിൽ കേറി ഓല കൊത്തും.

ഇദ്ദേഹത്തിന് ഒരു അനുജനുണ്ട്. അനിയൻ നല്ല ജ്യോത്സ്യൻ ആയി രുന്നു. അതുകൊണ്ട് നാട്ടുകാർക്ക് തന്നോട് അത്ര ബഹുമാനം പോര എന്നൊരു തോന്നൽ ഏട്ടനുണ്ടായിരുന്നു. ഏതായാലും ഏട്ടൻ ആ നാ ട്ടിൽ നിന്നും താമസംമാറ്റാൻ തീരുമാനിച്ചു.

നാടുവിടാൻ തീരുമാനിച്ചതോടെ 'നിക്കാൻ കൊറച്ചു സ്ഥലം ത ര്വോ'ന്ന് ചോദിച്ചുകൊണ്ട് ചന്തു പാലങ്ങാട്ടെ രാമൻ നമ്പ്യാരെ വന്നു ക ണ്ടു. വരിക്ക്യാട്ടെ കുന്നിൽ രാമൻ നമ്പ്യാർക്ക് ഒരു ചെറിയ വീട് ഉണ്ടാ യിരുന്നു. ചന്തുവും കുടുംബവും ആ വീട്ടിൽ താമസിച്ചോളൂ എന്ന് അ ദ്ദേഹം സമ്മതിച്ചു.

പണിയെടുക്കുമ്പോഴും യാത്രചെയ്യുമ്പോഴും കുട്ടികൾ സ്കൂളിൽ പോ കുമ്പോഴുമൊക്കെ ഓലക്കുടകൾ ചൂടിയിരുന്ന കാലം. നീണ്ടകാലുള്ള അലങ്കാരപ്പണികൾ ചെയ്ത ഉത്സവക്കുട, ആണുങ്ങൾ പണിക്കുപോ കുമ്പോൾ ചൂടുന്ന തൊപ്പിക്കുട, പെണ്ണുങ്ങൾ പണിക്ക് പോകുമ്പോൾ

128

പിടിക്കുന്ന കാലുള്ള കളക്കുട, നാട്ടിപ്പണിയെടുക്കുമ്പോൾ തലയിലൂടെ കമിഴ്ത്തുന്ന കാലില്ലാത്ത ചെമ്പുകുട, കുട്ടികൾക്കുള്ള ചെറിയ കുട, കന്നിക്കുട അങ്ങനെ എത്രതരം ഓലക്കുടകളാണെന്നോ കണിയാന്റെ കരവിരുതിൽ പണിതീരേണ്ടത്!

പുടമുറി കഴിഞ്ഞുപോകുന്ന പുതിയ പെണ്ണിനു പിടിക്കാനുള്ള കുട യാണ് കന്നിക്കുട. ഇത് ഏറെ വിശേഷപ്പെട്ടതാണ്. ഓട മഞ്ഞളിട്ട് പുഴു ങ്ങി നിറം വരുത്തും. എന്നിട്ട് ഇല്ലി ചീന്തിയെടുക്കും. ഒടിവില്ലാത്ത ഭംഗി യുള്ള ഓടക്കാലിന്റെ മുകൾഭാഗത്ത് ഇല്ലികൾ പിടിപ്പിച്ച് ചുവപ്പ്, പച്ച തുടങ്ങിയ നിറമുള്ള തുണികൾ ഒട്ടിച്ച് ഉൾഭാഗം അലങ്കരിക്കും. അതി നും മുകളിലാണ് ഓല തുന്നി കുട പൂർത്തിയാക്കുക. മഴയുണ്ടായാലും ഇല്ലെങ്കിലും ഈ കന്നിക്കുട ചൂടി വേണം വധു വരന്റെ വീട്ടിലേക്ക് പോ കേണ്ടത്. ആ കാലത്ത് അധികം കല്യാണപ്പാർട്ടികളും ഘോഷയാത്ര പോലെ നടന്നുപോകുകയാണല്ലോ പതിവ്.

സ്വന്തമായി ഒരു കണിയാൻ ഇല്ലാത്ത തേർതല നാട്ടിന് കുടകെട്ടാൻ ഒരു കണിയാനെ ആവശ്യമായിരുന്നു. അങ്ങനെ പാലങ്ങാട്ടെ രാമൻ നമ്പ്യാർ നാടിന്റെ കണിയാനെ വരിക്ക്യാട്ടെ കുന്നിൽ കുടിയിരുത്തി.

ഭാര്യ കുഞ്ഞാതി, മക്കളായ ചിരുതേയി, മാതു, കോരൻ, കൃഷ്ണൻ എന്നിവരെയും കൂട്ടി ചന്തു തേർതലയിലേക്ക് താമസം മാറ്റി. അന്നുമു തൽ വരിക്ക്യാട്ടെ കുന്നിലെ വീട്ടിലേക്ക് നാട്ടുകാർ വരിയിട്ട് പോകാൻ തുടങ്ങി. എല്ലാവരുടെയും ചുണ്ടിൽ ഒറ്റ മന്ത്രം മാത്രം. 'എന്റെ കുട എ പ്പോ തരും.'

കണിയാൻ ചന്തു എല്ലാവരോടും നല്ല വാക്ക് പറഞ്ഞു മടക്കി. അടി യന്തിരക്കാർ കുട കൈയിൽ കിട്ടുന്നതുവരെ അവിടെ കാത്തുനിന്നു. എന്റെ അമ്മ, കൂട്ടുകാരായ മഞ്ഞേരി ലക്ഷ്മി, വണ്ണത്താൻ വീട്ടിലെ നാ രായണി, രാമർകുട്ടി തുടങ്ങി തേർളനാട്ടിലെ കുട്ടികളായ കുട്ടികളെല്ലാം സ്കൂൾ തുറക്കുന്നതിനു മുമ്പ് അഞ്ചാറു തവണയെങ്കിലും വരിക്ക്യാട്ടെ കുന്നിലെത്തും. ഒരാൾക്ക് വേണ്ടി ഉണ്ടാക്കിവെച്ച കുട മറ്റൊരു കുട്ടിയു ടെ അച്ഛനോ, അമ്മയോ എടുത്തുകൊണ്ടുപോയിട്ടുണ്ടാകും. പറഞ്ഞു വെച്ച കുട്ടി വരുമ്പോൾ കുട കൊടുക്കാനാവില്ല. അപ്പോൾ തമാശയും കഥയുമൊക്കെ പറഞ്ഞ് ചന്തു അവരെ സമാധാനിപ്പിക്കും.

തൊപ്പിക്കുട ഉണ്ടാക്കാൻ ഓരോരുത്തരുടെയും തലയുടെ അളവൊ ക്കെ എടുത്തുവെച്ചിട്ടുണ്ടാകും. പക്ഷേ, പോയിപ്പോയി മടുക്കുമ്പോൾ ആളുകൾ അളവൊന്നും നോക്കാതെ പൂർത്തിയായത് എടുത്തുകൊണ്ടു പോകും എന്നിട്ട് തൊപ്പിയുടെ നെറ്റിയിൽ മുട്ടുന്ന ഭാഗം അകത്തോട്ട്

129

മടക്കിവെച്ച് അഡ്ജസ്റ്റ് ചെയ്യും.

നാട്ടുകാരുടെ ആവശ്യത്തിനനുസരിച്ച് ചന്തു വീടിന്റെ ഇറയത്തിരു ന്നു കുട ഉണ്ടാക്കിക്കൊണ്ടിരുന്നു. കുട കെട്ടാൻ കുടപ്പനയോലയും ഓട ടയും വേണം. പനയോല നാട്ടിൽ സുലഭമാണ്. അക്കാലത്ത് മിക്ക പറ മ്പുകളിലും കുടപ്പന ഉണ്ടായിരുന്നു. പറമ്പിന്റെ ഉടമയുടെ സമ്മതം വാ ങ്ങിയിട്ട് ചിരുതേയി കാലിനു സുഖമില്ലാത്ത അച്ഛനെയും കൂട്ടി പറമ്പി ലെത്തും. പനയോട് ചേർത്ത് മകൾ കെട്ടിവെച്ച ഏണിയിൽ ഒരുകാൽ വെച്ച് കയറി അച്ഛൻ ഓല കൊത്തിയിടും. ഉണങ്ങിക്കഴിയുമ്പോൾ മക ളത് പെറുക്കിയെടുത്ത് കൊണ്ടുപോകും.

കുട നിർമ്മിക്കാനുള്ള ഓട അങ്ങ് അരീക്കമലയിലാണ് വളരുന്നത്. അത്രയും ദൂരെ പോയി ഓട കൊണ്ടുവരാൻ കാലിന് സുഖമില്ലാത്ത അച്ഛന് ആവതില്ലെങ്കിലെന്താ! രണ്ടാണിന്റെ കരുത്തും തന്റേടവുമുള്ള ഒരു മകളുണ്ടല്ലോ അദ്ദേഹത്തിന്. കണിയാൻ ചന്തുവിന്റെയും കുഞ്ഞാ തിയുടെയും മൂത്തമകൾ ചിരുതേയി. വീട്ടിലെ കഷ്ടപ്പാടും ദാരിദ്ര്യവും അകറ്റാൻ ചെറുപ്രായത്തിലേ കഠിനാധ്വാനം ചെയ്യേണ്ടിവന്നവൾ. അച്ഛ ന്റെയും അമ്മയുടെയും സഹോദരങ്ങളുടെയും രക്ഷിതാവായി മാറേണ്ടി വന്നവൾ.

പുതുമഴ പെയ്യുന്നതിന് മാസങ്ങൾക്ക് മുമ്പേ മകൾ സഹോദരങ്ങ ളെയും കൂട്ടി വീടിറങ്ങും. ആഴ്ചകൾക്ക് ശേഷമേ തിരിച്ചെത്തൂ. അരീ ക്കമലയിലെ കാട്ടിൽനിന്നും ഓട കൊത്തിയെടുത്ത് തലച്ചുമടായി മല യിറക്കും. ഭാഗ്യമുണ്ടെങ്കിൽ താഴെ കൊണ്ടുവന്നാൽ നടുവിൽ കൂടി ത ളിപ്പറമ്പിലേക്ക് പോകുന്ന ലോറിയിൽ കയറ്റിവിടാൻ പറ്റും. അത് തളി പ്പറമ്പ് മന്നക്ക് ഇറക്കിയാൽ അവിടുന്ന് കുറുമാത്തുരേക്ക് വരുന്ന ഏതെ ങ്കിലും ലോറിയിൽ കയറ്റി വളക്കെ ഇറക്കും. ഈ ഭാഗ്യം വല്ലപ്പോഴു മേ ലഭിക്കൂ. അല്ലാത്തപ്പോഴെല്ലാം നീളമുള്ള ഓട കെട്ടി എടുക്കാവുന്ന തിന്റെ പരമാവധി തലയിൽ ചുമന്നുകൊണ്ടു തേർതല വരെ നടന്നു പോകണം. ഒന്നിലേറെ ദിവസങ്ങൾ നീളുന്ന ഒരു യജ്ഞമാണത്.

ഇങ്ങനെ ഭാരംചുമന്നു നടന്നു തളരുമ്പോൾ, പൈദാഹങ്ങൾ സഹി ക്കാതെ വരുമ്പോൾ, ഇരുട്ട് വന്നു കൂട്ടിമുട്ടുമ്പോൾ പരിചയമുള്ള വീടു കൾ ചിരുതേയിക്കും സഹോദരങ്ങൾക്കും അഭയമേകും. പൈദാഹങ്ങ ളകറ്റി, ക്ഷീണമകറ്റി പുലർകാലത്ത് ചുമടുംപേറി വീണ്ടും യാത്ര. കാ വുമ്പായിയെത്തുമ്പോൾ ഞങ്ങളുടെ സ്വന്തം ചിരുതേയിയെ അങ്ങേമ്മ സന്തോഷത്തോടെ സ്വീകരിക്കും. കാവുമ്പായി മാത്രമല്ല, ഏരുവേശ്ശിയി ലും അരീക്കമലയിലും ചുഴലിയിലും മറ്റുപല സ്ഥലങ്ങളിലും ചിരുതേ

യിക്ക് അഭയകേന്ദ്രങ്ങളുണ്ട്. പരിചയപ്പെടുന്നവരുടെ ഹൃദയത്തിൽ നേ
രെ പ്രവേശിക്കുന്ന ആൾക്ക് എവിടെയാണ് അഭയം ലഭിക്കാത്തത്!

അൽപ്പം അലസതയും മടിയുമുള്ള സഹോദരങ്ങളെ ശാസിച്ചും അനു
നയിപ്പിച്ചും കൂടെ കൂട്ടുകയാണ് ചിരുതേയിയുടെ പതിവ്.

അച്ഛന് ഓടയും ഓലയും സംഘടിപ്പിച്ചു കൊടുത്തിട്ട് വിശ്രമിക്കാ
നൊന്നും ചിരുതേയിക്ക് സമയമില്ല. വീട്ടിലെ പട്ടിണിയെ തുരത്തണമെ
ങ്കിൽ, അഞ്ചാറുപേരുടെ വയറ്റിൽ വല്ലതും ചെല്ലണമെങ്കിൽ കഠിനാധ്വാ
നം വേണം. അതിന് ചിരുതേയി അല്ലാതെ മറ്റാരും ആ വീട്ടിലില്ല. അ
പ്പോൾ കട്ടപൊളിക്കാനും വളംകടത്താനും കാട്ടിൽ പോയി തോൽ കൊ
ത്തിക്കൊണ്ടുവന്ന് കണ്ടത്തിലിടാനും ഞാറു പറിച്ചുനടാനും കളപറി
ക്കാനും മൂരാനും മെതിക്കാനും നെല്ല് തൂറ്റാനും പാറ്റാനും ഉണക്കാനും
പറങ്കി നടാനും കാട് വയക്കാനും അണ്ടി പെറുക്കാനുമൊക്കെ പോയാ
ലേ അഷ്ടിക്ക് വകയുണ്ടാവൂ. ചീത്തീലെ പണി കഴിഞ്ഞാൽ തലക്കാല
പ്പിലും കിഴക്കേടത്തും പണിക്ക് പോകും.

അമ്മ കുഞ്ഞാതി നല്ല മൂർച്ചക്കാരിയാണ്. മൂർന്നു പതംവാങ്ങി
കൊണ്ടുവന്ന കറ്റ മെതിച്ചുകിട്ടിയ നെല്ല് കുടുംബത്തിന്റെ അന്നമായി
ചിരുതേയിയുടെ ഭാരം അൽപ്പം കുറയ്ക്കാറുണ്ട്.

നേരെ ഇളയ ആങ്ങള കോരൻ നാടായ നാടൊക്കെ അലഞ്ഞ് പന്നി
യെ പിടിക്കാൻ ഉണ്ട വെക്കുന്ന ആളായിരുന്നു. ഒരു പ്രാവശ്യം പന്നി
യെ പിടിക്കാൻ പോയാൽ നാളുകൾ കഴിഞ്ഞാലെ വീട്ടിൽ തിരിച്ചെത്തു.
പന്നിവേട്ടയിൽ വല്ലതും തടഞ്ഞാൽ എന്തെങ്കിലും വീട്ടിൽ കൊടുക്കും.
ഉണ്ടവെച്ച് പന്നിയെ കിട്ടിയാൽ കോരൻ ചീത്തീലെ വീട്ടിലും ഇറച്ചി
കൊണ്ടുവന്നു തരുമായിരുന്നു.

പിന്നെയുള്ളത് മാതുവാണ്. ഏച്ചിയെപ്പോലെ കഷ്ടപ്പെടാനൊന്നും മാ
തുവിനെ കിട്ടില്ല. എന്തെങ്കിലും ചെറിയ പണികളൊക്കെ ചെയ്ത് അല
ക്കിക്കുളിച്ച് അങ്ങനെ കഴിയും. മാതു ചീത്തീലെ! വീട്ടിൽ പതിവായി വ
രാറില്ല. താന്നിക്കരിക്കെ രാമൻ നമ്പ്യാരുടെ വീട്ടിൽ മാതു മിക്കവാറും
പോകും. അദ്ദേഹത്തിന്റെ ഭാര്യ ശീലേടത്തിയുടെ ഒപ്പംകൂടി ചെറിയ പ
ണികളൊക്കെ ചെയ്തുകൊടുത്ത് കഞ്ഞി കുടിച്ച് വരും. അങ്ങനെ സ്വ
സ്ഥജീവിതം നയിക്കുമ്പോഴാണ് അച്ഛന്റെ മരുമകനായൊരാൾക്ക് മാ
തുവിനെ മംഗലം കഴിക്കാൻ മോഹമുദിച്ചത്. അയാളുടെ പെങ്ങളെ കോ
രന് മംഗലം കഴിച്ചുകൊടുക്കാനും വീട്ടുകാർ തീരുമാനിച്ചു. മാതുവിന്റെ
അച്ഛന് സമ്മതം തന്നെ. എന്നാൽ മൂത്തവളുടെ മംഗലം കഴിയണം. അ
തിനും വഴി തെളിഞ്ഞു. ഒരു ദല്ലാൾ പന്നിയൂർ നിന്നൊരു ബന്ധം ശരി

യാക്കി കൊടുത്തു. അങ്ങനെ കണിയാൻ ചന്തുവിന്റെ മൂന്ന് മക്കളുടെ വിവാഹവും ഒരു ദിവസം നടന്നു.

കോരന് കിട്ടിയത് നല്ലൊരു മിടുക്കിപ്പെണ്ണിനെയായിരുന്നു. നല്ല ആ രോഗ്യം. നന്നായി പണിയെടുക്കും. കാണാനും നന്ന്. സ്വഭാവവും ന ല്ലത്. ഭർത്താവിന്റെ വീട്ടുകാർക്ക് അവൾ പ്രിയപ്പെട്ടവളായി. മാതുവി നും കൊണ്ടുപോയിടത്ത് സുഖംതന്നെ. അങ്ങനെ എല്ലാം ശുഭമാവേ ണ്ട കഥയിൽ പക്ഷേ, ദുരന്തം ഒളിച്ചിരിക്കുന്നുണ്ടായിരുന്നു. രണ്ടുമൂന്നു കൊല്ലത്തിനകം എല്ലാം കലങ്ങിമറിഞ്ഞു.

ഇനി ചിരുതേയിയുടെ കഥ. ഒരു കുടുംബത്തിന്റെ ഭാരംമുഴുവൻ ചുമ ലിലേറ്റി നടന്ന ആൾക്ക് അത് പെട്ടെന്ന്! ഇറക്കിവെക്കാൻ ആവില്ലായി രുന്നു. ശരീരം ഭർത്താവിന്റെ വീട്ടിൽ ആണെങ്കിലും മനസ്സ് തേർള തന്നെ യായിരുന്നു. തേർളയിലേക്ക് പറന്നെത്താൻ ആ മനസ്സ് തുടിച്ചു. ഭർത്താ വുമായി ഇണങ്ങിപ്പോവാനും ചിരുതേയിക്ക് പ്രയാസമായിരുന്നു. പഠി പ്പും പരിഷ്കാരവും കുറഞ്ഞ, പഴയ ചിന്താഗതിക്കാരനായ ഭർത്താവ് ദേഷ്യംവന്നപ്പോൾ ഭാര്യയുടെ ദേഹത്ത് നന്നായൊന്ന് പെരുമാറി. അത് അഭിമാനിനിയായ സ്ത്രീക്ക് ക്ഷമിക്കാൻ കഴിയാത്തതായിരുന്നു. അവൾ പിന്നെയവിടെ നിന്നില്ല. വീട്ടിലേക്ക് തിരിച്ചുപോന്നു.

അയാൾ ഒന്നിലേറെ തവണ അന്വേഷിച്ചുവന്നു. അയാളുടെ തല ദൂ രെ കാണുമ്പോഴേ ചിരുതേയി ചീത്തീലേക്ക് മണ്ടും. പിറ്റേന്ന് രാവിലെ അയാൾ പോയി എന്നുറപ്പ് വരുത്തിയിട്ടേ വീട്ടിലേക്ക് മടങ്ങൂ. ഏതായാ ലും ആറുമാസത്തിനുള്ളിൽ ആ ബന്ധംമുറിഞ്ഞു.

എത്രയോ പേർക്ക് സാന്ത്വനമാവേണ്ട ആളെ ഒരാൾക്ക് മാത്രമായി സ്വന്തമാക്കിവെക്കാൻ ആവില്ല എന്ന നീതിയാണ് നടപ്പിലായത് എന്നാ ണ് കൂടുതൽ ആലോചിക്കുമ്പോൾ എനിക്ക് തോന്നുന്നത്. ആ കുടും ബത്തിന് ഇതിനേക്കാൾ വലിയ ദുരന്തം വരാനിരിക്കുന്നതേ ഉണ്ടായിരു ന്നുള്ളു. കോരന്റെ ഗർഭിണിയായ ഭാര്യയുടെ പെട്ടെന്നുള്ള മരണമായി രുന്നു അത്. കാര്യമായ രോഗമൊന്നും അവൾക്ക് ഉണ്ടായിരുന്നില്ല. ഒരു രാത്രി ഉറങ്ങാൻ കിടന്നപ്പോൾ അപസ്മാരത്തിന്റെ ലക്ഷണം കാണി ച്ചു. പുലർച്ചയ്ക്ക് ആങ്ങളമാർ വന്നു തോണിയിൽ കൊണ്ടുപോയി. അന്നു തന്നെ മരിക്കുകയും ചെയ്തു.

ഏതാനും ദിവസങ്ങൾക്ക് മുമ്പ് എന്തോ അരിയുമ്പോൾ കൈയിൽ ചെറിയൊരു മുറിവ് പറ്റിയിരുന്നു. ടെറ്റനസ്സാണോ കാരണം, അറിയില്ല. പ്രിയപ്പെട്ട ആളുടെ മരണം മറ്റുള്ളവരെ വലിയ സങ്കടത്തിലാഴ്ത്തി. ആ മരണം കുറെ ജീവിതങ്ങളുടെ ഭാഗധേയം മാറ്റി മറിച്ചു.

പെങ്ങൾ മരിച്ചതോടെ മാതുവിന് ഭർതൃഗൃഹത്തിൽ സമാധാനത്തോ
ടെ കഴിയാൻ സാധിച്ചില്ല. ഭർതൃവീട്ടുകാരുടെ ഇഷ്ടക്കുറവിനെ അതിജീ
വിക്കാൻ മാതുവിനായില്ല. അവൾക്ക് വീട്ടിലേക്ക് തിരിച്ചുവരികയല്ലാതെ
മറ്റു മാർഗമില്ലാതായി. അങ്ങോട്ടുമിങ്ങോട്ടുമുള്ള വിവാഹത്തിൽ ഒന്ന്!
തകർന്നാൽ മറ്റേതും തകരുന്നത് സ്വാഭാവികമാണല്ലോ.

ഒന്നുരണ്ടു കൊല്ലം മാത്രം നീണ്ടുനിന്ന ദാമ്പത്യം തകർന്നതിനു
ശേഷം മാതുവിന് ഇടയ്ക്ക് ഒരു മാനസികവിഭ്രാന്തി പോലെ ഉണ്ടായി.
തലയ്ക്ക് എപ്പോഴും ചൂട് അനുഭവപ്പെടുമായിരുന്നു. വല്ലാണ്ട് പിച്ചും
പേയും പറയുമ്പോൾ കോരൻ പെങ്ങളെ തോട്ടിൽ കൊണ്ടുവന്ന് വെള്ള
ത്തിൽ മുക്കി ചൂടുപിടിച്ച തല തണുപ്പിക്കും. മൂർധാവിൽ എപ്പോഴും
വെണ്ണവെക്കും. എപ്പോഴും ഉന്മേഷമില്ലാതെ കിടന്നുറങ്ങും. ക്രമേണ ഈ
അവസ്ഥയിൽനിന്നും മാറിയെങ്കിലും കഠിനാധ്വാനത്തിന്റെ വഴിയിലേക്ക്
മാതു ഒരിക്കലും നടക്കാൻ ശ്രമിച്ചില്ല. ഇടയ്ക്ക് ബന്ധുക്കളുടെ വീട്ടിൽ
പോയി കുറെനാൾ താമസിച്ചു. തിരിച്ചുവന്നതിനുശേഷം നാട്ടിപ്പണിയും
മൂർച്ചയും ആകുമ്പോൾ ചിരുതേയിയുടെ കൂടെ കാവുമ്പായി വന്ന് താമ
സിച്ച് ഒരു മാസത്തോളമൊക്കെ നന്നായി പണിയെടുക്കും. പിന്നെ അടു
ത്ത നാട്ടിപ്പണിയും മൂർച്ചയും വരുമ്പോഴേ കക്ഷിയെ കാണാൻ പറ്റൂ.
അതുവരെ സ്വസ്ഥം. ഇടയ്ക്ക് കുഞ്ഞിപ്പാറു എന്ന തേർളക്കാരിയും കുടും
ബവും താമസിക്കുന്ന അരീക്കമലയിലും പോകും. കുറച്ചുനാൾ അവരു
ടെ കൂടെനിന്നും പണിയെടുക്കും.

ധാർമികചിന്തയുടെയും സത്യസന്ധതയുടെയും ആൾരൂപമാണ്
ഞങ്ങളുടെ ചിരുതേയി. എന്റെ അനിയൻകുട്ടി പൊയ്പ്പോയ കാലത്ത്
തേർതല തന്നെയായിരുന്നു മാസങ്ങളോളം ഞാനും അമ്മയും താമ
സിച്ചിരുന്നത്. ചിരുതേയിയുടെ ഇളയസഹോദരനായ കൃഷ്ണൻ എവി
ടെയോ പോകുന്ന വഴി കാവുമ്പായിലെത്തിയപ്പോൾ തളിയന്മാർ വീട്ടി
ലും ഒന്നുകയറി. എനിക്ക് കാച്ചിത്തരാൻ വേണ്ടി അങ്ങേമ്മ പുനത്തിൽ
വിളഞ്ഞ മുത്താറി നല്ല വെളുത്ത ശീലയിൽ കെട്ടി കൃഷ്ണന്റെ കൈ
യിൽ കൊടുത്തയച്ചു. എന്നാൽ അദ്ദേഹം അത് വീട്ടിലെത്തിച്ചില്ല. അ
യാൾ അവരുടെ വീട്ടിൽ കൊണ്ടിട്ട തുണിയുമെടുത്ത് ചിരുതേയി ചീ
ത്തീലെ വീട്ടിൽ വന്നു. 'കിട്ടൻ ചെക്കന്റെ കൈയിൽ കായിമ്പായിലെ മു
ത്തമ്മേക്കൻ എന്തോ കൊടുത്തിന്. ഓൻ അത് ഏട്യോ കൊണ്ടുക്കൊ
ടുത്തു. ഈ തുണി പൊരക്ക് കൊണ്ടിട്ടതാ.'

നെറികേട് ചെയ്തത് സ്വന്തം സഹോദരൻ ആയാലും ചിരുതേയി
അതിനെ പിന്തുണയ്ക്കില്ല.

കുടുംബത്തെ ചുമലിലേറ്റി, നാട്ടുകാരെ പരിഗണിച്ച്, അവശരെ ശു ശ്രൂഷിച്ച് ചിരുതേയിയുടെ ദിനങ്ങളും മാസങ്ങളും വർഷങ്ങളും കടന്നു പൊയ്ക്കൊണ്ടിരുന്നു. കാലം ആർക്കുവേണ്ടിയും കാത്തുനിന്നില്ല. മറ്റു ള്ളവർക്കുവേണ്ടി സ്വജീവിതം ഉഴിഞ്ഞുവെച്ച ചിരുതേയിയുടെ അവശ കാലത്ത് അവരുടെ സേവനം കൈപ്പറ്റിയ ആരെങ്കിലും തിരിഞ്ഞുനോ ക്കിയോ? ഞാനിവിടെയെങ്കിലും ഇല്ലെന്ന് കുറ്റബോധത്തോടെ സമ്മതി ക്കട്ടെ. ഞങ്ങൾ കൂടെയുണ്ടെന്ന് ധൈര്യം പകർന്നിരുന്നെങ്കിൽ കാലമെ ത്തുംമുന്നേ ആ പുണ്യജീവിതം അവസാനിപ്പിക്കുമായിരുന്നില്ലല്ലോ.

മൂന്നാമൂഴം

അമ്മയുടെ മൂന്നാമത്തെ പ്രസവത്തിന് കാവുമ്പായിയിൽ നിന്ന് മടി യിൽ അരിയിട്ടുപോയത് മിഥുനമാസത്തിലാണ്. വയലും തോടുമൊക്കെ നിറഞ്ഞൊഴുകുന്ന കാലം. വളകൈ കൈതക്കടവ് സ്റ്റോപ്പിൽ ബസ്സിറ ങ്ങി അല്പം വളഞ്ഞ വഴിയിൽക്കൂടി പെരിങ്ങളത്തൂർ തോട്ടിൽ ആഴം കുറഞ്ഞ ഭാഗത്ത് ഇറങ്ങിക്കയറി ചാത്തങ്കരി കരക്കണ്ടം വഴിയാണ് ഞ ങ്ങൾ തേർതലയിലെത്തിയത്. തോട്ടിൽ അരയ്ക്കൊപ്പം വെള്ളമുണ്ടാ യിരുന്നതിനാൽ അമ്മ ഉടുവസ്ത്രം മാറ്റി തോർത്ത് ഉടുത്തിട്ടാണ് തോ ട്ടിൽ ഇറങ്ങിയത്. കരയ്ക്ക് കയറിയിട്ട് ഈറൻതോർത്ത് മാറിയുടുക്കു കയായിരുന്നു.

പതിവുപോലെ എന്നെ ചിരുതേയി എടുത്ത് നടന്നു. ചീത്തീലെ കോ ണി കയറി നടപ്പാതയിലെത്തിയപ്പോൾ ആദ്യം കണ്ടത് വലിയമ്മയെ. ഓറഞ്ചുനിറത്തിൽ കുത്തുകളുള്ള നല്ല ഭംഗിയുള്ള വെള്ള ബ്ലൌസ് ആ ണ് വലിയമ്മ ധരിച്ചിട്ടുള്ളത്. വെളുത്തമുണ്ടും ഉടുത്തിട്ടുണ്ട്. മുറ്റത്തുനി ന്ന് ഒരു പാത്രം കഴുകി വളപ്പിലേക്ക് നീട്ടി മറിച്ചിട്ട് ഞങ്ങളെ നോക്കി നിൽക്കുകയാണ് കക്ഷി. വലിയമ്മയെ കണ്ടപ്പോൾ ഞാനാകെ പേടി ച്ചു. തീവണ്ടിയിൽ വെച്ച് കൂകി വിളിച്ചത് ഞാൻ മറന്നിട്ടില്ലായിരുന്നു. എ ന്റെ പേടി മനസ്സിലായപ്പോൾ ചിരുതേയി ചിരിച്ചുകൊണ്ട് പറഞ്ഞു. 'പേ ടിക്കണ്ട. ഒന്നും ചീയുല.'

ഇത് കേട്ടപ്പോൾ വലിയമ്മ നാണത്തോടെ ചിരിച്ചു.

പാവം എന്റെ വലിയമ്മ.

വലതുകൈയുടെ നാലരവിരലുകൊണ്ട് എന്നെ തടവിയിട്ട് പറയുമാ യിരുന്നു. 'പാവം കുട്ടിയാണ്. അയിന ആരും ഒന്നും പറയരുത്. ന്റെ മോള് എങ്ങന്യാ ജീവിക്ക?'

വലിയമ്മയുടെ വാർദ്ധക്യത്തിൽ മരണക്കിടക്കയിൽ ഞാൻ കാണാൻ

പോയപ്പോൾ വീണ്ടുപൊട്ടി ഓപ്പറേഷൻ ചെയ്തതിന്റെ തീവ്രവേദനക്കി ടയിലും വലിയമ്മ പറഞ്ഞു. 'ഈന്യെല്ലാം ആരാമ്മോ നോക്ക?'

എന്റെ വലിയമ്മ ശരിക്കും ഈ ലോകത്ത് വഴിതെറ്റി വന്നതാണ്. അതുകൊണ്ട് ഈ ലോകത്ത് ജീവിക്കാനുള്ള തന്ത്രങ്ങളൊന്നും പാ വത്തിന് അറിയില്ല. ഒരുപാട് സങ്കടവും മനസ്സിൽ നിറച്ചാണ് ഞാനന്ന് വലിയമ്മയെ കണ്ട് തിരിച്ചുപോയത്.

അമ്മയുടെ പ്രസവം ആശുപത്രിയിൽ മതി എന്ന് അമ്മയുടെ വീട്ടു കാർ നേരത്തെ തീരുമാനിച്ചിരുന്നു. സുഖമില്ലാതെ ഞാനും അസുഖ ത്തിന്റെ അൽപ്പം ലക്ഷണങ്ങളോടെ പൊയ്പ്പോയ മോനും പിറന്നതി നാൽ മൂന്നാമത്തെ കുഞ്ഞും അങ്ങനെ ആവാതിരിക്കാൻ നേരത്തെ പോ യി അഡ്മിറ്റ് ആക്കണം എന്ന് ഭാസ്കരമ്മാവൻ നിർദ്ദേശിച്ചു. അച്ഛപ്പൻ പറഞ്ഞു. 'എത്ര നേരത്തെ വേണെങ്കിലും പോയി അഡ്മിറ്റ് ആക്കിക്കോ.'

ആശുപത്രിയിൽ പോകാനുള്ള ഒരുക്കങ്ങളെല്ലാം വേഗം പൂർത്തിയാ ക്കി. അച്ഛപ്പൻ ആവശ്യമുള്ള പണം നൽകി. അമ്മമ്മ പതിവുപോലെ പാലക്കിൽ പോയി ഏട്ത്യമ്മയോട് 200 ഉറുപ്പിക കടംവാങ്ങി അച്ഛപ്പൻ നൽകിയ പണത്തിന്റെ മതിയാവാത്ത ഭാഗം പൂരിപ്പിച്ചു. കർക്കിടകം പ തിനാലാം തീയതി ഭാസ്കരമ്മാവൻ അമ്മയെ കണ്ണൂർ ജില്ലാശുപത്രി യിൽ പ്രവേശിപ്പിച്ചു. പാട്ടി അമ്മമ്മയെ കൂട്ടിനുമാക്കി.

അമ്മയ്ക്ക് ആശുപത്രിവാസം ഒരു സുഖവാസകാലമായിരുന്നു. അ മ്മമ്മ രാവിലെ അടുത്തുള്ള ഹോട്ടലിൽ പോയി ഫ്ലാസ്കിൽ ചായയും കടിയും വാങ്ങി വരും. വെള്ളേപ്പം, ഉഴുന്നുവട, ദോശ, ഉരുളക്കിഴങ്ങ് ക റി, ഉണ്ടച്ചമ്മന്തി, ഇഡ്ഡലി, സാമ്പാർ എന്നിവയെല്ലാം മാറി മാറി അമ്മ യ്ക്ക് കൊണ്ടുവന്നു കൊടുക്കും.

ഗർഭിണികൾക്ക് ആശുപത്രിയിലും നല്ല ഭക്ഷണം തന്നെയായിരുന്നു നൽകിയിരുന്നത്. രാവിലെ 9മണിക്ക് പാൽക്കാപ്പിയും റൊട്ടിയും വെണ്ണ യും. പ്രസവവാർഡിനു പുറത്ത് ജീരകവെള്ളം കൊണ്ടുവരുമ്പോൾ എ ല്ലാവരും വേണ്ടത്ര വാങ്ങിവെക്കും. രാവിലെ കാപ്പി കൊടുക്കുമ്പോൾ ഉ ച്ചഭക്ഷണത്തിന്റെ ശീട്ടും കൊടുക്കും. ചോറ് സാമ്പാർ, മീൻ കറി, തോ രൻ, ആട്ടിറച്ചി എന്നിങ്ങനെ വിഭവസമൃദ്ധമാണ് ഉച്ചഭക്ഷണം. അമ്മ ഇ റച്ചി കഴിക്കില്ല. അത് മറ്റാർക്കെങ്കിലും കൊടുക്കുകയാണ് പതിവ്.

രാത്രിയിലേക്കുള്ള ചോറും കറിയും വൈകുന്നേരം നാലുമണിക്ക് കൊണ്ടുവരും. ഗർഭിണികൾ നേരത്തെ വാങ്ങി തൂക്കുപാത്രത്തിൽ അട ച്ചുവെക്കും. എന്നിട്ട് രാത്രിയിൽ കഴിക്കും.

സഹഗർഭിണിമാരും കൂടെ നിൽക്കുന്നവരും അവരുടെ തമാശകളും

ഡോക്ടറുടെ കണ്ണുവെട്ടിച്ച് ധോബിക്കുളത്തിൽ പോയുള്ള അലക്കും കു
ളിയും ഒക്കെയായി അമ്മ രണ്ടുമാസത്തോളം ഗർഭകാലം ആസ്പത്രി
യിൽ ആഘോഷിച്ചു. കൃഷ്ണവേണി, ലക്ഷ്മി തുടങ്ങിയ സഹഗർഭി
ണിമാരുടെ പേരുകൾ അമ്മ ഇപ്പോഴും പറയാറുണ്ട്.

ആസ്പത്രി വാർഡിൽ നിന്നും നോക്കിയാൽ കടൽ കാണാം. മീൻ
പിടിക്കാൻ പോകുന്ന തോണികൾ കാണാം. മീൻ പിടിക്കുന്നവരുടെ
വീട്ടിലെ ഗർഭിണികളെ കാണാൻ വരുന്നവർ പിടയ്ക്കുന്ന മീൻകറി കൊ
ണ്ടുവരും. എല്ലാവർക്കും പങ്കുവെക്കും. പാട്ടിയമ്മമ്മ കഴിക്കാൻ മടി കാണി
ച്ചാൽ അമ്മ നിർബ്ബന്ധിച്ച് കഴിപ്പിക്കും.

ഇതിനിടയിൽ അമ്മയ്ക്ക് പ്രയാസമുണ്ടാക്കിയ ഒരു സംഭവമുണ്ടായി.
വാർഡിൽ പരിശോധിക്കാൻ വരാറുള്ള ഒരു ഡോക്ടർ വേണ്ടപ്പെട്ട മറ്റൊരു
ഗർഭിണിക്കുവേണ്ടി 'ലക്ഷ്മിയമ്മ താഴെ കിടക്ക്' എന്നു പറഞ്ഞ് അമ്മ
യെ കട്ടിലിൽനിന്നും ഇറക്കി തറയിൽ കിടത്തി.

അന്ന് കമ്മാരമ്മാവൻ അമ്മയെ കാണാൻ പോയ ദിവസമായിരുന്നു.
അമ്മ അമ്മാവനോട് പരാതി പറഞ്ഞു. പിൽക്കാലത്ത് മന്ത്രിയും
സി.എം.പി. എന്ന രാഷ്ട്രീയ പാർട്ടിയുടെ സ്ഥാപകനുമായ കമ്മ്യൂണിസ്റ്റ്
നേതാവ് എം.വി.രാഘവനൊപ്പമായിരുന്നു അമ്മാവൻ ഗർഭിണിയായ മരു
മകളെ കാണാൻ ആസ്പത്രിയിൽ വന്നത്. അമ്മയോട് കാണിച്ച ഈ
അന്യായം അമ്മാവൻ എം.വി.ആറിന്റെ ശ്രദ്ധയിൽ പെടുത്തി. അദ്ദേഹം
വാർഡിനു തൊട്ടുള്ള ഓഫീസിലെത്തി വിവരം അന്വേഷിച്ചു.

അമ്മയെ കട്ടിലിൽനിന്നും ഇറക്കിയ ഡോക്ടറെ ഓഫീസിലേക്ക് വി
ളിപ്പിച്ചു. അമ്മയെയും ഓഫീസിലേക്ക് വിളിപ്പിച്ചു. അമ്മയെ അഡ്മിറ്റ്
ചെയ്ത ഡോക്ടർ ചോദിച്ചു. 'എന്താ അസൗകര്യം?'

അമ്മ നീര് വന്ന കാൽ കാണിച്ചുകൊടുത്തു. മുഖത്തും നീരുണ്ട്.
രണ്ടു കുട്ടിയുണ്ടോ എന്ന് സംശയിക്കുന്നത്ര വലിയ വയർ. രണ്ടു ഡോ
ക്ടർമാർ തമ്മിൽ ഇംഗ്ലീഷിൽ തർക്കിച്ചു. അമ്മയുടെ കാൽ കണ്ട എം.വി.
രാഘവൻ ഡോക്ടറോട് തട്ടിക്കയറി. 'ഇവിടെ എല്ലാം പോക്ക് കേസാണ്.
എല്ലാറ്റിനും നിയമുണ്ട്. അറിയോ. ഒരു രോഗിയെ കിടത്തിയ കട്ടിലിൽ
നിന്നും ഇറക്കലോ?'

ആശുപത്രിയിൽ അഡ്മിറ്റ് ആവുന്നതിനുമുമ്പ് അമ്മയുടെ ഡോക്ട
റെ വീട്ടിൽ പോയി കണ്ട് സന്തോഷിപ്പിച്ചിരുന്നു. അതുപോലെ വേറൊരു
ഗർഭിണി സന്തോഷിപ്പിച്ച ഡോക്ടറായിരുന്നു അമ്മയെ കട്ടിലിൽനിന്നും
ഒഴിവാക്കിയത്. ഗർഭിണിയായിരുന്നപ്പോൾ അമ്മ എന്നെയുംകൊണ്ട്
കണ്ണൂർ ജില്ലാസ്പത്രിയിൽ വന്നപ്പോഴും ഒ.പി.യിലെ ഡോക്ടറുടെ ഭാഗ

ത്ത് നിന്നും ഇതുപോലൊരു ദുരനുഭവമുണ്ടായി. പരിശോധന കഴിഞ്ഞ് എന്നെയും ചുമലിൽ കിടത്തി ഗർഭിണിയായ എന്റെ അമ്മ ഡോക്ടർ ഇരിക്കുന്ന കസേരയുടെ പിന്നിലെ തിരക്ക് കുറഞ്ഞ ഭാഗത്തുകൂടി പുറത്തേക്ക് നീങ്ങാൻ ശ്രമിച്ചതായിരുന്നു. അപ്പോൾ 'എന്താ പ്രദക്ഷിണം വെക്കുകയാണോ?' എന്ന് ചോദിച്ചുകൊണ്ട് ആ വനിതാഡോക്ടർ എന്റെ അമ്മയുടെ കൈക്ക് പിടിച്ചുവലിച്ച് പഴയ സ്ഥലത്ത് കൊണ്ടുവന്ന് നിർത്തി. ഞാൻ പേടിച്ച് അമ്മയുടെ ചുമലിൽ മുഖം ഒളിപ്പിച്ചു. അമ്മ വിഷമിച്ചു തലതാഴ്ത്തി നടക്കാനാവാത്ത എന്നെയും ചുമലിൽ കിടത്തി പുറത്തേക്ക് നടന്നു.

ഡോക്ടർ ദൈവത്തിന്റെ മുന്നിൽ ദൈന്യത്തോടെ നിന്നത് ഉരുളക്കു പ്പേരിപോലെ മറുപടി പറയാൻ അമ്മയ്ക്ക് അറിയാഞ്ഞിട്ടല്ല. ഒരു ആരോഗ്യമില്ലാത്ത കുഞ്ഞ് ചുമലിൽ, മറ്റൊന്ന് പൊയ്പ്പോയി, വയറ്റിലുള്ള തിനെയെങ്കിലും ആരോഗ്യത്തോടെ ലഭിക്കാൻ ഈ ദൈവങ്ങൾ സഹായിക്കുമോ എന്ന പ്രതീക്ഷയിൽ ആണല്ലോ എന്റെ അമ്മ കഴിയുന്നത്. രോഗികളുടെ വിഷമവും സങ്കടവും മനസ്സിലാകാത്ത ആതുരസേവകർ ആശുപത്രി വാഴുമ്പോൾ ഇതിൽക്കൂടുതലൊന്നും സാധാരണക്കാർക്ക് പ്രതീക്ഷിക്കാൻ കഴിയില്ലല്ലോ.

ഭാസ്കരമ്മാവൻ ഇടയ്ക്കിടെ വന്ന് പെങ്ങൾക്ക് ആവശ്യമുള്ള പണം കൊടുക്കും. മിക്കവാറും ഒരാഴ്ചയിൽ രണ്ടു പ്രാവശ്യമൊക്കെ അമ്മാ വൻ വരുമായിരുന്നു.

എന്റെ അച്ഛൻ ആശുപത്രിയിൽ ആകെ രണ്ടു പ്രാവശ്യമേ പോയിട്ടു ള്ളൂ. ആദ്യത്തെ പ്രാവശ്യം കർഷകസംഘം മീറ്റിംഗിൽ പങ്കെടുക്കാൻ കണ്ണൂർ വന്നപ്പോൾ ആശുപത്രിയിൽ കിടക്കുന്ന ഭാര്യയെ കാണാനും സമയം കണ്ടെത്തുകയായിരുന്നു. ആസ്പത്രി മുറ്റത്തിനോട് ചേർന്ന ഹാളിന്റെ അഴികളിൽ പിടിച്ച് അച്ഛൻ അമ്മയെ കാത്തുനിന്നു. അമ്മയെ ക ണ്ടപ്പോഴും അധികം സംസാരമൊന്നും ഇല്ല. വേഗം ബാഗ് തുറന്ന് നൂറ് ഉറുപ്പിക എടുത്ത് അമ്മയുടെ കൈയിൽ കൊടുത്തു. വീണ്ടും ബേഗിൽ പരതാൻ തുടങ്ങിയപ്പോൾ അമ്മ പറഞ്ഞു. 'ഇല്ലെങ്കിൽ വേണ്ട. എന്റെ കൈയിലുണ്ട്. ഇന്നലെ ഏട്ടൻ ബന്നിന്.'

അതുകേട്ടപ്പോൾ അച്ഛൻ ചെറുതായി ചിരിച്ചു. 'എത്രേയ്ണ്ട്?'

അമ്മ പറഞ്ഞു. 'ചില്ലറ കൂടാണ്ട് പത്തഞ്ഞുറുപ്പ്യ ഉണ്ട്.'

അച്ഛന് സന്തോഷമായി 'എന്നാൽ ധാരാളം മതിയല്ലോ. കൊറേ നാള ത്തേക്ക് ഉണ്ടല്ലോ.'

രണ്ടാമത്തെ പ്രാവശ്യവും മറ്റെന്തോ ആവശ്യത്തിന് വന്നപ്പോഴാണ്

അമ്മയെ കാണാനെത്തിയത്. അച്ഛൻ 200 ഉറുപ്പിക കൊടുത്തപ്പോൾ നൂറു തിരിച്ചുകൊടുത്തിട്ട് അമ്മ അപ്പോഴും പറഞ്ഞു. 'ഇന്നലെ ഏട്ടൻ ബന്ന്.'

ഗർഭിണികളുടെ വാർഡ് കുറച്ച് ഉയരത്തിലാണ്. താഴോട്ടിറങ്ങി കുറച്ചു മാറിയാണ് ലേബർ റൂം. നന്നായി വേദന വന്നാൽ മാത്രമേ ഗർഭിണികൾ അങ്ങോട്ടുപോകാറുള്ളൂ. അല്ലെങ്കിൽ ഒരുപാട് മണിക്കുറുകൾ അതുമല്ലെങ്കിൽ ദിവസം മുഴുവൻ ബോർഡിൽ കയറി കിടക്കേണ്ടി വരും. അതാരും ഇഷ്ടപ്പെടാറില്ല.

കന്നി 10 ന് രാത്രി ചോറുണ്ട് ഒരു ഉറക്കവും കഴിഞ്ഞ് അമ്മ ഞെട്ടിയുണർന്നു. തീവണ്ടി പോകുന്നതിന്റെ ശബ്ദം കേട്ടപ്പോൾ പുലർച്ചെ രണ്ട് മണിയായെന്ന് മനസ്സിലായി. പേസ്റ്റ് ഇഷ്ടമില്ലാത്തതിനാൽ ഉമിക്കരി ഉപ്പും ചേർത്ത് പല്ല് തേക്കാൻ ഒരുങ്ങുമ്പോൾ കാലിലൂടെ ചുടുവെള്ളം പോയി. ഗർഭപാത്രം തുറക്കുമ്പോൾ കുട്ടിത്തലയിലെ വെള്ളമിറങ്ങിയതാണെന്ന് അമ്മയ്ക്ക് മനസ്സിലായി. കാലും തുടയും വിറച്ചു. വേഗം വായ കഴുകി വന്നു. എല്ലാവരെയും വിളിച്ചുണർത്തി കാര്യം പറഞ്ഞു.

ഗർഭിണികളുടെ കൂടെ നിൽക്കുന്നവർ അൽപ്പം അകലെയുള്ള ഡ്യൂട്ടി റൂമിൽ പോയി നേഴ്സിനെ വിളിച്ചുണർത്തി. നേഴ്സ് ചോദിച്ചു. 'നേരത്തെ വിളിച്ചൂടെ?'

'അവർക്ക് വേദന ഇല്ലായിരുന്നു. ഇപ്പൊ തൊടങ്ങിയതാ.'

രോഗികൾക്കൊപ്പം നിൽക്കുന്നവർ അമ്മയെ കസേരയിൽ എടുത്തു കൊണ്ടുപോയി. അവർ അമ്മയെ ബോർഡിൽ എടുത്ത് കയറ്റുകയായിരുന്നു. മിഡ്‌വൈഫും ഹെഡ്‌നേഴ്സും വന്നു. നേഴ്സ് പരിശോധിച്ചിട്ട് ഇരുപത് മിനുട്ടിനുള്ളിൽ പ്രസവം നടക്കുമെന്നറിയിച്ചു. കന്നി 11ന് 3മണിക്ക് അമ്മ പ്രസവിച്ചു. നേഴ്സ് അമ്മയോട് ചോദിച്ചു. 'ലക്ഷ്മിക്ക് എത്ര കുട്ട്യാ ഉള്ളത്?'

'ഒരു പെൺകുട്ടി.'

'എന്നാൽ ഇതാ ഒരു പെൺകുട്ടി കൂടി.'

'കുട്ടി അനങ്ങുന്നുണ്ടോ?' അമ്മ ചോദിച്ചു.

'എന്താ അങ്ങനെ ചോദിക്കുന്നത്. കുട്ടി കൈ ഈമ്പ്യാണ്. ഏ... കള്ളി പെണ്ണ് അമ്മയെ വേദനിപ്പിക്കാണ്ട് വന്നബല്ലേ.'നേഴ്സ് പറഞ്ഞു.

കുട്ടിയെ കുളിപ്പിച്ച് കൊണ്ടുവന്ന് കാണിച്ചപ്പോഴേ അമ്മയ്ക്ക് സമാധാനമായുള്ളൂ. മരുന്നും നല്ല ഭക്ഷണവുമൊക്കെ കിട്ടിയതുകൊണ്ട് പ്രസവിക്കുമ്പോൾ തന്നെ വലിയ കുട്ടിയായിരുന്നു അവൾ.

കന്നി 14നു രാവിലെയാണ് അമ്മ ആശുപത്രിയിൽനിന്നും ഡിസ്ചാർ

ജായത്. ഭാസ്കരമ്മാവൻ കാർ വിളിച്ച് അമ്മയെയും കുഞ്ഞിനെയും വീട്ടിലേക്ക് കൊണ്ടുവന്നു.

അമ്മയുടെ പ്രസവവിശേഷം പറഞ്ഞ് ഞാൻ എന്റെ വിശേഷങ്ങൾ മറന്നുപോയി. അമ്മയുടെ വീട്ടിൽ എനിക്കും സുഖമാണ്. കരയുകയും വാശിപിടിക്കുകയും ചെയ്യാത്ത കുട്ടിയായതുകൊണ്ട് എന്നെ പരിപാലി ക്കൽ അത്ര പ്രയാസമുള്ളതായിരുന്നില്ല. വലിയമ്മ കുളിപ്പിക്കുകയും ചോറ് തരികയുമൊക്കെ ചെയ്യും. ഇളയമ്മമാരുണ്ട്, അമ്മമ്മയുണ്ട്. എ ല്ലാവരും കൂടി എന്റെ കാര്യം നോക്കാൻ പ്രയാസമൊന്നുമുണ്ടായില്ല. ക ളിക്കാൻ ഗിരിജയും ഗംഗേട്ടനുമുണ്ട്. അമ്മാവന്മാരും അച്ഛപ്പനുമൊന്നും എന്നെ കലമ്പാറില്ല.

അമ്മയും വാവയും വരുമ്പോൾ ഞാൻ ഇറയത്ത് തന്നെയുണ്ടായിരു ന്നു. അമ്മ വാവയെയും എടുത്ത് പടിഞ്ഞാറ്റകത്ത് പോയി കിടന്നു. ഞാ നും പടികടന്ന് അമ്മയുടെ അടുത്തെത്തി. വാവയുടെ കവിളത്തും നെ റ്റിയിലും തൊട്ടുനോക്കി. എടുക്കാൻ നോക്കിയപ്പോൾ അമ്മ പറഞ്ഞു. 'വാവ ഒറങ്ങല്ലേ. അമ്മ പിന്നെ എടുത്തുതരാം.'

ഞാൻ അവളുടെ അടുത്ത് കിടന്നിട്ട് പറഞ്ഞു. 'വാവേ താച്ചി.'

ഞാൻ അമ്മയുടെ അപ്പുറത്ത് കിടക്കാൻ ഒരുങ്ങുമ്പോൾ അമ്മ പറയും, 'കുഞ്ഞ്യാളെ മേത്ത് ബീവല്ലേ.'

'ബീവുല' എന്ന് പറഞ്ഞുകൊണ്ട് അമ്മയുടെ ഒരുഭാഗത്ത് ഞാനും കിടക്കും. ഉറങ്ങുമ്പോൾ അമ്മമ്മയുടെ പായിലേക്ക് എന്നെ മാറ്റിക്കി ടത്തും.

ഇടയ്ക്കിടെ ഞാൻ അമ്മയോട് പറയും. 'ഓള എടുത്തിറ്റ് കായിമ്പാ യി പൂവാം.'

എനിക്ക് അങ്ങേമ്മയെ കാണണം. കുഞ്ഞ്യാള് വന്നത് പറയണം. ഓള കാണിക്കണം. എനിക്ക് അധികം കാത്തിരിക്കേണ്ടി വന്നില്ല. അ ങ്ങേമ്മ തേൾല വന്നു. കുഞ്ഞ്യാള്ക്ക് പേര് വിളിക്കാൻ ബന്ധുക്കളെയും കൂട്ടി വന്നതാണ്. എന്റെ അമ്മയ്ക്ക് പ്രീത എന്ന പേരായിരുന്നു ഇഷ്ടം. പക്ഷേ, അങ്ങേമ്മ പങ്കജാക്ഷി എന്നാണ് വിളിച്ചത്.

അങ്ങേമ്മ തിരിച്ചുപോകുമ്പോൾ എന്നെയും കൂട്ടി. ബസ്സ്റ്റോപ്പിലേ ക്ക് നടന്നുപോകുമ്പോൾ അളോറ മീനാക്ഷിയേച്ചി പറഞ്ഞു. 'പങ്കജാ ക്ഷി നല്ല പേരാ, അല്ലേ വെല്ലിമ്മേ?'

'അതെ, പങ്കാച്ചി മോളേന്ന് വിളിക്കാം.' അങ്ങേമ്മ സമ്മതിച്ചു.

തീർഥാടനവഴിയിൽ

പ്രസന്നക്കിത് അഞ്ചാംവയസ്സാണ്. നവരാത്രിക്കാലത്ത് അവൾക്ക് വിദ്യാരംഭം കുറിക്കാനുള്ള മുഹൂർത്തമായി. എടേക്കോത്തില്ലത്തെ ഏ ള്ളെട്ത്ത്ന്നാണ് അദ്ദേഹത്തിന്റെ ഇല്ലത്തുവെച്ച് അവളെ എഴുത്തിനിരു ത്തിയത്. പക്ഷെ, ഇരുത്തിയതേയുള്ളൂ, അവൾ എഴുതിയില്ല. അവളെ അദ്ദേഹത്തിന്റെ മടിയിലിരുത്തിയെങ്കിലും തളികയിലെ അരിയിൽ എ ഴുതിക്കാനുള്ള എല്ലാ ശ്രമവും അവൾ പരാജയപ്പെടുത്തി. അദ്ദേഹത്തി ന്റെ തുടയിൽ മാന്തിപ്പറിച്ചു. അലറിവിളിച്ച് എഴുന്നേറ്റ് ഇറങ്ങി. ഒരുതര ത്തിലും അനുനയിപ്പിക്കാൻ ആർക്കും കഴിഞ്ഞില്ല. ഇതിന് കാഴ്ചക്കാ രിയായി ഞാനും ഉണ്ടായിരുന്നു. അങ്ങേമ്മ എന്നെയും ഇല്ലത്തേക്ക് കൊ ണ്ടുപോയിരുന്നു.

നമ്പൂതിരി പിൽക്കാലത്തും ഈ വിദ്യാരംഭം കുറിക്കലിനെക്കുറിച്ച് പറയാറുണ്ടായിരുന്നത്രേ.

ഒരു കൊല്ലം അങ്ങേമ്മ നാല് ഏകാദശി നോൻപ് നോൽക്കാറുണ്ടാ യിരുന്നു. അന്ന് അമ്മ അരിയാഹാരം കഴിക്കില്ല. മറ്റ് ആഹാരം എന്തുമാ കാം. രാവിലെ എന്തെങ്കിലും ഉപ്പുമാവ് ഉണ്ടാക്കും. നോമ്പുകാരുടെ ഉച്ച ഭക്ഷണം പുനത്തിൽ വിളഞ്ഞ ചാമ കുത്തി വെളുപ്പിച്ച് തേങ്ങ ചിരകി യിട്ട് അല്പം ഉപ്പുംചേർത്ത് വെച്ച കഞ്ഞിയായിരിക്കും. അതിന്റെ കൂടെ കഴിക്കാൻ ചക്ക ഉപ്പും തേങ്ങയുമിട്ട് ഒരു ഓലൻ വെക്കാനുണ്ട് അങ്ങേ മ്മയ്ക്ക്. വെളിച്ചെണ്ണയിൽ വെളുത്തുള്ളിയും ഉണക്കമെളകും കൂടി വറു ത്തിട്ടാൽ അങ്ങേമ്മ വെച്ച ഓലന്റെ രുചി പറഞ്ഞറിയിക്കാൻ പറ്റില്ല. ചി ലപ്പോൾ നീട്ടിക്കിഴങ്ങായിരിക്കും(കാച്ചിൽ) ഏകാദശിപ്പുഴുക്ക്. അങ്ങേ മ്മയുടെ മിനുമിനുത്ത ചാമക്കഞ്ഞി കിട്ടിയാൽ പിന്നെ ഞാൻ എല്ലാവ രും കഴിക്കുന്ന അരിയുടെ കഞ്ഞി കഴിക്കില്ലായിരുന്നു.

വൃശ്ചികമാസത്തിലെ ഏകാദശിക്ക് അങ്ങേമ്മ ഒരു ഗുരുവായൂർ യാത്ര പ്ലാൻ ചെയ്തു. അച്ഛനും അങ്ങേമ്മയും ഞാനുമായിരുന്നു യാത്രികർ. അന്തൂർ കല്യാണി അച്ഛമ്മയും ഗുരുവായൂർ യാത്രയിൽ ഞങ്ങളുടെ കൂടെയുണ്ടായിരുന്നു. ഗുരുവായൂരെത്തി ഞങ്ങൾ ക്ഷേത്രദർശനം ന ടത്തി. അവിടുത്തെ ഊട്ടുപുരയിൽ നിന്നും ലഭിച്ച ഭക്ഷണം മാത്രം കഴി ച്ച് മുഴുവൻ സമയവും ഞങ്ങൾ അമ്പലത്തിൽ തന്നെ ചെലവഴിച്ചു. രാത്രി വണ്ടിക്ക് നാട്ടിലേക്ക് തിരിച്ചു.

അതുവരെയുള്ള ഞങ്ങളുടെ തീർഥാടനം വലിയ കുഴപ്പമില്ലാതെ ക ഴിഞ്ഞു. പക്ഷേ, അങ്ങേമ്മയുടെ പുന്നാരക്കുട്ടി വണ്ടിയിൽനിന്നും പണി പറ്റിച്ചു. അങ്ങേമ്മയുടെ കൈകളിൽ ഞാൻ കുഴഞ്ഞുവീണു. അമ്മ എ

ന്നെ 'ശാന്തക്കുട്ടീ..ശാന്തക്കുട്ടീ'ന്നു വിളിക്കുന്നത് ഞാൻ കേൾക്കുന്നു ണ്ട്. പക്ഷേ, മിണ്ടാൻ കഴിയുന്നില്ല. അങ്ങേമ്മ വെപ്രാളപ്പെട്ട് വിളിച്ചു. 'രാഘവാ...കുട്ടി മിണ്ടുന്നില്ല.'

അച്ഛൻ ഓടിവന്നു. എന്നെ എടുത്തു. കണ്ണുതുറക്കാൻ ശ്രമിക്കുമ്പോൾ ഞാൻ അച്ഛന്റെ ഷർട്ടിൽ തുറിപ്പോയി. മയക്കത്തിനിടയിലും അതിൽ എനിക്ക് വിഷമവും പേടിയും തോന്നി. പിന്നെ ഒന്നും ഓർമയില്ലാതായി.

എന്റെ കണ്ണ് മുകളിലേക്ക് മറിയുന്നതും ബോധംകെടുന്നതും കണ്ട് അപ്പോൾത്തന്നെ ഞാൻ മരിച്ചു പോകുമോയെന്നു അച്ഛൻ പേടിച്ചുപോ യിരുന്നുവത്രെ. അച്ഛൻ അങ്ങനെ പിന്നീട് അമ്മയോട് പറഞ്ഞു. വണ്ടി കണ്ണൂരെത്തുന്നതുവരെ എങ്ങനെ പിടിച്ചുനിന്നുവെന്നറിഞ്ഞുകൂടാ. തീ വണ്ടി സ്റ്റേഷനിൽ നിന്ന ഉടനെ അച്ഛൻ കൂടെയുള്ളവരെ ഇറക്കി എന്നെ യുമെടുത്ത് ഓടി. എന്നെ ആശുപത്രിയിൽ അഡ്മിറ്റാക്കിയിട്ട് അച്ഛൻ തേർത്തലയിലേക്ക് പുറപ്പെട്ടു.

ആന്തൂർ കല്യാണിയമ്മയെ നാട്ടിലെത്തിക്കണം. അവർക്ക് ഒറ്റയ്ക്ക് പോകാനാവില്ല. അപ്പോൾ അങ്ങേമ്മയെ കൂട്ടിനയച്ചേ തീരൂ. അതുകൊ ണ്ട് എന്നെ നോക്കാൻ ചിരുതേയിയെ കൂട്ടാനാണ് അച്ഛൻ തേർത്തല പോയത്. അച്ഛൻ എത്തിയപ്പോൾ ചിരുതേയിയും മാതുവും വീട്ടിൽ ഇ ല്ല. ചിരുതേയി ദൂരെ എവിടെയോ പോയിരിക്കുകയാണ്. അച്ഛൻ പറ ഞ്ഞു, 'മാതു ആയാലും മതി. കുട്ടിയെ നോക്കേ വേണ്ടൂ.'

മാതു വരിക്കാട്ടേരി കുന്നിൽ കപ്പചെത്താൻ പോയിരിക്കുകയാണ്. മാതുവിന്റെ അമ്മ കുഞ്ഞാതി അവിടെപ്പോയി മാതുവിനെയും കൂട്ടി വ രുന്നതുവരെ അച്ഛൻ ആ വീട്ടിൽ ഇരുന്നു. മാതുവിനെയും കൂട്ടി അച്ഛൻ ചീത്തീലെ വീട്ടിൽ എത്തുമ്പോഴാണ് അമ്മ വിവരമറിയുന്നത്.

അമ്മ പൊട്ടിത്തെറിച്ചു. 'നിങ്ങളെന്താ പറീന്നെ? കുട്ടി ആസ്പത്രീ ലാന്നോ? അത് ആട ചെയ്ച്ചോട്ട്. കൂട്ടിനടന്നാൽ അച്ഛന് നോക്കാനാവൂ ല. സുഖൂല്ലാത്ത കുട്ട്യാ.'

അച്ഛൻ പെട്ടെന്നു തന്നെ മാതുവിനെയും കൂട്ടി കണ്ണൂരെത്തി. 'ശാ ന്തേ...ശാന്തേ..' എന്ന് ആരോ വിളിക്കുന്നത് കേട്ടാണ് ഞാൻ കണ്ണ് തുറ ന്നത്. അടുത്ത് മാതുവിനെ കണ്ടു. അങ്ങേമ്മയെ കണ്ടില്ല.

ആശുപത്രിയിൽനിന്നും ഡിസ്ചാർജായപ്പോൾ അച്ഛൻ എന്നെ തേർ തലയിലേക്ക് കൊണ്ടുപോയി. കാവുമ്പായിലേക്ക് പോകുമ്പോൾ അങ്ങേ മ്മ അച്ഛനോട് പ്രത്യേകം പറഞ്ഞിരുന്നു. ആശുപത്രിയിൽനിന്നും വി ട്ടാൽ അമ്മയെ ഒന്ന് കാണിച്ചിട്ട് എന്നെ കാവുമ്പായിലേക്കു തന്നെ കൊ ണ്ടുപോകണം എന്ന്. അതറിഞ്ഞപ്പോൾ അമ്മ പറഞ്ഞു. 'അങ്ങനിപ്പം

അച്ഛൻ അമ്മ്യാവണ്ട. അമ്മ നോക്കുന്ന പോലെ അച്ഛന് നോക്കാനാവൂ ല. ഞാൻ ആവണക്കെണ്ണ ഒപ്പുമ്പോലെ ഒപ്പ്യെടുത്തതാ. ഞങ്ങള് ബെ രുമ്പം ഓളും ബെരും.'

അമ്മയും പേടിച്ചുപോയിരുന്നു. മോൻ പോയപോലെ ഞാനും പോ യെങ്കിലോയെന്നു ഭയപ്പെടാൻ അമ്മയ്ക്ക് ഒരുപാട് കാരണങ്ങളുണ്ടായി രുന്നു. മുമ്പും എനിക്ക് അസുഖം മൂർച്ഛിക്കുമ്പോഴൊക്കെ അമ്മ അങ്ങ നെ ഭയപ്പെട്ടിരുന്നല്ലോ.

പണ്ടൊക്കെ പല പറമ്പുകൾക്കും അതിരിട്ടത് ആവണക്ക് ചെടിക ളായിരുന്നു. അതിന്റെ കായ ഉരലിലിട്ട് ഉലക്കകൊണ്ട് ഇടിച്ചു വെള്ള ത്തിലിടും. അപ്പോൾ അതിന്റെ എണ്ണ വെള്ളത്തിന് മുകളിൽ പരന്നു കിടക്കും. ആ എണ്ണ കൈകൊണ്ട് ഒപ്പിയെടുത്ത് മറ്റൊരു കിണ്ണത്തിൽ വടിച്ചിടും. അത് കുറച്ചു ശ്രമകരമായ പണിയാണ്. അതാണ് അമ്മ ആ വണക്കെണ്ണ ഒപ്പുമ്പോലെ എന്നു പറഞ്ഞത്. അങ്ങനെ കിട്ടുന്ന എണ്ണ അടുപ്പത്ത് വെച്ച് ജലാംശം കളയും. ആവണക്കെണ്ണ സന്ധ്യയ്ക്ക് വിള ക്ക് കത്തിക്കാൻ ഉപയോഗിക്കും. ചെറിയ കുട്ടികൾക്ക് തലയിൽ തേ ക്കാനും മറ്റും കൊള്ളാം.

യാതനയും വേദനയും നിറഞ്ഞ ഈ തീർഥയാത്രക്കൊടുവിൽ അ ച്ഛൻ പറഞ്ഞു.

'ഈ തൊണ്ട്യളൊപ്പുരം ആരാ പോവ്വാ? വണ്ടിൽ കേറാനും ആവൂല. കീയാനും ആവൂല. ഈ അമ്മേരെ മറപ്പ് കൊണ്ടാ എറങ്ങ്യത്. അതിങ്ങ നീം ആയി.'

രണ്ടാംവിള മൂരാൻ തുടങ്ങുന്നതിന് മുമ്പ് അമ്മ പെറ്റെണീറ്റ് കാവു മ്പായിയിലെത്തി. ധനുമാസത്തിലാണ് ഞങ്ങൾ കാവുമ്പായി എത്തിയത്.

ആ സമയത്ത് ഒരു അഭ്യൂഹത്തിന്റെ പുകപടലങ്ങൾ വായുവിലങ്ങി ങ്ങു പറക്കുന്നുണ്ടായിരുന്നു. അത് ആദ്യം കേട്ടത് തേർതല വെച്ചായിരു ന്നു. വിഷയം ലോകാവസാനമാണ്. കുറെനാളായി അടുത്ത മാസത്തി ലൊരു ദിവസം ലോകം അവസാനിക്കുമെന്ന് കേൾക്കുന്നു.

അമ്മയുടെ വലിയച്ഛന്റെ മകൻ നാരായണൻ പറഞ്ഞു. 'എന്തൊരു വിഡ്ഢിത്തമാണ് പറയുന്നത്. ലോകാവസാനംപോലും.'

ഞങ്ങൾക്ക് കാവുമ്പായി പോകുന്നതിന് നല്ല ദിവസം നോക്കാൻ തു ടങ്ങിയപ്പോൾ അമ്മയുടെ അനുജൻ പപ്പമ്മാവൻ ഉറക്കെ ചിരിച്ചുകൊ ണ്ട് പറഞ്ഞു. 'പോകുന്നവരെല്ലാം ഓർത്തോ. ഇനി ഇങ്ങോട്ടില്ല. എല്ലാം അവസാനിക്കല്ലേ.'

പപ്പമ്മാവൻ അങ്ങനെയാണ്. ഉറക്കെ ചിരിച്ചുകൊണ്ട് തമാശകൾ വിളി

ച്ചുപറയും. അധ്യാപകനായതുകൊണ്ടുള്ള ശീലമായിരിക്കാം ഈ ഉറ ക്കെപ്പെറയൽ.

ഇതെല്ലാം കേൾക്കുമ്പോൾ 'ഈ കുട്ടീനീം കിട്ടൂലെ' എന്ന് എന്റെ അമ്മ പേടിക്കുമായിരുന്നു. ഒരുപാട് കണ്ണീരിനുശേഷം ലഭിച്ച മൂന്നാമ ത്തെ മകൾ എല്ലാവരുടെയും ഓമനയായിരുന്നു. തേർതല ലോകാവ സാനം ഒരു വിഷയമായിരുന്നില്ല. അന്നൊക്കെ അവിടെ വാർത്തകൾ വളരെ സാവകാശമേ സഞ്ചരിക്കാറുണ്ടായിരുന്നുള്ളൂ. രാഷ്ട്രീയമോ, മറ്റോ ആയ കൂട്ടായ്മകളും അവിടെ സംഘടിപ്പിക്കപ്പെട്ടിരുന്നില്ല എന്നതും ആ ശയവിനിമയത്തിന്റെ വേഗം കുറച്ചിരുന്നു. അതുകൊണ്ട് ഒരു തമാശ പോലെ ചിലരെല്ലാം കേട്ടു എന്നുമാത്രം.

കാവുമ്പായി സ്ഥിതി അല്പം വ്യത്യസ്തമായിരുന്നു. കാവുമ്പായി ക്കാരിൽ കുറെപ്പേർക്ക് അതൊക്കെ വിശ്വാസമായിരുന്നു. അപരനെ ഗു രുവായി സങ്കൽപ്പിച്ച് ഗുരുപൂജ നടത്തുന്ന സ്വാമിമഠത്തിലെ സജീവാം ഗമായിരുന്നു അച്ഛൻ. കോമർകുട്ടി ഏത്ശൻ യുക്തിക്ക് മുന്തൂക്കം നൽ കി സ്ഥാപിച്ച സ്വാമിമഠം ലോകാവസാനമെന്ന അഭ്യൂഹത്തിന്റെ പരി ഹാരമെന്നോണം പൂജനടത്തി എന്നത് ഒരു വിരോധാഭാസമായി കരു തേണ്ടി വരും.

കോറുട്ടി ഏത്ശനിൽനിന്ന് ഉപദേശം സ്വീകരിച്ച കരിയിൽ വീട്ടിൽ ഗോവിന്ദൻ നമ്പ്യാർ ആയിരുന്നു സ്വാമിമഠത്തിന്റെ പൂജാകർമ്മങ്ങൾ നിർ വഹിച്ചിരുന്നത്. അദ്ദേഹത്തൽനിന്നാണ് എന്റെ അച്ഛൻ ഉപദേശം സ്വീ കരിച്ചത്. ഗോവിന്ദൻ വലിയച്ഛൻ തളിയന്മാർ വീടിന്റെ മുകളിൽ വെച്ച് പുഷ്പാഞ്ജലിയൊക്കെ നടത്തി മുന്നിലിരിക്കുന്ന അച്ഛന്റെ ചെവിയിൽ ഉപദേശം കൊടുത്തു. അന്ന് അച്ഛന് ഗുരു ഉപദേശം കൊടുക്കുമ്പോൾ അങ്ങേമ്മ ശാന്തക്കുട്ടിക്കും ഉപദേശം കൊടുക്കണം എന്ന് ഗോവിന്ദൻ വലിയച്ഛനോട് പറഞ്ഞു.

'ഇപ്പൊ ചെറിയ കുട്ടിയല്ലേ, സാവകാശം കൊടുക്കാം.' എന്ന് അദ്ദേ ഹം മറുപടി പറഞ്ഞു.

ഞായറാഴ്ച രാത്രികളിൽ സ്വാമിമഠത്തിലെ ഗുരുപൂജയിൽ പങ്കെടു ത്ത് അടുത്ത ദിവസം രാവിലെ വീട്ടിലെത്തുമ്പോൾ ഉറക്കമിളച്ചതിനാൽ അച്ഛന്റെ കണ്ണുകൾ ചുവന്നിരിക്കും. എന്തായാലും ഗുരുപൂജയിൽ പങ്കാ ളികളാകുന്നവർക്ക് നാട്ടിൽ നല്ല ബഹുമാനം ലഭിച്ചിരുന്നു.

ഇത്തരം കാര്യങ്ങളിലൊന്നും വലിയച്ഛനു വിശ്വാസമുണ്ടായിരുന്നി ല്ല. ആറേഴുവർഷത്തെ ജയിൽവാസവും പഠനവുമൊക്കെ അദ്ദേഹത്തെ ഇത്തരം ഊഹാപോഹങ്ങളിലെ വിശ്വാസ്യതയെ ചോദ്യംചെയ്യാൻ പ്രാ

പ്തനാക്കിയിരുന്നു. അദ്ദേഹം ലോകാവസാനത്തെ ഇങ്ങനെ പരിഹസി
ക്കുമായിരുന്നു, 'ഏത് പ്രശ്നാരിയാണ് ഇത് കുറിച്ചത്.'

എന്റെ അമ്മ മാവും പ്ലാവുമൊക്കെ കുലുങ്ങുന്നുണ്ടോ എന്ന് രാത്രി
യിൽ ചായ്പിന്റെ ചെറിയ ജനാലയിൽക്കൂടി നോക്കുമായിരുന്നു. ലോ
കാവസാനമാകുമ്പോൾ എല്ലാം മറിഞ്ഞുവീഴുമെന്നാണ് അമ്മയുടെ വി
ശ്വാസം. അമ്മ കിടക്കുന്നിടത്തുനിന്ന് എഴുന്നേറ്റുവന്ന് ഇടയ്ക്കിടെ നോ
ക്കുന്നത് കാണുമ്പോൾ അച്ഛൻ ചോദിക്കുമായിരുന്നു. 'നീയെന്താ നോ
ക്കുന്നെ. നീയെന്തിനാ ചുട്ടുകാട്ടിന്റങ്ങോട്ട് നോക്ക്ന്നത്. മോനെ വെച്ചിട
ത്താണോ? നിനക്ക് പ്രാന്തായോ? മോൻ എനി നമ്മളടുത്തേക്ക് വെരൂ
ല. നിന്റെ മുമ്പിന്നല്ലേ എടുത്തോണ്ട് പോയത്. അനക്ക് നിന്നോട് മറ
ക്കാനാവൂല.'

മടുപ്പോടെ ഇങ്ങനെ പറഞ്ഞ് അച്ഛൻ പോയി കിടക്കും.

അമ്മ ലോകാവസാനം ആയോന്ന് നോക്കിയതാണ്. പക്ഷേ, അച്ഛൻ
മോന്റെ കാര്യം ഓർമ്മിപ്പിക്കുന്നതോടെ പടിഞ്ഞാറ്റകത്തെ നിലത്ത് വി
രിച്ച പായിൽ കിടന്ന് അമ്മ മോനെക്കുറിച്ചോർത്ത് കരയും.

മോൻ പോയ സമയത്ത് പതിമൂന്ന് ദിവസവും അമ്മ അങ്ങനെ നോ
ക്കി നിൽക്കാറുണ്ടായിരുന്നു. അതാണ് അച്ഛൻ അങ്ങനെ തെറ്റിദ്ധരിച്ച
ത്. അക്കാലത്ത് അക്കരെമ്മിൽ നിന്ന് എല്ലാ ദിവസവും രാവിലെ ഗോവി
ന്ദൻ വലിയച്ഛൻ വീട്ടിലേക്ക് വരുമായിരുന്നു. 'മോളെ, ദച്ചൂട്ടീ' എന്നു വി
ളിച്ചുകൊണ്ടാണ് അദ്ദേഹം തെക്കുപുറത്തെ മുറ്റത്തിന്റെ നടകയറി വ
രുന്നത്. അച്ഛൻ ഗോവിന്ദൻ വലിയച്ഛനോട് പരാതി പറയും. 'ഇവളിങ്ങ
ന്യായാൽ ഞാനെന്നാ ചെയ്യ ഏട്ടാ. മരിച്ചുപോയ കുട്ടി തിരിച്ചുവര്വോ?
എത്ര പറഞ്ഞിറ്റും ഇവള്ക്ക് തിരീന്നില്ല.'

'ഓക്കെല്ലം അറിയാം. ഓള സങ്കടംകൊണ്ടല്ലേ.' വലിയച്ഛൻ സമാധാ
നിപ്പിക്കും.

ലോകാവസാനമായിരിക്കുമെന്ന് ആരോ കുറിച്ചുവെച്ച ആ നാളും
വന്നെത്തി. മകരമാസത്തിലൊരു ദിനമായിരുന്നു അത്.

തേർതലയിൽനിന്ന് അമ്മമ്മ അന്ന് കുഞ്ഞുമോളെ കാണാൻ വന്നി
രുന്നു. തിരിച്ചുപോകാൻ വേണ്ടി വന്നതാണ്. എന്നാൽ അങ്ങേമ്മ അമ്മ
മ്മയെ പോകാൻ അനുവദിച്ചില്ല.

പിറ്റേന്ന് പതിവുപോലെ സൂര്യനുദിച്ചു. ഒന്നും സംഭവിച്ചില്ല. എല്ലാ
വരും ഉണർന്ന് പലതരം ജോലികളിൽ മുഴുകി.

സ്വത്ത് ഭാഗംവെച്ച് അച്ഛനും വലിയച്ഛനും വേറെ വേറെ കൃഷിചെയ്യാ
നും വിളവെടുക്കാനും തുടങ്ങിയിരുന്നു. അതോടെ അങ്ങേമ്മ കൃഷിരം

ഗത്തുനിന്ന് പിൻവാങ്ങി. അപ്പോൾ അച്ഛന്റെ പറമ്പിലും വയലിലും പണി നടക്കുമ്പോൾ അമ്മയുടെ മേൽനോട്ടം കൂടിയേ തീരൂ എന്നായി.

സാധാരണയായി നാട്ടിപ്പണിക്കും മൂരാനുമൊക്കെ മുല്ലക്കൊടി നിന്നാണ് പെണ്ണുങ്ങളെ കൊണ്ടുവരുന്നത്. ഭാഗംവെപ്പിനുശേഷം അമ്മ തേർ തലയിൽ നിന്ന് പണിക്കാരെ കൊണ്ടുവരാൻ തുടങ്ങി. അതിൽ പ്രധാനികൾ ചിരുതേയിയും മാതുവുമായിരുന്നു. അവർ തളിയന്മാർ വീട്ടിലെ ഉലക്കോട്ടിൽ താമസമാക്കി മൂരാനും മെതിക്കാനും നാട്ടിപ്പണിക്കുമൊക്കെ പോയി. ഒരുമുറിയും ചെറിയ ഇരയവുമുള്ള കെട്ടിടമായിരുന്നു ഉലക്കോട്. അവർ അതിരാവിലെ എഴുന്നേറ്റ് നെല്ലുകുത്തുക, മുറ്റമടിക്കുക തുടങ്ങിയ പുറംപണികളൊക്കെ ചെയ്യും. അടുക്കളപ്പുറത്തെ ഇരയത്തിനപ്പുറം ചെറിയ മുറ്റവും കടന്നാണ് ഉലക്കോട്.

അമ്മയോ, വലിയമ്മയോ ഇരയത്തിട്ട അമ്മിയിൽ പറങ്കി, മഞ്ഞൾ, തേങ്ങ തുടങ്ങിയവയൊക്കെ അരക്കുന്നുണ്ടാകും. ദോശയ്ക്കും മറ്റും അരിയരക്കുന്നതും അതേ നീട്ടമ്മിയിലാണ്. അവിടെ ഇരുന്ന് അങ്ങേമ്മ കൂട്ടാൻ മുറിക്കുന്നുണ്ടാകും.

രാവിലെ പണിക്ക് പോകുന്നതിനു മുമ്പും സന്ധ്യയ്ക്കുമൊക്കെ അവിടെ മാതുവും ചിരുതേയിയും മറ്റ് ചിലരും അങ്ങേമ്മയുമൊക്കെ ചേർന്ന് നല്ലൊരു മേളമായിരിക്കും. വാട്ടാനുള്ള കപ്പ കിളച്ചുകൊണ്ടുവന്ന് അവിടെവെച്ച് രാത്രിയിലും ചെത്തുമായിരുന്നു. എന്നിട്ട് രാത്രിയിൽ തന്നെ വലിയച്ഛനും മറ്റുള്ളവരും ചേർന്ന് മുറ്റത്ത് അടുപ്പുകൂട്ടി വലിയ ചെമ്പിൽ കപ്പ വാട്ടും.

ഇവരൊക്കെ പണിയെടുക്കുന്നതിനിടയിൽ നാട്ടുവിശേഷങ്ങളും വീട്ടുവിശേഷങ്ങളും പറഞ്ഞുകൊണ്ടിരിക്കും. അത് കേൾക്കുന്നത് എനിക്ക് വളരെ ഇഷ്ടമുള്ള കാര്യമാണ്. അവിടെ ഒരു പലകയോ, തെരിക യോ ഇട്ട് അതിൽ ഞാനും ഇരിക്കുന്നുണ്ടാകും.

ഞങ്ങൾക്ക് ഇരിക്കാനുള്ള തെരിക അമ്മയും അങ്ങേമ്മയുമൊക്കെ യാണ് ഉണ്ടാക്കുന്നത്. രണ്ടുതരത്തിലുള്ള തെരിക ഉണ്ടാക്കാറുണ്ട്. വാഴ യുടെ കൂർക്കില, അതായത് ഉണങ്ങിയ ഇല, നീളത്തിൽ അരിഞ്ഞു കൊണ്ടുവരും. അതുപോലെ കുലകൊത്തിയെടുത്ത് ഇല മുറിച്ചുകള ഞ്ഞ വാഴത്തട അടിയെ മുറിച്ചു കൊണ്ടുവരും. എന്നിട്ട് ഓരോപാളിയാ യി പൊളിച്ചെടുക്കും. അത് തണലത്ത് ഉണക്കിയെടുക്കും. വാഴപ്പോള ഉണങ്ങിയാൽ നല്ല ബലമുള്ള കയറായി. ഈ വാഴനാര് കൊണ്ടാണ് പണ്ടത്തെ ആളുകൾ വിറകുപോലും കെട്ടിക്കൊണ്ടുവന്നിരുന്നത്. കെട്ടാ നെടുക്കുമ്പോൾ ഒന്ന് കുതിർത്താൽ മതി.

കൂർക്കില നനച്ചു കുറച്ചുവീതിയിൽ വട്ടത്തിൽ വളച്ചെടുക്കും. നടു
വിൽ ഒരു ദ്വാരമുണ്ടാകും. വാഴക്കയറ് ആവശ്യമുള്ള നീളത്തിലും വീതി
യിലും മുറിച്ചെടുക്കും. അത് ദ്വാരത്തിലൂടെ ഇട്ട് രണ്ടറ്റവും ചേർത്ത് പി
രിച്ചുമുറുക്കി ഒടിച്ചുവെക്കും. അതിനടുത്തായി ആദ്യത്തെ മെടച്ചിലിനു
മുകളിലൂടെ മറ്റൊന്ന് എന്ന മട്ടിൽ ചേർത്തുവെച്ച് അവസാനത്തെ കയ
റിൽ ഒരു കെട്ടിട്ട് നീണ്ടുകിടക്കുന്ന വാൽ മുറിച്ചുകളയും. അപ്പോൾ അ
രികുകളിൽ തലമുടി മെടഞ്ഞുകെട്ടിയതുപോലെ ഭംഗിയുള്ള മെടച്ചിലോ
ടുകൂടിയ തെരികയാവും. അതിന് മുകളിൽ ഇരിക്കുമ്പോൾ നല്ല പതവു
മുണ്ടാകും.

പണ്ട് മൺകലങ്ങളിലും മൺചട്ടിയിലുമാണ് ഭക്ഷണം പാകംചെയ്
തിരുന്നത്. ചട്ടിയും കലവും വെറും നിലത്ത് വെക്കാൻ ആവില്ല. ഉരുണ്ട
പാത്രം പൊട്ടിപ്പോകാതിരിക്കാൻ തെരികപ്പുറത്ത് കയറ്റിവെക്കണം. ഉ
ണങ്ങിയ കറ്റപ്പുല്ല് കൊണ്ടാണ് കലവും ചട്ടിയും വെക്കാനുള്ള തെരിക
നിർമ്മിക്കുക. വളച്ചുവെക്കാനും കെട്ടാനും പുല്ല് ഉപയോഗിക്കാം എന്നൊ
രു സൗകര്യമുണ്ട്. അവസാനം പുല്ലുകൊണ്ടൊരു കെട്ടുകെട്ടും. പുൽ
തെരികയുടെ മൂന്നുവശങ്ങളിൽ ചുടിക്കയർ കെട്ടി ഉറിയായും ഉപയോ
ഗിക്കാറുണ്ട്.

ഇരിക്കാൻ ആശാരി ഉണ്ടാക്കുന്ന പലതരം പലകകളുണ്ട്. ഞങ്ങൾ
കുട്ടികൾക്കിരിക്കാൻ അങ്ങേമ്മ ആശാരിയെക്കൊണ്ട് കുട്ടിപ്പലകകൾ
ഉണ്ടാക്കിവെച്ചിട്ടുണ്ട്. മുതിർന്നവർക്ക് കുറച്ചുവലിയ പലകകളും. അതി
ലൊക്കെ ആശാരിയുടെ മനോധർമ്മമനുസരിച്ച് ചിത്രപ്പണികളും ചെയ്
തിട്ടുണ്ടാകും.

മിക്കവാറും എന്റെ അടുത്ത് പ്രസന്നയുമുണ്ടാകും. അവൾ ഗിരിജ
യെപ്പോലെ ഒരു പ്രമാണി അല്ല. എനിക്ക് അവളുടെയത്ര ആരോഗ്യമി
ല്ലെങ്കിലും എന്നെ ഏച്ചിയായി അംഗീകരിച്ചിരുന്നു. ചിലപ്പോൾ കുരുത്ത
ക്കേട് കളിക്കുമെങ്കിലും ഒരുവിധം എന്നെ അനുസരിച്ചിരുന്നു. എന്തെ
ങ്കിലും കുരുത്തക്കേട് ഒപ്പിക്കുന്നുണ്ട് എന്ന് തോന്നിയാൽ ഞാൻ അവ
ളെ നിഷ്കരുണം അങ്ങേമ്മയ്ക്ക് ഒറ്റിക്കൊടുക്കുമായിരുന്നു. അപ്പോൾ
രണ്ടുചീത്തയെങ്കിലും അവൾക്ക് കിട്ടുമല്ലോ.

ഏഴുവയസ്സായെങ്കിലും എന്നെ സ്കൂളിൽ ചേർത്തിരുന്നില്ലല്ലോ. മറ്റു
ള്ളവരുടെ സംഭാഷണങ്ങളിൽനിന്ന് ഒരുപാട് അറിവുകൾ കിട്ടുമ്പോൾ
അതിൽ ചില പദങ്ങളുടെ അർഥം മനസ്സിലാകില്ല. എനിക്കാണെങ്കിൽ
അത് കിട്ടുകയും വേണം. എനിക്ക് വിശ്വാസമുള്ളവരോടൊക്കെ ഞാൻ
സംശയം ചോദിക്കാൻ തുടങ്ങി. ഏത് സംശയവും ചോദിക്കാൻ പറ്റുന്ന

ഏക ആൾ എനിക്ക് അങ്ങേമ്മയാണ്. അമ്മയോട് ചോദിച്ചാൽ ചിലപ്പോൾ എന്നെ കണ്ണുരുട്ടി പേടിപ്പിക്കും. കുട്ടികൾ ചോദിക്കാൻ പാടില്ലാത്ത കാ ര്യങ്ങളായിരിക്കും മിക്കവാറും ഞാൻ ചോദിക്കുന്നത്.

അമ്മ വയലിലും പറമ്പിലുമൊക്കെ പോകുമ്പോൾ അങ്ങേമ്മ കു ഞ്ഞുമോളെ നോക്കും. അവൾ മിടുക്കിയായിരുന്നു. എല്ലാം വേഗം വേഗം ചെയ്തു. ഒറ്റയ്ക്ക് എഴുന്നേറ്റിരുന്നു. അങ്ങേമ്മയ്ക്ക് എപ്പോഴും സന്ദർ ശകർ ഉണ്ടാകും. പാറാട്ടെ കല്യാണിയേച്ചി കാണാൻ വരുമ്പോൾ അങ്ങേ മ്മ ചക്ക പാങ്ങക്കുകയായിരുന്നു. അടുത്ത് കുഞ്ഞുമോളും ഉണ്ട്. ഇവർ വർത്തമാനം പറയുന്നതിനിടയിൽ വേവിക്കുന്നതുവരെ കാത്തിരിക്കാതെ കുഞ്ഞുമോൾ ഒരു ചക്കക്കുരു എടുത്ത് വിഴുങ്ങി. ചക്കക്കുരു തൊണ്ട യിൽ കുടുങ്ങി കുട്ടി കണ്ണ് മിഴിക്കുമ്പോഴാണ് അങ്ങേമ്മ കണ്ടത്. 'എ ന്റെ കല്യാണീ കുട്ടിക്കെന്താ പറ്റ്യേ. കുരുവെങ്ങാൻ ബിതുങ്ങീന്നു തോ ന്നുന്നു.'

അമ്മ കുട്ടിയെ വാരിയെടുത്തു, 'ഞാനെന്താ വേണ്ടപ്പ. കുട്ട്യള വിളി ക്ക് കല്യാണീ.' അങ്ങേമ്മ കരച്ചിലിന്റെ വക്കത്തെത്തിയിരുന്നു.

'ആരീം വിളിക്കണ്ട. തളിയമ്മാറ് വീട്ടിലോറ് സമാധാനപ്പെട്. കുട്ടീന ഇങ്ങു താ.'

കല്യാണി മോളെ എടുത്ത് കുലുക്കി. തലയിൽ പതുക്കെ തട്ടി. തല കീഴാക്കി ആട്ടി. ഏതായാലും ചക്കക്കുരു ഇറങ്ങിപ്പോയി. അടുത്തദിവ സം അത് തൂറിപ്പോയി. അത് കണ്ടപ്പോഴാണ് എന്റെ അമ്മയ്ക്ക് സമാ ധാനമായത്. ചെറിയൊരു കുരുവായിരുന്നു മോൾ വിഴുങ്ങിയത്.

ഒരു ദിവസം കാവുമ്പായി ചെറിയൊരു ഭൂകമ്പവുമുണ്ടായി. എല്ലാവ രും ചോറുണ്ട് കിടന്നതേ ഉണ്ടായിരുന്നുള്ളു. ഞാൻ അങ്ങേമ്മയ്ക്കൊപ്പ മാണ് കിടക്കുന്നത്. പെട്ടെന്ന് എന്തോ ഒരു മുഴക്കം. ഒരു കുലുക്കവും. അടുക്കളയിലെ കിണ്ണവും മറ്റ് പാത്രങ്ങളും കിലുങ്ങി. അങ്ങേമ്മ എഴു ന്നേറ്റിരുന്നു. വലിയച്ഛൻ മുകളിൽ നിന്ന് ഓടിയിറങ്ങി വന്നു.

അങ്ങേമ്മ പരിഭ്രാന്തയായി ചോദിച്ചു. 'എന്ത്ന്നാ നാരാണാ ഇത്?'

'പേടിക്കണ്ട അമ്മേ. ചെറിയ ഒരു ഭൂമി കുലുക്കാന്നാ തോന്ന്ന്. ഇ പ്പൊ കൊഴപ്പുല്ലല്ലോ.'

എന്നെയും പ്രസന്നയെയും ഇരുഭാഗത്തുമായി കിടത്തി അമ്മ പ്രഹ്ലാ ദസ്തുതി ചൊല്ലാൻ തുടങ്ങി.

'ദുർജ്ജടിം ലോകൈകനാഥം നരസിംഹ
മാർജ്ജവവീര്യപരാക്രമവാരിധിം
അഗ്നിനേത്രാലോകവ്യാപ്തജിഹ്വാമുഖ

മഗ്നിവിഭൂതിസ്വരൂപണമവ്യയ
മഷ്ടഭുജോഷ്മകാനന്തവിജ്യംഭണം
ദുഷ്ടനാശനഖദന്തം നമാമൃഹം.'

അങ്ങേമ്മയുടെ നെഞ്ചോട് പറ്റിച്ചേർന്നു പ്രഹ്ലാദസ്തുതി കേട്ടുകൊ
ണ്ട് ഞാൻ ഉറങ്ങിപ്പോയി.

ഓരോ കൃഷിപ്പണിക്കാലം നാട്ടിപ്പണി, മൂരൽ കഴിയുമ്പോഴും എന്റെ
അമ്മയ്ക്ക് കഠിനമായ പനിയും കുരയും നെഞ്ചുവേദനയും ശ്വാസമുട്ട
ലും ഉണ്ടാകും. കഠിനമായി അധ്വാനിക്കുമ്പോൾ അതൊന്നും ശീലമി
ല്ലാത്ത ശരീരം പ്രതികരിക്കുന്നതാണ്. അസുഖം തുടങ്ങുമ്പോൾ അമ്മ
ആരെയെങ്കിലും തുണകൂട്ടി തേർളക്ക് പോകും. രോഗം മാറി എന്ന് അ
മ്മയ്ക്ക് സ്വയം ബോധ്യമായാലേ തിരിച്ചുവരൂ. ഇപ്രാവശ്യവും അമ്മ
പോയി. പോകുമ്പോൾ ചെറിയ മോളെ മാത്രം കൊണ്ടുപോയി.എനിക്ക്
പോകാനും ഇഷ്ടമില്ല, അങ്ങേമ്മയ്ക്ക് എന്നെ വിടാനും ഇഷ്ടമില്ലായിരു
ന്നു.

എനിക്ക് കൂട്ടിന് പ്രസന്നയുണ്ട്. അവളുടെ അമ്മയ്ക്ക് സുഖമില്ലാ
തെയാകുമ്പോൾ കല്യാശ്ശേരിയിലേക്ക് പോകും. മിക്കവാറും വലിയമ്മ
കല്യാശ്ശേരിയിൽ തന്നെയാണ് ഉണ്ടാകാറുള്ളത്. അവൾ കാവുമ്പായിയും.
അങ്ങേമ്മ ഞങ്ങളെ കുളിപ്പിക്കും, ഭക്ഷണം തരും, കൂടെ കിടത്തിയുറ
ക്കും. അതുകൊണ്ട് ഞങ്ങൾക്ക് അമ്മമാർ അടുത്തില്ലാത്തതിന്റെ കുറ
വ് തോന്നിയില്ല. ഞങ്ങൾ ഒന്നിച്ചു കളിക്കും, ഒന്നിച്ചു കുളിക്കും, ഒന്നിച്ചു
നാമം ജപിക്കും, ഒന്നിച്ചു ഭക്ഷണം കഴിക്കും. ഒന്നി ച്ചുറങ്ങും. ഞാൻ പ
റയുന്നതെല്ലാം അവൾ അനുസരിക്കും. അനുസരിച്ചില്ലെങ്കിൽ ഞാൻ ച
ത്തു പോകുമെന്നു പറഞ്ഞ് അവളെ ഭീഷണിപ്പെടുത്താറുണ്ട്. ഞാൻ ച
ത്തുപോകും എന്ന് പറയുമ്പോൾ അവൾക്ക് ഭയങ്കര പേടിയാണ്. അ
പ്പോൾ ഞാൻ ഒന്നുകൂടി ഉറപ്പിച്ചു പറയും. 'പേടിച്ചാലൊന്നും ഞാൻ ചാ
കാണ്ട്ക്കുല.'

എവിടുന്നാണ് ഇങ്ങനെയൊരു കാര്യം എന്റെ തലയിൽ കയറിയ
തെന്ന് അറിഞ്ഞുകൂടാ. ഒരുപക്ഷെ, മോൻ മരിച്ചകാര്യം ഓർത്ത് പറ
ഞ്ഞതായിരിക്കും.

ഒരു ദിവസം ഞങ്ങൾ ഇറയത്തിരുന്നു കളിക്കുകയായിരുന്നു. ഞ
ങ്ങൾ കളിച്ചുകളിച്ച് ഇറയത്തിന്റെ പത്തായം വെച്ച മൂലക്കെത്തി. അ
പ്പോൾ ഞങ്ങൾക്ക് ഒളിച്ചുകളിക്കാൻ തോന്നി. ഞാൻ പത്തായത്തിന്റെ
ചുമരോട് ചേർന്നുള്ള വിടവിൽ കയറി ഒളിച്ചു. പക്ഷെ, എനിക്ക് എന്റെ

ഒളിയിടത്തിൽനിന്ന് പുറത്തിറങ്ങാൻ കഴിഞ്ഞില്ല. അപ്പോൾ ഞാൻ കു ട്ടികളുടെ പ്രധാനപ്പെട്ട ആയുധമെടുത്തു പ്രയോഗിച്ചു. ഞാൻ കരഞ്ഞു. പ്രസന്ന എനിക്ക് ഐക്യദാർഢ്യം പ്രഖ്യാപിച്ചുകൊണ്ട് ഉറക്കെ കരഞ്ഞു. ഞങ്ങളുടെ കൂട്ടക്കരച്ചിൽ കേട്ട് അങ്ങേമ്മ ഓടിവന്നു. പത്തായത്തിന്റെ ഇടുക്കിൽനിന്ന് എന്നെ വലിച്ചുപുറത്തിട്ടു.

അങ്ങേമ്മ എന്നെ കലമ്പിയില്ല. പകരം മറ്റൊന്നുചെയ്തു. അച്ഛൻ ഉ ച്ചയ്ക്ക് കഞ്ഞികുടിക്കാൻ വന്നപ്പോൾ എന്റെ കുരുത്തക്കേട് പറഞ്ഞു കൊടുത്തു. ആ സമയത്ത് അരയ്ക്കുന്ന അമ്മിയുടെ അടുത്തായി ഞാ ലി ഇറയത്ത് ഇരിക്കുകയായിരുന്നു ഞാൻ. കഞ്ഞി കുടിച്ചു കൈ കഴു കിയിട്ട് ഞാലി ഇറയത്തേക്കു അച്ഛൻ പാഞ്ഞുവന്നു. കണ്ണ് ചുവപ്പിച്ചു കൊണ്ട് അമ്മിക്കുട്ടിയെടുത്ത് എന്റെ നേരെ ഓങ്ങി. ഞാൻ പേടിച്ചു ച ത്തുപോകുമെന്നു തോന്നി. സാധാരണ കരയാത്ത ഞാൻ അറിയാതെ ഉറക്കെ കരഞ്ഞുപോയി. അങ്ങേമ്മ ഞങ്ങളുടെ നടുവിൽ കയറി നിന്ന് എന്നെ രക്ഷിച്ചു.

എന്റെ അതുവരെയുള്ള ജീവിതത്തിൽ ഞാൻ അത്രയേറെ പേടിച്ച മറ്റൊരു സന്ദർഭം ഉണ്ടായിരുന്നില്ല. അച്ഛൻ എടുക്കുന്നതും ഓമനിക്കു ന്നതുമൊന്നും എന്റെ ഓർമയിൽ ഇല്ല. അല്പം പേടിയോടെയായിരു ന്നു ഞാൻ അച്ഛനെ നോക്കിയിരുന്നത്. അച്ഛൻ രാവിലെ കണ്ടത്തിൽ നിന്നും കയറി വരുമ്പോൾ ഞാനും പ്രസന്നയും വർത്തമാനം പറഞ്ഞു കൊണ്ട് ഇറയത്തിരുന്ന് കളിക്കുന്നുണ്ടാവും. അച്ഛനെ കാണുന്ന മാത്ര യിൽ ഞങ്ങൾ നിശ്ശബ്ദരാകും. അച്ഛൻ കിണ്ടിയിൽ നിന്നും വെള്ളമൊഴി ച്ചു കാൽ കഴുകി ഞങ്ങളെ ഗൌനിക്കാതെ നേരെ പടിഞ്ഞാറ്റകത്തേക്ക് കയറിപ്പോകും. പിന്നെ കുറേ സമയം കഴിഞ്ഞാലെ പുറത്തിറങ്ങൂ. അ ങ്ങേമ്മ ഇതിന് ഭസ്മം തൊടുക എന്നാണ് പറയാറുള്ളത്. പ്രാണായാമ വും ധ്യാനവുമാണ് അങ്ങേമ്മ പറയുന്ന ഭസ്മം തൊടൽ. അച്ഛൻ ഭസ് മംതൊട്ട് ഭക്ഷണം കഴിച്ച് പോകുന്നതുവരെ ഞാനും പ്രസന്നയും മി ണ്ടുകയില്ല.

അടുത്ത ദിവസം ഒരു അത്ഭുതമുണ്ടായി. മുറ്റത്തിന്റെ മൂലയിലിരു ന്ന് ഞാൻ കളിക്കുമ്പോൾ നടപ്പാതയിൽ നിന്ന് നടകയറി അച്ഛൻ വന്നു. ഞാൻ പേടിയോടെ നോക്കി. അച്ഛൻ എന്റെ അടുത്തേക്കാണ് വരുന്നത്. വേഗം എഴുന്നേറ്റ് ഓടി രക്ഷപ്പെടാൻ എനിക്ക് ആവില്ലല്ലോ. അച്ഛൻ എ ന്റെ അടുത്തായി മുറ്റത്തിന്റെ തിണ്ടിൽ ഇരുന്നു. എന്നെ എഴുന്നേല്പി ച്ചു ചേർത്തുനിർത്തി. അച്ഛന്റെ കൈയിലെ കടലാസ് പൊതിയിൽ എ നിക്ക് ഒരു പുതിയ കുപ്പായവുമുണ്ടായിരുന്നു.

അമ്മ വന്നതിനുശേഷം അച്ഛൻ എന്നെ കൂടാളിയിലെ പ്രശസ്തനായ വൈദ്യരുടെ അടുത്ത് കൊണ്ടുപോയി. ചിരുതേയിയാണ് എന്നെ എടു ത്തത്. എടുക്കുമ്പോൾ എന്റെ കാലൊക്കെ നിലത്ത് മുട്ടുന്നുണ്ടായിരു ന്നു. എന്നെയുമെടുത്ത് കിതച്ചുകൊണ്ട് ചിരുതേയി അച്ഛന്റെ ഒപ്പമെത്താൻ വയൽവരമ്പിൽകൂടി വേഗം വേഗം നടന്നത് ഇന്നും ഞാൻ മറന്നിട്ടില്ല. അമ്മയ്ക്ക് കുട്ടിയുള്ളതുകൊണ്ട് ഞങ്ങളുടെ കൂടെ വന്നില്ല. ബസിൽ കയറി ഞങ്ങൾ കൂടാളിയെത്തി.

ഒരു വലിയ വളപ്പിൽ വലിയ മുറ്റവും വീടും. സിമന്റിട്ട നീണ്ട ഇറ യവും അവിടെ ഇരിക്കാനിട്ട നല്ല കസേരകളും ഒക്കെ ഞാൻ ആദ്യമാ യി കാണുകയായിരുന്നു. കുറച്ചുനേരം അവിടെ ഇരുന്നപ്പോൾ ഒരാൾ ഞങ്ങളെ വൈദ്യരുടെ പരിശോധനാമുറിയിലേക്ക് വിളിച്ചുകൊണ്ടുപോ യി. വൈദ്യർ എന്റെ കൈയൊക്കെ പിടിച്ചുനോക്കി. അച്ഛനോട് അദ്ദേ ഹം പറഞ്ഞു.

'വലുതാവുമ്പോൾ മാറും. കുട്ടിക്ക് ബലമുണ്ടാകും.'

അവിടെ മറ്റൊരു മുറിയിൽ ഞങ്ങൾക്ക് ചായ ഒരുക്കി വെച്ചിരുന്നു. ചായയും കേയ്ക്കും റസ്ക്കും ഉണ്ടായിരുന്നു. ഞാൻ മധുരമുള്ള കേ യ്ക്ക് മാത്രം തിന്നു. റസ്ക്ക് തിന്നാൻ ചിരുതേയി പറഞ്ഞിട്ടും ഞാൻ കേട്ടില്ല. കേയ്ക്ക് എനിക്ക് ഒരുപാട് ഇഷ്ടമായി. ഞാൻ ആദ്യമായി കേയ് ക്ക് തിന്നത് അന്നാണ്.

അതുവരെ കേയ്ക്ക് തിന്നിട്ടില്ലേന്നേയുള്ളൂ. മറ്റ് പല പലഹാരങ്ങ ളും ഇഷ്ടംപോലെ തിന്നിട്ടുണ്ട്. വിരുന്നുവരുന്നവർ കുട്ടികൾക്ക് തിന്നാൻ വാങ്ങാതെ വരില്ല. പ്രത്യേകിച്ചും തേർതലയിൽനിന്ന് അച്ഛപ്പനും ഭാസ് കരമ്മാവനും വരുമ്പോൾ ഒരിക്കലും കൈയും വീശി വരാറില്ല. കൈ നി റയെ പലഹാരങ്ങൾ കൊണ്ടുവരും. അച്ഛപ്പൻ കൊണ്ടുവരുന്ന നാണയ ത്തുട്ടുകൾ പോലെയുള്ള, വായിലിട്ടാൽ അലിയുന്ന ബ്രിട്ടാനിയ ബിസ് ക്കറ്റിന്റെ രുചി ഇന്നും എന്റെ നാവിലുണ്ട്. ഒരിക്കൽ ഭാസ്കരമ്മാവൻ ഒ രുപെട്ടി പാരീസ് മിഠായിയും കൊണ്ടാണ് വന്നത്. പല ആകൃതിയിലു ള്ള, പല വലുപ്പത്തിലുള്ള ആ മിഠായികൾ കണ്ടപ്പോൾ തന്നെ എന്റെ മ നസ്സ് പൂത്തിരിപോലെ പ്രകാശിച്ചു. ഞാനും പ്രസന്നയും എത്ര ദിവസം കൊണ്ടാണെന്നോ അത് തിന്നുതീർത്തത്. അതിന്റെ പെട്ടിപോലും വള രെ മനോഹരമായിരുന്നു. ഒരുപാട് വർഷം ഞാനത് സൂക്ഷിച്ചുവെച്ചിരു ന്നു.

ഞങ്ങൾ വീട്ടിൽ എത്തിയതിനുശേഷം അച്ഛൻ അമ്മയോട് വൈദ്യ രുടെ അഭിപ്രായം പറഞ്ഞു. ഏതായാലും അച്ഛനുമമ്മയ്ക്കും അങ്ങേമ്മ

യ്ക്കുമെല്ലാം എന്റെ കാര്യത്തിൽ പ്രതീക്ഷ വറ്റാതിരിക്കാൻ ആ യാത്ര ഉപകരിച്ചു.

വിദ്യാലയത്തിലേക്കാദ്യമായ്

1962 ജൂൺ 4 തിങ്കളാഴ്ച.

അമ്മ എന്നെ നല്ല ഉടുപ്പ് ഇടുവിച്ചു. മുടി ചീകിയൊതുക്കി ഹെയർ പിൻ കുത്തി. പുതിയ സ്ലേറ്റും പെൻസിലും എടുത്ത് തുണിസഞ്ചിയിലി ട്ട് തന്നു. അച്ഛൻ എന്റെ കൈപിടിച്ചു നടന്നു. കൂടെ അനിയത്തി പ്രസ ന്നയുമുണ്ട്. വലിയച്ഛൻ അവളെയും സ്കൂളിൽ ചേർക്കുന്നുണ്ട്. അവൾക്ക് അഞ്ചുവയസ്സും. എനിക്ക് എഴുവയസ്സും കഴിയാനിനി കുറച്ചു മാസങ്ങ ളേയുള്ളൂ.

അച്ഛൻ എന്നെ ഹെഡ്മാസ്റ്ററുടെ മുന്നിൽ കൊണ്ടിരുത്തി. മാഷ് പേരും മറ്റും ചോദിച്ച് എഴുതിയെടുത്തു. അച്ഛൻ എന്നെ ഒന്നാംക്ലാസിൽ കൊ ണ്ടിരുത്തിയിട്ട് പോയി. ഞാനും പ്രസന്നയും ഒന്നാംക്ലാസിൽ അടുത്ത ടുത്തായി ഇരുന്നു. ഇതുവരെ കാണാത്തൊരു ലോകമാണ് എന്റെ മുന്നിലുള്ളത്. ഒരുപാട് കുട്ടികൾ. കുറെ മുതിർന്നവർ. അധ്യാപകർ. മണി യടിച്ചപ്പോൾ പുറത്തുണ്ടായിരുന്ന കുട്ടികളും ക്ലാസിൽ കയറിയിരുന്നു. രണ്ടാമത്തെ മണികൂടി അടിച്ചപ്പോൾ അങ്ങേ അറ്റത്തെ ക്ലാസിന്റെ നടു വിൽ കയറിനിന്ന് രണ്ടു പെൺകുട്ടികൾ പ്രാർത്ഥന ചൊല്ലി. പ്രാർഥന യുടെ സമയത്ത് എല്ലാവരും എഴുന്നേറ്റ് നിന്നു. വീഴുമെന്നു പേടിച്ച് ഞാൻ എഴുന്നേൽക്കാനൊന്നും പോയില്ല. ഞങ്ങളുടെ ക്ലാസിലേക്ക് ഒരു ടീച്ചർ വന്നു. ടീച്ചർ എന്തൊക്കെയോ ചോദിക്കുകയും പറയുകയും ചെയ്തു. ബോർഡിൽ ചോക്കുകൊണ്ട് വരച്ചിട്ട് ഞങ്ങളോട് അതുപോലെ സ്ലേ റ്റിൽ വരയ്ക്കാൻ പറഞ്ഞു.

പ്രസന്നയുടെ കൈയിൽ പെൻസിൽ ഇല്ല. അവൾ അത് എവിടെ യോ കളഞ്ഞു. അനിയത്തിയല്ലേ. ഞാൻ ഉടനെ ഉദാരയായി എന്റെ കൈ യിലെ പെൻസിലിൽ നിന്ന് ഒരു കഷണം പൊട്ടിച്ച് അവൾക്ക് നൽകി. ടീച്ചർ വരയ്ക്കാൻ പറഞ്ഞപ്പോൾ ഞാൻ മാത്രം വരച്ചില്ല. അതിനൊരു കാരണമുണ്ടായിരുന്നു. ബലമില്ലാത്ത കൈകൊണ്ട് മൂന്നുവിരൽ പെൻ സിലിൽ ചേർത്തുപിടിച്ച് എഴുതാൻ എനിക്ക് കഴിയില്ലായിരുന്നു. എങ്ങ നെയെങ്കിലും എഴുതാമെന്നുവെച്ചാൽ മുമ്പ് എഴുതി നോക്കിയിട്ടുമില്ല. എന്റെ കുറവുകളിൽ എനിക്ക് നാണക്കേട് തോന്നാൻ തുടങ്ങിയിരുന്നു. ഓരോ കുട്ടിയുടെ സ്ലേറ്റും നോക്കി ടീച്ചർ എന്റെ അടുത്ത് എത്തി. ഞാൻ ഒന്നും എഴുതിയിട്ടില്ലെന്ന് കണ്ട് ടീച്ചർ എന്നോടു ചോദിച്ചു. 'എന്താ കു

ട്ടി എഴുതാത്തത്?'

ഞാൻ ഉത്തരം പറഞ്ഞു. പക്ഷെ, അരിയെത്ര എന്നതിന് പയറഞ്ഞാ ഴി എന്നാണെന്ന് മാത്രം. 'ഞാനാണ് ഇവള്ക്ക് പെൻസിൽ കൊടുത്തത്. ഓള് പെൻസിൽ ചാടി.'

ടീച്ചർ അമ്പരന്നു. 'ഈ കുട്ടിയെന്താ പറയുന്നത്.'

ടീച്ചർ ചോദ്യം ആവർത്തിച്ചു. ഞാൻ പഴയ ഉത്തരവും ആവർത്തി ച്ചു. എനിക്ക് എഴുതാൻ ആവില്ല എന്ന് പറയാൻ അന്നത്തെ എന്റെ കു ഞ്ഞു ദുരഭിമാനം സമ്മതിച്ചില്ല. പാവം ടീച്ചർ എന്നെ വിട്ട് അടുത്ത കുട്ടി യുടെ സ്ലേറ്റു നോക്കി. അഭിമാനസംരക്ഷണത്തിനുള്ള എന്റെ ആദ്യത്തെ സാമർത്ഥ്യപ്രകടനമായിരുന്നു അത്.

തോൽക്കാൻ എനിക്ക് മനസ്സില്ലായിരുന്നു. എങ്ങനെയെങ്കിലും എഴു തിയേ തീരൂ. എന്റെ തീവ്രമായ ആഗ്രഹം അതിനുള്ള വഴിയും കണ്ടു പിടിച്ചു. തള്ളവിരലിന്റെ ഇടയിൽ പെൻസിൽ ഇറുക്കിവെച്ച് സ്ലേറ്റ് കൈ യിലെടുത്ത് ബലത്തിനുവേണ്ടി പെൻസിലിന്റെ അറ്റം നെഞ്ചോട് മുട്ടിച്ച് ഞാൻ എഴുതാൻ തുടങ്ങി. എന്റെ എഴുത്തിന് വേഗം കുറവാണ്. ഭംഗി യും കുറവാണ്. എങ്കിലും വായിക്കാം.

നാലാംക്ലാസ് വരെ ഞാൻ പഠിച്ച കാവുമ്പായി ഗവ. എൽ.പി.സ്കൂൾ 1954ൽ സ്വാമിമഠത്തിൽ ഏകാധ്യാപകവിദ്യാലയമായി തുടങ്ങിയതാണ്. മലബാർ ഡിസ്ട്രിക്റ്റ് ബോർഡിന്റെ കീഴിൽ തുടങ്ങിയ വിദ്യാലയങ്ങളി ലൊന്നായിരുന്നു എന്റെ ആദ്യവിദ്യാലയം. കുറ്റ്യാട്ടൂരെ കുഞ്ഞിരാമൻ മാഷായിരുന്നു സ്കൂളിന്റെ ഏകാദ്ധ്യാപകൻ.

നാട്ടുകാരുടെ ശ്രമഫലമായി വളരെ വേഗം സ്കൂളിനു സ്വന്തം സ്ഥ ലവും കെട്ടിടവുമായി. ചെറുപ്പറമ്പിന്റെ തെക്കേയറ്റത്ത് തോട്ടിൻകരയിൽ പുതിയ സ്കൂൾ കെട്ടിടം തലപൊക്കി. കുഞ്ഞിരാമൻ മാഷും കുട്ടികളും പുതിയ സ്കൂളിലേക്ക് കൂടുമാറി. അധ്യാപകരുടെ എണ്ണംകൂടി. കുട്ടിക ളുടെയും. കാവുമ്പായിയിലെ കുട്ടികൾ അതുവരെ എള്ളരിഞ്ഞി സ്കു ളിലായിരുന്നു പഠിച്ചിരുന്നത്. കാവുമ്പായിയിൽ സ്കൂൾ സ്ഥാപിച്ചില്ലാ യിരുന്നെങ്കിൽ ഞാൻ പഠിക്കുമായിരുന്നില്ല. അക്ഷരങ്ങളോട് കൂട്ടുകൂടാ നല്ലെങ്കിൽ പിന്നെ എന്തിനാണ് ഞാൻ ജനിച്ചത്! നിരർത്ഥകമാകുമായി രുന്ന ഒരു ജന്മത്തെ സാർത്ഥകമാക്കിയത് അക്ഷരങ്ങളാണല്ലോ.

ഞാൻ ഒന്നാംക്ലാസിൽ ചേരുന്ന സമയം കുറെ പടികൾ കയറി നേരെ കെട്ടിടത്തിനുള്ളിലേക്ക് പ്രവേശിക്കുകയായിരുന്നു. വരാന്ത അപ്പോഴും പൂർത്തിയായിരുന്നില്ല.

ഒന്നാംക്ലാസിൽ കാർത്യായനി ടീച്ചറായിരുന്നു ക്ലാസ് ടീച്ചർ. കുഞ്ഞി

152

രാമൻ മാഷും മാധവൻ മാഷുമുണ്ട്. മാധവൻ മാഷ് ഹെഡ്മാസ്റ്റർ ആണ്. ഒരു ദിവസം ഞങ്ങളുടെ ടീച്ചർക്ക് സ്ഥലംമാറ്റമായി. പകരം പ്രേമ ലത ടീച്ചർ വന്നു. ടീച്ചർ എന്നെയും ശ്രദ്ധിക്കാൻ തുടങ്ങി. എന്റെ സ്ലേറ്റ് നോക്കും. എന്നോട് വായിക്കാൻ പറയും. ഞങ്ങളുമായി ഇണങ്ങി വരു മ്പോഴേക്കും പ്രേമലത ടീച്ചറും പോയി. പിന്നീട് മറ്റുള്ള അധ്യാപകർ ഞങ്ങളെ പഠിപ്പിച്ചു.

വേദനാജനകമായ ഒരുപാട് അനുഭവങ്ങൾ എന്റെ വിദ്യാലയജീവി തത്തിലുണ്ടായിട്ടുണ്ട്. അത് ആരുടേയും കുറ്റംകൊണ്ടല്ല, എന്റെ കുറ വുകൾ കൊണ്ടാണ്. അന്നൊക്കെ ഭിന്നശേഷിയുള്ള കുട്ടികളെ ഉൾക്കൊ ള്ളാൻ സമൂഹം തയ്യാറായിരുന്നില്ല. സമൂഹത്തിന്റെ അവഗണനയും പു ച്ഛവും എന്റെ എല്ലാ പ്രവർത്തനമേഖലയിലും ഞാൻ ഏറ്റുവാങ്ങിയിട്ടു ണ്ട്. ഒന്നാംക്ലാസിലാണ് അതിനു തുടക്കമിട്ടത്. രാവിലെയും ഉച്ചക്കുമു ള്ള ഇടവേളകളിൽ ഒന്നാംക്ലാസിലെ കുട്ടികളെ കാണാൻ നാലാംക്ലാ സിലെ കുറച്ചു പെൺകുട്ടികൾ വരാറുണ്ടായിരുന്നു. ആദ്യദിവസം ത ന്നെ അവരെത്തി. നാലാംക്ലാസിലെ തങ്കമ്മ, രാധ, ശ്യാമള എന്നിവരുടെ നേതൃത്വത്തിൽ കുറെ കുട്ടികൾ. ആ സമയത്ത് അധ്യാപകർ ഹെഡ്മാ സ്റ്ററുടെ മേശയ്ക്കു ചുറ്റുമായിരിക്കും. ഹെഡ്മാസ്റ്ററുടെ മേശ എന്ന് പറ ഞ്ഞാൽ നാലാംക്ലാസിലെ മേശയാണ്. ഇന്റർവെല്ലിനു കുട്ടികൾ പുറ ത്തേക്ക് പോകുന്ന തക്കംനോക്കി ചായകുടിക്കാനും ചെറുസ്റ്റാഫ് മീറ്റിം ഗിനുമൊക്കെ അവരുടെ ബെഞ്ചിൽ മറ്റ് അധ്യാപകർ കയറി ഇരിക്കും. അവിടെ നിന്ന് നോക്കിയാൽ കാണാൻ പറ്റുന്ന ദൂരമേയുള്ളൂ ഒന്നാം ക്ലാ സിലേക്ക്. സ്കൂൾ മൊത്തം ഒരു നീണ്ട വലിയ മുറിയുടെ വലുപ്പം മാ ത്രം. ക്ലാസുകൾ തമ്മിൽ അങ്ങനെ വേർതിരിവുകളോ, പക്ഷഭേദമോ ഒ ന്നുമില്ല. രണ്ടു ബെഞ്ചുകൾ അടുപ്പിച്ചിട്ട് ഒരു ബെഞ്ചിലെ കുട്ടികളെ അ ങ്ങോട്ടും മറ്റേ ബെഞ്ചിലെ കുട്ടികളെ ഇങ്ങോട്ടും ഇരുത്തിയാണ് രണ്ടു ക്ലാസുകൾ തമ്മിൽ വേർതിരിച്ചിരിക്കുന്നത്. ഏതായാലും ഇവിടെ നാല് ക്ലാസുകളും ഒരു ക്ലാസിലിരുന്ന് ഒരധ്യാപകന് നിയന്ത്രിക്കാൻ കഴിയു മെന്നൊരു മെച്ചം ഞങ്ങളുടെ സ്കൂളിലെ ക്ലാസ് സംവിധാനത്തിനുണ്ടാ യിരുന്നല്ലോ. ഇത് ഞാൻ പറയുന്നത് പതിനൊന്നു കൊല്ലം അതേ കെ ട്ടിടത്തിനുള്ളിൽ പഠിപ്പിച്ച അധ്യാപികയെന്ന അനുഭവത്തിലാണ്. ഹെ ഡ്മാസ്റ്ററടക്കം നാല് അധ്യാപകർ മാത്രമുള്ള സ്കൂളിൽ പലപ്പോഴും ഒ രാൾ മാത്രമാവുക എന്നതൊരു സാധാരണ സംഭവമായിരുന്നു.

നാലാം ക്ലാസിലെ കുട്ടിക്കുറുമ്പികൾക്ക് ക്ലാസതിർത്തികളൊന്നും ബാധകമല്ലായിരുന്നു. അവർ ഒന്നാംക്ലാസിലേക്ക് ഇരച്ചുകയറി. എല്ലാവ രെയും ഒന്നുനോക്കിയിട്ട് അവർ എനിക്ക് ചുറ്റുംകൂടി. എന്നോട് ഓരോ

ന്ന് ചോദിക്കാനും പറയാനും കളിയാക്കാനും തുടങ്ങി. അനങ്ങാതെ ബെ ഞ്ചിൽ ഇരുന്ന് അവരുടെ പരിഹാസം കേൾക്കുക എന്നതായിരുന്നു എന്റെ വിധി. അവരെ എതിർക്കാനുള്ള ശേഷിയും ധൈര്യവും എനി ക്കുണ്ടായിരുന്നില്ല. അവരുടെ റാഗിംഗിനെക്കുറിച്ച് അധ്യാപകരോട് പ രാതി പറയാനുള്ള ധൈര്യവുമുണ്ടായിരുന്നില്ല. അമ്മയോടുപോലും ഞാൻ ഒന്നും പറഞ്ഞില്ല. ഇന്റർവെല്ലിന്റെ മണിയടി കേൾക്കുമ്പോൾ എന്റെ ഹൃദയത്തിലും ഭയത്തിന്റെ മണിയടി തുടങ്ങുമായിരുന്നു. എന്റെ നെഞ്ചിടിപ്പ് കൂട്ടിക്കൊണ്ട് അവരുടെ കലാപരിപാടികൾ ആ വർഷം മുഴു വൻ തുടർന്നുപോന്നു.

ആ പെൺകുട്ടികളെ കുറ്റം പറഞ്ഞിട്ടും കാര്യമില്ല. ഒന്നാംക്ലാസിലെ കുഞ്ഞുങ്ങളെ ഓമനിക്കാൻ കൊതിച്ചുവന്ന അവർക്ക് എന്നെപ്പോലെ അല്പം മുതിർന്ന ആരോഗ്യമില്ലാത്ത ഒരു കുട്ടിയെ കണ്ടപ്പോൾ സ്വാഭാ വികമായ പരിഹാസം പൊട്ടിപ്പുറപ്പെട്ടതാണ്. അവരുടെ പരിഹാസവും കളിയാക്കലുകളും എന്നെ മുറിവേല്പിക്കുമെന്നു തിരിച്ചറിയാനുള്ള പ്രാ യം അവർക്കും ആയിട്ടില്ലല്ലോ.

അല്പം അസൂയ കലർന്ന ആരാധനയും അതിനേക്കാൾ പേടിയുമാ യിരുന്നു എനിക്ക് ആ പെൺകുട്ടികളോട് ഉണ്ടായിരുന്നത്. മുടി രണ്ടാ യി ഭംഗിയിൽ മെടഞ്ഞു റിബ്ബൺ കെട്ടി, മനോഹരമായ സിൽക്ക് ഉടുപ്പു കൾ ധരിച്ച്, അടുത്ത് വരുമ്പോൾ പൌഡറിന്റെ മണം വിതറുന്ന രാധ; കണങ്കാൽ വരെയെത്തുന്ന പട്ടുപാവാടയും ബ്ലൌസും ധരിച്ചെത്തുന്ന ഗ്രൂപ്പ് ലീഡറും തന്റേടിയുമായ തങ്കമ്മ; ഗ്രൂപ്പിനൊപ്പം നടക്കുമെങ്കിലും നിരുപദ്രവിയും സൌമ്യയുമായ ശ്യാമള; ഇവരോടൊക്കെ അവശയും രോഗിയുമായ ഈയുള്ളവൾക്ക് ആരാധന തോന്നിയില്ലെങ്കിലേ അത്ഭു തമുള്ളൂ. പ്രത്യേകിച്ച് മിടുക്കിയായ രാധയെ കുഞ്ഞിരാമൻ മാഷ് അടു ത്ത് വിളിച്ച് സംസാരിക്കുകയും വാത്സല്യം പ്രകടിപ്പിക്കുകയുമൊക്കെ ചെയ്യുന്നത് അസൂയ കലർന്ന കൌതുകത്തോടെ ഞാൻ നോക്കിയിരി ക്കുമായിരുന്നു.

മഴക്കാലത്ത് ഇന്റർവെൽ സമയങ്ങളിൽ നീണ്ട കാലുള്ള ഓലക്കുട കൾ പമ്പരംപോലെ കറക്കിക്കൊണ്ട് കുട്ടികളൊക്കെ മുറ്റത്തേക്കിറങ്ങു ന്നത് കാണാൻ നല്ല രസമായിരുന്നു. സ്കൂൾ പറമ്പിനോട് മുട്ടിയ ഒരു പറമ്പ് അച്ഛൻ വാങ്ങിയിരുന്നു. അവിടെ കരനെൽകൃഷിചെയ്തിരുന്നു. കരയിൽ വിതച്ച നെല്ല് ചിങ്ങമാസത്തിൽ വിളഞ്ഞു മൂരും. സ്കൂളിന്റെ മുൻഭാഗം തോടിനപ്പുറം ഇരുവിള കൃഷിചെയ്യുന്ന വിശാലമായ വയലാണ്. കന്നിമാസത്തിൽ അതും മൂരാൻ തുടങ്ങും. മൂത്തു കഴിഞ്ഞ നെല്ലിന്റെ അടിഭാഗത്തെ തണ്ട് മുറിച്ചുകൊണ്ടുവന്ന് ക്ഷണം ബ്ലേഡ് കൊണ്ട് പ

കുതിക്കുവെച്ച് ചില കീറലുകളുണ്ടാക്കി തുണിക്കുട പോലെ നിവർക്കു കയും മടക്കുകയും ചെയ്ത് കളിക്കുന്നത് കുട്ടികളുടെ ഒരു വിനോദമാ യിരുന്നു. ഇടവേളകളിൽ ഓലക്കുട കറക്കിക്കൊണ്ട് നെല്ലിൻ തണ്ടരി ഞ്ഞു കുടയാക്കി നീർത്തും മടക്കിയും കളിക്കുന്ന കുട്ടികളെ ഒന്നാംക്ലാ സിലെ ബെഞ്ചിലിരുന്നു കാണുന്നത് എന്റെ വിനോദമായിരുന്നു.

മണിയടിക്കുമ്പോൾ മഴയത്ത് കളിക്കുന്നവരെല്ലാം ഓടിക്കയറിവന്ന് കൈയിലെ ഓലക്കുട കാൽ മുന്നോട്ടാക്കി വരാന്തയുടെ ചുമരിൽ ചാരി വെക്കും. നല്ലൊരു കാറ്റ് വന്നാൽ കുടകളിൽ പലതും പറന്ന് മുറ്റത്തും പിന്നെയും പറന്ന് തോട്ടിലുമെത്തും. അപ്പോൾ നാലാംക്ലാസിലെ കുട്ടി കൾ മറ്റൊരു കുടയും ചൂടി ഓടിപ്പോയി പറക്കുന്നതിനെ പിടിച്ചെടുത്തു കൊണ്ടുവരും. അപ്പോഴേക്കും അതിന്റെ പണി തീർന്നിരിക്കും. കാല് ഊരി, ഓല പാറി, ഇല്ലി ഒടിഞ്ഞ് ഉപയോഗിക്കാൻ പറ്റാത്ത അവസ്ഥയി ലാകും. അത് വൈകുന്നേരം വീട്ടിലേക്ക് കൊണ്ടുപോയാലും ഇല്ലെങ്കി ലും ഉടമയ്ക്ക് രക്ഷിതാക്കളിൽനിന്നും അടി ഉറപ്പാണ്. അത് നന്നാക്കാ നാണെങ്കിൽ കാവുമ്പായി ഒരു കണിയാനുമില്ല. ഒരു കണിയാനെ ക ണ്ടെത്തണമെങ്കിൽ എള്ളരിഞ്ഞി വരെ പോകണം. ഈ സാഹചര്യത്തിൽ ചില വിരുതന്മാരെങ്കിലും കുട മാറിയെടുക്കും. അതിനെ പ്രതിരോധി ക്കാൻ കുട്ടികൾ അവരവരുടെ കുടയുടെ ഉള്ളിൽ കരിക്കട്ട കൊണ്ടോ, ചോക്ക് കൊണ്ടോ പേരെഴുതി വെക്കും.

ഞാൻ സ്കൂളിൽ പോകാൻ തുടങ്ങിയതോടെ അമ്മയ്ക്ക് പണി കൂടി. എന്നെയും പ്രസന്നയെയും രാവിലെ സ്കൂളിൽ കൊണ്ടാക്കണം. ഉച്ച യ്ക്ക് ഭക്ഷണം കൊണ്ടുതരണം. വൈകുന്നേരം കൂട്ടാൻ വരണം. ചില പ്പോൾ അമ്മയ്ക്ക് മണിയടിക്കുന്നതിനുമുമ്പ് എത്താൻ കഴിഞ്ഞെന്നുവ രില്ല. അപ്പോൾ ഞാൻ വരാന്തയിൽ ഓലക്കുടകളുടെ ഘോഷയാത്രയും കണ്ടുകൊണ്ട് അമ്മയെ കാത്തുനിൽക്കുകയാണ് പതിവ്. അതുപോലൊ രുദിവസം ഞാൻ വരാന്തയിൽ ഇറങ്ങുന്ന ഭാഗത്തായി ചുമരുംചാരി അമ്മ യെ കാത്തുനിൽക്കുകയായിരുന്നു. എന്നെ മുട്ടിയുരുമ്മി കുട്ടികൾ തി ക്കിത്തിരക്കി കടന്നുപോയ്ക്കൊണ്ടിരുന്നു. അതിലൊരു ആൺകുട്ടി അറി യാതെ എന്റെ വലതുകാലിന്റെ പെരുവിരലിൽ അമർത്തിച്ചവുട്ടി കടന്നു പോയി. പ്രാണൻ പറിയുന്ന വേദന ചെറിയൊരു കരച്ചിലായി പുറത്തു വന്നു. അപ്പോഴേക്കും അമ്മയെത്തിയിരുന്നു. കണ്ണീരൊലിപ്പിച്ചു നിൽ ക്കുന്ന എന്നെ കണ്ട് അമ്മ വേവലാതിയോടെ കാൽ പരിശോധിച്ചു. 'ന്റെ കുട്ടീരെ വെരലിന്റെ ദശ തുരുത്ത്യല്ലാ. ഏത് കുരുത്തംകെട്ട കുട്യാ എ ന്റെ മോള ചവുട്ടിച്ചീച്ചത്?'

അമ്മ ദേഷ്യത്തോടെ ഉറക്കെ ചോദിച്ചു.

അധ്യാപകർ വന്ന് അമ്മയെ സമാധാനിപ്പിച്ചു. എന്റെ വിരലിൽ തോൽ പൊട്ടി പച്ചമാംസം തെറിച്ചുമുന്നോട്ട് വന്നിരുന്നു. മാധവൻ മാഷ് മരുന്നു വെച്ചുകെട്ടിത്തന്നു. വേദനകൊണ്ട് നടക്കാൻ കഴിയാത്ത എന്നെ അമ്മ വീട്ടിലേക്ക് എടുത്തുകൊണ്ടുപോവുകയായിരുന്നു.

തളിയൻ രാമൻ നമ്പ്യാർ സ്മാരക പൊതുജനവായനശാലയും ആഗസ്റ്റ് പതിനഞ്ചും

1962 ആഗസ്റ്റ് 15, ഞങ്ങളുടെ സ്കൂളിലും സ്വാതന്ത്ര്യദിനം ആഘോഷിക്കുകയാണ്. അമ്മ രാവിലെ ഞങ്ങളെ സ്കൂളിൽ കൊണ്ടാക്കി. അധ്യാപകരും കുട്ടികളും ചേർന്ന് പൂക്കളും കുരുത്തോലയുംകൊണ്ട് വരാന്തയും ഗ്രൗണ്ടും അലങ്കരിച്ചു. പിന്നീട് അസംബ്ലി നടത്തി. ഞാൻ മുറ്റത്ത് ഇറങ്ങിയില്ല, അസംബ്ലിയിൽ നിന്നില്ല. പകരം ബെഞ്ചിലിരുന്ന് അൽപ്പം നൊമ്പരത്തോടെ എല്ലാം കണ്ടുകൊണ്ടിരുന്നു. അധ്യാപകർ കുട്ടികൾക്ക് മിഠായി വിതരണം നടത്തി. സ്വാതന്ത്ര്യ സ്മൃതിയുടെ മധുരം എന്റെ ഇരിപ്പിടത്തിലുമെത്തി.

ഉച്ചയ്ക്ക് മുമ്പേ അമ്മ ഞങ്ങളെ കൂട്ടാൻ വന്നു.

സ്കൂളിന്റെ കിഴക്ക് ഭാഗത്തെ അതിർത്തിയിൽ ഭംഗിയുള്ള ഒരു ചെറിയ കെട്ടിടം ഉയർന്നു വരുന്നുണ്ടായിരുന്നു. അത് അച്ഛൻ പുതുതായി വാങ്ങിയ സ്ഥലത്താണ് നിർമ്മിക്കുന്നത്. അതിനെക്കുറിച്ച് ചില തർക്കങ്ങളും ആക്ഷേപങ്ങളും തളിയന്മാർ വീട്ടിൽ പൊങ്ങിവന്നിരുന്നു.

'ഓനോട് പറഞ്ഞെ. തെക്കത്തി ദെച്ചുന്റെ സ്ഥലത്ത് എന്റെ അച്ഛന് സ്മാരകം ഉണ്ടാക്കണ്ട. വായനശാല പോലും. വായനശാലേല് പുസ്തകം വേണ്ടേ? ആരാ ആട വരു? വായനശാലയല്ല, അത് വിജനശാലയായിരിക്കും.' വലിയച്ഛൻ ഇടയ്ക്കിടെ പൊട്ടിത്തെറിക്കുമായിരുന്നു.

ഈ വലിയച്ഛനെന്താ പറയുന്നത്. എന്തിനാ അച്ഛനെയും അമ്മയെയും ചീത്ത പറയുന്നത്. എനിക്കൊന്നും മനസ്സിലായില്ല.

രണ്ടുമക്കളുടെയും ഇടയിൽ പെട്ട് അങ്ങേമ്മ കഷ്ടപ്പെട്ടു. ആരെയും അമ്മയ്ക്ക് തള്ളാൻ പറ്റില്ല. സഹികെടുമ്പോൾ അമ്മ പറയും. 'രാഘവനാണ് എല്ലാം പിടിച്ചുനിർത്തിയത്. ഇല്ലായിരുന്നെങ്കിൽ ഞാൻ ഒറ്റക്ക് എന്ത് ചെയ്യുമായിരുന്നു.'

എന്നാലും അങ്ങേമ്മയ്ക്ക് വലിയച്ഛനോട് ഒരു പൊടി ഇഷ്ടം കൂടുതൽ ഉണ്ടായിരുന്നു. അതിന് മതിയായ കാരണവുമുണ്ടായിരുന്നു. അമ്മയ്ക്ക് നഷ്ടപ്പെട്ടു എന്ന് കരുതിയ മകനാണ് വലിയച്ഛൻ. ഒളിവിലും ജ

യിലിലുമായി ഏഴുകൊല്ലം. ജീവിച്ചിരിപ്പുണ്ടോ എന്നുപോലും അറിയാ
ത്ത ഒരു ഘട്ടമുണ്ടായിരുന്നു. പിതാവിനൊപ്പം വെടിയേറ്റ് മരിച്ചോ എന്ന
റിയാതെ അച്ഛനും അങ്ങേമ്മയും കുഞ്ഞപ്പയെന്ന ഇളയ അനുജനും ഒ
രുപാട് കണ്ണീർ കുടിച്ചിരുന്നു. കുഞ്ഞനുജൻ വല്യേട്ടൻ വരുന്നതുവരെ
കാത്തുനിൽക്കാതെ യാത്രയായി. അതൊക്കെ വിവരിക്കുമ്പോൾ അങ്ങേ
മ്മയുടെ കണ്ണുകൾ ധാരധാരയായി ഒഴുകും. ഏഴുമക്കളെ പ്രസവിച്ച്
അഞ്ചെണ്ണത്തെയും കുഴിയിലേക്ക് വെക്കേണ്ടി വന്ന അമ്മയുടെ വേദന
ബാക്കിയുള്ള രണ്ടു മക്കളും അറിഞ്ഞില്ല. അവർ പരസ്പരം മത്സരിച്ചു
കൊണ്ടേയിരുന്നു.

തന്റെ വിപ്ലവകാരിയായ, രക്തസാക്ഷിയായ പിതാവിന് ഉചിതമായ
സ്മാരകം നിർമ്മിക്കണമെന്നുള്ളത് എന്റെ അച്ഛന്റെ ഹൃദയത്തിലെ അ
ടങ്ങാത്ത ആഗ്രഹമായിരുന്നു. പിതാവിന്റെ സ്മരണയെ അനശ്വരമാക്കി
നിലനിർത്താൻ ക്ഷരമില്ലാത്ത അക്ഷരലോകമാണുചിതം എന്നതിൽ എ
ന്റെ അച്ഛന് യാതൊരു സംശയവുമില്ലായിരുന്നു. ആഗ്രഹിച്ച തുടർപറ
നം സമരത്തിന്റെ തീച്ചൂളയിൽ കരിഞ്ഞുപോയെങ്കിലും പിതാവ് ജീവൻ
നൽകി കൊളുത്തിയെടുത്ത രാ ഷ്ട്രീയ, സാമൂഹ്യാവബോധത്തിന്റെ തീ
പ്പൊരി ഉള്ളിൽ കിടന്നു ജ്വലിക്കുന്നുണ്ടായിരുന്നു. അതിന്റെ തീക്ഷ്ണ
പ്രകാശത്തിൽ നാടിന്റെ സിരാകേന്ദ്രമാകേണ്ട മഹത് സ്ഥാപനം അദ്ദേ
ഹത്തിന്റെ മനസ്സിൽ പിതാവിന്റെ സ്മാരകമായി ഉയിർക്കൊള്ളുകയാ
യിരുന്നു.

പെരുന്തില വയലിൽ അച്ഛന്റെ ഓഹരിയായ കണ്ടത്തിന്റെ പകുതി
വിറ്റിട്ടാണ് വായനശാലയുടെ കെട്ടിടനിർമ്മാണത്തിനാവശ്യമായ പണം
സ്വരൂപിച്ചത്. പരിപ്പായിയിലെ ഗോവിന്ദനാശാരി തളിയന്മാർ വീട്ടിൽ വ
ന്നു താമസിച്ചാണ് വായനശാലയുടെ പണി തീർത്തത്. വീട്ടിൽ പോകാ
തെ പണിയെടുക്കുന്ന ദിവസങ്ങളിൽ ഇറയത്തിന്റെ മൂലയ്ക്കുള്ള പത്താ
യത്തിന്റെ പുറത്താണ് ആശാരി രാത്രിയിൽ ഉറങ്ങുക. ഉലക്കോട്ടിന്റെ
ഇറയത്തിരുന്നാണ് മരപ്പണിയെടുക്കുക. ഗോവിന്ദൻ ആശാരി വർത്ത
മാനം പറഞ്ഞുകൊണ്ട് പണിയെടുക്കുന്നത് കാണാൻ നല്ല രസമായി
രുന്നു. അതുകൊണ്ട് ആശാരി വരുന്നത് കുട്ടികളായ ഞങ്ങൾക്ക് ഉത്സ
വമാണ്. എന്റെ അനിയത്തിയെ കുഞ്ഞിറയത്ത് ആശാരി കാണുന്നിട
ത്ത് ഇരുത്തി എന്നെ കൂട്ടിനുമിരുത്തിയിട്ട് അമ്മ ആശാരിയോട് പറയു
മായിരുന്നു. 'ആശാരീ, ഒന്ന് മോൾ മുറ്റത്ത് കീഞ്ഞുപോന്നുണ്ടോന്നു
നോക്കണേ. വയലിൽ കഞ്ഞി കൊണ്ടുകൊടുത്തിട്ട് വേം വരാം.'
1962 ആഗസ്റ്റ് 15ന്റെ സായാഹ്നം. നാട്ടുകാർ മുഴുവനും സ്കൂൾ പറ

മ്പിൽ എത്തിയിരുന്നു. വായനശാല ഉദ്ഘാടനത്തിന് കെ.എ.കേരളീയ നും എ.കുഞ്ഞിക്കണ്ണനുമൊക്കെ വരുന്നത് ആഘോഷമാക്കുകയായിരു ന്നു അവർ. കാവുമ്പായി കർഷകസമരവുമായി ബന്ധമില്ലാത്തവരായി നാട്ടിൽ ആരുമില്ലായിരുന്നു. കാവുമ്പായി സമരരക്തസാക്ഷിയുടെ സ് മാരകം ഉദ്ഘാടനം ചെയ്യാനെത്തിയ സമരസഖാക്കളെ ആവേശത്തോ ടെ അവർ സ്വാഗതംചെയ്തു.

പരിപാടിക്കുശേഷം നേതാക്കൾ രാത്രിയാണ് തളിയന്മാർ വീട്ടിലെ ത്തിയത്. അവിടെ അവർക്ക് ഭക്ഷണമൊരുക്കിയിരുന്നു. കേരളീയൻ ഉ പ്പ് കൂട്ടാതെയാണ് ചോറുണ്ടത്. കൂട്ടാൻ ഉപ്പിടാത്ത പച്ചമോരും അരി ഞ്ഞിട്ട പഴുത്ത തക്കാളിയും മാത്രം. ഒരു ഗ്ലാസ് പാലും കുടിച്ച് അദ്ദേ ഹം ഉറങ്ങാൻ കിടന്നു.

വായനശാലയുടെ പ്രവർത്തനത്തിന് മാടായി ചന്തുക്കുട്ടി സെക്രട്ട റിയും എം.സി.രാമർകുട്ടി നമ്പ്യാർ പ്രസിഡണ്ടുമായി ഒരു താൽക്കാലിക സമിതി രൂപീകരിച്ചു.

1964 മെയ് മാസം ആണ് വായനശാലാ കമ്മറ്റി പുനഃസംഘടിപ്പിച്ചത്. എന്റെ അച്ഛൻ, ഇ.കെ.രാഘവൻ നമ്പ്യാർ, പ്രസിഡൻറും എസ്.കെ.മാ ധവൻ സെക്രട്ടറിയുമായി. ആദ്യം ശേഖരിച്ച കുറച്ച് പുസ്തകങ്ങൾ അ വിടെ ഉണ്ടായിരുന്നു. കൂടുതൽ പുസ്തകങ്ങൾ ശേഖരിച്ച് ഗ്രന്ഥശാലാ സംഘത്തിൽ അഫിലിയേഷന് ശ്രമിക്കാൻ കമ്മിറ്റി തീരുമാനിച്ചു. ഭാര വാഹികൾക്ക് പുറമെ വലിയച്ഛൻ (ഇ. കെ.നാരായണൻ നമ്പ്യാർ), കേ പ്പുക്കുട്ടി മാസ്റ്റർ, മാടായി ചന്തുക്കുട്ടി നായർ എന്നിവരും പുസ്തകം പി രിക്കാൻ ഉത്സാഹിച്ചു. ആദ്യത്തെ ദേഷ്യത്തിനുശേഷം വലിയച്ഛനും വാ യനശാലയുടെ പ്രവർത്തനവുമായി സഹകരിക്കാൻ തുടങ്ങി. കൂട്ടുംമു ഖം ലൈബ്രറി സെക്രട്ടറി പി. കെ.കുഞ്ഞിക്കണ്ണൻ മാസ്റ്ററുടെ സഹായ ത്തോടെ താലുക്ക് ഗ്രന്ഥശാലാസംഘവുമായി ബന്ധപ്പെട്ടു. അവർ പറ ഞ്ഞതനുസരിച്ച് പുസ്തകങ്ങളുടെ എണ്ണം (500) ക്രമീകരിച്ചു. മറ്റു റി ക്കാർഡുകൾ ശരിയാക്കി. 1965 ൽ ആദ്യത്തെ ഗ്രാൻറ് വാങ്ങി. 100 രൂപ ആയിരുന്നു അന്ന് ഗ്രാൻറ്. എം.സി.കേപ്പുക്കുട്ടിയും എസ്. കെ.മാധവ നുംകൂടി കണ്ണൂരിൽ പോയി പുസ്തകങ്ങൾ വാങ്ങി. ഗ്രന്ഥശാലാസംഘ ത്തിൽ രജിസ്റ്റർചെയ്തതോടെ തളിയൻ രാമൻ നമ്പ്യാർ സ്മാരക വാ യനശാല & ഗ്രന്ഥാലയം എന്ന് പേർ മാറ്റി.

ഇതിനിടയിൽ അച്ഛൻ വായനശാല സ്ഥിതി ചെയ്യുന്ന ആറുസെന്റ് സ്ഥലം താൻ വിശ്വസിക്കുകയും അംഗമായിരിക്കുകയും ചെയ്യുന്ന കമ്മ്യൂ ണിസ്റ്റ് പാർട്ടിയുടെ പേരിൽ എഴുതി കൊടുത്തിരുന്നു.

അത് വിജനശാലയായില്ല. ഇപ്പോഴും വായനശാലയായി നിലനിൽ ക്കുന്നു. അതിലുപരി മറ്റു പലതുമാണ് അതിപ്പോൾ. എന്റേതടക്കം ഒരു പാട് ജീവിതങ്ങളെ മാറ്റിക്കുറിക്കാനുള്ള നിയോഗം ആ സ്ഥാപനം ഏറ്റെ ടുത്തു. ഒരുനാടിനു മാത്രമല്ല, പലദേശങ്ങൾക്കും ആ മഹത്സ്ഥാപനം വഴികാട്ടുകയാണിപ്പോഴും. നാടിന്റെ സിരാകേന്ദ്രമായി വർത്തിക്കാൻ അ ങ്ങനെയൊരു സ്ഥാപനമാണ് ആവശ്യമെന്ന അച്ഛന്റെ ദീർഘവീക്ഷണ ത്തിലും അത് പടുത്തുയർത്തിയ കർമ്മശേഷിയിലും ഒരു മകളെന്ന നി ലയിലും അതിന്റെ ഒരു ഗുണഭോക്താവ് എന്ന നിലയിലും ഞാൻ അഭി മാനംകൊള്ളുന്നു.

എം.സി. കേപ്പുക്കുട്ടി, കാവുമ്പായി ജനാർദ്ദനൻ, കാവുമ്പായി ബാല കൃഷ്ണൻ തുടങ്ങി കഴിവുറ്റ സെക്രട്ടറിമാരും ലൈബ്രേറിയന്മാരും ഈ സ്ഥാപനത്തെ ഉന്നതിയിലേക്ക് നയിച്ചു.

കർക്കിടകത്തിന്റെ കോരിച്ചൊരിയലുകളിൽ അമ്മ വലിയ കുടയൊ ക്കെ എടുത്ത് എന്നെ സ്കൂളിൽ കൊണ്ടാക്കും. ഉച്ചയ്ക്ക് ചോറ് കൊ ണ്ടുതരും. വൈകുന്നേരം കൂട്ടിക്കൊണ്ടുപോകും. പുസ്തകവും സ്ലേറ്റും പെൻസിലും ഒരു തുണി സഞ്ചിയിലാക്കി എന്റെ തോളിൽ ഇടും. ഏഴു ദിവസമൊക്കെ ഇടതടവില്ലാതെ മഴപെയ്യുന്ന കാലമാണ്. അപ്പോൾ സ് കൂളിനു മുന്നിലെ തോടും വയലും ഒന്നാകും. നോക്കുന്നിടത്തെല്ലാം വെ ള്ളമായിരിക്കും. വരമ്പുകൾ വെള്ളത്തിനടിയിലാകും. അതിനു മുമ്പ് സ്കൂൾ വിടും. വയലിനപ്പുറത്ത് നിന്ന് രക്ഷിതാക്കൾ കുട്ടികളെ കൂട്ടാൻ വരും. അങ്ങനെയൊരു മഴദിവസം ഉച്ചയ്ക്ക് മുമ്പേ സ്കൂൾ വിട്ടു. അമ്മ വരുന്നതിന് മുമ്പ് ഞങ്ങൾ സ്കൂളിൽ ഒറ്റക്കാകുമോയെന്നു പേടിച്ചിരി ക്കുമ്പോൾ അളോറവീട്ടിലെ ഗോവിന്ദേട്ടൻ കുറേ കുടകളുമായി വന്നു. എന്നിട്ട് ഞങ്ങളെ അളോറ വീട്ടിലേക്ക് കൂട്ടിക്കൊണ്ടുപോയി. ഗോവി ന്ദൻ അമ്മാളു വലിയമ്മയുടെ മകനാണ്. അമ്മാളു വലിയമ്മ എന്റെ അച്ഛന്റെ അമ്മാവന്റെ മകളാണ്.

മഴയത്ത് കുടയും പിടിച്ച് കൈയും പിടിച്ചുനടത്തി കൊണ്ടുവന്നതി നാൽ ഞാൻ ആകെ നനഞ്ഞിരുന്നു. പ്രസന്നയും നനഞ്ഞിരുന്നു. അ മ്മാളു വലിയമ്മ ഞങ്ങളെ അടുക്കളയിൽ അടുപ്പിന്റെ അടുത്ത് ഇരു ത്തി കഞ്ഞി തന്നു. അടുപ്പിലെ തീയുടെ ചൂടുകൊണ്ട് നനഞ്ഞ ഉടു പ്പൊക്കെ ഉണക്കിയെടുത്തു. അപ്പോഴേക്കും അമ്മ ഞങ്ങളെ കൂട്ടാൻ വന്നു.

അമ്മ കൂട്ടാൻ വരുന്നതിന്റെ മറ്റൊരു ഓർമ്മയും എന്റെ മനസ്സിൽ മാ യാതെയുണ്ട്. അമ്മ തീണ്ടാർന്ന സമയത്തായിരുന്നു അത്. തീണ്ടാരി ക്കുക, ദൂരത്താവുക എന്നൊക്കെ പറയുന്ന ഈ സംഭവം അക്കാലത്ത്

ഒരു മഹാസംഭവമായിരുന്നു. ചോറും കൂട്ടാനും വെച്ചുകൊണ്ടിരിക്കുന്ന തിനിടയിലായിരിക്കും ചിലപ്പോൾ അമ്മ ദൂരത്താവുക. ചെയ്തുകൊണ്ടി രിക്കുന്ന ജോലി നിർത്തിവെച്ച് അമ്മ പുറത്തേക്ക് മാറിപ്പോവും. ദൂര ത്തായാൽ പിന്നെ ആരെയും തൊടാൻ പാടില്ല. തീണ്ടാർന്നവർക്ക് ക ഞ്ഞിയും മറ്റും വിളമ്പുന്ന കിണ്ണം പ്രത്യേകമായുണ്ട്. വടക്കോർത്തെ ഇ റയത്ത് വേറെ പാത്രത്തിൽ കൊണ്ടുവന്ന് തീണ്ടാരിക്കിണ്ണത്തിലേക്ക് തൊടാതെ ഒഴിച്ചുകൊടുക്കുകയാണ് പതിവ്. തീണ്ടാരിപ്പെണ്ണുങ്ങൾ ഭ ക്ഷണം കഴിച്ച് ആരെങ്കിലും ഒഴിച്ചുകൊടുക്കുന്ന വെള്ളം കൊണ്ട് മുറ്റ ത്തിനപ്പുറം പോയി കിണ്ണം കഴുകി ഇറയത്ത് കമിഴ്ത്തിവെക്കും. അങ്ങ നെ കമഴ്ത്തിയാൽ കിണ്ണത്തിന്റെ അയിത്തം പോയിക്കിട്ടും. രാത്രി ഉറ ങ്ങാനും പ്രത്യേകസ്ഥലം ഉണ്ട്. തളിയന്മാർ വീട്ടിൽ ചായിപ്പിന്റെ ഒരു മൂ ലയ്ക്കാണ് തീണ്ടാർന്ന പെണ്ണുങ്ങൾ കിടക്കാറുള്ളത്. ചിലപ്പോൾ അ മ്മ ദൂരത്താവുന്ന സമയം തന്നെ വലിയമ്മയും ദൂരത്താവും. ഒറ്റയ്ക്ക് പ ണി മുഴുവൻ എടുക്കേണ്ടി വരുമ്പോൾ അങ്ങേമ്മ ദേഷ്യത്തോടെ പറ യും, 'പെണ്ണുങ്ങൾ രണ്ടാളും പറഞ്ഞ് ഒത്തിട്ടാണ് പൊറത്തായത്.'

തീണ്ടാർന്ന സമയത്തും അമ്മ എന്നെ കൂട്ടാൻ സ്കൂളിൽ വന്നു. പക്ഷേ, അമ്മ എന്നെ തൊട്ടില്ല, എന്റെ പുസ്തകസഞ്ചി എടുത്തില്ല. എ നിക്ക് പിന്നിലായി അമ്മ നടന്നു. കളമുള്ള വളപ്പിൽ നിന്ന് തളിയന്മാർ വീട്ടിലേക്ക് കടക്കുന്ന കിളയ്ക്ക് വലിയൊരു മരത്തടിപ്പാലമുണ്ട്. നിര പ്പിൽ നിന്ന് ഒരുപടി ഉയരത്തിലാണ് പാലം സ്ഥിതിചെയ്യുന്നത്. എന്തി ലെങ്കിലും തൊട്ടാലേ എനിക്ക് കാലുയർത്തി അതിൽ ചവിട്ടിക്കയറാനാ വൂ. എങ്ങനെയെങ്കിലും കയറിയാൽ ഒരു കാലടിക്കു മുന്നിൽ മറ്റേ കാ ലെടുത്ത് വെക്കാനാവില്ല. രണ്ടുകാലും രണ്ടു സമാന്തര രേഖയിൽ വെ ച്ചുനടക്കാനേ എനിക്കാവൂ. അമ്മയ്ക്ക് എന്നെ തൊടാനും പാടില്ല. അഥ വാ തൊട്ടുപോയാൽ ഞാൻ കുളിക്കണം. പാലത്തിന്റെ അടുത്തെത്തി യപ്പോൾ കടങ്കഥയിലെ 'വെള്ളംകണ്ടാൽ നിൽക്കും കുതിരയെ'പ്പോ ലെ ഞാൻ നിന്നു. അമ്മ കയറാൻ പ്രേരിപ്പിച്ചുകൊണ്ടിരുന്നു. ഞാൻ ക യറാൻ കൂട്ടാക്കാഞ്ഞപ്പോൾ അമ്മ കലമ്പാൻ തുടങ്ങി. പ്രാർഥിച്ചുകൊ ണ്ട് കയറാൻ അമ്മ പറഞ്ഞപ്പോൾ ഞാൻ ഒരു സൂത്രമെടുത്തു. കുനി ഞ്ഞ് പാലത്തിൽ രണ്ടു കൈകൊണ്ടും പിടിച്ചിട്ട് 'റ'യുടെ കോലത്തി ലേക്ക് എന്നെ വളച്ചെടുത്തുകൊണ്ട് ഒരു കാലെടുത്തു പാലത്തിൽ വെ ച്ചു. അമ്മ പറഞ്ഞതുപോലെ പ്രാർഥിച്ചുകൊണ്ട് എങ്ങനെയൊക്കെയോ മറ്റേ കാലും മുന്നോട്ട് എടുത്തുവെക്കുമ്പോൾ അമ്മയോട് പറഞ്ഞു. 'ഞാൻ ബീവുന്ന്ണ്ടെങ്കിൽ അമ്മ പിടിക്കണം. തൊട്ടുടാത്തൊന്നും നോ ക്കണ്ട. പോയിറ്റ് കുളിക്കാം.'

160

പാലത്തിന് മുട്ടുകുത്തി പോകാനുള്ള വീതി ഇല്ലായിരുന്നു. എനിക്ക് സഞ്ചിയും തോളിലിട്ട് നിവർന്നു നടക്കാനും ശേഷിയില്ല. കുനിഞ്ഞുത ന്നെ ഓരോ കൈ പാലത്തിൽ മുമ്പോട്ട് വെച്ചു വെച്ച് ഓരോകാലും മുന്നോ ട്ട് നീക്കി വിറച്ചുവിറച്ച് 'റ' പോലെ ഞാൻ പാലം കടക്കുകതന്നെ ചെയ് തു. തോളിലിട്ട എന്റെ സഞ്ചി പാലത്തിലൂടെ വലിഞ്ഞുവലിഞ്ഞ് എന്റൊ പ്പം വന്നു. ഒരടി പിന്നിലായി അമ്മയും.

ഇങ്ങനെയൊരു മോളെ പെറ്റ അമ്മ എങ്ങനെ പറയാതിരിക്കും! 'എന്റെ പിന്നാലെ നടക്കാൻ ഒരു കുട്ടി ഇല്ലല്ലോ'എന്ന്. അനുജത്തി ഉ ണ്ടാവുന്നതുവരെ അമ്മയുടെ സങ്കടം അതായിരുന്നു.

ഒന്നാംക്ലാസ് പരീക്ഷ കഴിഞ്ഞ് സ്കൂൾ അടച്ചു. ചിരുതേയി ഞങ്ങ ളെ കൂട്ടാൻ വന്നു. ഞാനും അമ്മയും അനുജത്തിയും തേർതല താമ സിക്കാൻ പോയി.

തീർപ്പാകാത്തൊരു
വിവാഹമോചനഹർജി

അമ്മയും മക്കളും ചീത്തീലെ വീട്ടിൽ സമാധാനത്തോടെ സസുഖം വാഴുന്നൊരുനാൾ പോസ്റ്റുമാൻ കടന്നുവന്നു. 'ടി.വി.ലക്ഷ്മിക്ക് ഒരു രജി സ്റ്റേഡ് കത്തുണ്ട്.'

അമ്മ അതിശയത്തോടെ ചോദിച്ചു. 'അനക്കാരാ കത്തയക്കണ്ടത്?'

പോസ്റ്റ്മാൻ കത്ത് തിരിച്ചും മറിച്ചും നോക്കിയിട്ട് വായിച്ചു. 'ഇ.കെ.രാ ഘവൻ നമ്പ്യാർ. ഇതൊരു ഡൈവോഴ്സ് നോട്ടീസാണല്ലോ.'

'അയാക്ക് തന്നെ കൊടുത്തേ. ഞാനിപ്പൊ വാങ്ങുന്നില്ല.' അമ്മ തീർ ത്തുപറഞ്ഞു.

സാധാരണ അമ്മ കാവുമ്പായി പോകാൻ മടി കാണിക്കുമ്പോൾ അച്ഛ പ്പൻ പറയാറുണ്ട്.

'ഓക്ക് വേണ്ടെങ്കിൽ ഇനി അങ്ങോട്ട് പോണ്ട. താടിക്കാരൻ കേറ്യാൽ കപ്പൽ മുങ്ങോ?' അമ്മമ്മയും പറയുമായിരുന്നു. 'ഉള്ളതും കുടിച്ച് ഈട കൂട്യാ മതി.'

ഇപ്രാവശ്യം അവർ രണ്ടുപേരും അഭിപ്രായം പറഞ്ഞില്ല. കാരണം എന്റെ അമ്മ രണ്ടു കുട്ടികൾ ഉണ്ടായതിനുശേഷം വിവാഹബന്ധം വേർ പെടുത്താൻ തയ്യാറല്ല എന്ന് വ്യക്തമായി മാതാപിതാക്കളോട് പറഞ്ഞി ട്ടുണ്ടായിരുന്നു. അമ്മ പറയുമായിരുന്നു, 'അന്ത്യോളും കല്യാണം കയി ക്കാൻ കയ്യില്ല. അച്ഛനുമമ്മീം ഏച്ചീനീം മക്കളീം പോറ്റണം. എന്നീം മ

ക്കളീം പൊറ്റണം. അതൊന്നും നടക്കൂല.'

അമ്മ ആരുടെയും അഭിപ്രായവും തീരുമാനവും പരിഗണിക്കാതെ കാവുമ്പായി പോകാനൊരുങ്ങി. കൂടെ പോകാൻ ചിരുതേയിയെ വരുത്തി. അനിയത്തിയെ എടുത്ത് അമ്മയും എന്നെ കൈപിടിച്ച് ചിരുതേയിയും നടന്നു. ഇടയ്ക്കിടെ ചിരുതേയി എന്നെ എടുക്കുകയും ചെയ്തു. സന്ധ്യ യ്ക്ക് മുമ്പ് അമ്മയും മക്കളും കാവുമ്പായി എത്തി. ഞങ്ങളെ കണ്ട പ്പോൾ പതിവുപോലെ അങ്ങേമ്മയ്ക്ക് സന്തോഷം. അമ്മ വിവാഹമോ ചനത്തിന്റെ കാര്യം അങ്ങേമ്മയെ അറിയിച്ചു.

കുറച്ചുനേരം കഴിഞ്ഞപ്പോൾ അച്ഛൻ കയറി വന്നു. അമ്മയെയും ഞങ്ങളെയും കണ്ടു. ദേഷ്യത്തോടെ അങ്ങേമ്മയെ വിളിച്ചു.

'ഇവളോട് വരാൻ ആരാ പറഞ്ഞത്?'

'ഞാനാ പറഞ്ഞത്. ഒന്ന് ഉക്കലിൽ, ഒന്നിനെ കൈപിടിച്ചിറ്റ്. ഓന്റെയ്യാരു വിവാഹമോചനം.' അങ്ങേമ്മയും ദേഷ്യപ്പെട്ടു. 'നിനക്ക് ഏടെയ്ങ്കിലും പോണ്ടിക്കിൽ നീ പൊയ്ക്കോ. ഓള് ഏടീം പോന്നില്ല. അനക്ക് വേണ്ടീറ്റ് ഞാൻ കെട്ട്യുടുപ്പിച്ച് കൊണ്ടന്നതാ ഓള. ഓള് ഈട നിക്കും.'

ഇത് കേട്ടതും അച്ഛൻ അലറി വിളിച്ച് ഇറയത്തേക്ക് പാഞ്ഞുകയറി. അങ്ങേമ്മയെ കഴുത്തിനു പിടിച്ച് ചുമരിനോട് ചേർത്തു.

'നിങ്ങളെന്താ കാണിക്കുന്നെ.' അമ്മ ഓടിപ്പോയി അച്ഛന്റെ കൈക്ക് കടിച്ചു. വേദനിച്ചപ്പോൾ അച്ഛൻ കൈവിട്ടു.

അമ്മ അച്ഛനെ ഭീഷണിപ്പെടുത്തി, 'ഞാൻ ആളെ വിളിച്ചുകൂട്ടും.'

അതോടെ അച്ഛൻ ആയുധംവച്ചു കീഴടങ്ങി. ദേഷ്യം കടിച്ചമർത്തി ഇറങ്ങിപ്പോയി.

അമ്മ വരുന്നതിനും മുമ്പുതന്നെ അച്ഛൻ തളിയന്മാർ വീട്ടിൽ വല്ല പ്പോഴും വരുന്ന ആളായി മാറിയിരുന്നു.

ദിവസം കഴിയുന്തോറും അച്ഛനും വലിയച്ഛനും തമ്മിലുള്ള അകൽച്ച കൂടിക്കൊണ്ടിരുന്നു. പരസ്പരം സംസാരിച്ചാൽ കലമ്പിലെ എത്തൂ. അവർക്കിടയിൽ പെട്ട് അങ്ങേമ്മ കഷ്ടപ്പെട്ടു. രണ്ടുപേരും അധികസമയ വും വീട്ടിനു പുറത്തായിരിക്കും. അച്ഛന് പണി ഒഴിഞ്ഞ സമയം ഉണ്ടാ കില്ല. അച്ഛൻ ഭക്ഷണം കഴിക്കാൻ വരും. കഴിച്ച ഉടനെ പോവുകയും ചെയ്യും. പലപ്പോഴും കഴിക്കാനും വരാറില്ല. കുറെനാളായി ഉറക്കം പുലി യുടെ കീഴിലെ പീടികയിൽ തന്നെയായിരുന്നു.

മൺകട്ടകൊണ്ട് നിർമ്മിച്ച ഒറ്റമുറിപ്പീടിക. മുൻവശത്ത് ചെറിയൊ രു വരാന്തയുണ്ട്. നിരപ്പലകയാണ് വാതിലിന്റെ സ്ഥാനത്ത്. പീടികയു ടെ മുകളിൽ മുറിപോലൊന്ന് കട്ടവെച്ച് കുറച്ചുകൂടി ഉയർത്തി അച്ഛൻ ഉ

ണ്ടാക്കിയതാണ്. ഒറ്റമുറിപ്പീടികയുടെ മൂന്നുഭാഗം ചുറ്റി വീതികുറഞ്ഞ ഞാലിയും അച്ഛൻ ഉണ്ടാക്കി. മുൻവശത്തും പിൻവശത്തും ഞാലിയി ലേക്ക് നൂണുകയറാൻ കഴിയുന്ന ഓരോ ചെറിയ വാതിലും സ്ഥാപിച്ചു. അടുക്കളയായും ഭക്ഷണമുറിയായും അത്യാവശ്യം കിടക്കാനും ഒക്കെ ഞാലി ഉപയോഗിച്ചു. മുകളിലാണ് അച്ഛൻ ഉറങ്ങുന്നത്. അതിന്റെ മുക ളിലെത്താൻ അല്പം സർക്കസ്സൊക്കെ അറിയണം. ഗോവണി ഒന്നുമി ല്ല. മുള ഉപയോഗിച്ച് ഗോവിന്ദനാശാരി തട്ടിക്കൂട്ടിയെടുത്ത ഇട്ടാണി എ ന്ന് പേരിട്ട ഒരു സാധനം ചുമരിൽ ചാരിവെക്കും. അതിൽ ബാലൻസ് ചെയ്ത് കയറണം. പടികൾ വളരെ ഇടവിട്ടാണ്. കയറുമ്പോൾ മുളപി ളർന്നുണ്ടാക്കിയ പടികൾ ഇളകുകയുംചെയ്യും. സൂക്ഷിച്ചില്ലെങ്കിൽ ഇ ട്ടാണി അടക്കം ചെരിഞ്ഞു വീഴും.

പലവിധ സാധനങ്ങൾ വിൽക്കാൻ നിരത്തിവെച്ചിരുന്ന മുൻവശത്തെ നിരയിട്ട പീടികമുറിയുടെ അപ്പോഴത്തെ നിയോഗം നെല്ല് നിറച്ച പത്താ യവും നിലത്ത് കൂട്ടിയിട്ട നെല്ലും സൂക്ഷിക്കാനായിരുന്നു. ഈ ചുരുങ്ങി യ സൗകര്യങ്ങളിൽ അവിൽ, പഴം തുടങ്ങിയ ചില്ലറ ഭക്ഷണസാധന ങ്ങളൊക്കെ കഴിച്ച് തളിയന്മാർ വീട്ടിലേക്ക് പോകാതെ അച്ഛൻ അവിടെ തങ്ങാൻ തുടങ്ങി.

ഇതിലൊക്കെ അങ്ങേമ്മയുടെ മനസ്സ് വല്ലാതെ വേദനിച്ചിരുന്നു. പക്ഷേ, അങ്ങേമ്മ ഒന്നും ചെയ്യാനാവാത്ത നിസ്സഹായാവസ്ഥയിലായി രുന്നു. ഈ പ്രതിസന്ധി ഘട്ടത്തിലാണ് അച്ഛൻ വിവാഹമോചനം ആ ഗ്രഹിച്ചത്. ആ കാലഘട്ടത്തിൽ ഒരു വിവാഹബന്ധം തകരാൻ ഒരു നോ ട്ടീസും വേണ്ട. അമ്മ മകന്റെ ഭാര്യയെ അവളുടെ വീട്ടിൽ കൊണ്ടാക്കി യേക്കൂ എന്ന് പറഞ്ഞാൽ അക്കാലത്തെ ആണ്മക്കൾ അനുസരിക്കും. ചിലപ്പോൾ അമ്മ തന്നെ അതിനു മുൻകൈ എടുക്കും. അപ്പോഴാണ് ഇവിടെ ഒരമ്മ മകന്റെ ഭാര്യയെ നിലനിർത്താൻ മകന്റെ മർദ്ദനം ഏറ്റു വാങ്ങിയത്.

അനിയനോട് അഭിപ്രായവ്യത്യാസമുണ്ടെങ്കിലും അനിയന്റെ ഭാര്യ യെക്കുറിച്ച് നീരസം പ്രകടിപ്പിക്കാറുണ്ടെങ്കിലും ബന്ധം തകരണമെന്ന് ഏട്ടനും ആഗ്രഹിച്ചില്ല. അദ്ദേഹം ഒന്നും ചോദിച്ചില്ല, പറഞ്ഞുമില്ല.

അടുത്തദിവസം രാവിലെ അമ്മ അങ്ങേമ്മയോട് പറഞ്ഞു. 'പുരനി ല്ലെങ്കിൽ ഓളെന്തിനാ ഈട നിക്ക്ന്ന്! ഞാൻ പുളീരട്ത്തേക്ക് പോവ്വോ ന്.'

അങ്ങേമ്മ ചെറിയതോതിൽ തടസ്സം പറഞ്ഞപ്പോൾ അമ്മ ഉറപ്പിച്ചു പറഞ്ഞു. 'എന്നെ ആട കേറ്റീറ്റ്ലെങ്കിൽ ഞാൻ നേരെ എന്റെ വീട്ടിലേ

ക്ക് പൊയ്ക്കോളും.'

അമ്മ ഇളയ മകളെയുമെടുത്ത് പടിയിറങ്ങി.

അമ്മ പുതിയ പാർപ്പിടത്തിലേക്ക് കയറിച്ചെന്നു. അച്ഛൻ വീട്ടിൽ ഇല്ല. കുഞ്ഞിമോളെയും മടിയിൽ ഇരുത്തി അമ്മ ഇറയത്തിരുന്നു. കുറച്ചുനേരം കഴിഞ്ഞ് അച്ഛൻ വന്നു വാതിൽ തുറന്നു. അമ്മ ഉള്ളിൽ കയറി അടുക്കളയിൽ പോയി അരിയെടുത്ത് കഞ്ഞിവെച്ചു. കിട്ടിയ സാധനം കൊണ്ട് കൂട്ടാനുണ്ടാക്കി. അച്ഛൻ അമ്മ വെച്ച കഞ്ഞി കുടിച്ചു. ഇടയ്ക്കുണ്ടായ സംഭവങ്ങളെല്ലാം അവർ രണ്ടുപേരും മറന്നുപോയിരുന്നു. കുറച്ചുനാൾ അവരങ്ങനെ കഴിഞ്ഞു.

'വീട്ടിൽ സൈ്വര്യം ഇല്ല. എവിടെയെങ്കിലും നിന്നോട്ടെ എന്ന് കരുതിയാ വിവാഹമോചന ഹർജി അയച്ചത്.' വീട്ടിൽ വന്ന ബന്ധുവിനോട് അമ്മ കേൾക്കെ പിന്നീടൊരിക്കൽ അച്ഛൻ പറഞ്ഞു.

അത് കേട്ടപ്പോൾ അമ്മ പ്രതികരിച്ചു. 'അതൊന്നുമല്ല എളേമ്മേ. ഞാൻ ബന്ന്റ്റ്ല്ലെങ്കില് നൂറ് പൊടോറി കയിച്ച് പൊടോറി മൂസേറ് ആക്വാർന്നു.'

മുമ്പ് ഒരിക്കൽ ഞാൻ പുളീരടുത്ത് വന്നിട്ടുണ്ടായിരുന്നു. കാലവർഷം പിണങ്ങി മാറുമ്പോൾ, മണ്ണ് വരണ്ടുണങ്ങുമ്പോൾ മഴപെയ്യാൻ വേണ്ടി നാട്ടുകാർ ധർമ്മക്കഞ്ഞി വെച്ചുവിളമ്പുന്ന പതിവുണ്ടായിരുന്നു ഞങ്ങളുടെ നാട്ടിൽ. അത് കുടിക്കാൻ പുളീരടുത്ത് ഞാനുമെത്തിയിരുന്നു. മൂന്നു വഴികളുടെ സംഗമസ്ഥാനമായതുകൊണ്ട് പുളീരടുത്ത് ധർമ്മക്കഞ്ഞി വെച്ചുവിളമ്പുമ്പോൾ ധാരാളം കാൽനടക്കാരും നാട്ടുകാരും കഞ്ഞികുടിക്കും. കാവുമ്പായിയിലെ വയലിൽ വിളഞ്ഞ നെല്ല് പല വീടുകളിലെ സ്ത്രീകൾ അവരുടെ ഉരലിലിട്ടു കുത്തിയെടുത്ത ഉണക്കലരിയും, മൂന്നൊഴിഞ്ഞ് ഉഴുതുമറിച്ചിട്ട കണ്ടത്തിൽ വിത്തിട്ടു വിളയിച്ച ഉഴുന്നും ചേർത്ത് വലിയ വട്ടളത്തിൽ വേവിച്ച്, നാടൻ തെങ്ങിൽനിന്നു മൂത്തുവിളഞ്ഞു പറിച്ചെടുത്ത തേങ്ങ ചിരകിയിട്ട്, പാകത്തിന് ഉപ്പുംചേർത്ത് തയ്യാറാക്കിയ ചുടുകഞ്ഞി വരുന്നവർക്കെല്ലാം വിളമ്പിക്കൊടുക്കും. അവർ വയറു നിറയെ കഴിച്ചു തൃപ്തിയോടെ പോയാൽ ഉറപ്പായും മഴപെയ്യുമെന്നാണ് വിശ്വാസം.

മഴ പെയ്യാതെവിടെപ്പോകാൻ! അടുത്ത വിളവിറക്കണ്ടേ. കന്നിനും കാലിക്കും വെള്ളംവേണ്ടേ.

സ്കൂൾ തുറന്നപ്പോൾ അമ്മ എന്നെ പുളീരടുത്തേക്ക് കൊണ്ടുവന്നു. തൊട്ടപറമ്പിലാണല്ലോ സ്കൂൾ. മണിയടിക്കാറാകുമ്പോൾ അമ്മ എന്നെ പറമ്പ് കടത്തി വിടും. ചിലപ്പോൾ സ്കൂളിന്റെ സാമാന്യം ഉയരമുള്ള പടികളിൽ ഓരോ കയ്യും മാറിമാറി കുത്തി ഓരോ പടിയിലും കാൽ വെ

ച്ചു വെച്ച് കയറുമ്പോഴായിരിക്കും മണിയടിക്കുക. അവസാനത്തെ പടി
യും കുനിഞ്ഞ് കയറിക്കഴിഞ്ഞാൽ ഓരോ പടിയും കയറുന്നതിനു മുമ്പ്
ഓരോ പടിക്ക് മുകളിലായി കയറ്റിവെച്ച സഞ്ചിയും എടുത്ത് നിവരും.
അതുവരെ പറമ്പിന്റെ അതിരിലെ വഴിയിൽ അമ്മ ഞാൻ കയറുന്നത്
നോക്കിനിൽക്കുന്നുണ്ടാകും. മണിയടിക്കുമ്പോൾ എനിക്കാകെ വേവലാ
തിയാവും. എന്റെ വെപ്രാളം കാണുമ്പോൾ ഹെഡ്മാസ്റ്റർ, മാധവൻ മാ
ഷ് പുറത്ത് വന്ന് 'സാരമില്ല കയറിക്കോ' എന്ന് പറഞ്ഞ് എന്നെ ആശ്വ
സിപ്പിക്കും. പുതിയ അധ്യാപകർ എന്റെ കയറൽ യജ്ഞം കൌതുക
ത്തോടെ നോക്കിനിൽക്കും. അപ്പോൾ നാണക്കേടുകൊണ്ട് ഞാൻ പു
കയും.

ഞാൻ ഒന്നിൽ നിന്നു രണ്ടിലേക്ക് ജയിച്ചു. പാവം പ്രസന്ന തോറ്റു
പോയി. അന്നൊക്കെ കുട്ടികൾ ഒന്നാംക്ലാസ് തൊട്ടേ തോൽക്കുമായിരു
ന്നു. കുഞ്ഞിരാമൻ മാഷാണ് രണ്ടിലെ ക്ലാസധ്യാപകൻ. മാഷ് കണക്ക്
ചെയ്യാൻ തന്നാൽ എല്ലാം ശരിയാക്കുന്ന കുട്ടികൾക്ക് സ്ലേറ്റിന്റെ ഇടതു
കോൺ മുതൽ എതിർവശത്തെ വലതുകോൺ വരെ ചോക്ക് കൊണ്ട്
നീട്ടി വലിച്ചൊരു ശരിയിട്ടുതരും. എല്ലാദിവസവും എനിക്ക് അത്തരം
ശരികൾ ലഭിച്ചിരുന്നു. ഉച്ചയ്ക്കുശേഷം കിട്ടുന്ന ശരി വീട്ടിൽ കൊണ്ടു
പോയി അമ്മയെ കാണിക്കുമായിരുന്നു. മറ്റെന്തെങ്കിലും എഴുതേണ്ടി
വരുമ്പോൾ സ്ലേറ്റിന്റെ മറുപുറത്ത് എഴുതിക്കാണിച്ചിട്ട് മായ്ക്കും. ഇതി
നകം ഞാൻ 'പഠിക്കുന്ന കുട്ടി' എന്ന പേര് സമ്പാദിച്ചിരുന്നു. സ്ലേറ്റിലെ
ശരി അമ്മയെ കാണിക്കുമ്പോൾ അമ്മ പറയും. 'ഇനിയും പഠിക്കണം.'

ഞാൻ വീട്ടിൽ വന്നാൽ വായിക്കും, എഴുതും, കണക്ക് ചെയ്യും.
സന്ധ്യയ്ക്ക് നാമംചൊല്ലിക്കഴിഞ്ഞാൽ ചൊല്ലിക്കൂട്ടും. അതുവരെ പഠി
ച്ച പദ്യം ചൊല്ലുക, നൂറുവരെ മുകളിലോട്ടും താഴോട്ടും എണ്ണുക, കൂട്ട
ലും കിഴിക്കലും ചൊല്ലുക, ഗുണനപ്പട്ടിക പതിനാറുവരെ ചൊല്ലുക, ആ
ഴ്ച, മാസം, നക്ഷത്രങ്ങൾ ഇവയുടെ പേരുകൾ പറയുക തുടങ്ങി ചൊ
ല്ലിക്കൂട്ടലിൽ ഒരുപാട് കാര്യങ്ങളുണ്ട്. ഇതൊക്കെ ഉറക്കെ അടുക്കളയിൽ
എത്തുന്ന വിധം ചൊല്ലണം. അമ്മയും അങ്ങേമ്മയും കേൾക്കണം. എ
നിക്ക് ഇതിനൊന്നും മടിയില്ല. എന്നാൽ പ്രസന്ന അല്പം മടിച്ചിയാണ്.
ഇടയ്ക്ക് അവൾ നാമം ചൊല്ലാതിരിക്കുമ്പോൾ ഞാൻ 'അമ്മേ'ന്ന് വിളി
ച്ച് ഏഷണി പറയും. പാവത്തിന് ചീത്ത കിട്ടുകയും ചെയ്യും.

അക്കാലത്ത് സന്ധ്യയാകുമ്പോൾ എല്ലാകരകളിൽ നിന്നും 'രാമ..രാ
മ..കൃഷ്ണ..കൃഷ്ണ..' എന്നിങ്ങനെ കുട്ടികളുടെ നാമജപം ഉയർന്നുപൊ
ങ്ങി ഗ്രാമാന്തരീക്ഷത്തിൽ അലയടിക്കുമായിരുന്നു.

165

'ഓള് നോക്ക്യാട്ടെ പഠിക്ക്ന്ന! ഇത് പടിക്കേ്യം ചെയ്യില്ല.' വലിയച്ഛൻ ഞാൻ ഉറക്കെ വായിക്കുന്നത് കേൾക്കുമ്പോൾ പ്രസന്നയെ കുറ്റപ്പെടു ത്തുമായിരുന്നു.

ആ വർഷം (1963) ഒരു പഞ്ചായത്ത് തെരഞ്ഞെടുപ്പ് കടന്നുപോയി. എം.സി.കണ്ണൻ നമ്പ്യാരും രാമൻ നായനാരും എതിർ സ്ഥനാർഥികളാ യി മത്സരിച്ചു. ഹരിജനപ്രതിനിധിയായി പൊള്ളോർന്തനും മത്സരിച്ചിരു ന്നു എന്നാണ് എന്റെ ഓർമ. കണ്ണൻ നമ്പ്യാരുടെ ചിഹ്നം പക്ഷിയും രാമൻ നായനാരുടേത് സൈക്കിളും ആയിരുന്നു. മൂന്നാമത്തെ ചിഹ്നം ഓർമയില്ല. എന്നാൽ അവർ വിളിച്ചിരുന്ന മുദ്രാവാക്യം ഓർമയുണ്ട്. 'ഹരി ജനസംഘം വളരുമ്പം പക്ഷിക്കെന്തിനു വെപ്രാളം.'

കപ്പ(പപ്പായ)യുടെ തണ്ട് ഒടിച്ചെടുത്ത് അതിൽ മണ്ണെണ്ണ നിറച്ച് തു ണി ചുറ്റിയുണ്ടാക്കിയ പന്തവും കൊളുത്തി ഇതുപോലുള്ള മുദ്രാവാ ക്യമൊക്കെ വിളിച്ച് നാട്ടുകാർ ജാഥ പോകുന്നതും ഓർമയുണ്ട്.

അതുവരെ സ്വന്തക്കാരായിരുന്ന എതിർ സ്ഥാനാർഥികളെ ചിഹ്നം ചേർത്ത പേർ ഉപയോഗിച്ച് മുദ്രാവാക്യം വിളിക്കാനും നാട്ടുകാർ മടിച്ചി ല്ല. എങ്കിലും ആർക്കും പരസ്പരം കടുത്ത ശത്രുതയൊന്നും ഉണ്ടായി രുന്നില്ല.

1963ലെ പഞ്ചായത്ത് തെരഞ്ഞെടുപ്പിൽ അച്ഛനും നാമനിർദ്ദേശപത്രിക കൊടുത്തിരുന്നു. അച്ഛനെ പിന്താങ്ങിയിരുന്നതിൽ ഒരാൾ കനകത്തിട ത്തിലെ കമ്മാരൻ നമ്പ്യാർ ആയിരുന്നു. പിന്നീട് പാർട്ടി ഇടപെട്ട് അച്ഛ നെക്കൊണ്ട് പത്രിക പിൻവലിപ്പിക്കുകയായിരുന്നു. നേതാക്കൾ അന്ന് അച്ഛനോട് പറഞ്ഞു. 'ഇപ്രാവശ്യം എം.സി.കണ്ണൻ നമ്പ്യാർ ജയിച്ചു വ രണമെന്നാണ് പാർട്ടി ആഗ്രഹിക്കുന്നത്.'

പാർട്ടിയുടെ ആഗ്രഹപ്രകാരം കാവുമ്പായി അടങ്ങിയ നാലാം വാർ ഡിൽനിന്ന് എം.സി.കുഞ്ഞിക്കണ്ണൻ നമ്പ്യാർ സി.പി.ഐ.സ്ഥാനാർഥി യായി ജയിച്ചു. അന്ന് ശ്രീകണ്ഠാപുരം പഞ്ചായത്തിൽ ആകെയുണ്ടാ യിരുന്ന എട്ടു സീറ്റിൽ മൂന്നെണ്ണം സി.പി.ഐ.ക്കും അഞ്ചെണ്ണം കോൺ ഗ്രസ് ലീഗ് സഖ്യത്തിനും ലഭിച്ചു. കെ.രാഘവനും കപ്പണ കുഞ്ഞിരാമ നുമായിരുന്നു കമ്മ്യൂണിസ്റ്റ് പാർട്ടിയുടെ മറ്റ മെമ്പർമാർ. കെ.രാഘവൻ നാട്ടുകാർക്കിടയിൽ അറിയപ്പെട്ടിരുന്നത് സി.എച്ച്.രാഘവൻ എന്നായി രുന്നു. സി.എച്ച്.ബീഡിയുടെ ഏജൻസി ഉണ്ടായിരുന്നതുകൊണ്ടായിരു ന്നത്രേ അദ്ദേഹം ആ പേരിൽ അറിയപ്പെട്ടത്. അങ്ങനെ ഭരണം കോൺ ഗ്രസ് സഖ്യം കൈയാളി. കോൺഗ്രസിന്റെ എൻ.സി.വർഗീസ് ആയിരു ന്നു അന്നത്തെ പഞ്ചായത്ത് പ്രസിഡണ്ട്. ലീഗ് മെമ്പറായിരുന്ന ബാബു

വൈസ്പ്രസിഡന്റ് പദവിയിലുമെത്തി.

ആ ഭരണസമിതിയിൽ കാവുമ്പായിയുടെ മറ്റൊരു പ്രതിനിധി കൂടി ഉണ്ടായിരുന്നു. കോൺഗ്രസ് സ്ഥാനാർഥി തോറ്റുപോയെങ്കിലും അദ്ദേ ഹത്തിന്റെ ഭാര്യ കൊയക്കാട്ടെ നാരായണിയേച്ചിയെ വനിതാസംവരണ മനുസരിച്ച് ഭരണകക്ഷി നോമിനേറ്റ് ചെയ്ത് മെമ്പർ ആക്കിയിരുന്നു. അവർ മീറ്റിംഗുകളിൽ പങ്കെടുക്കുന്നതൊക്കെ അന്നൊരു വാർത്തയാ യിരുന്നു. എന്റെ കൂടെ പഠിക്കുന്ന ദേവിയുടെ അമ്മയായിരുന്നു നാരാ യണിയേച്ചി.

കമ്മ്യൂണിസ്റ്റ് പാർട്ടി നിർദ്ദേശമനുസരിച്ച് അച്ഛൻ അന്ന് സ്ഥാനാർ ഥിത്വം പിൻവലിച്ചെങ്കിലും പതിനാറുകൊല്ലങ്ങൾക്കുശേഷം നടന്ന അടു ത്ത തെരഞ്ഞെടുപ്പിൽ അച്ഛൻ വീണ്ടും പഞ്ചായത്ത് തെരഞ്ഞെടുപ്പിൽ മത്സരിച്ചു. കമ്മ്യൂണിസ്റ്റ് പാർട്ടിയുടെ ഔദ്യോഗികസ്ഥാനാർഥി അന്നും എം.സി.കണ്ണൻനമ്പ്യാർ തന്നെയായിരുന്നു. അപ്പോഴേക്കും അദ്ദേഹം ഏതാണ്ട് മുപ്പത് കൊല്ലം പഞ്ചായത്ത് മെമ്പർ ആയിരുന്നു. പിതാവ് ജീ വനും അമ്മയുടെ മാനവും മക്കളുടെ ജീവിതവും പാർട്ടിക്ക് സമർപ്പിച്ചി ട്ടും വെറുമൊരു പഞ്ചായത്തുതല മത്സരത്തിന്റെ സീറ്റ് പോലും എന്റെ അച്ഛന് അന്ന് നിഷേധിക്കപ്പെട്ടു. അതോടെ കമ്മ്യൂണിസ്റ്റ് പാർട്ടിയുടെ സ്ഥാനാർഥിക്കെതിരെ മത്സരിക്കാനുള്ള നിയോഗം അച്ഛൻ ഏറ്റെടുത്തു. അച്ഛൻ മത്സരരംഗത്തെത്തിയതോടെ കമ്മ്യൂണിസ്റ്റ് പാർട്ടിയുടെ എതിർ സ്ഥാനാർഥികൾ അച്ഛന് പിന്തുണനൽകാൻ മത്സര രംഗത്തുനിന്ന് പിൻ വാങ്ങി. പിന്നെ കണ്ടത് രണ്ടുകമ്മ്യൂണിസ്റ്റുകൾ തമ്മിലുള്ള തീ പാറു ന്ന പോരാട്ടമായിരുന്നു.

1979ലെ പഞ്ചായത്ത് തെരഞ്ഞെടുപ്പിൽ പ്രാദേശിക നേതൃത്വത്തി നപ്പുറം കടന്ന് കാവുമ്പായിലെ മത്സരം സംസ്ഥാനനേതൃത്വവും ശ്രദ്ധി ച്ചു. വലിയ തെരഞ്ഞെടുപ്പ് സമ്മേളനങ്ങൾ സംഘടിപ്പിക്കുകയും എം.വി.ആറിനെപ്പോലെലുള്ള നേതാക്കൾ വന്നു ഇ.കെ.രാഘവൻ നമ്പ്യാ രെ പരാജയപ്പെടുത്താൻ പ്രസംഗിക്കുകയും ചെയ്തു. അച്ഛന് ജീവന്മര ണപോരാട്ടമാണെങ്കിൽ പാർട്ടിക്ക് അതൊരു അഭിമാനപ്രശ്നവുമായിരു ന്നു. എങ്ങനെയും ഇ.കെ.രാഘവനെ തോൽപ്പിച്ചേ തീരൂ. നാടതുവരെ കാണാത്ത പ്രകടനങ്ങൾക്കാണ് കാവുമ്പായി സാക്ഷ്യംവഹിച്ചത്. അവ സാനം ചെറിയ മാർജിനിൽ അച്ഛനെ പരാജയപ്പെടുത്താനും കഴിഞ്ഞു. അച്ഛന്റെ രാഷ്ട്രീയ വനവാസത്തിന്റെ നാന്ദി കുറിക്കലായിരുന്നു അത്. പിന്നീട് ഒരിക്കലും അച്ഛൻ രാഷ്ട്രീയത്തിൽ സജീവമായില്ല.

പിൽക്കാലത്തെ കഥ ഇടയ്ക്ക് കയറിയപ്പോൾ പഴയ കഥ മറക്കരു

തല്ലോ. എനിക്ക് തളിയന്മാർ വീട്ടിൽ നിന്നും മാറിത്താമസിക്കാൻ ഇഷ്ട മുണ്ടായിരുന്നില്ല. അതിന് രണ്ടു കാരണങ്ങളുണ്ടായിരുന്നു. ഒന്ന് അങ്ങേ മ്മയോടുള്ള സ്നേഹം. മറ്റൊന്ന് ഞാൻ എന്റെ മാതാപിതാക്കളെ വല്ലാ തെ ഭയപ്പെടാൻ തുടങ്ങിയിരുന്നു. എന്നാലും എനിക്ക് പുളീരടുത്ത് സു ഖമായിരുന്നു. സ്കൂൾ തൊട്ടടുത്ത്. മണിയടിക്കുമ്പോൾ പോയാൽ മ തി. ഉച്ചയ്ക്ക് വീട്ടിൽ വന്നു കഞ്ഞി കുടിക്കാം. അച്ഛൻ വായനശാല യിൽ നിന്നും പുതിയ പുസ്തകങ്ങൾ കൊണ്ടുവരും. അമ്മയും അച്ഛ നും വായിച്ചുകഴിഞ്ഞാൽ പുസ്തകം മടക്കുന്നതിനിടയിൽ ഞാനും വാ യിക്കും. തളിയൻ രാമൻ നമ്പ്യാർ സ്മാരകവായനശാലയിൽ നിന്ന് എ ടുത്തതിൽ ഞാൻ ആദ്യമായി വായിച്ച പുസ്തകം ഒലിവർ ടിസ്റ്റ് (മല യാളം വിവർത്തനം) ആയിരുന്നു. രണ്ടാംക്ലാസിലായിരുന്നു ഞാനപ്പോൾ പഠിച്ചിരുന്നത്.

സ്കൂളിൽനിന്നും എനിക്ക് കിട്ടിയ മറ്റൊരു പുസ്തകമായിരുന്നു 'പൃഥ്വി രാജ് ചൗഹാനും സംയുക്തയും തമ്മിലുള്ള പ്രണയകഥ.' ഗോവിന്ദൻ ആശാരി ഇരയത്തിരുന്നു പണിയെടുക്കുന്ന സമയത്ത് ഞാനത് ഉറക്കെ വായിച്ചുകൊണ്ടിരുന്നു. എന്റെ വായനയുടെ ആവർത്തനം കൂടിയപ്പോ ൾ അമ്മ എന്നെ ശാസിച്ചു. അപ്പോൾ ആശാരി ഇടപെട്ടു. 'ഓള് വായി ച്ചോട്ട് മുത്ത്മ്മേക്കാ.'

അമ്മ ശാസിക്കാൻ കാരണമുണ്ട്. ഞാൻ വളരെ ഉറക്കെ ആവേശ ത്തോടെ വായിക്കുന്നത് ഒരു പ്രണയകഥയാണ്. ആശാരി എന്ന പുരു ഷൻ അത് കേൾക്കുന്നത് നാണക്കേടാണ്. എന്നാൽ ആശാരിക്ക് എന്റെ വായന നന്നായി ബോധിച്ചു.

വായിക്കുമ്പോൾ ചില വാക്കുകൾ വഴിമുടക്കി നിൽക്കും. അപ്പോൾ സംശയം ചോദിച്ചേ തീരൂ. മിക്കവാറും അമ്മയോട് തന്നെയായിരിക്കും ചോദിക്കുന്നത്. അങ്ങനെ ഒരിക്കൽ ഞാൻ ചോദി ച്ചു. 'അമ്മേ, വേശ്യാന്നു പറഞ്ഞാൽ എന്താ?'

അമ്മ ഉത്തരം നൽകി. 'ചീത്ത പെണ്ണുങ്ങൾ.'

എന്തായീ ചീത്ത പെണ്ണുങ്ങൾ എന്നു ഞാൻ ചോദിച്ചില്ല. നല്ല പെണ്ണു ങ്ങളും ചീത്ത പെണ്ണുങ്ങളും ഉണ്ടാകുമായിരിക്കും. അമ്മ തന്ന ഉത്തര ത്തിൽ തൽക്കാലം എന്റെ ജിജ്ഞാസയെ ഒതുക്കി.

അച്ഛൻ പാർട്ടി പ്രവർത്തനത്തിനും മീറ്റിംഗിനുമൊക്കെ പോകുമ്പോൾ അമ്മയും മക്കളും മാത്രമായിരിക്കും വീട്ടിൽ ഉണ്ടാവുക. പാർട്ടിയുടെ കമ്മിറ്റി മീറ്റിംഗ് തീരുമ്പോൾ പലപ്പോഴും പാതിരയാകും. ചില ദിവസ ങ്ങളിൽ സ്വാമിമഠത്തിലെ പരിപാടികളുമുണ്ടാകും. ഞങ്ങളുടെ വീട് പഴ

168

യ പീടിക ആയതുകൊണ്ട് ചെറിയൊരു മുറ്റം കഴിഞ്ഞാൽ പൊതുവഴി യായി. പലതരത്തിലുള്ള ആൾക്കാർ അതുവഴി കടന്നുപോകും. സമീപ നാടുകളിൽ നിന്നുള്ളവരും ആ വഴിയിലൂടെയാണ് കൂട്ടുംമുഖത്തേക്കും ശ്രീകണ്ഠാപുരത്തേക്കുമൊക്കെ നടന്നുപോകുന്നത്. അക്കാലത്ത് പൊ തുവഴിക്കരികിൽ കുടുംബമായി ആരും താമസിക്കാറില്ല. രാത്രിയിൽ അത്യാവശ്യം കള്ളുകുടിയന്മാരും തെറി വിളിച്ചുകൊണ്ട് അതുവഴി കട ന്നുപോകും. അപ്പോൾ ചെറുപ്പക്കാരിയായ ഭാര്യയും ചെറിയ മക്കളും പേടിക്കും. അച്ഛപ്പന്റെ മരുമക്കളായ ഇടക്ക്ളവൻ വീട്ടിലെ ചെറിയ വലി യമ്മയെയും മക്കളെയും കൂട്ടിന് വിളിക്കുക എന്നതായിരുന്നു അച്ഛൻ അതിന് പരിഹാരമായി കണ്ടത്. അവരിൽ ആരെങ്കിലും ഞങ്ങൾക്ക് കൂട്ടിന് വന്നുകിടക്കും. പക്ഷേ, തൽക്കാലം പരിഹരിക്കാൻ കഴിയാത്ത ഒരു പ്രശ്നം ഉണ്ടായിരുന്നു. അമ്മ പണിക്ക് പോകുമ്പോൾ അനിയത്തിയെ നോക്കാൻ ആരുമില്ല. അതുകൊണ്ട് അമ്മയ്ക്ക് പണിയെടുക്കുന്നിടത്ത് നിന്ന് മാറിനിൽക്കാനേ പറ്റുമായിരുന്നുള്ളൂ.

അക്കാലത്ത് ഒരു വൈകുന്നേരം പെരിങ്കോന്നിലെ കമ്മാരമ്മാവന്റെ മകൻ നാരായണൻ പുലീരടുത്തെ വീട്ടിൽ വന്നു. 'ഏച്ചീ, ഞാൻ ഒരു വിവരം അറീക്കാനാ വന്നത്. നമ്മള ബല്യ അച്ഛൻ മരിച്ചുപോയി.'

അമ്മ ഞെട്ടി. 'എപ്പോ?'

'മൂന്ന് ദെവസായി.'

'പിന്നെന്തിനാ ഇപ്പൊ വന്നത്. പൊല കയിഞ്ഞിറ്റ് ബന്നാ പോരെ.' അമ്മ കരഞ്ഞുകൊണ്ട് പറഞ്ഞു.

'അമ്മക്ക് ഒരു വാക്ക് അറിയിക്കാൻ തോന്നീലല്ലോ. അനക്ക് അച്ഛപ്പ നല്ലല്ലോ. അച്ഛനല്ലേ.'

'എല്ലാരും നാലുപൊറോം പോയേപ്പിന്ന്യാ ബെല്ലിമ്മ പറഞ്ഞത്.' നാരാ യണൻ പറഞ്ഞു.

ശ്രീകണ്ഠാപുരത്ത് നിന്ന് വിവരം അറിഞ്ഞ അച്ഛൻ അവിടുന്നുതന്നെ പെരിങ്കോന്നിലേക്ക് പോയി. അമ്മ നാരായണന്റെ ഒപ്പം നടന്ന് മെയിൻ റോഡിലെത്തി കിട്ടിയ ജീപ്പിനു കയറിപ്പോയി. അച്ഛൻ ചെങ്ങളായി വെച്ച് അവർക്കൊപ്പം ചേർന്നു. അമ്മ അവിടെ എത്തി അമ്മമ്മയോട് നീരസം പ്രകടിപ്പിച്ചു.

ഒരുദിവസം ഞാൻ സ്കൂൾ വിട്ടുവന്നപ്പോൾ അമ്മ കിടക്കുകയായി രുന്നു. കടുത്ത പനിയും തലവേദനയും. അച്ഛൻ വീട്ടിൽ ഇല്ല. അമ്മ പറ ഞ്ഞു. 'നമ്മക്ക് അങ്ങേ വീട്ടിലേക്ക് പോകാം.'

അമ്മ ഞങ്ങളുടെ രണ്ടുമൂന്ന് തുണിയെടുത്ത് ഒരു മുണ്ടിൽ പൊ

തിങ്ങു ഭാണ്ഡമാക്കി എടുത്തു. മക്കളെയും കൂട്ടി പതുക്കെ നടന്നു. വടക്കോർത്തെ ഇറയത്ത് വലിയച്ചനും അങ്ങേമ്മയും ഇരിക്കുന്നുണ്ട്. ഞങ്ങളെ അങ്ങേമ്മയുടെ അടുത്താക്കി അമ്മ പടിഞ്ഞാറ്റകത്ത് പോയി കിടന്നു. അമ്മ പോയിക്കഴിഞ്ഞപ്പോൾ അങ്ങേമ്മ മെല്ലെ പറഞ്ഞു. 'പോയാളെല്ലാം ബന്ദ്വല്ലോ നാരാണാ.'

'ബെരുല്ലോ അമ്മേ.' വലിയച്ചൻ ചിരിച്ചു.

ഓർക്കാപ്പുറത്തൊരു കല്യാണം

'എണേ, ദെച്ചൂട്ടീ, വാതിൽ തൊറക്ക്.'

അമ്മ പീടിക മുകളിൽ ഉറങ്ങുന്ന അച്ഛനെ ഉരുട്ടി വിളിച്ചു. 'എണീക്ക് അക്കരെമ്മിലെ ഏട്ടൻ പൊറത്ത്ന്ന് വിളിക്ക്ന്ന്ണ്ട്.'

'എന്നാ ഏട്ടാ.' അച്ഛൻ വിളിച്ചു ചോദിച്ചു.

'ഏച്ചി പോവാൻ പറഞ്ഞ്ന്.'

'അമ്മക്ക് പനിയോ മറ്റോ ഉണ്ടോ?'

'നാരാണൻ വടക്കാഞ്ചേരിന്ന് ഒരു പെണ്ണിനെ പൊടോറി കയിച്ചു പോലും. ദല്ലാൾ മുല്ലക്കൊടിക്കാരൻ ചമ്പോച്ചേരി അപ്പ രാത്രി തന്നെ നടന്ന് വന്ന് പറഞ്ഞതാ. ദെച്ചൂട്ടി എന്റെ കൂടെ വരണം.'

'ഞാൻ പൊയ്ക്കോട്ടേ.' അമ്മ അച്ഛനോട് ചോദിച്ചു.

'പോയ്ക്കോ. ഞാൻ രാവിലെ വരാം.'

അമ്മ അപ്പോൾ തന്നെ ഗോവിന്ദൻ വലിയച്ഛന്റെ കൂടെ പോയി.

രാത്രി 9മണിയായിട്ടുണ്ടാകും. വൈദ്യുത ദീപങ്ങൾ എരിയാത്ത കാലം. സന്ധ്യ കഴിയുന്നതിനു മുമ്പ് ചോറുണ്ട് മണ്ണെണ്ണ വിളക്ക് കെടുത്തി ആളുകൾ കിടന്നുറങ്ങുകയാണ് പതിവ്. അച്ഛനും അമ്മയും മണ്ണെണ്ണ വിളക്കിന്റെ വെളിച്ചത്തിൽ കുറച്ചു സമയം വായിക്കും. അമ്മ എപ്പോഴും പറയും. 'ഒരു ശീറ് വായിച്ചാൽ വേഗം ഒറക്ക് വെരും.'

അമ്മയ്ക്ക് പനിയും തലവേദനയും അസഹ്യമായപ്പോൾ ഞങ്ങൾ തളിയന്മാർ വീട്ടിലേക്ക് പോയിരുന്നല്ലോ. സുഖമായപ്പോൾ തളിയന്മാർ വീട്ടിൽനിന്നും അമ്മയും അനിയത്തിയും പുളീരടുത്തേക്ക് തിരിച്ചുപോയിരുന്നു. ഞാൻ അവരുടെ കൂടെ പോയില്ല.

ഗോവിന്ദൻ വലിയച്ഛൻ ആ രാത്രിയിൽ തന്നെ മുറ്റത്തിനരികിലെ വലിയ മണ്ണൻവാഴയിൽ ഏണി ചാരിവെച്ചു കറിവെക്കാൻ മണ്ണൻ കായ ഉരിഞ്ഞിട്ടു. കപ്പക്കയും പറിച്ചിട്ടു. രാവിലെ പെണ്ണിനെയുംകൊണ്ട് വരുന്ന

വർക്ക് സദ്യ ഒരുക്കണം. ഗോവിന്ദൻ വലിയച്ഛനും അമ്മയും അങ്ങേമ്മ യും കൂടി പരിപ്പും കായും എരിശ്ശേരി വെച്ചു. കപ്പക്കാപ്പച്ചടിവെച്ചു. ഉരു ളക്കിഴങ്ങ് മസാലക്കറി വെച്ചു. നാരങ്ങാക്കറി വെച്ചു.

രാവിലെ പതിനൊന്നുമണി ആയപ്പോൻ വിവാഹപ്പാർട്ടി വന്നു. വലി യച്ഛനും പുതിയ വലിയമ്മയും അഞ്ചാറു ബന്ധുക്കളും മാത്രം. അവർ ക്ക് സദ്യ വിളമ്പിയതിനുശേഷം ബാക്കിയുള്ളവരും കഴിക്കാനിരുന്നു. ഞാൻ ആദ്യമായിട്ടാണ് ഉരുളക്കിഴങ്ങ് കറി കൂട്ടുന്നത്. അത് എനിക്ക് അത്രയ്ക്കിഷ്ടമായി. ഞാൻ അങ്ങേമ്മയോട് ഉരുളക്കിഴങ്ങു മസാലക്കറി വീണ്ടും ആവശ്യപ്പെട്ടു. പക്ഷേ, തീർന്നു പോയതിനാൽ എനിക്ക് വീ ണ്ടും വിളമ്പിയില്ല. അങ്ങേമ്മ എന്നെ ആശ്വസിപ്പിച്ചു. 'നമ്മക്ക് നാളെ വെക്കാം.'

അടുത്ത ദിവസം തന്നെ അങ്ങേമ്മ മസാലക്കറി വെച്ചു. ഉരുളക്കിഴ ങ്ങ് കൊണ്ടല്ല, ചേമ്പ് കൊണ്ട്. എനിക്കിഷ്ടപ്പെട്ടില്ല. 'ഇതല്ല' എന്ന് ഞാൻ പറഞ്ഞുകൊണ്ടിരുന്നു. അങ്ങേമ്മ എന്തൊക്കെയോ പറഞ്ഞ് എന്നെ സ മാധാനിപ്പിച്ചു. ഞാൻ വാശി കാണിക്കാറില്ലെങ്കിലും ഒരു അഭിപ്രായം മനസ്സിൽ രൂപപ്പെട്ടാൽ ബോധ്യപ്പെടാതെ അത് മാറ്റാറില്ല. അപ്പോൾ ചേമ്പ് വെച്ചുതന്നിട്ട് ഉരുളക്കിഴങ്ങ് എന്നു പറഞ്ഞാൽ ഞാൻ സമ്മതിക്കുമോ. പാവം അങ്ങേമ്മയ്ക്ക് ഉരുളക്കിഴങ്ങ് സംഘടിപ്പിക്കാൻ പ്രയാസമാണ്. അന്ന് പറമ്പിലും വയലിലും വിളയുന്ന പച്ചക്കറികൾ പറിച്ചെടുത്താണ് കൂട്ടാൻ വെച്ചിരുന്നത്. പീടികയിൽ നിന്ന് വാങ്ങുന്ന പരിപാടി ഏതു വീ ട്ടിലും ഇല്ലായിരുന്നു.

പഴയ വലിയമ്മയെക്കുറിച്ച് ഒന്നും പറയാതെയാണ് ഞാൻ പുതിയ വലിയമ്മ വന്ന കാര്യം പറഞ്ഞത്. കാർത്യായനി വലിയമ്മ മിക്കവാറും കല്യാശ്ശേരി തന്നെയാണ് താമസിച്ചിരുന്നത്. വലിയമ്മയ്ക്ക് സുഖമില്ലാ ത്തതാണ് കാരണം. വലിയമ്മ മൂത്രം പോകാതെ വിഷമിക്കുന്നതും വ ലിയച്ഛൻ കൂട്ടുംമുഖത്തെ ഡിസ്പെൻസറിയിൽനിന്ന് നിന്ന് നേഴ്സിനെ കൂട്ടിക്കൊണ്ടുവരുന്നതുമൊക്കെ എനിക്ക് ഓർമ്മയുണ്ട്. കാവുമ്പായിയി ലെ മണ്ണിനോടും മരത്തിനോടുമൊന്നും പോരാടാനുള്ള ശേഷി കാർ ത്യായനി വലിയമ്മയ്ക്കുണ്ടായിരുന്നില്ല.

കൃഷി പ്രധാന ഉപജീവനമാർഗമായ ഒരു സമൂഹത്തിൽ ആണാളും പെണ്ണാളും ഒരുമിച്ചു പണിയെടുത്താലേ നിലനിൽക്കാനാവൂ. വീട്ടിലും വയലിലും പറമ്പിലും കഠിനാധ്വാനം ആവശ്യമായിരുന്നു. സ്വത്ത് ഭാഗം വെച്ചതുകൊണ്ട് വലിയച്ഛന്റെ ഓഹരിയിൽ അദ്ദേഹം ഒറ്റയ്ക്ക് തന്നെ കൃഷിയിറക്കണമായിരുന്നു. പെണ്ണുങ്ങളെക്കൊണ്ട് നാട്ടിപ്പണിയും കള

പറിക്കലും വളംകടത്തലും മുറലും മെതിക്കലും ഉണക്കലുമൊക്കെ ചെ
യ്യിക്കാൻ അവരുടെ കൂടെയിറങ്ങി വീട്ടിലുള്ള പെണ്ണുങ്ങളും പണിയെ
ടുക്കണം.

വീട്ടിലാണെങ്കിൽ നെല്ല് പുഴുങ്ങിയുണക്കി കുത്തി ചോറ് വെക്കണം.
മുളകും മഞ്ഞളുമടക്കം അമ്മിയിൽ അരച്ച് കറിവെക്കണം. പലഹാര
ത്തിനുള്ള അരിയും അമ്മിയിൽ തന്നെ അരയ്ക്കണം. മഴക്കാലത്ത് പു
ഴുങ്ങി കുത്തിവെച്ച അരിയും പുഴുങ്ങിയുണക്കിവെച്ച നെല്ലും തീർന്നാൽ
പഴയ നെല്ലെടുത്ത് പുഴുങ്ങി അടുപ്പിനു മുകളിൽ ചെരിഞ്ഞി കെട്ടി അടു
പ്പിലെ ചൂടുകൊണ്ട് ഉണക്കും. അത് കൈകൊണ്ട് ഇടയ്ക്കിടെ ഇളക്കി
ച്ചിക്കണം. നെല്ല് ഉണങ്ങുന്ന വരെ അടുപ്പ് പുകഞ്ഞുകൊണ്ടിരിക്കും.
ആ സമയത്ത് കോമ്പിനിയിൽ കിടക്കുന്ന ഞങ്ങളും പുകഞ്ഞുറങ്ങണം.
അത് ഉണങ്ങിയിട്ടുവേണം ഉരലിലിട്ടു കുത്തിയെടുക്കാൻ.

കിഴക്കൻ മലയിൽ വളരുന്ന ഓടകൊണ്ട് ചെരിഞ്ഞിയും കൊട്ടയും
വട്ടിയുമൊക്കെ നെയ്തു കൊണ്ടുവരുന്നത് മലയ്ക്ക് താമസിക്കുന്ന മാ
വിലർ ആണ്. അങ്ങേമ്മ അത് നെല്ല് കൊടുത്ത് വാങ്ങും. പുറ്റുമണ്ണു
കൊണ്ട് ഓട്ടയടച്ച് ചാണകം തേച്ചുപിടിപ്പിച്ച് മിനുസപ്പെടുത്തിയ ചെരി
ഞ്ഞി വേനൽക്കാലത്തുതന്നെ ഉണക്കിവെക്കും. അതിന്റെ നാല് മൂലയ്
ക്കും കയറുകെട്ടാൻ ദ്വാരമുണ്ടാകും. അതിലൂടെ കയറിട്ട് അടുപ്പിനു മു
കളിലെ കഴുക്കോലിൽ കെട്ടും. നിലത്ത് ഇരുന്നു പാകംചെയ്യുന്ന അടു
പ്പായതിനാൽ മുകളിൽ ചെരിഞ്ഞി ഉണ്ടായാലും കുഴപ്പമില്ല. എഴുന്നേൽ
ക്കുമ്പോൾ തലയ്ക്ക് മുട്ടാതെ സൂക്ഷിക്കണമെന്നു മാത്രം.

ഇതുപോലെയുള്ള ഭാരിച്ച ജോലികൾ ചെയ്യാൻ വീട്ടിൽ ആളില്ലാതി
രിക്കുമ്പോൾ പാവം വലിയച്ഛൻ പിന്നെന്തുചെയ്യും. പ്രസന്നയുടെ കാ
ര്യവും നോക്കണം. അവൾ ചെറിയ കുട്ടിയാണ്. അമ്മയ്ക്കും പ്രായമാ
യിക്കൊണ്ടിരിക്കുകയാണ്. അമ്മയ്ക്ക് വീട്ടിൽ ആളില്ലാത്തതിൽ പരാ
തിയുണ്ട്. ഈ സാഹചര്യത്തിൽ വലിയച്ഛൻ മറ്റൊരു പെണ്ണിനെ വിവാ
ഹം ചെയ്യുകയേ മാർഗമുണ്ടായിരുന്നുള്ളൂ.

ഏതായാലും വലിയച്ഛന്റെ കല്യാണം എനിക്കിഷ്ടമായി. പുതിയ വലി
യമ്മയെയും എനിക്ക് വളരെ ഇഷ്ടപ്പെട്ടു. വലിയമ്മ എപ്പോഴും സംസാരി
ച്ചുകൊണ്ടിരിക്കും. കഥ പറയും. രാത്രി ഉറങ്ങാൻ പോകുന്നതിനുമുമ്പ്
അങ്ങേമ്മയും പ്രസന്നയും ഞാനും വലിയമ്മയും അമ്മയും കുറച്ചു സമ
യം കോമ്പിനിയിൽ സമ്മേളിക്കും. ഞാനും അങ്ങേമ്മയും പ്രസന്നയും
ഉറങ്ങുന്നത് കോമ്പിനിയിലാണ്. കെന്ത്രോൻ പാട്ടിന്റെ കഥയൊക്കെ വലി
യമ്മ പറഞ്ഞാണ് ഞാൻ കേട്ടത്. ആദ്യ ഗർഭത്തിൽ സുഖപ്രസവത്തി

നും ഗന്ധർവബാധ അകറ്റാനും മലയൻകെട്ടും കുറുന്തിനിയും കഴിക്കും. ഗർഭിണി ഏഴാംമാസം മടിയിൽ അരിയിട്ട് സ്വന്തം വീട്ടിൽ എത്തിയാൽ അമ്മായിമാരും അച്ഛന്റെ പെങ്ങന്മാരുമൊക്കെ പുങ്ങൻ വെക്കണം. അരി യും സാധനങ്ങളുമൊക്കെ കൊണ്ടുവന്ന് ഗർഭിണിക്ക് നല്ല സദ്യയൊരു ക്കി കൊടുക്കുന്നതിനാണ് പുങ്ങൻ വെപ്പ് എന്നു പറയുന്നത്. എത്ര ബന്ധുക്കളുണ്ടോ അത്രയും ദിവസം ഗർഭിണിയ്ക്ക് പുങ്ങൻ സദ്യ കി ട്ടും. രണ്ടു ബന്ധുക്കൾ ഒരേ ദിവസം വരാതിരിക്കാൻ പരസ്പരം അറി യിക്കും. ചിലപ്പോൾ രണ്ടു ബന്ധുക്കൾ സാധനങ്ങൾ പങ്കിട്ടുവാങ്ങി ഒരേ ദിവസം തന്നെ പുങ്ങൻ വെക്കുന്ന പരിപാടിയുമുണ്ട്. അപ്പോൾ പ്രിയമു ള്ള അയൽക്കാരെയും സദ്യയുണ്ണാൻ വിളിക്കും. അങ്ങേമ്മയ്ക്കൊപ്പം കുറെ പുങ്ങൻ ഉണ്ണാൻ ഞാനും ഗർഭിണി ഉള്ള അയൽപക്കങ്ങളിൽ പോയിട്ടുണ്ട്.

ആദ്യ പുങ്ങൻവെപ്പിന്റെ തലേന്നു രാത്രി പെണ്ണിന്റെ വീട്ടിൽ വെച്ച് മലയൻകെട്ടിൽ കെന്ത്രോൻ പാട്ട് മലയൻ പാടും. മുറ്റത്ത് പന്തലിട്ടു പ ഞ്ചവർണപ്പൊടികൊണ്ട് കളം വരയ്ക്കും. അതിന്റെ നടുവിൽ വെള്ള യും കമ്പിളിയും വിരിച്ച് ഗർഭിണിയെ ഇരുത്തും. പാട്ട് തീരുമ്പോൾ പു ലരാനാകും. അതുവരെ ഗർഭിണി കാലുനീട്ടി ഇരിക്കണം. പാട്ട് കഴി ഞ്ഞാൽ ഗർഭിണിയടക്കം പുഴയിലോ, കുളത്തിലോ പോയി മുങ്ങിക്കു ളിക്കണം. അതുപോലെ കടത്തനാട്ട് മാക്കത്തിന്റെ കഥയും വലിയമ്മ പറഞ്ഞുതന്നു. ഇതിനെക്കാളൊക്കെ എന്നെ രസിപ്പിച്ചത് മറ്റൊരു കഥ യാണ്.

വലിയമ്മയ്ക്ക് വായിക്കാൻ അറിയില്ല. വലിയമ്മ ഒരു ചെറിയ ബുക്ക് കൊണ്ടുവന്ന് എന്നെക്കൊണ്ട് ഉറക്കെ വായിപ്പിക്കുമായിരുന്നു. പുസ്ത കത്തിന്റെ പേര് 'സരോജിനിയുടെ കടുംകൈ അഥവാ ശങ്കരന്റെ സ ന്യാസം' എന്നായിരുന്നു.

'കറ്റക്കാർ വാണി സരോജിനിയാൾ
ജാതിയിൽ തീയനാണെങ്കിലും കോമളാംഗൻ
ബി എ ബിരുദു പരീക്ഷയിൽ പാസ്സായി.'
എന്നൊക്കെ ഞാൻ ഉറക്കെ ചൊല്ലിക്കേൾപ്പിക്കുമായിരുന്നു.

ശ്രീദേവി എന്നാണ് വലിയമ്മയുടെ പേര്. വീട്ടുകാരും നാട്ടുകാരും ചേയിക്കുട്ടി എന്ന് വിളിക്കും. നാട് മംഗലശ്ശേരി. വലിയമ്മയെ ദേവി എന്ന് വിളിക്കാമെന്ന് അങ്ങേമ്മ തീർച്ചയാക്കി. പ്രസന്ന ഇളയമ്മ എന്നാണ് വി

ളിക്കേണ്ടതെങ്കിലും ഏച്ചി എന്ന് വിളിച്ചാൽ മതിയെന്നും അങ്ങേമ്മ തീരുമാനിച്ചു.

ഉച്ചാരക്കോലും വെള്ളരിയും

ദേവി വലിയമ്മ ജോലി ചെയ്യാൻ മിടുക്കിയാണ്. വീട്ടിൽ നെല്ല് കുത്തുകയും കണ്ടത്തിൽ പണിയെടുക്കുകയുമൊക്കെ ചെയ്തു. കുട്ടികളായ ഞങ്ങളെ അല്പസ്വല്പ്പം പറ്റിക്കാനും വലിയമ്മയ്ക്ക് കഴിഞ്ഞിരുന്നു. ഒരുദിവസം വലിയമ്മ എന്നോടും പ്രസന്നയോടും പറഞ്ഞു, 'ഏട്യെങ്കിലും പോയിറ്റ് ഉച്ചാരക്കോല് വേണിച്ചുകൊണ്ടരണം.'

ഇത് കേട്ടപ്പോൾ അങ്ങേമ്മ ഒന്നു ചെറുതായി ചിരിച്ചു. ആ ചിരി കണ്ടപ്പോൾ എനിക്കൊരു സംശയം തോന്നി. അല്ലെങ്കിലും എനിക്ക് വേറെ വീട്ടിൽ പോയി ഉച്ചാരക്കോല് വാങ്ങാൻ കഴിയില്ല. അടുത്തൊന്നും വീടുമില്ല. ഓടിനടക്കുന്ന പ്രസന്നയ്ക്കാണെങ്കിൽ അതിലൊന്നും താൽപ്പര്യമില്ല. ഏതായാലും വലിയമ്മയുടെ തമാശ ചീറ്റിപ്പോയി. സംശയാലുവായ ഞാൻ ചോദിച്ചുചോദിച്ച് അങ്ങേമ്മയുടെ അടുത്തുനിന്ന് ആ ഭയങ്കര സത്യം മനസ്സിലാക്കി. ഉച്ചാരക്കോല് എന്നൊരു വസ്തുവില്ല. കുട്ടികളെ പൊട്ടന്മാരാക്കാൻ വലിയവർ പറയുന്ന ഒരു തമാശ. അത്രേയുള്ളൂ.

മകരമാസത്തിന്റെ അവസാനമാണ് ഉച്ചാരക്കാലം. ആ സമയത്ത് നാല് ദിവസത്തേയ്ക്ക് മാച്ചി തൊടാൻ പാടില്ല, ഉരല് തൊടാൻ പാടില്ല. കാർഷികോപകരണങ്ങളൊന്നും തൊട്ടുകൂട. കാരണം ഭൂമിദേവി തീണ്ടാന്നിരിക്കാണ്, അയിത്തായിരിക്കാണ്. ഭൂമീം പെണ്ണല്ലേ. പെണ്ണുങ്ങളായാൽ തീണ്ടാരിക്കുലെ. അപ്പൊ ഈ നാലുദിവസും അടിക്കും ബാരും ചെയ്യാഞ്ഞാൽ കാട്ടം കൊണ്ട് വീട് മുടുലെ. അതിന് വഴിയുണ്ട്. എന്റെ അമ്മ കുറച്ചു പച്ചിലക്കൊമ്പ് പൊട്ടിച്ചുകൊണ്ടുവന്ന് ചേർത്തുകെട്ടി മാച്ചിയാക്കി അടിച്ചുവാരാറുണ്ട്. അതിനിടയിൽ എന്റെ അമ്മക്കൊരു അബദ്ധം പറ്റി. പച്ചിലക്കൊമ്പു പൊട്ടിക്കുമ്പോൾ കുറച്ചു നല്ല ഏച്ചിൽ താളിയും ഒടിച്ചെടുത്ത് കൊണ്ടുവന്നു. അത് ഉരലിലിട്ട് ഇടിച്ച് പഴയ കലത്തിൽ വാരിയിട്ടു. വീട്ടിലെല്ലാർക്കും കുളിക്കുമ്പോൾ തലയിൽ തേക്കാനുള്ളതാണ്. ഇങ്ങനെ താളി ഇടിക്കുമ്പോൾ ഉരലിൽ നിന്നും ഇലക്ഷണങ്ങൾ ചുറ്റും തെറിക്കും. അമ്മ അതെല്ലാം ഒരു കുറ്റിമാച്ചിയെടുത്ത് അടിച്ചുവാരി. അപ്പോൾ അമ്മയ്ക്ക് പെട്ടെന്ന് ഉച്ചാരയാണല്ലോ എന്ന ഓർമ്മ വന്നു. അമ്മ തെറ്റാണ് ചെയ്തത്. ഉരല് തൊട്ടു. അതിലിട്ട് കുത്തുകയും ചെയ്തു. മാച്ചികൊണ്ട് അടിച്ചുവാരുകയും ചെയ്തു.

ഭാഗ്യത്തിന് ആ സമയത്ത് അങ്ങേമ്മ പുറത്ത് പോയിരുന്നു. വരുന്ന

തിനു മുമ്പ് തെളിവ് നശിപ്പിക്കണം. അമ്മ വേഗം കുറ്റിമാച്ചിയും ഇടിച്ചു പഴയ മൺകുലത്തിലിട്ടുവെച്ച താളിയും വളപ്പിലെ കാടുമൂടിയ കുണ്ടു കിണറ്റിൽ കൊണ്ടുപോയി ഇട്ടു. അങ്ങേമ്മ കണ്ടിരുന്നെങ്കിൽ കലമ്പി അമ്മയുടെ തലയെടുക്കുമായിരുന്നു. ഭൂമി പുഷ്പിണിയായ സമയത്ത് അയിത്തമാക്കിയിരുത്താതിരുന്നാൽ അവൾ കോപിക്കും. മണ്ണിൽ വിത ച്ചതൊന്നും പിന്നെ മുളയ്ക്കില്ല. ജീവിതപ്രശ്നമാണ്. മണ്ണ് വാരിത്തി ന്നാൽ വിശപ്പ് മാറുമോ! അപ്പോൾ തളിയന്മാർ വീട്ടിലെ കുടുംബനായി ക കലമ്പാതിരിക്കുന്നതെങ്ങനെ! വന്നുകേറിയ പെണ്ണുങ്ങൾക്ക് ഇതുവ ല്ലതും അറിയോ!

മറ്റൊന്നും ചെയ്യില്ലെങ്കിലും ഉച്ചാരക്ക് കണ്ടത്തിൽ വെള്ളരി നടും. ഉ ച്ചാരക്ക് വെള്ളരി നട്ട് വിഷുവിന് മുമ്പ്, സംക്രമത്തിനെങ്കിലും പറിക്ക ണം. സംക്രമത്തിനു മിക്കവാറും മഴപെയ്യും. അപ്പോൾ വിളഞ്ഞുപഴു ത്ത വെള്ളരിക്ക വെള്ളത്തിലാവും. മഴവെള്ളത്തിൽ മുങ്ങിയാൽ വെള്ള രിക്ക കെട്ടുപോകും. കൊല്ലത്തോടുകൊല്ലം സൂക്ഷിക്കേണ്ടതാണ്.

രണ്ടാംവിള മൂന്നുകഴിഞ്ഞ കണ്ടത്തിലാണ് വെള്ളരി നടാൻ ഒരു ക്കുന്നത്. ഉച്ചാരയ്ക്ക് മുമ്പേ നിലം നാലുചാൽ കാലിപൂട്ടിയതിനുശേ ഷം പെണ്ണുങ്ങൾ ഒത്തൊരുമിച്ച് കട്ട പൊളിച്ച് വെക്കും. എന്നിട്ട് ഓരോ രുത്തരും അവരവർക്ക് വേണ്ട സ്ഥലം കൊള്ളി കുത്തി വേർതിരിച്ചുവെ ക്കും. അവിടെയാണ് നാലോ, അഞ്ചോ കുരു നടാൻ പറ്റുന്ന കുഴിത്തട മെടുക്കുക. തടമല്ലെങ്കിൽ നീളത്തിലുള്ള ആണികളായി കീറിയാലും മ തി. അത് മിക്കവാറും ആണുങ്ങളാണ് ചെയ്യുക. അതിൽ ചാണകവും വെണ്ണീരും ഇട്ട് ഇളക്കിയിട്ട് കുണ്ട് കട്ടപൊളിക്കും. ചെറിയ നിലംതല്ലി കൊണ്ട് തടത്തിലെ കട്ടകൾ ഒന്നുകൂടി പൊടിയാക്കുന്നതിനാണ് കു ണ്ടുകട്ടപൊളിക്കുക എന്ന് പറയുന്നത്.

ആണിയിലാണെങ്കിൽ ഒന്നോ, രണ്ടോ കുരുവീതം നിശ്ചിത അകല ത്തിൽ നടും. വെള്ളം വറ്റാത്ത തോടിനോടു ചേർന്നുകിടക്കുന്ന ഓരോ കണ്ടമായിരിക്കും വെള്ളരി നടാൻ തെരഞ്ഞെടുക്കുക. മൺപാനികളിൽ തോട്ടിൽനിന്നു വെള്ളംകോരി ഒഴിക്കാനുള്ള സൗകര്യം നോക്കണമല്ലോ. ഉച്ചാരയ്ക്ക് മുന്നേ നേരത്തോടുനേരം വെള്ളത്തിലിട്ടു വെച്ച വെള്ളരി ക്കുരു വെള്ളമൂറ്റിക്കളഞ്ഞു നേർപ്പിച്ച ചാണകവെള്ളത്തിൽ കുഴച്ച് ഒരു കിണ്ണത്തിലിട്ട് നേരിയ തുണി കൊണ്ട് മൂടി അതിന്മേൽ ഒരു ചെറിയ ക ല്ലെടുത്ത് ഭാരംവെക്കും. മൂന്നാമത്തെ ദിവസം നല്ലവണ്ണം മുള പൊട്ടി വ നിട്ടുണ്ടാകും.

അതിരാവിലെ തന്നെ നാട്ടുകാർ മുളച്ച വെള്ളരിക്കുരുവുമെടുത്ത് ക

ണ്ടത്തിലെത്തും. എന്ന് നടണം, എന്ന്! പറിക്കണം എന്നൊക്കെ അതാത് സമയത്ത് ആരെങ്കിലുമായി എല്ലാവരെയും അറിയിക്കും. ആരെയെങ്കിലും അറിയിക്കാൻ വിട്ടുപോയിട്ടുണ്ടെങ്കിൽ വലിയ പ്രശ്നമാകും. പിന്നെ ഉഗ്രൻ കലമ്പാകും. വളരെ കണിശമായി, സുതാര്യമായി ഒന്നിച്ചു ചെയ്യുന്ന കാർഷിക വൃത്തിയാണ്. അപ്പോൾ അറിയിക്കാതിരിക്കുന്നത് തെറ്റാണ്.

കുരു നട്ട് നാലുദിവസം പാനിയുടെ വായയ്ക്ക് കൈവെച്ച് വളരെ ശ്രദ്ധിച്ചു വെള്ളം ഒഴിക്കണം. പിന്നെ നേരിയതോതിൽ ചാണകം കലക്കി ഒഴിക്കണം. മുളച്ച് മൂന്നോ, നാലോ ഇലവന്നാൽ ചെറിയ കമ്പ് കൊണ്ട് ഇട ചില്ലണം. വെള്ളരിക്ക് കൈവളം കൊടുക്കുക എന്നാണ് ഇതിനു പറയുക. ചീര, വെണ്ട, മത്തൻ, നരയൻ തുടങ്ങിയ പച്ചക്കറി വിത്തുകളും വെള്ളരിയുടെ കൂടെ നടും. കൈവളം കൊടുക്കുമ്പോൾ അധികം വരുന്ന തൈകൾ പറിച്ചുകളയും. ചീര കുറച്ചു വലുതാകുമ്പോൾ തന്നെ വേരടക്കം പൊരിച്ചെടുക്കും. കുറെ ദിവസം ഒന്നിടവിട്ട് വെള്ളം ഒഴിക്കണം. ഇടയ്ക്കിടെ ചാണകം കലക്കിയൊഴിക്കും.

കണ്ടത്തിൽ വെള്ളരി നടുന്നത് വയലിന്റെ ഉടമസ്ഥന് ഇഷ്ടമുള്ള കാര്യമാണ്. നന്നായി ചാണകവും വെണ്ണീരും ചേർക്കുന്നതുകൊണ്ട് അടുത്ത വിളവ് നന്നാവുമെന്നതാണ് കാരണം.

വെള്ളമൊഴിക്കാനും വെള്ളരിക്ക പറിച്ചു വീട്ടിലേക്ക് കടത്താനുമൊക്കെ കുട്ടികളും കൂടും. കുട്ടികൾക്ക് വെള്ളംകോരാൻ ചെറിയ മൺപാനി എല്ലാ വീട്ടിലും വാങ്ങും. ഓരോ വീട്ടിലും ഒരുപാട് കുട്ടികൾ ഉള്ള കാലമല്ലേ. ഓരോ മാതാപിതാക്കൾക്കും എട്ടുംപത്തും മക്കളുണ്ടാകുന്നത് സാധാരണമാണ്. ആണും പെണ്ണും ഭേദമില്ലാതെ ആവതുള്ള പണി കുട്ടികളും ചെയ്യണം. മറ്റ് കുട്ടികളെപ്പോലെ ജോലിചെയ്യാൻ കഴിയില്ല എന്നതായിരുന്നു എന്റെ അന്നത്തെ ഏറ്റവും വലിയ സങ്കടം.

അമ്മ പ്രസവിച്ചാൽ പല പെൺകുട്ടികളുടെയും സ്കൂൾ പഠനം അവസാനിക്കാറുണ്ടായിരുന്നു. അവർ വീട്ടിലെ ജോലികൾ ചെയ്തും ഇളയ കുട്ടികളെ നോക്കിയും പത്തുപതിനാറു വയസ്സുവരെ (പുരൻ വരുന്നതുവരെ) സ്വന്തം വീട്ടിൽ കഴിയും. അങ്ങനെയിരിക്കുമ്പോൾ പെട്ടെന്നൊരു ദിവസം ആരെങ്കിലും പെണ്ണ് കാണാൻ വരും. ഒരു വീട്ടിൽ പോയി ശരിയായില്ലെങ്കിൽ അതിനടുത്ത വീട്ടിൽ പോയി പെണ്ണുകാണുന്നതൊക്കെ അന്ന് സാധാരണമാണ്. അങ്ങോട്ടും ഇങ്ങോട്ടും ചില്ലറ അന്വേഷണങ്ങളൊക്കെ നടത്തി അച്ഛനും കാരണോന്മാർക്കും ഇഷ്ടമായാൽ വിവാഹം നിശ്ചയിച്ച് ദിവസം കുറിക്കും. വേണ്ടപ്പെട്ടവരെയും ബന്ധുക്ക

ളയുമൊക്കെ ക്ഷണിച്ച് പെണ്ണിന്റെ വീട്ടിൽവെച്ച് വിവാഹം നടത്തി പെണ്ണിനെ പറഞ്ഞയക്കും. ഏതെങ്കിലും വീട്ടിൽ പെണ്ണ് കാണാൻ വന്ന തൊക്കെ അന്ന് വാർത്താ പ്രാധാന്യമുള്ള വിഷയമാണ്.

എനിക്ക് വെള്ളംകോരാനും വെള്ളരിക്ക പറിക്കാനുമൊന്നും ആവി ല്ലെങ്കിലും അങ്ങേമ്മ എന്നെയും ചിലപ്പൊഴൊക്കെ കണ്ടത്തിൽ കൊ ണ്ടുപോകുമായിരുന്നു. ഒരു വിഷുത്തലേന്ന് വെള്ളരിക്ക പറിക്കുമ്പോൾ ഞാനും കണ്ടത്തിന്റെ വരമ്പിലിരുന്നു കണ്ടു. എനിക്ക് വെള്ളരി വില വെടുപ്പുത്സവം കാണുന്നതുതന്നെ സന്തോഷമായിരുന്നു. തുടുതുടുത്ത കണിവെള്ളരിക്കകൾ പറിച്ചുകൂട്ടുന്നതും കൂട്ടയിൽ പെറുക്കിവെച്ചു കട ത്തുന്നതും എന്തൊരു നയനാനന്ദകരമായ കാഴ്ചയാണെന്നോ! കൂടെ ഇവരൊക്കെ പറയുന്ന നാട്ടുവിശേഷങ്ങളും കേൾക്കാലോ.

'വെള്ളരിക്ക പറിച്ചാൽ കൂട്ടാൻ എന്താന്നും അന്റേൾ പെറ്റാൽ കുട്ട്യ താന്നും ചോയ്ക്കണ്ട.' എന്ന് ഞങ്ങളുടെ നാട്ടിലൊരു ചൊല്ലുണ്ട്. അന്ന് രാത്രിയിൽ എല്ലാ വീട്ടിലും ചോറിന് കൂട്ടാൻ ഇളംവെള്ളരിക്ക ഓലൻ ആയിരിക്കും. വെള്ളരി പറിച്ചൊഴിക്കുന്നതുകൊണ്ട് ഒന്നോ, രണ്ടോ മുറം നിറയെ മൂക്കാത്തതും കുരുന്നുമൊക്കെയായ വെള്ളരിക്ക ഉണ്ടാകും. കു രുന്ന് കണ്ടത്തിൽ നിന്നുതന്നെ കുട്ടികൾ കടിച്ചുമുറിച്ചുതിന്നും. ചില തൊക്കെ കയ്ക്കും. കുറുക്കൻ തൊട്ടിട്ടാണ് കയ്ക്കുന്നത് എന്ന് പറയാ റുണ്ട്. ഏതായാലും കുറുക്കൻ കണ്ടത്തിൽ വരാറുണ്ട്. കട്ടുതിന്നാറു മുണ്ട്. വെറുതെയല്ല കുറുക്കനെ കുറ്റംപറയുന്നത്.

വീട്ടിലെത്തിയ വെള്ളരിക്കയായ വെള്ളരിക്കയെല്ലാം കുറച്ചുദിവസം നിലത്ത് പഴുക്കാൻ വെക്കും. എന്നിട്ട് മച്ചിന്റെ മുട്ടുമ്മലെ പലകയിൽ അപ്പുറവും ഇപ്പുറവുമായി കെട്ടിത്തൂക്കണം. അതിനുവേണ്ടി കുലകൊ ത്തിയെടുത്ത വാഴത്തട അടിയ മുറിച്ചുകൊണ്ടുവന്ന് പാളികൾ പൊ ളിച്ചെടുത്ത് തണലത്തിട്ട് ഉണക്കി കെട്ടിവെച്ചിട്ടുണ്ട്. അത് വെള്ളത്തിലി ട്ട് കുതിർത്ത് ആവശ്യമുള്ള നീളത്തിൽ കഷണങ്ങളാക്കി മുറിച്ചു രണ്ടറ്റ ത്തും മുറുക്കാനും അയയ്ക്കാനും പറ്റുന്ന രീതിയിൽ കുടുക്കിടും. വലി യ ചെമ്പ് കമഴ്ത്തിവെച്ച് അങ്ങേമ്മ അതിന്മേൽ കയറിനിൽക്കും. എന്നി ട്ട് ഞങ്ങളോട് തുടച്ചുവൃത്തിയാക്കിയ സുന്ദരക്കുട്ടന്മാരായ വെള്ളരിക്ക യും വാഴക്കയർ കഷണവും എടുത്തുകൊടുക്കാൻ പറയും. കൈക്ക് ബലമില്ലാത്തതുകൊണ്ട് ഞാൻ താരതമ്യേന ചെറുത് എടുത്തുകൊടു ക്കും. പ്രസന്ന വലുതും. അങ്ങേമ്മ ഒരു വെള്ളരിക്ക കുടുക്കി മറ്റേ അറ്റം പലകയുടെ മറുവശത്തിട്ട് ആ വലയത്തിൽ മറ്റൊന്ന് കുടുക്കിയിടും. മ ച്ചിട്ട ഓരോ മുറിയുടെയും മേൽഭാഗത്ത് ഇരുവശത്തുമായി ഇങ്ങനെ വെ

ള്ളരിക്ക തൂക്കിയിട്ടത് കാണാൻ എന്തൊരു ഭംഗിയാണ് ഐശ്വര്യമാണ്.

വെള്ളരിക്ക കൊണ്ട് വെക്കുന്ന കൂട്ടാന്റെ എണ്ണം പറഞ്ഞാൽ തീ രില്ല. അതിലൊന്നാണ് തൊണ്ടോലൻ. കർക്കിടകത്തിൽ കോരിച്ചൊരി യുന്ന മഴപെയ്യുമ്പോൾ വെള്ളരിക്ക പിളർന്ന്; അൽപ്പം പുളിയുള്ള കുരു വും ചാറും ഒരു പാത്രത്തിലേക്ക് വിരൽകൊണ്ട് മാന്തിയിട്ട്; ഓരോ ഭാഗ വും നടുക്കുകൂടി കീറി അൽപ്പം തുടുങ്ങനെ മുറിച്ച് കല്ലുമരിയിലിട്ട്; അ തിലേക്ക് മാറ്റിവെച്ച കുരു പിഴിഞ്ഞതിന്റെ ചാറൊഴിച്ച്; ഉപ്പിട്ട്; വിറകടു പ്പിൽ കുമുറി വെന്ത്; ഓട്ടുകരണ്ടിയിൽ ചതച്ച വെളുത്തുള്ളിയിട്ട്; ഉണ ങ്ങിയ പറങ്കി മുറിച്ചിട്ട്; രണ്ടു തുടം ആട്ടിയെടുത്ത വെളിച്ചെണ്ണ ഒഴിച്ച്; അടുപ്പത്ത് വെച്ച് മൂത്ത് വരുമ്പോൾ വറുത്തിട്ട്; ആണ്മക്കൾക്കും കുട്ടി കൾക്കും തേച്ചുമിനുക്കിയ ഓട്ടുകിണ്ണത്തിൽ അങ്ങേമ്മ തൊണ്ടോലൻ വിളമ്പും. കൂടെ കഴമയരിയുടെ ചുടുകഞ്ഞിയും.

നാട്ടിൽ എല്ലാവർക്കും വെള്ളരി നടാൻ കഴിഞ്ഞെന്നുവരില്ല. അപ്പോൾ മറ്റുള്ളവർ ഒരോഹരി വെള്ളരിക്ക അവരുടെ വീട്ടിലെത്തിക്കും. അങ്ങ നെ കൂട്ടയ്മയുടെ അധ്വാനഫലം എല്ലാവരും അനുഭവിക്കും. അക്കാല ത്ത് പങ്കുവെയ്ക്കാതെ ആരും ഒന്നും ഒറ്റയ്ക്ക് ഉപയോഗിക്കാറില്ലല്ലോ.

പയ്യാവൂരപ്പാ...

എപ്പോഴും ഒരു അതിശയത്തിന്റെ ചെപ്പ് തുറന്നാണ് വിരുന്നുകാരെ ത്തുക. അക്കാലത്ത് മുൻകൂട്ടി അറിയിക്കാൻ വഴിയൊന്നുമില്ലല്ലോ. മിക്ക വാറും കാക്ക സഹായിക്കാനെത്താറുണ്ട്. കക്ഷി രാവിലെ അടുക്കളപ്പു റത്തെ വാഴയുടെ കൈയിലോ, കിഴക്കോർത്തെ തെങ്ങിന്റെ ഓലയിലോ വന്നിരുന്ന് പ്രത്യേക രാഗത്തിൽ നീട്ടി വിളിക്കും. അത് കേൾക്കുമ്പോൾ അങ്ങേമ്മ പറയും. 'ദച്ചുട്ടീ, ദേവീ ഇന്ന് വിരുന്നുവരും. അരി കൂടുത ലിട്ടോ. കഞ്ഞ്യാക്കണ്ട. ചോറായ്ക്കോ. ഒന്നുരണ്ട് കൂട്ടാനും അധികം വെച്ചോ.'

അങ്ങേമ്മയുടെ പ്രവചനം ഫലിക്കും. അന്ന് എന്തായാലും വിരുന്നു കാർ എത്തുക തന്നെ ചെയ്യും.

അക്കാലത്ത് വിരുന്നുകാർ വരുന്നത് കുട്ടികൾക്ക് ഇഷ്ടമുള്ള സംഭവ മാണ്. ഇതിന് ഒരുപാട് കാരണങ്ങളുണ്ട്. വിരുന്നുസംഘത്തിൽ കുട്ടി കൾ ഉണ്ടാവും എന്നതാണ് പ്രധാനപ്പെട്ട കാര്യം. ദേവി വലിയമ്മയുടെ വീട്ടിൽ നിന്നും ആങ്ങളയുടെ മക്കളായ സാവിത്രിയേച്ചിയും സരോജി നിയുമൊക്കെ വിരുന്നു വരുന്നത് എനിക്ക് സന്തോഷമുള്ള കാര്യമായി

രുന്നു. അവരൊന്നിച്ച് കളിക്കാം. പറഞ്ഞാലും പറഞ്ഞാലും തീരാത്ത വിശേഷങ്ങൾ പങ്കുവെക്കാം. വിരുന്നുകാർ വരുമ്പോൾ കൈനിറയെ പലഹാരങ്ങൾ കൊണ്ടുവരും. വിരുന്നുകാർക്ക് കൊടുക്കാൻ വീട്ടിലും നല്ല പലഹാരം ഉണ്ടാക്കും.അങ്ങേമ്മ വിരുന്നുകാരെ കാണുമ്പോൾ അരി ചുടുവെള്ളത്തിലിട്ട് അമ്മിയിൽ അരച്ച് ഒറ്റയും വടയും ചുടും. അരി മു റുക്കി അരച്ചത് വാഴയിലയിൽ പരത്തി അതിനു മുകളിൽ വെല്ലവും തേ ങ്ങായും വിളയിച്ചത് പരത്തിവെച്ച് മടക്കി കത്തുന്ന അടുപ്പിലെ മൺകല ത്തിൽ മറിച്ചുമറിച്ചുവെച്ച് വത്സൻ (ഓട്ടട) ചുട്ടെടുക്കും. നല്ല കൂട്ടാൻ വെക്കും. പപ്പടം വാട്ടും. എല്ലാവരും കൂട്ടംകൂടിയിരുന്ന് വർത്തമാനത്തി ന്റെ പെരുമഴ പെയ്യിക്കും. കുട്ടികൾ കേൾക്കാൻ പാടില്ലാത്തതാണെങ്കിൽ ഞങ്ങളോട് പോയി കളിക്കാൻ പറയും.

കുംഭം ഒന്നു മുതൽ പന്ത്രണ്ട് വരെയാണ് പയ്യാവൂരപ്പന് ഉത്സവം കൊണ്ടാടുന്നത്. പത്തിനാണ് മഹോത്സവം. അന്നത്തെ ഉത്സവത്തിൽ പങ്കെടുക്കാൻ കാവുമ്പായിക്കാരുടെ ദൂരെയുള്ള ബന്ധുക്കളെല്ലാം ത ലേന്നു തന്നെ കാവുമ്പായി എത്തിയിരിക്കും. ആവർഷം പയ്യാവൂർ ഉത്സ വം കാണാൻ ദേവി വലിയമ്മയുടെ വീട്ടിൽനിന്നാണ് വിരുന്നുകാരെത്തി യത്. പയ്യാവൂർ ഉത്സവത്തിൽ പങ്കെടുക്കാൻ വലിയമ്മയുടെ ഇളയമ്മ യും ഏട്ടനും ഏട്ടന്റെ ഭാര്യയും മക്കളും ഒമ്പതാം തീയതി തന്നെ വിരു ന്നുവന്നു. അവരുടെ കൂട്ടത്തിൽ വലിയമ്മയുടെ ഏട്ടന്റെ മകൾ സാവി ത്രി ഉണ്ടായിരുന്നു. എന്നെക്കാൾ രണ്ട് വയസ്സ് മൂത്തതായിരുന്നു അ വൾ. സാവിത്രിയേച്ചിയെ കണ്ടപ്പോൾ എന്റെയും പ്രസന്നയുടെയും ആ ഹ്ലാദത്തിന് അതിരില്ലാതായി.

പത്താം തീയതി അതിരാവിലെ പ്രഭാതഭക്ഷണം കഴിച്ച് ഞങ്ങൾ പുറപ്പെട്ടു. യാത്ര കാൽനട തന്നെ. ബസ് സർവീസ് തുടങ്ങിയിരുന്നില്ല. അത്യാവശ്യം ജീപ്പ് പോകും. ആറ് കിലോമീറ്ററോളം നടക്കുക എന്നത് അന്നത്തെ ആളുകൾക്ക് നിസ്സാരമാണ്. എന്നാൽ എനിക്ക് അത് അത്ര നിസ്സാരമായിരുന്നില്ല. എന്റെ താളത്തിനൊപ്പം അങ്ങേമ്മ നടക്കുമ്പോൾ മറ്റുള്ളവർക്കും വേറെ വഴിയില്ലല്ലോ. അവരും ഞങ്ങൾക്കൊപ്പം പതു ക്കെ നടന്നു. സാവിത്രിയേച്ചിയും പ്രസന്നയും കൂടെയുള്ളതുകൊണ്ട് നടത്തക്ഷീണം ഞാനറിഞ്ഞതേയില്ല. വെയിലിനു ചൂടാവുമ്പോഴേക്കും ഞങ്ങൾ പയ്യാവൂരെത്തി.

അവിടെ പുതിയൊരു ലോകം എന്നെ കാത്തിരിക്കുന്നുണ്ടായിരുന്നു. നാനാദേശങ്ങളിൽനിന്നുള്ള മാലോകർ അവിടെ എത്തിച്ചേർന്നിട്ടുണ്ട്. അ മ്പലത്തിന് പുറത്ത് ചന്ത നിരന്നിട്ടുണ്ട്. ചട്ടിയും കലവും പാത്രങ്ങളും

മരുന്നും മന്ത്രവും എല്ലാം അവിടെ കിട്ടും. ഉണക്കമീൻ വരെ അമ്പല ത്തിനു പുറത്തെ ചന്തയിൽ കിട്ടുമെന്ന് പറഞ്ഞാൽ മതിയല്ലോ. ചക്കര യും പൊരിയും അവിലും മലരും പലവിധം പലഹാരങ്ങളും നിരന്നിരു ന്ന് കുട്ടികളെ മാടി വിളിക്കുകയാണ്. വായിലിട്ട് അലിയിക്കുന്ന ഒയലിച്ച മിഠായി കുട്ടികൾക്ക് ഏറെ പ്രിയപ്പെട്ടതാണ്. അങ്ങേമ്മ ചക്കരയും പൊ രിയും വാങ്ങി. അതിനേക്കാൾ എന്നെ ആകർഷിച്ചത് വളയും മാലയും ചാന്തും കൺമഷിയും വിൽക്കുന്നിടമാണ്. എനിക്കും പ്രസന്നയ്ക്കും അങ്ങേമ്മ കൈനിറയെ വള വാങ്ങിത്തന്നു. കൺമഷിയും ചാന്തും വാ ങ്ങിത്തന്നു. എന്റെ നോട്ടം കുപ്പിവളയിലാണ് വീണതെങ്കിലും അങ്ങേ മ്മ 'അത് പൊട്ടും. ബോംബവള മതി' എന്നു പറഞ്ഞ് നിറമുള്ള കൊമ്പ് വളകൾ വാങ്ങിത്തന്നു. അങ്ങേമ്മ മുടിയുടെ കൂടെ ചേർത്ത് കെട്ടാൻ ഒ രു തലയാട്ടി വാങ്ങി. ഒരുപാട് മുടി കലം കമഴ്ത്തിയതുപോലെ കെട്ടി വെക്കാറുള്ള അമ്മയ്ക്ക് ഉള്ള് കുറഞ്ഞുവന്നപ്പോൾ മുടിയുടെ കൂടെ ചേർ ത്തുകെട്ടിവെക്കാൻ തിരുപ്പൻ ഒരു അവശ്യവസ്തു ആയിരിക്കുന്നു. അക്കാലത്ത് മിക്ക സ്ത്രീകളും മുടിയിൽ തിരുപ്പൻ കൂട്ടിക്കെട്ടാറുണ്ട്. മുടിക്കെട്ടിന്റെ വലുപ്പം അഭിമാനപ്രശ്നമാണ്.

വിശന്നപ്പോൾ അങ്ങേമ്മ ഞങ്ങൾക്ക് പൊരിയും ചക്കരയും തന്നു. ചക്കര കലക്കിയ വെള്ളത്തിൽ പൊരിയിട്ടു കുടിക്കാൻ നല്ല രസമാണ്.

അമ്പലത്തിനുള്ളിൽ പ്രവേശിച്ചപ്പോൾ കണ്ട കാഴ്ച അതിശയിപ്പി ക്കുന്നതായിരുന്നു. കുപ്പായവും ട്രൗസറും ധരിച്ച് കുറെ ആളുകൾ ഇല ഞ്ഞിത്തറയിൽ നിന്ന് ഉറഞ്ഞുതുള്ളുന്നു. ഒരാളുടെ കൈയിൽ വാളുമു ണ്ട്. 'കുടകർ ഉറയുന്നതാണ്.' ആരോ പറഞ്ഞുതന്നു.

കുഴിയടുപ്പിന്റെ ഭാഗത്തായി ഉത്സവം തുടങ്ങുന്നതിന് മുമ്പേ ഞങ്ങൾ സ്ഥലംപിടിച്ചു. വാദ്യമേളങ്ങളുടെ അകമ്പടിയോടെ, ആനപ്പുറത്ത് തിട മ്പ് എഴുന്നെള്ളിച്ച് ഉത്സവം തുടങ്ങി. ഞങ്ങൾ ഇരിക്കുന്നതിനടുത്തുകൂടി ഉത്സവം കടന്നുപോകുമ്പോൾ എന്റെ നെഞ്ചിടിപ്പ് കൂടി. പേടിച്ചാലും ഞാൻ ഉറക്കെ കരയാറില്ല. കരയാനും എനിക്ക് പേടിയായിരുന്നു എന്നതാണ് സത്യം. ഞങ്ങൾ ഇരിക്കുന്നതിനു പിന്നിൽ നിന്നും ആരോ പറയുന്നത് കേട്ടു. 'ശാന്ത്യല്ലേ അത്.' ആൾക്കൂട്ടത്തെ വകഞ്ഞ് അവർ എന്റെ അടു ത്തെത്തി കുശലം ചോദിച്ചു. 'അമ്മ വന്നിട്ടില്ലേ.'

അത് അമ്മയുടെ കുഞ്ഞപ്പമ്മാവന്റെ ഭാര്യ യശോദമ്മായി ആയിരു ന്നു. അവർ പെരിങ്കോന്നിൽ നിന്ന് ഉത്സവം കാണാനെത്തിയതാണ്. അങ്ങേമ്മ അമ്മായി എന്താ പറഞ്ഞത് എന്ന് പിന്നീട് ചോദിച്ചു. തിരക്ക് കാരണം അമ്മായിക്ക് അങ്ങേമ്മയെ കാണാൻ പറ്റിയില്ല.

വൈകുന്നേരം ചുളിയാട്ട് നിന്ന് നൂറു കണക്കിന് തീയന്മാർ പഴുപ്പിച്ച അടുക്കൻ വാഴക്കുലകൾ ഇരുഭാഗത്തും തൂക്കിയിട്ട തണ്ട് ചുമലിൽ എടുത്ത് നാട്ടുകാരുടെ അകമ്പടിയോടെ പയ്യാവൂരപ്പന്റെ തിരുനടയിൽ സമർപ്പിക്കുന്ന ഓമനക്കാഴ്ച ഘോഷയാത്രയായി എത്തും. അതിന്റെ തിരക്കും ബഹളവും കഴിഞ്ഞതിനുശേഷമാണ് ഞങ്ങൾക്ക് അമ്പലത്തിൽ നിന്ന് പുറത്ത് കടക്കാൻ പറ്റിയത്.

അപ്പോഴേക്കും സൂര്യൻ അസ്തമിച്ചു കഴിഞ്ഞിരുന്നു. വളരെ വേഗം നടന്നാൽ നല്ലവണ്ണം ഇരുട്ടുന്നതിനു മുമ്പ് കാവുമ്പായി എത്താം. പക്ഷെ, എന്റെ നടത്തം പണി കൊടുക്കുമെന്ന് അങ്ങേമ്മയെക്കാൾ നന്നായി മറ്റാർക്കാണ് അറിയുക! ഒരു മഹാസമരം നീന്തിക്കടന്ന എന്റെ അങ്ങേമ്മയ്ക്ക് ഈ ചെറിയ പ്രശ്നം പരിഹരിക്കാനാണോ പ്രയാസം. ചെറുപ്പക്കാരുടെ ഒരു സംഘം കടന്നുപോകുമ്പോൾ അങ്ങേമ്മ ആവശ്യപ്പെട്ടു. 'ഈ കുട്ടീന കൊറച്ചങ്ങോട്ട് ആക്ക്യാട്ടെ. നിങ്ങൾ ചെറുബാല്യക്കാര ല്ലേ. കയ്യാത്തവരെ സഹായിക്കണം.'

അക്കൂട്ടത്തിൽ സന്മനസ്സുള്ള ഒരു ചെറുപ്പക്കാരൻ എനിക്ക് ഇരിക്കാൻ വേണ്ടി കുനിഞ്ഞു നിന്നു. കഴുത്തിൽ എന്നെ ഇരുത്തി എന്റെ ഇരുകാലുകളും മുന്നോട്ടിട്ട് അയാൾ പറഞ്ഞു. 'മുറുക്കിപ്പിടിച്ചോ.'

അങ്ങേമ്മയുടെ പെൺസംഘത്തെയും കടന്ന് അയാൾ എന്നെയും കഴുത്തിലിരുത്തി വേഗം നടന്നു. നാണക്കേടും സങ്കടവുംകൊണ്ട് ഞാൻ വീർപ്പുമുട്ടി. എന്റെ വിഷമം കൂട്ടാൻ മറ്റൊരു കാരണവും ഉണ്ടായിരുന്നു. എന്നെ ചുമലിലേറ്റിയത് മുതൽ അയാളുടെ കൂട്ടുകാരൻ ആ നല്ല മനുഷ്യനെ കളിയാക്കാനും ചീത്ത പറയാനും തുടങ്ങിയിരുന്നു. അയാൾ കളിയാക്കുന്നത് എന്നെ ചുമക്കുന്നതിനെയാണ്. പക്ഷെ, എന്നെ ചുമന്നു നടക്കുന്ന ആൾ അതൊന്നും ഗൌനിച്ചില്ല. ചില്ലറ വാക്കുകളിലും മൂളലിലും കൂട്ടുകാരനുള്ള മറുപടി ഒതുക്കി അദ്ദേഹം എന്നെ ഐച്ചേരി എത്തിച്ചു. എന്നിട്ട് ബഹുദൂരം പിന്നിലായിപ്പോയ പെൺസംഘം വരുന്ന തുവരെ കാത്തുനിന്ന് എന്നെ അങ്ങേമ്മയെ ഏൽപ്പിച്ചു മടങ്ങി.

ഇന്നും എനിക്ക് അറിയില്ല. എട്ടര വയസ്സുള്ള എന്നെ ചുമന്നു നടന്ന ആൾ ആരാണെന്ന്. ഏതായാലും എന്റെ ആദ്യ പയ്യാവൂർ ഉത്സവക്കാഴ്ചയെ അവിസ്മരണീയമാക്കിയതിൽ അദ്ദേഹത്തിന് വലിയ പങ്കുണ്ട്.

സന്ധ്യ കഴിയുമ്പോഴേക്കും ഞങ്ങൾ വീട്ടിൽ എത്തി. ദാഹവും വിശപ്പും ക്ഷീണവും കൊണ്ട് എല്ലാവരും വലഞ്ഞിരുന്നു. പുലർച്ചയ്ക്ക് കഴമ അരിയുടെ കഞ്ഞിയും പുനത്തിൽ കായ്ച്ച പഴുത്ത വെള്ളരിക്ക ഓലനും പാകംചെയ്തു വെച്ചിട്ടാണ് വീട്ടിൽനിന്നും പെണ്ണുങ്ങൾ ഇറങ്ങിയ

ത്. അങ്ങേമ്മ ആ കഞ്ഞിയും കൂട്ടാനും തേച്ചുമിനുക്കിയ ഓട്ടുകിണ്ണ
ത്തിൽ ആണുങ്ങൾക്കും കുട്ടികൾക്കും വിരുന്നുകാർക്കും വിളമ്പി. ക
ഞ്ഞി നന്നായി പുളിക്കുന്നുണ്ടായിരുന്നു. എന്നാൽ ആരും കുറ്റംപറഞ്ഞി
ല്ല. കഞ്ഞികുടിച്ച് പായ് വിരിച്ച് എല്ലാവരും കിടന്നു. വിരുന്നുകാരും വീ
ട്ടുകാരും കഥകളും വിശേഷങ്ങളും പറഞ്ഞുപറഞ്ഞ് അറിയാതങ്ങ് ഉറ
ങ്ങിപ്പോയി.

അങ്ങേമ്മ പറ്റുന്നിടത്തെല്ലാം എന്നെ കൊണ്ടുപോകാറുണ്ട്. അത്തര
ത്തിലൊരു യാത്രയാണ് വടക്കാഞ്ചേരിയിൽ പുടമുറിക്ക് പോയത്. അ
ക്കരമ്മിലെ ഗോവിന്ദൻ വലിയച്ഛന്റെ ആദ്യഭാര്യ അപസ്മാരരോഗിയാ
യിരുന്നു. ഒരു മകൾ പിറന്നതിനുശേഷം വലിയമ്മ കാവുമ്പായി താമ
സിക്കാൻ വന്നില്ല. എപ്പോഴും വീട്ടുകാരുടെ ശ്രദ്ധ വേണ്ടതുകൊണ്ട് അ
വർ കൈതപ്രത്തെ സ്വന്തം വീട്ടിൽ തന്നെ കഴിയുകയായിരുന്നു. അതു
കൊണ്ട് വലിയച്ഛന് ഒരു കുടുംബജീവിതം ലഭിച്ചില്ല. ഒരുപാട് കാലത്തെ
എകാന്തവാസത്തിനു ശേഷം അമ്മ കിടപ്പിലാവുകയും അങ്ങേമ്മയുടെ
നിർബ്ബന്ധം കൂടുകയും ചെയ്തപ്പോൾ അദ്ദേഹം വടക്കാഞ്ചേരിയിൽനി
ന്നും ഒരു പുടമുറി കഴിച്ചു. ഞങ്ങളുടെ ചിരുതേയിയാണ് വലിയച്ഛന്
ഈ ബന്ധം കാണിച്ചുകൊടുത്തത്. നാരായണി വലിയമ്മയുടെ ആങ്ങ
ള പുടമുറി കഴിച്ചിരുന്നത് എന്റെ അമ്മയുടെ വലിയച്ഛന്റെ മകൾ ലക്ഷ്
മിയെ ആയിരുന്നു. തേർതലയിലെ പാലക്കിൽ വീട്ടിലേക്ക് വിരുന്നുവന്ന
പ്പോൾ ചിരുതേയി നാരായണിയെ കണ്ടിരുന്നു.

ഭർത്താവിന്റെ ഇളയമ്മയാണെങ്കിലും നാരായണി വലിയമ്മ അമ്മ
എന്നുതന്നെയാണ് അങ്ങേമ്മയെ വിളിച്ചിരുന്നത്.

നാരായണി വലിയമ്മയുടെ തറവാട്ടിലായിരുന്നു പുടമുറി. ഞാൻ, പ്രസ
ന്ന, അങ്ങേമ്മ എന്നിവരെയും കൂട്ടി ഗോവിന്ദൻ വലിയച്ഛനും നാരായ
ണി വലിയമ്മയും വടക്കാഞ്ചേരിയിലേക്ക് പുറപ്പെട്ടു. ഇപ്രാവശ്യം ഞ
ങ്ങൾക്ക് സഹായിയായി കൂടെ വന്നത് ചിരുതേയിയുടെ അനുജത്തി മാ
തു ആയിരുന്നു. എന്നാലും എന്നെ എടുത്തത് ഒക്കെ നാരായണി വലി
യമ്മ തന്നെയാണ്. പണ്ടത്തെ ആളുകൾക്ക് ഭാരംചുമക്കലൊന്നും അ
ത്ര വിഷമമമുള്ള കാര്യമല്ലല്ലോ. വലിയമ്മയുടെ വീട്ടിലാണ് പോയന്ന് രാ
ത്രി ഞങ്ങൾ തങ്ങിയത്. അടുത്ത് തന്നെയുള്ള മറ്റൊരു വീട്ടിലാണ് പുട
മുറി. രാവിലെ ഞങ്ങൾ അങ്ങോട്ട് പോയി പുടമുറിയിൽ പങ്കെടുത്ത്
സദ്യ ഉണ്ടു.

പേനപ്പേടിയും മറ്റുചില പേടികളും

അക്കരെമ്മിലെ ഗോവന്ദൻ വലിയച്ഛനുമായി ബന്ധപ്പെട്ട കുറെ കാര്യ ങ്ങൾ എന്റെ ഓർമ്മയിലുണ്ട്. വലിയച്ഛന്റെ അമ്മ, അങ്ങേമ്മയുടെ തമ്പാ യി ജ്യേഷ്ഠത്തി, മരിച്ചതിന്റെ പന്ത്രണ്ടിന്നു രാത്രിയിൽ നടന്ന സംഭ വം ഇന്നും ഓർമ്മയിൽ പച്ചപിടിച്ചു നിൽക്കുന്നുണ്ട്. ആചാരങ്ങളിലും ചടങ്ങുകളിലും വിട്ടുവീഴ്ചയില്ലാത്ത ആ കാലത്ത് പന്ത്രണ്ടാം ദിവസം രാത്രിയിൽ ഇണങ്ങത്തിമാർ, ആണമക്കളുടെ ഭാര്യമാർ, അത്താഴമൂട്ട് എ ന്ന പേരിൽ വന്നിരിക്കുന്ന ബന്ധുക്കൾക്ക് അരിയും കറിസാമാനങ്ങളും കൊണ്ടുവന്ന് സദ്യ ഉണ്ടാക്കി വിളമ്പണം. അത്താഴൂട്ടിന്റെ സമയത്താ ണ് രസകരമായ ആ സംഭവമുണ്ടായത്.

അകത്ത് പായിൽ ഇരുന്നുകൊണ്ട് അങ്ങേമ്മയടക്കമുള്ള മുതിർന്ന സ്ത്രീകൾ വർത്തമാനം പറയുകയും മുറുക്കുകയുമൊക്കെ ചെയ്യുമ്പോൾ അവരെ ചുറ്റിപ്പറ്റി ഞാനും പ്രസന്നയും പപ്പിയേച്ചിയും എരുവേശിയിൽ നിന്ന് വന്ന കുട്ടികളുമൊക്കെ ഇരിക്കുകയായിരുന്നു. അതിൽ നളിനി യേച്ചിക്ക് പെട്ടെന്ന് ഒരു ക്ഷീണം വന്നു. അച്ഛന്റെ മൂത്ത വലിയമ്മയുടെ മകന്റെ മകളാണ് നളിനി. അവൾ പായിൽ കിടന്നു. പെട്ടെന്ന് കണ്ണുരുട്ടി ശബ്ദം മാറ്റി സംസാരിക്കാൻ തുടങ്ങി. 'ന്റെ കുട്ടിക്ക് കൊടുക്കാണ്ട് ഓൻ അങ്ങനെ ഒറ്റക്ക് അനുഭവിക്കണ്ട.'

കുഞ്ഞപ്പ വലിയച്ഛനും യശോദ വലിയമ്മയും ഓടി വന്നു.

'എന്താ ന്റെ മോക്ക് പറ്റ്യേ?' യശോദ വലിയമ്മ കരഞ്ഞു.

'ഉയ്ഝ്...പേന കൂട്യതാന്നു തോന്നുന്ന്.' ആരോ പറഞ്ഞു.

'അതുയിതും പറയാണ്ട് ആരാന്നു പറ.' അങ്ങേമ്മ ഉറക്കെ പറഞ്ഞു.

'കുഞ്ഞീ, കൂടപ്പെറപ്പിന ഇത്രവേഗം നീ മറന്നാ?' പേന ഉറക്കെ കര യാൻ തുടങ്ങി.

'പോയാള് പോയ വഴി പൂവ്വാണ്ട് ബാക്കില്ലോര ദ്രോഹിക്കല്ലേ കുഞ്ഞേടത്തീ.

ഞാനെന്നും ചിത്തസ്മൃതിയൊക്കെയും ജനനമാം

ഞാനെന്നതെല്ലാം മറന്നീടുന്നതല്ലോ മൃതി.'

അങ്ങേമ്മ പുരാണങ്ങളെല്ലാം പഠിച്ച ആളാണ്. അതുകൊണ്ട് ഭാഗവ ത്തിലെയോ, രാമായണത്തിലെയോ വരികൾ ഉദ്ധരിച്ചുകൊണ്ടേ സംസാ രിക്കൂ.

'ന്റെ ചെമ്പും, കിണ്ടീം കിണ്ണും ഓനേട്യോ മാറ്റി. ന്റെ ദാമോരന് കൊ ക്കൊണ്ട്ക്കോൻ.' ഏങ്ങലടിച്ചുകൊണ്ട് പേന പറഞ്ഞു.

പ്രേതം കുറച്ചുനേരം കൂടി ചോദ്യങ്ങൾക്ക് ഉത്തരം പറഞ്ഞുകൊ

ണ്ടിരുന്നു. പിന്നെ മിണ്ടാതായി. ഞെട്ടിയുണർന്നതുപോലെ നളിനി എഴു ന്നേറ്റിരുന്നു. വെള്ളം വാങ്ങി കുടിച്ചു.

'നീയെന്താ ഇത്രനേരും പറഞ്ഞത്?' നളിനിയുടെ അമ്മ ചോദിച്ചു.

'അനക്കൊന്നും ഓർമ്മീല.' നളിനി പറഞ്ഞു.

പേനയായാലും ഒരു മര്യാദയൊക്കെ വേണ്ടേ! കിടപ്പിലായ അമ്മയു ടെ തീട്ടും മൂത്രവും കോരി മരണംവരെ ഒറ്റയ്ക്ക് പരിചരിച്ച മോനെയാണ് എല്ലാവരുടെയും മുന്നിൽ കുറ്റക്കാരനാക്കിയത്. സ്ത്രീകൾ ഇല്ലാത്ത വീ ട്ടിൽ ഗോവിന്ദൻ വലിയച്ഛൻ ഒറ്റയ്ക്കാണ് അമ്മയെ വൃത്തിയാക്കി കുളി പ്പിച്ച്, ആഹാരമുണ്ടാക്കി കഴിപ്പിച്ച് നന്നായി നോക്കിയിരുന്നത്. അമ്മയു ടെ തീട്ടത്തുണിയും മൂത്രത്തുണിയും തോട്ടിൽ കൊണ്ടുപോയി കാലു കൊണ്ട് ഉരച്ചുകഴുകി മലവും മൂത്രവും കളഞ്ഞ് അലക്കിയെടുക്കുന്നത് നാട്ടുകാർ എന്നും കാണുന്നതാണ്. അതൊക്കെ മറന്നിട്ടാണ് അകലെ യുള്ള മൂത്തമോന് കിണ്ണും കിണ്ടീം കൊടുത്തില്ലാന്നും പറഞ്ഞ് അമ്മ പ്രേതം കരയുന്നത്.

കുറ്റകൃത്യങ്ങൾ തെളിയിക്കുന്നത് അക്കാലത്തെ പ്രേതങ്ങളുടെ പ്ര ധാന ജോലിയായിരുന്നു. മോഷണവും കൊലപാതകവുമൊക്കെ അവർ തെളിയിക്കാറുണ്ട്.

മൂരാനൊക്കെ പോയി ക്ഷീണം വരുമ്പോഴായിരിക്കും മിക്കവാറും അ ന്നത്തെ പെണ്ണുങ്ങൾക്ക് പേന കൂടുക. അപ്പോൾ അടുത്തുള്ള വീടുക ളിൽ കൂടെയുള്ളവർ കൊണ്ടുപോയി കിടത്തും. അപ്പോൾ ഇതുപോലെ എന്തൊക്കെയോ പറയും. ആരാണ് എന്ന് ചോദിച്ചാൽ അടുത്തിടെ മരി ച്ച ആളുടെ പേര് പറയും. ക്ഷീണം മാറി വെള്ളം കുടിച്ചുകഴിഞ്ഞാൽ എഴുന്നേറ്റ് പോകും.

വയൽക്കരയിലുള്ള ഞങ്ങളുടെ വീട്ടിന്റെ വരാന്തയിൽ അങ്ങനെ ചി ല പേനകളെ കിടത്തിയത് ഞാൻ പിന്നീടും കണ്ടിട്ടുണ്ട്. മരിച്ചവരുടെ ഭാഷയിൽ അവർ സംസാരിക്കുന്നതും കേട്ടിട്ടുണ്ട്.

സ്വാമി കൂടുക, ഗുരുനാഥൻ കൂടുക എന്നതൊക്കെ സമീപ ഗ്രാമങ്ങ ളിലെല്ലാമുള്ള ഒരു സംഭവമായിരുന്നു. ഏകദേശം 300 കൊല്ലം മുമ്പ് പാ ലാഴിക്കടവിൽ അനന്തൻ ഗുരിക്കൾ എന്നൊരു സിദ്ധൻ ഉണ്ടായിരുന്നത്രേ. അദ്ദേഹത്തിന് മന്ത്രതന്ത്രങ്ങളെല്ലാം വശമായിരുന്നുവത്രേ. സുഹൃത്താ യ ഒരു മലയനൊപ്പം തോണിയിൽ സഞ്ചരിക്കുമ്പോൾ മുങ്ങി മരിക്കുക യായിരുന്നു അദ്ദേഹം എന്നാണ് വേണ്ടപ്പെട്ടവർ കരുതിയത്. എന്നാൽ അതൊരു കൊലപാതകമായിരുന്നു എന്ന് വെളിപ്പെടുത്തിയത് അദ്ദേഹ ത്തിന്റെ പ്രേതാത്മാവായിരുന്നുവത്രേ. അദ്ദേഹത്തിന്റെ മന്ത്രസിദ്ധിയിൽ

അസൂയപൂണ്ട മലയൻ അദ്ദേഹത്തെ പുഴയിൽ മുക്കിക്കൊല്ലുകയായി
രുന്നു പോലും.

സുബ്രഫേണ്യനൊപ്പം ചേർന്ന് വിശുദ്ധനായിത്തീർന്ന ആ ഗുരുനാ
ഥൻ ചിലരുടെയെല്ലാം ദേഹത്ത് ആവേശിച്ചുപോലും. ഇങ്ങനെ ആവേ
ശിക്കപ്പെട്ട ആളും പിന്നീട് പൂജയൊക്കെ ചെയ്ത് ഒരു സന്യസ്തജീവി
തം നയിക്കുകയായിരുന്നു പതിവ്. അതിൽ കൂടുതലും സ്ത്രീകളായി
രുന്നു എന്നതും ഏറെ കൗതുകകരമായ കാര്യമാണ്. അങ്ങനെയുള്ള
രണ്ടുപേരെ എനിക്ക് നേരിട്ടറിയാം. ഗുരുനാഥൻ ഉറഞ്ഞുകഴിഞ്ഞാൽ അ
വർ സാധാരണ സംഭാഷണം മറക്കും. ബന്ധങ്ങൾ മറക്കും. പ്രവചന
സ്വഭാവത്തോടെ പലതും പറയും. ഇതൊക്കെ എന്റെ ബാല്യകാലത്തെ
അത്ഭുതങ്ങളായിരുന്നു. വൈദ്യുതവിളക്കുകൾ തെളിഞ്ഞതിനുശേഷമാ
യിരിക്കണം ഗ്രാമീണ സ്ത്രീകളിൽ ആവേശിക്കാൻ തക്കം പാർത്തിരു
ന്ന പ്രേതങ്ങൾ സ്ഥലം വിട്ടത്.

ഗോവിന്ദൻ വലിയച്ഛന്റെ ആദ്യഭാര്യ ജാനകി വലിയമ്മ കൈതപ്ര
ത്തുള്ള അവരുടെ തറവാട്ടിൽ തന്നെയാണല്ലോ താമസിച്ചിരുന്നത്. മകൾ
പത്മാവതി അമ്മയുടെ കൂടെയാണ് താമസമെങ്കിലും ഇടയ്ക്കിടെ അച്ഛ
ന്റെ വീട്ടിലും വരാറുണ്ട്. കുറച്ചുദിവസം അക്കരെമ്മിലെ വീട്ടിൽ വന്ന് നി
ന്നിട്ട് പോകും. വലിയച്ഛനും നാരായണി വലിയമ്മയ്ക്കും ഒരു മകൻ
പിറന്നു. ഗംഗാധരൻ എന്ന് പേരിട്ട് ഓമനിച്ചു വളർത്തിയ പൊന്നുമോൻ.
അവന് ഒരു വയസ്സ് തികയുന്ന പിറന്നാൾ ആണോ, മറ്റെന്തെങ്കിലും വി
ശേഷമാണോ എന്ന് ഓർമ്മയില്ല. ഞാനും പ്രസന്നയും അങ്ങേമ്മയും
അമ്മയുമൊക്കെ അക്കരെമ്മിലെ വീട്ടിൽ ഉണ്ടായിരുന്നു. കൈതപ്രത്ത്
നിന്ന് പപ്പിയേച്ചിയും വന്നിട്ടുണ്ടായിരുന്നു. പപ്പിയേച്ചിക്കൊപ്പം കളിക്കാ
നും വർത്തമാനം പറയാനും എനിക്ക് വലിയ ഇഷ്ടമായിരുന്നു. സദ്യ
ഉണ്ടതിനുശേഷം വീണ്ടും ഞങ്ങൾ വടക്കുപുറത്തെ ഇറയത്ത് ഒത്തു
കൂടി. അവളുടെ കൈയിൽ മോനും ഉണ്ട്. അവൾ കുട്ടിയെ കളിപ്പിക്കു
ന്നത് നോക്കി ഞാനും പ്രസന്നയും ഇരുന്നു. അവൾ അമ്മിയുടെ മുക
ളിൽ കുട്ടിയെ നിർത്തിയും എടുത്തുപൊക്കിയും കളിപ്പിച്ചു. ഇടയ്ക്ക്
കൈവിട്ട് അവൾ വിളിച്ചുപറഞ്ഞു. 'എന്റെ മോൻ നിന്നേ.'

അടുത്തനിമിഷം ആ ദുരന്തം സംഭവിച്ചു. കുട്ടി മറിഞ്ഞുവീണു. നില
ത്ത് തലയിട്ടടിച്ച് വീണപ്പോൾ കുട്ടി കരഞ്ഞു. എല്ലാവരും ഓടിവന്നു. വ
ലിയമ്മ കുഞ്ഞിനെ വാരിയെടുത്തു. പപ്പിയേച്ചിക്ക് കണക്കിന് ചീത്ത
കിട്ടി. അയൽക്കാരനായ പപ്പൻ വൈദ്യരെ കാണിച്ചു. കുഴപ്പമൊന്നുമില്ല
എന്ന് അദ്ദേഹം പറഞ്ഞപ്പോൾ എല്ലാവർക്കും സമാധാനമായി.

രണ്ടുദിവസം കഴിഞ്ഞപ്പോൾ ആ വാർത്ത കേട്ടു. വലിയച്ഛന്റെ കുട്ടി പൊയ്പ്പോയി. ബാലമരണങ്ങൾ സാധാരണമായ ആ കാലത്ത് മാതാ പിതാക്കളുടെ നെഞ്ചിൽ ഒരുകൊട്ട കനൽ കോരിയിട്ട് മകൻ മറഞ്ഞു പോയി.

അവരുടെ കണ്ണീരൊപ്പാൻ പിന്നീട് ഒരു മകൾ പിറന്നു. പങ്കജാക്ഷി വലുതാവുന്നതിനു മുമ്പ് ഗോവിന്ദൻ വലിയച്ഛൻ രോഗബാധിതനായി. ക്ഷയരോഗമായിരുന്നു വലിയച്ഛന്. രോഗം മൂർച്ഛിക്കുമ്പോൾ ഇളയമ്മ യുടെ മക്കളായ അച്ഛനും വലിയച്ഛനും ചേർന്ന് ആസ്പത്രിയിൽ കൊ ണ്ടുപോയി അഡ്മിറ്റാക്കും. പിന്നീട് കുറച്ചുവർഷമേ ഗോവിന്ദൻ വലിയ ച്ഛൻ ജീവിച്ചുള്ളൂ.

പപ്പിയേച്ചിയുടെ ജീവിതവും ദുരന്തപര്യവസായി ആയിരുന്നു. സുന്ദ രിയായിരുന്നു പപ്പിയേച്ചി. രക്തപ്രസാദമുള്ള ഇളംവെളുപ്പുനിറക്കാരി. ചുരു ണ്ട് നീണ്ടിടതൂർന്ന് കാൽമുട്ടിനൊപ്പമെത്താൻ മത്സരിക്കുന്ന മുടി. കട ഞ്ഞെടുത്തതുപോലുള്ള ദേഹം. കണ്ണെടുക്കാൻ തോന്നാത്ത മുഖശ്രീ. സൗന്ദര്യവും അരക്ഷിതാവസ്ഥയും ഒന്നിച്ചുചേർന്നാൽ ചൂഷകർ പിന്നാ ലെയുണ്ടാവുമല്ലോ. ഇത്ര സുന്ദരിയായിട്ടും അനുയോജ്യനായ ഒരു ചെ റുപ്പക്കാരനെ കണ്ടുപിടിച്ച് വിവാഹം നടത്താൻ രക്ഷിതാക്കൾ ഉണ്ടായി രുന്നില്ല അവൾക്ക്. അച്ഛനില്ല, അമ്മയ്ക്ക് പ്രാപ്തിയുമില്ല. ബന്ധുക്കളു ടെ മേൽനോട്ടത്തിൽ നടത്തിയ വിവാഹജീവിതവുമായി പൊരുത്തപ്പെ ട്ടുപോകാൻ അവൾക്ക് കഴിഞ്ഞില്ല. അകാലത്തിൽ സ്വയം ഇല്ലാതായ അവളെക്കുറിച്ച് ഓർക്കുമ്പോൾ നെഞ്ചിൽ ഇന്നുമൊരു വിങ്ങൽ.

ചെറുപ്പത്തിൽ എന്നെ ഭയപ്പെടുത്തിയ വേറെയും കാര്യങ്ങൾ ഉണ്ടാ യിരുന്നു. പൂരക്കാലത്ത് മുയിപ്ര മുച്ചിലോട്ടു കാവിൽ നിന്നും കാവുമ്പാ യി വാളെഴുന്നള്ളിച്ചു വരാറുണ്ട്. ചെണ്ടമേളത്തിനൊപ്പം ചുവന്ന പട്ടുടു ത്ത് കാലിൽ ചിലമ്പും കൈയിൽ വാളും കുലുക്കി ഉറഞ്ഞുവരുന്ന വെ ളിച്ചപ്പാട് എന്നെ ഭയപ്പെടുത്തിയിരുന്നു. നാടായ നാടെല്ലാം തെണ്ടി രാ ത്രിയാകുമ്പോഴാണ് വെളിച്ചപ്പാടും സംഘവും തളിയന്മാർ വീട്ടിലെത്തു ക. വൈകുന്നേരം മുതൽ ചെണ്ടയുടെ ഒച്ച കേൾക്കാൻ തുടങ്ങും. അ പ്പോൾ മുതൽ എന്റെ പേടിയും ഉയരാൻ തുടങ്ങും. ചെണ്ടയുടെ ശബ്ദം അടുത്തു വരുന്തോറും എന്റെ നെഞ്ചിടിപ്പ് കൂടി വരും. എന്നെ പറ്റിക്കാൻ എന്നപോലെ ചെണ്ടയുടെ ഒച്ച അടുത്തെത്തി എന്ന് തോന്നിപ്പിച്ച് വീ ണ്ടും അകന്നുപോകും. അപ്പോഴൊക്കെ വേഗം ഒന്ന് വന്നു പോയാൽ മ തിയെന്നും തോന്നാറുണ്ട്. എന്റെ ഈ പേടിയെക്കുറിച്ച് ആരോടും പറ യാനും ആവില്ല. കാരണം എന്റെ ദുരഭിമാനം തന്നെ. ഇനി പറയാമെ

ന്നുവെച്ചാലും അനുഭാവത്തോടെ കേൾക്കുന്ന ഒരേയൊരാൾ അങ്ങേമ്മ മാത്രമാണ്. അങ്ങേമ്മയ്ക്ക് വെളിച്ചപ്പാടിന്റെ വരവ് തടയാൻ ആവില്ല എന്നും അറിയാം.

ചെണ്ടയും കുത്തുവിളക്കും പന്തവുമൊക്കെയായി വെളിച്ചപ്പാടും സംഘവും പൊള്ളോലെടം വളപ്പിൽ കയറി പാലം കടന്ന് തെക്കുഭാഗ ത്തെ നീണ്ട മുറ്റം കടന്ന് നടകയറി മുൻവശത്തെ മുറ്റത്തേക്ക് കയറു മ്പോഴേക്കും എന്റെ നല്ല ജീവൻ പറന്നുപോകാതെ പിടിച്ചുവെക്കാൻ ഞാൻ പാടുപെടുകയായിരിക്കും. വെളിച്ചപ്പാട് വാളുംകുലുക്കി ഉറഞ്ഞു തുള്ളി കാമനു ചുറ്റും വലംവെച്ച് ഇറയത്തേക്കു പാഞ്ഞൊരു വരവു ണ്ട്. അങ്ങേമ്മ സാധാരണ പടിഞ്ഞാറ്റകത്ത് കത്തിച്ചുവെക്കുന്ന നിലവി ളക്ക് ഇറയത്ത് കൊണ്ടുവെച്ച് തളികയിൽ അരിയുമെടുത്ത് വാതുക്കൽ തയ്യാറായി നിൽക്കും. നടക്കല്ല് ഓടിക്കയറാൻ തുടങ്ങുന്ന വെളിച്ചപ്പാടി നെ അരിയെറിഞ്ഞു സ്വീകരിക്കാൻ. 'ഗുണം വരും പൈതങ്ങളേ' തുട ങ്ങിയ വാചകങ്ങൾ ചൊൽവടിവിലരുളി വെളിച്ചപ്പാട് മഞ്ഞൾക്കുറി ആൾ വീതം കൈയിലിട്ടുതരും. പകരം അങ്ങോട്ട് കൊടുക്കാൻ അങ്ങേമ്മ മു മ്പേ ഞങ്ങളുടെ കൈയിൽ നാണയത്തുട്ടുകൾ വെച്ച് തന്നിട്ടുണ്ടാകും. ഞങ്ങളെ പിടിച്ച് വെളിച്ചപ്പാടിനു മുന്നിൽ നിർത്തുമ്പോൾ ഞാൻ പേടി ച്ചു വിറക്കുകയായിരിക്കും. ഒരുവിധം നാണയം വെളിച്ചപ്പാടിന്റെ കൈ യിലേക്കിട്ടുകൊടുത്ത് മഞ്ഞൾപ്പൊടി വാങ്ങി നെറ്റിയിൽ തൊടും. അച്ഛ നും വലിയച്ഛനുമൊക്കെ വെളിച്ചപ്പാടിനു പണംകൊടുക്കും. എന്നിട്ട് ത ട്ടിൽനിന്നും നേരിട്ട് മഞ്ഞൾപ്പൊടി നുള്ളിയെടുത്ത് നെറ്റിയിൽ വരക്കും. അത് ചില തറവാട്ടിലെ ആണുങ്ങൾക്കുള്ള അവകാശമാണ്. അങ്ങേമ്മ അകമ്പടിക്കാരുടെ കൈയിലെ പാത്രത്തിൽ വെളിച്ചെണ്ണ നിറച്ചുകൊടു ക്കും. അനുഗ്രഹിച്ചുതീർന്നാൽ കാലുകൾ പിന്നോട്ട് വെച്ചുവെച്ച് വെളി ച്ചപ്പാട് പിൻവാങ്ങും.

കുംഭം 25 ന് ഞങ്ങളുടെ നാട്ടിൽ പുതിയ ഭഗവതിയുടെ തെയ്യം കെട്ടി യാടാറുണ്ട്. അങ്ങേമ്മ നേരത്തെ ചോറ് തന്ന് സന്ധ്യയാകുമ്പോൾ എന്നെ യും പ്രസന്നയെയും കൂട്ടി പഞ്ചായത്ത് പാലത്തിനടുത്തുള്ള കണ്ടത്തി ലേക്ക് പുറപ്പെടും. കൂടെ ആരെങ്കിലുമൊക്കെ ഉണ്ടാകും. അവരെക്കൊ ണ്ട് പായ ഒക്കെ എടുപ്പിച്ചാണ് തെയ്യം കാണാൻ പുറപ്പെടുക. രണ്ടാം വിള മൂർന്നൊഴിഞ്ഞ വയലിൽ കാലിപൂട്ടിയിട്ട വലിയ മൺകട്ടകളുടെ മീതെ പായ വിരിച്ച് ഞങ്ങൾ ഇരിക്കും, ഉറക്കം വരുമ്പോൾ ആ പായിൽ തന്നെ കിടക്കും.

നടവരമ്പിൽ നിന്ന് കുഞ്ഞുവരമ്പിൽ ഇറങ്ങാൻ എനിക്ക് പേടിയാണ്.

രണ്ടുകാലും നേരെ വെച്ചിട്ടേ എനിക്ക് നടക്കാൻ പറ്റൂ. ചെറിയ വരമ്പിൽ അത് പറ്റാത്തപ്പോൾ ഞാൻ വയലിലിറങ്ങും. എന്നാലും രക്ഷയില്ല. വലിയ കട്ടകൾക്കിടയിൽ ചവിട്ടുമ്പോൾ പാദങ്ങൾ മേലോട്ട് മടങ്ങി ഞാൻ വീണുപോകും. വിരൽ അമർത്തി ചവിട്ടി നിൽക്കാൻ എനിക്കാവില്ലല്ലോ.

ഈ വേദനകൾക്കിടയിൽ എനിക്ക് വീണുകിട്ടുന്ന സന്തോഷങ്ങളുണ്ട്. തെയ്യം കാണുക എന്നത് അതിലൊന്നാണ്. തോറ്റംപാട്ടിനെ തുടർന്നു വരുന്ന വീരനും വീരാളിയും പുതിയഭഗവതിയുമൊക്കെ എന്റെ കുഞ്ഞു ലോകത്തിലെ അത്ഭുതങ്ങളായിരുന്നു. ചെമ്പകവും പ്ലാവിന്റെ കാതലും കുന്നുപോലെ കൂട്ടിയിട്ടതിൽ അഗ്നിയെരിഞ്ഞു കനൽക്കുന്നാകുമ്പോ ഴേക്കും വ്രതംനോറ്റ തീയർ പാതിരാവിൽ ചിനച്ചുകൊണ്ട് തോട്ടിൽ പോയി കുളിച്ചുവന്ന് വെളിച്ചപ്പാടിനെ പിന്തുടർന്ന് കനലാട്ടം നടത്തും. അവർ കനലുകൾ തട്ടിത്തെറിപ്പിച്ചുപാഞ്ഞുപോകുന്ന കാഴ്ചയിൽ അത്ഭുതപര തന്ത്രയായി ഞാനിരിക്കും. നിറയെ കത്തിച്ചുവെച്ച കോത്തിരികളുള്ള വലിയ മുടിയുമായി, കത്തുന്ന വലിയ പന്തങ്ങൾ ഉടയാടയിൽ തിരുകി മന്ദം മന്ദം നൃത്തംവെയ്ക്കുന്ന പുതിയ ഭഗവതി എന്നെ അത്ഭുതത്തി ന്റെ കൊടുമുടിയിലെത്തിച്ചു. ഭഗവതിയുടെ മുന്നിൽ മഞ്ഞൾക്കുറിക്ക് കൈനീട്ടി പേടിച്ചുവിറച്ചുനിന്ന എന്നെ എനിക്കിപ്പോഴും ഓർമ്മയുണ്ടല്ലോ.

എവിടെപ്പോകുമ്പോഴും വാലായി ഞാനും പ്രസന്നയും അങ്ങേമ്മ യുടെ കൂടെയുണ്ടാകും. രണ്ടര ആൾ പൊക്കത്തിൽ ഉള്ള പഞ്ചായത്ത് പാലത്തിന്റെ താഴ്ത്തെ തോട്ടിലേക്കുള്ള കുളിയാത്ര എങ്ങനെ മറക്കാ നാണ്. പൊള്ളാലെടം പറമ്പിലേക്കുള്ള ഒറ്റത്തടിപ്പാലം കടന്ന് ഒറ്റത്തടി കോണിയിറങ്ങി എരുവെരിഞ്ഞി കണ്ടത്തിലിറങ്ങി ആരുകണ്ടവും കടന്ന് പഞ്ചായത്ത് പാലത്തിൽ കയറി അപ്പുറത്തെത്തി കെട്ടിപ്പൊക്കിയ സിമന്റ് ചുമരിൽ അള്ളിപ്പിടിച്ച് താഴോട്ടിറങ്ങിയാലെ വെള്ളത്തിൽ തൊടാൻ പറ്റൂ. കാവുമ്പായിലെ ധീരവനിതകൾക്ക് അതൊന്നും ഒരു വിഷയമേ അല്ല. പക്ഷേ, ഞാനെന്തുചെയ്യും. പാലം കടന്ന് തോട്ടിൻ കരയിൽ ഇറങ്ങാൻ തയ്യാറായിട്ട് നിൽക്കുകയല്ലാതെ. അപ്പോൾ അങ്ങേമ്മ ഒരു വിളി വിളി ക്കും. 'എണ്ണേ, കാർത്യാണീ.. ശാന്തക്കുട്ടീന തായക്കീച്ചാട്ടെ.'

അപ്പോൾ കാർത്യായനിയോ, കല്യാണിയോ, ദച്ചുവോ ഒക്കെ കുളി നിർത്തി വരും. അങ്ങേമ്മ എന്റെ രണ്ടു തോളിലൂടെ കൈയിട്ട് പൊക്കി താഴേക്കിറക്കും. താഴെ നിൽക്കുന്നവർ എത്തിവലിഞ്ഞ് എന്നെ പിടി കൂടും. ഇതിനിടയിൽ എന്റെ ഹൃദയമിടിപ്പ് കൂട്ടിക്കൊണ്ട് കുറച്ചു നിമി ഷങ്ങൾ കെട്ടിത്തൂക്കിയ പഴുത്ത വാഴക്കുലപോലെ ഞാൻ അന്തരീക്ഷ ത്തിൽ തൂങ്ങി നിൽക്കണം.

ഈ കഷ്ടപ്പാടുകളെല്ലാം മറന്ന് വെള്ളത്തിൽ ഇരുന്നു കളിക്കുമ്പോ ഴായിരിക്കും അങ്ങേമ്മയുടെ അടുത്ത പ്രയോഗം. എന്റെ കാലുകൾ അ ങ്ങേമ്മയുടെ കാലുകൾക്കിടയിൽ പിണച്ചുവെച്ച് അങ്ങേമ്മയുടെ ഉള്ളം കൈയിൽ തലവെച്ച് എന്നെ വെള്ളത്തിനു മുകളിൽ കിടത്തും. എന്നിട്ട് തല വെള്ളത്തിലിട്ട് ഒലുമ്പും. ഈ കഠിനപ്രയോഗത്തിൽ ശ്വാസംമുട്ടി മുട്ടി ഞാൻ മരിച്ചുപോകുമെന്ന് തോന്നാറുണ്ട്.

മറ്റൊരു കുളിയും എനിക്കോർമ്മയുണ്ട്. തിരൂറെ കുളത്തിലെ പൂരം കുളിയാണത്. അച്ഛപ്പന്റെ മരുമകൾ കാർത്ത്യായനിയേച്ചി ഏഴാംപൂരം നാ ളിൽ രാവിലെ തളിയന്മാർ വീട്ടിലെത്തി എന്നെയും പ്രസന്നയെയും കൂ ട്ടി കുളത്തിലേക്ക് പുറപ്പെട്ടു. വിളക്കും തളികയുമൊക്കെ എടുത്ത് അ മ്മയും അങ്ങേമ്മയും കൂടെ വന്നു. കുളത്തിൽ കുളിക്കാൻ ഒരുപാട് പെ ണ്ണുങ്ങളും പൂരക്കുട്ടികളും വന്നിട്ടുണ്ട്. അവരെയൊക്കെ കാണുന്നതും അവർ പറയുന്ന വിശേഷങ്ങൾ കേൾക്കുന്നതും എനിക്ക് ഹരമായിരു ന്നു.

തുലാവം സംക്രമദിനം കാവുമ്പായിക്കാർക്കും പ്രധാനപ്പെട്ടതാണ്. കാവേരി നദിയിലെ വെള്ളം പെരളശേരിയിലെ ക്ഷേത്രക്കുളത്തിൽ അ ന്ന് എത്തും എന്ന് വിശ്വസിക്കുന്നതിനാൽ കാവേരി സംക്രമം എന്നും അറിയപ്പെടുന്നു. തുലാവം പിറക്കുന്ന സംക്രമത്തിന്റെ തലേ ദിവസം രാത്രിയിൽ തളിയന്മാർ വീട്ടിൽ വലിയ ചെമ്പിൽ നെല്ല് നിറച്ചുവെച്ച് വെ ള്ളമൊഴിച്ച് അടുപ്പത്ത് കയറ്റിവെക്കും. അന്ന് പുലർച്ചെ വീട്ടിൽ തന്നെ നെല്ല് ഇടിച്ച് അവിലുണ്ടാക്കണം. പൂജയ്ക്ക് വെക്കാൻ കുരാച്ചിയും വെ ള്ളച്ചിയും പുതിയ കുരിയയിൽ നിറച്ചുകൊണ്ടുവരുന്ന അവിൽ എടു ത്തു കൂട. പുലരുന്നതിനുമുമ്പ് അമ്മയോ, വലിയമ്മയോ അടുപ്പിൽ തീ കത്തിക്കും. നനവുള്ള വിറകും ചകിരിയും ഒക്കെ പുകഞ്ഞുപുകഞ്ഞ് കത്താൻ അൽപ്പം വൈമുഖ്യം പ്രകടിപ്പിക്കും. അപ്പോൾ വീടുമുഴുവൻ പുക നിറയും. അടുക്കളയോട് ചേർന്നുള്ള കോമ്പിനിയിൽ അങ്ങേമ്മയ് ക്കൊപ്പം സ്വപ്നംകണ്ടു കിടക്കുന്ന ഞാൻ ശ്വാസംമുട്ടി ഞെട്ടിയുണർ ന്നുപോകും. കണ്ണിലും മൂക്കിലും വായിലും പുക നിറയുമ്പോൾ അ ങ്ങേമ്മയോട് പരാതി പറയും. അങ്ങേമ്മ സമാധാനിപ്പിക്കും. 'തീ നല്ലോ ണും കത്തുമ്പം പൊക പോവും.'

ശ്വാസംമുട്ടൽ ഇപ്പോൾ മാറും എന്ന പ്രതീക്ഷയോടെ ഞാൻ മിണ്ടാ തെ കിടക്കും. അധികം വേവാതെ ചെമ്പിൽനിന്നും നെല്ല് കോരിയെടു ത്ത് കലത്തിലിട്ട് വറുത്ത് ഉരലിലിട്ടു ഇടിക്കും. ഈ അവിൽ നാക്കില യിൽ പൂജയ്ക്ക് വെച്ചിട്ട് എല്ലാവരും കഴിക്കും. തുലാപ്പത്തിനും ഇതേ ച

ടങ്ങുകൾ ഉണ്ട്.

എന്റെ ഉറക്കംകെടുത്തുന്ന, സ്വപ്നം മുറിക്കുന്ന വേറെ ഒരു കാര്യ
വും കൂടി ഉണ്ടായിരുന്നു. പ്രസന്നയുടെ ഒരു സ്വഭാവവിശേഷമായിരു
ന്നു അതിനു കാരണം. അമ്മയുടെ സാമീപ്യമില്ലാതെ വളർന്ന കുട്ടിയാ
യതുകൊണ്ടാണോ അവൾക്ക് ഇങ്ങനെയൊരു ദൗർബ്ബല്യം ഉണ്ടായ
തെന്ന് സംശയിക്കാം. കുറെ വലുതാവുന്നതുവരെ അവൾ ഉറക്കത്തിൽ
മൂത്രമൊഴിക്കുമായിരുന്നു. ഈ പ്രത്യേകത കാരണം അങ്ങേമ്മയുടെ
വശത്തുനിന്നും അവളെ എന്റെ വശത്തേക്ക് മാറ്റിക്കിടത്തുകയായിരുന്നു.
അങ്ങേമ്മയുടെ കോസടിയുടെ ഒരു ഭാഗത്ത് ഞാനും അതിനോട് ചേർ
ന്ന് പായിൽ വിരിച്ച വിരിപ്പിൽ അവളും ഉറങ്ങും. എന്റെ കുപ്പായം നന
യുമ്പോൾ ഞാൻ ഞെട്ടിയുണർന്ന് പറയും. 'ഇവള് മൂത്രൊഴിച്ചു.'

'ഓളെ ബെഗസുള്ള കളിയാന്ന്.' എന്ന് പിറുപിറുത്തുകൊണ്ട് അങ്ങേ
മ്മ അവളെ നീക്കിക്കിടത്തും.

ഇങ്ങനെ പ്രസന്നയുടെ മൂത്രത്തിൽ ഉറങ്ങുമ്പോഴായിരിക്കും അയാൾ
എന്നെ പേടിപ്പിക്കാനെത്തുക.

ആ ചതുരമുഖം ഇപ്പോഴും എന്റെ കണ്മുന്നിൽ തെളിയുന്നു. വെളു
ത്ത ഷർട്ടും മുണ്ടും ധരിച്ച് പാതിരാവിൽ എന്റെ ദു:സ്വപ്നത്തിലേക്ക് ഇ
റങ്ങി വരുന്ന ആൾ. അയാളുടെ കൈയിൽ കത്തുന്ന തിരിനാളം. പകൽ
വെളിച്ചത്തിൽ ഞാൻ ഒരിക്കലും കണ്ടിട്ടില്ലാത്ത മുഖം. കണ്ണ് തുറക്കാൻ
പേടി. മുന്നിൽ അയാളുണ്ട്. എന്റെ തൊണ്ട വരണ്ടു. അമ്മയെ വിളിക്ക
ണമെന്നുണ്ട്. ആവുന്നില്ല. ദേഹം വിയർത്തു. അങ്ങേമ്മ പ്രഹ്ലാദസ്തുതി
ചൊല്ലുന്നതും കേട്ട് ഉറങ്ങിയതാണ്. അങ്ങേമ്മ അടുത്തുതന്നെയുണ്ട്.
എന്തിനാണ് അയാൾ മിക്ക രാത്രികളിലും വന്ന് എന്നെയിങ്ങനെ പേടി
പ്പിക്കുന്നത്?

ചെറുപ്പത്തിൽ ആവർത്തിച്ചു കാണുന്ന ഈ സ്വപ്നം കുറച്ചൊന്നുമ
ല്ല എന്നെ കഷ്ടപ്പെടുത്തിയിട്ടുള്ളത്.

വഴിതടയൽ സമരം

ഞാൻ മൂന്നാംക്ലാസിലേക്ക് ജയിച്ചു. മാധവൻ മാഷാണ് ഞങ്ങളുടെ
ക്ലാസ് അദ്ധ്യാപകൻ. ഹെഡ്മാസ്റ്ററും അദ്ദേഹമാണ്. എന്റെ പ്രിയപ്പെട്ട
അധ്യാപകനാണ് മാധവൻ മാഷ്. എന്നെ എല്ലാ കാര്യത്തിലും പരിഗ
ണിക്കുന്ന ആൾ. പഠിക്കുന്ന കുട്ടിയായതുകൊണ്ടാണോ, അവശയായ
കുട്ടിയായതുകൊണ്ടാണോ ഈ പ്രത്യേക പരിഗണന എന്നെനിക്കറി

യില്ല. ചിലപ്പോൾ രണ്ടുമാകാം.

രണ്ടാംക്ലാസിൽ പഠിക്കുമ്പോഴാണ് വീണ് എന്റെ കൈയൊടിഞ്ഞത്. അതുകൊണ്ട് എനിക്ക് കുറെനാൾ സ്കൂളിൽ പോകാൻ കഴിഞ്ഞില്ല. വൈദ്യർ വീട്ടിൽ വന്ന് കൈ കെട്ടിത്തന്നു. കൈ കുറുകെ കെട്ടിയതു കൊണ്ട് കുപ്പയമിടാൻ പറ്റില്ല. അന്നത്തെ രീതിയനുസരിച്ച് വെറുമൊരു കോണകമായിരുന്നു എന്റെ വേഷം. കോണകവേഷധാരിയായ ഞാൻ ഇറയത്തിന്റെ മൂലയ്ക്കിരുന്ന് ഒറ്റയ്ക്ക് കളിക്കുകയായിരുന്നു. സമയം വൈകുന്നേരം. അപ്പോഴുണ്ട് എന്റെ അമ്മ ഒരു കുപ്പായവുമെടുത്ത് വട ക്കോർത്തുനിന്ന് ഓടിവരുന്നു. അതേസമയത്ത് തന്നെ മുൻവശത്തെ ന ടകയറി സ്കൂളിലെ അധ്യാപകരും മുറ്റത്തെത്തി. എന്റെ മുഷിഞ്ഞ ദേ ഹവും കോണകവും കെട്ടിയ കൈയും. നാണക്കേട് കൊണ്ട് ഞാൻ ഇ ല്ലാതായി. അവരുടെ മുന്നിൽ വെച്ചുതന്നെ എന്റെ ഒരുകൈയിൽ കുപ്പാ യം കയറ്റി അമ്മ പിടിച്ചുനിന്നു. അതുകൊണ്ട് പകുതിപോലും നാണം മറയ്ക്കാൻ കഴിഞ്ഞില്ല. മാധവൻ മാഷും കുഞ്ഞിരാമൻ മാഷും വീണ തിനെക്കുറിച്ചു ചോദിച്ചതിനൊക്കെ ഞാൻ മുക്കിയും മൂളിയും എന്തൊ ക്കെയോ മറുപടി പറഞ്ഞു. ബാക്കി അമ്മ പൂരിപ്പിച്ചു. അവർ പോയതി നുശേഷമാണ് എന്റെ ശ്വാസംനേരെ വീണത്.

രണ്ടാംക്ലാസിലെത്തി മഴക്കാലം കഴിഞ്ഞതിനുശേഷം, ഇടയ്ക്ക് വീ ഴുകയൊക്കെ ചെയ്യുമെങ്കിലും പ്രസന്നയ്ക്കൊപ്പം സ്കൂളിൽനിന്നും വീ ട്ടിലേക്ക് പോകാനൊക്കെ എനിക്ക് കഴിഞ്ഞിരുന്നു. ഇടയ്ക്കിടെ വീഴുക എന്നത് എന്റെ പ്രത്യേക അവകാശമാണല്ലോ.

'കൊത്ത്യറത്തതുപോലെ ബീവും'ന്നാ അമ്മ പറയുക. വീഴുക മാത്ര മല്ല, മുട്ടിന്റെ ചിരട്ട പൊട്ടി പുണ്ണ് ആവുകയും ചെയ്യുമായിരുന്നു. പാറി പ്പാറി നടക്കും എന്നല്ലാതെ ബാലൻസ് ചെയ്ത് അമർത്തച്ചവുട്ടി നിൽ ക്കാനും നടക്കാനും എനിക്ക് ആവില്ല. കാൽപ്പടം മേലോട്ട് മടങ്ങി കണ കാലിൽ മുട്ടുന്നതുകൊണ്ടാണ് ഞാനിങ്ങനെ മറിഞ്ഞുവീഴുന്നത്.

വഴിയിലും പല തടസ്സങ്ങൾ ഉണ്ടായിരുന്നു. ഞാൻ രണ്ടിൽ പഠിക്കു മ്പോൾ ശിപായിയുടെ മകൾ ദാക്ഷായണി മൂന്നിലായിരുന്നു. അവളുടെ വീടിന് മുന്നിലൂടെ മഴക്കാലത്ത് പെരുവഴിയെ മുറിച്ചുകൊണ്ട് ഒരു ചി ല്ലിത്തോട് ഒഴുകിയിരുന്നു. തുലാവർഷം തിമർത്ത് പെയ്താൽ പെട്ടെന്ന് വെള്ളം കൂടും. സ്കൂളിലേക്ക് വരുമ്പോൾ ഉണങ്ങിയ സ്ഥലം വൈകു ന്നേരം കുത്തിയൊഴുകും. അപ്പോൾ അവിടെ നിൽക്കുകയല്ലാതെ എനി ക്ക് വേറെന്തുവഴി. അതിലെ പെര്യപോകുന്നവരോട് അതൊന്നു കടത്തി തരാൻ പറയാൻ എന്റെ ദുരഭിമാനം സമ്മതിക്കാറുമില്ല. ഒരു വൈകു

ന്നേരം അവിടെ എത്തിയപ്പോൾ ദാച്ച ഒരു വടിയുമെടുത്ത് നിൽക്കുക
യാണ്. അവൾ ഉഗ്രഭാവത്തിൽ പറഞ്ഞു. ' ഒരടി മുന്നോട്ട് വെച്ചാൽ..!'

അവൾ എന്തുചെയ്യും എന്നെനിക്കറിയല്ല. ഏതായാലും ഞാൻ പേടി
ച്ചു. 'നീ പോടി' എന്ന് പറഞ്ഞ് ഓടിപ്പോവാൻ എനിക്കാവില്ലല്ലോ. വഴി
പോവുന്ന ഏട്ടന്മാരെയൊക്കെ അവൾ സാക്ഷികളായി പറഞ്ഞുനിർത്തു
ന്നുമുണ്ട്. അവൾ അവിടെ പ്രമാണി ആവുകയാണ്. അവളുടെ അച്ഛൻ
വില്ലേജാപ്പീസിൽ നിന്നും വിരമിച്ച ശിപായിയയാണ്. അങ്ങേമ്മ കോൽ
ക്കാരൻ നാരായണൻ എന്നാണ് പറയാറുള്ളത്. എല്ലാവർക്കും വേണ്ട
പ്പെട്ട ആളായിരുന്നു അദ്ദേഹം. അവളാണെങ്കിൽ കുറെ മക്കൾ മരിച്ചതി
നുശേഷമുണ്ടായ ഏകസന്താനവും. അച്ഛന്റെ പുന്നാരമോളാണ്. എന്ത്
കുരുത്തക്കേട് കാണിച്ചാലും ശാസിക്കാൻ അദ്ദേഹത്തിന് ആവില്ല. അ
മ്മയെ ശാസിക്കാനൊട്ട് സമ്മതിക്കുകയുമില്ല. അപ്പോൾ അവളൊരു പ്ര
മാണി തന്നെയല്ലേ.

ഏതായാലും അവളുടെ വഴിതടയൽ അധികസമയം നീണ്ടുനിന്നി
ല്ല. എന്റെ അമ്മയുടെ തലവെട്ടം കണ്ടതോടെ വടി വലിച്ചെറിഞ്ഞ് 'ഞാ
നൊന്നുമറിഞ്ഞില്ലേ രാമനാരായണ' എന്ന മട്ടിൽ അവൾ മുങ്ങി.

ഇവളായിരിക്കും വഴിതടയൽ സമരം കണ്ടുപിടിച്ചത് എന്ന് തോന്നുന്നു.

സാധാരണ കുട്ടികൾ ഇത്തരം പ്രശ്നങ്ങൾ നേരിടുമ്പോൾ അമ്മ
യോട് പറയും. രണ്ട് ചീത്തയെങ്കിലും എതിരാളിയായ കുട്ടിക്ക് വാങ്ങി
ക്കൊടുക്കുകയും ചെയ്യും. ഞാൻ ഇതൊന്നും ഒരിക്കലും ചെയ്തിട്ടില്ല.
ദുർബ്ബലയായിരിക്കുക എന്നാൽ എന്തോ വലിയ ഒരു കുറ്റമാണ് എന്നൊ
രു ധാരണ എന്നിൽ ചെറുപ്പംമുതൽ രൂപപ്പെട്ടിരുന്നു. എന്റെ വൈകല്യം
മറ്റുള്ളവരിൽനിന്നും മറച്ചുവെക്കാനുള്ള വൃഥാശ്രമം ഞാൻ എപ്പോഴും
നടത്തിക്കൊണ്ടിരുന്നു.

ഇതേ ദാച്ചയാണ് ഞാൻ മൂന്നാംക്ലാസിലേക്ക് ഇടതുകാൽ വെച്ച് കയ
റുമ്പോൾ, എന്റെ ഇടതു കാലിനാണ് ബലം കൂടുതൽ, സ്വാഗതംചെയ്യാൻ
അവിടെ ഉണ്ടായിരുന്നത്. അവൾ മുന്നിൽ തോറ്റതുകൊണ്ട് സീനിയോ
റിറ്റി സ്ഥാനമൊക്കെ പമ്പകടന്നിരുന്നു. ഇപ്പോൾ അവൾ എന്റെ നല്ല
ചങ്ങാതിയാണ്. ചിലപ്പോഴൊക്കെ അമ്മ അവളുടെ വീട്ടിൽ ഞങ്ങളുടെ
ചോറും കൊണ്ടുവെക്കും. ഉച്ചയ്ക്ക് മണിയടിച്ചാൽ ഞാനും പ്രസന്ന
യും ദാച്ചയും ഒന്നിച്ച് അവളുടെ വീട്ടിൽ പോയി ചോറുണ്ണും. ആ സമയ
ത്ത് അവളുടെ അമ്മ വീട്ടിലുണ്ടാവില്ല. കണ്ടത്തിൽ തോലിടാനോ, നാട്ടി
പ്പണിക്കോ പോയിരിക്കും. അവൾ തന്നെ വാതിലൊക്കെ തുറന്ന് ഞങ്ങ
ളെ വീട്ടിൽ കയറ്റി ചോറ് എടുത്തുതരും. അവളുടെ അമ്മയുടെ പേർ

മാധവി എന്നാണെങ്കിലും പ്രായം കുറഞ്ഞവരെല്ലാം 'ദാച്ചേരമ്മ' എന്നാ
ണ് വിളിക്കാറുള്ളത്.

അവധി ദിവസങ്ങളിൽ തളിയന്മാർ വീട്ടിലേക്ക് അവൾ കളിക്കാൻ
വരും. നിറയെ പ്ലാവും മാവും പുളിയും കുരുമുളക് പടർത്തിയ കാട്ടുമര
ങ്ങളുമൊക്കെ നിറഞ്ഞ് തണൽ വിരിച്ചുനിൽക്കുന്ന ഞങ്ങളുടെ പറമ്പിൽ
കളിക്കാൻ നല്ല രസമാണ്. മരച്ചുവട്ടിലിരുന്നു ഞങ്ങൾ കൊത്തംകല്ല്
കളിക്കും, പ്ലാവില കോട്ടി കളിക്കും, കഥയും കടംകഥയും പറഞ്ഞു
രസിക്കും. ഒരുദിവസം കളിച്ചുകളിച്ച് സന്ധ്യയായി. എന്നിട്ടും ദാച്ചയ്ക്ക്
പോകാൻ മനസ്സില്ല. എനിക്ക് പേടിയായി. ഞാൻ കളി മതിയാക്കി, അവ
ളോട് പൊയ്ക്കോ എന്ന് പറഞ്ഞു. ഞാനും പ്രസന്നയും മാഞ്ചുവട്ടിൽ
നിന്നും എഴുന്നേറ്റപ്പോൾ മനസ്സില്ലാമനസ്സോടെ അവളും എഴുന്നേറ്റു.

രാത്രിയിൽ ഞങ്ങൾ അടുക്കളയിലിരുന്ന് ചോറുണ്ണുകയായിരുന്നു.
അപ്പോൾ ചൂട്ടും കത്തിച്ച് രണ്ടുമൂന്ന് ആണുങ്ങൾ വന്നു. അവർ പറ
ഞ്ഞു. 'ദാച്ചയെ കാണാനില്ല. ഈടൂയുണ്ടോന്ന് നോക്കാനാ ബന്നത്.'

'അയ്യോ, സന്ധ്യക്ക് മുമ്പേ കുട്ടി പോയിനല്ലാ.' അങ്ങേമ്മ പറഞ്ഞു.

എനിക്ക് പേടിയും സങ്കടവും തോന്നി. അവളെ വേഗം കണ്ടുപിടിക്ക
ണേയെന്നു പ്രാർഥിച്ചു. എന്റെ പ്രാർഥനയ്ക്ക് ഫലമുണ്ടായി. കുറെ ക
ഴിഞ്ഞപ്പോൾ ഒരാൾ വന്നു പറഞ്ഞു. 'കുട്ടിയെ കിട്ടി.' പൊള്ളോലെടം
വളപ്പിനു മുട്ടി ഒരു ചെറിയ കാടുണ്ട്. അവിടെ കിടന്നുറങ്ങുന്നുണ്ടായി
രുന്നു അവൾ.

എന്റെ ഭയങ്കരീ, ആ കാട്ടിൽ രാത്രി ഒറ്റയ്ക്ക് കഴിയുക. ഞാനാണെ
ങ്കിൽ പേടിച്ചു ചത്തുപോകും. വൈകുന്നേരം സ്കൂൾ വിട്ടു വരുന്ന വഴി
അവിടെ എത്തുമ്പോൾ എനിക്ക് ഭയങ്കരപേടി തോന്നാറുണ്ട്. റോസ് നി
റത്തിൽ പളുങ്കുഗോട്ടികുലകൾ പോലെ പഴുത്തു നിൽക്കുന്ന കുറുമാ
ണത്തിന്റെ കായ്കൾ പറിച്ചുതിന്നാൻ കൊതി തോന്നാറുണ്ടെങ്കിലും ത
ത്സമയം എന്നെ പലവിധ പേടികൾ ആവേശിക്കും. പാമ്പ് കൊത്തിയിട്ടു
ണ്ടാകും. അത് തിന്നാൽ ചത്തുപോകും. എന്നൊക്കെ പറഞ്ഞ് മുതിർ
ന്നവർ ഞങ്ങളെ പേടിപ്പിക്കാറുണ്ട്. ക്ലാസിലെ കുട്ടികളോട് ചോദിച്ചപ്പോൾ
അങ്ങനെ ചത്തുപോയ കുട്ടികളുടെ ഉദാഹരണമടക്കം പറഞ്ഞ് അവ
രും എന്റെ പേടിയെ ആണിയടിച്ച് ഉറപ്പിക്കും. അവിടെ പാമ്പ് ഉറയൂരി
യിട്ട ഉപ്പ്ലി ഇഷ്ടംപോലെ കാണാറുമുണ്ട്.

പ്രേതങ്ങളും പിശാചുക്കളും യക്ഷികളുമൊക്കെ അവിടെ ഇഷ്ടംപോ
ലെ ഉണ്ടെന്നാണ് എന്റെ വിശ്വാസം. അതുകൊണ്ട് അവിടെ എത്തു
മ്പോൾ ഒറ്റയ്ക്കാണെങ്കിൽ നാമം ജപിച്ചുകൊണ്ടാണ് ഞാൻ കടന്നു

പോവാറുള്ളത്. എന്നെ ഹരംകൊള്ളിക്കുന്ന കാഴ്ചകളും ഒരുപാടുണ്ട് അവിടെ. ഏത് വേനലിലും ആ ഇത്തിരി കാട്ടിൽ ധാരാളം പൂക്കളുണ്ടാ കും. നരിക്കുരിമ്പ്, വെള്ളില, വയറ വള്ളി, ചെക്കി, വട്ടപ്പിരിയൻ, കാട്ടുമു ല്ല ഒക്കെ പൂത്തുപൂത്തെന്നെ കൊതിപ്പിക്കും. അവിടുത്തെ വലിയ പാറ യിൻ ഇരിക്കാൻ ഞാൻ പലപ്പോഴും ആഗ്രഹിച്ചിട്ടുണ്ട്.

അമ്മ അവിടെ നിന്ന് അത്ത് കൊത്തിക്കൊണ്ടുവരാറുണ്ട്. കത്ത്യാ ളിന്റെ പുറംകൊണ്ട് ചതച്ച് പുറംതൊലി പൊളിച്ചെടുത്ത് ഉണക്കി കൊ ല്ലത്തോടുകൊല്ലം തേക്കാനുള്ള അത്ത് സംഭരി ക്കണം. കുഴമ്പ് തേച്ചു കുളിക്കുമ്പോൾ ഒരു കീറ് അത്ത്(ഇഞ്ച) എടുത്ത് നാരുകളാക്കി കൈയിലിട്ട് ഉരുട്ടി ദേഹത്ത് തേച്ചു മെഴുക്കിളക്കണം.

അത്ത് പോലും വളരുന്ന കാട്ടിലാണ് ദാച്ച ഒറ്റയ്ക്ക് ഇരുട്ടിൽ കുറെ മണിക്കൂറുകൾ കഴിഞ്ഞത്.

അടുത്തദിവസം സ്കൂളിലെത്തിയപ്പോൾ ഞാൻ അവളോട് ചോദി ച്ചു, 'നീ എന്തിനാ ആ കാട്ടിൽ കെടന്നത്? നിനക്ക് പേടീല്ലേ?'

അവൾ ഒന്നും മിണ്ടിയില്ല. ഒരു ചമ്മിയ ചിരി മാത്രമായിരുന്നു ഉത്തരം. ആ ഭയങ്കരരഹസ്യം ഇന്നും അവൾ എന്നോട് വെളിപ്പെടുത്തിയിട്ടില്ല.

അൽപ്പം കൂടി മുതിർന്നപ്പോൾ ദാച്ചയാണ് ഐച്ചേരി പോയി അവ ളുടെ വീട്ടിലേക്കുള്ള സാധനങ്ങൾ വാങ്ങിക്കൊണ്ടുവരാറുള്ളത്. മാതാ പിതാക്കൾക്ക് ആണായും പെണ്ണായും അവൾ ഒരാളല്ലേ ഉള്ളൂ. കാഴ്ച കൾ കണ്ടുനടന്ന് അവൾ വീട്ടിലെത്താൻ പലപ്പോഴും വൈകും. അന്തി മയങ്ങുമ്പോൾ വേലാതിയോടെ ശിപായി വടിയും കുത്തി വഴിയിലേ ക്കിറങ്ങും. സ്കൂളും കടന്ന് ഞങ്ങളുടെ പുതിയ വീടിന്റെ അതിർത്തിയി ലെ കരക്കണ്ടത്തിൽ ഇറങ്ങിനിന്ന് വിളിക്കും. 'ദാക്ഷായണീ...ദാക്ഷായ ണീ...'

കരക്കണ്ടവും കടന്ന്, പുഞ്ചവയലും കടന്ന്, അതിനുമപ്പുറത്തെ കര യും കടന്ന് 600 മീറ്ററോളം സഞ്ചരിച്ച് ആ ശബ്ദം ഐച്ചേരി അങ്ങാടി യിൽ എത്തുമോ എന്നൊന്നും അദ്ദേഹം ഓർക്കാറേയില്ല. കാരണം വാ ത്സല്യനിധിയായ ഒരച്ഛന്റെ ആധി നിറഞ്ഞ ശബ്ദമാണത്. അതിന് സ്ഥ ലവും സന്ദർഭവുമൊന്നും നോക്കാനാവില്ല. ആടിപ്പാടി പതിഞ്ഞ താള ത്തിൽ വരുന്ന മകൾ കണ്ണിൽപ്പെടുവോളം പാവം അച്ഛൻ വിളിനിർത്തില്ല.

ദാച്ചയുടെ ഐച്ചേരിപ്പോക്ക് ഓർമ്മയുള്ളതുകൊണ്ട് അവൾ ഉത്സവ ത്തിനോ, വിരുന്നിനോ ഞങ്ങളുടെ വീടിനടുത്തുകൂടി കടന്നുപോകുമ്പോൾ എന്റെ സഹോദരൻ ഉണ്ണി വിളിച്ചുപറയും, 'ദാച്ചേച്ചീ... ഉണ്ടക്കായ് വാങ്ങി ത്തരണേ...'

അതു കേൾക്കുമ്പോൾ അവൾ ചിരിക്കും.

ഇതിനിടയിൽ വലിയച്ഛന് ഒരു മോനുണ്ടായി. അച്ഛപ്പന്റെ പേരായ രാമൻ എന്നു ചേർത്ത് കുട്ടിക്ക് രാമചന്ദ്രൻ എന്ന് പേരിട്ടു. അച്ഛന്റെ വീ ട്ടിലെ ആദ്യത്തെ ആൺകുട്ടിയായി, എല്ലാവരുടെയും ഓമനയായി അ വൻ വളർന്നു. ഒരു ദിവസം പ്രസന്ന അവനെ മടിയിൽ കിടത്തി ഉറക്കു മ്പോൾ എനിക്കും ഒരു പൂതി, എന്റെ അനിയത്തിയെ എന്റെ മടിയിലും കിടത്തണം. കാല് നീട്ടിയിരുന്ന് ഞാൻ എന്റെ മൂന്നുവയസ്സുകാരി അനി യത്തിയോട് മടിയിൽ കിടക്കാൻ ആവശ്യപ്പെട്ടു. പാവം എന്റെ അനുജ ത്തി. ഞാൻ പറഞ്ഞ ഉടനെ എന്റെ മടിയിൽ കയറി കിടന്നു. വലിയച്ഛൻ കയറി വരുമ്പോൾ ഞങ്ങൾ അനിയത്തിയെയും അനിയനെയും മടിയിൽ കിടത്തി മത്സരിച്ച് ഉറക്കാൻ ശ്രമിക്കുകയായിരുന്നു.

വലിയച്ഛൻ ചിരിച്ചുകൊണ്ട് പറഞ്ഞു, 'ഇങ്ങനന്യാ വേണ്ടത്. അനി യനീം അനയത്തീനീം നല്ലോണം നോക്കണം.'

പുടമുറിക്കലെഹവും ഉഗ്രപ്രതിജ്ഞയും

അമ്മയുടെ വീട്ടിൽ അക്കാലത്ത് ഒരു പുടമുറി നിശ്ചയം കഴിഞ്ഞു. രോഹിണി ഇളയമ്മയാണ് കല്യാണപ്പെണ്ണ്. സംബന്ധക്കാരുടെ വീടുക ളിൽ പെണ്ണിന്റെ അച്ഛനോ, അമ്മാവനോ നേരിട്ട് വന്നു കല്യാണനിശ്ച യം ക്ഷണിക്കണം. അമ്മയുടെ കാരണവന്മാരോ, അമ്മമ്മയുടെ അച്ഛ നോ ഒക്കെയാണ് തളിയന്മാർ വീട്ടിൽ ക്ഷണിക്കാൻ വരാറുള്ളത്. നിശ്ച യം ക്ഷണിച്ചാൽ വീട്ടിലെ ഏറ്റവും പ്രായംകൂടിയ പുരുഷനാണ് പങ്കെ ടുക്കേണ്ടത്. തളിയന്മാർ വീട്ടിൽ അച്ഛപ്പൻ ജീവിച്ചിരിപ്പില്ലാത്തതുകൊ ണ്ട് വലിയച്ഛനാണ് തേർതലയിലെ വിവാഹനിശ്ചയത്തിന് പോയത്. പെ ണ്ണിന്റെ വീട്ടിൽ പെണ്ണിന്റെയും ചെക്കന്റെയും കാരണവന്മാർ ഒത്തുകൂ ടി പെണ്ണിന്റെയും ചെക്കന്റെയും ജാതകങ്ങൾ കൂട്ടിക്കെട്ടി ജോത്സ്യൻ കുറിച്ചുകൊടുത്ത തീയതിയിൽ പുടമുറി നടത്താമെന്ന് പ്രഖ്യാപിക്കും. പുടമുറി നിശ്ചയിച്ച് പെണ്ണിന്റെ വീട്ടിൽ ഒരുക്കിയ സദ്യയുണ്ട് ആണു ങ്ങൾ പിരിയും.

ഏതായാലും രോഹിണിയേച്ചിയുടെ പുടമുറി നിശ്ചയിച്ചതോടെ ഞാൻ വലിയ സന്തോഷത്തിലായി. തേർള പോകുന്നതിനെക്കുറിച്ച് ഞാൻ ഒ രുപാട് സ്വപ്നം കാണാൻ തുടങ്ങി. എന്റെ സന്തോഷം കാവുമ്പായി ഗ വ.എൽ.പി.സ്കൂളിലെ മൂന്നാംക്ലാസിലും അൽപ്പം തുളുമ്പി വീണു. മാ ധവന്മാഷ് ഹാജർ വിളിച്ചു കഴിഞ്ഞ ഉടനെ ഞാൻ എഴുന്നേറ്റുനിന്നു പറ

ഞ്ഞു. 'മാഷേ, അനക്ക് ലീവ് വേണം. രോണിയേച്ചീന്റെ പൊടോറിക്ക് പോകാൻ.'

മാഷ് എന്നെ അടുത്തേക്ക് വിളിച്ചു. രോഹിണിയേച്ചിയെ ആരാണ് വിവാഹം കഴിക്കുന്നത് എന്ന് ചോദിച്ചു.

എനിക്കും വലിയ പിടിയില്ല. എങ്കിലും ഞാൻ ഒരുകാര്യം പറഞ്ഞു. 'ഒരു ശിപായീരെ മോനാ പോലും.'

അങ്ങനെ ഒന്നുമറിയാത്ത കുട്ടിയായാൽ പറ്റില്ലല്ലോ. മാഷ് ചോദി ച്ചകാര്യം അമ്മയോട് പറഞ്ഞപ്പോൾ അമ്മ തിരുത്തി. 'ശിപായീരെ മോന ല്ല, അധികാരീരെ മോനാ.'

അൽപ്പം ജാള്യം തോന്നിയെങ്കിലും ഞാൻ തിരുത്തി പറയാനൊന്നും മെനക്കെട്ടില്ല.

മാഷ് ഇളയമ്മയുടെ വിവാഹത്തെക്കുറിച്ച് അന്വേഷിക്കാൻ കാരണ മുണ്ടായിരുന്നു. മാഷ് വിവാഹം കഴിക്കാൻ പെണ്ണ് അന്വേഷിക്കാൻ തുട ങ്ങിയിരുന്നു. അച്ഛൻ ഭാര്യയുടെ അനിയത്തിയെക്കുറിച്ചു മാഷിനോട് പറ ഞ്ഞിരുന്നു എന്ന് തോന്നുന്നു. ഇളയമ്മ പത്താംക്ലാസ് പാസ്സായി അൺ ട്രെയിൻഡ് ടീച്ചർ ആയി കുറച്ചുകാലം നിടുവാലൂർ സ്കൂളിൽ പഠിപ്പി ച്ചിരുന്നു. മാഷ് ടീച്ചറെ വിവാഹംചെയ്യുക എന്നത് ഒരു സൗകര്യമായി കണക്കാക്കാൻ തുടങ്ങിയ കാലമായിരുന്നു.

മാഷിന് വാക്കാൽ ലീവപേക്ഷയൊക്കെ നൽകിയെങ്കിലും എനിക്ക് പുടമുറിക്ക് പോകാൻ കഴിഞ്ഞില്ല. വീണു കാലുളുക്കിയതാണ് കാരണം. എന്നെക്കൂട്ടാതെ അച്ഛനും അമ്മയും അനുജത്തിയും പുടമുറിക്ക് പോ യി. തളിയന്മാർ വീട്ടിൽനിന്ന് മറ്റാരും പോയില്ല എന്നാണ് എന്റെ ഓർമ. അതിനൊരു കാരണമുണ്ടായിരുന്നു. അതിനുമുമ്പ് ചീത്തീലെ വീട്ടിൽ മുമ്പ് നടന്ന മറ്റൊരു പുടമുറിയുടെ കഥ പറഞ്ഞാലേ ആ കാരണം വ്യക്ത മാവുകയുള്ളൂ.

അമ്മയ്ക്ക് രണ്ട് അനുജത്തിമാരാണ്. മൂത്തവൾ രോഹിണി, ഇളയ വൾ ജാനകി. അമ്മയുടെയും ഭാസ്കരമ്മാവന്റെയും സഹപാഠിയും സുഹൃത്തും അകന്ന ബന്ധുവുമായ ആൾക്കുവേണ്ടി അദ്ദേഹത്തിന്റെ പിതാവും കാരണവൻമാരും പെണ്ണ് ചോദിച്ചു വന്നു. ബന്ധുക്കൾ, നാട്ടു കാർ, വരൻ സർക്കാർ ഉദ്യോഗസ്ഥൻ, സദ്സ്വഭാവി, സുന്ദരൻ, ഒറ്റ മ കൻ എന്നിങ്ങനെ സാമ്പത്തികവും തറവാടിത്തവും എല്ലാം ഒത്തിണ ങ്ങിയ ബന്ധം. അച്ഛപ്പനും അമ്മമ്മയ്ക്കും അമ്മാവനും ഒക്കെ പൂർണ സമ്മതം. പക്ഷെ, വരന്റെ രക്ഷിതാക്കൾക്ക് ചെറിയൊരു ഡിമാൻഡ് ഉ ണ്ട്. അവർക്ക് വേണ്ടത് ഇളയ കുട്ടിയെ ആണ്. അതും പെണ്ണിന്റെ വീട്ടു

കാർ സമ്മതിച്ചു.

ഇവിടെ ആരും പെണ്ണിന്റെയും ചെക്കന്റെയും ഇഷ്ടം ചോദിച്ചില്ല.

പാവം ജാന്വേച്ചി, ഒമ്പതാംക്ലാസിൽ പഠിക്കുകയാണ്. പതിനഞ്ചു വയ സ്സാകുന്നേയുള്ളൂ. തനിക്ക് വിവാഹം വേണ്ട എന്ന് പറഞ്ഞത് ആരും ഗൗനിച്ചില്ല. ശാഠ്യം പിടിച്ചിട്ടും കരഞ്ഞു ബഹളം വെച്ചിട്ടും കാര്യമു ണ്ടായില്ല. പകരം മൂത്ത ആങ്ങള കുഞ്ഞനുജത്തിയെ സ്നേഹത്തോടെ ഉപദേശിച്ചു. 'മോളെ ഏട്ടന് എന്നും കാണാനാണ് അടുത്ത് അയക്കുന്ന ത്. നമ്മള്ക്ക് അറിയുന്നവരല്ലേ. നല്ല ബന്ധാണ്.'

കുഞ്ഞനുജത്തി അതോടെ ആയുധംവെച്ചു കീഴടങ്ങി. ബാക്കിയുള്ള സങ്കടവും ദേഷ്യവും പ്രതിഷേധവുമൊക്കെ കണ്ണീരായി ഒഴുക്കാനേ അവൾക്ക് പറ്റുമായിരുന്നുള്ളൂ. കല്യാണദിനംവരെ അത് നിർബ്ബാധം ഒഴു കിക്കൊണ്ടിരുന്നു.

ജാന്വേച്ചിയുടെ പുടമുറിയിൽ പങ്കെടുക്കാൻ ഞാനും അങ്ങേമ്മയും പ്രസന്നയും അള്ളോറ ദച്ചേച്ചിയും അച്ഛനും അമ്മയും ഞങ്ങളെ കൂട്ടാൻ വന്ന ചിരുതേയിയും കൂടി രാവിലെ ശ്രീകണ്ഠാപുരം വരെ നടന്നു. എന്നെ ചിരുതേയി എടുത്തിട്ടാണ് നടന്നതെന്നുമാത്രം. അവിടുന്ന് ബസിന് കു റുമാത്തൂർ ഇറങ്ങി. കുണ്ടേരി വരെ ജീപ്പ് പിടിച്ചും പിന്നെ കുറച്ചു നട ന്നും ഞങ്ങൾ ചീത്തീലെ വീട്ടിലെത്തി.

വീട് നിറയെ ആളും തിരക്കും. മുറ്റം കിളച്ചുമറിച്ച്, തച്ച് ഉറപ്പിച്ച് കവു ങ്ങിന്റെ തടികൊണ്ട് തൂണുകൾ നാട്ടി പന്തലൊരുക്കിയിരുന്നു. ഈന്ത പ്പനയോലയും കുരുത്തോലയുംകൊണ്ട് പന്തൽ അലങ്കരിച്ചിട്ടുണ്ട്. പന്ത ലിൽ വരുന്നവർക്കിരിക്കാൻ പുതിയ പായ വിരിച്ചിട്ടുണ്ട്. അതിൽ കുറെ ആണുങ്ങൾ ഇരിക്കുന്നുണ്ട്. പലരും ഓടിനടക്കുന്നുണ്ട്. പെണ്ണുങ്ങൾ വീട്ടിനുള്ളിലേക്ക് കയറുന്നു. അമ്മമ്മ അങ്ങേമ്മയെ സ്വീകരിച്ചുകൊണ്ടു പോയി ഇരുത്തി. രോണ്യേച്ചി എന്നെ എടുത്തു. ഞാൻ ചോദിച്ചു. 'ജാ ന്വേച്ചി ഓട്ത്തു?'

രോണ്യേച്ചി എന്നെ കുഞ്ഞകത്ത് കൊണ്ടുപോയി. അവിടെ വിരി ച്ചിട്ട പായുടെ മൂലയ്ക്ക് ഇരുന്ന് മുഖം കാൽമുട്ടിൽ ചേർത്തുവെച്ചു കര യുന്ന ജാന്വേച്ചിയെ കാണിച്ചുതന്നു. 'ജാനൂ, ശാന്ത വിളിക്ക്ന്നാ.'

കണ്ണീരിൽ കുതിർന്ന മുഖം പൊക്കി ജാന്വേച്ചി എന്നെ നോക്കി. എ ന്നോട് അടുത്തിരിക്കാൻ കൈകൊണ്ട് ആംഗ്യം കാണിച്ചു. ഞാൻ പായിൽ ഇരുന്ന് ജാന്വേച്ചിയെ നോക്കി. നിറമുള്ള പാവാടയും ദാവണി യും ഉടുത്ത് സുന്ദരിയായിട്ടുണ്ട് ജാന്വേച്ചി. ആണുങ്ങളാരോ അകത്തേ ക്ക് തലനീട്ടി ഉറക്കെ പറഞ്ഞു. 'പെണ്ണിനെ ഒരുക്കിയോ? പൊടോറിക്കാർ

ഇപ്പെത്തും.'

രോഹിണിയേച്ചി ജാമ്പേച്ചിയെ കൈപിടിച്ച് എഴുന്നേൽപ്പിച്ചു നിർത്തി യിട്ട് പറഞ്ഞു. 'മതി ജാനു കരഞ്ഞത്.'

രോഹിണിയേച്ചി അനിയത്തിയുടെ കണ്ണും മുഖവുമൊക്കെ തുടച്ചു കൊടുത്തിട്ട് സാരിയുടുപ്പിച്ചു.

അപ്പോഴേക്കും പുടമുറിക്കാർ എത്തി. അമ്മായിമാർ വന്നു ജാമ്പേച്ചി യെ പടിഞ്ഞാറ്റകത്തേക്ക് കൊണ്ടുപോയി. പുടമുറിക്കുശേഷം വരന്റെ കൂടെ വന്ന പെണ്ണുങ്ങൾക്കൊപ്പം പന്തലിൽ ഇരുത്തി സദ്യ വിളമ്പി. ജാ മ്പേച്ചി തലയും കുമ്പിട്ടിരുന്നു ഉണ്ടുവെന്നു വരുത്തി.

പുടമുറിക്കാർ ഉണ്ടുകഴിഞ്ഞാലേ നാട്ടുകാർക്കും ബന്ധുക്കൾക്കും സദ്യ വിളമ്പൂ. അക്കാലത്ത് സ്ത്രീകൾ അധികവും പന്തലിൽ ഇരിക്കാ റില്ല. അകത്താണ് സ്ത്രീകൾക്ക് ഇരിക്കാൻ ഇഷ്ടം. ആദ്യത്തെ പന്തി യിൽ തന്നെ അമ്മ അങ്ങേമ്മയെ ഇരുത്താൻ ശ്രമിച്ചു. കുഞ്ഞകത്താ ണ് ഇരിക്കാൻ സ്ഥലം കിട്ടിയത്. അങ്ങേമ്മയും ഞാനും പ്രസന്നയും ദ ച്ചേച്ചിയും മുറിയുടെ രണ്ടു ഭാഗത്തുമായി ഇരുന്നു. ഇലയുംകൊണ്ട് വ ലിയമ്മയുടെ ഭർത്താവാണ് വന്നത്. അദ്ദേഹം പറഞ്ഞു, 'ചെറിയ മുറി യിൽ രണ്ടുഭാഗത്തും ഇരുന്നാൽ ഇലവെക്കാൻ പ്രയാസാണ് കുഞ്ഞേട ത്തീ.'

അങ്ങേമ്മയ്ക്ക് ഇത് വലിയ അപമാനമായി തോന്നി. അമ്മ ചാടിയെ ഴുന്നേറ്റു. 'ഞാൻ ഇനി ഒരുനിമിഷം ഇവിടെ നിൽക്കില്ല. പന്തിയിൽ ഇരു ന്നിടത്ത് നിന്ന് എഴുന്നേൽപ്പിച്ച് എന്നെ അപമാനിച്ചു.'

അമ്മ മുറിയിൽനിന്നും പുറത്തിറങ്ങി. അമ്മമ്മയും പാട്ടിയമ്മമ്മയു മൊക്കെ സമാധാനിപ്പിക്കാൻ ശ്രമിച്ചു. ഗോവിന്ദൻ വലിയച്ഛനും അമ്മ യെ സമാധാനിപ്പിക്കാൻ കഴിയുന്നത്ര ശ്രമിച്ചു. അവസാനം എന്റെ അമ്മ യുടെ വലിയമ്മാവനാണ് അങ്ങേമ്മയെ അൽപ്പമെങ്കിലും തണുപ്പിക്കാൻ സാധിച്ചത്. അദ്ദേഹം എങ്ങനെയൊക്കെയോ അമ്മയെ ഉണ്ണാനിരുത്തി. ഈ കുഴപ്പങ്ങളിൽ പെട്ട് എന്റെ അമ്മ വല്ലാതെ വിഷമിച്ചു. അനിയത്തി ക്കൊപ്പം വെറ്റിലക്കെട്ടും കൂട്ടി പോകാനിരുന്നതാണ് അമ്മ. അങ്ങേമ്മ യുടെ കോപം കാരണം അമ്മ പോയില്ല. ഏതായാലും അങ്ങേമ്മയുടെ കോപം തണുക്കുമ്പോഴേക്കും വൈകുന്നേരമായി. അതുകൊണ്ട് അടു ത്ത ദിവസം അമ്മയ്ക്കൊപ്പം ജാമ്പേച്ചിയുടെ ഭർത്താവിന്റെ വീട്ടിൽ വിരു ന്ന് പോയിട്ടേ അങ്ങേമ്മ കാവുമ്പായിലേക്ക് മടങ്ങിയുള്ളൂ.

സമാധാനപൂർവം കാവുമ്പായി എത്തിയെങ്കിലും അങ്ങേമ്മയുടെ ചിന്തകൾക്ക് വീണ്ടും തീ പകരാൻ ഏറെ താമസമുണ്ടായില്ല. അങ്ങേ

198

മ്മയ്ക്ക് മൂത്തമകനുമായി വിശേഷങ്ങൾ പങ്കുവെക്കുന്ന സ്വഭാവമുണ്ട്. അപ്പോൾ പുടമുറി വിശേഷങ്ങൾ പങ്കുവെക്കാതെ സമാധാനം ഉണ്ടാവി ല്ലല്ലോ. അങ്ങനെ പങ്കുവെച്ചപ്പോൾ നിസ്സാരമായ സംഭവം വീർത്തുവീർ ത്ത് പൊട്ടി അങ്ങേമ്മ യുടെ ഉഗ്രപ്രതിജ്ഞയിലാണ് കലാശിച്ചത്. 'ഇനി ഒരിക്കലും ഞാൻ തേർള പോകുല.'

പിന്നീട് മരണംവരെ അങ്ങേമ്മ തേർതല പോയിട്ടില്ല.

വഴിമാറിയൊഴുകാൻ

എന്റെ അമ്മയ്ക്ക് എല്ലാ കാര്യത്തിലും സാമർത്ഥ്യം അൽപ്പം കൂടു തലാണ്. വളരെ വേഗത്തിൽ നല്ല രുചിയുള്ള ഭക്ഷണം പാകംചെയ്യും. ആളുകളെ സംഘടിപ്പിച്ചു കൃഷിപ്പണി ചെയ്യും. എല്ലാ സ്ഥലത്തും അമ്മ യുടെ കണ്ണും കൈയും എത്തും. എന്നാൽ വലിയമ്മമാരുടെ കാര്യം വ്യത്യസ്തമാണ്. പണി എടുക്കുമെങ്കിലും എടുപ്പിക്കാനുള്ള പ്രാപ്തി കുറവാണ്. അങ്ങേമ്മയ്ക്ക് അതിൽ അതൃപ്തിയുണ്ടായിരുന്നു.

മൂർച്ചക്കാലമാണ്. അമ്മ രാവിലെ എഴുന്നേറ്റ് അടുക്കളയിലെ പണി യൊക്കെ ഒതുക്കിയിട്ട് മൂരാൻ പോകാൻ തുടങ്ങുകയാണ്. അമ്മ വയലി ലെത്തിയാലെ മറ്റു പെണ്ണുങ്ങളും ഇറങ്ങൂ. വയലിലേക്ക് കരയിറങ്ങിവ രാത്ത ആ കാലത്ത് കാവുമ്പായിക്കാരുടെ പ്രധാന ഉപജീവനമാർഗ്ഗം നെൽക്കൃഷിയായിരുന്നു. എല്ലാവർക്കും ഒന്നിച്ചാണ് നെല്ല് വിളയുക. വയ ലായ വയലെല്ലാം ഒന്നോ, രണ്ടോ ആഴ്ചകൊണ്ട് മൂർന്നു തീർന്നില്ലെ ങ്കിൽ നെല്ല് കണ്ടത്തിൽ അടിഞ്ഞുവീഴും. അപ്പോൾ മൂരാൻ ആളുകളെ കിട്ടാൻ വലിയ പാടാണ്. അടുപ്പവും ബന്ധുത്വവുമൊക്കെ നോക്കിയാ ണ് മൂരാൻ ആളുകളെ കിട്ടുക. കളവും വയലും തമ്മിലുള്ള അകലവും ഒരു വിഷയമാണ്. കളം ദുരെയായാൽ പെണ്ണുങ്ങൾ കറ്റകെട്ടി കഷ്ടപ്പെ ടണം. വാഴപ്പോല ഉണക്കി കയറാക്കി അതിൽ അങ്ങോട്ടും ഇങ്ങോട്ടും കറ്റകൾ വെച്ച് വലിയ കെട്ടാക്കി രണ്ടുപേർ ചേർന്ന് തലയിൽ വെച്ചു കൊടുക്കും. ആ വലിയ കറ്റക്കെട്ടും തലയിലേറ്റി മുട്ടോളം ചെളിയുള്ള കണ്ടത്തിൽ നിന്നും മൂക്കിന്റെ പാലംപോലുള്ള വരമ്പത്ത് കയറി നട ന്നുപോകുന്ന മൂർച്ചക്കാരികളെ കാണുമ്പോൾ ആളാരാണെന്ന് തിരിച്ച റിയാൻ കഴിയില്ല. വലിയ കറ്റക്കെട്ടുകൾ ചലിക്കുന്നതായെ തോന്നുക യുള്ളൂ. ചിലരുടെ വീട്ടിലെ സന്മനസ്സുള്ള പുരുഷന്മാർ ഒന്നോ, രണ്ടോ കെട്ട് കറ്റചുമന്ന് ദുരെയുള്ള കളത്തിലെത്തിച്ചു സഹായിച്ചെന്നിരിക്കും. അത് എല്ലാവർക്കും ലഭിക്കുന്ന ഭാഗ്യമല്ല. ചില കുട്ടികളും കറ്റ കെട്ടി ക്കൊണ്ടുപോയി അമ്മയെ കുറച്ചൊക്കെ സഹായിക്കും. സ്കൂളിൽ പോ

കാൻ അൽപ്പം മടിയുള്ള വിരുതന്മാർ സന്തോഷത്തോടെ കറ്റചുമക്കാൻ പോകും. മൂർച്ചക്കാലമായ കന്നിമാസവും കുംഭമാസവും ക്ലാസിൽ അവ രുടെ ഹാജർ വളരെ കുറവായിരിക്കും. മാഷ് പേര് വിളിക്കുമ്പോൾ മറ്റ് കുട്ടികൾ വിളിച്ചുപറയും. 'ഓൻ അമ്മേന്റെ കറ്റകെട്ടാൻ പോയിന്.'

കുറെ ദിവസങ്ങൾക്കുശേഷം അവർ സ്കൂളിൽ എത്തുമ്പോൾ അദ്ധ്യാപകൻ ചെറിയൊരു വിചാരണ നടത്തി ഒന്നോ, രണ്ടോ ചൂരൽപ്പ ഴവും നൽകി ക്ലാസിൽ കയറ്റും.

മൂർച്ചക്കാരികളുടെ ക്ഷാമം പരിഹരിക്കാൻ അമ്മ അതിരാവിലെ വീടു കളിൽ പോയി പെണ്ണുങ്ങളെ സംഘടിപ്പിക്കുകയാണ് ചെയ്യാറുള്ളത്. അന്നും അമ്മ അങ്ങനെ ഇറങ്ങാൻ തുടങ്ങുമ്പോഴാണ് മൂരാനുള്ള കത്തി എടുത്തത്. മൂരാൻ പോകുന്നതിനു മുമ്പ് വെങ്കല്ല് പൊടിച്ച് അമ്മിയിലോ, ഉലക്കമേലോ വിതറി കത്തി അണയ്ക്കണം. എന്നാലേ കതിർ അരി ഞ്ഞെടുക്കാൻ വേണ്ട മൂർച്ചയുണ്ടാവൂ. അമ്മയുടെ കത്തി വേണ്ടത്ര മൂർ ച്ചയില്ല എന്ന് തോന്നിയപ്പോൾ അകത്ത് പോയി അടുക്കളയുടെ ചുമ രിൽനിന്നും അങ്ങേമ്മയുടെ കത്തി എടുത്തു. അത് കണ്ടപ്പോൾ അ ങ്ങേമ്മ ദേഷ്യത്തോടെ പറഞ്ഞു, 'അന്റെ കത്തി എടുക്കണ്ട.'

അമ്മ അത് കേട്ടഭാവം നടിക്കാതെ മുമ്പോട്ട് പോയപ്പോൾ അങ്ങേ മ്മ കത്തി പിടിച്ചുവാങ്ങാൻ ശ്രമിച്ചു. അപ്പോൾ അമ്മ കത്തി വലിച്ചെറി ഞ്ഞിട്ട് 'ഞാൻ കാണിച്ചുതരാം.' എന്നും പറഞ്ഞ് പടിഞ്ഞാറ്റകത്തേക്ക് പാഞ്ഞുകയറി. മുറിയിൽനിന്നും അമ്മയുടെ റങ്ക് പെട്ടി എടുത്ത് പുറ ത്തേക്കുവന്ന് ഇറയത്ത് ഇരിക്കുന്ന അനിയത്തിയെ എടുത്ത് എന്റെ കൈ പിടിച്ചു. അമ്മ എന്തിനുള്ള പുറപ്പാടാണെന്ന് അപ്പോഴാണ് അങ്ങേമ്മ യ്ക്ക് മനസ്സിലായത്. അങ്ങേമ്മ ഓടി വന്ന് എന്റെ മറ്റേ കൈയിൽ പിടി ച്ചു. രണ്ടുപേരും എന്നെ അവരവരുടെ ഭാഗത്തേക്ക് വലിക്കാൻ തുടങ്ങി. അമ്മയുടെ ഒരു കൈയിൽ പെട്ടിയും കുട്ടിയും ഉള്ളതുകൊണ്ട് എനി ക്കുവേണ്ടിയുള്ള പിടിവലിയിൽ അങ്ങേമ്മ ജയിച്ചു. അങ്ങേമ്മ എന്നെ വിട്ടുകൊടുത്തില്ല.

അനിയത്തിയെയുമെടുത്ത് അച്ഛന്റെ പീടിക വീട്ടിൽ അമ്മ ചെന്നുക യറിയപ്പോൾ അച്ഛൻ സന്തോഷിച്ചിട്ടുണ്ടാകും. സ്വത്ത് ഭാഗംവെച്ചപ്പോൾ തന്നെ അച്ഛൻ മാനസികമായി തറവാട്ടിൽനിന്നും അകന്നുകഴിഞ്ഞിരു ന്നു. കുറെക്കാലമായി അച്ഛൻ പുളീരടുത്ത് തന്നെയാണ് ഉറങ്ങാറുള്ളത്. ചെറിയകുട്ടിയെയുംകൊണ്ട് ഒറ്റയ്ക്ക് താമസിക്കുന്നതിന്റെ ബുദ്ധിമുട്ട് പ്രാ യോഗികമതിയായ എന്റെ അമ്മയ്ക്ക് നന്നായി അറിയുന്നതുകൊണ്ടാണ് അച്ഛനൊപ്പമുള്ള പൊറുതി ഇത്രയുംനാൾ നീണ്ടുപോയത്. അമ്മയും

തളിയന്മാർ വീട്ടിൽനിന്നും വിട്ടുപോന്നപ്പോൾ അച്ഛൻ നെല്ല് അടക്കമു
ള്ള അച്ഛന്റേതായ എല്ലാ വസ്തുക്കളും ആണുങ്ങളെയും കൂട്ടി വന്ന്
പുളീരടുത്തേക്ക് കടത്തി. അച്ഛന്റെ പത്തായം അഴിച്ചെടുത്ത് കൊണ്ടു
പോയി. അങ്ങേമ്മ നിറകണ്ണുകളോടെ അത് നോക്കിനിന്നു. എതിർത്ത
തുകൊണ്ട് കാര്യമില്ല എന്ന് അമ്മയ്ക്ക് മനസ്സിലായി. അമ്മയുടെ ജീവി
തത്തിലെ നിസ്സാരമല്ലാത്ത മറ്റൊരു ദുരന്തമായിരുന്നു ഇളയമകന്റെ വേർ
പിരിയൽ.

എന്റെ അമ്മയോട് ഒരിക്കലും പോരെടുക്കാത്ത അങ്ങേമ്മ തൽക്കാ
ലത്തെ ദേഷ്യത്തിന് ഒന്ന് ഇടഞ്ഞതാണ്. അതിൽ അവർ ദു:ഖിക്കുകയും
പ്രായശ്ചിത്തംചെയ്യാൻ ശ്രമിക്കുകയും ചെയ്തു.

അമ്മ ഇറങ്ങിപ്പോയ അന്നുതന്നെ എന്നെയും പ്രസന്നയെയും വീട്ടി
ലാക്കിയിട്ട് അങ്ങേമ്മ പുളീരടുത്ത് പോയി. എന്റെ അമ്മ വലിച്ചെറിഞ്ഞ
കത്തിയും കൈയിൽ കരുതിയിരുന്നു.

'ദച്ചൂട്ടി' യെന്നു വിളിച്ചുകൊണ്ട് ആ പാവം അമ്മ പീടികവീടിന്റെ
ഇറയത്ത് കയറി ഒരു വശത്തുള്ള ചെറിയ കുറ്റിയെകരത്ത് ഇരുന്നു.

'ഞാൻ നിന്നെ കൂട്ടാനാണ് വന്നത്. ഇപ്പൊ എന്റെ കൂടെ എറങ്ങ
ണം.' അങ്ങേമ്മ ആവശ്യപ്പെട്ടു.

അമ്മ ഒന്നും മിണ്ടിയില്ല. നിർബ്ബന്ധിച്ചു പറഞ്ഞപ്പോൾ 'ഞാൻ മൂർ
ന്നു കയിഞ്ഞിറ്റ് ഉച്ചക്ക് വന്നോളും.' എന്നുമാത്രം പറഞ്ഞു.

'മൂരാൻ കത്തി വേണ്ടേ?' അമ്മ കത്തി അവിടെ വെച്ച് എഴുന്നേറ്റു.
ദേവി വലിയമ്മ അപ്പോൾ മംഗലശ്ശേരിയിലെ വീട്ടിൽ ആയിരുന്നു. ത
ളിയന്മാർ വീട്ടിൽ ഞാനും പ്രസന്നയും മാത്രം. ഞങ്ങളെ അവിടെ ആക്കി
യിട്ട് അങ്ങേമ്മയ്ക്ക് അധികനേരം പീടികവീട്ടിൽ തങ്ങാൻ ആവില്ലായി
രുന്നു.

വീട്ടിലെത്തിയിട്ട് സന്ധ്യവരെ അങ്ങേമ്മ കാത്തു. രാത്രി വലിയച്ഛൻ
വന്നപ്പോൾ അമ്മ വിവരം പറഞ്ഞു. 'നീ വിളിച്ചാൽ ഓള് വരും. ഒന്ന്
പോയാട്ടെ മോനെ.'

വലിയച്ഛൻ ടോർച്ചുമെടുത്ത് ഇറങ്ങി. പീടിക മുറ്റത്ത് നിന്നിട്ട് ഉറക്കെ
വിളിച്ചു. 'രാഘവാ...'

ഇറങ്ങിവന്ന അച്ഛനോട് അദ്ദേഹം പറഞ്ഞു. 'അമ്മ ഓള ഒന്നും പറ
ഞ്ഞ്റ്റ്ല. അമ്മ ഓളീം കൂട്ടി വരാൻ പറഞ്ഞു.'

അച്ഛൻ ഒന്നും പറഞ്ഞില്ല. അമ്മ പുറത്തേക്ക് വന്നില്ല. ഉള്ളിൽനിന്നും
പറഞ്ഞു. 'ഞാൻ രാവിലെ വന്നോളും.' വലിയച്ഛൻ തിരിച്ചുപോയി.

അച്ഛനും അമ്മയും അനുജത്തിയും പുളീരടുത്ത് വീണ്ടും താമസം

തുടങ്ങി.

ഞങ്ങളുടെ തളിയമ്മാർ വീട് പെട്ടെന്ന് ഒറ്റപ്പെട്ടുപോയി. ഞാനും പ്രസ ന്നയും അങ്ങേമ്മയും മാത്രം. വലിയച്ഛൻ വരുമ്പോൾ രാത്രിയാവും. അങ്ങേമ്മ കത്തിച്ചുവെച്ച ചിമ്മിനി വിളക്കിന്റെ മങ്ങിയ വെളിച്ചത്തിനെ ആക്രമിക്കുന്ന ഇരുട്ടിനെ നോക്കുമ്പോൾ എനിക്ക് സങ്കടം തിങ്ങി വരും. വൈകുന്നേരം തന്നെ ഒറ്റപ്പെട്ട അവസ്ഥയെക്കുറിച്ച് അങ്ങേമ്മയോട് പറ ഞ്ഞപ്പോൾ കിട്ടിയ മറുപടി എന്നെ ഞെട്ടിച്ചുകളഞ്ഞു.

'നേരാ. എല്ലാ സാധനും കൊണ്ടേഭായില്ലേ. വീട് ഒഴിഞ്ഞുപോയില്ലേ.'

അമ്മയ്ക്ക് ആൾക്കാർ പോയതിൽ ഒട്ടും സങ്കടം ഇല്ലേ. പത്തായവും നെല്ലും മറ്റ് സാധനങ്ങളും പോയതിലാണോ സങ്കടം. എനിക്ക് ഒന്നും മനസ്സിലായില്ല. തോറ്റുപോയ ഒരമ്മ സങ്കടം ഉള്ളിൽ അടക്കിവെച്ച് ദേഷ്യം അഭിനയിക്കുകയാണെന്ന് മനസ്സിലാക്കാനുള്ള പ്രായം അന്നെനിക്ക് ഉണ്ടാ യിരുന്നില്ലല്ലോ.

ഞാൻ പ്രസന്നയ്ക്കൊപ്പം സ്കൂളിൽ പോയി. സ്കൂൾ പറമ്പിന് മുട്ടി യ പീടിക വീട്ടിന്റെ മുറ്റത്തു കൂടി കടന്നുപോകുമ്പോൾ ഞാൻ പേടിച്ചു വിറയ്ക്കും. എന്റെ അമ്മയുടെ കണ്ണിൽ പെടരുതേ എന്ന ഒറ്റ വിചാരമേ എനിക്കുണ്ടായിരുന്നുള്ളൂ. അമ്മ വയലിൽ പോയിട്ടുണ്ടെങ്കിൽ ഞാൻ ര ക്ഷപ്പെടും. പല ദിവസങ്ങളിലും അമ്മ സ്കൂൾ വിടുന്ന സമയത്ത് ഇറ യത്ത് വന്ന് കാവൽ നിൽക്കുന്നുണ്ടാകും. ഞാൻ അമ്മയെ നോക്കാതെ പുസ്തകസഞ്ചിയും തൂക്കി മുമ്പോട്ട് തന്നെ നടന്നു. അമ്മ കണ്ണുരുട്ടുക യും ആംഗ്യം കാണിക്കുകയും ചെയ്യുന്നുണ്ട്. എപ്പോഴും ആളുകൾ കട ന്നുപോകുന്ന പൊതുവഴിയായതുകൊണ്ടാണോ, അങ്ങേമ്മയെ ഓർത്തി ട്ടാണോ എന്ന് അറിയില്ല, അമ്മ പുറത്തേക്ക് വന്ന് എന്നെ പിടിച്ചുകൊ ണ്ടുപോയില്ല.

മകരമാസമാണ്. നെല്ല് മൂരണം, തല്ലണം, ഉണക്കണം. കണ്ടത്തിലും കളത്തിലുമായി അമ്മ ഓടിനടക്കണം. അപ്പോൾ അനിയത്തിയെ എന്തു ചെയ്യും എന്ന പ്രശ്നം തലപൊക്കി. ഇടയ്ക്ക് അമ്മ അവളെ എന്റെ കൂ ടെ ക്ലാസിൽ ഇരുത്തിയിട്ട് വയലിൽ പോയി. എല്ലാവരും എന്റെ അനിയ ത്തിയെ തൊട്ടും തലോടിയും നോക്കുമ്പോൾ എനിക്ക് അഭിമാനം തോന്നി. പക്ഷേ, മാഷ് വന്ന് അവളെ ഒന്നാംക്ലാസിലേക്ക് മാറ്റിയിരുത്തി യപ്പോൾ അൽപ്പം പ്രയാസവും അനുഭവപ്പെട്ടു.

സ്കൂളിൽ ചേർക്കാത്ത കുട്ടിയായതുകൊണ്ട് പങ്കജത്തിനെ എന്നും ക്ലാസിൽ ഇരുത്താൻ കഴിയില്ല. അധികം വൈകാതെ അമ്മ അതിന് ഒരു പരിഹാരം കണ്ടെത്തി. അമ്മയുടെ വലിയച്ഛന്റെ മകന് ഒരു മക

ളുണ്ട്. അവൾ ഏഴാംക്ലാസൊക്കെ കഴിഞ്ഞ് വീട്ടിൽ വെറുതെ ഇരിക്കു കയാണ്. അമ്മ നേരെ തേർതല പോയി കോറുട്ടിയേട്ടനോട് പറഞ്ഞു. 'ഏട്ടാ, മോള കൊറച്ചുനാൾ എന്റെ കൂടെ നിർത്തണം. ഞാൻ കണ്ട ത്തിൽ പോവുമ്പം കുട്ടിക്കൊരു കൂട്ടായിട്ട് നിക്കട്ട്.'

'അയിനെന്നാ നീ കൂട്ടിക്കോ.' ഏട്ടൻ സമ്മതിച്ചു.

അമ്മ ശാരദേച്ചിയെയും കൂട്ടി വന്നു. ശാരദേച്ചി അമ്മയെ സഹായി ക്കുകയും അനിയത്തിയെ നന്നായി നോക്കുകയും ചെയ്തു. സൗമ്യ യും ശാന്തശീലയുമായ ശാരദേച്ചിയെ എല്ലാവർക്കും ഇഷ്ടമായിരുന്നു.

അമ്മ വാരിക്കെട്ടി പോയെങ്കിലും ദേഷ്യവും സങ്കടവും വരുമ്പോൾ ഇടയ്ക്കിടെ 'കുണ്ടാംചെരട്ട പിടിച്ചുപോകും' എന്ന് ശപിക്കാറുണ്ടെങ്കി ലും അങ്ങേമ്മ ഞങ്ങളെയും കൂട്ടി പുലീരടുത്തേക്ക് പോകാറുണ്ട്. 'പൈക്ക് കടച്ചീന കെട്ട്യേടത്ത് വരാതിരിക്കാനാവൂലല്ലോ.' എന്നല്ലേ ചൊല്ല്.

അമ്മ ഞങ്ങൾക്ക് ചായവെച്ചുതരും. ചിരട്ടപ്പുട്ട് ചുട്ടുതരും. എന്റെ അമ്മ നന്നായി പാചകം ചെയ്യും. അക്കാര്യത്തിൽ പാചകവിദഗ്ധയായ അ ങ്ങേമ്മയ്ക്ക് അമ്മയെ നന്നായി ബോധിച്ചിരുന്നു.

തിരിച്ച് തളിയമ്മാർ വീട്ടിലെത്തിയാൽ അന്തരീക്ഷം വീണ്ടും മൂക മാകും. അങ്ങേമ്മ ഓരോ ജോലിയിൽ മുഴുകും. ഞാനും പ്രസന്നയും ഇറയത്ത് ഇരിക്കും. വൈകുന്നേരമാവുമ്പോൾ തന്നെ തളിയമ്മാർ വീട്ടി ലേക്ക് സന്ധ്യ കയറിവരും. കിഴക്കുനിന്നും പടിഞ്ഞാറോട്ട് ചരിഞ്ഞിറ ങ്ങുന്ന പറമ്പിൽ വീടിനു മുന്നിൽ കാടും പിന്നിൽ കുരുമുളക് വള്ളി കൾ തിങ്ങിവളരുന്ന വന്മരങ്ങൾ നിറഞ്ഞ പറമ്പും. കിഴക്ക് ഭാഗത്ത് പറ മ്പിനപ്പുറം ഉയർന്ന് പരന്ന സ്ഥലത്ത് കാണുന്നിടത്തൊന്നും വീടുകളി ല്ല. പടിഞ്ഞാറ് വലിയൊരു പറമ്പിൽ ഒറ്റപ്പെട്ട ഒരു ഇല്ലമുണ്ട്. ഇല്ലത്തി ന്റെ മേൽക്കൂര കാണാമെന്നല്ലാതെ മഷിയിട്ടുനോക്കിയാലും അവിടുന്ന് ഒരാളെ തളിയമ്മാർ വീടിന്റെ ഇറയത്ത് നിന്ന് കാണാൻ കഴിയില്ല. ഇല്ല ത്തമ്മ കിണറ്റിൽനിന്നും വെള്ളം വലിക്കുന്ന ഒച്ചമാത്രം കേൾക്കാം. ത ടികൊണ്ടുള്ള ചെണ്ടപോലെ ഉരുണ്ട ഒരു പ്രത്യേകതരം കപ്പിയാണ് ആ കിണറിനുള്ളത്. വെള്ളം വലിക്കുമ്പോൾ ഭയങ്കര ശബ്ദമാണ്. ഫലവൃ ക്ഷങ്ങളും തണൽ വൃക്ഷങ്ങളും തിങ്ങി വളരുന്ന തളിയമ്മാർ വീട്ടുപറ മ്പിൽ. നട്ടുച്ചയ്ക്കുപോലും സൂര്യപ്രകാശം നേരെ വീഴില്ല. മുറ്റത്ത് ഒ ന്നും ഉണക്കാൻ ആവാതെ അമ്മയും അങ്ങേമ്മയുമൊക്കെ കഷ്ടപ്പെടാ റുണ്ട്.

ഈ മങ്ങിയ വെളിച്ചത്തിൽ, ഏകാന്തമാമന്തരീക്ഷത്തിൽ എന്റെ ചിന്ത

കൾ പറന്നുപൊങ്ങും. ഈ ആകാശം, അതിനപ്പുറം, അതിനുമപ്പുറം എവി ടെയാണ് അവസാനം. അവസാനത്തിനുമപ്പുറം എന്താണ്? ഇങ്ങനെ ചിന്തിച്ചുചിന്തിച്ച് വിഷാദത്തിലാണ്ട് അതിൽനിന്നും പൊങ്ങാനാവാതെ ഞാനിരിക്കും. വിഷാദം വല്ലാതെ കൂടുമ്പോൾ അങ്ങേമ്മയോട് എന്റെ വിഷമം പങ്കുവെക്കാൻ ശ്രമിക്കാറുണ്ട്. പണ്ഡിതയായ അങ്ങേമ്മയ്ക്കും എന്റെ വിഷാദകാരണത്തെ അഴിച്ചെടുക്കാൻ കഴിയാറില്ല. എന്നാലും ഞാൻ പറയുന്നത് അമ്മ ക്ഷമയോടെ കേൾക്കുമായിരുന്നു.

'സന്ധ്യയ്ക്ക് വിളക്ക് കത്തിക്കരുത്, അമ്മയ്ക്ക് ചെലവിനു കൊടു ക്കരുത്,' എന്ന് പറഞ്ഞുകൊണ്ട് അങ്ങേമ്മ സന്ധ്യയ്ക്ക് മുന്നേ വിളക്ക് കൊളുത്തും. കത്തിച്ച നിലവിളക്ക് അമ്മ പടിഞ്ഞാറ്റകത്തുനിന്നും ഇറ യത്ത് കൊണ്ടുവെക്കും. മുറ്റത്ത് ഒരു ചെറിയ പരന്ന കരിങ്കല്ല് സ്ഥാപി ച്ചിട്ടുണ്ട്. അങ്ങേമ്മ ആ കല്ലിൽ വിളക്കിൽ നിന്നും കത്തുന്ന ഒരു തിരി യെടുത്ത് വെച്ച് 'ഗുരുകാർന്നോന്മാരെ, ധർമ്മദൈവങ്ങളെ' എന്ന് പ്രാർ ഥിച്ചുകൊണ്ട് പ്രദക്ഷിണംവെക്കും. അമ്മയ്ക്കൊപ്പം ഞാനും ചേരും. തനിക്ക് ശേഷം ആര് അന്തിത്തിരിവെക്കും എന്ന ആധി അങ്ങേമ്മ പങ്കു വെക്കുമ്പോൾ എനിക്ക് സങ്കടം വന്നു മുട്ടും. ഇങ്ങനെ വിഷാദവും സങ്ക ടവും വന്നു മൂടുമ്പോഴും അങ്ങേമ്മയെ വിട്ടുപോകാൻ എനിക്ക് മനസ്സി ല്ലായിരുന്നു.

കൃതഘ്നയായ് ഞാനും

സ്വത്ത് ഭാഗംവെക്കുമ്പോൾ തളിയന്മാർ വീടും പറമ്പും പൊള്ളോ ലെടം പറമ്പും അങ്ങേമ്മയുടെ പേരിൽ നിലനിറുത്തിയിരുന്നു. രണ്ടു പറമ്പും കുരുമുളക് തോട്ടമായിരുന്നു. കരയം, മുരിക്ക്, അമ്പഴം, മരുത്, മാവ്, പ്ലാവ് തുടങ്ങി മരങ്ങളായ മരങ്ങളിലെല്ലാം കുരുമുളക് കൊടി പട ർത്താം. മൂത്ത വള്ളിയിൽ നിന്നും നീണ്ടുവരുന്ന കൊടികൾ അടുത്ത് ഒ രു കമ്പ് കുഴിച്ചിട്ട് അതിൽ ചുറ്റിവെക്കും. അങ്ങനെ ചുറ്റിവെച്ചാൽ മുട്ടി നുമുട്ടിന് മുളവരും. കാലവർഷം തുടങ്ങുമ്പോൾ രണ്ടോ, മൂന്നോ മുട്ട് നീളത്തിൽ ഈ കൊടി മുറിച്ച് കൊടി ഉണങ്ങിപ്പോയ മരത്തിലും പുതി യ മരക്കാലുകൾ നാട്ടിയതിലും മൂന്നോ, നാലോ വീതം നടും. മരത്തി ന്റെ ഒരുവശം മാത്രമേ മുളകു കൊടി നടാറുള്ളൂ.

ധനു, മകരം മാസങ്ങളിൽ മുരിക്ക്, അമ്പഴം, കരയം എന്നിവയുടെ മുകളിൽ നിന്നും വണ്ണമുള്ള കാലുകൾ കൊത്തിയെടുക്കും. അവ വലി യ മരങ്ങളിൽ ചാരിവെക്കും. ഒന്നുരണ്ട് മാസം കഴിയുമ്പോൾ അതിൽ

വേരുവന്ന് തളിരില പൊട്ടും. ഈ കാലുകളാണ് മേടത്തിൽ കുഴികുഴിച്ച് കുരുമുളക് കൊടി കയറ്റാൻ വളപ്പിൽ നടുന്നത്. അതിൽ കുരുമുളകു കൊടി നട്ടുകൊടുത്താൽ മരക്കാലും കൊടിയും ഒന്നിച്ചു വളർന്നോളും. നട്ട് മൂന്നാഴ്ച കഴിയുമ്പോൾ കൊടിയ്ക്ക് അൽപ്പം ചാണകപ്പൊടി ഇട്ട് ചിള്ളിക്കൊടുക്കും.

ഒരു കൊല്ലത്തിൽ രണ്ടുപ്രാവശ്യം വളപ്പ് കിളക്കണം. കർക്കിടകക്കി ളയും തുലാക്കിളയും. മരത്തിനുചുറ്റും തടമെടുക്കുന്ന രീതിയിലാണ് കർക്കിടകത്തിൽ കിളക്കുക. മരത്തിന്റെ ചുവട്ടിൽ കിളച്ച് മണ്ണ് ചുറ്റും തടംപോലെ കോരിയിടും. അപ്പോൾ വളപ്പിൽ ചെറിയ കുന്നുകളും കു ഴികളും രൂപപ്പെടും. മഴവെള്ളം മരച്ചുവട്ടിലേക്ക് താണിറങ്ങാനുള്ള സൂത്ര പ്പണിയാണിത്. കർക്കിടകത്തിലെ മഴയത്ത് ആണുങ്ങൾ തലയിൽ തൊ പ്പിക്കുടയുമിട്ട് വർത്തമാനം പറഞ്ഞുകൊണ്ടു വളപ്പിൽ കിളക്കുന്നത് ഇറ യത്തിരുന്നു കാണുന്നതും കേൾക്കുന്നതും എനിക്ക് ഇഷ്ടമാണ്. മാടാ യി കുഞ്ഞപ്പേട്ടനൊക്കെ വർത്തമാനം പറയുന്നത് എത്ര ദൂരംവരെയും കേൾക്കാം. കിളക്കുന്ന ഒച്ചയും കേൾക്കാം.

കർക്കിടകക്കിള എനിക്ക് കുറച്ചു പ്രയാസവുമുണ്ടാക്കാറുണ്ട്. പ്രാഥ മികകൃത്യങ്ങൾക്ക് പറമ്പിൽ പോകുമ്പോൾ ഇളകിയ ചെറുകുന്നുകളിൽ കാലുമടങ്ങി മടമ്പ് താഴ്ന്ന് ഞാൻ വീണുപോകാറുണ്ട്. മഴപെയ്ത് മണ്ണ് ഉറക്കുന്നതുവരെ എനിക്ക് കഷ്ടപ്പാടാണ്. ഇതൊഴിവാക്കാൻ ചാലുകൾ നോക്കി ഞാൻ വളഞ്ഞുപുളഞ്ഞ് നടക്കും.

തുലാവത്തിൽ മഴ നിന്നാലാണ് തുലാക്കില. മിക്കവാറും അപ്പോഴൊ ന്നും മഴ നിൽക്കില്ല. അപ്പോൾ തുലാക്കില വൃശ്ചികക്കിളയായി മാറും. കർക്കിടകത്തിൽ കുന്നാക്കിയ മണ്ണൊക്കെ കിളച്ചുകിളച്ച് നിരപ്പാക്കും. അത് എനിക്ക് ഇഷ്ടമുള്ള കാര്യമാണ്. വീഴാതെ നടക്കാലോ. കിളച്ചുമറി ച്ച മണ്ണിൽ വായുനിലനിൽക്കും. അപ്പോൾ വേനലിൽ മണ്ണ് വല്ലാതെ വ രണ്ടു പോകില്ല.

വേനൽക്കാലത്ത് കുരുമുളക് വള്ളിയുടെ കുളിർമയും സുഗന്ധവു മുള്ള പറമ്പിൽ എത്ര നേരം വേണമെങ്കിലും ഇരിക്കുന്നത് എനിക്ക് ഇഷ്ട മാണ്.

മകരമാവുമ്പോഴേക്കും കുരുമുളക് പഴുക്കാൻ തുടങ്ങും. അപ്പോൾ മുളക് പറിച്ചെടുത്ത് കാലുകൊണ്ട് മെതിച്ചു മണിയാക്കി, കളത്തിലിട്ട് ഉ ണക്കി, പത്തായത്തിൽ നിറയ്ക്കും. വിലകൂടുമ്പോൾ വിൽക്കാൻ. പല പ്പോഴും വിറ്റുകഴിഞ്ഞാണ് വില കൂടുക എന്നേയുള്ളൂ. ഒരിക്കൽ അച്ഛൻ ക്വിന്റലിന് മുന്നൂറു ഉറുപ്പികയ്ക്ക് കുരുമുളക് കൊടുത്ത് മൂന്നാല് ദിവ

സങ്ങൾക്കുള്ളിൽ അയ്യായിരത്തിനടുത്ത് വില കുതിച്ചുകയറിയത് എന്റെ ഓർമയിലുണ്ട്.

അങ്ങേമ്മ തന്നെയാണ് പറമ്പിലെ പണിയെടുപ്പിക്കുന്നതും മുളക് പറിപ്പിക്കുന്നതും ഉണക്കുന്നതും സൂക്ഷിക്കുന്നതുമെല്ലാം. വിൽക്കാൻ മാത്രം മക്കളുടെ സഹായം സ്വീകരിക്കും. വിറ്റ് കഴിഞ്ഞാൽ എല്ലാവർക്കും ഓഹരി കൊടുക്കുകയും ചെയ്യും. രണ്ട് ആണമക്കൾ, അവരുടെ ഭാര്യമാർ, മക്കൾ ഇവർക്കെല്ലാം ആളാംപ്രതി പണം കൊടുത്താലേ അമ്മയ്ക്ക് സമാധാനമാകൂ.

ആണുങ്ങൾ മുളയുടെ ഏണി മരത്തിൽ ചാരിവെച്ച് കയറി പുറത്ത് കെട്ടിയ മുണ്ട് പുളുക്കയിൽ കുരുമുളക് പറിച്ചിടും. മുണ്ടിന്റെ ഒരു അറ്റത്തിന്റെ രണ്ടു തുമ്പ് പിന്നിൽ നിന്നും മുന്നോട്ടെടുത്ത് കഴുത്തിൽ കെട്ടും. മറ്റേ അറ്റം പിന്നിൽനിന്നും ഉള്ളിലോട്ട് പിടിച്ച് നെഞ്ചിനുതാഴെയായി മുന്നോട്ട് എടുത്ത് ചേർത്തുകെട്ടിയാൽ ഇരുഭാഗത്തും വിടവുള്ള, തൂങ്ങിക്കിടക്കുന്ന സഞ്ചിയാവും. ഓരോ കൈകൊണ്ട് പറിക്കുന്ന മുളക് ഓരോവശത്തുകൂടിയും ഈ പുളുക്കസെഞ്ചിയിൽ ഇടാൻ എളുപ്പമാണ്. ഒരുകാൽ വെക്കാൻ പറ്റുന്ന കവരം ആണ് ഏണിയിൽ ചവിട്ടുപടി. അതിന്മേൽ ഒരു കാൽ മുകളിലും മറ്റേ കാൽ തൊട്ടു താഴെയുള്ള പടിയിലും നിന്നുകൊണ്ടാണ് രണ്ടു കൈ കൊണ്ടും മുളക് പറിച്ചെടുക്കുക. പറിച്ചു തീരുന്നതിനനുസരിച്ച് ഓരോ കാൽ മുകളിലേക്ക് കയറ്റി വെക്കും. വണ്ണം കൂടിയ മരമാണെങ്കിൽ ഒരു വശം പറിച്ചുകഴിഞ്ഞിട്ട് താഴെയിറങ്ങി ഏണി മറുവശത്ത് ചാരിവെച്ച് കയറണം.

വേഗം വേഗം നുള്ളിയെടുക്കുമ്പോൾ ഇണറും മണികളും തുരുതുരാ മണ്ണിൽ വീഴും. അതുകൊണ്ട് ഓരോ വള്ളി പറിച്ചുകഴിയുമ്പോഴും അത് പെറുക്കിയെടുക്കണം. പറിക്കുന്നവർ പെറുക്കാൻ നിന്നാൽ മുതലാവില്ല. കുറെ ആളുകൾ പറിക്കുമ്പോൾ ഒന്നോ, രണ്ടോ പെണ്ണാൾ പെറുക്കാൻ നിൽക്കും.

വീട്ടുപറമ്പിൽ മുളക് പറിക്കുമ്പോൾ അങ്ങേമ്മ എന്നെയും പ്രസന്നയേയും കൂട്ടി ഇറങ്ങും. മുളക് പറിക്കുന്നവരുടെ സംസാരവുംകേട്ടുകൊണ്ട് ഉണങ്ങിയ ഇലയൊക്കെ നീക്കി ഒളിച്ചിരിക്കുന്ന മുളകുമണിയെ കണ്ടുപിടിച്ച് ഞങ്ങളുടെ കുരിയയിലാക്കാൻ എനിക്കും ഇഷ്ടമാണ്. ചില രാഷ്ട്രീയ പാഠങ്ങളൊക്കെ ഞാൻ കേട്ടുതുടങ്ങിയത് അവിടുന്നാണ്. കമ്മ്യൂണിസ്റ്റ് പാർട്ടി വേർപിരിഞ്ഞകാലം. കാവുമ്പായിക്കാരിൽ ഭൂരിപക്ഷം സി.പി.ഐ.എമ്മിലും കുറച്ചുപേർ സി.പി.ഐ. യിലും ചേക്കേറി. അതോടനുബന്ധിച്ച് പണിസ്ഥലങ്ങളിലും ചായപ്പീടികയിലുമൊക്കെ ചെറിയ

തർക്കങ്ങളും വാക്കേറ്റങ്ങളും നടക്കുകയുണ്ടായി. അടുത്തടുത്ത രണ്ടു വള്ളിയിൽ ഏണിയിൽ ബാലൻസ് ചെയ്ത് മുളക് പറിച്ചുകൊണ്ട് രാ ഷ്ട്രീയം ചർച്ച ചെയ്യുകയാണ് അവർ.

പറിച്ചുകഴിഞ്ഞ വള്ളിയുടെ ചുവട്ടിൽ മുളകുമണികളും ഒപ്പം അവ രുടെ സംഭാഷണശകലങ്ങളും ചികഞ്ഞുകൊണ്ട് ഞാനുമുണ്ട്. അവരിൽ ഒരാൾ മാത്രമാണ് സംസാരിക്കുന്നത്. മറ്റേ ആൾ മൂളി കേൾക്കുകയാ യിരുന്നു. അതുകൊണ്ട് അവിടെ തർക്കം ഇല്ലായിരുന്നു. 'എതിരാളിക ളെ പറഞ്ഞു ബോധ്യപ്പെടുത്തുകയാണ് വേണ്ടത്. ബലപ്രയോഗം വേ ണ്ട.' എന്നൊക്കെയാണ് അവരുടെ സംഭാഷണത്തിൽനിന്ന് എനിക്ക് മ നസ്സിലായത്. ഈ മാർഗം കമ്മ്യൂണിസ്റ്റ് സിദ്ധാന്തമാണോ, മറ്റെന്തെങ്കി ലുമാണോ എന്നൊന്നും എനിക്ക് അറിഞ്ഞുകൂടായിരുന്നു.

അമ്മയും അങ്ങേമ്മയുമൊക്കെ ഈ കക്ഷിതിരിവിനെ ഇടതും വല തും എന്ന് പറയുന്നത് കേൾക്കാറുണ്ട്. അമ്മയുടെ കമ്മാരമ്മാവൻ വല താണ്. അച്ഛൻ ഇടതും. വലിയച്ഛൻ ആദ്യം ഇടതായിരുന്നെങ്കിലും പ്രാദേ ശികനേതൃത്വവുമായി യോജിച്ചുപോകാൻ കഴിയാതെ വന്നപ്പോൾ സി. പി.ഐ.യിലേക്ക് തിരിച്ചുപോവുകയായിരുന്നു. അതോടെ ജ്യേഷ്ഠാനു ജന്മാരുടെ മത്സരത്തിന് പുതിയൊരു മാനം കൈവന്നു. കേവലമൊരു കുടുംബവഴക്ക് നാട്ടുകാർക്കും ചേരിതിരിയാനും പക്ഷംപിടിക്കാനുമുള്ള സംഭവമായി.

ഇതുപോലെ ഒരിക്കൽ കുരുമുളക് പെറുക്കുമ്പോഴാണ് ഞാൻ എന്റെ അച്ഛനുവേണ്ടി അങ്ങേമ്മയോട് കരഞ്ഞുകൊണ്ട് വാദിച്ചത്. ഞങ്ങൾ വീട്ടു പറമ്പിൽ മുളക് പെറുക്കുമ്പോൾ പുറത്ത് പോയിരുന്ന വലിയച്ഛൻ കൊടു ങ്കാറ്റ് പോലെ വന്നുകയറി. അങ്ങേമ്മയോട് ഒച്ചയെടുത്തു. 'ഓൻ എല്ലാം അടക്കിവെക്കോന്ന്. ആധാരെല്ലാം ഓന്റെ കൈയിലല്ലേ.'

അച്ഛൻ സ്വത്ത് സ്വന്തം പേരിലാക്കും എന്നാണ് വലിയച്ഛൻ പറയു ന്നത്. അങ്ങനെ പലരും ചെയ്തതിന്റെ ഉദാഹരണങ്ങളും നിരത്തിക്കൊ ണ്ടാണ് അദ്ദേഹം കലമ്പുന്നത്. എനിക്ക് അച്ഛനെ കുറ്റപ്പെടുത്തുന്നത് കേട്ടപ്പോൾ സങ്കടം വന്നു. ഞാൻ കരഞ്ഞു. അങ്ങേമ്മ വളപ്പിലേക്ക് തിരി ച്ചുവന്നപ്പോൾ ഏങ്ങലടിച്ചുകൊണ്ട് ഞാൻ പരാതി പറഞ്ഞു. 'എന്റെ അച്ഛൻ അങ്ങനെ്യാന്നും ചെയ്യൂല. എന്റച്ചന അമ്മീം കുറ്റം പറഞ്ഞില്ലേ.'

അങ്ങേമ്മ എന്നെ സമാധാനിപ്പിക്കാൻ ശ്രമിച്ചു. 'നീ അച്ഛൻ പുത്രി സുന്ദരി ആണ്. മോൾ അച്ഛന്റെ ഭാഗേ പറയു. അച്ഛന്റെ നെറെ കിട്ടാണ്ടു ള്ളൂ. മീടും മൂക്കെല്ലാം ഓന്റെ മുറിച്ച മുറ്യല്ലേ.'

കുടുകുടാ കണ്ണീരൊലിപ്പിച്ചുകൊണ്ട് ഞാൻ അച്ഛനു വേണ്ടി വാദി

ച്ചുകൊണ്ടിരുന്നു. എന്നിട്ടും ഓനങ്ങന്യൊന്നും ചെയ്യില്ലാന്ന് അങ്ങേമ്മ പറഞ്ഞില്ല.

എന്റെ അച്ഛൻ അതുവരെ സ്നേഹത്തോടെ എന്നെ ഒന്ന് നോക്കിയ ഓർമ്മ എനിക്കില്ല. അച്ഛനെ കാണുമ്പോഴേ എനിക്ക് പേടിയാണ്. വലിയച്ഛൻ എന്നോട് സ്നേഹത്തോടെ മാത്രമേ പെരുമാറിയിട്ടുള്ളൂ. ദേഷ്യം വരുമ്പോൾ അച്ഛനോട് പറയാറുണ്ട്. 'കോപ്പൊന്നും നീ ഉണ്ടാക്കീറ്റ്ല്ല. നിന്റെ മൊടത്തി മോളെ മാത്രേ ഉണ്ടാക്കീറ്റള്ളൂ.'

അത് കേൾക്കുമ്പോൾ എനിക്ക് വിഷമം തോന്നാറുണ്ട് എന്നത് ശരി യാണെങ്കിലും വലിയച്ഛനെ എനിക്കിഷ്ടമായിരുന്നു. എന്നിട്ടും സ്നേഹം പ്രകടിപ്പിക്കാത്ത അച്ഛനുവേണ്ടി എന്തിനാണ് ഞാൻ സങ്കടപ്പെട്ടത്!

അല്ലെങ്കിലും ഞാനപ്പോൾ അൽപ്പസ്വൽപ്പം ന്യായങ്ങളൊക്കെ പറ യാൻ തുടങ്ങിയിരുന്നു. അതൊന്നും കുട്ടികൾ പറയാൻ പാടില്ല എന്ന് എനിക്ക് അറിഞ്ഞുകൂടായിരുന്നു. ഒരു ദിവസം വൈകുന്നേരം അടുക്കള യിലിരുന്നുകൊണ്ട് അങ്ങേമ്മയോട് എന്തോ ന്യായം പറഞ്ഞതാണ്. അമ്മ അടുപ്പിന്റെ അടുത്തിരുന്ന് ദോശക്കല്ലിൽ ഞങ്ങൾക്ക് തരാൻ അപ്പം ചുടു കയായിരുന്നു. വൈകുന്നേരമൊക്കെ ആകുമ്പോൾ അമ്മയുടെ മനസ്സിൽ നിറയുന്ന നിരാശയും ശൂന്യതയുമൊന്നും മനസ്സിലാക്കാനുള്ള ബുദ്ധി എനിക്കില്ലല്ലോ. ഞാൻ ന്യായം പറഞ്ഞത് അമ്മയ്ക്ക് രസിച്ചില്ല. പെട്ടെ ന്ന് വന്ന ദേഷ്യത്തിന് കൈയിലെ ചട്ടുകംകൊണ്ട് എന്റെ തുടയിൽ ഒരു കുഞ്ഞടി തന്നു. എനിക്ക് ഒട്ടും വേദനിച്ചില്ല. പക്ഷെ, എന്റെ മനസ്സ് നൊന്തു. അതുവരെ ഒരുവാക്കുകൊണ്ടു പോലും എന്നെ നോവിപ്പിക്കാ ത്ത, എന്റെ ഏത് ഇഷ്ടവും സാധിച്ചുതരുന്ന അങ്ങേമ്മ എന്നെ അടിച്ചു എന്നത് ആദ്യമൊന്നും എനിക്ക് വിശ്വസിക്കാൻ കഴിഞ്ഞില്ല. പന്നെ എന്റെ സങ്കടം പൊട്ടിയൊഴുകാൻ തുടങ്ങി. എപ്പോഴും കണ്ണുരുട്ടി മിഴിച്ച് കല മ്പുന്ന എന്റെ പെറ്റമ്മയ്ക്ക് അതുവരെ എന്നെ കരയിക്കാൻ കഴിഞ്ഞി ട്ടില്ല. കർക്കശക്കാരനായ അച്ഛനും കരയിക്കാൻ ഒരു പ്രാവശ്യമേ കഴി ഞ്ഞിട്ടുള്ളൂ. (അമ്മിക്കുട്ടി കൊണ്ട് എന്നെ കുത്താൻ വന്നപ്പോൾ) സങ്ക ടം സഹിക്കാനാവാതെ അടുക്കളപ്പുറത്തെ ഞാലിയുടെ മൂലയ്ക്കിരുന്നു ഞാൻ ഏങ്ങലടിച്ചു കരഞ്ഞു. അപ്പോഴാണ് മുകളിലെ വഴിയിറങ്ങി അച്ഛൻ എന്റെ മുന്നിലെത്തിയത്. അച്ഛൻ എന്നെ ഒന്ന് നോക്കിയിട്ട് അപ്പുറത്തേ ക്ക് പോയി. അമ്മയോട് എന്തോ സംസാരിച്ചു തിരിച്ചുപോകുമ്പോൾ എ ന്നോട് ചോദിച്ചു. 'നീ വരുന്നോ?'

ഞാൻ എഴുന്നേറ്റ് അച്ഛന്റെ ഒന്നിച്ച് നടന്നു. തിരിഞ്ഞുനോക്കിയില്ല, അമ്മയോട് സമ്മതം ചോദിച്ചില്ല, യാത്ര പറഞ്ഞില്ല.

208

എന്നെ പൊൻകുഞ്ഞായി കണ്ട അങ്ങേമ്മയുടെ സ്നേഹം തൽക്കാ ലത്തേക്കെങ്കിലും ഞാൻ മറന്നു. എന്റെ സ്വത്വം അംഗീകരിച്ച ഒരേയൊ രാൾ അങ്ങേമ്മയായിരുന്നുവെന്ന് തിരിച്ചറിയാൻ എനിക്ക് അപ്പോൾ കഴി ഞ്ഞില്ലല്ലോ. കാരണം ഞാൻ വെറുമൊരു കുട്ടിയായിരുന്നല്ലോ. എന്റെ അങ്ങേമ്മ ആ സമയത്ത് എത്രമാത്രം വേദനിച്ചിട്ടുണ്ടാവും എന്ന് എനി ക്ക് ഇപ്പോൾ ഊഹിക്കാൻ പറ്റും.

അച്ഛൻ എന്നെയും കൂട്ടി പുളീരടുത്തെ വീട്ടിൽ എത്തിയപ്പോൾ അ മ്മയോട് പറഞ്ഞു. 'വടക്കോർത്ത് കുത്തീർന്ന് കാള്ളൊന്ന്!. ഞാനിങ്ങു കൂട്ടി.'

അച്ഛനും അമ്മയും അനുജത്തിയും അടങ്ങിയ എന്റെ കുടുംബത്തിൽ ഞാൻ അത്രയ്ക്ക് സന്തുഷ്ടയല്ലായിരുന്നു. അമ്മ എന്നെ കളിയാക്കുക യും കുറ്റപ്പെടുത്തുകയും അത്യാവശ്യം പേടിപ്പിക്കുകയുമൊക്കെ ചെയ്യും. ഇഷ്ടമില്ലാത്ത ഭക്ഷണം കഴിക്കാതിരിക്കുമ്പോൾ എന്റെ അമ്മ അന്ന് പ റയാറുള്ള വാക്യം ഇപ്പോഴും ഓർമയുണ്ട്. 'തിന്നാനും കൂടി കൊള്ളുല.'

ഇത്തരം അഭിപ്രായപ്രകടനങ്ങൾ ചെന്ന് കൊള്ളുന്നത് എന്റെ ദൗർ ബല്യത്തിലാണ്. അപ്പോഴൊക്കെ ഞാൻ ദു:ഖിതയും അപമാനിതയു മാവും.

അടുത്ത ദിവസം തന്നെ അങ്ങേമ്മ എന്നെ കൂട്ടാൻ വന്നു. അപ്പോൾ അമ്മ പറഞ്ഞു. 'അയിന് സ്കൂളിൽ പോണ്ടേ? അങ്ങ്ന്നേ ബന്നിറ്റ് ബീവും പൊട്ടും ചീതാല് ചികിത്സിക്കാൻ കയീല. സ്കൂൾ ഇല്ലാത്തേരം ബ ന്നോട്ട്.'

അത് ശരിയാണെന്ന് അങ്ങേമ്മക്കും തോന്നിക്കാണും. അങ്ങേമ്മ അമ്മ യോട് തർക്കിക്കാൻ നിന്നില്ല. പിന്നീട് ശനിയും ഞായറും അങ്ങേ വീട്ടി ലും ബാക്കി ദിവസം പുളീരടുത്തും ആയി എന്റെ താമസം.

പുളിമരത്തണലിൽ

പുളികൊണ്ട് പേർകൊണ്ടിടം പുളീര പറമ്പ്, പുളീരടുത്തെ പീടിക, പുളീര തായലെ കണ്ടം. നാട്ടിൽ ഒരുപാട് പുളിമരങ്ങളുണ്ട്. എന്നാൽ പേരും പ്രശസ്തിയും ഞങ്ങളുടെ പുളിക്കുമാത്രം. എത്ര വയസ്സായി എ ന്നറിയില്ല. എന്തായാലും നൂറിനു മുകളിൽ കയറിയിട്ട് കാലം കുറെ ക ഴിഞ്ഞുവെന്നു വേണം കരുതാൻ. പറമ്പിന്റെ പകുതിയും കക്ഷി കൈ യടക്കിവച്ചിരിക്കുമ്പോൾ തെങ്ങുകളൊക്കെ പേടിച്ചു ശുഷ്കിച്ച് കണ്ട ത്തിലേക്ക് ചാഞ്ഞ് രക്ഷപ്പെടാൻ ശ്രമിക്കുകയാണ്. ചെറിയ പീടിക മുറ്റ ത്തിന് മുട്ടിയ പെര്യക്ക് ചേർന്ന് ഞാനും വരുന്നു നിന്റെ കൂടെ എന്ന പ

റയാതെ പറഞ്ഞ് പടർന്നു പന്തലിച്ച് ആകാശത്തേക്കങ്ങനെ കയറിപ്പോ വുകയാണ് പുളിമരം.

വയസ്സായെങ്കിലെന്താ! പൂക്കുന്നതിനും കായ്ക്കുന്നതിനും ഒരു മടി യുമില്ല. പൂത്തുപൂത്ത് കായ്ച്ചു കായ്ച്ച് ദേശത്തിനു മുഴുവൻ പുളിയൂ ട്ടാൻ കെൽപ്പുണ്ട് ഈ പുളിമുത്തശ്ശിക്ക്. കൊമ്പുകൾ മൂടി നിറഞ്ഞുവള ഞ്ഞ പുളിങ്ങകൾ ഒരു ചെറിയ കാറ്റ് വീശിയാൽ തുരുതുരെ വീഴും. പെര്യ പോകുന്നവരും കുട്ടികളും പുളിഞ്ചോട്ടിൽ എപ്പോഴുമുണ്ടാകും. മണിയടിച്ചാലും കുട്ടികൾ ക്ലാസിലെത്തില്ല. ക്ലാസിലെത്തിയാലോ അടു ത്ത മണിയടിക്കാൻ കാത്തിരിക്കും. ഒരിക്കൽ ആ പുളിമധുരം നുണ ഞ്ഞവർ എങ്ങനെയാണ് പുളിഞ്ചോട്ടിൽ വീണ്ടുമെത്താതിരിക്കുക! എ ത്ര തിന്നാലും മതിയാവാത്ത മധുരം മുന്നിട്ടുനിൽക്കുന്ന പുളിയാണ്. ഇ ളം പച്ചനിറത്തിൽ പഴുക്കാൻ തുടങ്ങുന്ന ഇളംപഴുക്ക പുളിക്ക് എന്തൊ രു രുചിയാണെന്നോ! നിറയെ കായ്ക്കുന്നതുകൊണ്ട് പുളിങ്ങയ്ക്ക് കാ രയുണ്ട്. നന്നാക്കുമ്പോൾ അത് പൊട്ടിച്ചുകളയണം എന്നൊരു പ്രത്യേ കതയുണ്ട് ഞങ്ങളുടെ പുളിക്ക്. അത് ചെറിയൊരു കുറവായി വേണമെ ങ്കിൽ കണക്കാക്കാം.

പുളി കാരണം അച്ഛന്റെ സമാധാനം നശിക്കാറുണ്ട് എന്നത് ഒരു വസ്തുതയാണ്. നാട്ടിലെ കുട്ടികളെല്ലാം പുളിപെറുക്കാൻ വരുമല്ലോ. ചില വിരുതന്മാർ കിട്ടുന്നതെല്ലാം എടുത്ത് പുളിമരത്തിൽ ഏറിയുകയും ചെയ്യും. അത് പുളി മാത്രമല്ല, ഞങ്ങളുടെ വീടിന്റെ ഓടും പൊട്ടിച്ചു താഴെയിടും. മുൻകോപക്കാരനായ എന്റെ അച്ഛൻ അതെങ്ങനെ സഹി ക്കും! അച്ഛന്റെ കൺവെട്ടത്ത് പെട്ടുപോയാൽ ചീത്ത പറഞ്ഞ് കുട്ടിക ളെ ഓടിക്കും.

അച്ഛനും അമ്മയ്ക്കും എപ്പോഴും തിരക്കോടുതിരക്കു തന്നെ. നെൽ ക്കൃഷി ചെയ്യണമെങ്കിൽ മൂരികൾ കൂടിയേ തീരൂ. ഒരേറ് മൂരി അച്ഛനും ഉണ്ട്. കാലിപൂട്ടൽ കഴിഞ്ഞാൽ അവയെ മേയ്ക്കണം. തീറ്റ കൊടു ക്കണം. അമ്മ നാട്ടിപ്പണി എടുക്കുന്ന പെണ്ണുങ്ങളിൽ ചിലരെയും കൂട്ടി പോയി പച്ചപ്പുല്ല് അരിഞ്ഞുകൊണ്ട് വെക്കും. പുല്ലരിയാൻ കംപ്ലാരി പറ മ്പ് വരെ പോകേണ്ടി വരാറുണ്ട്. ഒരുമാസത്തോളം കാലിപൂട്ടാൻ ഒരു കൊല്ലം കാലികളെ പോറ്റിയേ തീരൂ. അച്ഛന് പാർട്ടിയുടെ പരിപാടിക ളും മറ്റ് ആവശ്യങ്ങളുമൊക്കെയായി പലപ്പോഴും പുറത്ത് പോകേണ്ടി വരും. അങ്ങനെ വരുമ്പോൾ മേയാൻ പറമ്പിൽ കെട്ടിയ മൂരികളെ സ ന്ധ്യയ്ക്ക് ആലയിൽ കൊണ്ടുവന്ന് കെട്ടേണ്ടത് അമ്മയുടെ ജോലിയാ കും. ഒന്നിനെ അമ്മ അഴിച്ചുകൊണ്ടുവന്ന് കെട്ടും. മറ്റവൻ ഭീകരനാണ്.

കുത്തുന്ന മൂരി എന്ന് പേര് കൊണ്ടവനാണ്. പെണ്ണുങ്ങളെയൊന്നും അ
വന് ഒരു വിലയുമില്ല. കെട്ടിയിടത്ത് തിന്നാൻ പുല്ലിട്ടുകൊടുക്കാൻ പോ
യാലും കൊമ്പും കുലുക്കി കുത്താൻ വരുമ്പോൾ ജീവനുംകൊണ്ട് അ
മ്മ പിന്തിരിയും. അപ്പോൾ ആ ഭീകരനെ രാത്രിയായാലും അച്ഛൻ വ
ന്നാലേ അഴിക്കാൻ പറ്റൂ. അല്ലെങ്കിൽ അവനെ കാലിപൂട്ടാറുള്ള രാമേ
ട്ടൻ വരണം. ഇങ്ങനെയൊക്കെ ആയാലും അവൻ നല്ല പണിക്കാരനാ
യിരുന്നു. അതു കൊണ്ടാണ് അച്ഛൻ അവനെ വിൽക്കാത്തത്.

മാരാർ വീട്ടിലെ ദച്ചൂട്ടിയേച്ചി അവരുടെ പറമ്പിൽ കെട്ടിയ ഞങ്ങളു
ടെ കുത്തുന്ന മൂരിയെ അഴിച്ചുവിട്ടിട്ട് വീട്ടിൽ വന്ന് അമ്മയോട് ദേഷ്യ
ത്തോടെ പറഞ്ഞു. 'നിങ്ങളെ മൂരീന ഞാൻ അയിച്ചുവിട്ട്റ്റുണ്ട്.'

അമ്മ അമ്പരന്നു. 'ന്റെ കുട്ടീ, നിന്ന്യത് കുത്തീല്ലല്ലോ.'

വെള്ളവും പുല്ലും കൊടുക്കുമ്പോൾ പോലും കൊമ്പുകുലുക്കി
കുത്താൻ വരുന്നവനാണ്. സ്ത്രീവിദ്വേഷിയായ അവനെയാണ് തങ്ങളു
ടെ പറമ്പിൽ അതിക്രമിച്ചു കെട്ടിയതിൽ ദേഷ്യംവന്ന് എട്ടുംപൊട്ടും തിരി
യാത്ത പതിനാറുകാരി അഴിച്ചുവിട്ടത്. നാട്ടിപ്പണിക്ക് കണ്ടംപൂട്ടി തളർ
ന്നതല്ലേ. അതുകൊണ്ട് അന്ന് അവൻ കൊച്ചുദെച്ചൂട്ടിയെ മൈൻഡ് ചെ
യ്യാഞ്ഞതായിരിക്കാം. എന്തായാലും അന്ന് അവനെ പിടിച്ചുകെട്ടാൻ അ
മ്മയ്ക്ക് ആണുങ്ങളെ തേടിനടക്കേണ്ടിവന്നു.

നാട്ടിപ്പണി സമയത്ത് മൂരികളെ നോക്കാനും ചില്ലറ സഹായത്തി
നും തേർതലയിൽ നിന്ന് അമ്മ ആൺകുട്ടികളെ കൊണ്ടുവരാറുണ്ട്.

കാവുമ്പായിയിലെ കൃഷിക്കാരുടെ ജീവിതത്തിൽ മൂരികൾക്കുള്ള
സ്ഥാനം വളരെ വലുതാണ്. അന്നത്തെ കൃഷിക്കാർ മക്കൾക്ക് നൽകു
ന്നതിൽ കൂടുതൽ സ്ഥാനം കന്നുകാലികൾക്ക് നൽകാറുണ്ട്. ജീവനോ
പാധി നെൽകൃഷിയാകുമ്പോൾ അത് അങ്ങനെയാവാനല്ലേ തരമുള്ളൂ.
മൂരികൾ വയലിൽ ഇറങ്ങിയില്ലെങ്കിൽ പണി നടക്കില്ലല്ലോ. കന്നുകാലി
കളുടെ ചാണകവും മൂത്രവുമില്ലെങ്കിൽ നെൽച്ചെടികൾ എങ്ങനെ വള
രും. ഗ്രാമീണരുടെ മനസ്സിൽ അവയ്ക്ക് അർദ്ധദൈവങ്ങളുടെ സ്ഥാന
മാണ്. ഓണവും വിഷുവുമൊക്കെ അവരുടേതും കൂടെയായിട്ടാണ് ഞ
ങ്ങൾ ആഘോഷിക്കാറുള്ളത്. വിഷുവിന് മക്കളെ കണികാണിച്ചതിനു
ശേഷം പശുക്കളെയും മൂരികളെയും കണികാണിക്കും. കത്തിച്ച നില
വിളക്ക് കാണിച്ചതിനുശേഷം കണിച്ചക്കയും കണിവെള്ളരിക്കയും
തേങ്ങാപ്പൂളും വെല്ലവും അവരുടെ വായിൽ വെച്ചുകൊടുക്കും. എന്നിട്ടേ
അങ്ങേമ്മ അടുക്കളയിൽ കയറൂ.

കർക്കിടകമാസം പിറന്നാൽ മൂരിക്ക് കൂട്ട് കൊടുക്കാനുള്ള തിരക്കാ

കും. സ്ത്രീകളുടെ പ്രസവശുശ്രൂഷ പോലെ പ്രധാനപ്പെട്ടതാണ് അ
ന്നംവിളയിക്കാൻ സഹായിക്കുന്ന മൂരികൾക്കുള്ള ശുശ്രൂഷയും. കർക്കി
ടകം പത്തിനുള്ളിൽ മൂരികൾക്ക് കൂട്ട് കൊടുക്കണം. മരുന്ന്, പ്രത്യേക
ഭക്ഷണം എന്നിവയൊക്കെ നൽകി ശുശ്രൂഷിച്ചെങ്കിലേ അടുത്ത വിള
യിറക്കാൻ അവയ്ക്ക് കഠിനമായി പണിയെടുക്കാനാവൂ.

തേറ്റാംപരൽ കൂട്ടിലെ ഒരു പ്രധാനഘടകമാണ്. അത് കുറേ പ്രാവ
ശ്യം പുഴുങ്ങി കുത്തണം. എന്നിട്ട് ഇടിച്ച് ഇടിച്ച് അരക്കണം. എളുപ്പ
മൊന്നും അത് അരഞ്ഞുകിട്ടില്ല. ഉലുവയും ഗോതമ്പും കുതിർത്ത് വേ
റെ വേറെ അരച്ച് അരിച്ചെടുക്കും. പുളിയോപ്പില (ഒരു വള്ളിച്ചെടി) അടി
യെ മുറിച്ചുകൊണ്ടുവന്ന്! അരച്ചു മാങ്ങാടൻ തോർത്തിൽ പിഴിഞ്ഞ് അ
രിച്ചെടുക്കും. തൊലികളയാത്ത ഉഴുന്നും കടലയും കുതിർത്ത് അരയ്
ക്കും. ഇതെല്ലാം ചേർത്ത് ഒരുഗ്ലാസ് പശുവിൻ നെയ്യുമൊഴിച്ചു കുറുക്കു
മ്പോൾ അതിൽ കള്ള് കുറുക്കിയുണ്ടാക്കിയ ഒരു കണ്ണി ചക്കര പാവാ
ക്കി ഒഴിക്കും. ഇങ്ങനെ ഉണ്ടാക്കിയ കൂട്ടാണ് പണിക്കാരായ മൂരികൾക്ക്
ദേഹരക്ഷയ്ക്ക് നൽകേണ്ടത്. നമ്മൾ കഷ്ടപ്പെട്ട് ഉണ്ടാക്കിയ കൂട്ട് മു
മ്പിൽ വെച്ചുകൊടുത്താൽ നമ്മുടെ മൂരികുമാരന്മാർ ഒന്ന് മണത്തുപോലും
നോക്കില്ല. അപ്പോൾ അച്ഛൻ ചുറ്റുവട്ടത്തുള്ള മല്ലന്മാരായ ചെറുപ്പക്കാ
രെ വിളിക്കും. അവർ വന്ന് നല്ല ഉറപ്പുള്ള കയർ എടുത്ത് മൂരികളുടെ
ഈരണ്ടു കാലുകൾ വീതം കൂച്ചിക്കെട്ടും. വലിയ മുച്ചെടുത്ത് അമറുന്ന
മൂരിക്കുട്ടന്മാർ അതോടെ ഫ്ളാറ്റ്. പിന്നെ എല്ലാവരുംകൂടി ബലമായി വായ
പിളർത്തി മുളങ്കുറ്റിയിൽ കൂട്ട് നിറച്ച് അങ്ങോട്ട് ഒഴിച്ചുകൊടുക്കും. പിന്നെ
നാല്പത് ദിവസം വിശ്രമവും ഭക്ഷണവും. അല്പം നല്ല പച്ചപ്പുല്ല്, ഉണ
ങ്ങിയ പുല്ല്, കഞ്ഞി ഇവയൊക്കെ കൊടുത്ത് ശുശ്രൂഷ ചെയ്യണം.

മറ്റൊരിക്കൽ വീട്ടിലെ മൂരിക്കുട്ടനെ പൌരുഷം നശിപ്പിച്ച് പണിയെ
ടുപ്പിക്കാൻ പാകമാക്കുന്ന ഒരു ചടങ്ങിനുംകൂടി ഞാൻ സാക്ഷിയായി
ട്ടുണ്ട്. ഹൃദയഭേദകമായ ആ കാഴ്ച എന്നെ വേദനിപ്പിച്ചതിന് കൈയും
കണക്കുമില്ല. മൂരിയെ കാക്കെട്ടുക എന്ന ക്രൂരകൃത്യം അരങ്ങേറിയത്
ഞങ്ങളുടെ പുതിയ വീടിന്റെ അടുത്തുള്ള ആലയുടെ മുന്നിലെ തുറസ്സി
ലാണ്. അതുകൊണ്ടാണ് ആ ക്രൂരത എന്റെ കാഴ്ചയിലും കേൾവിയി
ലും കയറി ഹൃദയത്തെ നിരന്തരം വേദനിപ്പിച്ചത്. അവൻ ഞങ്ങളുടെ
പശു പ്രസവിച്ചുണ്ടായ കുട്ടനായിരുന്നു. പെറ്റുവീണതുമുതൽ ഞങ്ങൾ
ഓമനിക്കുന്നതാണ് അവനെ. മിടുക്കനായി വളർന്നപ്പോൾ അവൻ ന
ല്ലൊരു പണിക്കാരനായിരിക്കും എന്ന് അച്ഛന് തോന്നി. അങ്ങനെ അവ
നെ അറുക്കാൻ കൊടുക്കാതെ കാക്കെട്ടാൻ തീരുമാനിക്കുകയായിരുന്നു.

നാട്ടിലെ ആരോഗ്യമുള്ള ആണുങ്ങളെത്തി. മൂരിക്കുട്ടനെ കൂച്ചുവിലങ്ങി ട്ടു കിടത്തി. രണ്ടു കട്ടിയുള്ള പലകക്ഷണങ്ങൾക്കിടയിൽ വെച്ച് ആ സാധുജീവിയുടെ വൃഷണം ഞെരിച്ചുടച്ചു. പ്രാണൻ പറിഞ്ഞുപോകുന്ന വേദനയിൽ അവൻ അമറി. ആ കരച്ചിൽ ഇന്നും എന്റെ കാതിൽ മുഴ ങ്ങുന്നുണ്ട്. അവൻ അനുഭവിച്ച വേദന ഊഹിക്കാൻ പോലുമാവില്ല. ഞങ്ങ ളുടെ കാർഷികജീവിതത്തിൽ ഇങ്ങനെ എത്രയെത്ര മുറിവിശേഷങ്ങൾ പറയാനുണ്ടെന്നോ!

ഉണ്ണി കുഞ്ഞായപ്പോൾ അടുത്തവീട്ടിലെ പെൺകുട്ടിക്കൊപ്പം പിച്ച നടന്നുപോയതായിരുന്നു. അമ്മ നോക്കുമ്പോൾ കുട്ടിയെ കാണുന്നില്ല. എല്ലാവരും മോനെ വിളിച്ചുകൊണ്ട് പരതാൻ തുടങ്ങി. ഞങ്ങളുടെ വീട്ടി ന്റെ മുന്നിലെ കിളവഴിയിൽ കൂടി ഒറ്റയ്ക്ക് പിച്ചവെക്കുകയാണ് മോൻ. അയൽക്കാരിക്കൊപ്പം ഇറങ്ങിയെങ്കിലും അവൻ കൂടെ പോകാതെ നേ രെ കിളയിലേക്കിറങ്ങുകയായിരുന്നു. അതേസമയത്താണ് ഞങ്ങളുടെ വീട്ടിലെ സഹായിയായ അന്ത്രുമാൻ മൂരികളെ ആലയിൽ നിന്നും അഴി ച്ചുവിട്ടത്. അവ കിളയിലെത്തിയപ്പോഴാണ് മോൻ കിളയിൽ ഉണ്ടെന്ന്! അവൻ അറിഞ്ഞത്. കഷ്ടിച്ച് ഒരാൾക്ക് നടക്കാൻ കഴിയുന്ന വഴിയിലൂ ടെ മൂരികളെ മറികടന്ന് കുട്ടിയുടെ അടുത്തെത്താൻ കഴിയില്ല. അവൻ അവയെ വിട്ട് ഞങ്ങളുടെ മുറ്റത്തേക്ക് ഓടിയിറങ്ങി മതിൽ ചാടിക്കടന്ന് കുട്ടിയെ കോരിയെടുത്തു. ഈ സാഹസകൃത്യത്തിനിടയിൽ കുട്ടിയെ ശ്രദ്ധിക്കാതെ പോയ പെൺകുട്ടിയെ ആ കൗമാരക്കാരൻ ചീത്തവിളി ക്കുന്നുമുണ്ടായിരുന്നു.

അച്ഛൻ ഒരു ഗർഭിണിയായ ജേഴ്സിപശുവിനെ വാങ്ങിയിരുന്നു. കു ത്താനറിയാത്ത ശാന്തശീലയായ കറമ്പിയായിരുന്നു അവൾ. ഞാൻ പോ ലും അവളെ അഴിച്ച് ആലയുടെ അടുത്തൊക്കെ കൊണ്ടുവരും. ഇങ്ങോ ട്ട് വാ എന്നു പറഞ്ഞാൽ മതി, ആട്ടിൻകുട്ടിയെപ്പോലെ അനുസരിക്കും. അവൾ പ്രസവിച്ചതിനുശേഷം ഞങ്ങളുടെ വീട്ടിൽ പാലുകൊണ്ട് ആറാ ട്ടായിരുന്നു. വലിയ കലത്തിലാണ് അച്ഛൻ കറന്ന് ഒഴിക്കുന്നത്. രാവി ലെയും ഉച്ചയ്ക്കും വൈകുന്നേരവും കറക്കണം. ഇല്ലെങ്കിൽ പാൽ മുല യിലൂടെ ഒഴുകിപ്പോകും. നെറ്റിക്ക് വെളുത്ത പൊട്ടുള്ള ഇളംകാവി നിറ മുള്ള ഓമനക്കുട്ടനെയാണ് അവൾ പ്രസവിച്ചത്. അവനെ കാണുമ്പോൾ എനിക്ക് ഉമ്മവെക്കാൻ തോന്നും. ഞാൻ എപ്പോഴും ചുറ്റിപ്പറ്റി അവന്റെ അടുത്തുണ്ടാകും. കെട്ടിപ്പിടിക്കും, ഉമ്മവെക്കും, താടിക്ക് ചൊറിഞ്ഞു കൊടുക്കും. അവന്റെ അമ്മ അതൊക്കെ നോക്കിനിൽക്കുകയേയുള്ളൂ. എന്നെയും അനിയത്തിയേയും അവൾ ഒന്നും ചെയ്യില്ല. ആരെയും ചെ

യ്യില്ല. വൈകുന്നേരം പാൽ കുടിച്ചുകഴിഞ്ഞാൽ അവനെ അൽപ്പനേരം കുത്താടാൻ വിടും. അപ്പോൾ അവൻ നേരെ അടുക്കള വാതിൽക്കൽ എത്തും. ആ സമയത്ത് പഴം അല്ലെങ്കിൽ തൊലി ഒക്കെ ഞങ്ങൾ വായിൽ വെച്ചുകൊടുക്കണം. കുറച്ചു മുതിർന്നപ്പോൾ രണ്ടുപേർ അവനെ വാങ്ങാൻ വന്നു. ഞങ്ങൾ അവനെ കൊടുക്കല്ലേ എന്ന് കരഞ്ഞു. അച്ഛൻ കേട്ടാൽ അടി ഉറപ്പ്. അതുകൊണ്ട് അമ്മയോട് ശുപാർശ ചെയ്യാൻ പറഞ്ഞു. അമ്മ പറഞ്ഞില്ല. അച്ഛൻ അവർക്ക് അവനെ കൊടുക്കുക തന്നെ ചെയ്തു. അടുക്കളപ്പുറത്ത് വന്ന് നിൽക്കുന്ന അവന്റെ വായിൽ പഴംവെച്ചുകൊടുക്കുമ്പോൾ എനിക്ക് സങ്കടംമുട്ടി വന്നു. പുതിയ കയ റുമായി വന്നവരോട് അവനെ അറുക്കാതെ വളർത്താൻ ഞാൻ അപേ ക്ഷിച്ചു. എന്നെ സമാധാനിപ്പിക്കാനായിരിക്കാം വളർത്താം എന്ന് അവർ സമ്മതിച്ചു.

അങ്ങനെ കന്നുകാലികളുടെ വിശേഷങ്ങൾ പറഞ്ഞാലും പറഞ്ഞാ ലും തീരില്ല.

തേർതലയിൽ നിന്ന് ചിരുതേയിയും മാതുവും വരും. ചീത്തീലെ മറ്റു ചില പണിക്കാരെയും അമ്മ പണിക്ക് കൊണ്ടുവരാറുണ്ട്. പുളീരടുത്ത് താമസിക്കുമ്പോൾ പകൽ ഞാനും അനിയത്തിയും മാത്രമേ വീട്ടിലു ണ്ടാകൂ. കണ്ടത്തിലും പറമ്പിലുമായി ഓടിനടക്കുന്നതിനിടയിൽ അമ്മ ഇടയ്ക്ക് വീട്ടിൽ വരും. കഞ്ഞിയും വെള്ളവുമൊക്കെ എടുത്ത് വേഗം പോകും. വൈകുന്നേരം പണിക്കാരൊക്കെ പോയാലും അമ്മ വീട്ടിലെ ത്തില്ല. കണ്ടത്തിന്റെ കണ്ടികെട്ടാനും മറ്റുള്ളവർ ചിറ പൊളിക്കാതെ നോക്കാനും തറിച്ചിട്ട തോല് വാരിപ്പരത്താനും ഒക്കെ അമ്മയുടെ സാന്നി ദ്ധ്യം വയലിൽ അത്യാവശ്യമാണ്. അതുകൊണ്ട് സന്ധ്യയാകുമ്പോഴേ അമ്മ വീട്ടിലെത്തൂ.

വീട്ടിലെത്തിയാൽ വളരെ വേഗത്തിൽ എന്റെ അമ്മ ചോറും രണ്ടോ, മൂന്നോ കൂട്ടാനും വെക്കും. പുളീരടുത്തെ വീട്ടിൽ നിലത്തിരുന്ന് വെ ക്കേണ്ട അടുപ്പ് അച്ഛൻ തത്കാലത്തേക്ക് തട്ടിക്കൂട്ടി ഒപ്പിച്ചതാണ്. വന്ന ഉടനെ അടുപ്പിൽ തീ കൂട്ടി അമ്മ അപ്പുറത്തെ പറമ്പിലെ കിണറ്റിൽനി ന്ന് വെള്ളം എടുത്തുകൊണ്ടുവന്ന് അടുപ്പത്ത് വെച്ച് അരിയിടും. ഒരു നിമിഷം വൈകാതെ മറ്റേ അടുപ്പിൽ കൂട്ടാനും കയറ്റും. രണ്ട് അടുപ്പി ന്റെ മധ്യത്തിൽ ഒരു കുഞ്ഞുപാത്രത്തിൽ കായോ, കാമ്പോ, കുമ്പോ, പയറോ കൊണ്ട് ഉപ്പേരിക്കൂട്ടാൻ വെക്കും. രണ്ട് അടുപ്പിന്റെ ഇടയിലാ യി വെക്കാൻ അതാണ് സൗകര്യം. രണ്ട് അടുപ്പിലെയും ചൂടുകൊണ്ട് നടുക്കുവെച്ച കറി വേവും. അതാണ് അമ്മയുടെ സൂത്രം. പ്രഷർ കുക്ക

റും ഗ്യാസ് അടുപ്പുമില്ലാത്ത ആ കാലത്ത് വയലിൽനിന്ന് സന്ധ്യയ്ക്ക്
കയറിവന്നിട്ട് എത്ര പെട്ടെന്നാണ് അമ്മ അത്താഴം ഒരുക്കുന്നതെന്നോ.

നാട്ടിപ്പണിക്കാലത്ത് വയലിലെ ചെളിയിൽനിന്നും പെറുക്കിയെടുത്ത
നൈച്ചിങ്ങ അമ്മ തൂക്കുപാത്രത്തിൽ അടച്ചുകൊണ്ടുവരും. തൂക്കുപാ
ത്രത്തിന്റെ മൂടി തുറക്കുമ്പോൾ നൈച്ചിങ്ങകൾ ഓരോന്നായി പുറത്തിറ
ങ്ങിവരുന്നത് ഞാൻ കൌതുകത്തോടെ നോക്കിയിരിക്കാറുണ്ട്. ജീവനു
ള്ള നൈച്ചിങ്ങയെ അമ്മ അടുപ്പത്ത് വെച്ച് പുഴുങ്ങി തോട് കളഞ്ഞ്, ചെ
ളിയും അഴുക്കുമൊക്കെ കളഞ്ഞ് മസാലക്കറിവെച്ചുതരും. അതിന് എ
ന്തൊരു സ്വാദാണെന്നോ!

അമ്മയുടെ ഈ പാചകസാമർത്ഥ്യം കാണുമ്പോൾ റബ്ബർ വെട്ടാൻ
വേണ്ടി അമ്മയുടെ നാട്ടിൽ നിന്നും കൊണ്ടുവന്ന പ്രഭാകരൻ പറയാറു
ണ്ട്. 'ദച്ചേച്ചി എത്ര വേഗാ ചോറും കൂട്ടാനും വെക്കുന്നത്.'

അച്ഛനും മക്കളും ഉണ്ടുകഴിഞ്ഞ് അമ്മയും ഉണ്ണും. പാത്രങ്ങളൊ
ക്കെ വേഗം കഴുകി വെച്ചിട്ട് മണ്ണെണ്ണ വിളക്കിന്റെ മങ്ങിയ വെളിച്ചത്തിൽ
അൽപ്പനേരം വായിക്കും. അമ്മയ്ക്ക് 'രണ്ട് ശീറ് വായിച്ചാ വേം ഒറക്ക്
വെരുല്ലോ.'

അമ്മയുടെ വായനയ്ക്ക് വേണ്ടി ഞാൻ കുറെ ചീത്ത കേട്ടിട്ടുണ്ട്.
അച്ഛൻ വായനശാലയിൽ നിന്ന് ഇഷ്ടംപോലെ കഥയും നാടകവും നോ
വലുമൊക്കെ കൊണ്ടുവരുമെങ്കിലും അതൊക്കെ വേഗം വായിച്ചുതീർ
ത്തിട്ട് അമ്മ എന്നോട് വായനശാലയിൽ പോയി വേറെ പുസ്തകം എടു
ത്തുകൊണ്ടു വരാൻ പറയും. മിക്കവാറും ഞാൻ പോകില്ല. അവിടെ
നിറയെ ആളുകൾ ഉണ്ടാകും. അവരൊക്കെ ആൺകുട്ടികളും ആണു
ങ്ങളുമായിരിക്കും. അവരൊക്കെ എന്നെ കാണുന്നത് 'പൊതുല്ലാത്ത കുട്ടി'
എന്ന നിലയ്ക്കാണ്. വീട്ടിൽ വരുന്ന സ്ത്രീകൾ എന്നെ നോക്കി അഭി
പ്രായങ്ങൾ പറയുമ്പോൾ ഞാൻ ഒരു കുറ്റവാളിയെപ്പോലെ ചൂളിപ്പോ
കാറുണ്ട്. ഒരുപാട് കുറവുകളുള്ള കുട്ടിയായതുകൊണ്ട് ആരെങ്കിലും
ഒന്ന് നോക്കിയാൽ ഞാൻ പതറിപ്പോകുമായിരുന്നു. ഇത് ഒഴിവാക്കാൻ
അമ്മ എത്ര കലമ്പിയാലും ഞാൻ ഒന്നും മിണ്ടാതെ അനുസരിക്കാതി
രിക്കും. എന്റെ കടുംപിടുത്തത്തിന് അനുസരിച്ച് അമ്മയുടെ കലമ്പലും
അതിരു കടക്കും. 'ആദ്യാരും നിന്ന പിടിക്കുല.'

ഇതിലെ വലിയ അർത്ഥമൊന്നും അറിയില്ലെങ്കിലും കേൾക്കുമ്പോൾ
എനിക്ക് വല്ലാത്ത വിഷമം വരുമായിരുന്നു.

തേർതലയിൽ നിന്ന് ഇടയ്ക്കിടെ അമ്മയുടെ അച്ഛനും ആങ്ങളമാ
രും, പ്രത്യേകിച്ച് മൂത്ത ആങ്ങള, ഞങ്ങളുടെ ക്ഷേമം അന്വേഷിക്കാൻ

വരും. അവർ വരുമ്പോഴൊക്കെ അമ്മ വയലിലായിരിക്കും. നിരന്തരം ആളുകൾ കടന്നുപോകുന്ന പെരുവഴിയോരത്താണല്ലോ ഞങ്ങൾ താമ സിക്കുന്ന പീടിക. അവരിൽ ആരോടെങ്കിലും 'അച്ഛപ്പൻ വന്നിട്ടുണ്ട്, അമ്മാവൻ വന്നിട്ടുണ്ട്' എന്നിങ്ങനെയുള്ള സന്ദേശങ്ങൾ ഐച്ചേരി പോ കുന്ന വഴിയിലുള്ള വലിയ വയലിൽ പണിയെടുക്കുന്ന അമ്മയ്ക്ക് കൈ മാറാൻ ഞാൻ അഭ്യർത്ഥിക്കും. പെര്യത്തലക്കുള്ള വീടായതുകൊണ്ട് പനമ്പ് കൊണ്ട് ഇരയത്തിന്റെ മൂന്നുഭാഗവും മറച്ചിരുന്നു. പനമ്പ് മെട ഞ്ഞതിന്റെ വിടവ് അടക്കാൻ അച്ഛൻ സഹായി രാമേട്ടനെക്കൊണ്ട് പുറം ഭാഗത്ത് ടാർ തേപ്പിച്ചിരുന്നു. പുറംഭാഗത്താണ് ടാർ തേച്ചതെങ്കിലും വീ ട്ടിൽ വരുന്നവരുടെയെല്ലാം മുണ്ടിൽ ടാർ പറ്റാറുണ്ട്. അക്കാലത്ത് സ്ത്രീ കളും പുരുഷന്മാരും വെളുത്ത മുണ്ടേ ധരിക്കാറുള്ളൂ. കയറുന്ന ഭാഗ ത്ത് മരത്തിന്റെ സ്റ്റാൻഡിൽ പിടിപ്പിച്ച പനമ്പുതട്ടികൊണ്ട് മറച്ചുവെക്കും. അത് എടുത്തുവെച്ച് പുറത്തേക്കുള്ള വഴി അടച്ചിട്ടാണ് അച്ഛനും അമ്മ യും പുറത്തിറങ്ങുക. ഞങ്ങൾക്ക് അത് എടുത്ത് മാറ്റാൻ ആവില്ല. ഞ ങ്ങൾ ജയിലിൽ പെട്ടതുപോലെ ഇരയത്ത് ഇരുന്ന് കളിക്കും. ആരെങ്കി ലും പുറത്തുനിന്ന് വിളിച്ചാൽ ഞാൻ പറയും. 'അനക്ക് അത് പൊന്തി ക്കാനാവൂല.'

ഭാസ്കരമ്മാവൻ വരുമ്പോഴെല്ലാം പെങ്ങൾ വയലിലെ ചേറിൽ നിന്നാ ണ് കയറിവരുന്നത്. അത് കാണുമ്പോൾ ആങ്ങളയ്ക്ക് സങ്കടംവരും. അധ്യാപകനായ ആങ്ങള പ്രൈമറി ക്ലാസിൽ വൈലോപ്പിള്ളിയുടെ പട യാളികൾ എന്ന കവിത പഠിപ്പിക്കുമ്പോൾ സന്ധ്യയെന്നോ പുലർച്ചയെ ന്നോ ഓർക്കാതെ വയലിൽ പോയി ചിറകെട്ടുന്ന പെങ്ങളെ എങ്ങനെ ഓർക്കാതിരിക്കും!

'പാതിരാക്കോഴി വിളിപ്പതും കേൾക്കാതെ
പാടത്തു പുഞ്ചയ്ക്കു തേവുന്നു രണ്ടുപേർ.'

'ഈ വരി ചൊല്ലുമ്പോൾ ഞാൻ ലക്ഷ്മിയെ ഓർക്കാറുണ്ട്.' അമ്മാ വൻ പറയും. 'ഞാൻ കണ്ടെത്തിയ രണ്ടുപേരും നല്ലതാണ്. അച്ഛൻ പുട മുറി കഴിപ്പിച്ചത് രണ്ടും പോര.' എന്നൊരു അഭിപ്രായവും അകമ്പടിയാ യി വരും.

'റേഷൻ പീട്യേല് സഞ്ചീം തൂക്കി പോണ്ടേടത്തല്ല ഞാൻ മക്കള അയ ച്ചത്. ഇഷ്ടംപോലെ തിന്നാനും കുടിക്കാനും ഉള്ളിടത്താണ്.' അച്ഛപ്പൻ തിരിച്ചടിക്കും. ശരിക്കും അച്ഛപ്പനല്ല മൂത്ത രണ്ടു പെണ്മക്കളുടെയും പുട മുറി തീരുമാനിച്ചതും കഴിപ്പിച്ച് അയച്ചതും എന്ന കാര്യം അച്ഛനും മക നും സൗകര്യപൂർവം വിസ്മരിക്കുന്നതുപോലെ തോന്നും. പെരിങ്കോ

ന്നിലെ അമ്മാവന്മാരും അച്ഛപ്പനും ആണ് സംഭവം തീരുമാനിച്ചതും ന ടപ്പിലാക്കിയതും എന്ന് അവരെന്തേ ഓർക്കാത്തത്.

പൊതുവേ സർക്കാരുദ്യോഗസ്ഥർ, പ്രത്യേകിച്ച് അധ്യാപകർ, ദരിദ്ര വാസികൾ എന്ന പൊതു ധാരണ അന്നുണ്ടായിരുന്നു. ധാരാളം കണ്ട വും പറമ്പും ഉള്ള കൃഷിക്കാരന് തന്നെയാണ് അന്ന് വിവാഹമാർക്ക റ്റിൽ വിലയുണ്ടായിരുന്നത്.

വയലിനോട് മുട്ടിയാണ് പുളീരടുത്തെ വീട് നിൽക്കുന്നത്. വൈകു ന്നേരം സ്കൂൾ വിട്ടുവന്നാൽ ഞാനും അനിയത്തിയും ഇറയത്ത് ഇരി ക്കും. പനമ്പ് വാതിൽ തുറന്നിട്ടാണെങ്കിൽ ഞങ്ങൾക്ക് മുന്നിലെ വയ ലിൽ നാട്ടിനടുന്നവരെ കാണാം. കാണുന്നതിലേറെ അവരെ കേൾക്കാം. ഒറ്റപ്പെട്ട ഞങ്ങൾക്ക് അവരുടെ നാട്ടിപ്പാട്ട് ആശ്വാസം തന്നെയായിരുന്നു. അളോറ അമ്മാളുവെലിയമ്മയൊക്കെ എത്ര മനോഹരമായാണ് പാടിയി രുന്നതെന്നോ!

രണ്ടാംവിളയുടെ വിളവെടുപ്പ് മഹോത്സവം ഞാൻ പീടികവീട്ടിൽ വെ ച്ചാണ് ആദ്യമായി കാണുന്നത്. അങ്ങേവീട്ടിലെ കളം പൊള്ളോലെടം വളപ്പിലായതുകൊണ്ട് എനിക്ക് കാണാൻ കഴിയാറില്ല. അതിന്റെ ബഹ ളങ്ങളൊന്നും ഞാൻ അറിയാറില്ല. അങ്ങേമ്മ ഇടയ്ക്ക് കഞ്ഞിയും മോ രുംവെള്ളവുമൊക്കെ എടുത്ത് പോകുന്നത് കാണാറുണ്ട്. ചാക്കുകളിൽ നെല്ല് നിറച്ചുകൊണ്ടു വന്ന് പത്തായത്തിൽ ഇടുന്നതും കാണാം.

പീടിക വീടിനോട് ചേർന്ന് അച്ഛൻ ഒരു ചെറിയ കളം കറ്റ തല്ലാനും നെല്ല് ഉണക്കാനും ഉണ്ടാക്കി. അമ്മ അരി അടുപ്പത്തിട്ട് കണ്ടത്തിൽ പോ കും. അടുപ്പിലെ തീ കെടാതെ അണച്ചുകൂട്ടൽ എന്റെ ജോലിയാണ്. അടുപ്പിലെ തീ കെട്ടുപോയാൽ അരി വേവില്ല. അമ്മ കോരി വെച്ച വെ ള്ളം ഇടയ്ക്ക് ഒഴിച്ചുകൊടുക്കണം. വലിയ ചെമ്പിൽ കുറെ അരിയിട്ട് വെക്കുന്നതാണ്. വേകുമ്പോൾ വേഗം നിറഞ്ഞുവരും. വെള്ളമൊഴിച്ചി ല്ലെങ്കിൽ അടിഭാഗം കരിഞ്ഞുപോകും. അങ്ങനെ കരിഞ്ഞതിന് അമ്മ എത്രയോ പ്രാവശ്യം എന്നെ അടിച്ചിട്ടുണ്ട്. അരി വെന്താൽ ആരെക്കൊ ണ്ടെങ്കിലും കഞ്ഞിച്ചെമ്പ് വാങ്ങിവെപ്പിക്കണം. അല്ലെങ്കിൽ കഞ്ഞി ചീ ഞ്ഞുപോകും. നെൽക്കറ്റയുംകൊണ്ട് വരുന്ന പെണ്ണുങ്ങളിൽ ബന്ധം ഉ ള്ളവരെ നോക്കിവേണം അടുക്കളയിലേക്ക് വിളിക്കാൻ. അൽപ്പസ്വൽ പ്പം ജാതിചിന്ത ഉള്ള കാലമായിരുന്നല്ലോ.

ആണുങ്ങളും പെണ്ണുങ്ങളും ചേർന്ന് കറ്റതച്ചു മണിയാക്കി. കളത്തി ലിട്ട് ഉണക്കി. അച്ഛനും അമ്മയും ചിരുതേയിയും ഇടയ്ക്കിടെ കളത്തിൽ ചിക്കിയ നെല്ലിന് കാലുകൊടുത്തു. കനത്തിൽ ചിക്കിയ നെല്ല് കാലു

കൊണ്ട് കീറിമുറിച്ചു നടക്കുന്നതിനാണ് കാലുകൊടുക്കുക എന്ന് പറ
യുന്നത്. എന്നാലേ നെല്ല് നന്നായി ഉണങ്ങൂ. ഉണങ്ങിക്കഴിഞ്ഞാൽ വി
ത്തൂട്ടി കൊണ്ട് വലി ച്ചുകൂട്ടി വേർമാച്ചികൊണ്ട് ബാക്കിയുള്ളതും അടി
ച്ചുകൂട്ടും. കീഴ്കേങ്ങിന്റെ മണ്ണിനടിയിൽ പടർന്നു വളരുന്ന വേരുകൊ
ണ്ടാണ് വേർമാച്ചി ഉണ്ടാക്കുന്നത്. കമ്പ്ലാരി പറമ്പിൽ താമസിക്കുന്ന മാ
വിലമ്മാർ മെടഞ്ഞുകൊണ്ടുവരുന്ന വേർമാച്ചി കാണാൻ നല്ല ഭംഗിയാ
ണ്. കുരുമുളകും നെല്ലും അടിച്ചുകൂട്ടാൻ വേർമാച്ചി കൂടിയേ തീരൂ.

ഉണങ്ങിക്കഴിഞ്ഞാൽ വീശാംകുട പിടിച്ച് നെല്ല് തൂറ്റണം. കാൽ ഇ
ല്ലാത്ത ഓലക്കുടയുടെ ഉള്ളിൽ പിടിക്കാൻ മൂന്നാലായി മടക്കിയ ചൂടി
കൊണ്ട് ഒരു വളയം ഉള്ളിൽ കെട്ടും. വീശുന്ന ആൾ, അത് മിക്കവാറും
അച്ഛൻ തന്നെ, ഒരു കൈ ഉള്ളിലെ വളയത്തിൽ പിടിച്ച് മറ്റേ കൈ കുട
യുടെ പുറത്തുവെച്ചാണ് പെണ്ണുങ്ങൾ മുറത്തിൽ നെല്ല് കോരി കാറ്റി
ന്റെ ദിശ നോക്കി കുറേശ്ശെയായി ചൊരിയുമ്പോൾ വീശിക്കൊടുക്കുക.
അഞ്ചുപെണ്ണുങ്ങൾ എങ്കിലും കുട പിടിക്കുന്ന ആളിന് പുറമേ നെല്ല് തൂ
റ്റാൻ വേണം. രണ്ടുപേർ ഉണക്കി കൂട്ടിയ നെല്ല് മുറത്തിൽ കോരി അഭി
മുഖമായി നിന്ന് ചൊരിയുമ്പോൾ മറ്റ് രണ്ടുപേർ നെല്ല് കോരിയെടുത്ത്
ആ സ്ഥാനത്ത് കയറാൻ ഒരുങ്ങിനിൽക്കും. എന്നാലെ ഇടതടവില്ലാതെ
കുട വീശാൻ പറ്റൂ. രണ്ടുമൂന്നു പ്രാവശ്യം വീശിക്കഴിയുമ്പോൾ ഒരാൾ
വേർമാച്ചി കൊണ്ട് തൂറ്റിയിട്ട കൂനയുടെ അതിരിൽ നിന്നും വന്നലയും
പൊടിയുമൊക്കെ അടിച്ചുനീക്കും. അതിനിടയിൽ തന്നെ തൂറ്റലും നട
ക്കും. തൂറ്റിയ നെല്ല് പറവെച്ച് അളന്നു നിരയകത്തെ പത്തായത്തിലി
ടും. ബാക്കി വരുന്നത് നിലത്ത് കൂനകൂട്ടിയിടും.

നീക്കിയിട്ട തുരുമ്പും (പതിര്) വന്നലയും പാറ്റലാണ് അടുത്ത ജോലി.
അതിന് പെണ്ണുങ്ങളായ പെണ്ണുങ്ങളെല്ലാം വേണം. അത് മുറത്തിൽ കോ
രി വളപ്പിൽ കൊണ്ടുപോയി പാറ്റിയാൽ കുറച്ചു നല്ല നെല്ല് കിട്ടും. കുറെ
ചാഴി നീരൂറ്റിക്കുടിച്ച വന്നല നെല്ല് കിട്ടും. ബാക്കി തുരുമ്പ് അടുത്ത
വിളക്കുള്ള വളമാണ്. അത് കണ്ടത്തിൽ കൊണ്ടുപോയി കത്തിക്കും.
തൂറ്റുകയും പാറ്റുകയും ചെയ്തവർക്ക് അതിൽ ഓഹരി നല്ല നെല്ലും വ
ന്നലയും കൊടുക്കും. വന്നല പുഴുങ്ങിക്കുത്തിയാൽ കരിഞ്ഞതുപോലെ
കറുത്ത ചെറിയ അരികിട്ടും. വലിയ രുചിയൊന്നുമില്ലെങ്കിലും അതും
വേവിച്ച് കഴിക്കും.

നാലാംക്ലാസും വീടുണ്ടാക്കലും

ഞാൻ നാലാം ക്ലാസിലെത്തി. സ്കൂൾ തുറക്കുന്നതിനു മുമ്പ് ജയിച്ച

കുട്ടികളുടെ പേര് ചുമരിൽ എഴുതി ഒട്ടിച്ചിരുന്നു. ജയിക്കുമെന്ന് അറി യാമെങ്കിലും ഞാനും സ്കൂളിൽ പോയി ജയം ഉറപ്പ് വരുത്തിയിരുന്നു. സ്കൂൾ തുറന്ന അന്ന് മൂന്നാംക്ലാസിലെ ഞങ്ങളുടെ പ്രിയപ്പെട്ട ക്ലാസ ധ്യാപകൻ മാധവൻ മാഷ് ഞങ്ങൾക്കൊപ്പം നാലാംക്ലാസിലേക്കും ക്ലാസ ധ്യാപകനായി കയറിവന്നു. സന്തോഷംകൊണ്ട് എനിക്ക് കരച്ചിൽ വന്നു. എന്റെ ഒപ്പം മാഷും നാലാംക്ലാസിൽ വന്നു എന്ന് പൊങ്ങച്ചംപറഞ്ഞ് മാ ഷിനോടുള്ള എന്റെ പ്രിയം മറ്റ് കുട്ടികളുടെ മുന്നിൽ ഞാൻ വെളിപ്പെ ടുത്തി.

കാർത്യായനിയും തങ്കമ്മയും ത്രേസ്യാമ്മയും മേരിയും നാണിയും ദാച്ചയും ഞാനും പെൺകുട്ടികൾ. ഭാസ്കരനും കുഞ്ഞിക്കൃഷ്ണനും പ്രേമനും കുണ്ടനുമടങ്ങുന്ന ആൺകുട്ടികളുടെ സംഘം കുറച്ചുകൂടി വ ലുതായിരുന്നു.

എനിക്കും കുറെ മാറ്റങ്ങൾ സംഭവിച്ചു. അൽപ്പം അസൂയ തോന്നി ത്തുടങ്ങി എന്നുള്ളതാണ് അതിൽ പ്രധാനം. അച്ഛൻ അനിയത്തിയെ ചേർത്തുനിർത്തി പങ്കജക്കണ്ണാ എന്ന് വിളിച്ച് ഓമനിക്കുന്നത് കാണു മ്പോൾ എന്റെയുള്ളിൽ അസൂയ മുളപൊട്ടാൻ തുടങ്ങിയിരുന്നു.

അക്കാലത്ത് പത്താംക്ലാസ് പരീക്ഷാഫലം വലിയ ആഘോഷമായി ട്ടാണ് പ്രസിദ്ധീകരിക്കാറുള്ളത്. എല്ലാ പത്രങ്ങളിലും മുഴുവൻ വിജയ ഫലങ്ങളും പ്രസിദ്ധീകരിക്കും. ഫസ്റ്റ് ക്ലാസ് നക്ഷത്രചിഹ്നത്തോടെ പ്രത്യേകമായി കൊടുക്കും. ഒന്നാംറാങ്ക്, രണ്ടാംറാങ്ക്, മൂന്നാംറാങ്ക് എ ന്നിങ്ങനെ ഏറ്റവും കൂടുതൽ മാർക്ക് കിട്ടിയ കുട്ടികൾ പത്രത്തിന്റെ മുൻ പേജിൽ ചിരിച്ചുകൊണ്ട് നിൽക്കും. അവരുടെ വിശേഷങ്ങൾ, ആഗ്രഹ ങ്ങൾ ഒക്കെ പത്രക്കാർ വളരെ പ്രാധാന്യത്തോടെ പ്രസിദ്ധീകരിക്കും. ഞങ്ങളുടെ നാട്ടിൽ രണ്ടോ, മൂന്നോ കുട്ടികളെ പത്താംക്ലാസ് പരീക്ഷ എഴുതാറുള്ളുവെങ്കിലും നാട്ടുകാർ മൊത്തം ഫലം വരാൻ കാത്തിരി ക്കും. എല്ലാവരും ജയിക്കുക എന്നൊരു രീതി അക്കാലത്ത് ഉണ്ടായിരു ന്നില്ലല്ലോ. തോറ്റവർ ഇഷ്ടംപോലെ ഉണ്ടായിരുന്നു. തോറ്റുപോയതുകൊ ണ്ട് ആരും ആത്മഹത്യയൊന്നും ചെയ്യാറില്ല. അത് ജീവിതത്തിലെ തോ ൽവിയാണെന്ന് ആരും കണക്കാക്കിയിരുന്നില്ല. അവരവർക്ക് വേണമെ ങ്കിൽ പഠിച്ചാൽ മതി എന്നാണ് അന്നത്തെ രക്ഷിതാക്കളുടെ അഭിപ്രാ യം. പക്ഷേ, വീട്ടുപണികളിലും കൃഷിപ്പണികളിലും കുട്ടികൾ സഹാ യിച്ചേ തീരൂ. ഇല്ലെങ്കിൽ പുറത്ത് പാളവെച്ചുകെട്ടേണ്ടി വരും. അടി കൊ ള്ളുമ്പോൾ വേദനിക്കാതിരിക്കാൻ.

അന്ന് പത്താംക്ലാസ് പരീക്ഷാഫലം പ്രസിദ്ധീകരിച്ച ദിവസമായി

രുന്നു. അച്ഛൻ പത്രം സംഘടിപ്പിച്ചു വായിച്ചു. ഒന്നാംറാങ്ക് ലഭിച്ചത് ഒരു പതിനാലര വയസുകാരിക്കായിരുന്നു. അവളുടെ ആഗ്രഹം ഡോക്ടറാ വാനായിരുന്നു. അച്ഛന്റെ പങ്കജക്കണ്ണനെ നാലര വയസിൽ തന്നെ സ് കൂളിൽ ചേർത്തിരുന്നു. അച്ഛൻ പറഞ്ഞു. 'എന്റെ മോളും പത്താംക്ലാസ് പാസാകുമ്പോൾ പതിനാലര വയസായിരിക്കും. ഓൾക്കും ഡോക്ടറാവാം.'

ഇത് കേട്ടതും ഞാൻ അസൂയകൊണ്ട് പുകഞ്ഞു. ഞാൻ ക്ലാസിൽ ഏറ്റവും കൂടുതൽ മാർക്ക് വാങ്ങുന്ന കുട്ടിയാണ്. എന്നിട്ടും എന്നെപ്പറ്റി ആരും ഇതുവരെ ഒരു നല്ലവാക്ക് പറഞ്ഞിട്ടില്ല. അപ്പോൾ എങ്ങനെയാ ണ് ഞാൻ അസൂയപ്പെടാതിരിക്കുക!

സ്കൂൾ എനിക്ക് സന്തോഷം തരുന്ന സ്ഥലമായിരുന്നു. എന്റെ പ്രിയ പ്പെട്ട മാധവൻ മാഷ് ആണല്ലോ ക്ലാസ് അദ്ധ്യാപകൻ. അദ്ദേഹം തന്നെ യായിരുന്നു എല്ലാ വിഷയങ്ങളും പഠിപ്പിച്ചിരുന്നത്. മറ്റാരും ക്ലാസിൽ വരു ന്നത് ഞങ്ങൾക്കും ഇഷ്ടമായിരുന്നില്ല. മാഷ് വരാത്ത ഒരു ദിവസം സൈമൺ മാഷ് മൂന്നാംക്ലാസിൽ പഠിപ്പിക്കുമ്പോൾ ഞങ്ങൾ വർത്തമാനം പറഞ്ഞ് ഒച്ചയുണ്ടാക്കി. മാഷ് ചെറിയൊരു വടിയുമെടുത്ത് വന്ന് ഞങ്ങളെ അത്യാവശ്യം പേടിപ്പിക്കുകയും അടിക്കുകയുമൊക്കെ ചെയ്തു. മാധ വൻ മാഷ് വന്ന ഉടനെ ഞങ്ങൾ പരാതി പറഞ്ഞു. മാഷ് ഒന്നും പറയാ തെ ചിരിച്ചു. എന്നെ ഇത്രയേറെ പരിഗണിച്ച മറ്റൊരു അദ്ധ്യാപകൻ എന്റെ പഠനകാലത്ത് ഉണ്ടായിട്ടില്ല. അച്ഛനോട് മാഷ് പറയുമായിരുന്നു, 'അമേരിക്കയിൽ കൊണ്ടു പോയാലും ശാന്തക്കുട്ടി പഠിച്ചോളും.'

ഒരുദിവസം പാഠപുസ്തകത്തിലെ കവിത പഠിപ്പിക്കുമ്പോൾ മാഷ് ബോർഡിൽ ഒരു കവിത ഉണ്ടാക്കി എഴുതി. നാളെ വരുമ്പോൾ ഇതു പോലെ എല്ലാവരും കവിത എഴുതിക്കൊണ്ടുവരണം എന്നു പറഞ്ഞു. വീട്ടിലെത്തി ഞാനും കവിത എഴുതാൻ ശ്രമിച്ചു. എഴുതിക്കഴിഞ്ഞപ്പോൾ അത് മാഷിന്റെ കവിതയുടെ ട്രൂകോപ്പിയായി മാറി. അത് ക്ലാസിൽ കൊ ണ്ടുപോയി മാഷിനെ കാണിച്ചപ്പോൾ മാഷ് പറഞ്ഞു. 'നന്നായിട്ടുണ്ട്. ഇങ്ങനെയാണ് കവിത എഴുതേണ്ടത്.'

ഇപ്പോൾ എനിക്കൊരു സംശയം. എന്തിനായിരുന്നു മാഷ് അന്ന് എന്നെ അഭിനന്ദിച്ചത്!

കാർത്യായനിയും ത്രേസ്യാമ്മയുമാണ് സ്കൂളിൽ പ്രാർത്ഥന ചൊല്ലു ന്നത്. കാർത്യായനിയുടെ മണിനാദവും ത്രേസ്യാമ്മയുടെ ക്യയർ ട്യൂണും ചേരുമ്പോൾ പ്രാർത്ഥന ഗംഭീരമാവും.

'ഹൃദയപങ്കജം വികസിപ്പിക്കുന്ന
സദയദൈവമെ നമസ്കാരം......'

അവരങ്ങനെ പാടുമ്പോൾ മാഷിന്റെ ട്യൂണൊക്കെ മറികടന്ന് പ്രാർ
ത്ഥന എങ്ങോട്ടോ കടന്നു പോകും.

ആദ്യത്തെ പ്രാർത്ഥന ഇതായിരുന്നില്ല.

'അഖിലാണ്ഡമണ്ഡലമണിയിച്ചൊരുക്കി
അതിനുള്ളിലാനന്ദദീപം കൊളുത്തി.
പരമാണുപ്പൊരുളിലും സ്ഫുരണമായ് മിന്നും
പരമപ്രകാശമേ ശരണംനീയെന്നും.

സുരഗോളലക്ഷങ്ങളണിയിട്ടു നിർത്തി.
അവികല സൌഹൃദബന്ധം പുലർത്തി
അതിനൊക്കെയാധാരസൂത്രമിണക്കി
കുടികൊള്ളും സത്യമേ ശരണം നീയെന്നും.

ദുരിതങ്ങൾ കൂത്താടുമുലകത്തിൽ നിന്റെ
പരിപൂർണ തേജസ് വിളയാടിക്കാണ്മാൻ
ഒരുജാതി ഒരുമതമൊരുദൈവമേവം
പരിശുദ്ധവേദാന്തം സഫലമായ് തീരാൻ.
അഖിലാധി നായകാ തവ തിരുമുമ്പിൽ
അഭയമായ് നിത്യവും പണിയുന്നു ഞങ്ങൾ.

എനിക്ക് ഈ പ്രാർത്ഥനയോട് വല്ലാത്ത ഒരിഷ്ടം ഉണ്ടായിരുന്നു. അ
ത് മാറ്റി 'ഹൃദയപങ്കജം...' ആക്കിയപ്പോൾ ചെറിയ പ്രയാസമൊക്കെ
തോന്നി. അതിലെ പങ്കജം എന്നത് കേൾക്കുമ്പോൾ എന്റെ അനുജത്തി
യുടെ പേരാണല്ലോ എന്നൊരു അഭിമാനവും തോന്നാറുണ്ടായിരുന്നു.

എനിക്ക് എല്ലാ കൂട്ടുകാരോടും ഇഷ്ടമാണെങ്കിലും മേരിയോട് ഒരു
പൊടി ഇഷ്ടം കൂടുതലുണ്ട്. അവളുടെ എന്ത്യേ എന്നുള്ള തിരുവിതാം
കൂർ സംസാരമൊക്കെ എനിക്ക് വലിയ ഇഷ്ടമായിരുന്നു.

തളിയന്മാർ വീട്ടിൽ നിന്നും താമസം മാറ്റിയപ്പോൾ തന്നെ പുതിയ
വീടിനെക്കുറിച്ച് അച്ഛൻ ആലോചിക്കാൻ തുടങ്ങിയിരുന്നു. കുണ്ടൻ
നമ്പ്യാരോട് വാങ്ങിയ പറമ്പിൽ ഉരുട്ടുകട്ടകൊണ്ടുണ്ടാക്കിയ പഴയ വീടി
ന്റെ ഒറ്റമുറി ബാക്കിയുണ്ടായിരുന്നു. വീട് സ്ഥിതിചെയ്യുന്ന ഭാഗത്ത് കുറ
ച്ച് നാടൻ മാവുകളും രണ്ടുമൂന്ന് പ്ലാവും മാത്രമേ ഉണ്ടായിരുന്നുള്ളൂ.
ബാക്കിമുഴുവൻ ഞവരനെല്ല് വാളുന്ന കരയായിരുന്നു. മേൽക്കുരയുടെ

ദ്രവിച്ച് വീഴാറായ പുല്ല് മാറ്റി പുതച്ചിട്ട് അവിടെ താമസിക്കാമെന്ന് അച്ഛൻ പറഞ്ഞപ്പോൾ അമ്മ എതിർത്തു. അങ്ങനെ പുതിയ വീട് എന്ന ആശയ ത്തിലേക്ക് എത്താൻ അച്ഛൻ നിർബ്ബന്ധിതനായി. പക്ഷേ, അച്ഛന്റെ കൈ യിൽ ഒട്ടും പണമില്ലായിരുന്നു. നെല്ലും പുല്ലും വിറ്റുകിട്ടുന്നത് മാത്രമേ അച്ഛന്റെ കൈയിൽ പണമായി ഉണ്ടാകൂ. അതിന് നൂറുകൂട്ടം ചെലവു മുണ്ട്. എങ്കിലും അമ്മയുടെ പിന്തുണയും പ്രാപ്തിയും അച്ഛന് കരുത്ത് നൽകി.

പ്രഗത്ഭനായ ശങ്കരൻ വിച്ചോർമനെക്കൊണ്ട് വീടിന്റെ പ്ലാൻ ഉണ്ടാ ക്കി. പക്ഷേ, ആ പ്ലാൻ കൊട്ടില, പടിഞ്ഞാറ്റകം എന്ന സാമ്പ്രദായികമ ട്ടിലല്ലാതെ അന്നത്തെ നിലയിൽ അൽപ്പം മോഡേൺ ആയിരുന്നു. പി ന്നീട് ആലോചിച്ചപ്പോൾ അച്ഛന് അത് വേണ്ടെന്നു തോന്നി. മുൻശുണ്ഠി ക്ക് പേരുകേട്ട ആശാരിയെ അറിയിക്കാതെ അച്ഛൻ ഗോവിന്ദനാശാരി യെക്കൊണ്ട് വീണ്ടും പ്ലാൻ ഉണ്ടാക്കി കുറ്റിയടിപ്പിച്ചു. അപ്പോഴേക്കും ഗോവിന്ദനാശാരി അച്ഛന് കൂടപ്പിറപ്പോ, കൂട്ടുകാരനോ ഒക്കെയായി മാറി യിരുന്നു.

ആശാരി പുളീരടുത്തെ വീടിന്റെ ഇറയത്തിരുന്നു പണിയെടുക്കു മ്പോൾ കണ്ണൂർക്കാരൻ മാപ്പിള നെല്ല് വാങ്ങാൻ വന്നു. ലോറി മുക്കാൽ കി.മീറ്റർ ദൂരെയെയുള്ള റോഡിൽ നിർത്തിയിട്ടാണ് അയാൾ വീട്ടിലെത്തി യത്. ഞങ്ങളുടെ പത്തായം നിറയെ നല്ല കഴമ നെല്ലുണ്ട്. പക്ഷേ, അ ച്ഛൻ വിചാരിച്ച വില കിട്ടാതെ കൊടുക്കില്ല. തെറ്റിപ്പിരിയും എന്ന് തോന്നി യപ്പോൾ ആശാരി അച്ഛനെ വിളിച്ചു. 'രാഘവൻ കൈക്കോറെ, ഒന്നി ങ്ങോട്ട് വന്നാട്ടെ.'

മുറ്റത്ത് നിന്ന് അച്ഛൻ ഇറയത്തേക്ക് കയറി വന്നു. ആശാരി അച്ഛന്റെ നേരെ കണ്ണുരുട്ടി. 'നിങ്ങളെന്താ കണ്ട കഥ. നിങ്ങളേൽ പൈസീണ്ടോ? നിങ്ങളെങ്ങന്യാ പണിക്കാർക്ക് കൂലി കൊടുക്ക? എങ്ങന്യാ കല്ലും മരും കീക്ക?'

അത് കേട്ടതോടെ അച്ഛൻ കടുംപിടുത്തം വിട്ട് കച്ചവടമുറപ്പിച്ചു.

ആശാരി ഇറയത്തിരുന്നു പണിയെടുക്കുമ്പോൾ അനിയത്തി അടു ത്ത് പോയിരിക്കും. അമ്മ കണ്ടത്തിൽ പോകുമ്പോൾ ആശാരിയോട് പ റയും. 'ഒന്ന് കുട്ടീന നോക്കണേ, ആശാരി.'

ആശാരി അവളോട് കൊച്ചുവർത്തമാനവും പറഞ്ഞുകൊണ്ട് തടി ക്ക് ചീപ്ലിയിടും. ഇടയ്ക്ക് 'പങ്കജക്കണ്ണാ' എന്നു വിളിക്കും. അച്ഛൻ അ വളെ പങ്കജക്കണ്ണാ എന്ന്! നീട്ടി വിളിക്കുമായിരുന്നു. അത് കേട്ട് ആശാ രിയും അങ്ങനെ വിളിക്കാൻ പഠിച്ചു. ആർക്കും ഇഷ്ടംതോന്നുന്ന തര

ത്തിൽ തടിച്ചുരുണ്ട് വെളുത്ത സുന്ദരിക്കുട്ടിയായിരുന്നു എന്റെ അനുജ ത്തി. ആശാരിക്കും എന്റെ അനുജത്തിയെ വലിയ ഇഷ്ടമായിരുന്നു. ഞ ങ്ങളുടെ വീടിനുപുറമേ പീടികയും മറ്റ് പല കെട്ടിടങ്ങളും ഗോവിന്ദനാ ശാരിയെക്കൊണ്ടാണ് പിൽക്കാലത്തും അച്ഛൻ നിർമ്മിച്ചത്. പരിപ്പായി യാണ് ആശാരിയുടെ വീട്. എല്ലാ ദിവസവും ആശാരി വീട്ടിൽ പോകാ റില്ല. രാത്രി പീടികവീടിന്റെ ഇറയത്ത് ഒരു പായ വിരിച്ചു കിടന്നോളും. അതുകൊണ്ട് ആശാരി ഞങ്ങൾക്ക് കുടുംബാംഗത്തെ പോലെയായിരു ന്നു. അനുജത്തി ഹൈസ്കൂളിൽ പഠിക്കുന്ന കാലത്ത് ശ്രീകണ്ഠാപുര ത്ത് വെച്ച് ആശാരിയെ കണ്ട ദിവസം അവൾ വീട്ടിൽ വന്ന് പറയും. 'ഞാൻ നമ്മളാശാരിയെ കണ്ടു.'

ഞങ്ങളുടെ വീടുപണി പുരോഗമിക്കുകയായിരുന്നു. അച്ഛൻ പല സ്ഥ ലത്തും പോയി മരപ്പണിക്കുള്ള തടിയറുത്തുകൊണ്ടുവന്നു. സമീപദേ ശങ്ങളിലെ കാട്ടുകണ്ടി പറമ്പുകളിൽ പോയി ഉടമസ്ഥനു ചെറിയ വില കൊടുത്ത് മരംമുറിച്ച് പറമ്പിൽ നിന്നുതന്നെ ഈർന്നു കൊണ്ടുവരുക യായിരുന്നു. അതിൽ ഏറെയും കാട്ടുമരങ്ങളായിരുന്നു. നല്ല മരങ്ങൾ വാങ്ങാൻ അച്ഛന്റെ കൈയിൽ ഏറെ പണമുണ്ടായിരുന്നില്ല. ഒരു കി.മീറ്റ റോളം അകലെയുള്ള കപ്പണത്തട്ടിൽ നിന്നാണ് കല്ല് കൊണ്ടുവരേണ്ടത്. അവിടേക്ക് അത്യാവശ്യം നടന്നുപോകാനുള്ള വഴി മാത്രമേയുണ്ടായി രുന്നുള്ളൂ. അതും പല വീടിന്റെയും മുറ്റത്തുകൂടി കടന്നുപോകണമായി രുന്നു. അച്ഛനും അമ്മയും കല്ല് കടത്താൻ പെണ്ണുങ്ങളെയും കൂട്ടി കപ്പ ണത്തട്ടിലേക്ക് പോകും. കല്ലും തലയിൽ വെച്ച് തിരിച്ചുനടന്നുവരുമ്പോ ഴേക്കും പോയ വഴി മുഖംവീർപ്പിച്ചു തടഞ്ഞുനിൽക്കും. വീട്ടുകാർ വഴി കൊത്തിയടച്ചിട്ടുണ്ടാകും. ഉടമസ്ഥരോട് പെര്യ തുറന്നുകൊടുക്കാൻ അ പേക്ഷിക്കുകയോ, അല്ലെങ്കിൽ വളഞ്ഞു ചുറ്റി വേറെ വഴി തേടലോ മാ ത്രമേ ഗതിയുണ്ടായിരുന്നുള്ളൂ. ഇതിൽ രണ്ടാമത്തേതാണ് താരതമ്യേന എളുപ്പം.

ഇങ്ങനെ കല്ല് തലപ്പുറം കൊണ്ടുവന്ന് വീടിനു തറ കെട്ടി. കട്ടില വെപ്പ് ചടങ്ങാണ് ഇനിയുള്ളത്. ആശാരി ഭക്തിപൂർവം അവിലും മലരും തേങ്ങാപ്പൂളും പഴവുമൊക്കെ ഗണപതിക്ക് നേദിച്ചതിനു ശേഷം അമ്മ യോട് ഒരു കഷണം പൊന്നു വാങ്ങി മുൻവശത്ത് വെക്കുന്ന കട്ടിലയു ടെ അടിയിൽ വെച്ച് കട്ടില ഉറപ്പിച്ചു. കട്ടിലവെപ്പിന് ക്ഷണിക്കപ്പെട്ട വേണ്ട പ്പെട്ടവരെല്ലാം വന്നിട്ടുണ്ട്. വന്നവർക്കെല്ലാം ഇലച്ചീന്തിൽ നിവേദ്യം വി തരണംചെയ്തു. അങ്ങേമ്മ വന്നെങ്കിലും വലിയച്ഛൻ വന്നില്ല എന്നാണ് എന്റെ ഓർമ.

എന്റെ മാതാപിതാക്കൾക്ക് ശരിക്കുള്ള പരീക്ഷണം വരാനിരിക്കുന്ന
തേ ഉണ്ടായിരുന്നുള്ളൂ. കൃഷിപ്പണിക്ക് പ്രാധാന്യമുള്ള സമൂഹത്തിൽ
വീടുനിർമാണത്തിന് പണിക്ക് ആളെ കിട്ടാൻ പ്രയാസമാണ്. കല്ലും മ
രവും കുമ്മായവും പുഴിയും എല്ലാം തലച്ചുമടായി കൊണ്ടുവരണം. അത്
മിക്കവാറും പെണ്ണുങ്ങൾ ആയിരിക്കും കടത്തുക. അവർ തന്നെയാണ
ല്ലോ നാട്ടിനടുകയും മൂരുകയുമൊക്കെ ചെയ്യേണ്ടതും. അതാണെങ്കിൽ
അതാത് സീസണിൽ ചെയ്യുകയും വേണം. ആവശ്യത്തിന് പണിക്കാ
രില്ല, പണമില്ല. ഈ സാഹചര്യത്തിൽ വീടുപണി മുമ്പോട്ടു കൊണ്ടു
പോവുക എന്നത് എന്റെ അച്ഛനുമമ്മയ്ക്കും യാതനാപൂർണമായ ഒരു
യജ്ഞമായിരുന്നു.

ചെങ്കല്ല് കൊണ്ടുവരാനുള്ള പ്രയാസം കാരണം അച്ഛൻ പുളീരെ പറ
മ്പിന്റെ മൂലയിൽ പടർന്ന് കിടക്കുന്ന പാറയിൽ കല്ല് കൊത്താൻ ഏൽ
പ്പിച്ചു. അവിടുന്ന് കുറെ കല്ല് കൊത്തിയെടുക്കുകയും ചെയ്തു. കാണാൻ
ഭംഗിയുണ്ടെങ്കിലും ഒട്ടും ഉറപ്പില്ലാത്ത കല്ലാണ് കിട്ടിയത്. എടുത്ത് തല
യിൽ വെക്കാൻ തുടങ്ങുമ്പോൾ തന്നെ പിളർന്ന് താഴെ വീഴുന്ന കല്ലാണ്.
സാധാരണ മൺകട്ടയുടെ ഉറപ്പ് പോലുമില്ല. അതുകൊണ്ട് ഞാലിക്കു
മാത്രമാണ് ആ കല്ല് ഉപയോഗിച്ചത്. അക്കാലത്ത് കുമ്മായവും പൂഴി
യും ചേർത്ത് ഉലക്കകൊണ്ട് കുത്തി മയംവരുത്തി കല്ലിനിടയിൽ തേ
ക്കുന്ന കൂട്ടുണ്ടാക്കണം. ചെത്തുകല്ല് ചേർത്തുവച്ചാണ് ഇടിക്കാനുള്ള
തളമുണ്ടാക്കുന്നത്. മൂലയോട് വെക്കാൻ കുളിർമാവിന്റെ ഇല ഇടിച്ചുപി
ഴിഞ്ഞ പശ ചേർത്താണ് കുമ്മായക്കൂട്ടുണ്ടാക്കുന്നത്. എന്തായാലും അ
ടുക്കളയുടെ ഞാലിക്ക് ഇങ്ങനെ കഷ്ടപ്പെട്ട് കുമ്മായക്കൂട്ട് ഉണ്ടാക്കാനൊ
ന്നും അച്ഛൻ മെനക്കെട്ടില്ല. പുളീരപറമ്പിലെ പുതിയ കപ്പണയിലെ പൊ
ടിമണ്ണ് അരിപ്പയിൽ അരിച്ചെടുത്ത് കുഴച്ച് കല്ല് വെച്ചു. ഇങ്ങനെ മണ്ണ്
കുഴച്ച് കല്ല് വെച്ചതുകൊണ്ട് മറ്റൊരാൾക്ക് സൗകര്യമായി. മണ്ണാത്തി
മാതിയേച്ചി വീട്ടിൽ വരുമ്പോഴെല്ലാം അത് ചുരണ്ടി തിന്നുമായിരുന്നു.
അവർക്ക് മണ്ണ് തിന്നുന്ന അസുഖമുണ്ടായിരുന്നു.

വീടുപണിക്കാലത്ത് ചിരുതേയി കൈമെയ് മറന്ന് എന്റെ മാതാപി
താക്കൾക്കൊപ്പം അധ്വാനിച്ചു. അനുജത്തി മാതുവിനെയും കൂടെ കൂട്ടി.
പണിയെടുക്കുക മാത്രമല്ല, പണിക്കാരുടെ നേതൃത്വവും ചിരുതേയി ഏ
റ്റെടുത്തു. മറ്റ് പെണ്ണുങ്ങൾ പത്ത് കല്ല് കടത്തുമ്പോൾ ചിരുതേയി പന്ത്ര
ണ്ട് കല്ല് കടത്തി. കല്ല് കടത്താനുള്ള പ്രയാസം കാരണം മച്ചിന് മുക
ളിൽ മൂന്നോ, നാലോ വരി കല്ല് വെച്ചപ്പോഴേ അച്ഛൻ മണിയാണിയോടു
പറഞ്ഞു. 'മതി. ഇനി കെട്ടണ്ട.'

ഇത് കേട്ട് ചിരുതേയി പറഞ്ഞു. 'എന്ത്ന്നാ കൈക്കോറെ പറീന്ന്. ര ണ്ടു വര്യെങ്കിലും പൊന്തിച്ചേ തീരൂ. പൂങ്ങ്യ നെല്ല് ചിക്കാനും കുടി മേ ലെ കേറാനാവുല.'

'എന്ത്ന്നാ ചിരുതെയീ ബേണ്ടെ? കല്ല് കപ്പണത്തട്ടിന്ന് കൊണ്ടരണ്ട കാര്യം ചിന്തിക്കാൻ കയ്‌ലാ.' അച്ഛൻ ചിരുതേയിയുടെ അഭിപ്രായത്തെ മാനിച്ചുകൊണ്ട് പറഞ്ഞു.

'അയിനെല്ലം ഞാൻ ബയി ണ്ടായ്ക്കോളും.'

രണ്ടുമൂന്ന് പെണ്ണുങ്ങളെയും സംഘടിപ്പിച്ച് ചിരുതേയി ഇറങ്ങി. കല്ല് കടത്താൻ. അങ്ങനെ ചിരുതേയിയുടെ മഹാമനസ്കതയിൽ ഞങ്ങളു ടെ വീട് അൽപ്പംകൂടി തലയുയർത്തി നിന്നു. മേൽക്കൂരയും ഞാലിയും ഓടിട്ടുണ്ട്. രണ്ട് പുറവാതിലിന് കതക് കൂട്ടിയിട്ടുണ്ട്. ജനലുകൾക്കും മറ്റ് വാതിലുകൾക്കും കതക് ഇല്ല. ഒരു ചുവരും തേച്ചിട്ടില്ല. പടിഞ്ഞാറ്റ യും കൊട്ടിലയും ആത്രേയകവും ചേർന്ന ഭാഗമാണ് ഉയർത്തിയത്. അവി ടെ മച്ച് വേണ്ടതാണ്. തത്ക്കാലം മച്ച് ഇടാത്തതുകൊണ്ട് മോന്തായംവ രെ ഉള്ളിൽ തുറന്നുകിടക്കുന്നു. വടക്കുഭാഗം വീടിന്റെ തറയെക്കാൾ ഉയ രത്തിൽ പടർന്നു പിടിച്ച പാറയാണ്. വടക്കുവശത്ത് ഇരയം ഇല്ല. കിഴ ക്ക് മുൻവശത്ത് ഇരയമുണ്ട്. പടിഞ്ഞാറ് വശത്തും ഇരയം ഉണ്ട്. നെല്ല് കുത്താനാണ് പിന്നിലും ഇരയം. അങ്ങനെ വീട് ഞങ്ങളെ പാർപ്പിക്കാൻ ഒരുവിധം ഒരുങ്ങിക്കഴിഞ്ഞു.

പുതിയ വീട്ടിൽ

അങ്ങനെ ഞങ്ങളുടെ വീടിന് കുടിയലായി. ഇനി അത് ഞങ്ങൾക്കൊ പ്പമാണ് കഴിയുക. അങ്ങേമ്മയാണ് പാല് കാച്ചിയത്. ആശാരി പുതിയ വീട് എന്ന് പേരു വിളിച്ച് തിരിഞ്ഞുനോക്കാതെ മുൻവശത്തുകൂടി ഇ റങ്ങി മതിൽ കയറിമറിഞ്ഞ് നേരെ കിഴക്കോട്ടു നടന്നു. ആശാരിക്ക് പടി ഞ്ഞാറോട്ടാണ് പോകേണ്ടത്. പക്ഷേ കിഴക്ക് മുഖമുള്ള വീട്ടിൽനിന്നും തിരിഞ്ഞുപോയാലേ പടിഞ്ഞാറെത്തൂ. അങ്ങനെ തിരിയുമ്പോൾ ആ ശാരി വീണ്ടും വീട് കാണും. പാലുകാച്ചി ആശാരിയിൽ നിന്നും ഉടമ സ്ഥൻ വീട് ഏറ്റുവാങ്ങിയാൽ പിന്നെ ആശാരി തിരിഞ്ഞുനോക്കാൻ പാ ടില്ല. അങ്ങനെ ചെയ്താൽ വീടിന് നോക്കുണ്ടാവും എന്നാണ് പറയുക. അത് ഐശ്വര്യക്കുറവാണത്രേ. പുതിയ മുണ്ടും പണവും കൊടുത്ത് ആശാരിയെ സന്തോഷിപ്പിച്ച് അയയ്ക്കുന്നത് വീടിന് ഐശ്വര്യമുണ്ടാ വാനാണ്.

അച്ഛൻ അടുത്തുള്ളവരെയും ബന്ധുക്കളെയുമെല്ലാം ക്ഷണിച്ച് ചെറി
യൊരു സദ്യകൊടുത്തു. സ്കൂളിലെ അധ്യാപകരെയും കുടിയലിനു
ക്ഷണിച്ചിരുന്നു. അന്ന് ഞാൻ സ്കൂളിൽ പോയില്ല.

ഉച്ചയ്ക്ക് സ്കൂളിലെ അധ്യാപകർ വരുമ്പോൾ ഞാൻ വേറെ കുട്ടി
കൾക്കൊപ്പം പടിഞ്ഞാറു ഭാഗത്തെ ഇറയത്ത് നിൽക്കുകയായിരുന്നു.
ഞങ്ങളുടെ പുതിയ വീടിന് വലിയ ജനാലകളുണ്ടായിരുന്നു. അക്കാല
ത്തെ പഴയ വീടുകൾക്ക് ജാലകം ഉണ്ടാവില്ല, അഥവാ ഉണ്ടായാലും
വളരെ ചെറുതായിരിക്കും. ഇറയത്തിന്റെ തൂങ്കല്ലിൽ (അരഭിത്തിയിൽ)
ഇരിക്കുന്ന അധ്യാപകർക്ക്, പ്രത്യേകിച്ചും മാധവൻ മാഷിന്, പടിഞ്ഞാറു
ഭാഗത്തെ ഇറയത്ത് നിൽക്കുന്ന എന്നെ മുൻവശത്തെ ജനാല കാണി
ച്ചുകൊടുത്തു. ഞാനാണെങ്കിൽ ഇന്നലെ മാഷിനോട് നാളെ സ്കൂളിൽ
വരില്ല, ലീവ് വേണം എന്ന് പറഞ്ഞിട്ടുമില്ല. ക്ലാസിൽ കാണിക്കുന്ന ഉഷാ
റൊന്നും ഞാൻ പുറത്ത് കാണിക്കാറില്ല. മറ്റുള്ളവരെ അഭിമുഖീകരി
ക്കുമ്പോൾ എനിക്ക് ചമ്മലും നാണക്കേടും ആണ് തോന്നാറുള്ളത്. അതി
നു പ്രധാനകാരണം എന്റെ വൈകല്യമാണ്. ഞാൻ മറ്റുള്ളവരെപ്പോ
ലെയല്ലല്ലോ. മറ്റുള്ളവർ ആദ്യം കാണുമ്പോൾ എന്നെ അസാധാരണ
കുട്ടിയായിട്ടാണ് പരിഗണിക്കുക. അത് എനിക്ക് വേദനാജനകമായിരു
ന്നു. എന്നാലും പുതിയ സംഭവങ്ങളും സ്ഥലങ്ങളും ആളുകളുമൊക്കെ
എന്നെ വല്ലാതെ മോഹിപ്പിച്ചിരുന്നു. ആളുകൾ വിരുന്നു വരുന്നത് എനി
ക്ക് ഏറെ ഇഷ്ടമായിരുന്നു. അമ്മയുടെ ബന്ധുക്കളെയൊക്കെ ഇങ്ങനെ
വിരുന്നു വരുമ്പോഴാണ് ഞാൻ കാണാറുള്ളത്. അമ്മയുടെ ബന്ധുക്കൾ
മൂന്നാല് നാടുകളിലായി നിറഞ്ഞു താമസിക്കുന്നുണ്ട്. അവരൊക്കെ ദച്ചു
വിനെയും മക്കളെയും കാണാൻ ഇടയ്ക്കൊക്കെ വിരുന്നുവരുമായിരു
ന്നു. അച്ഛന് ഏറെ ബന്ധുക്കൾ ഇല്ലായിരുന്നു. അങ്ങേമ്മയുടെ സഹോ
ദരിമാരുടെ മക്കൾ മാത്രമാണ് അടുത്ത ബന്ധുക്കൾ. അവർ ഇളയമ്മ
യെ കാണാൻ വരുമ്പോൾ ഞങ്ങളുടെ വീട്ടിലും വരുമായിരുന്നു. കയര
ളത്ത് അകന്ന ബന്ധുക്കളുണ്ട്. കാവുമ്പായി സമരത്തിനുശേഷം അവ
രൊക്കെ അകന്നുകഴിഞ്ഞിരുന്നു.

കൂട്ടുകുടുംബവ്യവസ്ഥയിൽനിന്നും വിട്ടുപോകാത്ത കാലമായിരുന്ന
തിനാൽ അച്ഛന്റെയും അമ്മയുടെയും മാറിത്താമസിക്കൽ നാട്ടുകാരായ
തറവാട്ടുകാർക്ക് അത്ര സ്വീകാര്യമായിരുന്നില്ല. അതുകൊണ്ട് ഞങ്ങളു
ടെ വീട്ടിൽ നാട്ടിലെ കല്യാണങ്ങളൊന്നും ക്ഷണിക്കാറില്ല. അങ്ങേമ്മയും
വലിയച്ഛനും താമസിക്കുന്ന തളിയന്മാർ വീട്ടിലാണ് ക്ഷണം എത്താറു
ള്ളത്. ആരും ക്ഷണിക്കാത്തതുകൊണ്ട് ആദ്യകാലത്ത് അച്ഛനും അമ്മ

യ്ക്കും വിവാഹത്തിൽ പങ്കെടുക്കാനുള്ള അവസരം ഉണ്ടാവാറില്ലായിരു ന്നു. അന്നൊക്കെ ഓരോ ജാതിക്കാർ അതാത് ജാതിയിൽ പെട്ടവരെ മാ ത്രമേ വിവാഹത്തിന് ക്ഷണിക്കാറുണ്ടായിരുന്നുള്ളൂ. കാവുമ്പായിക്കാർ ക്ക് മറ്റു പ്രദേശങ്ങളെ അപേക്ഷിച്ച് അയിത്തം കുറവായിരുന്നെങ്കിലും മറ്റ് ജാതിക്കാരുടെ വിവാഹത്തിന് ക്ഷണിക്കലും പങ്കെടുക്കലും ഉണ്ടാ യിരുന്നില്ല.

പുളീരടുത്തെ വീട് സ്കൂൾ പറമ്പിന്റെ അതിരായിരുന്നതുപോലെ പുതിയ വീടും സ്കൂൾ പറമ്പിന് അതിരാണ്. ഒന്ന് പടിഞ്ഞാറെ അതി രെങ്കിൽ പുതിയ വീട് കിഴക്കേ അതിരായി എന്നു മാത്രം. പുള്ള്യാംകു ന്നിൽനിന്നും വരുന്ന ത്രേസ്യാമ്മയും സംഘവും പുതിയവീടിന്റെ കിള വഴിയും കടന്നാണ് സ്കൂളിലേക്ക് പോകുന്നത്. അവൾ അങ്ങുദൂരെ നി ന്ന് പെരുന്തിലവയലിലേക്ക് കയറുന്ന പാലംകടക്കുമ്പോഴേ എന്റെ വീ ടിന്റെ കിഴക്കോർത്ത്ന്ന് കാണാൻ പറ്റും. കുടിയൽ കഴിഞ്ഞ തിങ്കളാഴ് ച ത്രേസ്യാമ്മയും സംഘവും വീടിനടുത്ത് എത്തിയ അതേസമയത്താ ണ് അമ്മ എന്നെ ഒരുക്കിവിട്ടത്. അത് എനിക്ക് കുറച്ച് അസൗകര്യമു ണ്ടാക്കി. വീട്ടുമുറ്റത്ത് നിന്ന് പെര്യക്ക് കയറാൻ പാറയിൽ കൊത്തിയിട്ട കുറച്ചു ഒതുക്കുണ്ടായിരുന്നു. എനിക്ക് അത് കയറണമെങ്കിൽ കുനിഞ്ഞ് മുകളിലത്തെ ഒതുക്കിൽ തൊട്ട് കയറണം. എന്റെ കൂട്ടുകാരി അത് കാ ണുന്നത് എനിക്ക് മാനക്കേടാണ്. എന്താ ചെയ്യ! ആ അപമാനവും ഞാൻ സഹിക്കേണ്ടിവന്നു.

ഞാൻ നാലാംക്ലാസ് പരീക്ഷ എഴുതി നിൽക്കുകയാണല്ലോ. ജയി ക്കും എന്ന് എല്ലാവർക്കുമറിയാം. ഇനിയെന്ത് എന്നതാണ് പ്രശ്നം. തുടർ പഠനം നടത്തണമെങ്കിൽ എള്ളരിഞ്ഞി സ്കൂളിൽ അഞ്ചാംക്ലാസിൽ ചേര ണം. അത്രയും ദൂരം നടക്കാൻ ആവാത്തതുകൊണ്ട് അത് ചിന്തിക്കു കയേ വേണ്ട. മാധവൻ മാഷ് എന്നെ കോഴിക്കോട് കൊണ്ടുപോയി ചേർ ക്കണം എന്നാണ് ഉപദേശിച്ചത്. ഹോസ്റ്റൽ സൗകര്യമുള്ള നല്ല സ് കൂളിൽ ചേർക്കാൻ കഷ്ടിച്ച് കൃത്യം കഴിക്കുന്ന അന്നത്തെ സാധാരണ കൃഷിക്കാരന്റെ കൈയിൽ പണമില്ലല്ലോ. ഇളയച്ഛനെ ചേർത്ത് പഠിപ്പിച്ച ചെങ്ങളായി യു.പി.സ്കൂളിൽ ചേർക്കാൻ അച്ഛൻ ഒരു ശ്രമംനടത്തി. പക്ഷേ, താമസസൗകര്യം ശരിയായില്ല. എന്നെപ്പോലെ സുഖമില്ലാത്ത കുട്ടിയെ മറ്റ് വീടുകളിൽ പാർപ്പിക്കില്ലല്ലോ. പഠിക്കുന്ന കുട്ടി എന്ന അഭി മാനകരമായ ഏക ലേബലും മങ്ങിപ്പോകുമോ എന്ന ആശങ്കയിൽ ഞാൻ മുങ്ങിത്താഴാൻ തുടങ്ങി.

പുതിയ സ്കൂളും ബന്ധുവീടും

എന്റെ അച്ഛൻ ഒരു പ്രശ്നത്തിലും അങ്ങനെ തോറ്റ് പിൻവാങ്ങാ റില്ല. എന്റെ തുടർപഠനപ്രശ്നത്തിനും അദ്ദേഹം പരിഹാരമുണ്ടാക്കി. അച്ഛന്റെ ഏട്ടൻ, വലിയമ്മയുടെ മകൻ, അടുത്ത ഗ്രാമമായ എരുവേശി യിൽ താമസിക്കുന്നുണ്ട്. കുഞ്ഞപ്പ വലിയച്ഛൻ വീട്ടിൽ വന്നപ്പോൾ അ ച്ഛൻ ആവശ്യം അറിയിച്ചു. ഏട്ടൻ അംഗീകരിച്ചു. എന്നെ ഏരുവേശിയി ലെ അഞ്ചാംക്ലാസ് വരെയുള്ള സ്കൂളിൽ ചേർക്കാൻ തീരുമാനിച്ചു. വ ലിയച്ഛന്റെ വീട്ടിൽ താമസിച്ച് സ്കൂളിൽ പോകാം. ജൂണിൽ സ്കൂൾ തുറക്കുന്ന ദിവസം രാവിലെ അമ്മ എന്നെ ഒരുക്കി അച്ഛന്റെ കൂടെ അ യച്ചു. എന്റെ ഉടുപ്പുകളും മറ്റ് അത്യാവശ്യസാധനങ്ങളും എന്റെ ചെല വിലേക്കായി കുറച്ച് കുത്തരിയും അച്ഛൻ സഞ്ചിയിലാക്കി എടുത്തു.

എന്നെയും കൂട്ടി അച്ഛൻ പതുക്കെ നടന്നു. കാരണം എനിക്ക് വേഗം നടക്കാനാവില്ലല്ലോ. ആളുകൾ നടന്നുണ്ടായ വഴിയിൽക്കൂടി മുമ്പോട്ട് നീങ്ങുമ്പോൾ ഒരു അപകടം മുന്നിൽ പ്രത്യക്ഷപ്പെട്ടു. രണ്ടുപറമ്പുകൾ ക്കിടയിൽ ഒരു കിളയുടെ രൂപത്തിലാണത് എന്റെ മുന്നിൽ അവതരിച്ച ത്. ആ കിളയ്ക്ക് കുറുകെയിട്ട, ഒരു കാൽ കഷ്ടിച്ചുവെക്കാവുന്ന ഒറ്റത്ത ടിപ്പാലം കടക്കണം. ഇതെനിക്ക് കടക്കാനാവില്ല എന്ന ഭീതി പാലത്തിൽ കാലെടുത്ത് വെക്കുന്നതിനുമുമ്പേ എന്നെ കീഴടക്കിയിരുന്നു. അത് അ ച്ഛനോട് പറയാനുള്ള ധൈര്യം ഇല്ലാത്തതിനാൽ അച്ഛൻ മുന്നിൽ നിന്ന് എന്റെ കൈപിടിച്ചപ്പോൾ പാലത്തിൽ കയറാതെ പറ്റില്ലെന്നായി. വിറച്ചു വിറച്ച് നാലഞ്ചടി മുന്നോട്ട് കയറിയെങ്കിലും അത് സംഭവിച്ചു. ഞാൻ കിളയിലേക്ക് വീണു. എന്റെ ഇടതുകൈയുടെ കക്ഷത്തിനടുത്തായി അ ച്ഛൻ ബലമായി പിടിച്ചതുകൊണ്ട് പാലത്തിനു താഴെ കിളയിൽ പഴുത്ത വാഴക്കുല തൂക്കിയ പോലെ ഏതാനും നിമിഷം ഞാൻ തൂങ്ങിനിന്നു. അച്ഛൻ ദേഷ്യത്തോടെ ഒറ്റക്കൈകൊണ്ട് എന്നെ ബലമായി പൊക്കിയെ ടുത്ത് പാലത്തിൽ വെച്ചു. പേടിയും നാണക്കേടും കൊണ്ട് ഞാൻ പുക ഞ്ഞു. ഞങ്ങളുടെ കലാപരിപാടി കഴിയുമ്പോഴേക്കും കേപ്പുട്ടിയേട്ടനും എത്തിച്ചേർന്നു.

ഞങ്ങളുടെ അയൽക്കാരനും വായനശാലാപ്രവർത്തനങ്ങളിൽ അച്ഛ ന്റെ സഹായിയും സുഹൃത്തുമായിരുന്നു കേപ്പുക്കുട്ടി മാഷ്. എന്നെ ചേർ ക്കുന്ന സ്കൂളിലെ അധ്യാപകനായിരുന്നു അദ്ദേഹം. മാത്രമല്ല, എന്റെ ക്ലാസ് ടീച്ചറും അദ്ദേഹമാണ് എന്ന് ഞാൻ അറിയാൻ പോകുന്നതേയു ണ്ടായിരുന്നുള്ളൂ.

അച്ഛനും കേപ്പുട്ടിയേട്ടനും സംസാരിച്ചുകൊണ്ട് എന്റെ മന്ദഗമനത്തി

228

നൊപ്പം നീങ്ങി. ആരെങ്കിലും ഒന്ന് സൂക്ഷിച്ചുനോക്കിയാൽ കുഴഞ്ഞു വീഴുന്ന ഞാൻ എങ്ങനെയാണ് ഇവർക്കൊപ്പം നടക്കുക! അല്ലെങ്കിലും എന്റെ നടത്തം ഉറുമ്പിരിയുംപോലെ എന്നൊക്കെയാണ് അമ്മ ഉപമി ക്കാറുള്ളത്. ചുണ്ടക്കുന്നും കൂട്ടുകാരും എന്നെ വല്ലാതെ വശംകെടുത്തി. കയറിയിട്ടും കയറിയിട്ടും കുന്നു തീരുന്നില്ല. പ്രയാസപ്പെട്ട് ഞാൻ കുഞ്ഞുകുഞ്ഞടികൾ വെച്ചു കയറിക്കൊണ്ടിരുന്നു. ഒരു കുന്നു കയറി ആശ്വാസത്തോടെ ഇറങ്ങുമ്പോൾ തലയുയർത്തി മറ്റൊന്ന് മുന്നിൽ, അതി നപ്പുറം വേറൊന്ന്. വല്ലാതെ കിതയ്ക്കുകയും വിയർക്കുകയും ചെയ്ത പ്പോൾ, ഇനി ആവില്ല എന്ന് തോന്നിയപ്പോൾ ആശ്വാസത്തിന്റെ തുരുത്ത് പോലെ പുതിയ സ്കൂൾ കണ്ണിൽപെട്ടു.

കേപ്പുക്കുട്ടി മാഷ് സഹായിച്ചതുകൊണ്ട് എന്റെ പേരും മറ്റും വേഗം രജിസ്റ്ററിൽ ചേർത്ത് ക്ലാസിൽ കൊണ്ടിരുത്തി. ക്ലാസ് ടീച്ചറെ മാത്രമേ പരിചയമുള്ളൂ. കുട്ടികൾ എല്ലാം പുതുമുഖങ്ങൾ. ആരൊക്കെയോ വന്നു മിണ്ടി. രതിയുടെയും ജാനുവിന്റെയും നടുക്കാണ് എന്റെ സീറ്റ്. അന്ന് സ്കൂൾ വേഗം വിട്ടു. അച്ഛൻ എന്നെയും കൂട്ടി കുഞ്ഞപ്പ വലിയച്ഛന്റെ വീട്ടിലേക്ക് നടന്നു. വലിയച്ഛന്റെ മകൾ ശ്യാമള താഴത്തെ ക്ലാസിൽ പഠി ക്കുന്നുണ്ട്. അവളും ഞങ്ങൾക്കൊപ്പമെത്തി. എന്നെ വലിയച്ഛന്റെ വീട്ടി ലാക്കിയിട്ട് അച്ഛൻ പോയി.

യശോദ വലിയമ്മ ഞങ്ങൾക്ക് ചോറ് വിളമ്പി. ചക്ക ഓലനും മത്ത ങ്ങയില ഉപ്പേരിയും മോരുമായിരുന്നു വിഭവങ്ങൾ. ഊണുകഴിഞ്ഞ് അ ച്ഛനും അമ്മയും മക്കളും ഇറയത്ത് സമ്മേളിച്ചു. ഒരുകിലായി ഞാനു മിരുന്നു. നാട്ടുവിശേഷങ്ങളും തമാശകളുമായി കുറേസമയം ചെലവഴിച്ചു.

വലിയച്ഛന് ഏഴു മക്കളാണ്. എട്ടാമത്തെ കുഞ്ഞ് വലിയമ്മയുടെ വയ റ്റിലും ഉണ്ടായിരുന്നു. മൂത്തമകൻ ഭാസ്കരൻ പട്ടാളത്തിലാണ്. നളി നിയും കോമളവും ഭർത്താക്കന്മാരുടെ വീട്ടിൽ. പങ്കജവും രാജനും ശ്യാമ ളയും പഠിക്കുന്നു. ഭരതൻ ചെറിയ കുട്ടിയാണ്.

അൽപ്പം കഴിഞ്ഞപ്പോൾ ചെമ്പേരി സ്കൂളിൽ ആറാംക്ലാസിൽ പഠി ക്കുന്ന പങ്കേച്ചി എത്തി. പങ്കേച്ചി ചോറുണ്ടതിനുശേഷം റോഡിനപ്പുറ ത്തുള്ള ആലയ്ക്കരുകിലെ പേരച്ചുവട്ടിലേക്ക് എന്നെയുംകൂട്ടി നടന്നു. ശ്യാമളയും രാജനും കൂടെയുണ്ട്. രാജൻ പേരയിൽ കയറി പേരയ്ക്ക പറിച്ചുതന്നു. ഞാൻ ആല കണ്ടു, പശുവിനെ കണ്ടു, കിടാവിനെ കണ്ടു, താഴെയുള്ള തോട് കണ്ടു. വൈകുന്നേരം ഞങ്ങൾ ആ തോട്ടിലാണ് കുളിച്ചത്. സന്ധ്യയ്ക്ക് ഞങ്ങൾ മത്സരിച്ച് നാമംചൊല്ലി. ചോറുണ്ടതി നുശേഷം പടിഞ്ഞാറ്റകത്ത് പായവിരിച്ചുകിടന്നു. ശ്യാമളയുടെയും പങ്കേ

ച്ചിയുടെയും നടുക്ക് കിടന്ന് ഞാൻ വേഗം ഉറങ്ങിപ്പോയി. രാവിലെ താഴെ യുള്ള കിണറിനടുത്ത് പോയി പല്ലുതേച്ചു. ഭക്ഷണം കഴിച്ച് ഒരുങ്ങു മ്പോഴേക്കും രതിയും വന്നു.

സ്കൂളിൽ രണ്ടാം ദിവസം. കേപ്പുക്കുട്ടി മാഷ് ക്ലാസ് ടീച്ചർ. അവിടെ എനിക്ക് ഒരു വിഷമസന്ധി ഉടലെടുത്തു. ഇന്നലെ വരെ ഏട്ടൻ എന്നു വിളിച്ചിരുന്ന ആളെ മാഷ് എന്ന് വിളിക്കാൻ എനിക്ക് പ്രയാസമായിരു ന്നു. വൈകല്യം എന്ന പാപബോധം ഇടന്തടിച്ചു നിൽക്കുന്നതിനാൽ ആരോടും തുറന്നു പെരുമാറാൻ എനിക്ക് കഴിയാറില്ലല്ലോ.

കണക്ക് നാരായണൻ മാഷാണ് പഠിപ്പിച്ചിരുന്നത്. അദ്ദേഹം നാലി ലെ ക്ലാസ് ടീച്ചർ ആണ്. ആൾ വളരെ സൗമ്യൻ ആണ്. എന്നെ വലി യ ഇഷ്ടവുമാണ്. ബാക്കി എല്ലാ വിഷയവും കേപ്പുക്കുട്ടി മാഷാണ് പഠി പ്പിച്ചിരുന്നത്.

വെള്ളിയാഴ്ച വൈകുന്നേരം അച്ഛൻ എന്നെ കൂട്ടാൻ വന്നു. ശനി യും ഞായറും വീട്ടിൽ താമസിച്ച് തിങ്കളാഴ്ച തിരിച്ചുപോകാം എന്നാ യിരുന്നു തീരുമാനം. പക്ഷേ, വീട്ടിലെത്തിയപ്പോൾ തീരുമാനം മാറ്റി. അമ്മ എന്നെ തേർതല കൊണ്ടാക്കി. എന്നെ പരിശോധിക്കാൻ അവിടെ ഒരു വൈദ്യൻ വരുമത്രേ. ലീവിന്റെ കാര്യമൊക്കെ അച്ഛൻ കേപ്പുക്കുട്ടി മാഷിനോട് പറഞ്ഞു ശരിയാക്കിക്കോളും. എന്നാലും എനിക്ക് സ്കൂ ളിൽ പോകാതെ അമ്മയുടെ വീട്ടിൽ പോകാൻ താൽപ്പര്യമില്ലായിരുന്നു. തിരുവാക്കിനെതിർ വാക്ക് പറയാൻ ധൈര്യമില്ലാത്തതുകൊണ്ട് എനി ക്ക് അനുസരിക്കുകയല്ലാതെ വേറെ മാർഗമുണ്ടായിരുന്നില്ല. അമ്മ എന്നെ തേർള എത്തിച്ചു.

എളയാവൂർ നിന്ന് രാമകൃഷ്ണൻ, അമ്മയുടെ കുഞ്ഞമ്മാവന്റെ അളി യൻ, വൈദ്യരെയും കൂട്ടി തേർതല വന്നു. അദ്ദേഹം എന്നെ പരിശോധി ച്ച് കഷായത്തിനും കുഴമ്പിനുമൊക്കെ കുറിച്ചുതന്നു. കഷായംവെച്ച് പഥ്യ ത്തോടെ കഴിക്കണം. എന്നാൽ ചികിത്സയ്ക്ക് മേൽനോട്ടം വഹിക്കേണ്ട അമ്മമ്മയെ മഷിയിട്ട് നോക്കിയാൽ പോലും കാണാനില്ലായിരുന്നു. കൃഷി പ്പണികളുടെ ഭാരം മുഴുവൻ അമ്മമ്മയുടെ ചുമലിലല്ലേ. അമ്മമ്മയ്ക്ക് കൃഷിചെയ്യാനുള്ള ഭൂമി മൂന്നാല് ദേശങ്ങളിലായി ചിതറിക്കിടക്കുകയാ ണല്ലോ. കൂടുതലും നെൽക്കൃഷിയാണ്. അവിടെയൊക്കെ താമസിച്ചു പണിയെടുപ്പിക്കണം. പെരിങ്കോന്ന്, പാറക്കാടി, തവറൂൽ, തേർതല, തേർ ളായി എന്നിവടങ്ങളിൽ എവിടെയെങ്കിലുമായിരിക്കും അമ്മമ്മയുടെ സാന്നിധ്യം ഉണ്ടാവുക. ഏതായാലും അമ്മമ്മയുടെ തിരക്കൊഴിഞ്ഞ് എന്റെ ചികിത്സ അടുത്തകാലത്തൊന്നും ആരംഭിക്കാൻ സാധ്യതയുണ്ടാ

യിരുന്നില്ല. ഇതൊന്നുമറിയാതെ സ്വന്തം വീട്ടുകാർ മോളുടെ ചികിത്സ നടത്തിക്കോളും എന്ന വിശ്വാസത്തോടെ എന്റെ അമ്മ കാവുമ്പായിലെ മഴയോടും മണ്ണിനോടും മരത്തിനോടും മല്ലിട്ട് കഴിയുകയായിരുന്നു.

ചീത്തീലെ വീട്ടിൽ എനിക്ക് ഒരു പുതിയ അമ്മായിയെ കിട്ടിയിട്ടുണ്ട്. ഭാസ്കരമ്മാവന്റെ വിവാഹം മധ്യവേനലവധിക്കായിരുന്നു. പത്താംക്ലാസ് പരീക്ഷയെഴുതി നിൽക്കുന്ന പതിനേഴുകാരിയായിരുന്നു വധു. ലക്ഷ്മി അമ്മായി നന്നായി സംസാരിക്കുകയും, ഞങ്ങൾ കുട്ടികളോട് കൂട്ടുകൂടുക യുമൊക്കെ ചെയ്യുന്ന ആളായിരുന്നു. അതുകൊണ്ട് സ്കൂളിൽ പോകാ തെ വീട്ടിലിരിക്കുന്നതിന്റെ വിരസതയെയൊന്നും എനിക്കുണ്ടായിരുന്നില്ല. അമ്മമ്മ ഇല്ലെങ്കിലും തമാശ പറയുന്ന അച്ഛപ്പനുണ്ട്. ഗംഗേട്ടനുണ്ട്. തന്റേ ടിയായ ഗിരിജയുണ്ട്. പാവം വലിയമ്മയുണ്ട്. മധുവിധു ആഘോഷിക്കുന്ന അമ്മായിയും അമ്മാവനുമുണ്ട്. പപ്പമ്മാവനും നാരായണമ്മാവനുമുണ്ട്. വന്നുംപോയും കൊണ്ടിരിക്കുന്ന ബന്ധുക്കളുണ്ട്. അവിടെ ആകപ്പാടെ ഒരു ഉത്സവപ്രതീതിയുണ്ടായിരുന്നു.

പതിവുപോലെ ഗിരിജയും ഗംഗേട്ടനും സ്കൂളിൽ പോകും. ഒരുദി വസം ഉച്ചയ്ക്ക് വലിയമ്മ തോട്ടിൽ തുണി അലക്കാൻ പോയി. അമ്മാ യി പുഴുങ്ങിയ നെല്ല് മുറത്തിൽ കോരിയെടുത്ത് രണ്ടാം നിലയുടെ മുക ളിലെ തട്ടിൻപുറത്ത് ഉണക്കാനിടാൻ പോയി. ഞാൻ മറ്റൊന്നും ചെയ്യാ നില്ലാതെ അമ്മായി തിരിച്ചുവരുന്നതും കാത്ത് ഇരിക്കുകയായിരുന്നു. അപ്പോഴുണ്ട്, പാലങ്ങാട്ടെ വലിയമ്മ വരുന്നു. അകത്ത് കയറി ആരെ യും കാണാഞ്ഞപ്പോൾ എന്നോട് ചോദിച്ചു. 'അമ്മായി ഓട്ത്തു?'

'അട്ടത്ത് നെല്ല് ചിക്കാൻ പോയിന്.'

ഞാൻ ഒരു കാര്യം കൂടി പറഞ്ഞു. 'ഒരുപാട് നേരായി. പോയിറ്റ്.'

വലിയമ്മ നേരെ കോണിപ്പടികൾ കയറി. പെട്ടെന്ന് തന്നെ താഴേക്ക് തിരിച്ചുവന്നു. ഞാൻ ചോദിച്ചു. 'അമ്മായി ഓട്ത്തു?'

'അമ്മോന്റൊപ്പരം കെടക്ക്ന്ന്.'

എന്ത്നാ ഈ വെല്ലിമ്മ പറീന്. എനിക്കൊന്നും തിരിഞ്ഞില്ല. അല്ലെ ങ്കിലും ഇത്തരം കാര്യങ്ങളിൽ ഞാൻ തീർത്തും അജ്ഞയാണല്ലോ. എന്നെക്കാൾ വിവരം ഗിരിജയ്ക്കാണ്.

ഒരു ദിവസം രാത്രിയിൽ എന്റെ നെഞ്ചിടിപ്പ് നിൽക്കാറാക്കിയ സം ഭവം നടന്നു. ചീത്തീലെ വീട്ടിൽ വലിയെരു അന്ത്രാളമുണ്ട്. അതിന് നാലു വാതിലാണുള്ളത്. ഒന്ന് ആത്രേയകത്ത് നിന്ന് ഇറങ്ങാൻ, രണ്ടാ മത്തേത് അടുക്കളയിലേക്ക് കയറാൻ, മൂന്നാമത്തേത് ഉലക്കോടിന്റെ ഭാ ഗത്തുള്ള മുറ്റത്തേക്കിറങ്ങാൻ, നാലാമത്തേത് കുളിമുറിയിലേക്കും. ഒരു

പാടുപേർ ഉപയോഗിക്കുന്നതു കൊണ്ട് കുളിമുറിയിൽ നല്ല വഴുക്കലാ
യിരിക്കും. അതുകൊണ്ട് ചോറുണ്ടതിനുശേഷം കൈകഴുകാതെ മൂന്നാ
മത്തെ വാതിലിൽ കൂടി ഞാൻ മുറ്റത്തേക്കിറങ്ങുകയാണ്. മുറ്റത്തിരുന്ന്
എനിക്ക് മൂത്രമൊഴിക്കുകയും വേണം. അമ്മമ്മ ചിമ്മിനിക്കൂട് കാണിച്ചു
തരുന്നുണ്ട്.

മുറ്റത്തെത്താൻ അടുക്കളയുടെ ചുമരിനോട് ചേർന്ന് അഞ്ചാറു ചെറി
യ കൽപ്പടികളിറങ്ങണം. അത് ചുമർ തൊട്ടിറങ്ങാൻ എനിക്ക് പ്രയാസ
മില്ല. ഞാനങ്ങനെ ചുമർ പിടിച്ചിറങ്ങുകയാണ്. കുറച്ചുപടികൾ ഇറങ്ങി
വീടിന്റെ തറയുടെ നിരപ്പിൽ ഇത്തിരി വീതിയുള്ള ഭാഗത്ത് കൈ വെ
ക്കാൻ തുടങ്ങിയതും ഞാൻ. 'അമ്മമ്മേ' എന്ന് അലറിവിളിച്ചു. അതുകേ
ട്ടതും അമ്മമ്മ 'പപ്പാ, ഓടിവാ' എന്ന് ഉറക്കെ വിളിച്ചു. പപ്പമ്മാവൻ ഓടി
യിറങ്ങി വന്നു. അമ്മാവൻ വരുന്നതു വരെ ഞാൻ ആ പടിയിൽ അന
ങ്ങാതെ നിൽക്കുകയായിരുന്നു. അമ്മാവൻ വന്ന ഉടനെ എന്നെ അവിടു
ന്ന് പിടിച്ചുമാറ്റി. ഞങ്ങളുടെ ബഹളം മൂർധന്യത്തിലെത്തിയപ്പോൾ ചു
മരിന്റെ ചെടിമ്മിൽ കിടക്കുന്ന അതിഥി പതുക്കെ തലപൊക്കി ഇഴഞ്ഞ്
മുറ്റത്തേക്കിറങ്ങി. പാമ്പ് മുറ്റത്തെത്താൻ അമ്മാവൻ കാത്തുനിന്നു. എന്നി
ട്ട് ഉലക്കോട്ടിൽ നിന്ന് വലിയെരു വടിയെടുത്ത് അടിച്ചുകൊന്നു. അതി
നെ വടിയിൽ തോണ്ടിയെടുത്ത് ഞങ്ങളെ കാണിച്ചു. വലിയൊരു വാളേ
രപ്പൻ പാമ്പ്. ഗംഗേട്ടനും അമ്മാവനും കൂടി അതിന്റെ വളയൊക്കെ എണ്ണി
നോക്കി. എന്നിട്ട് ധീരോദാത്തനായ അമ്മാവൻ എന്റെ കരച്ചിലിനെക്കുറി
ച്ച് ഒരു കമന്റും പാസ്സാക്കി. 'അല്ലെങ്കിലും ഇങ്ങന്യുള്ളവർക്കാണ് ജീവി
ക്കാൻ അധികം മോഹുണ്ടാവുക.'

അമ്മാവന്റെ തമാശ എന്റെ കരളിനെ കീറിമുറിച്ച് അന്തരീക്ഷത്തിൽ
ലയിച്ചു. അന്ന് ആ പാവം പാമ്പിന്റെ മേൽ ഞാനൊന്ന് കൈവെച്ചിരു
ന്നെങ്കിൽ തിരിച്ച് അതെന്നെ കടിക്കുമായിരുന്നില്ലേ. റോഡും വാഹന
സൗകര്യങ്ങളും കുറഞ്ഞ അന്ന് പെട്ടെന്ന് ആസ്പത്രിയിൽ എത്തിക്കാ
ൻ കഴിയില്ലല്ലോ. അപ്പോൾ എന്റെ കഥ അവിടെ തീരുമായിരുന്നു. പക്ഷേ,
തീർന്നില്ല. അതിപ്പോഴും തുടർന്നുകൊണ്ടിരിക്കുന്നു.

ഇങ്ങനെ അല്ലലറിയാതെ ജീവിക്കുമ്പോൾ എന്റെ അമ്മ ഒരു വരവ
ങ്ങോട്ട് വന്നു. ചികിത്സ കഴിഞ്ഞ എന്നെ കൂട്ടിക്കൊണ്ടുപോകാൻ. അച്ഛ
പ്പനും അമ്മായിയും ഞാനും മാത്രമേ വീട്ടിലുണ്ടായിരുന്നുള്ളൂ. ചികി
ത്സ നടന്നില്ല എന്ന് മനസ്സിലായപ്പോൾ ദേഷ്യം വന്നെങ്കിലും അമ്മ ഒന്നും
പറഞ്ഞില്ല. അല്ലെങ്കിലും ആരോട് പറയാൻ! കേൾക്കേണ്ട ആൾ സ്ഥല
ത്ത് ഇല്ലല്ലോ.

അമ്മയെ കണ്ടപ്പോഴേ അമ്മായി പരുങ്ങി. പാചകം നന്നായി അറി
യാത്ത അമ്മായി എങ്ങനെയൊക്കെയോ കുത്തിച്ചീച്ച് ചക്ക കൂട്ടാനും
മാങ്ങാച്ചമ്മന്തിയും ഉണ്ടാക്കിയിരുന്നു. കഞ്ഞി കുടിക്കുമ്പോൾ അമ്മ ഉ
ഗ്രമായി ഒന്ന് മൂളി. എല്ലാറ്റിനും കൃത്യമായ കുറ്റവും പറഞ്ഞു. പാവം
അമ്മായി ഒന്നും മിണ്ടാതെ പതുങ്ങി നിന്നു. അമ്മയെ പേടിച്ച് ഒന്നും മി
ണ്ടിയില്ലെങ്കിലും എന്റെ പ്രിയപ്പെട്ട അമ്മായിയെ കുറ്റംപറഞ്ഞതിൽ എനി
ക്ക് സങ്കടം തോന്നി.

അമ്മയുടെ കൂടെ കൈതക്കടോത്തെ ബസ്സ്റ്റോപ്പിലേക്ക് ഞാൻ ന
ടന്നു. ഒരുപാട് ദൂരമുണ്ട്. നടന്നുനടന്നെന്റെ കാലുകുഴഞ്ഞു.

വീണ്ടും എരുവേശ്ശിയിലേക്ക്

ഒരുമാസത്തിനുശേഷം ഞാൻ വീണ്ടും സ്കൂളിൽ പോകാൻ തുടങ്ങി.
എനിക്ക് അൽപ്പം ചമ്മലൊക്കെ ഉണ്ടായിരുന്നു. എന്തായാലും ക്ലാസിൽ
ഇരുന്നല്ലേ പറ്റൂ. വിളറിയ ചിരിയോടെ ഞാനിരുന്നു. സ്കൂളിൽ ഇത്രനാ
ളും വരാഞ്ഞതെന്താ എന്ന് രതിയും ജാനുവുമൊക്കെ ചോദിച്ചപ്പോൾ
തേളെ പോയി എന്ന് പതുക്കെ പറഞ്ഞു. കേപ്പുക്കുട്ടി മാഷിനെയും നാരാ
യണൻ മാഷിനെയുമൊക്കെ അഭിമുഖീകരിക്കേണ്ടി വന്നപ്പോൾ പ്ര
യാസം തോന്നി. കേപ്പുക്കുട്ടി മാഷിന് കാരണമറിയാം. നാരായണൻ മാ
ഷ് കാരണം ചോദിച്ചു. തേളെ പോയി എന്ന് മാഷിനോടും പറഞ്ഞു.
കാര്യവും കാരണവുമൊക്കെ ബോധ്യപ്പെടുത്തിയെങ്കിലും ഓണപ്പരീക്ഷ
യ്ക്ക് ഞാൻ ആദ്യമായി മൂന്നാംസ്ഥാനത്തേക്ക് പിന്തള്ളപ്പെട്ടു. ഒന്നാം
സ്ഥാനം കുഞ്ഞിരാമനായിരുന്നു. ആർക്കും ഇഷ്ടം തോന്നിപ്പിക്കുന്ന
സൗമ്യനായൊരു കുട്ടി. രണ്ടാംസ്ഥാനം ബാലകൃഷ്ണനും. ബാലൻ
നന്നായി ഉഴപ്പുന്ന കുട്ടിയാണ്. ഉടുപ്പിലും നടപ്പിലുമൊന്നും തീരെ ശ്രദ്ധ
യില്ല. എല്ലാ ദിവസവും സ്കൂളിലും വരില്ല. എന്നാലും ആൾ മിടുക്ക
നാണ്. എന്തായാലും ആ വർഷം മുഴുവൻ എനിക്ക് മൂന്നാം സ്ഥാനം
കൊണ്ട് തൃപ്തിപ്പെടേണ്ടി വന്നു.

മഴക്കാലം എനിക്ക് ചില്ലറ പ്രയാസങ്ങളൊക്കെ ഉണ്ടാക്കി. വലിയച്ഛ
ന്റെ വീടിന്റെ പടിക്കൽ രണ്ടുമൂന്ന് പാറക്കല്ലുകൾ ഇറങ്ങിവേണം റോഡി
ലെത്താൻ. അത് കുനിഞ്ഞ് പിടിച്ചിട്ടേ എനിക്ക് ഇറങ്ങാനും കയറാനും
പറ്റൂ. വലിയച്ഛനെ കാണാൻ വരുന്ന ആൾക്കാർ ഇറയത്ത് ഇരിക്കുമ്പോൾ
അങ്ങനെ കയറേണ്ടിവരുന്നത് എനിക്ക് നാണക്കേടായിരുന്നു. ഒരുദിവ
സം വൈകുന്നേരം വലിയച്ഛൻ അവരോട് പറയുന്നത് കേട്ടു. 'ഒരാൾ
ശാന്ത. നീല കുപ്പായമിട്ടത് ശ്യാമള.'

233

സ്കൂളിലേക്ക് പോകാൻ റോഡിലിറങ്ങി കുറച്ചു മുന്നോട്ടുപോയി ഒരു പറമ്പിൽ കയറി നടക്കണം. ഇരുണ്ട് കിടക്കുന്ന വലിയ കുരുമുളക് പറമ്പിന് നടുവിലൂടെ ഒരാൾക്ക് നടക്കാവുന്ന ചവുട്ടിത്തേഞ്ഞുണ്ടായ വഴിയാണ്. അന്നത്തെ വഴികളേറെയും നടന്നുണ്ടായതാണല്ലോ. വഴിക്കിരുവശവും പൂത്തും കായ്ച്ചും നിൽക്കുന്ന ചീങ്ങക്കാടുകൾ. അതിൽ നിറയെ മഞ്ഞയിലും മഞ്ഞ കലർന്ന ചുവപ്പിലും തുള്ളിത്തുള്ളി പൂങ്കുലകൾ. ചില പൂങ്കുലകളിൽ പൂക്കൾ കൊഴിഞ്ഞ് മണിമണിയായി പച്ചനിറത്തിൽ കായ്കൾ. അതിൽ കുറെ കുലകൾ ഇളംകറുപ്പോ, വയലറ്റോ എന്ന് തിരിച്ചറിയാൻ പറ്റാത്ത നിറത്തിൽ പഴുത്ത് കൊതിപ്പിച്ചങ്ങനെ നിൽക്കുന്നുമുണ്ട്. അത് തിന്നാൻ കൊള്ളാമെന്നറിഞ്ഞത് ഈ വഴിത്താരയിൽ വെച്ചായിരുന്നു. അത് വായിലിട്ട് ചവച്ചുകൊണ്ട് കുരുമുളകിന്റെയും ചീങ്ങയിലകളുടെയും മിശ്രിതഗന്ധത്തിൽ മത്തുപിടിച്ച് ഞാനും ചാമയും രതിയും മിണ്ടിയും പറഞ്ഞും നടക്കും. ചില ദിവസങ്ങളിൽ ഞാനും ചാമയും വീട്ടിൽ നിന്ന് പിണങ്ങിയിട്ടാകും പുറപ്പെടുക. അന്ന് സംസാരം ഉണ്ടാവില്ല. ഞങ്ങൾ മിണ്ടാതിരിക്കുമ്പോൾ രതിയും ഒന്നും മിണ്ടില്ല. തിരിച്ചുവരുമ്പോൾ ഞങ്ങൾക്ക് പിണങ്ങിയ കാര്യംപോലും ഓർമയുണ്ടാവില്ല. പറമ്പുകൾ കടന്ന് ഒരുവീടിന്റെ സമീപത്തുകൂടി ചെറിയൊരു തോട്ടിലിറങ്ങി മറ്റൊരു വീട്ടുപറമ്പിൽ കയറി വേണം സ്കൂളിലെത്താൻ. പാറക്കല്ലുകളുടെ നടയിറങ്ങി തോട്ടിൽ ഇട വിട്ടുള്ള പാറക്കല്ലുകളിൽ ചാടി ചാടി വേണം മഴക്കാലത്ത് തോട് കടക്കാൻ. ബാലൻസ് ഇല്ലാതെയാണെങ്കിലും എങ്ങനെയൊക്കെയോ ഞാനും അത് ചാടി കടക്കുമായിരുന്നു.

പുസ്തകസഞ്ചി തോളിലിട്ട് ബലമില്ലാത്ത കൈകളിൽ കുട പിടിച്ച് ഈ വഴികൾ തരണംചെയ്യാൻ എനിക്ക് ആവില്ലായിരുന്നു. ജൂൺ മാസം തേർതല സുഖവാസം നടത്തി രക്ഷപ്പെട്ടെങ്കിലും ജുലായ് മുതലുള്ള മഴക്കാലമാസങ്ങൾ എന്നെ നനയ്ക്കാൻ മത്സരിച്ചു പെയ്തുകൊണ്ടിരുന്നു. അല്ലെങ്കിലും അന്നത്തെ മഴക്കാലത്തിനു മുന്നിൽ ഇന്നത്തെ മഴയൊക്കെ എന്ത്! എന്നാൽ അന്നത്തെ മുടിയഴിച്ചിട്ടുറഞ്ഞുതുള്ളുന്ന മഴയെയും ഞാൻ വരുതിയിലാക്കി. എങ്ങനെയെന്നോ. സ്കൂളിൽ പോകുമ്പോൾ ഒരിക്കലും ഞാൻ കുട എടുക്കാറില്ല. പകരം എന്റെ പ്രിയകൂട്ടുകാരി രതി അവളുടെ കുടയിൽ എന്നെ ചേർത്തുപിടിച്ച് കൊണ്ടുനടക്കും. അവൾ വീട്ടിൽ വന്ന് എന്നെ കുടയിൽ കൂട്ടി കൊണ്ടുപോകും. വൈകുന്നേരം അതുപോലെ കൊണ്ടാക്കുകയും ചെയ്യും. ചുരുക്കം ചില ദിവസങ്ങളിൽ രതി ലീവായിരിക്കും. അപ്പോഴും ഞാൻ കുടയെടുക്കാ

റില്ല. മഴയുടെ ഇടവേളകളിൽ ഇറങ്ങി പാതി വഴിയിൽ നനഞ്ഞ് എങ്ങ
നെയൊക്കെയോ ഞാൻ സ്കൂളിലെത്തും. അന്നൊക്കെ തുലാവർഷക്കാ
ലത്ത് കൃത്യമായി ഉച്ചയ്ക്കുതന്നെ മഴയെത്തും. മാനമിരുണ്ട് മിന്നലടിച്ച്
ഘോരഘോരം ഇടിവെട്ടി തുള്ളിക്കൊരുകുടം പേമാരി പെയ്യും. എന്നാ
ലും രാവിലെ തെളിഞ്ഞ കാലാവസ്ഥയിൽ ആരും കുടയെടുക്കാറില്ല.
വീട്ടിൽ തിരിച്ചെത്താൻ അൽപ്പം വൈകിയാലും കുഴപ്പമില്ലല്ലോ. വലിയ
ജാതി (തേക്ക്) മരങ്ങൾ കുടച്ചൂടി നിൽക്കുന്ന പറമ്പുകൾ കടന്നാണ്
ഞങ്ങളുടെ സ്കൂൾ യാത്ര. മഴയ്ക്ക് ശക്തി കൂടുമ്പോൾ മരത്തിന്റെ
ചുവട്ടിൽ പോയി നിന്നാൽ ഒരു തുള്ളി നനയയില്ല. ഇങ്ങനെ എത്ര ദിവസ
ങ്ങൾ കാട്ടുമരച്ചോട്ടിൽ ഞാൻ അഭയം തേടിയിട്ടുണ്ടെന്നോ! മരച്ചുവട്ടിൽ
നിന്നാൽ മിന്നലേൽക്കുമെന്ന് ഞങ്ങൾക്കറിയയില്ലല്ലോ. ഞങ്ങളുടെ സൂത്ര
ങ്ങൾ മുതിർന്നവർ ശ്രദ്ധിച്ചുമില്ല.

രതി ആ അധ്യയനവർഷം മുഴുവൻ എന്നെ കൊണ്ടുനടന്നെങ്കിലും
ഞാൻ അവളോട് തികഞ്ഞ നന്ദികേടാണ് കാണിച്ചത്. അവൾ സുന്ദരി
യും സുശീലയുമായിരുന്നെങ്കിലും പഠനത്തിൽ അൽപ്പം പിന്നിലായിരു
ന്നു. അതുകൊണ്ട് പരീക്ഷയ്ക്ക് നോക്കിയെഴുതാൻ ഒരു വിഫലശ്രമം
നടത്താറുണ്ടായിരുന്നു. അവളുടെ ശ്രമത്തെ വിഫലമാക്കാറുള്ളത് അടു
ത്തിരിക്കുന്ന ഞാൻ തന്നെയാണ്. പാവം, കാക്കക്കണ്ണിട്ട് നോക്കുമ്പോ
ഴെല്ലാം ഒരക്ഷരം കാണിക്കാതെ ഞാൻ മറച്ചുവെക്കും. എന്തൊരു നന്ദി
കെട്ടവളാണ് ആ ഞാൻ!

എരുവേശി വാസക്കാലം എനിക്ക് സംഭവബഹുലമായിരുന്നു. സ്കൂൾ
വിട്ടുവന്നാൽ വലിയമ്മ തരുന്ന ലഘുഭക്ഷണവും കഴിച്ച് ഞങ്ങൾ കുളി
ക്കാൻ പോകും. വലിയച്ഛന്റെ പറമ്പിന്റെ താഴെക്കൂടിയാണ് തോട് ഒഴു
കുന്നത്. പങ്കേച്ചി കുറച്ചു മുതിർന്ന കുട്ടിയായതുകൊണ്ട് എന്നെ കുളി
ക്കാനും തോർത്താനുമൊക്കെ സഹായിക്കും. എന്റെ തലയിൽ നിറയെ
മുടിയാണ്. 'കുണ്ടൻ ചെരട്ടേല് ഞാറിട്ട പോലെ' എന്നാണ് എന്റെ മുടി
യെക്കുറിച്ച് അമ്മ പറയാറുള്ളത്. സാധാരണ പെൺകുട്ടികൾക്ക് മുറ്റി
ത്തഴച്ച മുടി അഭിമാനമായിരുന്നു. കൂടുതൽ മുടിയുണ്ടായിരുന്നു എന്ന
ത് എനിക്കുമാത്രം ഒരു കുറവായിരുന്നു. തോർത്തിയാൽ വെള്ളം പോ
കില്ല എന്നതാണ് കാരണം. ഈ അപകടം മുൻകൂട്ടി കണ്ട് എന്റെ അമ്മ
സ്കൂൾ തുറക്കുന്നതിനു തലേദിവസം എന്റെ തലയിൽ ഒരു പ്രയോഗം
നടത്തി. അച്ഛൻ ഷേവ് ചെയ്യുന്ന ബ്ലേഡ് എടുത്ത് ഉൾഭാഗത്തെ മുടി അ
വിടുന്നും ഇവിടുന്നുമായി ചുരണ്ടിക്കളഞ്ഞു. മുടിയുടെ കട്ടി കുറയ്ക്കു
കയാണ് ഉദ്ദേശ്യം. വല്ലാതെ സങ്കടം തോന്നിയെങ്കിലും അനങ്ങാതെ ഇരു

ന്നുകൊടുക്കുകയേ എനിക്ക് കഴിയുമായിരുന്നുള്ളൂ. അച്ഛനോടും അമ്മ യോടും കരയാനും ശാഠ്യംപിടിക്കാനുമുള്ള സ്വാതന്ത്ര്യം എന്റെ വൈക ല്യം കവർന്നെടുത്തിരുന്നുവല്ലോ. പങ്കേച്ചിയും കോമളേച്ചിയും മുടിചീ കിത്തരുമ്പോൾ ഇതെന്താ എന്ന് അന്വേഷിക്കുമായിരുന്നു. അതിനുത്തരം നൽകാൻ ഞാൻ വല്ലാതെ വിഷമിക്കാറുണ്ട്.

മുടി വിശേഷങ്ങൾ പിന്നെയുമുണ്ട്. എന്റെയും പങ്കേച്ചിയുടെയും ശ്യാ മളയുടെയും തല ഒന്നാന്തരം പേൻ വളർത്തൽ കേന്ദ്രങ്ങളായിരുന്നു. ഞങ്ങൾ മൂന്നുപേരും ഒരു പായിലായിരുന്നല്ലോ ഉറങ്ങിയിരുന്നത്. മുടി ചീകികെട്ടുമ്പോൾ പൊങ്ങിവരുന്ന പേനുകളെ കോമളേച്ചി എന്റെ കൈ യിൽ എടുത്തുതരുമായിരുന്നു. പേനുകൾ തോന്നുമ്പോഴെല്ലാം മുകളി ലേക്ക് പൊങ്ങിവന്ന് സവാരി നടത്തും. വെള്ളിയാഴ്ച വൈകുന്നേരം അമ്മ കൈയിൽ പേൻചീർപ്പുമായി വടക്കോർത്തെ വാതിൽപ്പടിയിൽ എ ന്നെ കാത്തിരിക്കുകയായിരിക്കും. അച്ഛൻ മുൻവശത്തേക്ക് നടക്കുമ്പോൾ അമ്മ എന്നെ കൈയോടെ പിടികൂടും. പേൻചീർപ്പ് കൊണ്ട് അമർത്തി വലിച്ച് പേനുകളെ ഒടുക്കിയിട്ടേ അകത്തു കടത്തൂ. അടുത്ത രണ്ടു ദിവ സവും അമ്മ പേൻവേട്ട നടത്തും. തിങ്കളാഴ്ച സമാധാനത്തോടെ പോ കുന്ന ഞാൻ അടുത്ത വെള്ളിയാഴ്ച വീണ്ടും തലയിൽ പേൻ നിറച്ചു കൊണ്ടാണ് വരിക.

ഒരുദിവസം വൈകുന്നേരം കുളിക്കാൻ തോട്ടിലെത്തിയപ്പോൾ സഹ പേൻ കൃഷിക്കാരികൾ അവരുടെ തീരുമാനം എന്നെ അറിയിച്ചു. 'തല യിൽ വണ്ടുപൊടി തേച്ചുകുളിക്കുക' ഞാൻ ഞെട്ടി. പെട്ടെന്ന് ഉറച്ച തീ രുമാനമെടുത്തു. എന്റെ തലയിൽ വണ്ടുപൊടി തേക്കേണ്ട. അച്ഛൻ നെ ല്ലിന്റെ ചാഴിയെ കൊല്ലാൻ വണ്ടുപൊടി പാറ്റുന്നത് എനിക്ക് അറിയാമ ല്ലോ. ഈ കൊടിയ വിഷം തലയിൽ തേച്ചാൽ എന്റെ കണ്ണ് പൊട്ടിപ്പോ കും. സഹോദരിമാർ ആവുന്നത്ര പരിശ്രമിച്ചിട്ടും ഞാൻ വഴങ്ങിയില്ല. അവർ വണ്ടുപൊടി തേച്ച് പേനിനെ കൊന്നു. ഞാൻ പേൻ തലയുമായി പായുടെ മൂലയിൽ ചുരുണ്ടുകൂടിക്കിടന്നു. ഞങ്ങളുടെ ഈ പ്രശ്നത്തിൽ മുതിർന്നവർ ആരും ഇടപെട്ടില്ല. പങ്കേച്ചിയുടെ ദേഷ്യം ഒരുറക്കം കഴി ഞ്ഞതോടെ തീർന്നു. പാതിരാത്രിയിൽ പതിവുപോലെ അവൾ എന്നെ എടുത്തുകൊണ്ട് മൂത്രമൊഴിക്കാൻ മുറ്റത്തേക്കിറങ്ങി. പത്തുവയസ്സ് കഴി ഞ്ഞ എന്നെ മൂത്രമൊഴിക്കാൻ അവൾ എടുത്തുകൊണ്ടുപോകും. നട ക്കാൻ കഴിയുമെങ്കിലും ഞാൻ മയക്കം വിടാതെ സുഖമായി അവളുടെ കൈകളിൽ ഇരിക്കും.

അല്ലെങ്കിലും പങ്കേച്ചി അങ്ങനെയാണ്. വലിയ ദേഷ്യവും വാശിയു

മൊന്നുമില്ല കക്ഷിക്ക്. ഒരു ദിവസം അമ്മയോടും ഏച്ചിയോടും പിണ
ങ്ങി വീടിനു പിന്നിൽ പുനംകൃഷിയുള്ള സ്ഥലത്തേക്ക് കയറിപ്പോയി.
വീട്ടിൽനിന്നും ഇറങ്ങുമ്പോൾ അവൾ എന്നോട് പിന്നാലെ പോകാൻ
കണ്ണുകൊണ്ട് ആജ്ഞാപിച്ചു. വാലായി ഞാനും പിന്നാലെ കൂടി. അവി
ടവിടെ വിളയാറായി നിൽക്കുന്ന നെല്ല് വകഞ്ഞുമാറ്റി ഞങ്ങൾ നടന്നു.
കാട്ടുപൊന്തകളിൽ പാഞ്ഞുകയറി വളരുന്ന കാട്ടുകയ്പ്പപ്പടർപ്പുകളും
കക്കിരിപ്പടർപ്പുകളുമുണ്ട്. പങ്കേച്ചി പാവാട മാടി അതിലേക്ക് കാട്ടുകയ്
പ്പ പടർപ്പുകളിൽ തൊങ്ങൽപോലെ ഞാന്നുകിടക്കുന്ന കാട്ടുകയ്പ്പക്ക
പറിച്ചിടാൻ തുടങ്ങി. ഞാൻ വള്ളികൾ പതുക്കെ പൊക്കി കയ്പ്പക്ക കാണി
ച്ചുകൊടുത്തു. കക്കിരിവള്ളിയിൽ നിന്നും മൂക്കാത്ത സാമാന്യം വലിയ
ഒരു കക്കിരിക്കയും അവൾ പറിച്ചെടുത്തു. അത് മുറിച്ചു തിന്നാൻ ക
ത്തിയില്ലാത്തതിനാൽ അവൾ ഒന്ന് കടിച്ചിട്ട് എനിക്ക് തന്നു. ഞാൻ അ
തുപോലെ കടിച്ചിട്ട് അവൾക്ക് തിരിച്ചുകൊടുത്തു. അങ്ങനെ കടിച്ചുകടി
ച്ച് പണ്ട് കുരങ്ങൻ നെയ്യപ്പം പങ്കിട്ടതുപോലെ ആ വലിയ നാടൻ കക്കി
രിക്ക മുഴുവൻ ഞങ്ങൾ തിന്നുതീർത്തു. എന്നിട്ടും അവളൊന്നും മിണ്ടി
യില്ല. ഒരു തരം ധ്യാനംപോലെ ഞങ്ങൾ വിജനമായ ആ അർദ്ധവനപ്ര
ദേശത്തിരുന്നു. ഉച്ചയാകാറായപ്പോൾ അവൾ മെല്ലെ എഴുന്നേറ്റു. പിന്നാ
ലെ ഞാനും.

ഒരു തിങ്കളാഴ്ച ഞാൻ ഏരുവേശ്ശിയിലെത്തുമ്പോൾ വലിയമ്മയ്ക്ക്
ഒരു പെൺകുഞ്ഞ് പിറന്നിരുന്നു. മുലപ്പാൽ വലിച്ചുകുടിക്കാനും ഉറക്കെ
കരയാനുമൊന്നും കുട്ടിക്ക് കഴിയില്ലായിരുന്നു. വലിയമ്മ പാൽ കറന്ന്
നേരിയ ശീലയിൽ മുക്കി അവളുടെ വായിൽ ഇറ്റിച്ചുകൊടുക്കുകയായി
രുന്നു. മകൾക്ക് പ്രസവശുശ്രൂഷ ചെയ്യാൻ വലിയമ്മയുടെ അമ്മയും
വീട്ടിൽ എത്തിയിരുന്നു. നടുവളഞ്ഞ് വടികുത്തി നടക്കുന്ന ഒരു അച്ഛ
മ്മ. വലിയച്ഛൻ തന്റെ എട്ടാമത്തെ പുത്രിക്ക് പാർവതിയുടെ പേരാണെ
ന്ന് പറഞ്ഞുകൊണ്ട് മഞ്ജുള എന്ന് പേരിട്ടു. പക്ഷെ, അധികം വൈകാ
തെ മഞ്ജുള മരിച്ചുപോയി.

ഞാൻ അവിടെ ഉള്ളപ്പോഴായിരുന്നു നളിനിയേച്ചി മിടുക്കിയായ ഒരു
പെൺകുഞ്ഞിനെ പ്രസവിച്ചത്. രാവിലെ കുഞ്ഞിനെ കണ്ടതിനുശേഷം
ഞങ്ങൾ സ്കൂളിൽ പോയി. ഞങ്ങൾ കിടക്കുന്ന പടിഞ്ഞാറ്റകത്ത് കട്ടി
ലിലായിരുന്നു നളിനിയേച്ചിയും മോളും കിടന്നിരുന്നത്. തൊട്ടുതാഴെ
ഞങ്ങളും കിടക്കും. ഞങ്ങൾ നന്നായി ഉറങ്ങുമ്പോളായിരിക്കും മുകളിൽ
നിന്നും വെള്ളം ചീറ്റുക. ഞെട്ടിയുണർന്നു നോക്കുമ്പോൾ ദേഹത്തെ
ല്ലാം വെള്ളം, അല്ല മൂത്രം. നളിനിയേച്ചി കുട്ടിയെ എടുത്ത് താഴെ പിടി

ക്കും. അവൾ ഞങ്ങളുടെ മേൽ പനിനീർ തളിച്ചുതരും. അങ്ങനെ കുറെ മാസങ്ങൾ തങ്കമണിയുടെ മൂത്രത്തിൽ ഉറങ്ങാനും എനിക്ക് ഭാഗ്യമു ണ്ടായി.

ഞാൻ ആദ്യമായി സിനിമ കണ്ടത് ആ ക്രിസ്മസ് അവധിക്കായി രുന്നു. ഉച്ചയ്ക്ക് അമ്മയും ഞാനും അനുജത്തിയും എടക്ളവൻ കാർ ത്യായനിയേച്ചിയും കൂടി പതുക്കെ നടന്നു. കൂട്ടുംമുഖത്ത് നിന്ന് ബസിനു പോകാം എന്ന കണക്ക് കൂട്ടൽ തെറ്റി. ബസ് ഞങ്ങളെ കൂട്ടാതെ നേര ത്തെ കടന്നുപോയിരുന്നു. കാർത്യേച്ചി പറഞ്ഞു. 'ബസെല്ലം പോയി ഏ ടത്തിമ്മേ. എനി നടരാജ ബസേ ഉള്ളൂ.'

'അതെപ്പാ വരവ്?' ഞാൻ ചോദിച്ചു.

'വേം നടക്ക്. അപ്പൊ തിരീം.' അമ്മ പറഞ്ഞു.

അപ്പോൾ നടക്കണം അല്ലേ. എരുവേശി നടത്തം എനിക്ക് കുറെ മാറ്റങ്ങൾ ഉണ്ടാക്കിയിരുന്നു. കുറെ ദൂരം നടക്കാനൊക്കെ എനിക്ക് ക ഴിയും. കുറച്ചു പതുക്കെയാണെന്നേ ഉള്ളൂ. എരുവേശി പോകുമ്പോൾ കിളയിൽ അച്ഛന്റെ കൈയിൽ തൂങ്ങിനിന്നതിനെക്കുറിച്ച് അച്ഛൻ അമ്മ യോട് പറഞ്ഞതിങ്ങനെ, 'ശക്തെ്യല്ലുണ്ട്. എന്റെ ഒറ്റക്കയിൽ തൂങ്ങി നി ന്നല്ലാ.'

ഞങ്ങൾ ശരിക്കും അമ്മയുടെ അമ്മമ്മയുടെ പെരിങ്കോന്നിലെ വീട്ടിൽ വിരുന്നുപോകുകയായിരുന്നു. എന്റെ അമ്മയ്ക്ക് സ്വന്തം അമ്മയോടു ള്ളതിനേക്കാൾ സ്നേഹം പാട്ടി അമ്മമ്മയോടായിരുന്നു. ചെങ്ങളായിയി ലെ ചിത്രാ ടാക്കീസ് കമ്മാരമ്മാവന്റേതാണ്. പോകുന്ന വഴിക്ക് അമ്മാ വന്റെ ടാക്കീസിൽ കയറി ഫ്രീയായി ഒരു സിനിമ കാണുക എന്നത് മരുമക്കളുടെ അവകാശമല്ലേ. ഞങ്ങൾ ശ്രീകണ്ഠാപുരത്തു നിന്ന് ബസിന് ചെങ്ങളായി എത്തി. ബസിൽ കയറാൻ എനിക്ക് പേടിയാണ്. എങ്ങനെയൊക്കെയോ പിടിച്ച് മുകളിലെ സ്റ്റെപ്പിൽ കാൽ വെക്കുമ്പോഴേ ബസ് വിടും. ഞാൻ അതോടെ വീഴുകയും ചെയ്യും. എനിക്ക് കാലുകൾ അമർത്തി നിൽക്കാൻ പ്രയാസമാണ്. പിടിക്കാൻ കൈകൾക്ക് ബലവു മില്ല. അപ്പൂപ്പൻതാടി പോലെ പാറി നടക്കുമെന്നേ ഉള്ളൂ. പിന്നിൽ നിന്നും കാർത്യേച്ചി പിടിച്ചതുകൊണ്ട് ഞാൻ വീണില്ല.

മാറ്റിനി തുടങ്ങുന്നതിനു മുമ്പുതന്നെ ഞങ്ങൾ അമ്മാവന്റെ ചിത്ര ടാക്കീസിൽ കയറി ഇരുന്നു. വെളിച്ചം അണഞ്ഞു. മുന്നിലെ തിരശീല യിൽ ഒരു അത്ഭുതലോകം വിരിഞ്ഞുവന്നു. കുഞ്ചാക്കോ സംവിധാനം ചെയ്ത ഭാര്യ ആയിരുന്നു സിനിമ. പെരിയാറെ എന്ന് പാടിക്കൊണ്ട് രാ ഗിണിയും സത്യനും സ്ക്രീനിൽ നിറഞ്ഞുനിൽക്കുന്നു. പേരൊക്കെ അറി

ഞ്ഞത് ശാരദേച്ചി പറഞ്ഞുതന്നപ്പോഴാണ്. അവൾ അവിടെ സിനിമ കാണാൻ എത്തിയിരുന്നു. കാടും മലയും പുഴയുമൊക്കെ തിരശ്ശീലയിൽ പ്രത്യക്ഷപ്പെടുമ്പോൾ ഞാൻ അത്ഭുതത്തിന്റെ കൊടുമുടിയേറി. ഞാൻ മുമ്പ് ഞങ്ങളുടെ വായനശാലയിൽ നിന്ന് അച്ഛൻ കൊണ്ടുവന്ന കാന ത്തിന്റെ ഭാര്യ എന്ന നോവൽ വായിച്ചിട്ടുണ്ട്. ആ കഥയാണ് ഈ സിനിമ എന്ന് എനിക്ക് മനസ്സിലായി. നോവലിലെ കഥയിൽ നിന്ന് സിനിമാക്കഥ യിൽ വരുത്തിയ മാറ്റങ്ങൾ അന്ന് എനിക്ക് ഒട്ടും ഇഷ്ടമായില്ല.

സിനിമകഴിഞ്ഞ് ഇറങ്ങുമ്പോൾ പുറത്ത് നല്ലവെളിച്ചം. ഞങ്ങൾ പെരി ങ്കോന്നിലേക്ക് നടന്നു. അമ്മമ്മയുടെ തറവാട്ടിലേക്ക് ഞാൻ ആദ്യമായി ട്ടാണ് നടന്നുപോകുന്നത്. കാവുമ്പായിയെ അപേക്ഷിച്ച് എനിക്ക് നടക്കാൻ എളുപ്പമുള്ളവഴികൾ. അവിടെ എനിക്ക് ഇഷ്ടപ്പെട്ട മറ്റൊരു കാര്യം പലവീടുകൾക്കും കല്ലുകൊണ്ട് കെട്ടിയ നല്ലനടകളുണ്ട്. എന്റെ നാട്ടിലെ മൂക്കിന്റെ പാലംപോലുള്ള വയൽ വരമ്പുകളും കോണികളും കവുങ്ങിൻ പാലങ്ങളും എന്റെ പേടിസ്വപ്നങ്ങളായിരുന്നു. പാട്ടിയമ്മമ്മ യുടെയും അമ്മാളുവമ്മമ്മയുടെയും സ്നേഹവും വാത്സല്യവും നുകർ ന്നു കൊണ്ട് ഞങ്ങളവിടെ രാപാർത്തു. ഞങ്ങൾക്ക് പെരിങ്കോന്നിലെ അമ്മമ്മമാരോടാണല്ലോ ഏറെ പ്രിയം. പിറവിയിൽ ഒളിച്ചുനിന്ന എന്റെ പ്രാണനെ പിടിച്ചു കൊണ്ടുവന്ന് ദേഹത്തണിയിച്ചത് പാട്ടിയമ്മമ്മയായി രുന്നല്ലോ. എന്നെ സംബന്ധിച്ചിടത്തോളം അത് ഒരേസമയം ശാപവും അനുഗ്രഹവുമായിരുന്നു.

സിനിമ കാണലൊക്കെ കഴിഞ്ഞ് ഞാൻ വീണ്ടും ഏരുവേശിയിലത്തി. എന്റെ മനസ്സ് നിറഞ്ഞ് പുറത്തേക്കൊഴുകാൻ വെമ്പുകയായിരുന്നു. പാവം യശോദ വലിയമ്മ എന്റെ സിൽമാക്കഥ പറച്ചിൽ തീരുന്നതുവരെ ക്ഷമ യോടെ ഇരുന്നുതന്നു. ഞാൻ എപ്പോഴും സിനിമ എന്നു തന്നെയാണ് പറഞ്ഞിരുന്നത്. പക്ഷെ അന്ന് മിക്കവരും സിൽമയെന്നേ പറയാറുള്ളൂ. ഒരുവെള്ളിയാഴ്ച വൈകുന്നേരം വീട്ടിലേക്ക് പോകുമ്പോൾ ഞങ്ങൾ ശ്യാമളയെയും കൊണ്ടുപോയി. അവൾ സന്ധ്യയായപ്പോൾ 'അമ്മയെ കാണണം' എന്ന് കരയാൻ തുടങ്ങി. അതുകൊണ്ട് ചാമയെയും കൊണ്ട് അടുത്തദിവസംതന്നെ ഞങ്ങൾക്ക് ഏരുവേശിയിലേക്ക് തിരിച്ചുപോകേ ണ്ടിവന്നു.

വാർഷിക പരീക്ഷ കഴിഞ്ഞ് എന്നെ കൊണ്ടുപോകാൻ അമ്മയാണ് വന്നത്. അന്ന് മുയിപ്ര മുച്ചിലോട്ട് കാവിൽ തെയ്യമായിരുന്നു. 'ഒരു നോ ക്ക് തെയ്യം കണ്ടിട്ട് പോകാ' മെന്ന് അമ്മ പറഞ്ഞപ്പോൾ ഞാൻ സന്തോ ഷിച്ചു. അതുവരെ മുച്ചിലോട്ട് ഭഗവതിയെ ഞാൻ നേരിൽ കണ്ടിട്ടില്ല.

മുച്ചിലോട്ട് കാവിൽ നിന്ന് വെളിച്ചപ്പാട് വാൾ എഴുന്നള്ളിച്ച് വരുമ്പോൾ പേടിക്കുന്ന കുട്ടി ഇതാ ഭഗവതിയെ നേരിൽ കാണാൻ പോകുന്നു. ഞാൻ അമ്മയുടെ കൂടെ ആവേശത്തോടെ നടന്നു.

ഞങ്ങൾ മുയിപ്ര എത്തുമ്പോൾ ഭഗവതി കിണറിനടുത്ത് നിന്ന് മുടി ചിക്കി ആറ്റുകയായിരുന്നു. കെട്ടിയെരുങ്ങിയ ഭഗവതിയെ വാദ്യമേളങ്ങ ളുടെ അകമ്പടിയോടെ കാണാൻ എന്തൊരു ഭംഗി! ചെണ്ടയുടെ ഭയ ങ്കര ശബ്ദത്തിൽ പഴയ പേടിക്കുട്ടി പുറത്ത് വരാൻ തുടങ്ങിയപ്പോൾ അമ്മ കൂടെയില്ലെ എന്ന് ഞാൻ സമാധാനിപ്പിച്ചു.

അൽപ്പനേരം തെയ്യംകണ്ട് അമ്മ എഴുന്നേറ്റു. മനസ്സില്ലാമനസ്സോടെ ഞാനും. പുള്ളിയാംകുന്നിറങ്ങി, വയലും കടന്ന് ഞങ്ങൾ സന്ധ്യയാകു മ്പോഴേക്കും വീട്ടിലെത്തി.

മലപ്പട്ടം വിശേഷങ്ങൾ

ഇനി ആറാംക്ലാസിൽ ചേർന്നു പഠനം തുടരണം. എവിടെ എന്നത് വീണ്ടും പ്രശ്നമായി. പക്ഷെ, എന്റെ അച്ഛൻ ഏത് പ്രശ്നത്തെയും മറി കടക്കുമല്ലോ. അച്ഛൻ നേരെ മലപ്പട്ടത്തേക്ക് കുതിച്ചു. അച്ഛന്റെ വലിയ മ്മയും മക്കളും അവിടെയുണ്ട്. അവർ എന്നെ ഉൾക്കൊള്ളാൻ തയ്യാ റായി. അവിടെ രാമർഗുരു എ.യു.പി.സ്കൂളിൽ ആറാംക്ലാസിൽ എന്നെ ചേർക്കാനുള്ള ഏർപ്പാട് ചെയ്തു.

സ്കൂൾ തുറക്കുന്നതിന്റെ തലേ ദിവസം 1967 മേയ് 31 ബുധനാഴ്ച തന്നെ അച്ഛൻ എന്നെയും കൂട്ടി മലപ്പട്ടത്തേക്ക് പുറപ്പെട്ടു. കൂട്ടുമുഖം വരെ നടക്കണം. എന്റെ താളത്തിൽ അച്ഛൻ നടന്നു. എന്റെ അച്ഛൻ ഒരു പാട് നടക്കുന്ന ആളാണല്ലോ. നടന്നുനടന്ന് തന്റെയും കൂടെയുള്ളവരു ടെയും ജീവിതം തിരിച്ചു പിടിക്കുകയായിരുന്നു അദ്ദേഹം അതുവരെ. അപ്പോഴത്തെ നടത്തം എന്റെ ജീവിതം വീണ്ടെടുക്കാനായിരുന്നല്ലോ.

ഞങ്ങൾ കൂട്ടുമുഖത്ത് എത്തി. കൂട്ടുമുഖത്തിന്റെ പ്രതാപകാലം കഴിഞ്ഞിരുന്നില്ല. അവിടെ ആളും തിരക്കുമുള്ള കുന്തി നാരായണന്റെ പീടികയിൽ ഞങ്ങൾ ബസ് കാത്തിരുന്നു. നടന്ന ക്ഷീണം മാറാൻ അച്ഛൻ എനിക്ക് നീട്ടിയടിച്ച ചായ വാങ്ങി തന്നു. അപ്പോൾ ഒരു അമ്മയും മ കളും അവിടെ വന്നുകയറി. പത്താം ക്ലാസിൽ പഠിക്കുന്ന മകളെ ബന്ധു വീട്ടിൽ കൊണ്ടാക്കാൻ പോകുകയാണ് അമ്മ. എന്നെപ്പോലെ തന്നെ ബന്ധുവീട്ടിൽ താമസിച്ചാണ് അവളും പഠിക്കുന്നത്. പക്ഷേ, അവർ ഒരു കാര്യം പറഞ്ഞു. 'നാളെ സ്കൂൾ തുറക്കില്ല. വരൾച്ച കാരണം സ്കൂൾ തുറക്കുന്നത് നീട്ടി വെച്ചിരിക്കുന്നു. അതുകൊണ്ട് അവർ ചെമ്പേരിയി

ലേക്ക് തിരിച്ചുപോകുകയയാണ്.'

എന്നാൽ എന്റെ അച്ഛന് സംശയമില്ല. ഞങ്ങൾ തിരിച്ചു പോകുന്നി ല്ല. സ്കൂൾ തുറന്നാലും തുറന്നില്ലെങ്കിലും മരുമക്കളുടെ വീട്ടിൽ എന്നെ താമസിപ്പിക്കും. എന്നെ ഇത്ര ദൂരം നടത്തിക്കൊണ്ടു വന്ന പാട് അച്ഛന ല്ലേ അറിയൂ. അതുകൊണ്ട് ഒരു തിരിച്ചുപോക്ക് വേണ്ട എന്ന് അച്ഛൻ തീരുമാനിച്ചു.

കൂട്ടുംമുഖത്ത് നിന്ന് ബസ് കയറി ചെങ്ങളായി ഇറങ്ങി. ഇനി ബോ ട്ടിലാണ് യാത്ര. മുമ്പ് ഒരുപാട് ബോട്ടുയാത്രകൾ നടത്തിയിരുന്നെങ്കി ലും എന്റെ ഓർമ്മയിലെ ആദ്യ ബോട്ടുയാത്രയിതാണ്.

മുമ്പ് നടത്തിയ ഒരു ബോട്ടുയാത്രയെക്കുറിച്ച് ഭാസ്കരമ്മാവൻ പറ ഞ്ഞുതന്നിരുന്നു. വളക്കെ നിന്ന് അമ്മയും അമ്മാവനും എന്നെയും കൊണ്ട് ബോട്ടിൽ കയറി. എന്നെ ബോട്ടിലെ ബെഞ്ചിലിരുത്തി അവരും അടുത്തിരുന്നു. ഞങ്ങൾ കണ്ണൂർ ബസ്സ്റ്റാൻഡിനടുത്തുള്ള ഹോമിയോ ഡോക്ടറെ കാണാൻ പോവുകയായിരുന്നു. അപ്പോൾ ബോട്ടിലുണ്ടായി രുന്ന ഒരു കുട്ടി എന്റെ അടുത്തേക്ക് ഓടിവന്നു. ആ കുട്ടി ഓടിവന്ന് എ ന്നെ ഉന്തിയിടും എന്ന് തോന്നിയപ്പോൾ ഞാൻ ഉറക്കെ കരഞ്ഞു. പക്ഷെ, അത് എനിക്ക് നന്നായി ഓർക്കാൻ കഴിയുന്നില്ല. കരയാത്ത കുട്ടി പേടി ച്ചു കരഞ്ഞതുകൊണ്ടായിരിക്കാം അമ്മാവൻ അതിപ്പോഴും ഓർക്കുന്നത്.

അച്ഛൻ എന്നെ കൈപിടിച്ച് ബോട്ടിൽ കയറ്റി. ബോട്ട് യാത്ര എനിക്ക് വളരെ ഇഷ്ടപ്പെട്ടു. പുഴയിലെ പച്ചപ്പ് കണ്ടുകണ്ട് പോകാൻ എന്തൊരു രസമാണ്. ബസിലെപ്പോലെ ഛർദ്ദി വരുന്ന മണമില്ല. ഞാൻ ബസിൽ കയറിയാൽ ഉടൻ ഛർദ്ദിക്കും. ഓടുമ്പോൾ ഇപ്പോൾ വീഴും എന്ന വേവ ലാതിയും വേണ്ട. പക്ഷേ, ഇറങ്ങാനും കയറാനും പ്രയാസം. പൂഴിക്കട വിൽ മുട്ടോളം വെള്ളത്തിലാണ് ബോട്ട് നിർത്തിയത്. പേടിയോടെയാ ണ് അച്ഛന്റെ കൈ പിടിച്ച് ഇറങ്ങിയത്. വെള്ളത്തിൽ നിന്ന് അച്ഛൻ എന്നെ വലിച്ച് തീരത്തെത്തിച്ചു. വെള്ളത്തെക്കാൾ ഭീകരം കര. പൂഴിയിൽ കാൽ മുട്ട് വരെ താണുപോകുന്നു. എന്റെ പാദം മേലോട്ട് പൊങ്ങി മടമ്പിലാ ണ് നിൽക്കുന്നത്. അടുത്ത ഘട്ടം വീഴലാണ്. അച്ഛൻ മുറുക്കി പിടിച്ചതി നാൽ വീണില്ല. കാൽ അമർത്തി നിൽക്കാനും അടുത്ത ചുവട് വെക്കാ നും ആവില്ല. അച്ഛൻ പിന്നോട്ട് നടന്നുകൊണ്ട് എന്റെ രണ്ടു കൈയും പിടിച്ച് വലിച്ചു വലിച്ച് പൂഴിയിൽനിന്ന് എന്നെ ഉറച്ച കരയിലെത്തിച്ചു.

ഇനി നടക്കണം. കോന്തല കഴിഞ്ഞ് മലപ്പട്ടം. കോന്തല എത്തിയ പ്പോൾ മുഖം കോടിപ്പോയ ഒരു സ്ത്രീ അച്ഛനോട് ചോദിച്ചു. 'ഈ കു ട്ടീന്റെ കാക്കെന്നാ.'

അച്ഛൻ വല്ലാതെ അപമാനിതനായി. ഞാനും. അച്ഛൻ ഉരത്ത ഒച്ച യിൽ ചോദിച്ചു.

'കണ്ടാൽ തിരീലെ?'

അച്ഛന്റെ ക്രുദ്ധമായ നോട്ടവും ചോദ്യവും അവരെ ഭയപ്പെടുത്തി എന്ന് തോന്നി. ഒന്നും മിണ്ടാതെ ആ സ്ത്രീ നടന്നുപോയി.

ഞങ്ങൾ നടന്ന് അച്ഛന്റെ വലിയമ്മയുടെ കുളിപ്പാറക്കെ വീട്ടിലെത്തി. അവിടെ ഞാൻ അച്ഛമ്മ എന്ന് വിളിക്കുന്ന അച്ഛന്റെ വലിയമ്മ, അച്ഛന്റെ മരുമകൾ കല്യാണി, മരുമകന്റെ ഭാര്യ ദേവി, മക്കൾ ഒക്കെയുണ്ട്. ആണു ങ്ങൾ, നാരായണൻ വലിയച്ഛനും കുഞ്ഞിക്കണ്ണേട്ടനും രാത്രിയേ വീട്ടി ലെത്തൂ.

എന്റെ അങ്ങേമ്മ യാത്രയുടെ തലേ ദിവസം എനിക്ക് ഒരു പണ ക്കിഴി കൊണ്ടുവന്നുതന്നിരുന്നു. ശാന്തക്കുട്ടിക്ക് ചായകുടിക്കാൻ ചില്ലറ നിറച്ച പണക്കിഴി. നാരായണൻ വലിയച്ഛന് വീട്ടിനടുത്ത് ചായപ്പീടിക ഉണ്ടല്ലോ. മലപ്പട്ടത്ത് എത്തിയ ഉടനെ പണക്കിഴി ഞാൻ കല്യാണിയേച്ചി യെ ഏൽപ്പിച്ചു.

കല്യാണിയേച്ചി ഞങ്ങളെ കണ്ടതും ഉപ്പിലിട്ട മാങ്ങയെടുത്ത് അരി ഞ്ഞ് ചെറിയ ഉള്ളിയും ചേർത്ത് അമ്മിയിലിട്ടു ചതച്ച് തേങ്ങയും കടു കും വെളിച്ചെണ്ണയിൽ വറുത്തെടുത്ത ഉണക്ക മുളകും അരച്ചു മോരിൽ കലക്കി കടുകും കറിവേപ്പിലയും വറുത്തിട്ട് മാങ്ങാപ്പെരക്ക് ഉണ്ടാക്കി. മറ്റ് കൂട്ടാനൊപ്പം മാങ്ങാപ്പെരക്കും ചേർത്ത് വിരുന്നുവന്ന അമ്മാവനും മോൾക്കും കല്യാണിയേച്ചി ചോറുവിളമ്പി.

ഞാൻ പോരുമ്പോൾ എന്റെ വീട്ടിൽ ഒരു വിശേഷമുണ്ട്,

എന്റെ അമ്മയ്ക്കാണ് വിശേഷം.

അമ്മയുടെ ഭാഷയിൽ പറഞ്ഞാൽ മാസവേ(ഭേ)ദം. എന്നുവെച്ചാൽ അമ്മ ഗർഭിണിയാണ്. ഞാൻ പോരുമ്പോൾ അമ്മയുടെ വയറ് വലുതാ യി വരുന്നുണ്ടായിരുന്നു. പുതിയ വീട്ടിൽ താമസം തുടങ്ങിയപ്പോൾ ഒരു കുഞ്ഞാവ കൂടി വരാൻ പോകുന്നു.

അമ്മയെ പ്രസവത്തിന് അമ്മയുടെ വീട്ടിലേക്ക് പറഞ്ഞയക്കുന്നില്ല എന്ന് അച്ഛൻ തീരുമാനിച്ചു. അമ്മയുടെ പ്രസവശുശ്രൂഷ ചെയ്യാൻ അമ്മ മ്മ കാവുമ്പായി വരണം. മൊത്തത്തിൽ കാര്യങ്ങൾ നിയന്ത്രിക്കാൻ മല പ്പട്ടത്തെ വല്യമ്മയെ കൊണ്ടുവരണമെന്നും അച്ഛൻ തീരുമാനിച്ചു. കൂട പ്പിറപ്പിന്റെ മകൻ വിളിച്ചാൽ വലിയമ്മ എങ്ങിനെ പോകാതിരിക്കും! വ ലിയമ്മയെ കൊണ്ടുപോകാൻ വരുമെന്ന് പറഞ്ഞ് അടുത്തദിവസം രാവി ലെ അച്ഛൻ പോയി.

അങ്ങനെ ഞാൻ മലപ്പട്ടത്ത് താമസിക്കാൻ തുടങ്ങി. പക്ഷേ, സ്കൂൾ തുറന്നില്ല.

കല്യാണിയേച്ചി, ദേവിയേച്ചി, അച്ഛമ്മ, ചെറിയ കുട്ടികളായ സോമൻ, ലക്ഷ്മണൻ, കുറച്ചു മുതിർന്ന കുട്ടിയായ പ്രഭാകരൻ, എന്നെക്കാൾ പത്ത് മാസം മൂത്ത വിജയൻ എന്നിവരാണ് വീട്ടിലുള്ളത്. വിജയന് പത്ത് മാസം മാത്രമേ മൂപ്പുള്ളൂ എന്ന് മനസ്സിലായത് അവിടെ പോയപ്പോഴാണ്. അത് അറിഞ്ഞപ്പോൾ കാവുമ്പായി വിരുന്നുവരുമ്പോൾ വിജയേട്ടൻ എന്ന് വിളിച്ചിരുന്ന ഞാൻ ഇനി പേര് വിളിച്ചാൽ മതിയെന്ന് തീരുമാനിച്ചു. അതിന്റെ ഫലം ഒന്നും വിളിക്കാൻ കഴിയാതായി എന്നതാണ്. ഏട്ടാ എന്നത് പെട്ടെന്ന് പേരാക്കി മാറ്റാൻ കഴിഞ്ഞില്ല.

വിജയൻ സ്കൂളിൽ പോകാത്തപ്പോഴൊക്കെ അമ്മാവന്റെ പീടികയിലായിരിക്കും. അവിടെ എപ്പോഴും തിരക്കാണ്. പലചരക്കും ചായയും ഉണ്ട്. അതുകൊണ്ട് സഹായിക്കാൻ പോകണം. എനിക്കും അച്ഛമ്മയ്ക്കും ചായ കുടിക്കാനായി രാവിലെയും വൈകുന്നേരവും വലിയച്ഛന്റെ പീടികയിൽ പോകണമായിരുന്നു. രാവിലെ കല്യാണിയേച്ചിയോ, ദേവിയേച്ചിയോ ചുട്ടുതരുന്ന ദോശ അച്ഛമ്മ മടിയിൽ ചുരുട്ടിവെച്ചു കൊണ്ടു പോകും. പീടികയുടെ പിന്നിലെ ഞാലിയിൽ ഞങ്ങളിരുന്നാൽ നാരായണൻ വലിയച്ഛൻ ചുടുചായ കൊണ്ടുതരും. അപ്പോൾ അച്ഛമ്മ മുണ്ടിന്റെ മടിയഴിച്ച് ദോശ എന്റെ നേരെ നീട്ടും. ഞാൻ ഉള്ളിലെ ഒരു ദോശ എടുത്തിട്ട് മതി എന്ന് പറയും. ഞാനൊരു വൃത്തിപ്പിശാച് ആണെന്ന് അച്ഛമയ്ക്കറിയില്ലല്ലോ. മുണ്ടിൽ പൊതിഞ്ഞതു കൊണ്ടാണ് എടുക്കാത്തത് എന്നും അറിയില്ല. അച്ഛമ്മ എന്നെ ദോശ എടുക്കാത്തതിന് കലമ്പും. ഞാൻ ഒന്നും മിണ്ടില്ല.

കല്യാണിയേച്ചിയും ദേവിയേച്ചിയും ചിലപ്പോൾ കണ്ടത്തിലും പറമ്പിലുമൊക്കെ പണിക്ക് പോകും. അപ്പോൾ അച്ഛമ്മയും ഞാനും കുട്ടികളും മാത്രമേ വീട്ടിൽ ഉണ്ടാവൂ. ഇരുന്നും കിടന്നും ഞാൻ പത്തുപന്ത്രണ്ട് ദിവസം കഴിച്ചുകൂട്ടി. അതിനകം അവിടുത്തെ ഒളോറ മാവിനേയും ചേരിമാവിനേയും പരിചയപ്പെട്ടു. പീടികയുടെ മുന്നിൽ വയലിലേക്ക് ചാഞ്ഞുകിടക്കുന്ന മുത്തച്ഛൻ മാവിൽനിന്നും ഒറ്റ മാങ്ങപോലും കിട്ടാറില്ല. ചകിരിനാരുപോലെ നിറയെ നാരുള്ള മധുരമുള്ള മാങ്ങയാണത്രേ. എല്ലാം നാട്ടുകാർ കൊണ്ടുപോകും. മാങ്ങ വീഴുമ്പോൾ പീടികയിൽ ഇരിക്കുന്ന ആൾക്കാർ ഓടി വന്നെടുക്കും. ഒരു ദിവസം രാവിലെ ഞാൻ പോയി നോക്കി. ഒരു ഒട്ടിയ മാങ്ങകിട്ടി.

കൂളിപ്പാറക്കെ വീട്ടിനടുത്തുള്ള കല്യാണിയേച്ചിയുടെ മകൾ യശോ

ദയോട് സംസാരിച്ചിരിക്കുന്നത് എന്റെ വിരസതയെ ഒരുവിധം അകറ്റി
യിരുന്നു. എന്നെക്കാൾ അൽപ്പം മുതിർന്ന കുട്ടിയായിരുന്നു അവൾ. ഇട
യ്ക്കൊക്കെ അവൾ വീട്ടിൽ വരുമായിരുന്നു.

അവസാനം സ്കൂൾ തുറന്നു. സ്കൂൾ അടുത്തു തന്നെയാണ്. ആദ്യ
ദിവസം വിജയന്റെ കൂടെ പുറപ്പെട്ടു. അവൻ ഏഴാംക്ലാസിലാണ് പഠി
ക്കുന്നത്. ഞാൻ താമസിക്കുന്ന വീടിന്റെ അപ്പുറം എന്റെ വലിയമ്മ മീനാ
ക്ഷിയുടെ ഭർത്താവിന്റെ വീട് ആണ്. അതിനപ്പുറം സ്കൂളായി. പുതിയ
സ്കൂളിലേക്ക് ഞാൻ ആദ്യമായി പോകുകയാണ്. പറമ്പിന്റെ അതിർ
ത്തിയിൽ ഒരു ചെറിയ കിളയുണ്ട്. അത് ഇറങ്ങി കയറണം. ചരിവുള്ള
തുകൊണ്ട് പ്രയാസം തോന്നിയില്ല. കൂവേര വളപ്പിൽ എത്തിയപ്പോൾ
വലിയച്ഛന്റെ വീട് കണ്ടു. വലിയച്ഛന്റെ അനിയന്റെ പീടിക അതേ വള
പ്പിൽ തന്നെയാണ്. അവിടെ ഉള്ളവരൊക്കെ എന്നെ കാണും. അതെനി
ക്ക് നാണക്കേട് ആണല്ലോ. പ്രയാസപ്പെട്ട് നടക്കുന്ന എന്നെ മറ്റുള്ളവർ
ഒന്ന് സൂക്ഷിച്ചു നോക്കിയാൽ അവിടെ ഇല്ലാതാകുന്ന കുട്ടിയാണ് ഞാൻ.

അരഭിത്തി കെട്ടി ഓലമേഞ്ഞ നീണ്ട ഒരു ഹാളിലാണ് ഞാൻ ഇരി
ക്കേണ്ട ആറാം ക്ലാസ് ഉള്ളത്. ക്ലാസുകൾക്കിടയിൽ പനമ്പു തട്ടികൊ
ണ്ട് മറച്ചിട്ടുണ്ട്. അതിനിടയിലൂടെ രണ്ടു ക്ലാസിലെയും കുട്ടികൾക്ക്
അങ്ങോട്ടുമിങ്ങോട്ടും കാണുകയും മിണ്ടുകയുമൊക്കെ ചെയ്യാം. അധ്യാ
പകരും ഹെഡ്മാസ്റ്ററും ഒക്കെ ഇരിക്കുന്ന ഓഫീസ് റൂം കഴിഞ്ഞാൽ
ക്ലാസുകളായി. നാലാം ക്ലാസിൽനിന്ന് ഒരു ആൺകുട്ടി ഇറങ്ങി വന്ന്
എന്റെ കാലിൽ നോക്കി. അവൻ വളരെ ആധികാരികമായി എനിക്ക്
ഒരു പേരിട്ടു. 'മൊടത്തി' പിന്നെ കാണുമ്പോഴെല്ലാം അവൻ എന്നെ അങ്ങ
നെ വിളിച്ചുകൊണ്ടിരുന്നു. അപ്പോഴൊക്കെ ഞാൻ താഴോട്ട് നോക്കി അപ
രാധിയെപ്പോലെ നടന്നു. ആരോടും പറഞ്ഞില്ല, പരാതിപ്പെട്ടില്ല. അങ്ങ
നെ വിളിക്കുന്നത് ആരും കേൾക്കരുതെന്നു മാത്രം ആഗ്രഹിച്ചു.

ആറാംക്ലാസിൽ കയറി ഇരുന്ന് എല്ലാവരെയും നോക്കി. അടുത്ത്
ഇരിക്കുന്നത് ഓമന. അപ്പുറം രുഗ്മിണി. പ്രസന്ന, പിന്നിൽ ശാരദ, സാവി
ത്രി, ജാനകി. രണ്ടു ബെഞ്ചിൽ പെൺകുട്ടികളും ബാക്കി ആൺകുട്ടിക
ളുമാണ്. പെൺകുട്ടികൾ അടുത്ത് വന്ന് മിണ്ടി. അവർ മിണ്ടിത്തുടങ്ങി
യപ്പോൾ ചിലരൊക്കെ അമ്മവഴിയുള്ള ബന്ധുക്കളൊണെന്ന് മനസ്സിലാ
യി. സാവിത്രി അച്ഛപ്പന്റെ അകന്ന ബന്ധത്തിലുള്ള അനിയന്റെ മകൾ.
ശാരദ അമ്മയുടെ അമ്മായിയുടെ അനിയത്തിയുടെ മകൾ. അവൾ അമ്മ
മ്മയുടെ അമ്മാവന്റെ മകളുടെ മകളുമാണ്. 'ഈ കുട്ടിയുടെ കാക്കെ
ന്നാ' എന്നുചോദിച്ച് അച്ഛന്റെ കോപത്തിന് പാത്രമായ സ്ത്രീ അച്ഛപ്പന്റെ

ബന്ധുവാണ്.

എല്ലാവരും വീട്ടുവിശേഷവും നാട്ടുവിശേഷവും പറഞ്ഞിരിക്കുമ്പോൾ ക്ലാസ് അധ്യാപകൻ വാസുദേവൻമാഷ് വന്ന് ഹാജർ എടുത്തു. വാസു മാഷ് കണക്കും മലയാളവും ജനാർദ്ദനൻ മാഷ് സയൻസും സാമൂഹ്യ പാഠവും രാഘവൻ മാഷ് ഹിന്ദിയും പഠിപ്പിച്ചു. ഹെഡ്മാസ്റ്റർ ഗോവി ന്ദൻ മാഷ്. സ്കൂളിൽ വേറെയും അധ്യാപകർ ഉണ്ട്. കുഞ്ഞിരാമൻ മാ ഷിൻെറ വീട് സ്കൂളിന് മുട്ടിയാണ് നിൽക്കുന്നത്. കടലാസ് ചെടികൾ (ബോഗയിൻ വില്ലകൾ) മൂടിയ ഒരു വീട്. അവിടുന്ന് സ്കൂൾ പറമ്പിലേ ക്ക് നീണ്ട് ആറാംക്ലാസിലും ഏഴാംക്ലാസിലും കയറിയിരിക്കാൻ ശ്രമി ക്കുന്ന കടലാസ് പൂക്കൾ. അവ നോക്കിയിരിക്കാൻ എന്തൊരു രസം. ഇന്റർവെൽ സമയത്ത് കുട്ടികൾ പൂങ്കുലകൾ പൊട്ടിച്ച് തുള്ളി നടക്കു ന്നത് നോക്കിയിരുന്നു. എത്ര പൊട്ടിച്ചാലും തീരാത്തത്ര കുലകൾ ഉള്ള തുകൊണ്ടാണോ എന്നറിയില്ല, വീട്ടുകാരും അധ്യാപകരുമൊന്നും അവ രെ ശാസിക്കുന്നില്ലായിരുന്നു. ക്ലാസിൽ കയറാൻ കൊതിച്ച പൂങ്കുലക ളെ കുട്ടികൾ ക്ലാസിൽ കയറ്റിയിരുത്തി. എനിക്കും ആരോ ഒരു പൂക്കുല തന്നു. ഇടവേളയിൽ ഞാൻ പുറത്ത് പോകാതെ ക്ലാസിൽ ഇരിക്കുക യാണ് പതിവ്. ആഗ്രഹമുണ്ടെങ്കിലും കളിയാക്കൽ പേടിയും, വീഴ്ചൽ പേടിയും എന്നെ പുറത്തിറങ്ങുന്നത് വിലക്കിയിരുന്നല്ലോ.

ഉച്ചയ്ക്ക് ചോറുണ്ണാൻ വീട്ടിൽ പോകും. കുട എടുക്കുമെങ്കിലും അത് തുറക്കാൻ എനിക്ക് പ്രയാസമാണ്. നേരെ പിടിച്ച് മുകളിലേക്ക് ശക്തി യിൽ നിവർത്താൻ ആവില്ല. പകുതി തുറന്നിട്ട് നിലത്ത് വെച്ച് അമർ ത്തിയിട്ട് കുതിരയ്ക്ക് മുകളിലേക്ക് കയറ്റാൻ പറ്റും. പെട്ടെന്ന് മഴ പെയ്യു മ്പോൾ പുസ്തകം കൈയിലുള്ളതുകൊണ്ട് കുട നിലത്ത് വെച്ച് രണ്ടു കൈകൊണ്ടും തുറക്കാൻ എനിക്ക് ആവില്ല. ആരെങ്കിലും കാണുമോ എന്ന പേടി ഒരുഭാഗത്ത്. അങ്ങനെ കാണുന്നവരോട് ഒന്ന് കുട തുറന്നു തരുമോ എന്ന് ചോദിക്കാൻ എന്റെ നാണക്കേട് സമ്മതിക്കാറുമില്ല. കൈ യിൽ കുട ഉണ്ടായിട്ടും നനഞ്ഞുപോയിട്ടുണ്ടല്ലോ ഞാൻ. ഒരിക്കൽ എന്റെ പ്രയാസം കണ്ട് വലിയച്ഛന്റെ മരുമകൾ സഹായിക്കാൻ ഓടിവന്നു. ഞാൻ വേണ്ട എന്നുപറഞ്ഞ് കുടയും ഒപ്പം ദുരഭിമാനവും ചുരുട്ടിയെടു ത്ത് നടന്നു. മുമ്പ് വലിയച്ഛന്റെ അമ്മ എന്നെ വിളിക്കാൻ സരസ്വതിയെ അയച്ചിട്ട് ഞാൻ പോയില്ലല്ലോ. എന്തൊരു ഞാനായിരുന്നു അന്നത്തെ യാ ഞാൻ!

കൂളിപ്പാറ വീടിനും പരിസരത്തിനും ഒരു സാമൂഹികജീവിതമുണ്ടാ യിരുന്നു. വീടിന്റെ മുൻവശം വിശാലമായ വയലാണ്. വീതി കുറഞ്ഞ

ചിറമ്മിൽനിന്നും (കരഭാഗം) വയലിലേക്ക് ഇറങ്ങുന്നിടത്ത് ഇരുഭാഗത്തു മായി തലയിൽ നിറയെ തേങ്ങകളും പേറി തലകുനിച്ചു കാവൽ നിൽ ക്കുന്ന രണ്ട് തെങ്ങുകൾ. അത്രയും തേങ്ങകൾ ഒരു തെങ്ങിലും ഞാൻ ഇതുവരെ കണ്ടിട്ടില്ല.അവയ്ക്ക് കണ്ണാടി നോക്കാൻ നടുവിലായി ഒരു ചെറിയ ഉറവക്കുളമുണ്ട്. കുളത്തിൽ നിന്നും ഒരു കണ്ണീർ ചാലുപോലെ ഇരുഭാഗത്തെ വയലുകളെ വകഞ്ഞുകൊണ്ട് വെള്ളം ഒഴുകുന്നുണ്ട്. നാ ട്ടുകാരെല്ലാം അവിടെയാണ് കുളിക്കുന്നത്.

കൂളിപ്പാറക്കെ വീടിന്റെ ഇറയത്ത് ഇരുന്നാൽ കുളത്തിൽ കുളിക്കു ന്നവരെ കാണാം. ഞാൻ വൈകുന്നേരങ്ങളിൽ വളപ്പിന്റെ അതിർത്തി യിൽ പോയി നിൽക്കും. കുളിക്കടവിലെ സംസാരം കേൾക്കാനും ആളു കളെ കാണാനും എനിക്കിഷ്ടമാണ്.

വളപ്പിന്റെ അതിർത്തിയിൽ ഒരു ആണിത്തോടുണ്ട്. അതിൽ മിക്ക വാറും വെള്ളമുണ്ടാകും. വളപ്പിൽ നിന്നും ചിറമ്മിലേക്ക് ഇറങ്ങാൻ തര ക്കേടില്ലാത്ത ഒരു തടിപ്പാലമുണ്ട്. ആവശ്യത്തിന് വീതിയുണ്ടെങ്കിലും പാലത്തിലേക്ക് കാലെടുത്ത് വെച്ച് കയറാൻ എനിക്കാവില്ല. കാറ്റത്ത് പാറുമ്പോലെ നടക്കുമെങ്കിലും അൽപ്പംപോലും ഉയരത്തിൽ കാലുറപ്പി ച്ച് കയറാനും ഇറങ്ങാനും എനിക്ക് ആവില്ല. എന്റെ വലിയമ്മയുടെ മരു മകൾ കമലേച്ചിയെയും കുട്ട്യപ്പ വലിയച്ഛന്റെ മകൾ ജാനകിയേച്ചിയെ യും പരിചയപ്പെട്ടത് ആണിത്തോടിനപ്പുറവും ഇപ്പുറവും നിന്നു കൊണ്ടാ ണല്ലോ. കമലേച്ചിക്ക് കൂളിപ്പാറക്കെ മുറ്റത്ത് കൂടിയാണ് വീട്ടിലേക്ക് പോ കേണ്ടത്. ഇറയത്തിന്റെ തൂങ്കല്ലിൽ ഇരിക്കുന്ന എന്നോട് മുറ്റത്ത് നിന്ന് എത്രനേരം വേണമെങ്കിലും സംസാരിക്കുന്നത് കമലേച്ചിക്ക് ഇഷ്ടമാണ്. എനിക്കും അവരോട് സംസാരിക്കാൻ ഇഷ്ടമാണ്. ഒരുപാട് പരിചയങ്ങൾ തന്ന ഈ കുളത്തെയും എനിക്ക് ഇഷ്ടമാണ്. തൊട്ടടുത്ത പറമ്പിൽ നിൽ ക്കുമ്പോൾ മറ്റുള്ളവരോടൊപ്പം കുളത്തിലിറങ്ങി കുളിക്കണം എന്ന് എ നിക്ക് തോന്നാറുണ്ട്. പാലത്തിനപ്പുറം നിന്നുകൊണ്ട് കുളം എന്നെ മാ ടി വിളിക്കുമ്പോൾ ഞാൻ എങ്ങനെയാണ് അങ്ങോട്ട് പോകാതിരിക്കുക.

അധികം വൈകാതെ അച്ഛൻ അച്ഛമ്മയെ കൂട്ടാൻ വന്നു. അമ്മ പ്രസ വിക്കാൻ ആശുപത്രിയിൽ പോയി. ഇനി അച്ഛമ്മ വേണം ഞങ്ങളുടെ വീട്ടിലെ കാര്യങ്ങൾ നിയന്ത്രിക്കാൻ.

ആ മഴക്കാലത്ത് വെള്ളംകയറി. മലവെള്ളം കൂളിപ്പാറക്കെ വീടിന്റെ അതിർത്തി വരെ എത്തി. മുന്നിൽ പരന്നുകിടക്കുന്ന വെള്ളം എനിക്ക് ഒരു കൗതുകക്കാഴ്ചയായിരുന്നു. തുലാവർഷത്തിനു ഉച്ചയ്ക്ക് പെട്ടെ ന്ന് കോരിച്ചൊരിയുന്ന മഴയിൽ കാവുമ്പായിലെ വയലുകളിൽ വെള്ളം

പൊങ്ങി വെള്ളപ്പൊക്കമുണ്ടാകുന്നതേ ഞാൻ അതുവരെ കണ്ടിട്ടുള്ളൂ. ഞങ്ങളതിനെ പറമ്പൻ കേറുക എന്നാണ് പറയാറുള്ളത്. പറമ്പുകളിൽ പെട്ടെന്ന് പെയ്യുന്ന ശക്തമായ മഴവെള്ളം കുത്തിയൊലിച്ചു തോടുകളി ലെത്തി കരകവിഞ്ഞ് വയലിൽ നിറയുന്നതുകൊണ്ടാണ് പറമ്പൻവെ ള്ളം എന്ന് പറയുന്നത്.

മലപ്പട്ടത്തെ ആൺകുട്ടികളും ചെറുപ്പക്കാരും വാഴത്തടകൾ ചേർത്തു വെച്ച് കവുങ്ങിന്റെ കീറിയ വാരി അറ്റം മുനകൂർപ്പിച്ചു തുളച്ചുകയറ്റി വശങ്ങളിൽ മുളയും ചേർത്തുവെച്ച് കെട്ടിയുണ്ടാക്കിയ പാണ്ടിയിൽ കയറി തുഴഞ്ഞും കുത്തിയുമൊക്കെ അർമാദിക്കാൻ തുടങ്ങി. കണ്ണേട്ടൻ അത് കാണുമ്പോൾ വയലിലെ നെൽച്ചെടികൾ കുത്തി നശിപ്പിക്കുന്ന തിന് അവരെ ശാസിക്കും. അദ്ദേഹം അറിയപ്പെടുന്ന ഒരു കമ്മ്യൂണിസ്റ്റ് നേതാവാണ്. ആ സമയത്ത് അദ്ദേഹം പഞ്ചായത്ത് പ്രസിഡന്റായിരുന്നു എന്നാണ് എന്റെ ഓർമ. പിന്നീട് എ.കുഞ്ഞിക്കണ്ണൻ ഇരിക്കൂർ നിയോ ജകമണ്ഡലത്തിൽ നിന്ന് അസംബ്ലിയിലേക്ക് തെരഞ്ഞെടുക്കപ്പെട്ടു.

രണ്ടുമൂന്നു ദിവസം ഇളംകാവി നിറത്തിൽ കലങ്ങിയ വെള്ളം വീടി നുമുന്നിൽ കായൽപോലെ പരന്നുകിടന്നു. പിന്നെ പതുക്കെ ഇറങ്ങി പ്പോയി.

ഓണക്കാലം വന്നു. പരീക്ഷയൊക്കെ കഴിഞ്ഞ് സ്കൂൾ അടച്ചു. അച്ഛൻ എന്നെ കൂട്ടാൻ വന്നു. അതിനിടെ അമ്മ ആൺകുട്ടിയെ പ്രസ വിച്ച കാര്യം ഞാൻ അറിഞ്ഞിരുന്നു. അച്ഛൻ എന്നോട് കത്ത് അയക്കാൻ പറഞ്ഞിരുന്നു. ഞാൻ അത് കൃത്യമായി അനുസരിച്ചിരുന്നു.

പോസ്റ്റോഫീസ് അടുത്തായതുകൊണ്ട് കുട്ടികൾ ഇൻലന്റ് വാങ്ങി ത്തരും. കത്ത് പോസ്റ്റു ചെയ്ത് തരും. സ്കൂൾ വിശേഷങ്ങൾ, വീട്ടുവി ശേഷങ്ങൾ ഒക്കെ എഴുതിയതിനുശേഷം ഞാൻ സ്ഥിരമായി അമ്മയ്ക്കും കുട്ടിക്കും സുഖമല്ലേ എന്ന് അന്വേഷിച്ചുകൊണ്ട് കത്ത് അവസാനിപ്പി ക്കും. ഞാൻ മുറയ്ക്ക് എഴുതുമെങ്കിലും ഒരിക്കൽ പോലും അച്ഛൻ മറു പടി എഴുതിയിട്ടില്ല. പ്രിയപ്പെട്ട അച്ഛാ എന്നാണ് ഞാൻ കത്തിൽ സംബോ ധന ചെയ്യാറുള്ളത്. ഓണത്തിന് വീട്ടിലെത്തിയപ്പോൾ അങ്ങേമ്മ അച്ഛ നോട് ബഹുമാനമാണ് വേണ്ടത്. അങ്ങനെ സംബോധന ചെയ്യണം എന്നു പറഞ്ഞു. അതുകൊണ്ട് അടുത്ത കത്ത് മുതൽ സംബോധന ബഹുമാ നപ്പെട്ട അച്ഛാ എന്നാക്കി മാറ്റി.

ഓണാവധിക്ക് അച്ഛൻ എന്നെയും കൂട്ടി പുഴിക്കടവിലെത്തി. ബോട്ട് കാത്തിരുന്ന തെങ്ങിൻ തോട്ടത്തിൽ തേങ്ങ പറിക്കുന്നവരോട് അച്ഛൻ സൗഹൃദത്തിലായി. അവർ എനിക്കും അച്ഛനും ഇളനീർ പറിച്ചു ചെത്തി

കുടിക്കാൻ തന്നു. പുഴയോരത്തെ തെങ്ങിൽ കായ്ച്ച ഇളനീരിന് എന്തൊരു മധുരമാണ്. അപ്പോഴേക്കും ബോട്ട് വന്നു. ചെങ്ങളായി ഇറങ്ങി അവിടുന്ന് ബസിന് കൂട്ടുംമുഖം വരെയെത്തി.

ഞങ്ങൾ കാവുമ്പായി വയലിൽ എത്തുമ്പോഴേക്കും പിന്നിൽ നിന്ന് ഒരു വിശിഷ്ടവ്യക്തി എന്നെ വിളിച്ചു. മറ്റാരുമല്ല, എന്റെ പ്രാണദാതാവായ മുതുമുത്തശ്ശി പാട്ടിയമ്മമ്മ. അമ്മമ്മ പെരിങ്കോന്നിൽനിന്ന് ഞങ്ങളുടെ വീട്ടിലേക്ക് വിരുന്നുവരുകയാണ്. പേരക്കിടാവിന്റെ കുഞ്ഞു മോനെയും മറ്റ് മക്കളെയും കാണാൻ. ഞങ്ങളപ്പോൾ പഞ്ചായത്ത് പാലത്തിനിപ്പുറം ആറുകണ്ടത്തിലാണ് നിൽക്കുന്നത്. ഒരുകണ്ടത്തിൽനിന്ന് മറ്റൊന്നിലേക്ക് വെള്ളം കൊണ്ടുപോകാൻ വരമ്പിൽ മുറിച്ച കണ്ടികൾ വെള്ളക്കുത്തൊഴുക്കിൽ ആഴവും വീതിയും ഒഴുക്കുമുള്ള ചെറുതോടുകളായി മാറിയിരുന്നു. എനിക്ക് അവ ചാടിക്കടക്കാൻ ആവില്ല. ഇറങ്ങി കടക്കാനും ആവില്ല. അച്ഛനാണെങ്കിൽ അമ്മമ്മ എന്റെ കൂടെയുള്ളതുകൊണ്ട് കുറെ ദൂരം മുമ്പിൽ എത്തിയിരുന്നു.

വരമ്പിന്റെ പശച്ചെളിയിൽ കാൽ വെക്കാൻ പേടിച്ചു നിൽക്കുമ്പോൾ അമ്മമ്മ എന്റെ കൈയിൽ പിടിച്ച് ഇറങ്ങാൻ പ്രേരിപ്പിച്ചു. എന്നിട്ടും ഞാൻ കൂട്ടാക്കാഞ്ഞപ്പോൾ 'മോൾ പേടിക്കണ്ട. അനക്ക് നിന്നെ പിടിക്കാനുള്ള ശക്തൃല്ലാം ഉണ്ട്' എന്ന് പറഞ്ഞുകൊണ്ട് അമ്മമ്മ എന്നെ ബലമായി പിടിച്ചിറക്കി. എഴുപത്തഞ്ചു വയസ്സുകഴിഞ്ഞ അമ്മമ്മയ്ക്ക് ചെളിയിൽ പിടുത്തം കിട്ടാതെ വീഴാൻ പോകുന്ന എന്നെ മുറുകെപ്പിടിച്ച് ആ കണ്ടി കടത്താൻ കഴിയുമെന്ന് ഞാൻ വിശ്വസിച്ചില്ല. ഇപ്പൊ വീഴും എന്ന മട്ടിൽ ഒരുവിധം ആ അറുകണ്ടിയുടെ അപ്പുറമെത്തിയപ്പോഴാണ് എന്റെ ശ്വാസം നേരെ വീണത്.

ഒരുപാട് മാറ്റങ്ങൾ സംഭവിച്ച വീടാണ് എന്നെ കാവുമ്പായിയിൽ സ്വീകരിച്ചത്. അമ്മയുടെ കൂടെ മോനുണ്ട്. പേരൊന്നും ഇട്ടില്ല. വെളുത്ത ഉരുണ്ട് നല്ല ഭംഗിയുണ്ട് മോനെ കാണാൻ. ചുരുണ്ട മുടി. വീട്ടിൽ അമ്മമ്മയുണ്ട്, അച്ഛമ്മയുണ്ട്, ചിരുതേയി ഉണ്ട്. അമ്മയെയും കുട്ടിയെയും നോക്കാൻ അച്ഛൻ പറ്റുന്നതെല്ലാം ചെയ്തിരുന്നു. തോക്കുറെ ഏച്ചിമാർ, പണിക്ക് വരുന്ന ആണുങ്ങളും പെണ്ണുങ്ങളും ഒക്കെയായി വീട്ടിൽ ഉത്സവം പോലെയുണ്ട്. ഞങ്ങളുടേത് പണിതീരാത്ത പുതിയ വീടാണല്ലോ. ഞാൻ പോകുമ്പോൾ വീട് തേച്ചിരുന്നില്ല. തിരിച്ചുവരുമ്പോൾ അടുക്കള ഒഴികെയുള്ള അകവും ഇറയവും തേച്ചിട്ടുണ്ട്. അച്ഛൻ രാത്രി കിടക്കുമ്പോഴെല്ലാം പൊടി വീഴുന്നു എന്ന് പരാതിപ്പെടുന്നത് ഞാൻ കേൾക്കാറുണ്ട്. കല്ലുകൾക്കിടയിൽ കപ്പണയിലെ മണ്ണ് അല്ലേ കുഴച്ചുവെച്ചത്.

അപ്പോൾ പൊടി വീഴും. ഇറയത്ത് കാവിയൊക്കെ ഇട്ട് ഭംഗിയാക്കിയി ട്ടുണ്ട്. വീട്ടിലാകെ സന്തോഷം അലതല്ലുന്നു.

അങ്ങേമ്മ എല്ലാദിവസവും മക്കളെ കാണാൻ വരും. നല്ല മൂഡാണെ ങ്കിൽ ഭക്ഷണം കഴിക്കും. ഇല്ലെങ്കിൽ എന്തെങ്കിലും കടുത്ത വാക്കുകൾ പറഞ്ഞിട്ട് ഒറ്റ പോക്ക് പോകും. ഒരുദിവസം അങ്ങേമ്മ വരുമ്പോൾ അമ്മ മ്മ പടിഞ്ഞാറെ മുറ്റത്ത് പലകയിൽ ഇരുന്ന് മോനെ കാലിൻമേൽ കി ടത്തി കുളിപ്പിക്കുകയായിരുന്നു. ഞാൻ നോക്കി നിൽക്കുകയായിരുന്നു. അങ്ങേമ്മ നേരെ ഞങ്ങളുടെ അടുത്തേക്ക് വന്നു. ആകെ ഒന്ന് നോക്കി യിട്ട് പറഞ്ഞു. 'കുട്ടീന നല്ലോണം മൂക്കെല്ലം എട്ത്ത് കുളിപ്പിക്കണം. കോപ്പെല്ലം നിങ്ങളെടുത്തോ. കുട്ടി എന്റ്യാ.'

മുഖമൊന്നു കടുപ്പിച്ചതല്ലാതെ അമ്മമ്മ ഒന്നും മിണ്ടിയില്ല. 'അയി നെന്നാ കുഞ്ഞേടത്തീ, കുഞ്ഞി നിങ്ങളതന്ന്യാ' ന്ന് പറഞ്ഞു അമ്മമ്മ അങ്ങേമ്മയെ തണുപ്പിക്കുമെന്ന് ഞാൻ പ്രതീക്ഷിച്ചു. എന്നാൽ അതു ണ്ടായില്ല. വഴക്കിന് വഴിമരുന്നിട്ടെത്തിയ അങ്ങേമ്മയോടല്ല എനിക്ക് ദേഷ്യം തോന്നിയത്. അങ്ങേമ്മയെ സമാധാനിപ്പിക്കാത്ത അമ്മമ്മയോ ടാണ്. എല്ലാ സൗഭാഗ്യങ്ങളും അനുഭവിച്ചു കഴിയുന്നവർക്ക് അറിയില്ല ല്ലോ ആ പാവം സ്ത്രീ കടന്നുപോയ വഴികളും അവരുടെ കണ്ണീരും ഒ ടുവിലത്തെ ഈ ഒറ്റപ്പെടലും കോപവും.

ഓണാവധി കഴിഞ്ഞ് മലപ്പട്ടത്തേക്ക് പോകുന്നതിനു മുമ്പ് ഞങ്ങൾ മോനിടേണ്ട പേരൊക്കെ പറഞ്ഞുവെച്ചിരുന്നു. ആറ്റുനോറ്റുണ്ടായ ഉണ്ണി യായതിനാൽ കുട്ടിക്ക് പാൽ കൊടുക്കുമ്പോൾ പേരിട്ടിരുന്നില്ല. അന്ന് വേണു എന്നായിരുന്നു എനിക്ക് ഇഷ്ടമുള്ള പേര്. അത് മോനിടണമെന്ന് അമ്മയോട് പറഞ്ഞേൽപ്പിച്ചിട്ടാണ് ഞാൻ തിരിച്ചുപോയത്.

ആതുരനാളുകൾ വീണ്ടും

ഓണാവധി കഴിഞ്ഞ് ഞാൻ വീണ്ടും മലപ്പട്ടത്തേയ്ക്ക് പോയി. സ്കൂൾ തുറന്നതിനുശേഷം ഉത്തരക്കടലാസുകൾ കിട്ടി. ക്ലാസിൽ ഏറ്റവും കൂടു തൽ മാർക്ക് എനിക്ക് തന്നെ. ക്ലാസിലെ ഫസ്റ്റും സ്കൂളിൽ തന്നെ ഏറ്റ വും കൂടുതൽ മാർക്ക് കിട്ടിയ കുട്ടിയും ഞാനായിരുന്നു. എനിക്ക് ഭര തൻ എന്നൊരു പുസ്തകവും സമ്മാനമായി ലഭിച്ചിരുന്നു. സ്കൂളിൽ ഒന്നാംസ്ഥാനക്കാരിയായതിനു ഹെഡ്മാഷിന്റെ വക പ്രത്യേക സമ്മാ നവും കിട്ടിയിരുന്നു. മാർക്ക് വിവരങ്ങളെല്ലാം ഞാൻ അച്ഛനെ കത്തെഴു തി അറിയിച്ചു.

അതിനിടയിൽ സ്കൂളിൽ ഒരു പായസദാനം നടന്നു. ഹെഡ്മാഷി

ന്റെ മോന്റെ പിറന്നാൾ പ്രമാണിച്ച് നടത്തിയതാണെന്നാണ് എന്റെ ഓർമ. കുട്ടികളെ നിലത്ത് ഇരുത്തി പായസം ഇലയിൽ വിളമ്പിത്തരുകയായി രുന്നു. എനിക്ക് നിലത്ത് ഇരിക്കാനും എഴുന്നേൽക്കാനും പ്രയാസമാണ്. എന്റെ വിഷമം ആരെയും അറിയിക്കാനും ഇഷ്ടമില്ല. അതുകൊണ്ട് ഞാൻ ധീരമായ ഒരു തീരുമാനം എടുത്തു. പായസം കുടിക്കുന്നില്ല. ഞാൻ മാ ത്രം പായസം കുടിക്കാതെ മാറിനിൽക്കുകയാണ്. ഹെഡ്മാഷ് അത് ക ണ്ടുപിടിച്ച് എന്റെ അടുത്തേക്ക് വന്നു. എന്റെ ചുമലിൽ കൈവെച്ച് അ ദ്ദേഹം പറഞ്ഞു. 'മോൾ പായസം കുടിക്കണം.' ഞാൻ വേണ്ട എന്ന് വാശിപിടിച്ചുനിന്നു. അദ്ദേഹം പരാജയപ്പെട്ടെങ്കിലും എന്റെ നിലത്തിരി ക്കാസമരം വിജയിച്ചു.

ഇതുപോലെ മറ്റൊരു സംഭവവും ഉണ്ടായി. നവരാത്രിക്ക് സ്കൂളിൽ ഗ്രന്ഥംവെപ്പും പൂജയുമുണ്ടായിരുന്നു. വിജയദശമിദിവസം ഗ്രന്ഥമെടു ത്ത് ഗുരുനാഥന് ദക്ഷിണ കൊടുത്ത് നമസ്കരിക്കണം. എനിക്ക് നമസ് കരിക്കാൻ ആവില്ല. എന്റെ ഊഴം വന്നപ്പോൾ ഞാൻ ഗുരുനാഥന്റെ അ ടുത്തെത്തി. ദക്ഷിണ കാലുറുപ്പിക കൊടുത്തു. നമസ്കരിക്കാൻ അടു ത്ത് നിൽക്കുന്ന അധ്യാപകൻ പറഞ്ഞെങ്കിലും ഞാൻ അത് കേൾക്കാ ത്ത മട്ടിൽ വിളറിയ ചിരിയോടെ പിൻവാങ്ങി. ജീവിതത്തിലുടനീളം എന്നെ നാണംകെടുത്താൻ ഇങ്ങനെ എത്രയെത്ര സംഭവങ്ങൾ മത്സരിച്ചു കയ റിവന്നിരിക്കുന്നു!

സ്കൂളിൽ എന്നെ ആകർഷിച്ച വേറൊരു കാര്യംകൂടി ഉണ്ടായിരുന്നു. സ്കൂളിലെ പെൺകുട്ടികളുടെ ഇടയിൽ ഒരു റിബ്ബൺ വിപ്ലവം നടക്കു ന്ന കാലമായിരുന്നു അത്. പലനിറങ്ങളിൽ അർധസുതാര്യമായ മനോ ഹരറിബണുകൾ സ്കൂളിനു മുട്ടിനിൽക്കുന്ന പീടികയിൽ പറന്നു കളി ക്കുമ്പോൾ സുന്ദരിമാരായ പെൺകുട്ടികൾ എങ്ങനെ അത് വാങ്ങാതിരി ക്കും. അച്ഛനമ്മമാരെ സോപ്പിട്ട് അവർ എങ്ങനെയെങ്കിലും പത്തുപൈസ കൈക്കലാക്കും. അന്നത്തെ പെൺകിടാങ്ങൾ മോഷ്ടിക്കാറില്ലല്ലോ. രക്ഷി താക്കളും സമൂഹവും അടക്കവും ഒതുക്കവും പഠിപ്പിച്ചുകൊടുത്ത കുട്ടി കളല്ലേ. ഇന്റർവെൽ സമയങ്ങളിൽ പീടികയിലേക്ക് ഓടിപ്പോയി അവർ റിബ്ബൺ വാങ്ങും. എന്നിട്ട് അതിന്റെ ഒറ്റംകൊണ്ട് നീണ്ട മുടി ചുറ്റിക്കെ ട്ടിയിട്ട് ബാക്കിഭാഗം കാറ്റിൽ പറത്തി ഓടുന്നത് കാണാൻ എന്തൊരു ച ന്തം! അങ്ങനെ പറപ്പിച്ച് ഓടാനൊന്നും ആവില്ലെങ്കിലും എനിക്കും വേണം എന്ന് കൊതി പെരുകിയപ്പോൾ ഞാനും കൂട്ടുകാരികൾ മുഖേന ഒന്നു രണ്ടെണ്ണം വാങ്ങി. കൈയിൽ പണമില്ല കൂടുതൽ വാങ്ങാൻ. എനിക്കാ ണെങ്കിൽ കല്യാണിയേച്ചിയെ ഏൽപ്പിച്ച പണക്കിഴിയിൽനിന്നും ചോദി

ച്ചുവാങ്ങാനുള്ള ധൈര്യവുമില്ല. അവർക്ക് എന്തെങ്കിലും തോന്നിയാലോ എന്നൊരു ശങ്ക എന്നെ തടഞ്ഞു.

അന്ന് കുട്ടികൾ ഇതിനെ പ്ലാസ്റ്റിക് റിബ്ബൺ എന്നാണ് പറഞ്ഞിരുന്നത്. അത് പ്ലാസ്റ്റിക് അല്ലെന്നാണ് തോന്നുന്നത്. വേഗം മുറിഞ്ഞുപോകുന്ന റിബ്ബണാണ്.

മലപ്പട്ടത്ത് എല്ലാവരും ധാരാളം പറങ്കി(മുളക്) നടുമായിരുന്നു. അവിടെ മലപ്പട്ടം പറമ്പ് എന്ന പേരിൽ വിശാലമായ തരിശുഭൂമി ഇഷ്ടംപോലെ ഉണ്ട്. നേരത്തെ തെരഞ്ഞെടുത്ത് ഉണക്കി വെച്ച പറങ്കി പുറംതൊലി മാറ്റി വിത്ത് പാവി മുളപ്പിച്ച് തൈകൾ വളർത്തും. നല്ല മഴപെയ്ത് മണ്ണ് കുതിരുമ്പോൾ ഈ നഴ്സറിയിൽനിന്ന് തൈകൾ പറിച്ച് ദൂരെയുള്ള പറമ്പിൽ കൊണ്ടു പോയി നടണം. അൽപ്പം ഉയരത്തിലായി നീളത്തിലുള്ള ആണിയെടുത്ത് ചാണകപ്പൊടിയും വെണ്ണീരും തടത്തിൽ ചേർത്ത് ചെറിയ കുങ്കോട്ടുകൊണ്ട് ഇളക്കി നിശ്ചിത അകലത്തിൽ തൈകൾ നടും. പറങ്കി കൃഷിയിടത്തിൽ ഇല്ലാത്ത പച്ചക്കറികളൊന്നും ഉണ്ടായിരുന്നില്ല. വെള്ളരി, മത്തൻ, ഇളവൻ, കോട്ടോപ്പയർ, താലോലിക്ക, വെണ്ട, ചീര തുടങ്ങിയ പച്ചക്കറിവിത്തുകൾ തടത്തിനു മുകളിൽ ഇരുവശത്തുമായി ഒഴിവുള്ള സ്ഥലത്ത് നടും. പടരുന്നവയുടെ വള്ളി പറങ്കി നട്ട രണ്ട് ആണികളുടെ ഇടയിലെ താഴ്ച്ചയിലേക്ക് താഴ്ത്തിവിടും.

കർക്കിടകം തീരുന്നതിനുമുമ്പ് പച്ചക്കറികൾ പറിക്കാൻ തുടങ്ങും. രാത്രിയിൽ ചോറുവിളമ്പുമ്പോൾ വീട്ടിലെ ആണുങ്ങൾ അന്വേഷിക്കും. 'പച്ചക്കറി പറിച്ചറ്റില്ലേ.' എല്ലാ പച്ചക്കറികളും ഒന്നിച്ചുചേർത്ത് ഒരു ഓലൻവെപ്പുണ്ട്. വെള്ളരിക്കയും മത്തനും കോട്ടോപ്പയറും താലോലിക്കയും പടവലങ്ങയും വഴുതിനങ്ങയും വേവിന്റെ മുൻഗണന അനുസരിച്ച് വിറക് കത്തിക്കുന്ന അടുപ്പിലെ മൺചട്ടിയിൽ ഇട്ടുകൊണ്ടിരിക്കും. അവസാനം ഏതാണ്ട് വെന്തുകഴിയുമ്പോൾ വെണ്ടയ്ക്കയും ചേർക്കും. അൽപ്പം പശപ്പുള്ള ഈ ഓലനിൽ വെളുത്തുള്ളിയും ഉണക്കപ്പറങ്കിയും വെളിച്ചെണ്ണയിൽ വറുത്തിടും. വെറുമൊരു കൂട്ടാൻ എന്ന നിലയ്ക്കല്ലാതെ പ്രധാന ഭക്ഷണം എന്ന നിലയിൽ തന്നെ ചോറിനൊപ്പം കിണ്ണം നിറയെ ഓലൻ കറി എല്ലാവരും ആസ്വദിച്ചു കഴിക്കും. പക്ഷേ, ആദ്യം ഓലൻ മുന്നിൽ കിട്ടിയപ്പോൾ ഞാനൊന്നു തൊട്ടുനോക്കി. വെണ്ടക്കയുടെ വഴുവഴുപ്പിൽ തൊട്ടപ്പോൾ എനിക്ക് ഇഷ്ടം തോന്നിയില്ല. ഞാൻ വേണ്ട ന്നുപറഞ്ഞു. കാരണമന്വേഷിച്ച കല്യാണിയേച്ചിയോട് വെണ്ടയ്ക്കകാര്യം പറഞ്ഞു. സാമ്പാറിലെ വെണ്ടയ്ക്ക ഇഷ്ടമാണ്. ഉപ്പേരിവെച്ചാലും

കുഴപ്പമില്ല. പച്ചയ്ക്കും തിന്നാം. ബുദ്ധിമതിയായ കല്യാണിയേച്ചി അടു ത്ത ദിവസം മുതൽ വെണ്ടയ്ക്ക ചേർക്കുന്നതിനുമുമ്പ് എന്റെ ഓഹരി മാറ്റിവെ ച്ചു പ്രശ്നം പരിഹരിക്കാൻ തുടങ്ങി. എന്നാൽ അധികം വൈ കാതെ വെണ്ടയ്ക്ക ചേർത്ത ഓലനാണ് രുചി കൂടുതലെന്ന് ഞാൻ തി രിച്ചറിഞ്ഞു. അപ്പോൾ കളംമാറി ചവുട്ടാതെ പറ്റില്ലല്ലോ. അപ്പോൾ അ മ്മ പറയുന്ന കഥയിലെ ആശാരിയെപ്പോലെ ഞാനും പെരുമാറി.

പണ്ടെന്നോ ഒരാശാരി പണിയെടുക്കുന്ന വീട്ടിൽനിന്നും ഉച്ചയൂണിന് വയലറ്റ് നിറമുള്ള കോട്ടോപ്പയറും അതേനിറമുള്ള വഴുതിനങ്ങയും ഓ ലൻ വെച്ചു വിളമ്പി. അടുത്തിരിക്കുന്ന മകന്റെ ഇലയിൽ വിളമ്പുമ്പോൾ കൂട്ടാൻ നല്ല കറുത്ത നിറമെന്നു കണ്ട്, വീട്ടമ്മ തന്റെ ഇലയിൽ വില മ്പാൻ തുടങ്ങുമ്പോൾ ആശാരി കൈയെടുത്ത് തടഞ്ഞു. 'ഛെ, കറുത്ത ചന്തുന അടിയന് പണിയ്ക്കണ്ട.'

വീട്ടമ്മ കയിൽ മാറ്റുമ്പോഴേക്കും കൂട്ടാന്റെ ഏതാനും തുള്ളികൾ ആശാരിയുടെ ഇലയുടെ മൂലയ്ക്ക് വീണുപോയിരുന്നു. മകനും മറ്റുള്ള പണിക്കാരും കൂട്ടാൻ ആസ്വദിച്ചു കൂട്ടുന്നത് കണ്ടപ്പോൾ ആശാരി ഇല യിൽ വീണ തുള്ളികൾ തൊട്ടുനക്കിനോക്കി. അപ്പോഴാണ് അയാൾക്ക് അമളി പിണഞ്ഞത് മനസ്സിലായത്. ഏതും മടിയില്ലാതെ അയാൾ വീട്ടു കാരിയെ വിളിച്ചു. 'മൂത്തമ്മേക്കാ, കറുത്ത ചന്തുന അടിയനും പണി ച്ചേ..' അല്ല പിന്നെ, നാണക്കേട് നോക്ക്യാ കാര്യം നടക്കോ.

അതുപോലെ ഞാനും ആ ഓലന്റെ ആരാധികയായി. വീട്ടിലെത്തി യിട്ട് അമ്മയോട് അങ്ങനെ ഓലൻ വെക്കാൻ പറഞ്ഞു. അമ്മ വെച്ചത് ശരിയായില്ല. അമ്മയുടെ കൂട്ടാനിൽ അത്രയേറെ പച്ചക്കറികളുടെ വൈ വിധ്യം ഇല്ലല്ലോ. അതാണ് രുചികുറയാൻ കാരണം. മലപ്പട്ടം ഓർമക ളിൽ മറ്റൊരു രുചികൂടിയുണ്ട്. വേനൽക്കാലത്ത് മലപ്പട്ടംപുഴയിൽ നിറ യെ കൂർക്ക (കക്ക) വിളയും. അപ്പോൾ എല്ലാവരും പുഴയിൽ മുങ്ങി കൂർക്ക വാരി ദേഹത്തോട് ചേർത്ത് കെട്ടിയ തുണിയിൽ നിറയ്ക്കും. ശ്വാസംമുട്ടുമ്പോൾ വെള്ളത്തിനു മുകളിലേക്ക് നിവർന്നു വരും. സാവി യും ചാരയുമൊക്കെ പുഴയിൽ കുളിക്കാൻ പോകുന്നതും അമ്മമാർക്കൊ പ്പം കൂർക്ക വാരുന്നതുമൊക്കെ പറഞ്ഞ് എന്നെ കൊതിപ്പിക്കാറുണ്ട്. കൂർക്ക വാരിവാരി മടിനിറഞ്ഞു പൊങ്ങിവരാനാവാതെ മുങ്ങി മരിച്ചു പോയ അടിയാറെ (പുലയ സ്ത്രീ) കഥയും അവർ എനിക്ക് പറഞ്ഞുത ന്നിട്ടുണ്ടല്ലോ. അമ്മയുടെ വീട്ടിൽ പോകുമ്പോൾ പുഴവിശേഷങ്ങളുടെ പൊട്ടും പൊടിയും കിട്ടാറുണ്ടെങ്കിലും ഞങ്ങളുടെ നാട്ടിൽ പുഴയില്ലാ ത്തതുകൊണ്ട് ഇതൊക്കെ എനിക്ക് പുതിയ അറിവുകളായിരുന്നു.

കല്യാണിയേച്ചിയും ദേവിയേച്ചിയും കൂർക്ക വാരാൻ പോയി. എന്നിട്ട് വീട്ടിൽ കൊണ്ടുവന്ന് കഴുകി വൃത്തിയാക്കി പുഴുങ്ങി. കൂർക്കയുടെ ഇ ച്ചുളി കളയാൻ ഞാനും ഉത്സാഹത്തോടെ കൂടി. വറ്റിച്ചും വറുത്തരച്ചു ചാറാക്കിയും ഒക്കെ കൂർക്ക കൂട്ടാൻ വെച്ചു. ഞാനും നന്നായി കഴിച്ചു. രാത്രിയിൽ ഉറങ്ങാൻ കിടന്ന് എല്ലാവരും ഒന്നു മയങ്ങിയപ്പോൾ എന്റെ കുടൽ അടിമറിയാൻ തുടങ്ങി. പിന്നെ ചർദ്ദിയോട് ചർദ്ദി. പാവം ദേവി യേച്ചി എന്നെക്കൊണ്ട് മടുത്തു. ഓരോ പ്രാവശ്യവും ചിമ്മിനിക്കൂടും ക ത്തിച്ച് എന്നെ ഇറയത്ത് കൊണ്ടുപോയത് അവരായിരുന്നല്ലോ. അന്ന് ഞാൻ ഒട്ടും ഉറങ്ങിയില്ല. മറ്റുള്ളവരെയും ഉറക്കിയില്ല. പിന്നെ അവിടുന്ന് പോകുന്നതുവരെ ഞാൻ കൂർക്ക തൊട്ടുനോക്കിയിട്ടില്ല.

ഇതിനകം അച്ഛമ്മ കാവുമ്പായിയിൽ നിന്ന് തിരിച്ചെത്തിയിരുന്നു. അപ്പോഴേക്കും എന്നെ ബാധിക്കുന്ന ചില കാര്യങ്ങളിൽ കുറെ മാറ്റം വന്നിരുന്നു. ചായ കുടിക്കാൻ വലിയച്ഛന്റെ പീടികയിൽ പോകുന്ന പ തിവ് അച്ഛമ്മ പോയതോടെ നിലച്ചിരുന്നു. പിന്നീട് വലിയച്ഛൻ ചായ വീ ട്ടിലേക്ക് കൊടുത്തയക്കുമായിരുന്നു. അതുകൊണ്ട് എനിക്ക് പീടികയി ലേക്ക് പോകേണ്ടി വന്നിട്ടില്ല.

ഇതിനിടയിൽ എന്റെ അമ്മയുടെ ജ്യേഷ്ഠത്തി മീനാക്ഷി വലിയമ്മ യുടെ ഭർത്താവ് ഗോവിന്ദൻ വലിയച്ഛൻ പുതിയ വീടുണ്ടാക്കി ഗൃഹപ്ര വേശനം നടത്തി. അതിനു കുറച്ചുദിവസം മുമ്പേ വലിയമ്മയെ തേർത ലയിൽ നിന്ന് മലപ്പട്ടത്തേക്ക് കൂട്ടിക്കൊണ്ടു വന്നിരുന്നു. എന്റെ വലിയ മ്മയ്ക്ക് കഷ്ടപ്പാടിനിടയിൽ പിടിച്ചുനിൽക്കാനുള്ള പ്രാപ്തിയൊന്നും ഉണ്ടാ യിരുന്നില്ല. അതുകൊണ്ട് തേർതലയിൽ മാതാപിതാക്കൾക്കൊപ്പം തന്നെ യായിരുന്നു അവരുടെ താമസം.

ഗൃഹപ്രവശനത്തിന്റന്ന് രാവിലെ ഗംഗേട്ടൻ എന്നെ അയക്കോന്നു ചോദിക്കാൻ കുളിപ്പാറക്ക് വന്നു. സമ്മതം കിട്ടിയതുകൊണ്ട് അവൻ വൈ കുന്നേരം എന്നെ കൂട്ടാൻ വന്നു. നെൽവയലിന്റെ വരമ്പിൽക്കൂടി ചെളി യിൽ വീഴാതെ അവനെന്നെ കൈപിടിച്ചുനടത്തി കൊണ്ടുപോയി. സന്ധ്യ യാകാറാവുമ്പോൾ വലിയച്ഛന്റെ പുതിയ വീട്ടിലെത്തി. പടിഞ്ഞാറ്റകവും കൊട്ടിലകവും മാത്രമേ പൂർത്തിയായിട്ടുള്ളൂ. ആത്രേയകം തറകെട്ടി മണ്ണ് നിറച്ചുവെച്ചിരിക്കുന്നു. ഒരു ചെറിയ കല്ലിൽ ചവുട്ടി ആ മണ്ണിലേക്ക് കയ റണം. എന്നിട്ട് പൂർത്തിയായ മുറിയിലെത്തണം. ഇതൊക്കെ കണ്ടപ്പോഴേ എന്റെ മനസ്സിൽ എങ്ങനെ കയറുമെന്ന ആധി പെരുകി. ഗംഗേട്ടനും വ ലിയമ്മയുംചേർന്ന് എന്നെ പിടിച്ചുകയറ്റി. ഞാൻ അന്നവിടെ തങ്ങി. പിറ്റേ ദിവസം രാവിലെ ചായയും ദോശയും കഴിപ്പിച്ച് വലിയമ്മ എന്നെ ഗംഗേ

ട്ടന്റെ കൂടെ പറഞ്ഞയച്ചു. അവൻ എന്നെ വീഴാതെ, പൊട്ടാതെ കൂളിപ്പാ റക്കെത്തിച്ചു.

മലപ്പട്ടം എത്തിയ ദിവസം മുതൽ സുഖമില്ലാത്ത കുട്ടി എന്ന നില യിൽ അവർ എനിക്ക് കുളിക്കാനുള്ള വെള്ളം അടുപ്പിൽ വെച്ച് ചൂടാക്കി കുളിമുറിയിൽ കൊണ്ടുതരുമായിരുന്നു. കാവുമ്പായി നിന്ന് വന്നതിനു ശേഷം എന്റെ ചൂടുവെള്ളക്കുളിയിൽ അല്പം മുറുമുറുത്തുകൊണ്ട് കുള ത്തിൽ പോയി കുളിക്കുന്ന അച്ഛമ്മയെ കാണുമ്പോൾ എനിക്ക് പ്രയാ സവും നാണക്കേടും തോന്നുമായിരുന്നു. ഇത് മറികടക്കാൻ ഞാൻ ഒരു സൂത്രം കണ്ടെത്തി. നേരെ പാലം കടക്കാതെ കുറെ മുന്നോട്ട് പോകു മ്പോൾ ചരിഞ്ഞ് ഇറങ്ങാനുള്ള വഴി ഉണ്ട്. ഞാൻ അതിലൂടെ ഇറങ്ങി ചിറമ്മിൽ കയറി കുളത്തിൻറെ അടുത്തെത്തി. ഞാനിങ്ങനെ കുളത്തിൽ ഇറങ്ങി കുളിച്ച് വരുമ്പോഴേ വീട്ടുകാർ അറിഞ്ഞുള്ളൂ. പിന്നെ ഞാനത് പതിവാക്കി.

ഈ കുളം എന്റെ ജീവിതം വഴിതിരിക്കുന്നതിൽ നല്ലൊരു പങ്കുവ ഹിച്ചിട്ടുണ്ട്. മലപ്പട്ടം കൊണ്ടാക്കുന്നതിനു മുമ്പ് അമ്മ എന്റെ മുടി കഴു ത്തറ്റം വെച്ചു മുറിച്ചിരുന്നു. എന്നാൽ എന്നെപ്പോലെ തന്നെ എന്റെ മുടി യും വളരാൻ തിരക്കുകൂട്ടി നീണ്ടുവന്നാൽ എന്താ ചെയ്യുക. ഈ കുള ത്തിൽ കുളിയിൽ എന്റെ കുറ്റിച്ചൂൽ മുടി പ്രശ്നമുണ്ടാക്കുക തന്നെ ചെ യ്തു. എന്റെ ദുർബ്ബലമായ കൈകൾക്കുണ്ടോ മുറ്റിത്തഴച്ചു വളരുന്ന മു ടിയെ തോർത്തിയെടുക്കാനാവുന്നു! അങ്ങനെ തോർത്താത്ത മുടിയി ലെ വെള്ളമിറങ്ങിയിറങ്ങി ജലദോഷമായി. അത് മൂത്തുമൂത്ത് നെഞ്ചിൽ കഫംനിറഞ്ഞു. കുരച്ചുകുരച്ച് ഞാൻ ചാകാറായി. ഞാൻ തുപ്പിക്കൊ ണ്ടിരുന്ന കഫംകൊണ്ട് മുറ്റം നിറഞ്ഞു. എങ്ങനെയൊക്കെയോ പകൽ സ്കൂളിൽ പോകും.

കുളിയെക്കുറിച്ച് അൽപ്പം കൂടി പറയാനുണ്ട്. ഏരുവേശിയിൽ താമ സിക്കുമ്പോൾ എനിക്ക് മറ്റുള്ളവർക്കൊപ്പം ഒരു ചെറിയ തോർത്തുമു ണ്ടോ, ഷഡ്ഡിയോ ധരിച്ച് കുളിക്കാൻ പ്രയാസം ഉണ്ടായിരുന്നില്ല. എ ന്നാൽ ഇപ്പോൾ എനിക്ക് ഒളിച്ചു വെക്കാൻ എന്റെ ശരീരത്തിൽ എന്തൊ ക്കെയോ ഉണ്ട്. എന്റെ മാറിടം വളരാൻ തുടങ്ങിയിരിക്കുന്നു. എന്റെ ചെ റുപ്പക്കാരിയായ അമ്മയ്ക്കും ദേഷ്യക്കാരനായ അച്ഛനും അതിൽ ഒട്ടും സന്തോഷം ഉണ്ടായിരുന്നില്ല. അക്കാലത്തെ പെൺകുട്ടികൾ പത്തുപതി നാറു വയസ്സുവരെ കുട്ടികളായിരിക്കുമ്പോൾ ആരോഗ്യമില്ലാത്ത പന്ത്ര ണ്ടുകാരി ഇത്രവേഗം വളരുമെന്ന് അവർ കരുതിയില്ല. എങ്ങനെ വളരാ തിരിക്കും! ആരോഗ്യം കൂട്ടാൻ പാലും മുട്ടയും മീനും മീനെണ്ണയും ഒക്കെ

തന്ന് വളർത്തുമ്പോൾ ഓർക്കണമായിരുന്നു. കൂനിന്മേൽ കുരുവെന്ന പോലെ ശരീരവളർച്ച എന്റെ സങ്കോചവും പേടിയും അൽപ്പം കൂടി കൂട്ടാൻ കാരണമായി.

വൈകുന്നേരമാവുമ്പോൾ, തണുപ്പ് കൂടുമ്പോൾ ഒക്കെ കുര പൊട്ടിപ്പുറപ്പെടും. എങ്ങനെയാണ് രാത്രി പുലർത്തേണ്ടത് എന്നറിയാത്ത ദിവസങ്ങൾ ഇഴഞ്ഞുനീങ്ങി. ഒരു ദിവസം അച്ഛൻ വന്നപ്പോൾ എന്റെ ദയനീയാവസ്ഥ കണ്ടു. വീട്ടിൽ പോയി അമ്മയോട് വിവരം പറഞ്ഞു. അമ്മ വേവലാതിയോടെ നിർബ്ബന്ധിച്ചു. 'മലപ്പട്ടത്തെ കുണ്ടുകുളത്തിൽ അയിന ഒടുക്കണ്ട. പഠിച്ചിറ്റ്ല്ലേൽ പഠിച്ചിറ്റ്ലാന്നേ ഉള്ളൂ. ജീവനോടെണ്ടായ്ക്കോട്ട്. നാളത്തന്നെ ഓള കുട്ടിക്കൊണ്ടരണം.'

അടുത്ത ദിവസം തന്നെ അച്ഛൻ വന്ന് എന്നെ കൂട്ടിക്കൊണ്ടുപോയി. അത് ഡിസംബറിൽ ആയിരുന്നു. അർദ്ധവാർഷികപ്പരീക്ഷ എഴുതാതെ പോകേണ്ടിവന്നതിൽ എനിക്ക് വലിയ സങ്കടം തോന്നി. വീട്ടിലെത്തി ചികിത്സ തുടങ്ങി. അച്ഛൻ ഹോമിയോ ചികിത്സകനേയും അലോപ്പതി മരുന്നുകൾ പ്രയോഗിക്കുന്ന കമ്പൌണ്ടറെയും കൊണ്ടുവന്ന് എന്നെ പരിശോധിപ്പിച്ചു. മരുന്നും ഗുളികയും ഇഞ്ചെക്ഷനുമായി ചികിത്സ മുന്നേറി. ഒരു ഇഞ്ചെക്ഷൻ ചന്തിക്കാണ് എടുക്കുന്നത്. ദിവസവും കുത്തിവെക്കാൻ കമ്പൌണ്ടർ വരുമ്പോൾ ഞാൻ പേടിച്ചുവിറയ്ക്കുമായിരുന്നു. അത്രയ്ക്ക് വേദനയായിരുന്നു ആ കുത്തിവെപ്പിന്. അമ്മ തിളച്ചവെള്ളം കൊണ്ട് അവിടെ ചൂടുപിടിപ്പിച്ചു തരുമായിരുന്നു.

ഈ വേദനക്കിടയിൽ എനിക്ക് സന്തോഷം തരുന്ന ഒരു കാര്യവുമുണ്ടായി. എനിക്ക് ആദ്യമായി ഒരു കത്ത് കിട്ടി. സ്കൂളിൽനിന്നും സാവിയും ചാരയും മറ്റ് പെൺകുട്ടികളും ചേർന്ന് ഇൻലന്റ് വാങ്ങി കത്ത് എഴുതി അയച്ചതാണ്.

'ശാന്ത അരക്കൊല്ലപ്പരീക്ഷ എഴുതാത്തതുകൊണ്ട് ഇപ്രാവശ്യമെങ്കിലും നമ്മുടെ സ്കൂളിലെ കുട്ടിക്ക് ഫസ്റ്റ് കിട്ടുല്ലോന്ന് ജനാർദ്ദനൻ മാഷ് പറഞ്ഞു.' എന്ന് അതിൽ അവർ എഴുതിയിരിക്കുകയാണ്. ഇത് വായിച്ചിട്ട് ചിരിക്കണോ, കരയണോ എന്ന മട്ടിലായി ഞാൻ.

ഞാൻ പരീക്ഷ എഴുതിയാൽ ഫസ്റ്റ് എനിക്കേ കിട്ടൂ എന്നതിൽ സന്തോഷവും അഭിമാനവും ഒരു ഭാഗത്ത് ഉള്ളപ്പോൾ തന്നെ മാഷ് എന്നെ വേറെ കുട്ടിയാക്കിയില്ലേ എന്ന് ചെറിയൊരു പരിഭവവും തോന്നി.

പൂർണമായി മാറിയില്ലെങ്കിലും ക്രിസ്മസ് അവധി കഴിഞ്ഞ് സ്കൂൾ തുറക്കുമ്പോഴേക്കും എന്റെ കുരയ്ക്ക് അൽപ്പം ആശ്വാസം ഉണ്ടായി. അച്ഛൻ എന്നെ വീണ്ടും മലപ്പട്ടം കൊണ്ടാക്കി. ഞാൻ കുരച്ചും തുപ്പി

യും വീണ്ടും സ്കൂളിൽ പോകാൻ തുടങ്ങി.

സ്കൂളിൽ സ്പോർട്സ് മത്സരം തുടങ്ങി. എനിക്ക് ഒരു പങ്കാളിത്ത വും ഇല്ലാത്ത സംഭവം. ദൂരക്കാഴ്ചയിൽ അഭിരമിച്ചും ആരവം കേട്ടും കൊണ്ട് ഞാൻ ക്ലാസ് മുറിയിലിരുന്നു. സ്പോർട്സിൽ ചാരയാണ് ക്ലാ സിലെ താരം. അവൾക്ക് സോപ്പ് ചീപ്പ് കണ്ണാടി തുടങ്ങി ഒരുപാട് സമ്മാ നങ്ങൾ കിട്ടി. അവൾ അല്ലെങ്കിലും ഒരു ചുണക്കുട്ടിയാണ്. സുന്ദരിക്കു ട്ടിയുമാണ്. ബന്ധം പറഞ്ഞുപോയാൽ സാവിയും ചാരയും എന്റെ ഇള യമ്മമാരായി വരും. തമാശയ്ക്ക് ഞങ്ങൾ അങ്ങനെ പറയാറുണ്ട്. ഒരുദി വസം സാവി എന്റെ അടുത്ത് വന്നിരുന്നപ്പോൾ അവളുടെ മനോഹരമാ യ കവിളത്ത് ഉമ്മവെക്കണമെന്ന് എനിക്ക് പെട്ടെന്ന് തോന്നി. അധികം ആലോചിക്കാതെ ഞാൻ അവളുടെ കവിളത്ത് ഉമ്മവെച്ചു. അടുത്ത ബ ഞ്ചിൽ ചെക്കന്മാർ ഇരിക്കുന്ന കാര്യമൊന്നും അപ്പോൾ ഞാൻ ഓർത്തില്ല. അവർ അയ്യേന്നു പറഞ്ഞപ്പോഴാണ് ഞാൻ ബോധവതിയായത്. അല്ലെ ങ്കിലും ശിവനും സംഘവും എന്റെ കുഞ്ഞുഫെമിനിസം അംഗീകരിച്ചു തരാറില്ല. അതിന്റെ പുറത്ത് അടുത്തടുത്ത ബെഞ്ചുകളിലിരിക്കുന്ന ഞ ങ്ങൾ തമ്മിൽ എപ്പോഴും വാക്കു തർക്കമുണ്ടാകാറുമുണ്ട്. ഏതായാലും ആ സമയത്ത് ചമ്മൽ മറയ്ക്കാൻ ഞാൻ ഉറപ്പിച്ചു പറഞ്ഞു. 'ഇത് എ ന്റെ ഇളയമ്മയാണ്.' അതോടെ ആൺപിള്ളേർ പിന്മാറി. അപ്പോൾ ഈ പരസ്യചുംബനം അത്ര വലിയ കാര്യമൊന്നും അല്ല. ഞാനിത് അമ്പതി ലേറെ വർഷങ്ങൾക്കു മുമ്പ് നടത്തിയതല്ലേ.

വാർഷികപരീക്ഷയൊക്കെ നന്നായി എഴുതി. സ്കൂൾ മധ്യവേനല വധിക്ക് അടച്ചു. അച്ഛൻ എന്നെ കൂട്ടാൻ വന്നു. ഞങ്ങൾ പതുക്കെ നട ന്ന്! ബോട്ട് കടവിൽ എത്തി. അന്ന് ബോട്ട് വന്നില്ല. ഒടുവിൽ ഒരു തോ ണി പോകുന്നത് കണ്ടപ്പോൾ അച്ഛൻ ഞങ്ങളെയും കൂട്ടുമോന്ന് വിളിച്ചു ചോദിച്ചു. അയാൾ തോണി അടുപ്പിച്ചു. അച്ഛൻ എന്നെ കൈപിടിച്ച് തോ ണിയിൽ കയറ്റി. ചെറിയ തോണിയാണ്. വല്ലാതെ ഇളകുന്നുണ്ട്. ഞാൻ പേടിച്ചുവിറച്ചു. അച്ഛൻ എന്നെ വെള്ളം കാണിക്കാതെ മുഖം പൂഴ്ത്തി മടിയിൽ കിടത്തി. എന്റെ ഓർമയിൽ അച്ഛന്റെ ദേഹത്ത് ഇങ്ങനെ മുഖം പൂഴ്ത്തി കിടന്ന മൂന്നാമൂഴമാണിത്. ആദ്യത്തേത് ബാബുമോൻ മരിച്ച രാത്രി. രണ്ടാമത് ഗുരുവായൂർ യാത്രയിൽ ബോധം മറയുമ്പോഴും.

തോണിക്കാരൻ ഞങ്ങളെയിറക്കാൻ മുങ്ങത്ത് തോണിയടുപ്പിച്ചു.

ചെങ്ങളായിയിലേക്ക് നടക്കുമ്പോൾ അച്ഛൻ ചോദിച്ചു. 'നിനക്ക് നിന്റെ തറവാട്ടിൽ പോണോ?'

ഞാൻ പറഞ്ഞു. 'വേണ്ട.'

256

പെരിങ്കോന്നിൽ പാട്ടിയമ്മമ്മയുടെ വീട്ടിൽ പോകണോയെന്നാണ് അച്ഛൻ ചോദിച്ചത്. നടന്നും കുരവന്നു മുട്ടിയും ക്ഷീണിച്ച എനിക്ക് എവിടെയും പോകണമെന്നില്ലായിരുന്നു. അച്ഛന്റെ മുന്നിൽ ഉറക്കെ കുരയ്ക്കാൻ എനിക്ക് പേടിയായിരുന്നു. അപ്പോൾ എനിക്ക് ഒന്ന് വീട്ടിലെത്തിയാൽ മതിയായിരുന്നു.

തിരശീല വീണുപോയ പഠനകാലം

വീട്ടിൽ മോനുണ്ട്. അവനെ കിടത്താൻ ആത്രേയകത്ത് തൊട്ടിൽ കെട്ടിയിട്ടുണ്ട്. ഞാൻ എത്തുന്നതിനു മുമ്പ് തന്നെ അവന് പേരിട്ടിരുന്നു. വേശാല ഒരു ഗുരുസ്വാമിയുടെ പേരിലുള്ള മഠത്തിൽ കൊണ്ടുപോയി ചോറൂണ് നടത്തുമ്പോൾ അച്ഛൻ അവന് പേരിട്ടു. 'രാമകൃഷ്ണൻ.'

തന്റെ അച്ഛന്റെ നാമം മകന്റെ പേരിൽ ഉണ്ടാവണമെന്ന് എന്റെ അച്ഛൻ നേരത്തെ തീരുമാനിച്ചിരുന്നു. അത് അദ്ദേഹം മറ്റുള്ളവരോട് പറഞ്ഞില്ലെന്നു മാത്രം.

ഏതായാലും ആ പേർ വിളിക്കാൻ ഞാനും അനിയത്തിയും തയാറായില്ല. ഞങ്ങൾ അവനെ 'ഉണ്ണീ...ഉണ്ണിക്കുട്ടാ...' എന്നൊക്കെ വിളിച്ചു. ആ പേർ വിളിച്ചുവിളിച്ച് ഞങ്ങളങ്ങ് ഉറപ്പിച്ചു. എന്റെ അനുജൻ വെളുത്ത് തുടുത്ത സുന്ദരക്കുട്ടനായിരുന്നു. നാദ്യൻ രാമൻ വീട്ടിൽവന്ന് അവന്റെ മുടി മുറിക്കുമ്പോൾ ഞാനും അനിയത്തിയും 'വേണ്ടാന്നു' കരഞ്ഞു പറയുമായിരുന്നു. അവന്റെ ഭംഗിയുള്ള ചുരുണ്ട മുടി മുറിക്കുന്നത് ഞങ്ങൾക്ക് വിഷമമമുണ്ടാക്കുന്ന കാര്യമായിരുന്നു. വിവരമില്ലാത്ത പിള്ളേർ പറയുന്ന കാര്യം ആര് പരിഗണിക്കാൻ! ഉറക്കെ പറഞ്ഞാൽ അച്ഛന്റെ കൈയിൽനിന്ന് അടി ഉറപ്പാണ്. അതുകൊണ്ട് അമ്മയോട് മാത്രമാണ് ഞങ്ങൾ പരാതി പറയുന്നത്. അമ്മയാണെങ്കിൽ അതൊന്നും അച്ഛനോട് പറയാറുമില്ല, മോന്റെ കൈപിടിച്ചുവെച്ച് മുടി മുറിക്കാൻ സഹായിക്കുകയും ചെയ്യും..

എട്ടുകൊല്ലക്കാലം നിധിപോലെ സൂക്ഷിച്ചുവെച്ച ബാബുമോന്റെ റോസ് നിറമുള്ള കുഞ്ഞുടുപ്പ് അമ്മ ഉണ്ണിക്കുട്ടനെ ധരിപ്പിച്ചു. അത് കണ്ടപ്പോൾ എനിക്കും അനിയത്തിക്കും വളരെ ഇഷ്ടമായി. ഏട്ടന്റെ കുപ്പായം ഉണ്ണിമോൻ ധരിച്ചപ്പോൾ അത്രയ്ക്ക് ഭംഗിയും ചേർച്ചയുമുണ്ടായിരുന്നു. അമ്മ റങ്കുപെട്ടി തുറക്കുമ്പോഴൊക്കെ ഞങ്ങൾ അടുത്ത് പോയിരിക്കുമായിരുന്നു. അതിലെ വസ്തുക്കൾ കാണുന്നത് ഞങ്ങൾക്കിഷ്ടമുള്ള കാര്യമായിരുന്നു. പ്രത്യേകിച്ച് ബാബുമോന്റെ ഒന്നാം പിറന്നാളിന് അച്ഛ

പ്പൻ കൊണ്ടുവന്ന റോസ് നിറമുള്ള കുപ്പായം. ഒരു അമൂല്യനിധിയായി അത് അമ്മ റങ്ക് പെട്ടിയിൽ സൂക്ഷിച്ചുവെച്ചിരുന്നു. ഇടയ്ക്ക് അമ്മ അ തെടുത്ത് മണപ്പിക്കും. ഞങ്ങൾക്കും മണക്കാൻ തരും. അതിന് മോന്റെ മണമായിരുന്നു.

മോൻ പിറന്നിട്ടും അമ്മയുടെ പണിത്തിരക്ക് ഒട്ടും കുറഞ്ഞില്ല. പണി ക്ക് വന്നവരിൽ ഒരാളെ കുറച്ചുസമയം വീട്ടിൽ പിടിച്ചുനിർത്തി അമ്മ വലിയവയലിലേക്ക് പാഞ്ഞുപോകുമായിരുന്നു. നാട്ടിപ്പണിക്കാലവും മൂർ ച്ചക്കാലവുമൊക്കെ ആയാൽ അമ്മയിൽ ഒരുതരം പണിയൂർജ്ജം ആ വേശിക്കുമായിരുന്നു. അപ്പോൾ കുട്ടീം ചട്ടീമൊക്കെ ആടക്കെട, ഈടെ ക്കെട, അടുപ്പിന്റെ കുണ്ടിൽക്കെട എന്ന മട്ടിൽ അമ്മ അങ്ങ് ഇറങ്ങിപ്പോ വും. പണിക്കാർ ഇല്ലെങ്കിലും 'മോനെ നോക്കണേ' എന്ന് ഞങ്ങളെ ഏൽ പ്പിച്ചും അമ്മ പോകുമായിരുന്നു. അങ്ങനെയുള്ള ഒരു ദിവസം മോൻ മു ട്ടുകുത്തി നടയിറങ്ങുമ്പോൾ വീണു. അതുകണ്ടുകൊണ്ട് വന്ന അച്ഛൻ ഓടിവന്ന് എനിക്കൊരു അടി തന്നു. എന്നിട്ട് പറഞ്ഞു. 'കത്തെഴുതുമ്പോൾ കുട്ടീ...കുട്ടീന്ന് പറയല്ണ്ടല്ലോ.'

എനിക്ക് മോനെ എടുക്കാനും പിടിച്ചുനിർത്താനുമുള്ള പൊതം ഇല്ലെ ന്ന് അച്ഛനറിയില്ലേ. എന്നിട്ടും എന്നെ അടിച്ചില്ലേ എന്ന സങ്കടം കണ്ണിലു ടൊഴുക്കാനല്ലേ എനിക്ക് പറ്റൂ. ഇപ്പോൾ ആലോചിക്കുമ്പോൾ തോന്നു കയാണ് ആ അടികളൊക്കെ എനിക്ക് വേണ്ടതായിരുന്നു എന്ന്. കുറെ ക്രൂരതകൾ ഞാനും ചെയ്തിട്ടുണ്ട്. ഒരുദിവസം വടക്കോർത്തെ ചേദി ക്ക് മോൻ തൂറിപ്പെരങ്ങി അടുക്കളയിലേക്ക് കയറാൻ തുടങ്ങുമ്പോൾ ഞാനും അനിയത്തിയും വാതിൽ അടച്ച് അവനെ പുറത്താക്കി. കുട്ടി പുറത്തുനിന്ന് കരയുമ്പോൾ ഞാൻ ഉറക്കെ അമ്മയെ വിളിച്ചുകൊണ്ടി രുന്നു. വയലിൽ പോയ അമ്മ എങ്ങനെയാണ് വിളി കേൾക്കുക. അല്പം കഴിഞ്ഞ് അമ്മ വന്ന് മോനെ കഴുകി വൃത്തിയാക്കി. അന്ന് എനിക്ക് അടി കിട്ടേണ്ടത് തന്നെയായിരുന്നു.

ചെറിയേച്ചിയുടെ അനിയത്തി പത്മാവതി ചിലപ്പോൾ രാത്രി വീട്ടിൽ തങ്ങാറുണ്ട്. അവളെ ഞാൻ ആദ്യമൊക്കെ പപ്പിയേച്ചി എന്നാണ് വിളി ച്ചിരുന്നത്. പിന്നീടെപ്പോഴോ അവളെന്റെ സമപ്രായക്കാരിയാണെന്ന് ഞാ നറിഞ്ഞു. അതിൽ പിന്നെ ഞാനവളെ പപ്പി എന്ന് മാത്രം വിളിക്കാൻ തുടങ്ങി. അതിലവൾക്ക് മന:പ്രയാസമുണ്ടായിരുന്നു എന്ന് പിന്നീടാണ് അറിഞ്ഞത്. അപ്പോഴേക്കും പുതിയ വിളിയിൽ ഞാൻ ഉറച്ചുപോയിരു ന്നു. ഉണ്ണിക്ക് അവളെ വലിയ ഇഷ്ടമായിരുന്നു. അവൾ അവനെ എടു ത്ത് ഓമനിക്കുന്നത് കൊതിയോടെ ഞാൻ കണ്ടിരിക്കും. എനിക്ക് അവനെ

അങ്ങനെ എടുത്ത് നടക്കാനാവില്ലല്ലോ. കുഞ്ഞുങ്ങളെ വാരിയെടുത്ത് ആശ്ലേഷിക്കാനുള്ള കൊതിയുണ്ടെങ്കിലും അതിനുള്ള ശേഷി എനിക്ക് ഇല്ലല്ലോ.

ഞാൻ കുരച്ചും തുപ്പിയും മരുന്ന് കഴിച്ചും രണ്ടുമാസം കടന്നുപോയി. അസുഖം മാറാത്തതുകൊണ്ട് എന്നെ സ്കൂളിലേക്ക് വിട്ടില്ല. ജൂൺ ആയ പ്പോഴേക്കും എന്റെ കുര ഒന്നുകൂടി മൂർച്ഛിച്ചു. അച്ഛൻ എന്നെ തളിപ്പറ മ്പിൽ ദേവസ്യാഡോക്ടറുടെ ലൂർദ്ദ് ആശുപത്രിയിൽ കൊണ്ടുപോയി കാണിച്ചു. എന്റെ നെഞ്ചത്ത് പരിശോധിക്കാൻ സമ്മതിക്കാതെ ഞാൻ കൈകൊണ്ട് മറച്ചുപിടിച്ചു. അപ്പോൾ ഡോക്ടർ പറഞ്ഞത് ഇപ്പോഴും മറന്നിട്ടില്ല.'സാരമില്ല കുട്ടീ. അച്ഛൻ കൂടെയില്ലേ.'

കാലമാകുന്നതിനുമുമ്പ് വളർന്നുപോയ കുട്ടിയുടെ നാണക്കേട് ആയി രുന്നല്ലോ എനിക്ക്. വളരെ ചെറുപ്പത്തിലെ വളർന്നുപോയതിനാൽ ആത്മ ഹത്യ ചെയ്ത മറ്റൊരു കുട്ടിയെക്കുറിച്ച് അമ്മയും മറ്റുള്ളവരും പറയു ന്നത് ഞാൻ കേട്ടിട്ടുണ്ടല്ലോ. പെൺകുട്ടികൾ വേഗം വളരുന്നത് ഒരു കുറവാണെന്ന് വിശ്വസിക്കാൻ എനിക്ക് അത് മതിയല്ലോ.

ശ്വാസകോശത്തിന്റെ എക്സ്റെ എടുക്കാൻ ഡോക്ടർ പറഞ്ഞു. ഡോക്ടർ പരിയാരത്തെ ടി. ബി. സാനിറ്റോറിയത്തിൽ പോയി പരിശോ ധിക്കാനും പറഞ്ഞു. അച്ഛൻ എന്നെയും കൂട്ടി പോകാൻ ഒരുങ്ങുമ്പോൾ ഒരു ഹാജിക്ക ടാക്സി കാർ വിളിച്ചുവരുത്തി ഞങ്ങളെപ്പോലെ പരിയാ രത്തേക്ക് പോകാൻ തുടങ്ങുകയായിരുന്നു. ഞങ്ങളെയും കൂടെ കൂട്ടു മോ എന്ന് അച്ഛൻ ചോദിച്ചപ്പോൾ അദ്ദേഹം സമ്മതിച്ചു. ഞങ്ങളും ആ കാറിൽ കയറി. ഞാൻ ആദ്യമായി കാറിൽ കയറുകയാണ്. കാർ എന്ന് കേട്ടിട്ടേയുള്ളൂ, അതുവരെ കണ്ടിട്ടില്ല. പരിയാരം പോയി രക്തവും കഫവും പരിശോധിച്ച് അവിടുത്തെ ഡോക്ടറെ കണ്ടു. ഡോക്ടർ എനി ക്ക് ക്ഷയമില്ല എന്ന് സ്ഥിരീകരിച്ചു.

പരിശോധനാ റിപ്പോർട്ടുംകൊണ്ട് വീണ്ടും ദേവസ്യ ഡോക്ടറെ കാ ണാൻ ലൂർദ്ദിലെത്തി. പുറത്തെ ബെഞ്ചിൽ ഞങ്ങൾ ഊഴം കാത്തിരു ന്നു. സമയം അസ്തമിക്കാൻ പോകുന്നു. മഴയുമുണ്ട്. തണുപ്പും കുര യും സഹിക്കാൻ കഴിയുന്നില്ല. അങ്ങനെ വിഷമിച്ച് ഇരിക്കുമ്പോൾ ആ ശുപത്രിയിൽ അഡ്മിറ്റായ രോഗികൾക്ക് ചായ കൊണ്ടുവന്ന ഹോട്ടൽ ജീവനക്കാരനോട് പറഞ്ഞ് അച്ഛൻ എനിക്ക് പാലിൽ കലക്കിയ ചുടു ഹോർലിക്സ് വരുത്തിച്ച് തന്നു. അത് കുടിച്ചപ്പോൾ അൽപ്പം ആശ്വാ സം തോന്നി.

ഡോക്ടർ എക്സ്റെ മെഷീനിലിട്ട് കാണിച്ചു. ശ്വാസകോശത്തിൽ

കഫം നിറഞ്ഞിരിക്കുന്നു. ഓപ്പറേഷൻ മാത്രമാണ് പരിഹാരം. ഡോക്ടർ ഒരു കാര്യം കൂടി അച്ഛനോട് ചോദിച്ചു. 'നിങ്ങൾക്ക് ഈ ഒരു കുട്ടി മാത്ര മേയുള്ളോ.'

ദുർബ്ബലയായ എനിക്ക് ഓപ്പറേഷൻ ചെയ്താൽ വിജയിക്കണമെന്നില്ല. ബോധം കെടുത്തിയാൽ ബോധംതിരിച്ചുകിട്ടാതെ മരിച്ചുപോയെങ്കിലോ എന്ന ആശങ്ക അദ്ദേഹം മറച്ചുവെച്ചില്ല.

ആ നനഞ്ഞ സന്ധ്യാസമയത്ത് അച്ഛൻ എന്നെ ചേർത്തുപിടിച്ച് ബസ് സ്റ്റാൻഡിലേക്ക് നടന്നു. ബസിൽ കയറ്റിയിരുത്തി. കുര വന്നുമുട്ടുമ്പോൾ ഞാൻ പേടിച്ച് അമർത്തിവെക്കാൻ ശ്രമിച്ചുകൊണ്ടിരുന്നു. പലപ്പോഴും എന്റെ ശ്രമം പരാജയപ്പെട്ടു. കൂട്ടുംമുഖത്ത് ബസിറക്കി അച്ഛൻ എന്നെ എങ്ങനെയൊക്കെയോ നടത്തിച്ച് രാത്രിയാകുമ്പോഴേക്കും വീട്ടിലെ ത്തിച്ചു.

ആ സമയത്ത് ഞാൻ ശരിക്കും മരണാസന്നയെപ്പോലെ ക്ഷീണിത യായിരുന്നു. പടിഞ്ഞാറ്റകത്ത് നിലത്ത് വിരിച്ച പായിൽ കിടന്ന് ഉറക്കം വരാതെ കുരച്ചുകൊണ്ടിരിക്കുമ്പോൾ ഒരു ചുമരിനപ്പുറം കൊട്ടിലകത്ത് നിന്ന് അച്ഛൻ ഉറക്കെ ഒച്ചയെടുക്കും. അപ്പോൾ ഞാൻ പേടിച്ച് കുര അ മർത്തിവെക്കാൻ ശ്രമിക്കും. അമർത്തുംതോറും കുര കൂടുതൽ ഒച്ചയോ ടെ പുറത്തേക്ക് തെറിക്കും. കുരച്ചുകുരച്ച് തലയ്ക്കൽ വെച്ച ചിരട്ടയിൽ കഫം തുപ്പിക്കൊണ്ട് ഒന്ന് നേരം പുലർന്നെങ്കിൽ എന്ന പ്രാർഥനയോ ടെ ഞാൻ രാത്രികൾ കഴിച്ചുകൂട്ടും.

ഇതിൽ അച്ഛനെ കുറ്റപ്പെടുത്താൻ ആവില്ല. അതിരാവിലെ എഴുന്നേറ്റ് പാടത്തും പറമ്പത്തും പണിക്കാരുടെ പിന്നാലെ അലഞ്ഞു നൂറുകൂട്ടം പ്രശ്നങ്ങളോട് ഏറ്റുമുട്ടി ക്ഷീണിച്ച് അന്തിക്ക്, ചിലപ്പോൾ രാത്രിയിൽ, വീടണയുന്ന ആളാണ് എന്റെ അച്ഛൻ. പകലത്തെ അധ്വാനത്തിന്റെ ക്ഷീ ണത്തിൽ തളർന്നുറങ്ങുമ്പോഴായിരിക്കും എന്റെ കുരയുടെ ഭീകരമായ ഒച്ചയിൽ ഞെട്ടിയുണരുന്നത്. അപ്പോൾ അദ്ദേഹത്തിന് ദേഷ്യം വന്നി ല്ലെങ്കിലേ അത്ഭുതമുള്ളൂ.

ഈ അവസ്ഥയിൽ എന്റെ സ്കൂളിൽ പോക്കിനെക്കുറിച്ച് ആലോചി ക്കുകയേ വേണ്ട. എന്നാലും സ്കൂളിൽ പോകാൻ കഴിയാത്തതിൽ ഞാൻ ഒരുപാട് സങ്കടപ്പെട്ടു. അല്ലെങ്കിലും സങ്കടത്തിന് എന്റെ ജീവിത ത്തിൽ എപ്പോഴും കയറിനിരങ്ങാനുള്ള അനുവാദമുണ്ടല്ലോ. എനിക്ക് വേണമെങ്കിൽ അതിനൊപ്പം ജീവിക്കാം. എന്റെ വീടിന്റെ മുന്നിൽക്കൂടി പുസ്തകക്കെട്ടും ചുമന്നു കുടയും ചൂടി കുട്ടികൾ കടന്നുപോകുമ്പോൾ ഞാൻ നിശബ്ദമായി കരഞ്ഞു. അപ്പോൾ ഞാൻ അമ്മയോട് ചോദിക്കും.

'എന്റെ കുര മാറിയാൽ അടുത്ത കൊല്ലം എന്നെ സ്കൂളിൽ വിടില്ലേ?'
അമ്മ പെട്ടെന്ന് സമ്മതിക്കും.

പക്ഷെ, അടുത്ത കൊല്ലവും എന്റെ കുര മാറിയില്ല. പിന്നെ ഒരിക്ക
ലും എനിക്ക് സ്കൂളിൽ പോകാൻ കഴിഞ്ഞില്ല. ആ വർഷം രാമർഗുരു
എ.യു.പി.സ്കൂളിലെ ഏറ്റവും നന്നായി പഠിക്കുന്ന കുട്ടിക്ക് ആറാംക്ലാ
സിൽ വെച്ച് പഠനം അവസാനിപ്പിക്കേണ്ടിവന്നു. ആ സമയത്ത് ഈ
സംഭവമാണ് എന്റെ ജീവിതത്തിലെ ഏറ്റവും വലിയ ദുരന്തമായി ഞാൻ
കണക്കാക്കിയിരുന്നത്.

എത്രതരം കുരകളിലൂടെയാണ് എന്റെ അന്നത്തെ ദിനങ്ങൾ കടന്നു
പോയത്. കുരച്ചുകുരച്ചു ശ്വാസംകിട്ടാതെ മരണത്തെ അഭിമുഖം കാണാ
റുണ്ട്. ശ്വാസനാളത്തിൽ ഉറച്ചുപോയ കഫം കുരച്ചു തുപ്പിക്കളയാനാ
വാതെ കണ്ണിൽ വെള്ളം വന്ന ദിവസങ്ങൾ. രാത്രിയിൽ നെഞ്ചിൻകൂടി
നുള്ളിലെ പ്രാണൻ പോലും പുറത്തേക്ക് തെറിക്കുമെന്ന് പേടിച്ച് കുര
യൊതുക്കാൻ ശ്രമിച്ച് പരാജയപ്പെടുമ്പോൾ മിന്നലിനു പിന്നാലെ ഇടി
മുഴക്കംപോലെ അച്ഛന്റെ ഗർജ്ജനം വീടിനെ പിടിച്ചുകുലുക്കും. ഉറക്ക
പ്പായുടെ അറ്റത്ത് വെച്ച കഫംനിറഞ്ഞ ചിരട്ടകൾ വീടിന്റെ പിന്നിലെ
ചേദിക്ക് നിന്ന് (മഴയുള്ളപ്പോൾ പറമ്പിലേക്ക് പോകാൻ എനിക്ക് ആ
വില്ല) ആരുടെയും കണ്ണിൽപ്പെടാതെ വളപ്പിലേക്ക് വലിച്ചെറിഞ്ഞതിന്റെ
നാണക്കേട് മറക്കാനാവുന്നില്ലല്ലോ.

വിരുന്നുവന്ന ഒരുദിവസം അച്ഛന്റെ കലമ്പൽ കേട്ട് കണ്ണീരൊഴുക്കുന്ന
എന്നെ കണ്ടിട്ട് അലിവു തോന്നിയ അമ്മമ്മ 'എന്തിനാ കുട്ടീന കലമ്പു
ന്നെ' എന്ന് ചോദിച്ചുപോയി.

മോളെയും മക്കളെയും അല്ലലറിയാതെ പോറ്റുന്ന ഉഗ്രമൂർത്തിക്ക് ഭാ
ര്യാമാതാവിന്റെ ചോദ്യം ഒട്ടും ഇഷ്ടപ്പെട്ടില്ല. കഠിനമായ ഉത്തരം ഉടനെ
വന്നു. 'ആ...എന്നാ നിങ്ങള് കൂട്ടിക്കോ.'

തേർതല പോകുമ്പോൾ അമ്മമ്മ എന്നെ കൂട്ടുക തന്നെ ചെയ്തു.
ആ സമയത്ത് ഏത് നരകത്തിലേക്കും പോകാൻ ഞാൻ തയ്യാറായിരു
ന്നു. തൽക്കാലം അച്ഛന്റെ കോപത്തിൽനിന്നും രക്ഷപ്പെടണം. അമ്മയു
ടെ കുത്തുവാക്കിൽനിന്നും.

വായനാലഹരിയിൽ

പഠനം നിർത്തിയ വേദനയിൽ നിന്നും കരകയറാൻ ഞാൻ ആശ്രയി
ച്ചത് വായനയെയായിരുന്നു. മുത്തച്ഛന്റെ സ്മാരകവായനശാലയിൽ നിന്ന്

പുസ്തകമെടുത്ത് കൊണ്ടുവരാൻ അനിയത്തിയോട് പറയും. അവൾ ക്ക് നല്ല മനസ്സുള്ളപ്പോൾ കൊണ്ടുതരും. അവൾ കാവുമ്പായി ഗവ. എൽ.പി.സ്കൂളിൽ നാലാംക്ലാസിലാണ് പഠിക്കുന്നത്. ഒരു കുടയും കു ഞ്ഞുപെങ്ങളും തുടങ്ങി മുട്ടത്ത് വർക്കിയുടെ മിക്ക നോവലുകളും ഞാൻ വായിച്ചത് അക്കാലത്താണ്. പാറപ്പുറം, നന്തനാർ, കോവിലൻ, പൊൻ കുന്നം വർക്കി, എം.ടി., മുകുന്ദൻ, ലളിതാംബിക അന്തർജ്ജനം അങ്ങ നെ എത്രപേരാണ് അക്കാലത്ത് എന്നെ ആശ്വസിപ്പിക്കാനെത്തിയത്! ഇടയ്ക്കിടെ വിദേശത്തും പോയി. രാത്രിയിൽ പേടിച്ചുപേടിച്ച് ഡ്രാക്കു ളയുടെ അടുത്തുമെത്തി. എത്ര ഉത്ക്കണ്ഠയോടെയാണ് അപസർപ്പക നോവലുകൾ ഞാൻ വായിച്ചുതീർത്തത്. അച്ഛൻ പാർട്ടി മീറ്റിംഗുകൾക്ക് പോയാൽ പാതിരാത്രിയൊക്കെയാവും വീട്ടിലെത്താൻ എന്നത് എന്റെ വായനയ്ക്ക് കുറച്ചുകൂടി സൗകര്യമായി. അച്ഛൻ വരുന്നതുവരെ ഇറ യത്ത് ഒരു ചിമ്മിനി വിളക്ക് കത്തിച്ചുവെക്കും. വാതിലും ചാരില്ല. അമ്മ കുട്ടിയെയും കൊണ്ട് കിടന്നിട്ടുണ്ടാകും. അച്ഛൻ വരുമ്പോഴേ വീണ്ടും എഴുന്നേൽക്കൂ. അപ്പോൾ ഞാൻ ഇറയത്തിരുന്നു വായിക്കും. ഉറങ്ങാതി രിക്കുമ്പോൾ ചിലപ്പോൾ അമ്മ എന്റെ കുരയെപ്പറ്റി പറഞ്ഞു പേടിപ്പി ക്കും. വായനയുടെ ലഹരിയിൽ മുഴുകിയ ഞാൻ അതൊന്നും കാര്യമാ ക്കില്ല.

വായനശാലയിലെ പുസ്തകങ്ങൾ മാത്രമല്ല, സാധനങ്ങൾ പൊതി ഞ്ഞുകൊണ്ട് വരുന്ന കടലാസിലെ മുറിഞ്ഞുപോയ കഥകൾ വായിച്ച് ബാക്കി ഭാഗത്തിനുവേണ്ടി എത്ര വട്ടമാണ് എന്റെ മനസ്സ് കൊതിച്ചിട്ടു ള്ളത്.

തേർള എത്തിയിട്ടും എന്റെ വായനയ്ക്ക് വിശ്രമമുണ്ടായില്ല. പക്ഷെ, കാവുമ്പായിലെ വായനയല്ല, അവിടുത്തെ വായന. അവിടെ വായനശാ ലയും പുസ്തകവുമില്ല. എന്നാൽ മുകളിലത്തെ നിലയിൽ ഒരു മുറി നി റയെ അതുവരെ വാങ്ങിയ മനോരമ, മാതൃഭൂമി ആഴ്ചപ്പതിപ്പുകൾ കൂട്ടി യിട്ടിട്ടുണ്ട്.

അമ്മാവന്മാർ പുതിയ ആഴ്ചപ്പതിപ്പ് കൊണ്ടുവന്നാൽ, പപ്പമ്മോൻ ആണ് മനോരമ കൊണ്ടുവരിക, ലക്ഷ്മിയമ്മായിയുടെ കൈയിലാണ് കിട്ടുന്നത് എങ്കിൽ നീണ്ടകഥ വായിച്ചിട്ടേ എനിക്ക് തരൂ. അന്നൊക്കെ മനോരമ നീണ്ടകഥയിലെ കഥാപാത്രങ്ങൾക്ക് രൂപവുംനൽകാറുണ്ട്. കഥാ സന്ദർഭവുമായി യോജിക്കുന്ന തരത്തിൽ നായികാനായകന്മാരായി അ ഭിനയിക്കുന്നവരുടെ ഒന്നു രണ്ടു ഫോട്ടോ ഒരോ ലക്കത്തിലും ഉണ്ടാ കും. അത് കാണാൻ ആകാംക്ഷയോടെ അമ്മായിയെ മുട്ടിയുരുമ്മി

ഞാനും ഇരിക്കും. നായിക ആത്മഹത്യ ചെയ്യുന്ന ഭാഗമൊക്കെ എത്തു മ്പോൾ അമ്മായി 'അയ്യോ പാവം' എന്നൊക്കെ പറയും. അത് കേട്ട് ഞാനും സങ്കടത്തോടെ നെടുവീർപ്പിടും.

ആഴ്ചയിൽ ഓരോന്നുവീതം കിട്ടുന്നതുകൊണ്ടൊന്നും എന്റെ വായ നാവിശപ്പ് തീരാറില്ല. അപ്പോൾ പഴയതിൽ കൈവെക്കാതെന്തുചെയ്യും! അതിന് അവിടെ എന്റെ കൈ എത്തില്ലല്ലോ. വീടിനു മുകളിൽ കയ റാൻ എനിക്ക് ആവില്ലല്ലോ. എന്നാലെന്താ. അനിയത്തി ഗിരിജയെ സോപ്പി ട്ട് അതൊക്കെ താഴെ എത്തിക്കാൻ എനിക്കറിയാമല്ലോ.

ഒരുദിവസം ഞങ്ങൾ ഭയങ്കരമായി തെറ്റി. അങ്ങോട്ടും ഇങ്ങോട്ടും ഒന്നുംരണ്ടുംപറഞ്ഞ് അമ്മമ്മ ഇടപെടേണ്ട അവസ്ഥയിൽ എത്തിച്ചു. അമ്മമ്മ എന്റെ ഒപ്പം ചേർന്ന് ആശ്വസിപ്പിച്ചു. അന്നൊക്കെ നല്ലകുട്ടി എന്ന ഇമേജ് എനിക്കുണ്ടായിരുന്നു. ഒന്നുരണ്ടുദിവസം ഞങ്ങൾ മിണ്ടി യില്ല. അതിനുശേഷം ഗിരിജ മുകളിൽ പോയി കുറെ ആഴ്ചപ്പതിപ്പു കൾ എടുത്തുകൊണ്ടുവന്ന് കെട്ടഴിഞ്ഞുപോയ പശുവിന്റെ നേരെ പച്ച പ്പുല്ല് കാട്ടുമ്പോലെ എന്റെ നേരെ നീട്ടി. ഒരുനാണവുമില്ലാതെ ഞാനത് കൈനീട്ടി വാങ്ങി. എന്റെ വായന പട്ടിണിയായിട്ടു രണ്ടുദിവസമായില്ലേ. പിന്നീട് ഒരിക്കലും അവളെ പിണക്കാനുള്ള ധൈര്യം എനിക്കുണ്ടായി രുന്നില്ല.

മോനെ അച്ഛന്റെ അടുത്താക്കിയിട്ട് അമ്മ എന്നെ കൂട്ടാൻ വന്നു. ഞങ്ങൾ വടക്കോർത്ത് എത്തിയപ്പോൾ അവൻ മുട്ടിൽ വന്ന് അമ്മയെ നോക്കി 'മ്മ എന്ന് ഒച്ചയുണ്ടാക്കി.' എന്നെ ഒറ്റക്കാക്കി ഏട്യാ പോയെ എന്ന് ചോദിക്കുമ്പോലെ.

നാട്ടിപ്പണിക്കാലമാണ്. അമ്മയ്ക്ക് നിന്നുതിരിയാൻ നേരമില്ല. കണ്ട ത്തിൽ പോകണം. കഞ്ഞിയും കൂട്ടാനും വെക്കണം. അതിനിടയിൽ കു ട്ടിയെ നോക്കണം. അമ്മയ്ക്ക് അതിന് കുറെ സൂത്രങ്ങളുണ്ട്. എന്നോട് 'കുട്ടീന നോക്കണേ'ന്ന് പറഞ്ഞ് അമ്മ കണ്ടത്തിലേക്ക് ഒറ്റ പോക്ക് പോ കും. എന്നിട്ട് തേർളേന്നു വന്ന പണിക്കാരിലൊരാളെ വീട്ടിലേക്ക് പറഞ്ഞ യക്കും. അവർ വീട്ടിലെത്തുന്നതുവരെ വീട്ടിലെ കാര്യങ്ങൾ നോക്കേ ണ്ടത് എന്റെ ജോലിയാണ്. മോൻ പടി കടന്നുപോയി വീഴാതെ നോക്ക ണം. എനിക്ക് അവനെ എടുക്കാൻ ആവില്ല. അപ്പോൾ ഞാൻ പടിയുടെ അടുത്ത് നിന്ന് അവനെ തടയാൻ ശ്രമിക്കും. വലിയ ചെമ്പിൽ അരി അ ടുപ്പത്ത് വേവാൻ കയറ്റിവെച്ചിട്ടാണ് അമ്മ കണ്ടത്തിൽ പോവുക. അടു പ്പിലെ വിറക് കെട്ടുപോകാതെ കത്തിക്കണം. കഞ്ഞി അടിക്കുപിടിക്കാ തെ നോക്കണം. അതിന് വെള്ളമൊഴിച്ചുകൊണ്ടിരിക്കണം. ഒരുദിവസം

അമ്മ കിണറ്റിൽനിന്ന് എടുത്തുവെച്ച വെള്ളം തീർന്നു. ചെമ്പിൽ ഒഴി ക്കാൻ വെള്ളമില്ല. തീ കുറച്ചിട്ടും കഞ്ഞി അടിക്കുപിടിച്ചു.

വയലിലേക്ക് കഞ്ഞികൊണ്ടുപോകാൻ ഓടിപ്പിടച്ച് വന്ന അമ്മ അടി ക്കുപിടിച്ച കഞ്ഞി കണ്ട് വടക്കോർത്തെ ചേദിക്ക് നിന്ന എന്റെ അടു ത്തേക്ക് പാഞ്ഞുവന്നു. എന്റെ പുറത്ത് അഞ്ചാറടി അടിച്ചു. അടി കിട്ടിയ തിലല്ല എനിക്ക് സങ്കടം. കിളയിൽ കൂടി പോകുന്നവരെല്ലാം അമ്മയുടെ കലാപരിപാടി നോക്കിനിൽക്കുന്നുണ്ടായിരുന്നു. അതിലൊരാൾ അദ്ദേ ഹത്തിന്റെ വീട്ടിൽ പോയി പറഞ്ഞത്രേ, 'ദെച്ചൂട്ടി ആ സുഗുല്ലാത്ത കു ട്ടീനിണ്ട് അടിക്ന്ന്.'

അമ്മയുടെ മറ്റൊരു ദിവസത്തെ അടിയും ഞാൻ ഒരിക്കലും മറക്കില്ല. അന്നത്തെ വിഷയം അങ്ങേമ്മയായിരുന്നു. അങ്ങേമ്മ ഒറ്റയ്ക്ക് തളിയ മ്മാർ വീട്ടിൽ കഴിയുന്നതിൽ എനിക്ക് വല്ലാത്ത നൊമ്പരമുണ്ടായിരുന്നു. അങ്ങേമ്മയെ നോക്കാത്ത അച്ഛനോടും അമ്മയോടും എതിർപ്പും ഉണ്ടാ യിരുന്നു. അമ്മമ്മ ഒരിക്കൽ വന്നപ്പോൾ 'കുഞ്ഞേടത്തീന നോക്കണം' എന്ന് അമ്മയോട് പറഞ്ഞു. അത് കേട്ടപ്പോൾ എന്റെ പുകയുന്ന അമർഷം പുറത്തുചാടിയത് ഇങ്ങനെ, 'അമ്മേരെ മോനും അമ്മേന നോക്കൂല.'

എന്റെ നാക്ക് വായിൽ വെക്കുന്നതിനു മുമ്പ് സർവശക്തിയുമെടുത്ത് അമ്മ എന്റെ പുറത്ത് ആഞ്ഞടിച്ചു. അമ്മമ്മ ഒരു നിമിഷം അമ്പരന്നു പോയി. എന്നിട്ട് ചോദിച്ചു, 'നീ എന്തിനാ കുട്ടീന തച്ചത്? ഓള് പറഞ്ഞ ത് നേരല്ലേ.'

'ഈന്യല്ലും പൊറ്റാനാ ബാക്കീള്ളോരു കഷ്ടപ്പെടുന്നത്. നിങ്ങൾ സ്ത്രീ ധനൊന്നും തന്നിറ്റലല്ലോ.'

അമ്മയ്ക്കറിയാം എങ്ങനെയാ അമ്മമ്മയുടെ വായടപ്പിക്കേണ്ടതെന്ന്. തേർതലയിലെ സ്വത്ത് ആരുമറിയാതെ, വല്യമ്മാവനും അച്ഛപ്പനും കൂ ടി ഭാഗംവെച്ചതിനെക്കുറിച്ചാണ് ഈ പരാതി. യാതൊരു മാനദണ്ഡവും പാലിക്കാത്ത ഒന്നായിരുന്നു അത് എന്നതൊരു സത്യമായിരുന്നു. ആ വിവരം അറിഞ്ഞ ഉടനെ അത് ചോദ്യംചെയ്യാൻ അമ്മ അച്ഛനെ പറഞ്ഞ യച്ചിരുന്നു.

ഭരോഗം, പഠനം നിർത്തിയ നിരാശ, രക്ഷിതാക്കളുടെ ചീത്തവിളി ഇ വയ്ക്കിടയിൽ എനിക്ക് ആശ്വാസത്തിന്റെ തുരുത്തായി തളിയന്മാർ വീട് നിലകൊണ്ടു. അവിടെ എന്റെ അങ്ങേമ്മ ഉണ്ടായിരുന്നു. പറ്റുമ്പോഴൊ ക്കെ ഞാൻ അങ്ങോട്ട് പോയി. അമ്മ ഞങ്ങളുടെ വീട്ടിലും വരുമായിരു ന്നു. ചിലപ്പോൾ ആണ്മക്കളുടെയും ഭാര്യമാരുടെയും അവഗണനയിൽ രൗദ്രമൂർത്തിയായിട്ടാണെങ്കിൽ പലപ്പോഴും സ്നേഹത്തിന്റെ അവതാ

രമായിട്ടായിരിക്കും ഞങ്ങളുടെ അങ്ങേമ്മ പ്രത്യക്ഷപ്പെടുക. തീരെ കു ഞ്ഞായിരുന്ന മോൻ പോലും അമ്മയുടെ സ്നേഹവും വാത്സല്യവും തിരിച്ചറിഞ്ഞിരുന്നു. നടക്കാറായപ്പോൾ ഞങ്ങൾ അവനെയും അങ്ങേ വീട്ടിലേക്ക് കൊണ്ടുപോകുമായിരുന്നു. ഞങ്ങളെ കാണുമ്പോൾ അമ്മ ഉണക്കലെരി ചുടുവെള്ളത്തിൽ കുതിർത്ത് അപ്പോൾ തന്നെ അമ്മിയിൽ അരച്ച് അപ്പം ചുട്ടുതരും. ഒരു വൈകുന്നേരം തളിയമ്മാർ വീട്ടിൽനിന്നും തിരിച്ചുപോരുമ്പോൾ അമ്മ അവനോട് പറഞ്ഞു. 'അമ്മ നാളെ മോന് പായസം വെച്ചുതരാം.'

മോൻ രാവിലെ എഴുന്നേറ്റ് മുറ്റത്ത് കുത്തിയിരുന്ന് മൂത്രമൊഴിക്കുക യായിരുന്നു. പിന്നെ നോക്കുമ്പോൾ കുട്ടിയെ കാണുന്നില്ല. മോനേന്നു വിളിച്ചുകൊണ്ട് അമ്മ പറമ്പിലും തോട്ടിലുമൊക്കെ നോക്കി. അച്ഛനും മൂരികളെ നോക്കാൻ നിൽക്കുന്ന കുട്ടിയും മാതുവേച്ചിയും എല്ലായിട വും പരതി. അങ്ങേവീട്ടിൽ പോയിനോക്കാമെന്ന് ആരോ പറഞ്ഞു. എല്ലാ വരും അങ്ങോട്ടോടി. അമ്മ വടക്കോർത്ത് ഇരുന്ന് മോന് അപ്പംചുടാൻ അരി അരയ്ക്കുകയാണ്. മോനുണ്ട് ട്രൗസറൊന്നും ഇടാതെ ഇച്ചിമ ണിയൊക്കെ കാണിച്ച് അമ്മയുടെ അടുത്ത് കുത്തിയിരിക്കുന്നു. അമ്മ അവനോട് വാതോരാതെ വർത്തമാനം പറഞ്ഞുകൊണ്ടിരിക്കുന്നു. ഇവ രുടെ സംസാരം കേട്ടുകൊണ്ട് വലിയച്ഛനും വടക്കോർത്തെ ഇറയത്ത് ഇരിക്കുന്നുണ്ട്. തലേ ദിവസം പറഞ്ഞ പായസത്തിന്റെ കാര്യം ഓർമ്മി ച്ച് അങ്ങോട്ട് വെച്ചുപിടിച്ചതാണ് അവൻ. എപ്പോഴും പൈക്കളും മൂരിക ളും കടന്നുപോകുന്ന വഴിയിൽക്കൂടി കുട്ടി ആപത്തൊന്നും കൂടാതെ വീട്ടിൽ എത്തിയല്ലോ എന്ന് എല്ലാവരും ആശ്വസിച്ചു.

അൽപ്പസ്വൽപം കുസൃതികളൊക്കെ ഞങ്ങളുടെ ഉണ്ണിമോനുണ്ടായി രുന്നു. ഞങ്ങളുടെ വീടിന്റെ വടക്കോർത്ത് അടുക്കളയ്ക്ക് ചുറ്റുമായി ഓ ടിന്റെ ഇറയുടെ വീതിയിൽ മണ്ണുകൊണ്ടു തട്ടിക്കൂട്ടിയ ഒരു ചെറിയ ഞാ ലി ഉണ്ടാക്കിയിരുന്നു. മഴപെയ്യുമ്പോൾ കുറച്ചു നനയും. അവിടെയാണ് അമ്മ പൊള്ളോർത്തിക്കും കൂരാച്ചിക്കും കഞ്ഞി കൊടുക്കാറുള്ളത്. അ വർ കൈയും കാലും കഴുകി വരുമ്പോഴേക്കും ഒരാൾ കിണ്ണത്തിന്റെ മു മ്പിൽ ഇരുന്നുകഴിഞ്ഞിട്ടുണ്ടാകും. അപ്പോൾ പൊള്ളോർത്തി കുറച്ചു മാ റി ഇരുന്നിട്ട് പറയും. 'കുഞ്ഞി കുടിച്ചോട്ട്. ക് പിന്ന മതി.' അമ്മ വന്ന് എടുത്തുകൊണ്ടുപോകുന്നതുവരെ മോൻ അവരുടെ കിണ്ണത്തിൽനിന്നും വാരിക്കുടിക്കും.

അവന് മറ്റൊരു കലാപരിപാടി കൂടി ഉണ്ടായിരുന്നു. അന്നൊക്കെ അ മ്മ ചെറിയ അലൂമിനിയം പാത്രത്തിലായിരുന്നു കൂട്ടാൻ വെച്ചിരുന്നത്.

ഈ കുഞ്ഞുപാത്രം അവന്റെ കണ്ണിൽ പെട്ടാൽ പിന്നെയത് കിണറ്റിൽ നോക്കിയാൽ മതി. ഒരിക്കൽ അമ്മയുടെ പ്രിയപ്പെട്ട പാത്രം മോൻ കിണറ്റിലിട്ടപ്പോൾ അമ്മ പടവ് പിടിച്ചുപിടിച്ച് ഇറങ്ങി അതെടുത്തു. അമ്മയോടാ മോന്റെ കളി. പക്ഷെ, ഞങ്ങളുടെ കിണറും അമ്മയെ സഹായിച്ചിരുന്നു. പാറ കൊത്തിയുണ്ടാക്കിയ മൂന്നോ, നാലോ പടവിറങ്ങിയാൽ വെള്ളം തൊടാവുന്ന കിണറാണ്. മഴക്കാലത്ത് അമ്മാവനൊക്കെ ആൾ മറയ്ക്കപ്പുറത്തേക്ക് കുനിഞ്ഞുനിന്ന് കയറില്ലാതെ ബക്കറ്റ് താഴ്ത്തി വെള്ളം കോരി എടുക്കാറുണ്ട്.

വയസ്സോരാതെ വയസ്സറിയിച്ചവൾ

കുംഭമാസമാണ് അത് സംഭവിച്ചത്. എനിക്കും വേണ്ടപ്പെട്ടവർക്കും ആവശ്യമില്ലാത്ത ഒരു ശാരീരികപ്രക്രിയ. ഞാൻ വയസ്സറിയിച്ചിരിക്കുന്നു. അമ്മയ്ക്ക് അത് മനസ്സിലായി. പക്ഷേ, എന്നോട് ഒന്നും പറയാതെ ദേഷ്യം പ്രകടിപ്പിക്കുകയാണ് ചെയ്തത്. പതിമൂന്നു വയസ്സും അഞ്ചു മാസവും മാത്രം പ്രായമുള്ളവൾ, അതും ആരോഗ്യമില്ലാത്തവൾ ഋതുമതിയാവുകയോ! അതെങ്ങനെ എന്റെ രക്ഷിതാക്കൾ സഹിക്കും, പൊറുക്കും. അമ്മയ്ക്ക് ആ സംഭവത്തെ ഉൾക്കൊള്ളാൻ കഴിഞ്ഞില്ല. എന്ത് ചെയ്യണമെന്ന് എനിക്കും അറിയില്ല, ഒന്നും അറിയില്ല. ഒഴുകുന്ന രക്തത്തെ തടയാൻ എങ്ങനെ തുണിയുടുക്കണം എന്നുപോലും.

എനിക്ക് കരയാൻ, പേടിക്കാൻ ഒരു കാരണംകൂടിയായി. അത്രയേറെ വലുതല്ലാത്ത, ആളും ബഹളവും നിറഞ്ഞ ഞങ്ങളുടെ വീട്ടിൽ ഞാൻ എങ്ങനെയാണ് എന്നെ ഒളിപ്പിക്കുക! എനിക്ക് തുണി അലക്കാനാവില്ല. കിണറ്റിൽനിന്നും വെള്ളം എടുക്കാൻ ആവില്ല. തോട്ടിൽ പോകാൻ ആവില്ല. തോട്ടിൽ വെള്ളവുമില്ല. അമ്മയുടെ അമർത്തിവെച്ച ദേഷ്യം എന്റെ നേർക്ക് കാരണമില്ലാതെ പൊട്ടിച്ചിതറും. അപ്പോഴൊക്കെ കണ്ണീർ കൊണ്ട് ഞാൻ സ്വയം അഭിഷേകം ചെയ്യും.

ആ സമയത്ത് ഞാൻ തീവ്രമായി ആഗ്രഹിച്ച രണ്ട് കാര്യങ്ങൾ ഉണ്ടായിരുന്നു. ഒന്നാമത്തേത് ഈ അമ്മയെ എനിക്ക് വേണ്ട എന്നതാണ്. അൽപ്പംകൂടി ദയയുള്ള, സ്നേഹമുള്ള അമ്മയെയായിരുന്നു എനിക്ക് വേണ്ടിയിരുന്നത്. രണ്ട് എനിക്ക് മരിക്കണമായിരുന്നു. പക്ഷേ എനിക്ക് സ്വയം മരിക്കാൻ അറിയില്ലായിരുന്നു, പേടിയുമായിരുന്നു.

അമ്മ ഈ വയസ്സറിയിക്കൽ വിശേഷം ആരോടും പങ്കുവെച്ചില്ല. അന്ന് ഒരു പെൺകുട്ടി വയസ്സറിയിച്ചാൽ ബന്ധുക്കളെ അറിയിക്കണം. വണ്ണാത്തിയെ അറിയിക്കണം. നാലാംനാൾ വണ്ണാത്തി വന്ന് മാറിയുടു

ക്കാൻ മാറ്റും തന്ന് അതുവരെയുള്ള തീണ്ടാരിത്തുണി അലക്കാൻ എടു
ത്തു കൊണ്ടുപോകും. പുഴുങ്ങിയലക്കി തുണി കൊണ്ടുവരുമ്പോൾ നെ
ല്ലും പണവും വെളിച്ചെണ്ണയും കൊടുക്കും. അത് അവരുടെ അവകാശ
മാണ്, ജീവനോപാധിയാണ്. വണ്ണാത്തി അറിഞ്ഞാൽ നാട്ടുകാർ മുഴുവ
നുമറിയും. എന്റെ വയസ്സറിയിക്കൽ അമ്മയൊഴികെ ആരുമറിഞ്ഞില്ല.
പത്തിരുപത് ദിവസം കഴിഞ്ഞപ്പോഴേക്കും രണ്ടാമത്തെ തീണ്ടാരിയും
പ്രത്യക്ഷപ്പെട്ടു. (ഒരു മാസത്തിൽ രണ്ട് എന്ന് ഞാൻ ശപിക്കാറുണ്ടായി
രുന്നു. ചുവപ്പിൽ മുങ്ങിപ്പൊങ്ങാൻ വിധിക്കപ്പെട്ട നശിച്ച ദിനങ്ങൾ. അ
തും മാസത്തിന്റെ പകുതിയോളം ദിനങ്ങൾ.)

ഇപ്രാവശ്യം ഞാൻ പിടിക്കപ്പെടുക തന്നെ ചെയ്തു. വീട്ടിൽ ഒളി
ക്കാൻ പറ്റാത്തതുകൊണ്ട് വീടിന്റെ തെക്കുഭാഗത്തെ വളപ്പിലെ വാഴക
ളുടെ ഇടയിൽ പോയി നിൽക്കുകയായിരുന്നു ഞാൻ. ഉച്ചയ്ക്ക് പണിക
യറി വന്ന ഓമനേച്ചി അമ്മയോട് എന്നെ അന്വേഷിച്ചു. 'ഓള് പറമ്പിലെ
ങ്ങാൻ ഉണ്ടാകും.' അമ്മ പറഞ്ഞു. ഓമനേച്ചി എന്റെ അടുത്തേക്ക് വ
ന്നു. എന്നെ നോക്കി നീലപ്പാവാടയിലെ പാടുകൾ കണ്ടുപിടിച്ചു. വീ
ട്ടിൽ പോയി 'ശാന്ത തെരണ്ടു. തുണി ഉടുക്കാൻ പറഞ്ഞു കൊടുക്ക
ണ്ടേ? എല്ലാവരേയും അറിയിക്കേണ്ടേ?'

അമ്മ ഉദാസീനമായി പറഞ്ഞു. 'അതെല്ലാം ഓള് ഉടുത്തോളും.'

തീണ്ടാരിപ്രശ്നം അവിടെ തീർന്നില്ല. ഓമനേച്ചി ആരോടോ പറഞ്ഞ്
അങ്ങേമ്മ അറിഞ്ഞു. കൊടുങ്കാറ്റ് പോലെ അങ്ങേമ്മ പാഞ്ഞുവന്നു. അമ്മ
യോട് തട്ടിക്കയറി. 'ശാന്തക്കുട്ടി തെരണ്ടിറ്റ് നീയെന്തിനാ ഒളിപ്പിച്ചത്?
മാറ്റിയിരുത്തി വണ്ണാത്തീന അറിയിക്കണ്ടേ? മാറ്റ് കൊണ്ടന്ന് കുളിപ്പിച്ച്
സദ്യ കൊടുക്കണ്ടേ?'

അങ്ങേമ്മ ദേഷ്യത്തോടെ കലമ്പുമ്പോൾ അച്ഛൻ കയറിവന്ന് ഒച്ച
യെടുത്തു. 'എന്താ കാര്യം?'

അങ്ങേമ്മ പറഞ്ഞു. 'ശാന്തക്കുട്ടി തെരണ്ടിറ്റ് ഇവൾ ഒളിപ്പിച്ചു.'

അച്ഛൻ അമ്മയോട് ചോദിച്ചു. 'നേരാണോ?'

അമ്മ ഒരു സങ്കോചവും കൂടാതെ പറഞ്ഞു. 'അല്ല.'

അച്ഛൻ അങ്ങേമ്മയോട് ചോദിച്ചു. 'ആരാ പറഞ്ഞത്?'

അങ്ങേമ്മ പറഞ്ഞു. 'ഓമന്യാ പറഞ്ഞത്.'

ആ സമയത്ത് ഓമനേച്ചി പണികയറി വന്ന് അടുക്കളയിൽ ഇരുന്ന്
കഞ്ഞികുടിക്കുകയായിരുന്നു. അച്ഛൻ അടുക്കളയിലേക്ക് ഇറങ്ങുന്ന
ആത്രേയകത്തിന്റെ വാതുക്കൽ ആണ് നിന്നിരുന്നത്. അച്ഛൻ ഓമനേച്ചി
യെ കണ്ടു. അച്ഛൻ പെട്ടെന്ന് അവളെ നോക്കി അലറി. 'കടക്ക് പുറത്ത്.'

അവൾ ഒന്നും മിണ്ടാതെ എഴുന്നേറ്റ് കിണ്ണവുമെടുത്ത് വടക്കുപുറ
ത്തേക്കിറങ്ങി. പാത്രം കഴുകിവെച്ച് പുറത്തേക്ക് പോയി. അതോടെ രൗ
ദ്രമൂർത്തികൾ രണ്ടും അടങ്ങി.

ഈ സമയം മുഴുവൻ ഞാൻ പേടിച്ചുവിറച്ച് പതുങ്ങി നിൽക്കുകയയാ
യിരുന്നു. എന്താ സംഭവിക്കുക എന്നറിയാതെ എന്റെ നെഞ്ചിടിപ്പ് കൂടി.

എന്തിനായിരുന്നു ഓമനേച്ചി എന്റെ അമ്മയുടെ പച്ചക്കള്ളത്തിനു മു
ന്നിൽ മുട്ടുമടക്കിയത്?

ആ സമയത്ത് അവൾ ഒന്നും പറഞ്ഞില്ല. പിന്നീട് അവൾ അച്ഛനോട്
യഥാർത്ഥ സംഭവമറിയിച്ചു എന്ന് അച്ഛൻ പറയുന്നത് കേട്ടിരുന്നു.

ഈ കാര്യമറിഞ്ഞപ്പോൾ അങ്ങേമ്മയോട് വലിയച്ഛൻ പറഞ്ഞുവത്രേ.
'ഓള് അങ്ങനെയെല്ലാം ചെയ്യും. കുറുക്കുസൂത്രം വെക്കേണ്ട കാര്യ്യാന്നു
ല്ലല്ലോ.'

എല്ലാവരും അറിയേണ്ട കാര്യം അമ്മയെന്തിനാ മൂടിവെക്കുന്നതെ
ന്നാണ് വലിയച്ഛന്റെ ചോദ്യത്തിന്റെ അർത്ഥം. മാസങ്ങൾക്ക് മുന്നേ വ
ലിയച്ഛൻ അങ്ങേമ്മയോട് ഇങ്ങനെ അഭിപ്രായപ്പെട്ടുവത്രേ. 'ശാന്ത ഒരു
കുഞ്ഞിപ്പെണ്ണായി അല്ലേമ്മേ.'

വിവരം നാട്ടിലെ വണ്ണാത്തിയുടെ ചെവിയിലെത്താൻ താമസമുണ്ടാ
യില്ല. ദേശത്തെ തീണ്ടാരിയുടെയും പേറിന്റെയും തുണിയലക്കാൻ അ
വകാശം സിദ്ധിച്ച ആൾ ചോദ്യം ചെയ്യാനെത്തി. അവിവാഹിതകളുടെ
നാൾ തെറ്റിയാൽ ആദ്യമറിയുന്നതും ചോദ്യംചെയ്യുന്നതും വണ്ണാത്തി
യാണല്ലോ.

അമ്മ പറഞ്ഞു, 'അങ്ങനെ ആയാൽ ഞാൻ നിന്നെ അറിയിക്കും.'

അങ്ങനെ എന്റെ പെണ്ണത്തത്തെ തൽക്കാലം അമ്മ ഒതുക്കിവെച്ചു.

പക്ഷേ, അതൊരു വിപ്ലവമായിരുന്നു. തീണ്ടാർന്നാൽ അശുദ്ധിയാ
യെന്നും മാറിനിൽക്കണമെന്നുമുള്ള അലിഖിതനിയമം ഞങ്ങളുടെ നാ
ട്ടിൽ ആദ്യം ലംഘിച്ചത് ഞാനാണല്ലോ. പതുക്കെപ്പതുക്കെ എല്ലാവരും
എന്റെ വഴിയെ വന്നു. തീണ്ടാർന്നാൽ ആരും മാറിനിൽക്കാതായി. അ
പ്പോൾ ഞാനും ഒരു വിപ്ലവകാരിയാണല്ലോ!

വയസ്സറിയിച്ചതിന്റെ പേരിൽ അപമാനിതയായ ആദ്യവനിതയും ഒ
രുപക്ഷേ, ഞാൻ തന്നെ ആയിരിക്കും. അതുമൊരു ചരിത്രമാണല്ലോ.

ഈ നാണക്കേടിന്റെയും സങ്കടത്തിന്റെയും കാലത്ത് എനിക്ക് അ
ത്യാഹ്ലാദം പകരുന്ന ഒരു കാര്യവും സംഭവിച്ചു. 1969 ഫെബ്രുവരി 1
ആം തീയതിയിലെ വൈകുന്നേരം അച്ഛൻ വീട്ടിലെത്തിയത് എനിക്ക് ഒ
രു അതിശയലോകം തുറന്നുകൊണ്ടാണല്ലോ. അച്ഛന്റെ കൈയിൽ ഒരു

പുതിയ റേഡിയോ ഉണ്ടായിരുന്നു. അച്ഛൻ കൊണ്ടുവന്ന പൊതിയഴിച്ചു റേഡിയോ പുറത്തെടുത്ത് ഇറയത്തിന്റെ കുറ്റിയെരത്തിന്മേൽ വെച്ചു. റേ ഡിയോ തുറന്നു സ്റ്റേഷൻ വെച്ചു. ആകാശവാണി കോഴിക്കോട് എന്ന് കേട്ടപ്പോൾ സന്തോഷംകൊണ്ട് എനിക്ക് വീർപ്പുമുട്ടി.

പിന്നെ പാട്ടായി...കഥയായി...കഥാപ്രസംഗമായി...നാടകമായി. നാട കത്തെക്കുറിച്ച് ഓർക്കുമ്പോൾ ഇപ്പോഴും എനിക്ക് രോമാഞ്ചമുണ്ടാകുന്നു. രാത്രിയിലെ തുടർനാടകങ്ങൾ കേട്ടുകഴി ഞ്ഞാൽ അടുത്തദിവസം അതേ സമയമാകുന്നതുവരെ സമാധാനമുണ്ടാവില്ല. എന്തായിരിക്കും അടുത്ത ദിവസം സംഭവിക്കുക. ആകാംക്ഷയോടെ കാത്തിരിക്കുകയേ നിവൃത്തി യുണ്ടായിരുന്നുള്ളൂ. ഇങ്ങനെ കാത്തുകാത്തിരുന്ന് കേൾക്കാൻ തുടങ്ങി യാൽ ഇടയ്ക്ക് അച്ഛനൊരു ക്രൂരകൃത്യം ചെയ്യുമായിരുന്നു. പുറത്തുനി ന്ന് കയറിവന്ന ഉടനെ റേഡിയോ ഓഫാക്കിക്കളയും. അപ്പോൾ ഞാൻ ജീവിതം തീർന്നു എന്ന മട്ടിൽ സങ്കടപ്പെടും.

അച്ഛൻ മുഴുവൻ സമയവും തിരക്കിലാണ്. സംഘർഷത്തിലുമാണ്. കാലംതെറ്റാതെ കൃഷിചെയ്യുക എന്നത് ഒരു വെല്ലുവിളി തന്നെയാണ്. പ്രത്യേകിച്ചും നെൽകൃഷി. സമയത്തിന് കാലി പൂട്ടി തീർക്കണം. ഞാ റിടണം. കണ്ടത്തിൽ കാലിവളവും തോലും കൊണ്ടിടണം. സമയത്ത് ഞാറ് പറിച്ചുനടണം. പിന്നെ കള പറിക്കണം. നെല്ല് വിളഞ്ഞാൽ മൂരണം. വിളഞ്ഞു ചത്താൽ നെല്ല് കണ്ടത്തിലടിയും. അത് കളത്തിലേക്ക് കട ത്തി മെതിച്ചും തച്ചും മണിയാക്കണം. ഉണക്കണം, തൂറ്റണം, പാറ്റണം. ഇതൊക്കെ കഴിഞ്ഞാലേ കൃഷിക്കാരന് സമാധാനമായിരിക്കാൻ പറ്റൂ. ഈ ജോലികൾക്കെല്ലാം ഒരുപാട് ആണാളുകളും പെണ്ണാളുകളും ഒപ്പം കാലികളും കൈ മെയ് മറന്ന് അധ്വാനിക്കണം. ആധുനിക കൃഷിരീതി യിലേക്ക് മാറിയപ്പോൾ രാസവളവും കീടനാശിനിയും കൂടി പ്രയോഗി ക്കണം. ഈ രണ്ടു പ്രയോഗങ്ങളും ഞാറിടാൻ മുളപ്പിച്ച വിത്ത് വിതയ് ക്കലും അച്ഛന് സ്വയംചെയ്താലേ തൃപ്തിയാകൂ. ഇത്രയും ചെയ്താ ലും പോര കാലാവസ്ഥയും അനുകൂലമാവണം. സമയത്തിനു മഴ പെ യ്യണം, പെയ്യാതിരിക്കണം. കണ്ടത്തിലേക്ക് വെള്ളം കയറ്റാൻ തോട്ടിൽ ചിറകെട്ടണം. താഴെയുള്ളവർക്കും ഇതൊക്കെ വേണം. അപ്പോൾ മേ ലെ ചിറകെട്ടുമ്പോൾ അവർ പൊട്ടിച്ച് വെള്ളംകൊണ്ടുപോകും. അതി നു കാവൽ നിൽക്കണം. ചിലപ്പോൾ വാക്കേറ്റമുണ്ടാകും.

കണ്ടത്തിലെത്തിയാലും വെള്ളം അവിടെ നിൽക്കില്ല. താഴെയുള്ള വർ കണ്ടി മാന്തിക്കൊണ്ടു പോകും. കണ്ടത്തിൽ മാത്രമല്ല, കരയിലും ഒരുപാട് പണിയുണ്ട്. വയക്കണം, കൊത്തണം, കിളക്കണം, വിളഞ്ഞ

ത് പറിക്കണം.

കൊല്ലത്തോടുകൊല്ലം മൂരികളെ പോറ്റണം, അവയെ നോക്കുന്ന ആളെ പോറ്റണം.

ഇതിനു പുറമേ അടയ്ക്ക, കുരുമുളക്, ചിലപ്പോൾ കശുവണ്ടിയും പാട്ടത്തിനെടുത്തും വിളവെടുക്കും. അത് സംസ്കരിച്ച് വിൽക്കണം. അൽപ്പം ബിസിനസ്സും. പലചരക്കുകട, പിന്നീട് സ്ഥാപിച്ച റൈസ് മിൽ എല്ലാം നോക്കാൻ അച്ഛനൊരാൾ മാത്രം. അൽപ്പം ആശ്വാസത്തിനാണ് തേർത ലയിൽനിന്ന് കുഞ്ഞളിയനെ കൊണ്ടുവന്നത്. അച്ഛന്റെ അധ്വാനശീല മൊന്നും അളിയനില്ല താനും. ഇതിനൊക്കെ പുറമേ പിതാവിൽനിന്നും പകർന്നുകിട്ടിയ രാഷ്ട്രീയവും അതിന്റെ കുറെ തിരക്കുകളും. ഇത്രയൊ ക്കെ ഉത്തരവാദിത്വങ്ങളും ഭാരവും തലയിലേറ്റി നേരം നോക്കാതെ വീ ട്ടിലെത്തുമ്പോഴാണ് യാതൊരു പണിയുമെടുക്കാതെ ഓരോരുത്തി പാ ട്ടുംകൂത്തായിറ്റ് നിൽക്കുന്നത് കാണുക. ഏതായാലും അച്ഛൻ വരുന്ന ത് ദൂരത്തുനിന്നേ കേൾക്കാൻ പറ്റും. 'മൂരിക്ക് പുല്ല് കൊടുത്തിറ്റ്ല, ആ ലയിലെ ചാണകം വാരി വളക്കുഴിയിലിട്ടിറ്റ്ല്ല, കണ്ടത്തിൽ തോല് വാരി പാത്തീറ്റ്ല, പണിക്കാർക്ക് ചായേം കഞ്ഞീം കൊണ്ടുക്കൊട്ത്തിറ്റ്ല.' എന്നൊക്കെ ഉറക്കെയുറക്കെ കുറ്റപ്പെടുത്തിക്കൊണ്ടാണ് അച്ഛൻ നടന്നു വരിക. ഇതിൽ ചിലത് അമ്മയോടായിരിക്കും, മറ്റ് ചിലത് മൂരികളെ നോ ക്കുന്ന ആൺകുട്ടികളോടായിരിക്കും, പണിക്കു വരുന്ന പെണ്ണുങ്ങളോടു മാവാം. അച്ഛന്റെ ഒച്ച കേൾക്കുമ്പോൾ പാട്ട് ആടെക്കെട, കതയിടക്കെട എന്ന മട്ടിൽ ഞാൻ കാണാമറയത്തേക്ക് രക്ഷപ്പെടും. ചിലപ്പോൾ റേഡി യോ എന്നെ ചതിക്കും. നല്ല നാടകത്തിൽ മുഴുകിയിരിക്കുമ്പോൾ മറ്റൊരു ശബ്ദവും ഞാൻ കേൾക്കില്ല. അച്ഛന്റെ അന്നത്തെ മൂഡ് അനുസരിച്ച് പടക്കംപൊട്ടുന്നതുപോലെയുള്ള അടിയായിരിക്കും അപ്പോൾ എനിക്കു ള്ള സമ്മാനം.

അനിയത്തിക്കും അനിയനുമെല്ലാം സന്ദർഭമനുസരിച്ച് ചുട്ട അടി കി ട്ടാറുണ്ട്. അനിയത്തി പഠിക്കാതെ ഉറങ്ങുമ്പോഴായിരിക്കും അടി കിട്ടുക. അനിയൻ കുരുത്തക്കേടു കാണിക്കുമ്പോഴും കൂട്ടുകാർക്കൊപ്പം കളി ക്കുമ്പോഴും അടി കിട്ടും. വായനശാലയ്ക്കും സ്കൂളിനും ഇടയ്ക്കുള്ള തുറസ്സിൽ കൂട്ടുകാർക്കൊപ്പം അർമാദിച്ചു കളിക്കുമ്പോഴായിരിക്കും അ ച്ഛൻ മുകളിൽ നിന്നും ഇറങ്ങി വരുക. കൈയിൽ കിട്ടിയാൽ 'കിലാടിപ്പി ള്ളറൊപ്പരം കളിച്ചു നാടക്കുന്നോ'ന്ന് ചോദിച്ച് അവിടുന്നു തന്നെ കൊ ടുക്കും. ഇതിന് സാക്ഷികളാകുന്ന കൂട്ടുകാർ അച്ഛന്റെ നിഴല് കാണു മ്പോഴേ മുന്നറിപ്പ് കൊടുക്കും. ഉടനെ അവൻ വായനശാലയുടെ പിന്നിൽ

പോയി ഒളിക്കും. അച്ഛൻ വീട്ടിലെത്തിയാലെ അവൻ ഒളിവിൽനിന്ന് പു റത്ത് വരൂ. എന്നിട്ട് നേരെ വഴിയിൽക്കൂടി വരാതെ വീടിന്റെ പിന്നിൽ ക്കൂടി വളപ്പിലെത്തി വടക്കോർത്തുകൂടി അകത്തുകയറും.

ഞാനും അൽപ്പസ്വൽപ്പം ഏഷണികൂട്ടി അനിയനെയും അനിയത്തി യെയും തല്ലുകൊള്ളിക്കാറുണ്ട്.

അക്കാലത്ത് പല വാർത്തകളും റേഡിയോ വഴിയാണല്ലോ അറിഞ്ഞി രുന്നത്. പ്രമുഖരുടെ ചരമവും അവധിയും ബന്തുമൊക്കെ വേഗം അറി യാൻ റേഡിയോ വാർത്ത കേൾക്കുക എന്നതാണ് അന്നത്തെ ഏക മാർഗം.

അച്ഛൻ വാങ്ങുന്നതിന് മുമ്പ് പഞ്ചായത്തിന്റെ വകയായി ഒരു റേഡി യോ വായനശാലയ്ക്ക് ലഭിച്ചിരുന്നു. ഞാൻ കാവുമ്പായി സ്കൂളിൽ പഠി ക്കുന്ന കാലത്ത് ആ റേഡിയോയിൽക്കൂടിയാണ് നെഹ്രുവിന്റെ ചരമ വാർത്ത അറിഞ്ഞത്. അന്ന് സ്കൂൾ നേരത്തെ വിട്ടു.

അച്ഛനും കേപ്പുക്കുട്ടിമാഷും കനകത്തെടത്തിലെ കുമാരൻമാഷും ചേർന്ന് ആപ്പൂരി പച്ചക്കറി കൃഷി നട്ടിരുന്നു. എടത്തിലെ കണ്ടത്തിൽ തോട്ടിൽനിന്നും വെള്ളം തിരിച്ചുകൊണ്ടുവന്ന് പച്ചക്കറിക്ക് നനയ്ക്കാൻ കഴിഞ്ഞിരുന്നു. ഇഷ്ടംപോലെ വെള്ളവും വളവും ലഭിച്ചതുകൊണ്ട് നല്ല വിളവും കിട്ടി. മത്തനും ചീരയും വെള്ളരിയും കയ്പയും പടവലവും താലോലിയുമൊക്കെ പറിച്ച് മൂന്നുപേരും പങ്കിട്ടെടുക്കുമായിരുന്നു. ചില ദിവസങ്ങളിൽ അനിയത്തി പച്ചക്കറി കൊണ്ടുവരാൻ ആപ്പൂരി പോകാ റുണ്ട്. അടുത്തവർഷം അവർ അടുത്തുള്ള കുന്നിൽ കുറായി കപ്പ കൃഷി ചെയ്തു. കപ്പ പറിച്ച് ചെത്തി ഉണക്കി വിറ്റുകിട്ടിയ പണംകൊണ്ടാണ് മൂന്ന് റേഡിയോ വാങ്ങിയത്. അങ്ങനെ കാവുമ്പായിയിൽ നാല് റേ ഡിയോ പാടാനും പറയാനും തുടങ്ങി.

റേഡിയോ കിട്ടിയതിനുശേഷം എന്റെ അറിവിന്റെയും വൈകാരികാ നുഭവങ്ങളുടെയും ലോകം ഒന്നുകൂടി വികസിച്ചു. എന്റെ പ്രിയപ്പെട്ട വിമ ല ടീച്ചർ അവരുടെ വീടിനു കുറേക്കൂടി അടുത്തുള്ള പരിപ്പായി സ്കൂളി ലേക്ക് സ്ഥലം മാറി പോയി. പകരം വന്നത് ലീല ടീച്ചർ ആയിരുന്നു. വീ ട്ടിൽ വന്ന് എന്റെ വിശേഷങ്ങൾ അറിഞ്ഞപ്പോൾ ടീച്ചർ എന്നോട് പറ ഞ്ഞു. 'ശാന്തേ, പഠിത്തം നിർത്തിയതിൽ സങ്കടപ്പെടേണ്ട. വായനശാല അടുത്തുണ്ട്. ധാരാളം വായിക്കുക. പിന്നെ റേഡിയോ ഉണ്ടല്ലോ. അത് കേട്ടാലും വേണ്ടത്ര അറിവ് ലഭിക്കും.'

അത് രണ്ടും വേണ്ടതുപോലെ പ്രയോജനപ്പെടുത്തിയതുകൊണ്ടാ ണല്ലോ ചിലരെങ്കിലും എന്നെക്കുറിച്ച് 'പഠിച്ചവരെപ്പോലെ സംസാരിക്കു ന്നു' എന്ന് അഭിപ്രായപ്പെട്ടത്.

ഏകയായിരുൾരാവിനൊപ്പം

അങ്ങേമ്മയുടെ ജീവിതം കൂടുതൽ ഏകാന്തമായിത്തീർന്നു. അച്ഛൻ പുതിയ വീട്ടിൽ താമസം തുടങ്ങിയപ്പോൾ വലിയച്ഛനും പുതിയ വീടിന്റെ നിർമ്മാണം തുടങ്ങിയിരുന്നു. അതിനുമുമ്പ് മറ്റൊരു കാര്യവുംകൂടി സംഭവിച്ചിരുന്നു. ദേവി വലിയമ്മ വലിയച്ഛന്റെ ജീവിതത്തിൽ വന്നതിനു ശേഷവും കാർത്യായനി വലിയമ്മ മകളെ കാണാൻ ഇടയ്ക്കിടെ കാവു മ്പായി വരുമായിരുന്നു. മകളെയും കണ്ട് അങ്ങേമ്മയോടും വലിയച്ഛ നോടും സങ്കടവും പറഞ്ഞ് കണ്ണീരൊഴുക്കി വലിയമ്മ തിരിച്ചുപോകും. വലിയമ്മയുടെ കണ്ണീരിൽ അങ്ങേമ്മയുടെ മനസ്സലിഞ്ഞു. ദേവി വലിയ മ്മ രണ്ടാമത്തെ കുട്ടിയെ പ്രസവിക്കാൻ പോയ സമയത്ത് കാർത്യായ നി വലിയമ്മ വന്നപ്പോൾ അങ്ങേമ്മ പറഞ്ഞു. 'നീയിനി പോകണ്ട.'

കാർത്യായനി വലിയമ്മയ്ക്ക് ആ വാക്ക് മതിയായിരുന്നു. അവർ തി രിച്ചുപോയില്ല. മകൾക്കൊപ്പം ഭർത്താവിന്റെ വീട്ടിൽ കഴിഞ്ഞു. ഒരു ഭാ ര്യയുടെ അവകാശത്തോടെ തന്നെ. ഭർത്താവിനോ, ഭർത്യമാതാവിനോ അവരോട് ഒട്ടും അപ്രിയമുണ്ടായിരുന്നില്ലല്ലോ. അവർ വിവാഹബന്ധം വേർപെടുത്തിയിരുന്നുമില്ല. പുനർവിവാഹംചെയ്തതിന് ഭർത്താവിനെ തിരെ പരാതി കൊടുക്കാനും അവർ തയ്യാറായിട്ടില്ല. അവരുടെ അസു ഖത്തിനും ശമനമുണ്ടായിരിക്കുന്നു. പ്രശ്നങ്ങളില്ലാതെ ദാമ്പത്യവും വലി യച്ഛന്റെ വീടുപണിയും മുന്നോട്ടുപോയി. അപ്പോഴേക്കും ദേവി വലിയ മ്മ പ്രസവം കഴിഞ്ഞ് മോളെയുമെടുത്ത് തളിയന്മാർ വീട്ടിൽ വന്നുകയ റി. വലിയച്ഛനു രണ്ടുപേരോടും നീതി കാണിക്കേണ്ടി വന്നു. രണ്ടുപേ രും തളിയന്മാർ വീട്ടിൽ ഒരുമിച്ചു താമസിച്ചു. പക്ഷേ, അമ്മയുടെ സന്തോ ഷത്തിന്റെ നാളുകൾക്ക് വലിയച്ഛന്റെ വീടുപണി പൂർത്തിയാകുന്നതുവ രെ മാത്രമാണ് ആയുസ്സുണ്ടായത്.

ഗൃഹപ്രവേശനത്തിന്റന്ന് വലിയമ്മമാരും കുട്ടികളും പുതിയ വീട്ടി ലേക്ക് താമസം മാറ്റി. രാത്രിയിൽ പുതിയ വീട്ടിൽ തിരുവപ്പനയും വെ ള്ളാട്ടവും കെട്ടിയാടിയിരുന്നു. അങ്ങേമ്മയ്ക്കൊപ്പം അതിൽ പങ്കെടുക്കാൻ പോകാൻ ഞാൻ നേരത്തെ തളിയന്മാർ വീട്ടിലെത്തി. പക്ഷേ, അങ്ങേമ്മ വരുന്നില്ല. തലവേദനയാണെന്നു പറഞ്ഞു കിടന്നുകളഞ്ഞു. ഞാനും പ്രസന്നയും വലിയച്ഛന്റെ പുതിയ വീട്ടിലേക്ക് പോയി. അമ്മയെവിടെ യെന്നു വലിയച്ഛൻ ചോദിച്ചപ്പോൾ ഞാൻ അമ്മ പറഞ്ഞ കാര്യം അറി യിച്ചു. അൽപ്പം ദേഷ്യത്തോടെ വലിയച്ഛൻ പിറുപിറുത്തു. മൂത്ത മകനും കുടുംബവും വേർപിരിയുന്നതിന്റെ വേദനയായിരുന്നു അമ്മയുടെ അ സുഖം. അന്നുമുതൽ അമ്മ തീർത്തും ഒറ്റപ്പെട്ടു.

അടുത്തദിവസം മുതൽ ഞാൻ രോഗത്തിന്റെ കാഠിന്യം കുറയുമ്പോ ഴൊക്കെ ഏകാകിയും ദു:ഖിതയുമായ അങ്ങേമ്മയ്ക്ക് കൂട്ട് കിടക്കാൻ പോയി. വലിയച്ഛന്റെ മകൾ പ്രസന്നയും രാത്രി അമ്മയ്ക്ക് കൂട്ട് കിട ക്കാൻ വരുമായിരുന്നു. കാടിനടുത്തുള്ള ഒറ്റപ്പെട്ട വീടായതുകൊണ്ടായി രിക്കാം ഓട്ടുറുമയുടെ ശല്യം ഭയങ്കരമായി ഉണ്ടായിരുന്നു. പകൽ മേൽ ക്കൂരയുടെ പട്ടികക്കിടയിലും വാരികളോടു ചേർന്നും പറ്റിച്ചേർന്ന് കിട ന്ന ജീവികൾ രാത്രിയിൽ പ്രകാശം കണ്ടാൽ താഴേക്കിറങ്ങിവരും. അവ ഇങ്ങനെ പൊറ്റപിടിച്ചുകിടക്കുന്നത് കാണുമ്പോൾ തന്നെ എനിക്ക് അറ പ്പാകുമായിരുന്നു. തൂണിലും തുരുമ്പിലും നിറഞ്ഞുകിടക്കുന്നതുകൊ ണ്ട് എവിടെ നോക്കിയാലും അവയെ കാണാതിരിക്കാൻ സാധ്യമല്ല. അ വയെ പേടിച്ച് നേരത്തെ വിളക്ക് കെടുത്തി അമ്മയുടെ സങ്കടക്കടലിന്റെ ഓരത്ത് ഞങ്ങൾ ഉറങ്ങാൻ കിടക്കും.

അഞ്ചാമുഴത്തിലൊരു നാലാമൻ

അമ്മ വീണ്ടും ഗർഭിണിയാണ്. അഞ്ചാമതും പ്രസവിക്കാൻ അമ്മയ് ക്കൊരു വിഷമം. അമ്മയ്ക്ക് സ്വന്തം ആരോഗ്യത്തെക്കുറിച്ച് എപ്പോഴും ഉത്ക്കണ്ഠയായിരുന്നു. ബാല്യത്തിൽ അനിയത്തി നെഞ്ചത്ത് വീണതിന്റെ ഓർമ്മയും ഭീതിയും അമ്മയിൽ നിന്നും വിട്ടൊഴിഞ്ഞിരുന്നില്ല.

ഓരോ മൂർച്ചക്കാലവും നാട്ടിക്കാലവും കഴിയുമ്പോൾ കഠിനമായ അ ധ്വാനം കാരണം അമ്മ യ്ക്ക് തലവേദനയും പനിയും ഛർദ്ദിയും വരുമാ യിരുന്നു. അപ്പോൾ ആശുപത്രിയിൽ പ്രവേശിപ്പിക്കുക മാത്രമായിരുന്നു ഏകമാർഗം. അങ്ങനെ രോഗഭീതിയുമായി കഴിയുന്ന അമ്മയ്ക്ക് അഞ്ചാ മത്തെ പ്രസവം ഒരു പേടിസ്വപ്നമായി മാറി.

അച്ഛനും അമ്മയും ഡോക്ടറെ കാണാൻ പോയി. ഡോക്ടർ അമ്മ യ്ക്ക് ധൈര്യം കൊടുത്തു. അങ്ങനെ അച്ഛനും അമ്മയും നാലാമത്തെ കുഞ്ഞിനെ സ്വീകരിക്കാനുള്ള ഒരുക്കങ്ങൾ തുടങ്ങി. തളിപ്പറമ്പ് താലൂ ക്കാശുപത്രിയിൽ അമ്മയെ അഡ്മിറ്റാക്കി.

അമ്മ പോകുന്നതിനു മുമ്പേ മാതുവിനെ വരുത്തി വീട്ടിൽ നിർത്തി യിരുന്നു. ഓമനേച്ചിയും ദേവിയേച്ചിയുമൊക്കെ സഹായിക്കാൻ വരും. വീട്ടുകാര്യങ്ങൾ നോക്കണം, ഉണ്ണിയെ നോക്കണം. കണ്ടത്തിലെയും പ റമ്പിലെയും പണി ചെയ്യണം. അതിനെല്ലാം അവരുടെയൊക്കെ സഹാ യം കൂടിയേ തീരൂ.

വീട്ടിലെ എല്ലാ കാര്യങ്ങൾക്കും എന്റെ മേൽനോട്ടം ഉണ്ടായിരുന്നു.

273

ചെറിയേച്ചിയുടെ സഹായത്തോടെ അമ്മയ്ക്കും കുട്ടിക്കും വേണ്ടി പഴ
യ തുണികൾ അലക്കി ഒരുക്കിവെച്ചു. ചെറിയേച്ചി ഞങ്ങളുടെ ബന്ധു
വും സഹായിയുമാണ്. അവൾക്ക് എന്നെക്കാൾ മൂന്നു വയസ്സോളം മൂ
പ്പുണ്ട്. പതിനഞ്ചുവയസ്സായ വൈകല്യമുള്ള, ആരോഗ്യമില്ലാത്ത പെൺ
കുട്ടിക്ക് ഇതൊക്കെ പറ്റുമോയെന്ന് സംശയമുണ്ടാകും. സംശയിക്കേണ്ട,
എനിക്ക് അതൊക്കെ പറ്റുമായിരുന്നു. പല കറികളുടെയും പാചകരീതി
എനിക്ക് അറിയാമായിരുന്നു. വീടെങ്ങനെ വൃത്തിയാക്കാമെന്നും അടു
ക്കിവെക്കാമെന്നും അതൊക്കെ സഹായികളെക്കൊണ്ട് എങ്ങനെ ചെ
യ്യിക്കാമെന്നും എനിക്കറിയാം. അമ്മയുടെ തീണ്ടാരിക്കലും അയിത്ത
വും വിരുന്നുപോക്കും പണിക്കുപോക്കുമൊക്കെയാണ് എന്നെ അതിനൊ
ക്കെ പ്രാപ്തയാക്കിയത്.

മാതു പച്ചക്കറികളൊക്കെ മുറിച്ചുതരും. കൂട്ടാൻ അരച്ചുതരും. പാത്ര
ങ്ങൾ കഴുകിത്തരും. അടിച്ചു വാരും. പക്ഷേ, പാചകം മാത്രം ചെയ്തു
കൂടാ. കാരണം മാതുവിന് അടുപ്പ് തൊടാൻ പാടില്ല. അമ്മാതിരി അയി
ത്തമായിരുന്നു ഞങ്ങൾ പാലിച്ചിരുന്നത്. അല്ലെങ്കിലും കാവുമ്പായിക്കാർ
ക്ക് എവിടെയാണ് അയിത്തം! അവർ ചിലപ്പോൾ ആയിത്തമെന്നു അഭി
നയിക്കും. അത്ര തന്നെ. പുലയർ പരിപാലിക്കുന്ന പുലക്കോട്ടത്തമ്മ
യെ ആരാധിക്കുന്നവരല്ലേ, കമ്മ്യൂണിസത്തിന്റെയും സമരത്തിന്റെയും
ഭ്രഷ്ട് ബാധിച്ചവരല്ലേ കാവുമ്പായിക്കാർ. ഞങ്ങൾ അന്നന്ന്! തോന്നും
പോലെയാണ് തീണ്ടലും തൊടീലുമൊക്കെ പാലിക്കണോന്ന് തീരുമാ
നിക്കുന്നത്.

ഒരുദിവസം രാവിലെ ഞാൻ അടുപ്പിനടുത്തിരുന്നു പുട്ടിന്റെ അരിപ്പൊടി
കുഴയ്ക്കുകയായിരുന്നു. അച്ഛൻ ഓടിവന്ന് എന്റെ പുറത്ത് രണ്ടുമൂന്ന്
അടിതന്നു. കണ്ണീരൊഴുക്കിക്കൊണ്ട് ഞാൻ എഴുന്നേറ്റ് അടക്കളയിൽ
നിന്നും പുറത്ത് കടന്നു. മാതുവേച്ചി എന്റെ പിന്നാലെ വന്ന് ആശ്വസിപ്പി
ച്ചു. 'കുഞ്ഞി ഒന്നും പറയണ്ട.'

അച്ഛൻ ഒന്നും സംസാരിച്ചില്ലെങ്കിലും എനിക്ക് കാര്യം മനസ്സിലായി.
ഞങ്ങളുടെ സഹായികളിൽ ഒരാൾ വന്ന് അടുക്കളയുടെ പടിമേൽ ഞാൻ
ചെയ്യുന്നതും നോക്കി നിൽക്കുന്നുണ്ടായിരുന്നു. അവളെ വിളിച്ച് അക
ത്തുകയറ്റി അടുക്കളയുടെ ചാർജ് ഏൽപ്പിച്ചുകൊടുക്കാഞ്ഞതിനാണ് അ
ച്ഛൻ എന്നെ അടിച്ചത്. ഒരക്ഷരം സംസാരിക്കാതെ തന്നെ അച്ഛനും എ
നിക്കും കണ്ടുനിന്നവർക്കും കാര്യവും കാരണവും മനസ്സിലായി. ഈ
അടി എന്ന മാധ്യമത്തിന്റെ ശക്തി നോക്കൂ. അടിക്ക് അന്തകനും പേടി
യാണല്ലോ. ഞാനും പേടിച്ചു. അതല്ലേ ഒന്നും മിണ്ടാതെ ഞാൻ അര

ങ്ങൊഴിഞ്ഞത്. ഞാൻ അവളെ വിളിച്ചുകയറ്റാത്തതിന്റെ കാരണവും എ ല്ലാവർക്കും പിടി കിട്ടി. എന്റെ അത്ര ചെറുതല്ലാത്ത ഒരു കുശുമ്പ് അതി ന്റെ പിറകിലുണ്ട്. എന്റെ അമ്മയില്ലാത്തപ്പോൾ മറ്റ് പെണ്ണുങ്ങൾ കയറി അടുക്കള ഭരിക്കണ്ടാ എന്ന കുശുമ്പ് എന്റെയുള്ളിൽ പൊട്ടി മുളച്ചിരുന്നു.

ഞങ്ങളുടെ കൂടെ അമ്മയുടെ കുഞ്ഞാങ്ങളയും താമസിക്കുന്നുണ്ട്. അച്ഛൻ അക്കാലത്ത് മെയിൻ റോഡിനരുകിൽ പുതിയൊരു പീടികക്കെ ട്ടിടം പണിയിച്ചിരുന്നു. അവിടെ കച്ചവടം തുടങ്ങണമെന്നതായിരുന്നു അ ച്ഛന്റെ ആഗ്രഹം. നൂറുകൂട്ടം തിരക്കുമായി നടക്കുന്ന അച്ഛന് ഒരു സ്ഥാ പനത്തിൽ സ്ഥിരമായി നിൽക്കാൻ കഴിയില്ല. പഠനം നിറുത്തി അലസ നായി കഴിയുന്ന കുഞ്ഞളിയനെ വരുത്തി പീടികയുടെ ചുമതല ഏൽ പ്പിക്കാം എന്നാണ് അദ്ദേഹം അതിന് പരിഹാരം കണ്ടത്.

അന്നത്തെ കാലത്ത് എത്ര ചെറിയ വീടിനും ഒരുപാട് ആൾക്കാരെ ഉൾക്കൊള്ളാൻ കഴിയുമായിരുന്നു. ഉറങ്ങാൻ ആർക്കും പ്രത്യേക മുറി യൊന്നും വേണ്ട. ഒന്നോ, രണ്ടോ പായ വിരിച്ചാൽ നിരന്നു കിടക്കാം. അക്കാലത്ത് രാത്രിയിലും ആരെയും പേടിക്കാതെ ആണുങ്ങളും ധൈ ര്യമുള്ള പെണ്ണുങ്ങളും ഇറയത്തുതന്നെ കിടക്കുമായിരുന്നു. അമ്മാവ നും വീട്ടിൽ നിൽക്കുന്ന പയ്യന്മാരും കുറ്റിയെകരം മാത്രമുള്ള ഇറയത്ത് കിടക്കുകയാണ് പതിവ്. പിൽക്കാലത്ത് എന്റെ ആങ്ങളമാരും ഇറയ ത്താണ് കിടന്നിരുന്നത്.

എത്ര പേർക്കു വേണ്ട ഭക്ഷണവും അടുക്കള ഉണ്ടാക്കും. എല്ലാവ രും ചോറ് വെക്കാനുള്ള അരി അളന്ന് എടുക്കുകയാണ് പതിവ്. പക്ഷേ, എന്റെ അമ്മ അങ്ങനെയല്ല, കലത്തിൽനിന്നും അരി വാരിയെടുക്കുക യാണ് ചെയ്യാറുള്ളത്.

ഞങ്ങളുടെ പ്രധാന കൃഷി നെല്ലാണ്. രണ്ടു വിളയാണ് കൃഷിചെ യ്യുന്നത്. വിരിപ്പ് കൃഷിയും പുഞ്ചക്കൃഷിയും. മേടത്തിൽ ഞാറിട്ട് ഇടവ ത്തിൽ പറിച്ചുനടന്നത് വിരിപ്പു കൃഷി. കന്നിയിൽ ഞാറിട്ട് തുലാവത്തിൽ പറിച്ചുനടുന്നത് പുഞ്ചക്കൃഷി. ഒന്നാം വിളക്ക് മൂപ്പുകൂടിയ, ഉയരമുള്ള വിത്തുകളാണ് കൃഷിചെയ്യാൻ തെരഞ്ഞെടുക്കുന്നത്. കോരിച്ചൊരിയു ന്ന മഴയത്ത് കഴുത്തറ്റം വെള്ളത്തിൽ ഒടിഞ്ഞുവീഴാതെ നിൽക്കാനുള്ള ശേഷി അവയ്ക്കുണ്ട്.

ഒന്നാം വിളയ്ക്ക് ഞങ്ങൾ അധികവും കഴമനെല്ല് ആണ് കൃഷി ചെ യ്യുന്നത്. ഒരു വർഷം മുഴുവൻ ചോറുണ്ണാൻ എടുക്കുന്നത് കഴമ നെ ല്ലാണ്. അച്ഛൻ അത് പത്തായത്തിൽ നിറച്ച് മാറ്റിവെക്കും ബാക്കിയുള്ള തേ വിൽക്കുകയുള്ളൂ.

275

അമ്മ പത്തായത്തിൽ നിന്ന് നെല്ലെടുത്ത് ഇളം പുഴുക്കായി പുഴു
ങ്ങിയുണക്കും. ഇങ്ങനെ നെല്ല് പുഴുങ്ങുന്നത് അരി വേഗം വേവാനാണ്.
ഇങ്ങനെ പുഴുങ്ങിയ നെല്ല് വെയിലത്തിട്ട് ഉണക്കിയാൽ ശരിയാവില്ല,
നുറുങ്ങിപ്പോകും. പുഴുങ്ങിയ നെല്ല് ഉണക്കാൻ വേണ്ടിയാണ് ഞങ്ങളു
ടെ വീടിന് അല്പംകൂടി ഉയരം വേണമെന്ന് ചിരുതേയി വാശിപിടിച്ചത്.
മച്ചിന് മുകളിൽ മണ്ണിട്ട് തച്ചുറപ്പിച്ച് കരിയും ചാണകവും തേച്ചുമിനുക്കി
യ നിലത്താണ് പുഴുങ്ങിയ നെല്ല് ഉണക്കാൻ ചിക്കുന്നത്. പുഴുങ്ങി ഉണ
ങ്ങിയ നെല്ല് പണിക്കാരെക്കൊണ്ട് പടിഞ്ഞാറുഭാഗത്തുള്ള ഇറയത്തു
നിന്ന് ഉരലിൽ കുത്തി ഉമിയോടെ, തവിടോടെ ചാക്കിൽ നിറച്ചുവെക്കും.
ഒന്നിച്ചു പാറ്റിവെച്ചാൽ അരി പൂത്തുപോകും. പുഴുവരിച്ച് മാലയാക്കും.
കുത്തനും കുത്തി നശിപ്പിക്കും. ചാക്കിൽനിന്ന് കുറേ പാറ്റി ഉമിയും ത
വിടും നീക്കിയ അരി പഴയ മൺകലത്തിലിട്ടുവെച്ചിട്ടുണ്ട്. അതിൽ നി
ന്നും അളക്കാതെ കൈകൊണ്ട് വലിയ കിണ്ണത്തിൽ വാരിയിട്ടാണ് അ
മ്മ ചോറ് വെക്കാൻ എടുക്കുന്നത്. നാഴി(കാസേറ്), കൊങ്ങാഴി, സേറ്,
പറ എന്നീ അളവ് പാത്രങ്ങൾ എല്ലാം വീട്ടിലുണ്ട്. രണ്ടര കാസേറാണ്
ഒരു കൊങ്ങാഴി. നാല് കാസേർ ഒരു സേർ. പത്തു സേറാണ് ഒരു പറ
യിൽ കൊള്ളുന്നത് എങ്കിലും ഞങ്ങളുടെ പറ ആറേകാൽ സേറിൻറേ
താണ്. അമ്മയോട് എന്താ അളക്കാതെ എടുക്കുന്നത് എന്ന് ആരെങ്കി
ലും ചോദിച്ചാൽ അമ്മ പറയും, 'എന്റെ കിണ്ണമാണ് അളവ്.'

കിണ്ണം നിറയെ കലം നിറയെ എന്നായിരുന്നു അമ്മയുടെ പ്രമാണം.
ബാക്കി വരുന്ന ചോറും കഞ്ഞിയും ചെലവാക്കാൻ അമ്മയ്ക്ക് രണ്ടു
മൂന്നു വഴികളുണ്ട്. കണ്ടത്തിലും പറമ്പിലുമായി ഒരുപാട് ആളുകൾ
പണിക്കു വരുമല്ലോ. അവർക്ക് ഉച്ചയ്ക്കുമുമ്പു 11 മണിയോടെ കഞ്ഞി
കൊടുക്കണം. അമ്മ അവർ പണികയറി പോകുമ്പോഴും കഞ്ഞി കൊ
ടുക്കും. ഞങ്ങൾക്ക് പശുക്കളും മൂരികളും ഉണ്ട്. എല്ലാവരും കഴിച്ചതി
നുശേഷം ബാക്കി വരുന്നത് അവർക്ക് കൊടുക്കാം. അവ കുടിച്ചിട്ടും
ബാക്കിയായാൽ ഞങ്ങളുടെ പറമ്പിൽ ഇഷ്ടംപോലെ തെങ്ങും വാഴയും
ഉണ്ട്. അവയുടെ ചുവട്ടിൽ കഞ്ഞിയും ചോറും ഒക്കെ സുഖമായി ഒഴി
ക്കാം. അവ ഒരിക്കലും മതിയായി എന്ന് പറയില്ല.

കുറച്ചു ദിവസം അമ്മ ആശുപത്രിയിൽ കഴിഞ്ഞു. എല്ലാ ദിവസവും
അച്ഛൻ അമ്മയെ കാണാൻ തളിപ്പറമ്പിൽ പോകും. ഒരുദിവസം ആസ്
പത്രിയിൽ നിന്ന് വന്നപ്പോൾ അമ്മ പ്രസവിച്ചു എന്ന് പറഞ്ഞു. ഞാൻ
അച്ഛനോട് സന്തോഷത്തോടെ ചോദിച്ചു. 'കുട്ടിയെന്താ?'

അച്ഛൻ സന്തുഷ്ടനായി ചിരിച്ചു. എന്നിട്ട് പറഞ്ഞു. 'ആണോ, പെണ്ണോ

ആണെന്ന് തോന്നുന്നു.'

അത് പറയാൻ ഈ അച്ഛൻ വേണോ. അത് എല്ലാവർക്കും അറിയി ല്ലേ. അടി പേടിച്ച് കൂടുതൽ ചോദിച്ചില്ല.

അമ്മ കുഞ്ഞുമായി വീട്ടിലെത്തി. പടിഞ്ഞാറ്റകത്ത് വിരിച്ച പായിൽ കുട്ടിയെ കിടത്തി. ഞാൻ അടുത്തിരുന്ന് കുട്ടിയെ കണ്ടു. മോനാണ്. മേ ടമാസത്തിലെ വെളുത്ത പൂയം നാളിൽ പിറന്നവൻ. അച്ഛനും ഞങ്ങളു ടെ അടുത്തുവന്ന് കുത്തിയിരുന്നു. കുറച്ചുനേരം കുഞ്ഞിനെ നോക്കിയി രുന്നു. പിന്നെ എഴുന്നേറ്റുപോയി.

അമ്മയുടെ പ്രസവശുശ്രൂഷയും കുഞ്ഞിന്റെ പേരിടലുമൊക്കെ അ ങ്ങേമ്മയും അമ്മമ്മയും മറ്റും ചേർന്ന് നടത്തി. പക്ഷേ, പേര് തീരുമാനി ച്ചത് ഞാനാണ്. ഉണ്ണിമോന്റെ പേരിടലോ, മറ്റ് ചടങ്ങുകളോ നടക്കുമ്പോൾ ഞാൻ വീട്ടിൽ ഉണ്ടായിരുന്നില്ലല്ലോ. അതുകൊണ്ട് പേര് തീരുമാനിക്കാ നും, നിർബ്ബന്ധം പിടിക്കാനും എനിക്ക് കഴിഞ്ഞിരുന്നില്ല. എല്ലാക്കാര്യ ത്തിലും എനിക്ക് അൽപ്പം നിർബ്ബന്ധബുദ്ധി ഉണ്ട്. ഒരു കാര്യം മനസ്സിൽ തോന്നിയാൽ അത് നടപ്പിലായില്ലെങ്കിൽ എനിക്ക് വലിയ നിരാശയും വിഷമവും തോന്നാറുണ്ട്. ഏതായാലും ഇപ്രാവശ്യം ഞാൻ വിട്ടുകൊടു ത്തില്ല. കുട്ടിക്ക് മധു എന്ന പേര് ഇടണമെന്ന് ഞാൻ വാശിപിടിച്ചു. അനി യത്തിയും എനിക്കൊപ്പം ചേർന്നു. ആ സമയത്ത് എന്റെ വായനാലോ കത്ത് എനിക്കേറെ ഇഷ്ടമുള്ള പേരായിരുന്നു മധു. ഞാൻ വായിച്ച ഒരു നോവലിലെ നായകനായ കുട്ടിയായിരുന്നു മധു. കാട്ടിൽ വഴിതെറ്റിപ്പോ യ ഒരു ബാലന്റെ കഥയായിരുന്നു അത്. ഒരു കാട്ടുമനുഷ്യന്റെ കൈ യിൽ അവൻ എത്തി. പേരുമാത്രം പറയാൻ അറിയുന്ന കുട്ടിയെ അ യാൾ കൂടെ കൂട്ടി. മധു എന്ന് വിളിക്കാനാവാതെ അയാൾ അവനെ 'ജു' എന്ന് വിളിച്ചു. എന്റെ ആങ്ങളയെയും ഞങ്ങൾ കുഞ്ഞായിരിക്കുമ്പോൾ 'ജു' എന്ന് വിളിക്കാറുണ്ടായിരുന്നു.

അച്ഛൻ മോന് പേരിടുമ്പോൾ മധുസൂദനൻ എന്നാണ് ഇട്ടത്. അതി ലെ സൂദനൻ എനിക്കത്ര പിടിച്ചില്ല. സ്കൂളിൽ ചേർക്കുമ്പോൾ അവനെ ക്കൊണ്ടുതന്നെ തിരുത്തി മധുകുമാർ എന്നാക്കി മാറ്റാൻ എനിക്ക് വലിയ പ്രയാസമൊന്നും ഉണ്ടായിരുന്നില്ല.

എന്റെ വായന ചില്ലറ ഉപദ്രവങ്ങളും ഉണ്ടാക്കിയിട്ടുണ്ട്. ഇതിനകം ഞാൻ ഒരു ആദർശലോകം പണിതിട്ടിരുന്നു. അതിനനുസരിച്ച് എല്ലാവ രും പെരുമാറണം. പ്രത്യേകിച്ച് സഹോദരങ്ങൾ. എനിക്ക് അവരെ ഞാൻ വായിക്കുന്ന കഥകളിലെ ആദർശത്തിന് യോജിക്കുന്ന മട്ടിലുള്ള കുട്ടി കളാക്കിയേ തീരൂ. അവരെപ്പോഴും പഠിച്ചുകൊണ്ടിരിക്കണം. പണിയെ

ടുക്കണം. കളിച്ചുനടക്കരുത്. കുസൃതി കാണിക്കരുത്. എല്ലാവരെയും അനുസരിക്കണം. അച്ഛനമ്മമാരെപ്പോലും ഈ ആദർശലോകത്തിന്റെ പരിധിയിൽ കൊണ്ടുവന്ന് വിമർശിക്കാൻ എനിക്ക് മടിയില്ലാതായി.

എന്റെ അനിയത്തിയുടെ ഇടതുകണ്ണിന്റെ പുരികത്തിൽ ഇപ്പോഴും ചെറിയൊരു മുറിവിന്റെ പാടുണ്ട്. അതിനു കാരണക്കാരി ഞാനാണ്. അവൾ സ്കൂളിൽ പോകാൻ ഒരുങ്ങി നിൽക്കുമ്പോൾ ഞാൻ അടുപ്പ ത്ത് വെച്ച പാൽ വാങ്ങിവെക്കാൻ പറഞ്ഞു. അമ്മ പതിവുപോലെ പണി ക്ക് പോയിരുന്നു. അവൾ അടുക്കളയിൽ വന്ന് അടുപ്പത്തുനിന്നും പാൽ വാങ്ങിവെക്കുമ്പോഴേക്കും സ്കൂളിൽനിന്നും മണിയടിക്കുന്ന ഒച്ച കേട്ടു. പാവം പുറത്തേക്ക് ഓടുമ്പോൾ കാൽ വഴുതി വാതിൽപ്പടിയിൽ വീണു. നെറ്റിമുറിഞ്ഞു ചോര ഒഴുകാൻ തുടങ്ങി. ഞാൻ പേടിച്ചു. അമ്മ വന്നു. അച്ഛൻ വന്നു. മുരികളെ നോക്കാനും സഹായത്തിനുമായി നിൽക്കുന്ന കൂനംകണ്ടിയിലെ കുഞ്ഞിരാമൻ, തേർതലയിലെ അയൽക്കാരൻ, അവ ളെ എടുത്ത് കൂട്ടുംമുഖത്തെ ഡിസ്പെൻസറിയിൽ അച്ഛനൊപ്പം കൊണ്ടു പോയി സ്റ്റിച്ച് ചെയ്യിച്ചുകൊണ്ടുവന്നു.

പണിത്തിരക്കായതിനാൽ അന്ന് അച്ഛൻ എന്നെ അടിക്കാൻ മറന്നു പോയി. കുറെ ചീത്ത പറഞ്ഞിട്ട് വേഗം കണ്ടത്തിലേക്ക് പോയി. കുറ്റ ബോധംകൊണ്ട് എനിക്ക് കണ്ണുകാണാതായി.

കാവുമ്പായി ഗവ.എൽ.പി.സ്കൂളിൽ ആയിടെ സ്ഥലംമാറി വന്ന വിമ ല ടീച്ചർ എന്നും ഉച്ചയ്ക്ക് വീട്ടിൽ വരുമായിരുന്നു. സ്കൂളിൽ പ്രാഥമിക കൃത്യങ്ങൾ ചെയ്യാനുള്ള സൗകര്യമില്ലാത്തതുകൊണ്ടും വീട്ടിൽനിന്നും കൊണ്ടുവരുന്ന ഭക്ഷണം സൈര്യമായി ഇരുന്ന് കഴിക്കാനും വേണ്ടി യാണ് ടീച്ചർ ഞങ്ങളുടെ വീട്ടിലെത്തുന്നത്. അധികം വൈകാതെ ടീച്ചർ ഞങ്ങളുടെ കുടും ബത്തിലെ ഒരംഗത്തെപ്പോലെയായി. ഉച്ചയ്ക്ക് വന്നാൽ ടീച്ചർ കുഞ്ഞുമോനെ എടുത്തു നടക്കും. എന്നോട് സംസാരിച്ചുകൊ ണ്ടിരിക്കും. മണിയടിക്കാറാകുമ്പോഴേ സ്കൂളിലേക്ക് പോകൂ. എനിക്കും വിമല ടീച്ചർ ഒരു കൂട്ടുകാരിയായി മാറി. ഞാൻ ഉച്ചയാകാൻ കാത്തിരി ക്കുകയായിരിക്കും. ടീച്ചറിനെ കാണാനും സംസാരിക്കാനും. എനിക്ക് ടീച്ചറിനോട് എത്ര സംസാരിച്ചാലും മതിയാവുകയില്ലായിരുന്നു. വർഷ ങ്ങൾ നീണ്ടുനിന്ന ഞങ്ങളുടെ അടുപ്പത്തെ ജന്മാന്തര സൗഹൃദമെന്ന ല്ലാതെ മറ്റെന്ത് പറയാൻ.

വീണുകിട്ടിയ തീർഥയാത്ര

കൊല്ലൂർ മൂകാംബികാക്ഷേത്രയാത്ര പ്ലാൻ ചെയ്യാനായിരുന്നു അന്ന് വലിയമ്മാവൻ കാവുമ്പായി വന്നത്. ലക്ഷ്മി അമ്മായിക്ക് ബസിൽ കയ റിയാൽ ഛർദ്ദിക്കുന്ന സ്വഭാവമുണ്ട്. ഇപ്പോഴാണെങ്കിൽ രണ്ട് ചെറിയ കുട്ടികളുമുണ്ട്. മൂത്തവൾ ഉണ്ണിയുടെ പ്രായം. ഇളയവൾ മധുവിന്റെയും. അപ്പോൾ യാത്ര ടാക്സി കാറിലാക്കിയാലോ എന്നാണ് അമ്മാവൻ ആ ലോചിച്ചത്. അച്ഛൻ സമ്മതിച്ചു. ഒന്നിച്ചുപോകാമെന്ന് തീരുമാനിച്ചപ്പോൾ അമ്മാവൻ പറഞ്ഞു. 'കാറിനല്ലേ പോകുന്നത്. എന്നാൽ ശാന്തയെക്കൂ ടി കൂട്ടാലോ.'

അതും അച്ഛൻ സമ്മതിച്ചു.

കാർ ഏർപ്പാടാക്കി. ടാക്സി കാവുമ്പായിയെത്തി ഞങ്ങൾ അഞ്ചു പേര ഞാൻ, അച്ഛൻ, അമ്മ, ചെറിയ ആങ്ങളമാർ കൊണ്ടുപോയി. കുറു മാത്തൂർ വെച്ച് ഭാസ്കരമ്മാവനും അമ്മായിയും മക്കളും ജാനകി ഇളയ മ്മയും ഇളയപ്പനും കുഞ്ഞും കയറി. കാർ നിറയെ ആളുകൾ ഞെരു ങ്ങിയിരുന്നു.

കുറച്ചു സമയം ആർക്കും പ്രശ്നമൊന്നുമുണ്ടായില്ല. അമ്മായി തുട ങ്ങിവെച്ചു. വൈകാതെ മറ്റുള്ളവർ ഏറ്റെടുത്തു. അമ്മായിയാണെങ്കിൽ ഛർദ്ദിക്കാൻ പ്രത്യേകമായി ഒരു പാത്രംതന്നെ കൊണ്ടുവന്നിരുന്നു. എ നിക്കും ഇളയമ്മയ്ക്കും ഛർദ്ദിപാത്രമില്ലെങ്കിലും ഞങ്ങൾ അമ്മായിക്ക് ഐക്യദാർഢ്യം പ്രഖ്യാപിച്ചുകൊണ്ട് കൂടെക്കൂടി. ഛർദ്ദി പാത്രം ഒഴി ഞ്ഞ നേരമില്ല എന്നായി. ഞാൻ അമ്മായിയെ കടത്തിവെട്ടി. ഞങ്ങൾക്ക് ഛർദ്ദിക്കാൻ ഓരോ പ്രാവശ്യവും കാർ നിർത്തുമ്പോൾ 'വലിച്ചുപുറത്തി ടും' എന്നൊക്കെ അമ്മ ചീത്തപറയാൻ തുടങ്ങി. ഞങ്ങൾക്ക് അതൊ ന്നും ഒരു പ്രശ്നമേ ആയിരുന്നില്ല. ഞങ്ങളുടെ കലാപരിപാടി കൊല്ലൂർ എത്തുവോളം തുടരുക തന്നെ ചെയ്തു.

മുതിർന്നവർ ഛർദ്ദിക്കുമ്പോൾ ചെറിയ കുട്ടികളെ നോക്കേണ്ടത് അ മ്മയുടെ ജോലിയായിരുന്നു. ഉണ്ണിയും രേണുകയും ആണുങ്ങൾക്കൊ പ്പം മുന്നിലാണ് ഇരുന്നത്. ചെറിയ കുട്ടികൾ പിന്നിൽ ഞങ്ങൾക്കൊ പ്പവും. അമ്മയ്ക്ക് പിന്നെങ്ങനെ ദേഷ്യം വരാതിരിക്കും. ബസ്സിൽ ആയി രുന്നെങ്കിൽ പിന്നെയും സഹിക്കാമായിരുന്നു. കാറിൽ സുഖമായി സഞ്ച രിക്കുന്നതിനുപകരം മൂന്നുപേരുടെ ഛർദ്ദിയുടെ നടുവിൽ ഇരിക്കുക എന്ന ത് അസഹനീയം തന്നെയായിരുന്നു. പക്ഷെ, എനിക്ക് ചീത്ത മാത്രമല്ല ല്ലോ കിട്ടിയത്. ഞാൻ ഛർദ്ദിക്കുമ്പോൾ എന്റെ നടുപ്പുറത്ത് തന്നെയാ ണല്ലോ അമ്മ അടിച്ചത്. അത് അത്ര ശരിയായോെന്നൊരു സംശയം. അടി

ക്കാണെങ്കിൽ എല്ലാവരെയും അടിക്കേണ്ടതല്ലേ. ഒരേ തെറ്റ് ചെയ്തവർ
ക്ക് ഒരേ ശിക്ഷ കൊടുക്കേണ്ടേ. പന്തിയിൽ പക്ഷഭേദം പാടുണ്ടോ.

ചോറുണ്ണാനും ചായകുടിക്കാനുമൊക്കെ ഹോട്ടലിനുമുമ്പിൽ കാർ
നിർത്തിയെങ്കിലും ചർദ്ദിക്കും കൂട്ടം കാര്യമായി ഒന്നും കഴിച്ചില്ല. ജ്യൂസൊ
ക്കെ കുടിച്ച് ആശ്വസിച്ചു. അങ്ങനെ ആശ്വസിക്കാൻ വരട്ടെ എന്നായി
അമ്മാവന്റെ മകൾ കുഞ്ഞുരേണുക. അവൾ കരച്ചിലോട് കരച്ചിൽ. ആ
വശ്യം നിസ്സാരമാണ്. 'അമ്മ കുടിച്ചത് വേണം' എന്നുപറഞ്ഞാണ് അ
വൾ തൊള്ള കീറുന്നത്. പക്ഷേ അമ്മാവൻ കേട്ട ഭാവം നടിച്ചില്ല. ചെറി
യ കുട്ടികൾ അതൊന്നും കുടിക്കാൻ പാടില്ലല്ലോ. ഏതായാലും അവളു
ടെ വായ്ത്താരി കുറച്ചുകാലം ഞങ്ങൾ പറഞ്ഞുനടന്നു.

കാറിൽനിന്ന് പുറത്തേക്ക് ഇറങ്ങുന്നതുതന്നെ ഞങ്ങൾ ചർദ്ദിപ്പണ്ടാ
രങ്ങൾക്ക് ആശ്വാസമായിരുന്നു. ഞങ്ങളുടെ ചർദ്ദിക്ക് വിരാമമിട്ടുകൊ
ണ്ട് വൈകുന്നേരം കൊല്ലുരെത്തി.

ആണുങ്ങൾ ഞങ്ങൾക്ക് താമസസൗകര്യം അന്വേഷിച്ചു. ക്ഷേത്ര
ത്തിലെ പൂജാരിയുടെ വീടിന്റെ മുകൾനിലയിൽ താമസിക്കാൻ അനുമ
തി കിട്ടി. അവിടെ ബേഗൊക്കെവെച്ച് ഞങ്ങൾ കുളിക്കാൻ പുറപ്പെട്ടു.

സൗപർണിക എന്ന് മുമ്പ് കേട്ടിരുന്നു. അപ്പോഴൊക്കെ ഒരു വലിയ
നദി ആയിരിക്കും എന്നാണ് കരുതിയിരുന്നത്. നേരിൽ കണ്ടപ്പൊഴോ,
കുടജാദ്രിയിൽ നിന്ന് ഒഴുകിയൊഴുകി പാറക്കല്ലുകളിൽ തട്ടിത്തടഞ്ഞ്
പാൽനുര ചിന്നിച്ചിരിച്ചെത്തും കാട്ടുകല്ലോലിനി. അവളെന്നോട് മന്ത്രി
ച്ചു. 'ഒട്ടും പേടിക്കണ്ട. ഇറങ്ങിക്കോളൂ.'

ആ കുളിർ ജലത്തിൽ കുളിച്ചപ്പോൾ ക്ഷീണമെല്ലാം മാറി പുതിയൊ
രുന്മേഷം കിട്ടി. കാട്ടുമരങ്ങളിൽ ഊഞ്ഞാലാടുന്ന കുരങ്ങന്മാർ മനോഹ
രമായ കാഴ്ചയായിരുന്നു. എന്നെ കൂട്ടാൻ വന്നെങ്കിലും ഞാൻ കാറിൽ
കയറാൻ കൂട്ടാക്കാതെ മറ്റുള്ളവർക്കൊപ്പം താമസസ്ഥലത്തേക്ക് പതു
ക്കെ നടന്നു.

ഇനി അമ്പലത്തിൽ പോയി തൊഴണം. നടക്കാനുള്ള ദുരമേയുള്ളൂ.
എന്നിട്ടും എന്നെയും കൊണ്ട് മന്ദതാളത്തിൽ നടക്കാൻ മടിച്ച് കാറിന്
പോയി. ചർദ്ദിപ്പേടിയിൽ എനിക്ക് കുറച്ച് വിഷമമമായി. ക്ഷേത്രത്തിൽ
തൊഴുത് രാത്രിയിൽ തിരിച്ച് താവളത്തിലെത്തി. അഡിഗയുടെ വീടിന്റെ
താഴത്തെ നിലയിലെ വിശാലമായ വരാന്തയുടെ സിമന്റിട്ട തറയിൽ ഞ
ങ്ങൾ പ്രതീക്ഷയോടെ കാത്തിരുന്നു. പുരുഷൻമാരുടെ നോട്ടം വാതി
ലിന്റെ കട്ടിലയിൽ പതിഞ്ഞു. ചുമരിന്റെ ഭാഗം നിറഞ്ഞുനിൽക്കുന്ന കട്ടി
ളയായിരുന്നു ആ വീടിന് ഉണ്ടായിരുന്നത്. അത് കേരളീയ വാസ്തു

ശില്‍പ്പരീതിയാണെന്ന് അവര്‍ അഭിപ്രായപ്പെട്ടു. ശരിയാണല്ലോ തളിയ ന്മാര്‍ വീട്ടിലെ വാതിലിന്റെ കട്ടിളയും ഇങ്ങനെ നിറഞ്ഞുനില്‍ക്കുന്നത് ആണല്ലോ.

ഞങ്ങളുടെ കാത്തിരിപ്പിന് വിരാമമിട്ടുകൊണ്ട് വീടിനുള്ളില്‍ നിന്നും ഒരാള്‍ കയ്യില്‍ വാഴയിലയുമായി ഇറങ്ങിവന്നു. അയാള്‍ ഞങ്ങളുടെ മു ന്നില്‍ ഇല നിരത്തിവെച്ചു. മൂക്കുത്തിയൊക്കെ അണിഞ്ഞ് 18 മുഴം സാ രി കോത്തുവലിച്ചുടുത്ത സുന്ദരിയായൊരു സ്ത്രീ പിന്നാലെ വന്ന് ഞ ങ്ങളുടെ മുന്നില്‍ വെച്ച വാഴയിലയില്‍ കുട്ടകത്തില്‍ നിന്നും ചോറ് കൈ കൊണ്ട് വാരിയിട്ടുതന്നു. കൂട്ടാനായി ഒരു പുളിങ്കറിയും കിട്ടി. വിശന്നി രുന്നവര്‍ ആര്‍ത്തിയോടെ അത് കഴിച്ചു. കൂടുതല്‍ ആഗ്രഹിച്ചെങ്കിലും കിട്ടിയില്ല. ജാനകി ഇളയമ്മയൊക്കെ ചോറുണ്ണുമ്പോള്‍ പറയുന്നുണ്ടാ യിരുന്നു, 'ഇത് ഐ ആര്‍ എട്ടിന്റെ ചോറാണ്.'

കിട്ടിയതും ഭക്ഷിച്ച് ഞങ്ങള്‍ മുകളിലേക്ക് പോയി. അവിടുത്തെ സി മന്റ് തറയില്‍ കിട്ടിയ പായൊക്കെ വിരിച്ച് എല്ലാവരും കിടന്നു.

പുലര്‍ച്ചയ്ക്ക് എഴുന്നേറ്റ് കുളിക്കാന്‍ സൌപര്‍ണികയിലേക്ക് പോ യി. അരുവിയില്‍ വേറെയും ആളുകള്‍ കുളിക്കുന്നുണ്ടായിരുന്നു. ആ ളൊഴിഞ്ഞ ഭാഗത്ത് ഞങ്ങള്‍ ഇറങ്ങി. എനിക്ക് ഇറങ്ങാന്‍ ഒട്ടും പ്രയാ സമുണ്ടായിരുന്നില്ല. ഇഷ്ടംപോലെ പാറക്കല്ലുകള്‍ ഉണ്ടല്ലോ എനിക്ക് പി ടിച്ചിറങ്ങാന്‍. നദിയില്‍ വെച്ച് ഞങ്ങള്‍ക്ക് മന്ത്രങ്ങള്‍ ചൊല്ലിത്തരാന്‍ ഒ രാളെത്തി. അദ്ദേഹം ചൊല്ലിത്തന്നതൊക്കെ ഞങ്ങള്‍ ഏറ്റുചൊല്ലി.

വീണ്ടും അമ്പലത്തില്‍ പോയി തൊഴുതു. ഇപ്രാവശ്യം ഞാനും നട ന്നാണ് പോയത്. മടങ്ങി വന്ന പട്ടിണിപ്പാവങ്ങള്‍ വീണ്ടും അടിഗയുടെ വരാന്തയില്‍ വല്ലതും കിട്ടുമോ എന്ന പ്രതീക്ഷയോടെ കാത്തിരുന്നു. അപ്പോള്‍ ഞങ്ങള്‍ വിചിത്രമായ ഒരു കാഴ്ച കണ്ടു. ചേലചുറ്റിയ ഒരു സ്ത്രീ കയ്യില്‍ അല്‍പം ചാണകവുമായി വന്ന് സിമന്റിട്ട് കാവിപൂശി മോടിപിടിപ്പിച്ച വരാന്തയില്‍ കമുകിന്റെ പാളമുറിച്ചതുകൊണ്ട് നേരിയ രീതിയില്‍ നിലം മെഴുകുകയാണ്. ഞങ്ങളുടെ വീട്ടിലും ആഴ്ചയില്‍ ഒ ന്നോ, രണ്ടോ, മൂന്നോ പ്രാവശ്യം കരിയും കൂട്ടി നിലത്ത് ചാണകം തേ ക്കാറുണ്ട്. പക്ഷേ അത് തച്ചുറപ്പിച്ച നിലം ആയിരുന്നു. ഞങ്ങള്‍ താ മസം മാറ്റിയതിനുശേഷം അങ്ങേമ്മ ഞങ്ങളുടെ ചെറിയേച്ചിയോട് വിളി ച്ചുപറയുന്നത് കേള്‍ക്കാറുണ്ട്. 'എണേ അകം വല്ലാണ്ട് പാറിപ്പോയിന്. നാളെ ചാണോം തേക്കാന്‍ വരണം.'

അവള്‍ അങ്ങേമ്മയുടെ വകയില്‍ ഒരു അനിയത്തിയുടെ മകള്‍ ആ ണല്ലോ. അപ്പോള്‍ അധികാരത്തോടെ പറയാം. വയസ്സായ അങ്ങേമ്മയ്

ക്ക് പറ്റാത്തതുകൊണ്ടാണ് ചെറിയേച്ചിയെ വിളിച്ചത്.

ഒന്നിച്ചു താമസിക്കുമ്പോൾ ചാണകം തേക്കൽ അമ്മയുടെ ജോലി യായിരുന്നു. അമ്മ ചിലപ്പോൾ തേങ്ങയുടെ ചകിരി കത്തിച്ചു കരിയാ ക്കും. ടോർച്ചിന്റെ പഴയ ബാറ്ററി കുത്തിപ്പൊട്ടിച്ചും ചാണകം തേക്കാനു ള്ള കരി എടുക്കാറുണ്ട്.

വീട്ടിൽ ചാണകം തേക്കുന്നത് എനിക്ക് ഒട്ടും ഇഷ്ടമല്ലായിരുന്നു. നില ത്ത് പലകമേൽ ഇരിക്കുന്ന കാലത്ത് എത്ര ശ്രദ്ധിച്ചാലും മുണ്ടിലും ഉടു പ്പിലും ഒക്കെ കരി പിടിക്കും. അടുക്കളയിൽ കിണ്ണങ്ങളും പാത്രങ്ങളും ഒക്കെ നിലത്ത് കമിഴ്ത്തി വയ്ക്കുകയായിരുന്നു പതിവ്. താഴെയുള്ള കിണറ്റിൽ നിന്നും വെള്ളം കൊണ്ടുവന്നിട്ട് വേണമല്ലോ വീണ്ടും പാ ത്രം കഴുകാനും മറ്റും. അപ്പോൾ കിണറ്റുകരയിൽ വെച്ച് കഴുകി കൊ ണ്ടുവന്ന് കമിഴ്ത്തിയ ആ പാത്രത്തിൽ തന്നെ ഞങ്ങൾക്ക് ഭക്ഷണം തരും. ചാണകം തേച്ച ദിവസം കിണ്ണത്തിന്റെ അരികിലൊക്കെ അൽപ്പ സ്വൽപ്പം പറ്റിപ്പിടിക്കും. അത് കാണുമ്പോൾ തന്നെ എനിക്ക് ഛർദ്ദിക്കാൻ വരും. ഞാൻ എന്റെ അറപ്പ് പ്രകടിപ്പിക്കുമ്പോൾ എല്ലാവരും പറയും ചാണകം ശുദ്ധിയാക്കുന്നതാണ് എന്ന്. പശുവിന്റെയും മൂരിയുടെയും വിസർജ്യവസ്തു ശുദ്ധിയുണ്ടാക്കുന്നതാണ് എന്ന് പറയുന്നതിനോട് എ നിക്ക് ഒട്ടും യോജിപ്പുണ്ടായിരുന്നില്ല. പക്ഷേ സിമൻറിടാത്ത അകത്തും ഇറയത്തുമൊക്കെ വീട്ടിലെ പാവം പെണ്ണുങ്ങൾ മറ്റെന്ത് ചെയ്യാനാണ്. പെണ്ണുങ്ങളുടെ തലയും വീടിന്റെ നിലവും ഒരുപോലെ പാറി എന്നാണ് അങ്ങോമ്മ പറയാറ്. അതുകൊണ്ട് ചൊവ്വാഴ്ചയും വെള്ളിയാഴ്ചയും നി ലത്ത് ചാണകം തേച്ചേ തീരൂ. എനിക്ക് അത്രയ്ക്ക് ഞെട്ടമുണ്ടാക്കുന്ന ആ പരിപാടി ഇവിടെ കർണാടകയിലും എത്തിയിരിക്കുന്നല്ലോ. ഇവിടെ യും പ്രശ്നം ശുദ്ധിയുടേത് തന്നെ.

ഏതായാലും ആ നിലത്തുതന്നെ ഇരുന്ന് എനിക്ക് ഭക്ഷണം കഴി ക്കേണ്ടി വന്നു. ഒരു ആശ്വാസം ചാണകം ഉണങ്ങിയിരിക്കുന്നു, ഒട്ടും കാണാനില്ല എന്നതായിരുന്നു. ഇഡ്ഡലിയും ചമ്മന്തിയും കാപ്പിയും ആണ് ഞങ്ങൾക്ക് കഴിക്കാൻ കിട്ടിയത്. എല്ലാ ഞെട്ടവും മാറ്റിവെച്ച് ഞാനും കഴിച്ചു. വയറു വിശക്കുമ്പോൾ എന്ത് അറപ്പ്!

ഇനി മടക്കം. അതിനു മുന്നേ പിൽക്കാലത്ത് സംഭവിച്ച ഒരു കാര്യം കൂടി പറയാം. ഏതാണ്ട് 28 കൊല്ലത്തിനുശേഷം, മധുവിന്റെ കല്യാണ ത്തിനുശേഷം ഞങ്ങൾ ഒരു കൊല്ലൂർ യാത്ര നടത്തി. എന്നെ മംഗലാപു രത്ത് അസ്ഥിരോഗവിദഗ്ധൻ ഡോക്ടർ ശാന്താറാം ഷെട്ടിയെ കാണി ക്കാൻ കൊണ്ടുപോകുന്ന വഴിയാണ്. ഞാനും അനിയത്തിയും ഉണ്ണി

യും അച്ഛനും മധുവും ഭാര്യയും അളിയനും ആയിരുന്നു അന്നത്തെ യാത്രാസംഘത്തിൽ ഉണ്ടായിരുന്നത്. ഞങ്ങൾ മൂകാംബിക ക്ഷേത്രദർ ശനം നടത്തിയതിനുശേഷമാണ് ഡോക്ടറെ കാണാൻ പോയത്. ശ്രീ കോവിലിന് മുന്നിൽ ഒരുനിമിഷം തൊഴുതു ഞാൻ മടങ്ങുമ്പോൾ പൂ ജാരി എന്റെ നേരെ നോക്കി വിളിച്ചു പറഞ്ഞു 'അവിടെ കാത്തുനിൽ ക്കൂ.' അദ്ദേഹം പെട്ടെന്ന് ശ്രീകോവിലിനുള്ളിൽ കടന്ന് ദേവിയുടെ കഴു ത്തിൽ ചാർത്തിയ തുളസിയും ചെക്കിയുംകൊണ്ട് തീർത്ത പൂമാല ഊരി യെടുത്ത് എന്റെ കയ്യിൽ തന്നു. അത്ര വലിയ ഭക്തയല്ലെങ്കിലും ആ സമയത്ത് എനിക്ക് കരച്ചിൽ വന്നു. അത്രയും ആളുകളുടെ ഇടയിൽ ദേവി എന്നെമാത്രം ഇത്രയ്ക്കും പരിഗണിച്ചല്ലോ. ആ പൂമാല കുറേക്കാ ലം ഞങ്ങളുടെ പടിഞ്ഞാറ്റകത്ത് ഉണ്ടായിരുന്നു.

ശ്രീ ശങ്കരാചാര്യർ തപസ്സുചെയ്തു പ്രസാദിപ്പിച്ച് മഹാസരസ്വതി യെ കേരളത്തിലേക്ക് കൊണ്ടുവരുമ്പോൾ കൊല്ലൂരെത്തിയെന്നും ദേവി യുടെ ഇഷ്ടപ്രകാരം അവിടെ പ്രതിഷ്ഠ നടത്തിയെന്നുമാണല്ലോ ഐ തിഹ്യം. ദേവിയെ കാണാനുള്ള മലയാളിയുടെ മഹാപ്രവാഹത്തിലൊ രു തരിയായി എത്തിയതാണല്ലോ ഞാനും. മലയാളനാട്ടിൽ നിന്നാരും ദേവിയുടെ തിരുനടയിലെത്താത്തൊരു നാൾ ഉണ്ടായാൽ ദേവി ഭക്ത രെ കാണാൻ കേരളത്തിലെത്തുമത്രെ. അങ്ങനെയൊരുനാൾ മലയാളി യുള്ള കാലത്തോളമുണ്ടാകില്ലയെന്നറിഞ്ഞുകൊണ്ടാണല്ലോ ഞാൻ മ ടങ്ങുന്നത്. വീണ്ടുമിവിടെയെത്തുമെന്ന പ്രതീക്ഷയോടെ....

ആദ്യ മൂകാംബിക തീർത്ഥയാത്രയ്ക്കുശേഷം ഞങ്ങൾ മടങ്ങാനൊ രുങ്ങുകയാണ്. കാറിന്റെ ഡിക്കിയിൽ പെട്ടിയും കെട്ടുമൊക്കെ വെക്കു കയാണ്. അമ്മാവൻ അതിലേക്ക് ഒന്ന് കുനിഞ്ഞു നോക്കിയതാണ്. പെ ട്ടെന്ന് അമ്മാവന്റെ നെറ്റിയിൽ കാറിന്റെ ഡോർ ശക്തിയോടെ മുട്ടി അട ഞ്ഞു. നെറ്റി പൊട്ടി ചോര വന്നു. എല്ലാവരും ഒന്ന് പരിഭ്രമിച്ചു. അമ്മായി വേവലാതിയോടെ അമ്മാവന്റെ നെറ്റിയിൽ തടവി. ഡ്രൈവറും ഇളയപ്പ നും ചേർന്ന് മുറിവ് വെച്ചുകെട്ടി. എന്തോ വലിയ അപകടം വരാനിരുന്ന ത് ഇങ്ങനെ പോയതാണ് എന്ന് ഇളയമ്മയും മറ്റും പറഞ്ഞു.

ഞങ്ങളുടെ മടക്കയാത്രയിൽ പിന്നീട് വലിയ പ്രശ്നങ്ങളൊന്നും ഉണ്ടാ യില്ല. ഞങ്ങൾ, ഛർദ്ദി സംഘവും വലിയ കുഴപ്പമുണ്ടാക്കിയില്ല. ചെറിയ തോതിൽ അമ്മായി മാത്രമേ ഛർദ്ദിച്ചുള്ളൂ. ദേവി സഹായിച്ചതാവാം.

ചിക്കൻപോക്സ് വിളയാട്ടം

നാലാംക്ലാസ് കഴിഞ്ഞപ്പോൾ ചുറ്റുവട്ടത്തെ മറ്റ് കുട്ടികളെപ്പോലെ പങ്കജത്തെയും എള്ളരിഞ്ഞി സ്കൂളിൽ ചേർത്തു. അവൾ ഒരു കിലോ മീറ്ററിൽ അധികം വരുന്ന ദൂരം അങ്ങോട്ടും ഇങ്ങോട്ടും നടന്നുപോയി പഠിച്ചു. സ്കൂളിൽ പോകുമ്പോൾ അവളുടെ മുടിയുടെ സ്റ്റൈൽ പല പ്പോഴും ഞാൻ തീരുമാനിച്ചു. നിർബ്ബന്ധിച്ചു പൂചൂടിച്ചു. ഇങ്ങനെ എനി ക്ക് സാധിക്കാത്ത കാര്യങ്ങൾ അവളിൽ അടിച്ചേൽപ്പിക്കലായി എന്റെ അക്കാലത്തെ കലാപരിപാടി. ചിലതൊക്കെ അവൾ അനുസരിച്ചു.

അവൾ എള്ളരിഞ്ഞി സ്കൂളിൽനിന്നും അഞ്ചാംക്ലാസ് ജയിച്ചു. ഇനി യു.പി.സ്കൂളിൽ ചേർക്കണം. മോൾ മടമ്പത്ത് പോകുന്നതിനേക്കാൾ പെരുന്തലേരി സ്കൂളിൽ പഠിക്കുന്നതായിരിക്കും നല്ലതെന്ന് അമ്മയ്ക്ക് തോന്നി. അമ്മയുടെ വീട്ടിൽ താമസിച്ച് സ്കൂളിൽ പോകാം എന്നും ഉറ പ്പിച്ചു. അമ്മയുടെ തീരുമാനം അച്ഛനും സമ്മതിച്ചു. അച്ഛൻ അവളെ പെ രുന്തലേരി എ.യു.പി. സ്കൂളിൽ ചേർത്തു. അങ്ങേമ്മ വിളിച്ച പങ്കജാ ക്ഷി എന്ന പേർ സ്കൂളിൽ ഒന്നാംക്ലാസിൽ ചേർക്കുമ്പോൾ അൽപ്പം പ രിഷ്കരിച്ച് പങ്കജവല്ലി എന്നാക്കിയിരുന്നു. ജൂൺ മുതൽ അവളുടെ പൊ രുതി അമ്മവീട്ടിലായി.

അമ്മയെ കുറ്റം പറഞ്ഞിട്ട് കാര്യമില്ല. ജീവിതം കെട്ടിപ്പടുക്കാനുള്ള തത്രപ്പാടിൽ മക്കളുടെ പഠനകാര്യങ്ങളിൽ ശ്രദ്ധിക്കാൻ അമ്മയ്ക്ക് കഴി യില്ലായിരുന്നു. അപ്പോൾ സ്വന്തം വീട്ടിൽ രണ്ട് അധ്യാപകർ ഉണ്ടല്ലോ. രണ്ടാമത്തെ ആങ്ങളയും ഭാര്യയും അധ്യാപകരാണ്. ഭാസ്കരമ്മാവൻ അധ്യാപകനാണെങ്കിലും അപ്പോഴേക്കും താമസം മാറ്റിയിരുന്നു. പപ്പ മ്മാവൻ കല്യാണം കഴിച്ചത് ഒരു അധ്യാപികയെ ആണ്. പത്മാവതി അമ്മായി വളങ്കൈ സ്കൂളിലും അമ്മാവൻ തേർളായി സ്കൂളിലും അ ധ്യാപകരാണ്. അവർക്ക് മധുവിന്റെ പ്രായത്തിൽ ഒരുമോളുമായി. അവ രുടെ കൂടെ താമസിച്ചാൽ മോൾക്ക് അതിന്റെ നേട്ടം ഉണ്ടാകും എന്നും അമ്മ കരുതിക്കാണും.

താമസം മാറുന്നതിൽ അവളുടെ ഇഷ്ടം എന്താണെന്ന് ആരും ചോദി ച്ചില്ല. രക്ഷിതാക്കൾ തീരുമാനിക്കും. മക്കൾ അനുസരിക്കും. അതാണ ല്ലോ അന്നത്തെ രീതി. ഏതായാലും അനിയത്തി അതിൽ സന്തുഷ്ടയാ യിരുന്നില്ല. അവളുടെ പഠനത്തിന്റെ ഗ്രാഫ് ഒന്ന് താഴേക്ക് കൊണ്ടുപോ കാൻ മാത്രമേ ഈ കുടുമാറ്റംകൊണ്ട് സാധ്യമായുള്ളു എന്നാണ് ഞാൻ വിശ്വസിക്കുന്നത്. അവസരം കിട്ടുമ്പോഴെല്ലാം അവൾ കാവുമ്പായി എ ത്തി. ഒരിക്കൽ അവൾ വന്നപ്പോൾ വീട്ടിൽ ചെറിയൊരു പ്രശ്നം ഉണ്ടാ

യിരുന്നു. ഉണ്ണിമോന് ചിക്കൻപോക്സ് പിടിപെട്ടിരുന്നു. ചിക്കൻപോക്സ് വരാൻ തുടങ്ങുന്ന ഒരാൾ വീട്ടിൽ വന്നെന്നും മോൻ അയാളെ ചുറ്റിപ്പറ്റി നിന്നെന്നും അതാണ് മോന് കിട്ടിയത് എന്നുമൊക്കെ ഗവേഷണം നടത്തി ഞങ്ങൾ കണ്ടുപിടിച്ചുകളഞ്ഞു.

ഞങ്ങളുടെ കൂടെ താമസിക്കുന്ന നാരായണമ്മാവൻ ഇടയ്ക്ക് നാട്ടിലേക്ക് പോകുമായിരുന്നു. നാരായണമ്മാവൻ തേർതല പോയി വരുമ്പോൾ വീട്ടിൽ ചിക്കൻപോക്സ് ഉള്ളതറിയാതെ പയ്യാവൂർ ഉത്സവത്തിന് പോകണം എന്ന് വാശിപിടിച്ച് കൂടെ വന്നതാണ് അനിയത്തി. ഒരു രാത്രി വീട്ടിൽ പൊറുപ്പിച്ച് അടുത്തദിവസം അവളെ അങ്ങോട്ടുതന്നെ പാർസലാക്കുകയും ചെയ്തു.

കുറച്ചുദിവസങ്ങൾക്കു ശേഷം സന്ധ്യകഴിഞ്ഞ നേരത്തുണ്ട് അച്ഛന്റെ പിന്നാലെ പങ്കജം കയറിവരുന്നു. തളിപ്പറമ്പിലോ മറ്റോ പോയി വരുമ്പോൾ അച്ഛന് പങ്കജക്കണ്ണനെ കാണണമെന്നു തോന്നി. കുറുമാത്തൂർ ബസ്സിറങ്ങി നേരെ തേർതലയ്ക്ക് വെച്ചുപിടിച്ചതാണ് അച്ഛൻ. അവിടെ എത്തുമ്പോൾ ഒട്ടും സുഖമല്ലാത്ത കാഴ്ചയാണ് അച്ഛനെ എതിരേറ്റത്. വീട്ടിലെ മറ്റ് കുട്ടികൾ അൽപ്പം മാറിനിന്ന് പങ്കജത്തെ 'കായിമ്പായി പോയിറ്റല്ലേ പറ്റൃത്' എന്നൊക്കെ കുറ്റപ്പെടുത്തുന്നു. അവൾ ഇപ്പൊ കരയും എന്ന മട്ടിൽ നിൽക്കുന്നു. അവളുടെ നെറ്റിയിൽ ചിക്കൻപോക്സ് കുമിള പൊങ്ങിയിട്ടുണ്ടായിരുന്നു. അച്ഛൻ അപ്പോൾ തന്നെ അവളെയും കൂട്ടി ഇറങ്ങി. മോൻ രോഗംമാറി കുളിക്കുമ്പോഴേക്കും അനിയത്തി കിടപ്പിലായി. അനിയത്തിയെ പരിചരിച്ച് കുളിപ്പിക്കുമ്പോഴേക്കും അമ്മയ്ക്കും പകർന്നു കിട്ടി. അതോടെ വീട്ടുകാര്യങ്ങൾ കുഴപ്പത്തിലായി. അച്ഛൻ തേർതല പോയി അമ്മമ്മയെ കൊണ്ടുവന്നു. സ്ഥിരം സഹായികളാരും പകർച്ചവ്യാധിക്കാലത്ത് വീട്ടിൽ വരില്ലല്ലോ.

അമ്മ കിടപ്പിലായപ്പോൾ കുഞ്ഞുമോന്റെ കാര്യം കഷ്ടത്തിലായി. അവന് ഒരു വയസ്സും പത്തു മാസവും പ്രായമുള്ളപ്പോഴാണ് അമ്മയ്ക്ക് ചിക്കൻപോക്സ് പിടിപെട്ടത്. അപ്പോൾ കുട്ടിക്ക് മുലപ്പാൽ കൊടുക്കാൻ ആവില്ലല്ലോ. അവനാണെങ്കിൽ മറ്റ് ആഹാരമൊന്നും കഴിക്കാൻ ഇഷ്ട വുമില്ല. അപ്പോൾ പാവം കുഞ്ഞ് അമ്മേന്ന് വിളിച്ചു കരയും. അച്ഛൻ അവനെ നെഞ്ചിൽ കിടത്തി 'ജൂ കാല്യാൽ അച്ഛൻ കാളും.' എന്നുപറഞ്ഞ് ഉറക്കാൻ ശ്രമിക്കും. അങ്ങനെ പറഞ്ഞുപറഞ്ഞ് ജൂ കാല്യാൽ...എന്ന് അച്ഛൻ പറയുമ്പോഴേക്കും അവൻ എങ്ങലടിച്ചുകൊണ്ട് 'അച്ഛൻ കാളും' എന്ന് പൂരിപ്പിക്കുമായിരുന്നു. തീരെ കുഞ്ഞായിരിക്കുമ്പോഴേ നല്ല അനുസരണയുള്ള കുട്ടിയായിരുന്നു അവൻ. ഒന്നും സ്വന്തമായി വേണ

മെന്ന് ശാഠ്യമില്ലാത്ത ഞങ്ങളുടെ പൊന്നുമോൻ. പാവം തോന്നിയിട്ടാ കാം മധുവിനെയും എന്നെയും അച്ഛനെയും ചിക്കൻപോക്സ് വെറു തെ വിട്ടത്.

അച്ഛൻ ഞങ്ങളുടെ വീടിന്റെ താഴെയുള്ള നിലം വാങ്ങി. അതിനു കുറച്ചുമാറിയുള്ള കൊരത്താം കൊടി നിലവും വാങ്ങി. എന്റെ പേരിലാ ണ് രണ്ടും വാങ്ങിയത്. ആരോഗ്യമില്ലാത്ത മോൾക്കു വേണ്ടി ഒരു കരു തൽ. എനിക്കുവേണ്ടി അച്ഛൻ വേറെയും ചിലത് കരുതിയിരുന്നു. മെ യിൻറോഡിലെ പുതിയ പീടികയോട് ചേർന്ന് വലിയൊരു മുറികൂടി അച്ഛൻ നിർമ്മിച്ചു. അവിടെ അച്ഛൻ ഒരു റൈസ് മിൽ സ്ഥാപിച്ചു. അതി ന് തൊട്ടടുത്ത് വലിയച്ഛനും ഒരു പീടികക്കെട്ടിടം ഉണ്ടായിരുന്നു. എന്റെ പേരിൽ ലൈസൻസ് എടുക്കാൻ ശ്രമിച്ചപ്പോൾ ഈ കട ഒരു കടമ്പയാ യി മാറി. റൈസ് മിൽ തുടങ്ങണമെങ്കിൽ പരിസരവാസികളുടെ സമ്മ തം വേണം. പക്ഷേ, വലിയച്ഛൻ സമ്മതിച്ചില്ല. അദ്ദേഹത്തിന്റെ സമ്മത മില്ലെങ്കിൽ റൈസ്മിൽ പ്രവർത്തിപ്പിക്കാനാവില്ല. അനുവാദം നൽകേ ണ്ട ഉദ്യോഗസ്ഥൻ സുഖമില്ലാത്ത എന്റെ ഒപ്പ് ഇടീക്കാൻ വീട്ടിൽ വന്നു സഹായി ച്ചു. അദ്ദേഹം വലിയച്ഛനോടു ചോദിച്ചത്രേ, 'ആ സുഖുല്ലാത്ത കുട്ടീന സഹായിക്കേണ്ട ആളല്ലേ നിങ്ങൾ. എന്നിട്ടാണോ ഇങ്ങനെ തട സ്സം പിടിക്കുന്നത്?'

അതോടെ വലിയച്ഛൻ ആയുധംവെച്ചു കീഴടങ്ങി. അനിയനോട് കടു ത്ത ശത്രുത ഉള്ളപ്പോഴും എന്നോട് വലിയച്ഛന് വലിയ ഇഷ്ടമായിരു ന്നല്ലോ.

വെളിച്ചം വെളിച്ചമാണെങ്ങും

1972 ഡിസംബറിലൊരു ദിനം. ഞങ്ങളുടെ നാട് പ്രകാശത്തിലാറാ ടാൻ ഒരുങ്ങിനിൽക്കുകയാണ്. ഞങ്ങളുടെ നാട്ടിലേക്ക് വെളിച്ചം അങ്ങ നെ തനിയെ വന്നണഞ്ഞതല്ല. കാവുമ്പായിലേക്ക് വെളിച്ചത്തെ ആന യിക്കുന്നതിനുവേണ്ടി കുറച്ചുപേർ ഒരുപാട് പ്രയത്നിച്ചിട്ടുണ്ട്. ആ കുറ ച്ചു പേരിലൊരാൾ എന്റെ അച്ഛനാണ്.

കേപ്പുക്കുട്ടി മാഷിനോടും കുമാരൻ മാഷിനോടും അച്ഛനുണ്ടായിരു ന്ന സൌഹൃദവും പങ്കുകൃഷിയുമാണ് കാവുമ്പായിയിലേക്ക് വൈദ്യു തി കൊണ്ടുവരിക എന്ന ആശയത്തിലേക്കും നയിച്ചത്. അവർ മൂന്നു പേരും കാണുകയും സംസാരിക്കുകയുമൊക്കെ ചെയ്യുമ്പോൾ നാലാമ നായൊരാൾ ഇടയ്ക്കൊക്കെ അവരുടെ സംഭാഷണത്തിൽ പങ്കുചേരാ റുണ്ടായിരുന്നു. എള്ളരിഞ്ഞി സ്കൂളിലെ അധ്യാപകനായിരുന്ന എടെ

ക്കോത്തില്ലത്തെ നാരായണൻ നമ്പൂതിരി മാഷായിരുന്നു അത്. ആ സൗ ഹൃദക്കൂട്ടായ്മയിൽ വെച്ച് അച്ഛൻ ചോദിച്ചു. 'കൂട്ടുംമുഖംവരെ കരണ്ട് എത്തിയല്ലോ മാഷെ. നമ്മക്കും കൊണ്ടരാൻ എന്തെങ്കിലും വഴീണ്ടോ ന്ന് നോക്കണ്ടെ?'

മറ്റ് മൂന്നുപേരും അതിനോട് യോജിച്ചു. പിന്നെ അതിനായി അച്ഛന്റെ ഓട്ടം. കെ.എസ്.ഇ.ബി. ജൂനിയർ എഞ്ചിനീയറുടെ ഓഫീസ് അന്ന് തളി പ്പറമ്പിലായിരുന്നു. തളിപ്പറമ്പിലെ ഇലക്ട്രിസിറ്റി ഓഫീസിൽ പോയി അ ന്വേഷിച്ചപ്പോൾ മിനിമം ഗ്യാരണ്ടി ബോണ്ട് കൊടുത്താലേ കാവുമ്പാ യിയിൽ കരന്റെത്തൂ എന്ന് ഉദ്യോഗസ്ഥർ അറിയിച്ചു. മിനിമം ഗ്യാരന്റി ബോണ്ട് കൊടുക്കാൻ തന്നെ അവർ തീരുമാനിച്ചു. അത് കൊടുക്കേണ്ട ത് ആര് എന്നതിൽ സംശയമേ ഉണ്ടായിരുന്നില്ല. ഇ.കെ.രാഘവൻ ന മ്പ്യാർ, നാരായണൻ നമ്പൂതിരി, എം.സി.കേപ്പുക്കുട്ടി, എസ്.കെ.കുമാ രൻ എന്നിവർ ആ ബോണ്ടങ്ങ് ഏറ്റെടുത്തു.

ഇലക്ട്രിസിറ്റി ഓഫീസിൽനിന്നും ആളെത്തി കൂട്ടുംമുഖത്തുനിന്ന് കാ വുമ്പായി വരെയുള്ള ദൂരം അളന്ന് എസ്റ്റിമേറ്റ് എടുത്തു. പോസ്റ്റുകൾ എത്തി. കുഴിച്ചിടാൻ തുടങ്ങി. നാട്ടുകാരിൽ ചിലരും സഹായിച്ചു.

അതിനു മുന്നേ അച്ഛൻ വീടിന്റെ വയറിംഗ് പൂർത്തിയാക്കിരുന്നു. കോ ട്ടൂരോ മറ്റോ ഉള്ള കുഞ്ഞമ്പു എന്നൊരു ചെറുപ്പക്കാരനാണ് വീടിനു വ യറിംഗ് ചെയ്തത്.

പ്രകാശം പരക്കും ദിവസവും വന്നണഞ്ഞു. പുകപിടിച്ച മണ്ണെണ്ണ വിളക്കുകൾ വീടിന്റെ മൂലകളിൽ നാണിച്ചൊതുങ്ങി. സന്ധ്യ കഴിഞ്ഞ പ്പോൾ മഞ്ഞ വെളിച്ചത്തിൽ മുങ്ങിക്കുളിച്ച് ഞങ്ങളുടെ വീടുണർന്നു. അതോടെ പടിഞ്ഞാറ്റകത്തെ ഉടുപ്പുപെട്ടിയുടെ മുകളിൽ ഇരുന്ന് മറ്റു ള്ളവരുടെ ശ്രദ്ധയിൽ പെടാതെ ഒളിച്ചൊളിച്ചു വായിക്കാമെന്നൊരു സൗ കര്യവും എനിക്ക് അധികമായി ലഭിച്ചു.

അച്ഛൻ ഞങ്ങളുടെ ചെറിയ റേഡിയോ മാറ്റി വലിയൊരു ഫിലിപ്സ് റേഡിയോ വാങ്ങി അച്ഛൻ കിടക്കുന്ന കൊട്ടിലകത്തെ ചുമരലമാരയുടെ മുകൾത്തട്ടിൽ പിടിപ്പിച്ചു. ഒരു ജനാലയുടെ വലുപ്പം മാത്രമുള്ള ആ ഒ രു അലമാര മാത്രമേ ഞങ്ങളുടെ വീട്ടിൽ ഉണ്ടായിരുന്നുള്ളൂ. അതിനടു ത്തുള്ള പ്ലഗിൽ കുത്തി കരണ്ടിലിട്ടു റേഡിയോ പാടാനും പറയാനും തുടങ്ങി. ഇത് എന്നെ സംബന്ധിച്ചിടത്തോളം അസൗകര്യമായിരുന്നു. എന്റെ പൂന്തോട്ടത്തിലെ അരിമുല്ലയും കുടമുല്ലയും നിലാവിൽ പൂത്ത് മാദകഗന്ധം പരത്തുന്ന ഉന്മാദരാവുകളിൽ റേഡിയോ പുറത്തുകൊണ്ടു പോയി കുറ്റിയെകരത്തിൽ വെച്ച് പാട്ടുകേൾക്കാൻ ഇനി ആവില്ലല്ലോ.

287

മിനിമം ഗ്യാരന്റി ബോണ്ട് നൽകിയ നാലുപേരും മീറ്റർ റീഡിംഗ് പ്ര കാരമുള്ള ചാർജിനു പുറമേ കൂടുതൽ തുക മാസംതോറും പത്തുവർ ഷത്തോളം അടച്ചത് പ്രകാശത്തിന്റെ തിളക്കം കൂട്ടിയിട്ടേയുള്ളൂ. എന്താ യാലും ഞങ്ങളുടെ നാട്ടിൽ കറന്റെത്തിയില്ലേ. ഞങ്ങളുടെ വീടുവരെ വന്നു നിൽക്കുകയാണല്ലോ വൈദ്യുതി. അതിനപ്പുറത്തേക്ക് പോകാൻ തൽക്കാലം അതിനു മനസ്സില്ല. കൊണ്ടുപോകാനും ആളില്ലല്ലോ.

വൈദ്യുതി എത്തുന്നതിനു മുമ്പ് തന്നെ റോഡും ഞങ്ങളുടെ വീടു വരെ എത്തിയിരുന്നു. കപ്പണത്തട്ടിൽനിന്നും വായനശാലവരെയും മി ല്ലിൻസ്റ്റടുത്തു നിന്ന് വയൽ വരെയുമുള്ള ചെമ്മൺറോഡുകൾ ഒരേസമയ ത്താണ് നിർമിച്ചത്. റോഡ് നിർമാണം ലൈസൻസുള്ള കോൺട്രാക്ടർ ക്കെ അനുവദിക്കൂ. സഖാവ് സി.എ. മാരാർക്ക് ലൈസൻസ് ഉള്ളതുകൊ ണ്ട് കോൺട്രാക്റ്റ് അദ്ദേഹത്തിന്റെ പേരിൽ സംഘടിപ്പിച്ച് റോഡുനിർ മ്മാണം നാട്ടുകാർ ശ്രമദാനമായി പൂർത്തിയാക്കുകയായിരുന്നു. റോഡു പണിക്ക് അനുവദിച്ച തുക വായനശാലാകെട്ടിടത്തിന്റെ നവീകരണത്തി നു വേണ്ടിയാണ് ചെലവഴിച്ചത്. റോഡുനിർമ്മാണത്തിനും അച്ഛൻ മു ന്നിൽ നിന്നു. എന്നെയുംകൊണ്ട് നടക്കുന്നതിന്റെ ദുരിതം ഓർത്താൽ മ തിയാല്ലോ അച്ഛന് റോഡല്ല, വിമാനത്താവളം പണിയാൻ.

റോഡ് വന്നതിനുശേഷം അച്ഛൻ ഒരു ജീപ്പ് വാങ്ങിയിരുന്നു. ആദ്യം ഒരു പങ്കാളിയുമുണ്ടായിരുന്നു. പിന്നെ ആ ഓഹരി കൂടി അച്ഛൻ വാങ്ങു കയായിരുന്നു. അച്ഛനും അമ്മയും സഹോദരങ്ങളുമൊക്കെ ആ ജീപ്പിൽ അത്യാവശ്യം സഞ്ചരിച്ചിരുന്നുവെങ്കിലും അതിൽ കയറി ഞാൻ എവി ടെയും പോയിരുന്നില്ല. ജീപ്പിൽ കയറാൻ എനിക്ക് അല്പം പ്രയാസമു ണ്ടെങ്കിലും പിടിച്ചാൽ കയറാമല്ലോ. എന്നിട്ടുമെന്നെ മാത്രം കൂട്ടിയില്ല ല്ലോ അച്ഛനും അമ്മയും അനിയത്തിയും ആങ്ങളമാരും ഓമന അമ്മാ യിയും, വേറെയും ആരൊക്കെയോ ഉണ്ടായിരുന്ന തൃച്ചംബരം ഉത്സവം കാണാൻ പോകുന്ന സംഘത്തിൽ. ഞാൻ മാത്രം സങ്കടപ്പെട്ട് വീട്ടിൽ. ഒറ്റയ്ക്ക് എന്ന് പറഞ്ഞാൽ ശരിയല്ല. മൂരികളെ നോക്കുന്ന കുട്ടികൾ എ നിക്ക് കൂട്ടിനുണ്ടായിരുന്നു.

അടുത്തദിവസം രാവിലെയാണ് ഉത്സവസംഘം മടങ്ങിയെത്തിയത്. അച്ഛനില്ലാത്തപ്പോൾ അമ്മയുടെ മുന്നിൽ എന്റെ സങ്കടം അണപൊട്ടി യൊഴുകി. വണ്ടി ഉണ്ടായിട്ടും എന്നെക്കൂട്ടിയില്ലല്ലോ എന്ന പരാതിക്ക് കിട്ടിയ മറുപടി വളരെ ക്രൂരമായിരുന്നു. 'അങ്ങനെ നിന്നെയ്യാന്നും കൂട്ടി പോകാനാവുല. ആർക്കാ കയ്യ അയിനെല്ലാം.'

ഇതുകൂടി കേട്ടതോടെ എനിക്ക് ഭ്രാന്തുപിടിക്കും എന്നു തോന്നി. എ

ന്റെ കരച്ചിലും പരാതിയും ഉയർന്നു. ഈ അവഗണനയിൽ മരിക്കണ മെന്നുവരെ തോന്നി എനിക്ക്. എന്റെ കരച്ചിലും പിഴിച്ചിലുമൊന്നും അ മ്മയെ സ്പർശിക്കുന്നുണ്ടായിരുന്നില്ല. അമ്മയതൊന്നും ശ്രദ്ധിക്കാതെ ചോറും കറിയും വെക്കാൻ തുടങ്ങി.

ആ കാലത്ത് പല പുതിയ സംരംഭങ്ങളിലും അച്ഛൻ ഏർപ്പെട്ടിരുന്നു. റേഷൻ കടയുടെ പങ്കാളിത്തം അതിലൊന്നാണ്. പിന്നെ അത് ഒറ്റയ്ക്ക് ഏറ്റെടുത്തപ്പോൾ അവിടെ ഇരിക്കാനാണ് അച്ഛൻ അമ്മയുടെ വലിയച്ഛ ന്റെ മകന്റെ മകൻ പ്രഭാകരനെ വരുത്തിയത്. കുറച്ചുനാൾ പ്രഭയേട്ടൻ റേഷൻ പീടികയിലെ കാര്യങ്ങൾ നോക്കി. ഐച്ചേരി ഒരു പീടികക്കെട്ടി ടവും അച്ഛൻ വാങ്ങിയിരുന്നു. ആ കെട്ടിടത്തിലേക്ക് റേഷൻകട മാറ്റി. കുറച്ചുനാൾ കഴിഞ്ഞപ്പോൾ അച്ഛൻ റേഷൻകട മറ്റൊരാൾക്ക് കൈമാ റുകയായിരുന്നു. അമ്മമ്മയുടെ അമ്മാവന്റെ മക്കളുടെ മക്കളായ ദാമോ ദരനും ചന്ദ്രനും ഞങ്ങളുടെ കൂടെ കുറച്ചുനാൾ ഉണ്ടായിരുന്നു. ദാമുവേ ട്ടൻ ശ്രീകണ്ഠാപുരത്തെ വർക്ക്ഷോപ്പിലും ചന്ദ്രൻ റൈസ് മില്ലിലുമാ ണ് ജോലിചെയ്തത്.

അച്ഛൻ ഇങ്ങനെ പീടിക ഉണ്ടാക്കുകയും വാങ്ങുകയുമൊക്കെ ചെയ്യു മ്പോൾ അങ്ങോമ്മ പറയുമായിരുന്നു. 'രണ്ടു പെണ്മക്കളീം കഴുത്തിൽ ഓ രോ പീട്യ കെട്ടിത്തരാൻ പറ.'

ഞങ്ങൾക്ക് കഴുത്തിലിടാൻ മാലയോ, മറ്റ് ആഭരണങ്ങളോ അച്ഛൻ വാങ്ങിത്തന്നിട്ടില്ല. എനിക്ക് കഴുത്തിൽ പൊന്നുകെട്ടിത്തന്നതും പിന്നീട് സ്വന്തം കഴുത്തിൽനിന്നും പറിച്ച് മാലയുണ്ടാക്കിത്തന്നതും അങ്ങോമ്മ യായിരുന്നല്ലോ.

പുളീരടുത്തെ വീട്ടിൽ താമസിക്കുമ്പോൾ അമ്മയുടെ ലോലാക്കും ഒന്നുരണ്ടുമോതിരങ്ങളും കൊടുത്തിട്ട് അച്ഛനോട് അമ്മ പറഞ്ഞു. 'കു ഞ്ഞുമോൾക്ക് ഇതുകൊണ്ട് മണിമാല ഉണ്ടാക്കിക്കൊണ്ടുവരണം.'

അച്ഛൻ അതു വാങ്ങി കൂട്ടുംമുഖത്തെ തട്ടാനെ ഏൽപ്പിച്ചു. തട്ടാൻ അത് ഉരുക്കി പുതിയ മാല ഉണ്ടാക്കി അച്ഛനു കൊടുത്തു. അച്ഛൻ മീറ്റിം ഗൊക്കെ കഴിഞ്ഞ് രാത്രി വൈകിയ നേരത്ത് പീടിക വീട്ടിലെത്തി. അ ന്ന് ഞങ്ങൾക്ക് ഇടക്ളവൻ വീട്ടിലെ ചെറിയ വലിയമ്മ കൂട്ടിനുണ്ടായി രുന്നു. വന്ന ഉടനെ അച്ഛൻ കുപ്പായത്തിന്റെ കീശയിൽ നിന്ന് നാലുമ ണിപ്പൂവിന്റെ നിറമുള്ള വർണക്കടലാസുപൊതിയെടുത്ത് അമ്മയുടെ കൈയിൽ കൊടുത്തു. അമ്മ ചിമ്മിനിവിളക്ക് അടുത്തുവെച്ച് പൊതിയ ഴിച്ചു. മാല കൈയിലെടുത്തതും അമ്മ പൊട്ടിത്തെറിച്ചു. അത് അമ്മ പ റഞ്ഞ മണിമാലയല്ല. മുതിർന്ന സ്ത്രീകൾ കഴുത്തിലിടുന്ന ബൾബ് മാ

289

ലയായിരുന്നു മൂന്നു വയസ്സുകാരിക്ക് അച്ഛൻ കൊണ്ടുവന്നത്. മാലയു ടെ പേര് പറഞ്ഞ അച്ഛനാണോ, കേട്ട തട്ടാനാണോ പിഴച്ചത് എന്ന് അ റിയില്ല. ഏതായാലും വാക്കേറ്റം കൈയേറ്റമായി. ചെറിയ വലിയമ്മ ര ണ്ടുപേരെയും സമാധാനിപ്പിക്കാൻ പരമാവധി ശ്രമിച്ചു. ഞാൻ അമ്പര ന്നുപോയി. ഇതുവരെ എന്റെ അച്ഛനും അമ്മയും പരസ്പരം കലമ്പുന്ന ത് ഞാൻ കണ്ടിട്ടില്ല. വൈകാതെ എനിക്ക് മനസ്സിലായി അതൊരു ഉദ് ഘാടനകർമ്മമായിരുന്നു എന്ന്.

ദേഷ്യമൊക്കെ തണുത്തതിനുശേഷം അടുത്തദിവസം അമ്മ അനി യത്തിയുടെ കഴുത്തിൽ ആ മാല അണിയിച്ചുകൊടുത്തു. അവൾ ഒരുദി വസം ആ മാലയും കഴുത്തിലിട്ട് അമ്മയറിയാതെ പ്രസന്നയ്ക്കൊപ്പം അങ്ങേവീട്ടിൽ പോയി. അതറിഞ്ഞപ്പോൾ അമ്മയും അച്ഛനും ചേർന്ന് അവളുടെ മാലയൂരി പെട്ടിയിൽ വെച്ചു. അവൾ കുറെനാൾ കാണുന്നവ രോടൊക്കെ പറഞ്ഞുകൊണ്ടിരുന്നു. 'അച്ഛനും അമ്മീംകൂടി ന്റെ മാല ഊരി.'

അമ്മ റങ്കുപെട്ടി തുറക്കുമ്പോഴൊക്കെ ഞാൻ അമ്മയുടെ ലോലാക്ക് കാണിച്ചുതരാൻ പറയുമായിരുന്നു. മൂന്ന് തിളങ്ങുന്ന ചുവപ്പുകല്ലുള്ള കമ്മ ലിനുതാഴെ ആടിക്കളിക്കുന്ന നിറയെ ചുവപ്പ് കല്ലുള്ള ലോലാക്ക് എത്ര കണ്ടാലും എനിക്ക് മതിയാവില്ല. അതിന്റെ കമ്മൽ അല്ലാതെ ലോലാ ക്ക് അണിഞ്ഞ് ഞാൻ അമ്മയെ കണ്ടിട്ടേയില്ല. പതിനാറു വയസ്സിൽ അമ്മയുടെ ആഡംബരം അവസാനിച്ചല്ലോ. കാവുമ്പായിലെ മണ്ണിനോ ടും മരത്തിനോടും മഴയോടും മല്ലിട്ട് ജീവിക്കുമ്പോൾ എന്ത് ആഡംബ രം! കൈയിൽ കിട്ടിയതുമുടുത്ത് പുറത്തേക്കിറങ്ങും. സുന്ദരിയായ എന്റെ അമ്മ നിറമുള്ള നൈലോൺ, ടെർലിൻ സാരികളൊക്കെ ഉടുത്ത് നടക്കു ന്നത് കാണാൻ ഞാൻ ഒരുപാട് കൊതിച്ചിട്ടുണ്ട്. അച്ഛനോട് നല്ലനേരം നോക്കി അമ്മയ്ക്ക് സാരി വാങ്ങാൻ പറയാറുമുണ്ട്.

അച്ഛൻ ആഡംബരത്തിൽ ഒട്ടും വിശ്വസിക്കാത്ത ആളായിരുന്നു. വീട്ടു കാർക്ക് എത്ര ചികിത്സ വേണമെങ്കിലും ചെയ്യും. നല്ല ഭക്ഷണവും തരും. കഴിയുന്നത്ര പഠിപ്പിക്കാനും തയ്യാറായിരുന്നു. വസ്ത്രം അത്യാവശ്യത്തി നുള്ളത് മാത്രം. ആൺകുട്ടികൾ അച്ഛന്റെ കൂടെ സ്കൂൾ തുറക്കുന്ന തിനുമുമ്പ് കൂട്ടുംമുഖത്തോ, ശ്രീകണ്ഠാപുരത്തോ പുതിയ ഉടുപ്പ് വാ ങ്ങാൻ പോകും. വിലകൂടിയ ഷർട്ടിൽ മക്കൾ കൈവെക്കുമ്പോൾ അ ച്ഛൻ പറയും, 'അത് പിന്നെ വാങ്ങാം. ഇപ്പൊ അതൊന്നും വേണ്ട.' ഏറ്റ വും വിലകുറഞ്ഞത് വാങ്ങി അച്ഛനും മക്കളും തിരിച്ചുപോരും.

എന്റെ കോഴിക്കോട് യാത്രയിൽ ധരിക്കാൻ 'ശാന്തയ്ക്ക് മുണ്ട് പോ രേ' എന്ന് ചോദിച്ച ആളാണ് എന്റെ അച്ഛൻ. വെള്ളമുണ്ടും ഷർട്ടുമാണ്

അച്ഛൻ അധികവും ധരിക്കുന്നത്. ചിലപ്പോൾ ചന്ദനനിറവും ഉപയോഗി ക്കും. അത് തേക്കാൻ അച്ഛൻ പണ്ടേ ഇസ്തിരിപ്പെട്ടി വാങ്ങി വെച്ചിട്ടു ണ്ട്. അമ്മ അലക്കിയതിൽ തൃപ്തി തോന്നാത്തപ്പോഴൊക്കെ അച്ഛൻ തന്നത്താൻ അലക്കും. അടുപ്പിൽ ചിരട്ട കത്തിച്ച് കനൽ കോരിയിട്ട് തന്ന ത്താൻ തേക്കുകയും ചെയ്യും. ആറടിക്കാരനായ, അൽപ്പം കറുത്ത നിറ മുള്ള എന്റെ അച്ഛൻ വെള്ളവസ്ത്രവും ധരിച്ച് നടന്നുവരുന്നത് എന്തൊ രു ഗാംഭീര്യത്തോടെയാണെന്നോ. അതിനൊത്ത ഗാംഭീര്യമാർന്ന ശബ്ദ വും എന്റെ അച്ഛനുണ്ടായിരുന്നു.

എന്റെ ശല്യം കൊണ്ടാണോ എന്നറിയില്ല, ഒരുദിവസം അച്ഛൻ അമ്മ യ്ക്കൊരു സാരി കൊണ്ടുവന്നു. മങ്ങിയ സ്ലേറ്റ് കളറിൽ കറുത്ത വള്ളി കളും ചെറിയ പൂക്കളുമൊക്കെയുള്ള ഒരുതരം കോട്ടൻ സാരി. ഒറ്റനോ ട്ടത്തിൽ തന്നെ അമ്മയ്ക്ക് അത് ഇഷ്ടപ്പെട്ടില്ല. വലിയ താൽപ്പര്യമൊ ന്നും കാണിക്കാതെ പടിഞ്ഞാറ്റകത്തെ പെട്ടിയുടെ മേലെ അമ്മ അത് വെച്ചു. അടുത്തദിവസം ഉച്ചയ്ക്ക് അടുക്കളയിൽനിന്ന് അമ്മ 'പൂച്ചക്ക ണ്ണൻ സാരി' എന്ന് പറയുന്നത് അച്ഛൻ കേട്ടു. പടിഞ്ഞാറ്റകത്ത് പോയി സാരിയെടുത്ത് അടുക്കളയിൽ വന്ന് തീപ്പെട്ടിയുമെടുത്ത് അച്ഛൻ വട ക്കോർത്തേക്ക് ഇറങ്ങി. അമ്മ പിന്നലെയോടി അച്ഛന്റെ കൈയിൽനിന്നും സാരി തട്ടിപ്പറിച്ച് ഒരു ദഹനക്രിയ ഒഴിവാക്കി. ഒരു ദാമ്പത്യം നിലനിർ ത്താനുള്ള പാടേ!

ശീതസമരത്തിനിടയിലെ തുറന്ന പോരുകൾ

തളിയന്മാൻ വീട്ടിലെ സമരസഖാക്കൾക്ക് പരസ്പരം പോരടിക്കാൻ ഒരുപാട് കാരണങ്ങൾ ഉണ്ടായിരുന്നു. അവയിൽ പലതും 'ചായക്കോപ്പ യിലെ കൊടുങ്കാറ്റ്' ആയിരുന്നു. ഈ പ്രയോ ഗം ആർക്കും ഉപയോഗി ക്കാമെങ്കിലും ആ സന്ദർഭത്തിൽ ഇതിന്റെ പ്രയോക്താവ് ഞാനായിരു ന്നില്ല. ചപ്പാരപ്പടവ് സ്കൂളിലെ അധ്യാപകനായിരുന്ന നാരായണേട്ടൻ ആയിരുന്നു ആ സമയത്ത് അത് പ്രയോഗിച്ചത്. ജ്യേഷ്ഠാനുജന്മാർ ത മ്മിൽ മുട്ടൻ വഴക്ക് നടക്കുന്ന കാലത്ത് ഒരു ദിവസം നാരായണേട്ടൻ കാവുമ്പായി വിരുന്നുവന്നു. പ്രായവ്യത്യാസം ഏറെയില്ലെങ്കിലും അദ്ദേ ഹത്തിന് അച്ഛനും വലിയച്ഛനും സ്ഥാനംകൊണ്ട് അമ്മാവന്മാർ ആയി രുന്നു. അങ്ങേമ്മ അദ്ദേഹത്തിന്റെ അമ്മയുടെ ഇളയമ്മയാണെങ്കിലും നാരായണേട്ടൻ വലിയമ്മ എന്നാണ് വിളിച്ചിരുന്നത്. അദ്ദേഹം തളിയ ന്മാർ വീട്ടിലും രണ്ട് അമ്മാവന്മാരുടെ വീട്ടിലും വരും. ഞങ്ങളുടെ വീ ട്ടിൽ വന്നപ്പോൾ ജ്യേഷ്ഠന്റെ ആക്രമണത്തിൽ തകർന്ന് തരിപ്പണമായി

രിക്കുന്ന അച്ഛൻ മരുമകനോട് പരാതി പറഞ്ഞ സന്ദർഭത്തിലാണ് അദ്ദേ
ഹം മേൽപ്പറഞ്ഞ വാക്യം ഉദ്ധരിച്ചത്.

പക്ഷെ, ചായക്കോപ്പയിലെ കൊടുങ്കാറ്റിനെ ഉഗ്രൻ കൊടുങ്കാറ്റാക്കി
മാറ്റാൻ എന്റെ അച്ഛനും വലിയച്ഛനും യാതൊരു പ്രയാസവുമുണ്ടായി
രുന്നില്ല. അവരുണ്ടാക്കിയ കൊടുങ്കാറ്റിൽ ആടിയുലയുന്നത് അമ്മയെന്ന
വന്മരവുമായിരുന്നു.

കണ്ടത്തിന്റെ കണ്ടികെട്ടി, കണ്ടിപൊളിച്ചു, അവിടുത്തെ പണിക്കാ
രെ ഇവിടുത്തെ പണിക്ക് വിളിച്ചു, അങ്ങനങ്ങനെ ജ്യേഷ്ഠനുമനിയനുമി
ടയിൽ എത്രയെത്ര പരാതികൾ! ഓരോ പരാതിയുടെയും മുളപൊട്ടു
മ്പോൾ വയലിൽ നിന്ന് വീട്ടിലേക്ക് പോകുമ്പോൾ ഞങ്ങളുടെ കിളവഴി
യിൽ വലിയച്ഛൻ ഒന്നു നിൽക്കും. എന്നിട്ട് ഉറക്കെയുറക്കെ കലമ്പാൻ
തുടങ്ങും. അത് കേൾക്കുമ്പോൾ ധീരയായ എന്റെ അമ്മ വീട്ടിനുള്ളി
ലേക്ക് ഗമിക്കും. അച്ഛനും ഒന്നും മിണ്ടുകയില്ല. അതൊന്നും വലിയച്ഛ
നു വിഷയമല്ല. ധാരാളംപേർ അങ്ങോട്ടും ഇങ്ങോട്ടും പോകുന്ന പൊതു
വഴിയാണ്. ആളുകൾ കൂടുമ്പോൾ അദ്ദേഹത്തിന്റെ ശൌര്യം ഒട്ടും കുറ
യില്ല, കൂടുകയേയുള്ളൂ.

ഒരു ദിവസം ഭാസ്കരമ്മാവൻ പെങ്ങളുടെയും മക്കളുടെയും ക്ഷേ
മം അന്വേഷിക്കാൻ വന്നതായിരുന്നു. അന്ന് മെയിൻ റോഡിനടുത്തുള്ള
പൊള്ളക്കാടി കണ്ടത്തിലായിരുന്നു അച്ഛന് പണി. പൊള്ളക്കാടി കണ്ട
ത്തിന്റെ പകുതി വലിയച്ഛനും ഉള്ളതാണല്ലോ. അപ്പോൾ അതിനടുത്ത്
വെ ച്ച് രണ്ടുപേരും മുഖാമുഖമായി വരേണ്ടി വന്നു. അനിയനെ മുന്നിൽ
കിട്ടിയപ്പോൾ ഏട്ടന്റെ രോഷം അനിയന്റെ കഴുത്തുവരെ നീണ്ടുചെന്നു.

ഏട്ടന്റെ കൈയേറ്റത്തിൽ ദു:ഖിതനായി, ക്ഷീണിതനായി അച്ഛൻ വീ
ട്ടിലെത്തുമ്പോൾ ഭാസ്കരമ്മാവൻ വീട്ടിൽ ഉണ്ടായിരുന്നു. അച്ഛൻ കഴു
ത്തിലെ പാട് കാണിച്ചു. ചുരുങ്ങിയ വാക്കുകളിൽ കാര്യം പറഞ്ഞു. അ
മ്മാവൻ കേൾക്കുക മാത്രം ചെയ്തു. തേർതലയെത്തിയിട്ട് അമ്മാവൻ
അഭിപ്രായം പറഞ്ഞു. 'കേട്ടപ്പോൾ പാവം തോന്നി.'

അന്നത് കേട്ടപ്പോൾ എനിക്ക് വിഷമം തോന്നി. അൽപ്പം അപമാനവും.

ജ്യേഷ്ഠാനുജന്മാരുടെ ശത്രുതാപർവത്തിലെ ഏറ്റവും ഭീകരമായ ഒരു
ഏടുണ്ട്. വലിയ വയൽ പങ്കുവെച്ചതിൽ അനിയന്റെ ഓഹരി അൽപ്പം
കൂടുതലാണ് എന്ന് ഒരു ദിവസം ഏട്ടന് തോന്നി. എന്നാൽ പരസ്പരം
വെച്ചുമാറാമെന്ന അനിയന്റെ നിർദ്ദേശവും ഏട്ടന് സ്വീകാര്യമായില്ല. താ
ലൂക്ക് സർവേയരെ അടക്കം കൊണ്ടുവന്ന് പലവട്ടം നിലം അളന്നു. അ
വസാനം അച്ഛൻ ഞാറിട്ട കണ്ടത്തിന്റെ കുറച്ചുഭാഗം (അഞ്ചുസെന്റ്)

ഞാറടക്കം സ്വന്തനിലയ്ക്ക് കൊത്തിയെടുത്ത് പുതിയ അതിരിട്ടുകൊ
ണ്ടാണ് വലിയച്ഛൻ പ്രശ്നം പരിഹരിച്ചത്. ആ സമയത്ത് അവിടെ അ
നിയന്റെ സാന്നിധ്യമേ ഉണ്ടായിരുന്നില്ല.

'അങ്ങോട്ട് പോകണ്ട. ആവശ്യമുള്ളവർ എടുക്കട്ടെ. നമ്മൾ ഇപ്പോൾ
പട്ടിണിയൊന്നുമല്ലല്ലോ' എന്ന് അമ്മ പറഞ്ഞത് അച്ഛൻ അനുസരിക്കു
കയായിരുന്നു.

വലിയച്ഛന്റെ കലമ്പ് കേൾക്കുമ്പോൾ വിഷമം തോന്നിയിരുന്നെങ്കി
ലും എനിക്ക് വലിയച്ഛനോട് ദേഷ്യമൊന്നും തോന്നാറില്ലായിരുന്നു. ഞാൻ
മിക്കവാറും ദിവസങ്ങളിൽ അങ്ങേമ്മയുടെ അടുത്ത് പോകും. അവിടുന്ന്
അങ്ങേമ്മയ്ക്കൊപ്പം ചെറുപ്പറമ്പിന്റെ മുകൾഭാഗത്തുള്ള വലിയച്ഛന്റെ
പുതിയ വീട്ടിലേക്ക് പോകും. അവിടെ രണ്ട് ചെറിയ കുട്ടികളുണ്ട്. ഒരു
സുന്ദരനും സുന്ദരിയും. കാർത്യായനി വലിയമ്മയുടെ മോൾ ശോഭയും
ദേവി വലിയമ്മയുടെ മോൻ ഗണേശനും. അവരെ കാണുന്നത് എനിക്ക്
ഇഷ്ടമുള്ള കാര്യമായിരുന്നു. ആ കുഞ്ഞുങ്ങൾ രണ്ട് അമ്മമാരുടെയും
അമ്മിഞ്ഞപ്പാൽ കുടിച്ചാണ് വളർന്നത്. കാർത്യായനി വലിയമ്മ അടു
ക്കളക്കാര്യവും ദേവിവലിയമ്മ കൃഷിപ്പണിക്കാര്യവുമായിരുന്നു നോക്കി
യിരുന്നത്. അതുകൊണ്ട് ദേവിവലിയമ്മ വയലിലും മറ്റും പോകുമ്പോൾ
കാർത്യായനി വലിയമ്മ മോൻ മുലകൊടുക്കും. ഞാനും അങ്ങേമ്മയും
കയറിപ്പോകുമ്പോൾ വെളുത്തുതുടുത്ത രണ്ടുഓമനക്കുഞ്ഞുങ്ങളെയും
മടിയിൽ ഓരോ ഭാഗത്തിരുത്തി കാർത്യായനി വലിയമ്മ മുലകൊടുക്കു
ന്ന നയനാനന്ദകരമായ കാഴ്ചയായിരിക്കും ഞങ്ങളെ എതിരേൽക്കുക.
കുറെ സമയം അവിടെ ചെലവഴിച്ചശേഷം ഞങ്ങൾ നേരെ എന്റെ വീട്ടി
ലേക്ക് പോകും. സഹോദരങ്ങൾ എത്ര ദേഷ്യത്തിൽ ആയാലും ഞങ്ങ
ളോട് അച്ഛനുമമ്മയും വലിയച്ഛന്റെ വീട്ടിൽ പോകരുത് എന്ന് പറയാ
റില്ല.

അങ്ങനെയിരിക്കെ വലിയച്ഛന്റെ വീട്ടിൽ വലിയൊരു മംഗളകർമം ന
ടന്നു. പ്രസന്നയുടെ വിവാഹം. വരൻ നാട്ടിൽ തന്നെയുള്ള ഒരു ചെറുപ്പ
ക്കാരനാണ്. എന്റെ അച്ഛൻ നാട്ടിലെ കുരുമുളകും അടക്കയുമൊക്കെ
പാട്ടത്തിനെടുക്കാറുണ്ട്. അച്ഛനും കുഞ്ഞിരാമനും പാപ്പിനിശ്ശേരി ഗോവി
ന്ദൻ വലിയച്ഛനും പാട്ടമെടുക്കുന്നതിലെ പങ്കുകാരായിരുന്നു. അതുകൊ
ണ്ട് അച്ഛനോട് കുഞ്ഞിരാമന് നല്ല അടുപ്പമുണ്ടായിരുന്നു. വലിയച്ഛനോ
ടും കുഞ്ഞിരാമന് അടുപ്പമായിരുന്നു. ഒരു ദിവസം രാത്രി വലിയച്ഛൻ മു
റ്റത്ത് വന്ന് വിളിച്ചു. 'രാഘവാ..'

വിളികേട്ട് അച്ഛൻ വേഗം ഇറയത്തേക്ക് ഇറങ്ങിവന്നു. അമ്മ കസേര

നേരെ വെച്ച് പതുക്കെ പറഞ്ഞു 'ഏട്ടൻ ഇരിക്ക്.'

വലിയച്ഛന് അച്ഛനോട് പറയാനുള്ള വിഷയം മോളുടെ കല്യാണക്കാ ര്യമാണ്. പ്രസന്നയ്ക്ക് ഒരു ആലോചന വന്നിട്ടുണ്ട്. പക്ഷേ, കുഞ്ഞിരാ മൻ പ്രസന്നയെ കല്യാണം കഴിച്ചാൽ നന്നായിരിക്കും എന്നൊരു ധാര ണ വേണ്ടപ്പെട്ടവർക്കുണ്ടായിരുന്നു. അതിൽ അയാൾക്ക് താൽപ്പര്യ മു ണ്ടോ എന്ന് അച്ഛൻ ചോദിക്കണം. ഇത് പറയാനാണ് വലിയച്ഛൻ വ ന്നത്. അടുത്തദിവസം തന്നെ അച്ഛൻ കുഞ്ഞിരാമനോട് ചോദിച്ചു. വി വാഹത്തിന് സമ്മതമാണെന്ന് അയാൾ അറിയിച്ചു. ആ വിവരം അച്ഛൻ വലിയച്ഛനോട് പറഞ്ഞു. കാര്യങ്ങൾ പെട്ടെന്ന്! മുന്നോട്ട് നീങ്ങി. നിശ്ച യത്തിന്റെ ദിവസം തീരുമാനിച്ചു. വലിയച്ഛൻ രാത്രി വീട്ടിൽ വന്ന് അനി യനോട് നിശ്ചയത്തിന് പോകാൻ പറഞ്ഞു.

വലിയച്ഛൻ പോയതും അമ്മയുടെ സ്വത്വബോധവും പ്രതിഷേധവും ഉണർന്നു. കാരണം വലിയച്ഛൻ അമ്മയോട് ഒന്നും മിണ്ടിയില്ല, പോകാൻ പറഞ്ഞില്ല. അനിയനോട് മാത്രം പറഞ്ഞു. അതുകൊണ്ട് അടുത്തദി വസം വലിയച്ഛന്റെ വീട്ടിൽ അമ്മ പോകുന്നില്ല എന്ന് തീർത്തു പറഞ്ഞു. ഞാൻ അമ്മ പോയേ തീരൂ എന്ന് നിർബ്ബന്ധിച്ചു. കാരണം വലിയച്ഛനു മായി ശത്രുത ഞാൻ ആഗ്രഹിക്കുന്നില്ല.

എന്നെ ഞെട്ടിച്ചുകൊണ്ട് അടുത്ത ദിവസം അമ്മയുടെ തീരുമാനം വളരെ സമർത്ഥമായി നടപ്പിലാക്കി. കാവുമ്പായി സ്കൂളിൽ പുതുതായി നിയമനം കിട്ടിയ രത്നമ്മ ടീച്ചർ ഞങ്ങളുടെ വീട്ടിലാണ് ആ സമയത്ത് താമസസൗകര്യം കണ്ടെത്തിയിരുന്നത്. അമ്മ രാവിലെ ചെറിയ ആണ്മ ക്കളെയും ടീച്ചറെയും കൂട്ടി ഒറ്റപ്പോക്ക്. അങ്ങ് പെരിങ്കൊന്നിൽ അമ്മമ്മ യുടെ തറവാട്ടിലേക്ക്. ഞാൻ തടയാൻ ശ്രമിച്ചത് അമ്മ ശ്രദ്ധിച്ചേയില്ല.

ഇവിടെ മനസ്സ് തുറക്കാതെ വാശിയിൽ കഴിഞ്ഞ മൂന്നുപേർ. അച്ഛൻ, വലിയച്ഛൻ, അമ്മ. അനിയനെ വിളിക്കുമ്പോൾ ഭാര്യ വന്നോളും എന്ന പാരമ്പര്യ നിയമത്തിനപ്പുറത്തേക്ക് കടന്നു പോകുന്ന പെണ്ണിന്റെ അഭി മാനം തെറ്റാണെന്ന് പറയാൻ പറ്റില്ല. അനിയത്തിയോട് 'നീ വരണം' എന്നൊരു വാക്ക് ഏട്ടന് പറയാമായിരുന്നു. ഏട്ടൻ വിളിച്ചില്ലെങ്കിലും അമ്മ യില്ലാത്തപ്പോൾ മോളെപ്പോലെ വളർത്തിയ കുട്ടിയുടെ വിവാഹനിശ്ച യത്തിന്റെ സദ്യ ഒരുക്കാൻ അനിയത്തി പോകണമായിരുന്നു. ഏതായാ ലും അച്ഛൻ വിവാഹം നിശ്ചയിക്കാൻ പോയി.

പെരുന്തില വയലിലെ കരക്കണ്ടത്തിൽ കുറച്ചുഭാഗം വിറ്റിട്ടാണ് അ ച്ഛൻ വായനശാല ഉണ്ടാക്കിയത്. ബാക്കിയുള്ളതിൽ ഒരു കണ്ടത്തിൽ ഞങ്ങൾ കയ്പയും മറ്റു പച്ചക്കറികളും നടുമായിരുന്നു. വീട്ടിൽ താമ

സിക്കുന്ന ആൺകുട്ടികളെയും കൂട്ടി ഞാനും പച്ചക്കറികൃഷിയെ പരി
പാലിക്കാൻ പോകുമായിരുന്നു. ചീരയും പച്ചക്കറികളും പറിച്ചു തിരിച്ചു
വരുമ്പോൾ വലിയച്ഛനുണ്ട് എതിരെ വരുന്നു. അദ്ദേഹം എന്നെ തടഞ്ഞു
നിർ!ത്തി. എന്നിട്ട് ഒരു ഡയലോഗുമടിച്ചു. 'നിന്റെ അച്ഛനോടും അമ്മ
യോടും പറഞ്ഞേക്ക്. അസൂയ വേണ്ടാന്ന്.'

വലിയച്ഛനോടുള്ള ഇഷ്ടം നിലനിർത്തിക്കൊണ്ടു തന്നെ പറയട്ടെ. അ
ന്ന് എന്നെപ്പോലൊരു കുട്ടിയോട് അദ്ദേഹം അങ്ങനെ പറയാൻ പാടില്ലാ
യിരുന്നു. ഈ വിവാഹക്കാര്യത്തിൽ എന്റെ അച്ഛനുമമ്മയ്ക്കും ഒട്ടും അ
സൂയ ഉണ്ടാവാൻ ഒരു സാധ്യതയും ഇല്ല എന്ന് എനിക്ക് അറിയാം. അ
വരുടെ മൂത്ത മകളായ എനിക്ക് ഒരു വിവാഹം വേണ്ട എന്ന് അവർ എ
ന്നേ തീരുമാനിച്ചതാണ്. അനിയത്തി ചെറിയ കുട്ടിയാണു താനും.

നാടടച്ചു വിളിച്ച വിവാഹമായിരുന്നു പ്രസന്നയുടെത്. ഗ്രാമഫോൺ
പാട്ടൊക്കെ ഉണ്ടായിരുന്നു. തലേദിവസം തന്നെ നാട്ടിലെ ആണുങ്ങളും
പെണ്ണുങ്ങളും സദ്യ ഒരുക്കാൻ വലിയച്ഛന്റെ വീട്ടിൽ ഒത്തുകൂടിയിരുന്നു.
രാത്രിയിൽ അടപ്രഥമന്റെ അട പുഴുങ്ങി ആണുങ്ങൾ വട്ടമിട്ടിരുന്ന് പ
ലകമേൽ വെച്ച് തറിക്കുന്നതിന്റെ ശബ്ദം നാലഞ്ചു പറമ്പ് താഴെയുള്ള
ഞങ്ങളുടെ വീട്ടിൽ വരെ കേൾക്കാമായിരുന്നു. ഞങ്ങളുടെ നാട്ടിൽ വി
വാഹം നടത്തുമ്പോൾ ഇത്തരം ആവശ്യങ്ങൾക്ക് കാവുമ്പായി സ്കൂ
ളിൽനിന്നും ഹെഡ്മാഷിന്റെ അനുവാദത്തോടെ ബെഞ്ചും ഡസ്ക്കുമൊ
ക്കെ കൊണ്ടുപോകുമായിരുന്നു.

രാത്രിയിൽ മേൽനോട്ടത്തിന് അച്ഛനും പോയിരുന്നു. ഞാനും അമ്മ
മ്മയും രാവിലെ തന്നെ പോയി. കുട്ടികൾ അതിനും മുമ്പേ പോയും
വന്നുമിരുന്നു. രാവിലെ ഞങ്ങളുടെ കൂടെ അമ്മ വന്നിരുന്നില്ല. മൈക്കിൽ
ക്കൂടി അനിയത്തി രാവിലെ ഒരു പാട്ടും പാടി. ഞാൻ അത് വീട്ടിൽനിന്ന്
തന്നെ കേട്ടു. നാട്ടിലാകെ ഉത്സവമയം.

1973 ഡിസംബർ 27. വലിയച്ഛന്റെ വീട് ആഹ്ലാദത്തിലാണ്. പെണ്ണു
ങ്ങൾ വന്നവർ വന്നവർ വീട്ടിനുള്ളിൽ കയറിയിരിക്കുകയും നടക്കുക
യുമൊക്കെ ചെയ്തു. ആണുങ്ങളെല്ലാം പുറത്തും. പുടമുറിക്കാരെത്തി.
പെണ്ണുങ്ങൾ തിക്കിത്തിരക്കാൻ തുടങ്ങി. എല്ലാവർക്കും പടിഞ്ഞാറ്റക
ത്ത് കയറണം. അതിനകത്ത് വരനും സംഘത്തിനും നിൽക്കാൻതന്നെ
സ്ഥലമില്ല. അതിനിടയിലേക്കാണ് സ്ത്രീകൾ ഇരച്ചുകയറാൻ ശ്രമിച്ച
ത്. അതിൽ കൈയുക്കുള്ളവർ വിജയിച്ചു. ബാക്കിയുള്ളവർ ആത്രേയ
കത്ത് ഒതുങ്ങി. അതിനിടയിലൂടെ എന്റെ അമ്മ നേരെ പടിഞ്ഞാറ്റക
ത്തേക്ക് കയറി. വരനിൽനിന്നും പുടവ വാങ്ങുന്ന പെണ്ണിന്റെ സമീപം

295

നിന്ന് ഇളയമ്മയുടെ കടമ നിർവഹിച്ചു. വെറ്റിലക്കെട്ടുകാർക്കൊപ്പം പെ
ണ്ണിനെ കൊണ്ടാക്കാനും അമ്മ പോയി.

ഞാൻ പങ്കെടുത്ത ഒടുവിലത്തെ പുടമുറിയായിരുന്നു അത്. പിന്നീട്
ഞാൻ കണ്ടതെല്ലാം വധുവും വരനും മാലയും മോതിരവും പരസ്പരം
അണിയിക്കുന്ന വിവാഹച്ചടങ്ങായിരുന്നു. അതൊക്കെ വധുഗൃഹത്തിൽ,
പന്തലിലെ അലങ്കരിച്ച സ്റ്റേജിൽ വെച്ച് എല്ലാവരും കാൺകെ നടത്തു
ന്ന ചടങ്ങായിരുന്നു.

കൂട്ടുംമുഖത്ത് ഒരു ഐക്യനാണയസംഘം രൂപീകരിച്ചിരുന്നു. വർഷം
ഓർമയില്ലെങ്കിലും അച്ഛനും വലിയച്ഛനും അങ്ങേമ്മയും ഈ സംഘ
ത്തെക്കുറിച്ച് സംസാരിക്കുന്നതിന്റെ നേരിയ ഓർമയുണ്ട്. കമ്മ്യൂണിസ്റ്റ്
പാർട്ടിയുടെ നേതൃത്വത്തിൽ കൂട്ടുമുഖം കേന്ദ്രമാക്കി തുടങ്ങിയതായിരു
ന്നു ആ സഹകരണസംഘം. ആദ്യഘട്ടത്തിൽ 10 രൂപ ഓഹരികളായി
രുന്നു ചുറ്റുപാടുമുള്ള ഗ്രാമങ്ങളിലെ കർഷകരിൽനിന്നും സമാഹരിച്ചി
രുന്നത്. നിശ്ചിത എണ്ണം മെമ്പർഷിപ്പ് പൂർത്തിയായതിനുശേഷം ഐ
ക്യനാണയസംഘം സഹകരണബേങ്കായി രജിസ്റ്റർ ചെയ്തു. പ്രായപൂർ
ത്തിയായതിനുശേഷം എന്നെയും അച്ഛൻ അതിലൊരു അംഗമാക്കിയി
രുന്നു. ഡയറക്ടർമാരുടെ തെരഞ്ഞെടുപ്പിൽ ഞാനും വോട്ട് ചെയ്യാൻ പോ
കാറുണ്ട്. അമ്മ അതിനും നേരത്തെ അംഗമായിരുന്നു. കൃഷിക്കാർക്ക്
കടമൊക്കെ ലഭിക്കാൻ ഈ സ്ഥാപനം സഹായകമായിരുന്നു. എം.സി.ക
ണ്ണൻ നമ്പ്യാർ, താഴെ വീട്ടിൽ കൃഷ്ണൻ നായർ, കെ.രാഘവൻ, വലി
യച്ഛൻ, അച്ഛൻ തുടങ്ങിയവരൊക്കെ ആദ്യകാലമെമ്പർമാരും. പ്രവർത്ത
കരുമായിരുന്നു.

അച്ഛൻ ഡയരക്ടർ ബോർഡ് തെരഞ്ഞെടുപ്പിൽ മത്സരിച്ച് ജയിച്ചിട്ടുണ്ട്.
1964ലെ കമ്മ്യൂണിസ്റ്റ് പാർട്ടി പിളർപ്പിനുശേഷം സി.പി.ഐ. വലതുപക്ഷ
ത്തിന്റെ സഖ്യകക്ഷികളിലൊന്നായിരുന്നല്ലോ. അതിനുശേഷം വലിയ
ച്ഛൻ ഡയറക്ടർ ബോർഡ് തെരഞ്ഞെടുപ്പിൽ മത്സരിച്ചെങ്കിലും സ്വാഭാ
വികമായും പരാജയപ്പെട്ടു. ഈ വിജയവും പരാജയവുമൊക്കെ ജ്യേ
ഷ്ഠാനുജന്മാരുടെ മത്സരം വളർത്താനേ സഹായിച്ചുള്ളൂ.

പൂമ്പാറ്റയായ് ഞാൻ മാറിയെങ്കിൽ

എന്റെ വായന ചിലപ്പോഴെങ്കിലും എന്നെ ഒരു സംശയരോഗിയാക്കി
മാറ്റിയിരുന്നു. ഒരിക്കൽ അത് മാനസിക വിഭ്രാന്തിയുടെ തലത്തിലോളം
വളർന്നെത്തി. തോപ്പിൽ ഭാസിയും അദ്ദേഹത്തിന്റെ അശ്വമേധവും ശര

ശയ്യയുമാണ് അതിനു പ്രധാന കാരണക്കാർ. എന്റെ മൂക്കിന്റെ ഇരുവശ
വും നന്നായി ചുവന്നു ചുണങ്ങുവരുന്നുണ്ടായിരുന്നു. ആദ്യമൊന്നും
ഞാൻ അത് കാര്യമാക്കിയില്ല. ചില്ലറ ഓയിന്റ്മെന്റ് ഒക്കെ പുരട്ടി നോക്കി
യിട്ടും മാറിയില്ല. ഒരു ദിവസം കണ്ണാടി നോക്കിയപ്പോൾ എന്റെ മൂക്കി
ന്റെ ഒരു വശം ചെറുതായോ എന്നൊരു സംശയം മിന്നൽപ്പിണർ പോലെ
എന്റെ ഉള്ളിലേക്ക് കടന്നുകയറി. പേടി മൂത്തപ്പോൾ അമ്മയോട് പറഞ്ഞു.
'എന്റെ മൂക്കിന്റെ ഒരുവശം ചെറുതായി.'

അമ്മ നോക്കിയിട്ട് ഒന്നുമില്ല എന്ന് പറഞ്ഞു.

എന്റെ കാലിൽ തരിതരിപ്പാർന്നൊരു അടയാളമുണ്ടല്ലോ. അതിൽ
തൊട്ടുനോക്കുമ്പോൾ അറിയുന്നില്ലല്ലോ. ഞാൻ സംശയിക്കുന്ന രോഗ
ത്തിന്റെ ലക്ഷണമതാണല്ലോ. എന്റെ സങ്കടവും വേവലാതിയുംകൊണ്ട്
അച്ഛനും അമ്മയും പൊറുതിമുട്ടി. വീട്ടിൽ വരുന്നവരെയൊക്കെ ഞാൻ
മൂക്ക് കാണിച്ചു സംശയം പറഞ്ഞു. എന്റെ വേവലാതി കണ്ട് അവരൊ
ക്കെ പറഞ്ഞു. ഇതുപോലെ ചുണങ്ങ് അവർക്കെല്ലാം ഉണ്ടാകാറുണ്ടെന്ന്.
ഞാൻ അവർ പറയുന്നതൊന്നും വിശ്വസിച്ചില്ല.

എന്റെ ആശങ്കയും ആധിയും കൂട്ടാനെന്നോണം ഇടയ്ക്കൊക്കെ ഒരു
കുഷ്ഠരോഗി വീട്ടിൽ ധർമ്മം വാങ്ങാൻ വരാറുണ്ട്. അമ്മ അയാൾക്ക് ക
ഞ്ഞി കൊടുക്കാറുണ്ട്. ഉപദേശവും ഭീഷണിയും കൊണ്ടൊന്നും ഞാൻ
നന്നാവാഞ്ഞപ്പോൾ അച്ഛൻ ശ്രീകണ്ഠാപുരത്തെ മുഹമ്മദ് ഡോക്ടറെ
വീട്ടിൽ കൊണ്ടുവന്ന് കാണിച്ചു. അദ്ദേഹം എന്നെ പരിശോധിച്ച് ഒരു
കുഴപ്പവുമില്ല എന്ന് ആശ്വസിപ്പിച്ചു. ആ സമയത്ത് അൽപ്പം ആശ്വാസം
തോന്നിയെങ്കിലും പിന്നെയും ചങ്കരൻ തെങ്ങേൽ കേറി. ഞാൻ പിന്നെ
യും പ്രശ്നമുണ്ടാക്കിക്കൊണ്ടിരുന്നപ്പോൾ അമ്മ എന്നെയും കൂട്ടി ഇറ
ങ്ങി. തളിപ്പറമ്പിലെ അസീസ് ഡോക്ടറുടെ ആശുപത്രിയിൽ കൊണ്ടു
പോയി പരിശോധിച്ചു. രക്തവും പരിശോധിച്ചു. കുഴപ്പമില്ല എന്ന് ഉറപ്പ്
വരുത്തി. മൂക്കിനു പുരട്ടാൻ ഓയിന്റ്മെന്റ് തന്നു. ക്രമേണ ഞാനത് മ
റന്നു.

അന്ന് അച്ഛനോട് മുഹമ്മദ് ഡോക്ടർ പറഞ്ഞത്രേ 'ആ കുട്ടിയെ മുഴു
വൻ സമയവും എൻഗേജ്ഡ് ആക്കണം.'

അല്ലെങ്കിലും ഞാൻ എപ്പോഴും എന്തെങ്കിലും ചെയ്യാറുണ്ട് എന്ന്
ഡോക്ടർക്ക് അറിയില്ലല്ലോ. അടിച്ചുവാരുക തുടങ്ങിയ ചെറിയ പണി
കൾ ചെയ്ത് അമ്മയെ സഹായിക്കും. പച്ചക്കറിക്ക് പണിയെടുക്കുന്നത്
കാണുക, ചെറിയ കളകൾ പറിച്ചുകളയുക, മാന്തികൊണ്ട് ഇളക്കി വള
മിടുക, പൂന്തോട്ടം നിർമ്മിക്കുക തുടങ്ങിയവയൊക്കെ വായനയുടെ ഇട

വേളകളിൽ ഞാൻ ചെയ്യുന്നതാണല്ലോ. വീടിനുമുന്നിൽ എന്റെ നേതൃ ത്വത്തിൽ നട്ടുവളർത്തിയ പൂന്തോട്ടം ആര് കണ്ടാലും നോക്കിനിന്നുപോ കും. എത്രതരം പനിനീരുകൾ, ചെമ്പരത്തികൾ, നാലുമണിപ്പൂച്ചെടിക ൾ, പത്തുമണിപ്പൂക്കൾ, അരിമുല്ലയും കുടമുല്ലയും, വാടാമല്ലിയും ചെ ണ്ടുമല്ലിയും കാശിത്തുമ്പയും, തെച്ചിയും, മല്ലികയും ശംഖുപുഷ്പ വും...എല്ലാറ്റിന്റെയും പേര് എഴുതിയാൽ വായിച്ചു വശംകെടും. പൂന്തോ ട്ടനിർമ്മാണത്തിൽ അമ്മയും അനിയത്തിയും പൂർണപിന്തുണ നൽകു മ്പോൾ അച്ഛനെ ഒളിച്ചുവേണം ഇതൊക്കെ ചെയ്യാൻ എന്നൊരു പ്രയാ സമുണ്ടായിരുന്നു. പുതിയ ചെടികൾ സംഘടിപ്പിച്ചുകൊണ്ടുവരുക അ വരുടെ ജോലിയാണ്. ചെയ്ഞ്ചിംഗ് റോസ് അനിയത്തി അങ്ങനെ കൊ ണ്ടുവന്നതാണ്. പുതിയ ഒരു ചെടി വരുമ്പോൾ, തോട്ടത്തിൽ നടാൻ സ്ഥലം പോരാതെ വരുമ്പോൾ പൂന്തോട്ടം മെല്ലെ കുരുമുളകും കവുങ്ങും വളർത്തിയ തോട്ടത്തിലേക്ക് ഇറങ്ങും. അരിമുല്ല കരയത്തിന്മേൽ പടർ ത്താൻ വേണ്ടി നിറയെ കായ്ക്കുന്ന കുരുമുളക് വള്ളിയെ ആരുമറിയാ തെ ഇല്ലാതാക്കിയ ക്രൂരതപോലും ചെടിഭ്രാന്ത് എന്നെക്കൊണ്ട് ചെയ്യി ച്ചിട്ടുണ്ട്. ആ കരയത്തിന്മേൽ വളർന്നു പടർന്നുകയറി നിറയെ പൂത്തു പരിസരം മുഴുവൻ അവൾ മണം പരത്തും. അവൾ രാത്രി വൈകിയേ പൂക്കൂ. അവൾ പൂക്കുന്നതും കാത്ത് ഞാൻ പൂമുഖത്തിരിക്കും.

കുടമുല്ല സന്ധ്യയ്ക്ക് മുന്നേ വിരിഞ്ഞുസുഗന്ധം പരത്തും. വൈകു ന്നേരത്തെ കുളിയും കഴിഞ്ഞ് എന്റെ നീണ്ടുതഴച്ച മുടി ഉണങ്ങാത്തതു കൊണ്ട് കെട്ടാനാവാതെ അഴിച്ചിട്ട് നിലാവെളിച്ചത്തിൽ തുവെള്ളത്തുണി വിരിച്ചിട്ടതുപോലെ പൂത്തുമലർന്ന കുടമുല്ലയുടെ അഴകിലും മണത്തി ലും മനം മയങ്ങി വിശാലമായ കളത്തിൽ ഇറങ്ങിനിൽക്കുമ്പോൾ അ ച്ഛൻ ദേഷ്യപ്പെടും 'തലീം അയിച്ചിട്ടു യക്ഷീനപ്പോലെ നിക്ക്ന്ന്!.'

ഇത് കേൾക്കുമ്പോൾ അൽപ്പം സന്തോഷമൊക്കെ തോന്നാറുണ്ട്. എന്തായാലും യക്ഷി സുന്ദരിയാണല്ലോ. അപ്പോൾ ഞാനും...ഏയ്... വെറു തെ...

സൂര്യകാന്തിയെ തോട്ടത്തിൽ നിന്നും ഞങ്ങൾ കയർ കെട്ടി ഇറയ ത്തേക്കു കൊണ്ടുവരാറുണ്ട്. ചുവന്ന നക്ഷത്രപ്പൂക്കളും പൂക്കളേക്കാൾ സുന്ദരമായ അല്ലിയിലകളുമായി അവൾ ഞങ്ങളുടെ ഇറയത്തേക്ക് കയറി കഴുക്കോലിന്മേലും പട്ടികയിലുമൊക്കെ പടർന്നു കിടക്കും. സൂര്യകാ ന്തിയെന്ന പേരിൽ മറ്റൊരു സുന്ദരിയെയും ഞങ്ങൾക്ക് ലഭിച്ചിരുന്നു. പ ത്തുമണിക്ക് സുഗന്ധം പരത്തി വേട്ടാളൻ കൈകൾ വിരിച്ചു വിരിയുന്ന നീലപ്പൂക്കളുള്ളവൾ. വലിയ ഇലകളൊക്കെയായി പടരുന്ന ആ സുന്ദരി

യെയും ഞങ്ങൾ ഇറയത്തേക്ക് കൊണ്ടുവന്നു. ഇറയത്തിരിക്കുന്ന അച്ഛ
ന്റെ പാർട്ടി സുഹൃത്തുക്കളൊക്കെ അതിന്റെ സുഗന്ധത്തെക്കുറിച്ചും പൂ
വിനെക്കുറിച്ചും പറയുമ്പോൾ ഞാൻ അടുക്കളയിൽ അഭിമാനവിജൃംഭി
തയായിരിക്കും. അടുക്കളയിൽനിന്നുള്ള സുത്രോട്ടയിൽക്കൂടി ഇറയത്തേ
ക്ക് അറിയാതെ നോക്കിപ്പോകും.

പൂക്കളെപ്പോലെ പൊങ്ങിപ്പറക്കുന്ന പൂമ്പാറ്റകളെ കണ്ട് മുഗ്ധയാ
യി, വിരിഞ്ഞുവരുന്ന പൂക്കളെയുമ്മവെച്ച്, പാരിജാതം എന്ന് ഞങ്ങൾ
വിളിക്കുന്ന ഗന്ധരാജന്റെ അരികിൽ പോയെത്രനേരം നിൽക്കാറുണ്ടീ
ഞാനെന്നോ. ഗന്ധരാജനോ, പനിനീരിനോ, സൂര്യകാന്തിക്കോ, മുല്ലയ്
ക്കോ, നന്ത്യാർവട്ടത്തിനോ സുഗന്ധമേറെയെന്നറിയാതെ; നിറയെ പൂ
ത്തുനിൽക്കുന്ന ചെമ്പരത്തിയിൽ ചെറിയ ശബ്ദങ്ങളുണ്ടാക്കിയെത്തി
തേൻ നുകരുന്ന തേൻകുരുവികളെ നോക്കി ഇറയത്ത് തൂക്കിയ ആൾ
ക്കണ്ണാടിയിൽ മുഖംനോക്കാനെത്തുന്ന ബുൾബുൾ ദമ്പതിമാരോട് മി
ണ്ടി ഞാൻ സ്വന്തമാക്കിയ സുന്ദരലോകത്ത് വിഹരിച്ചു.

പൂമുഖത്തുനിന്ന് ഇറങ്ങുന്ന ചെറിയ മുറ്റത്ത് കുഞ്ഞുകല്ലുകൾ ചേർ
ത്തുവെച്ച് മധ്യത്തിൽ മണ്ണിട്ട് ഉണ്ടാക്കിയ കൊച്ചുതറയിൽ പത്തുമണി
പ്പൂച്ചെടി നട്ടുവളർത്തിയിരുന്നു. അതിന്റെ മുന്നിലെത്തി പത്തുമണിയാ
കാൻ ഞാൻ കാത്തിരിക്കുമായിരുന്നു. പൂവിരിഞ്ഞുവിരിഞ്ഞ് ചെടി മൂടു
ന്നത് കാണാൻ, പൂക്കളെ എണ്ണിനോക്കാൻ. എണ്ണം തെറ്റി വീണ്ടുമെ
ണ്ണാൻ. കാര്യങ്ങൾ ഇങ്ങനെ സുന്ദരമായി പോകുമ്പോഴാണ് ഞങ്ങൾ
ക്ക് വേണ്ടപ്പെട്ട ഒരു അദ്ധ്യാപകൻ അവളുടെ മേൽ കണ്ണുവെക്കുന്നത്.
അദ്ദേഹം എന്റെ പത്തുമണിപ്പൂക്കളെ നോക്കി പറഞ്ഞു. 'ഇത് ഇവിടെ
വളർത്താൻ പാടില്ല. ക്ഷയരോഗം വരും.'

അത് കേട്ട് ഞാൻ ഞെട്ടി. കഠിനമായി അധ്വാനിക്കുന്ന എന്റെ മാതാ
പിതാക്കൾക്ക് ക്ഷയരോഗം വന്നാൽ ഞാനെങ്ങനെ സഹിക്കും! വേദന
യോടെ ഞാൻ അരുമപ്പൂച്ചെടിയെ പറിച്ചുനീക്കി.

സന്തോഷിക്കാൻ എനിക്ക് വേറെയും കുറെ കാര്യങ്ങൾ ഉണ്ടായിരു
ന്നു. എല്ലാ ആഘോഷങ്ങളും എനിക്കിഷ്ടമാണ്. അത് വീട്ടിലായാലും
നാട്ടിലായാലും ഒരുപോലെയാണ്. ഞങ്ങളുടെ വായനശാലയുടെ വാർ
ഷികം അതുപോലൊന്നാണ്. കുട്ടികളുടെ ഡാൻസൊക്കെ കാണുന്നത്
എനിക്ക് വലിയ ഇഷ്ടമാണ്. അതിലൊക്കെ പങ്കെടുക്കാൻ അനിയത്തി
യെ ഞാൻ നിർബ്ബന്ധിക്കുമായിരുന്നു. ചെറിയ കുട്ടിയായിരുന്നപ്പോൾ ഉ
ണ്ണിയെ പാട്ട് പഠിപ്പിച്ച് പാടിച്ചിട്ടുണ്ട്. അവൻ എന്നെ പേടിച്ചു മാത്രമാണ്
അന്ന് പാടിയത്. ചെറിയ കുട്ടിയായ മോൻ പാടുമ്പോൾ 'അയ്യോ, പാ

വം' എന്നൊക്കെ കേൾവിക്കാരായ പെണ്ണുങ്ങൾ പറയുന്നത് കേട്ടപ്പോൾ എനിക്കുണ്ടായ സന്തോഷം എത്രയാണെന്നോ!

ആ സമയത്താണ് കാവുമ്പായി പുതുതായി താമസിക്കാൻ തുടങ്ങി യ പോലീസിന്റെ മക്കളെ പരിചയപ്പെട്ടത്. അവർ മൂന്നു പെൺകുട്ടികൾ. മൂത്ത ആൾ വത്സല. നന്നായി ഡാൻസ് ചെയ്യുന്നവൾ. അവളാണ് കുട്ടി കളുടെ ഗുരു. രണ്ടാമത്തവൾ പുഷ്പ നന്നായി പാടും. ഇളയവൾ ഡാ ൻസ് കളിക്കുന്ന ഗ്രൂപ്പിലാണ്. അവർ ഞങ്ങളുടെ വീട്ടിൽ വന്നാണ് അ നിയത്തി അടക്കമുള്ള നൃത്തസംഘത്തെ പ്രാക്ടീസ് ചെയ്യിക്കാറുള്ളത്. അവരുടെ പരിശീലനം കാണുന്നതുതന്നെ എനിക്ക് ഹരമാണ്. വത്സല പഠിപ്പിച്ച് അവതരിപ്പിച്ച സിംഗിൾ ഡാൻസിന് എട്ടാം ക്ലാസിൽ പഠിക്കു മ്പോൾ അനിയത്തിക്ക് സ്കൂൾ കലോത്സവത്തിൽ ഒന്നാംസ്ഥാനം ലഭി ച്ചിരുന്നു.

വായനശാലാ വാർഷികത്തിന്റെ പ്രധാന ഇനമാണ് നാടകം. നാട കം തെരഞ്ഞെടുത്താൽ പിന്നെ നടീനടന്മാരെ തീരുമാനിച്ച് വായനശാ ലയിൽ വെച്ച് റിഹേഴ്സൽ തുടങ്ങും. വൈദ്യർ പപ്പേട്ടനായിരിക്കും സംവി ധായകൻ. അദ്ദേഹം നല്ല നടനുമായിരുന്നു. അതിനു പറ്റിയ രൂപ സൗ ന്ദര്യവും ശബ്ദസൗകുമാര്യവും നർമ്മബോധവുമൊക്കെ അദ്ദേഹത്തി നുണ്ടായിരുന്നു. നാരായണൻ, വിജയൻ തുടങ്ങിയവരൊക്കെ അക്കാ ലത്ത് നാട്ടിലെ നാടകത്തിൽ അഭിനയിച്ചിരുന്നു. എന്റെ കൂടെ നാലാം ക്ലാസിൽ പഠിച്ച നാണിയൊക്കെ നാടകത്തിൽ അഭിനയിക്കുമ്പോൾ ഞാൻ വാ പൊളിച്ച് നോക്കിയിരിക്കാറുണ്ട്.

ഇടയ്ക്ക് വായനശാലയുടെ മുന്നിൽ സിനിമാപ്രദർശനമുണ്ടാകാറുണ്ട്. കുടുംബാസൂത്രണ പരിപാടിയുടെ ഭാഗമായി പ്രദർശിപ്പിച്ച 'ഉള്ളതു മതി' എന്ന സിനിമ ഞാൻ ഇപ്പോഴും ഓർക്കുന്നുണ്ട്. സിനിമ പ്രദർശിപ്പിക്കാൻ വന്ന, ചുവന്നുവെളുത്ത് നല്ല ഉയരവും വലുപ്പവുമുള്ള സിക്കുകാരന് രാത്രി യിൽ തങ്ങാനുള്ള സൗകര്യം ഞങ്ങളുടെ വീട്ടിലാണ് ഒരുക്കിയത്. ഇത്തരം പരിപാടികളുടെ മുന്നിൽ അച്ഛൻ ഉണ്ടാകാറുള്ളതുകൊണ്ട് ഇങ്ങനെ പലരും വീട്ടിൽ തങ്ങാറുണ്ട്. അതൊക്കെ എനിക്ക് വീണുകിട്ടി യ സന്തോഷങ്ങളായിരുന്നു. അയാൾ കുളികഴിഞ്ഞ് മുടിയഴിച്ചിട്ടപ്പോൾ ഞങ്ങൾ അതിശയത്തോടെ നോക്കി നിന്നുപോയി. അരക്കെട്ടും കവി ഞ്ഞ് വളർന്ന മനോഹരമായ മുടി.

ഇത്തരം കൊച്ചുകൊച്ചു സന്തോഷങ്ങൾ എന്റെ ദിനങ്ങളെ നിറമു ള്ളതാക്കി. ഈ സന്തോഷങ്ങൾ അക്കാലത്ത് വീട്ടിൽ കഴിയുന്ന എല്ലാ സ്ത്രീജനങ്ങളുടേതുമാണ്. അവരെല്ലാം വായനശാലയുടെ മുന്നിൽ

സമ്മേളിക്കുന്നത് തന്നെ അതിനു തെളിവാണ്. ചിലരൊക്കെ സിനിമ കാണാൻ ചെങ്ങളായിയും ശ്രീകണ്ഠാപുരത്തും ഉള്ള ടാക്കീസിൽ ഇട യ്ക്ക് പോകും. ഞങ്ങളുടെ വീട്ടിൽ അങ്ങനെയൊരു പതിവില്ല. വല്ലപ്പോ ഴും പോവുകയാണെങ്കിൽ തന്നെ അത്രയും ദൂരം നടന്നുപോകാനുള്ള ശേഷി എനിക്കില്ലല്ലോ.

ഇതിനേക്കാൾ വലിയൊരു ആഘോഷമുണ്ട് ഞങ്ങളുടെ നാട്ടിൽ. 'ഡിസംബർ 30' എന്ന രക്ത സാക്ഷിദിനാചരണം. പുളുക്കൂൽ കുഞ്ഞി രാമൻ, പി.കുമാരൻ, മഞ്ഞേരി ഗോവിന്ദൻ നമ്പ്യാർ, ആളോറമ്പൻ കൃ ഷ്ണൻ, തെങ്ങിൽ അപ്പ നമ്പ്യാർ എന്നീ ധീരസഖാക്കൾ കാവുമ്പായി കുന്നിൽ വെടിയേറ്റു പിടഞ്ഞുവീണു മരിച്ച ദിനം. ജന്മിയുടെ ആജ്ഞാ നുവർത്തികളായി മാറിയ മല ബാർ സ്പെഷ്ൽ പോലീസ് വെടിവെച്ചു കൊന്ന രക്തസാക്ഷികൾ. 1946 ഡിസംബർ 30ന്റെ പുലർകാലത്തെ സ്വ രക്തം കൊണ്ട് ചുവപ്പിച്ച ധീരരക്തസാക്ഷികൾ. സ്വേച്ഛാധിപത്യത്തിന്റെ യും ജന്മിത്തത്തിന്റെയും കാലിനടിയിൽ പെട്ട് ചത്തുജീവിക്കുന്ന കർ ഷകരുടെ മോചനത്തിനായി ജീവൻ സമർപ്പിച്ചവരുടെ സ്മരണയിൽ ഞ ങ്ങൾ ആവേശഭരിതരാകും. ഡിസംബർ മുപ്പതാം തീയതി അവരുടെ ജീവൻ പൊലിഞ്ഞ അതേ സമയത്ത് നാട്ടുകാർ സമരക്കുന്നിലെത്തി ര ക്തസാക്ഷികളെ ചെണ്ടകൊട്ടിയുണർത്തി മുദ്രാവാക്യം വിളിച്ച് സമര ഗാനം ആലപിച്ച് ചെങ്കൊടിയുയർത്തും .

പൊങ്ങുക പൊങ്ങുക വാനിലേക്കാശു നീ
മംഗള രക്തപതാകേ മേൽക്കുമേൽ
മർദ്ദിത ലക്ഷത്തെ കോൾമയിർ കൊള്ളിക്കും
മഞ്ജുള ചെമ്പനീർ പൂന്തോട്ടമേ
    ഭാവുകദായകം ഭാവി തെളിയിക്കും
    ഭാസുര കാഞ്ചന കൈവിളക്കേ
    പൊക്കിപ്പിടിക്കും നാം ഇക്കൊടി ഇക്കയ്യിൽ
    ഊക്കുള്ള കാലം വരേക്കുമൊപ്പം.

അതിനും നാളുകൾക്ക് മുന്നേ ചുവപ്പ് വളണ്ടിയേഴ്സ് പരിശീലനം തുടങ്ങും. അവരുടെ മാർച്ച് പാസ്റ്റ് പരിശീലനം വായനശാലയുടെ മുന്നി ലെ സ്കൂൾ മുറ്റത്ത് നടത്തുന്നത് കാണാൻ തന്നെ ഞങ്ങളൊക്കെ പോ കുമായിരുന്നു. അച്ഛൻ രാഷ്ട്രീയത്തിൽ സജീവമായിരുന്ന ആ കാലത്ത് രക്തസാക്ഷി ദിനാചരണം പൂർണ്ണമാക്കാൻ ഊണുമുറക്കവുമില്ലാതെ ഓടി

നടക്കാറുണ്ടായിരുന്നു.

നേരവും നിലയുംനോക്കാതെ കൂടെയുള്ളവരെയും കൂട്ടി വീട്ടിലെ ത്തുകയും ചെയ്യും. അപ്പോഴൊക്കെ ഒരു മടിയുമില്ലാതെ അമ്മയുടെ അക്ഷയപാത്രം കനിയും. ചിലരൊക്കെ വീട്ടിൽ ഉറങ്ങുകയും ചെയ്യും. ഒരു പായും തലയണയും കൊടുത്താൽ മതി. പുതപ്പില്ലെങ്കിൽ അമ്മ അച്ഛന്റെ അലക്കിയ ഒരു മുണ്ട് കൊടുത്ത് പ്രശ്നം പരിഹരിക്കും. ഡിസം ബറിലെ തണുപ്പിൽ തുറന്ന ഇറയത്ത് മുണ്ടും പുതച്ചു നമ്മുടെ സഖാ ക്കൾ ഉറങ്ങിക്കൊള്ളും.

അടിയന്തരാവസ്ഥക്കാലത്ത് ഒരു പാതിരാവിൽ ആരോ ഒരാൾ പുറ ത്തുനിന്നു 'രാഘവൻ നമ്പ്യാരെ' എന്ന് പതുക്കെ വിളിക്കുന്നതുകേട്ട് അച്ഛൻ വാതിൽ തുറന്നു. സ.പാച്ചേനി കുഞ്ഞിരാമനായിരുന്നു അത്.

അടിയന്തരാവസ്ഥയിൽ അറസ്റ്റ് ചെയ്യപ്പെടാൻ സാധ്യതയുണ്ടായിരു ന്ന നേതാവ് ആയിരുന്നു അദ്ദേഹം. പോലീസിന്റെ കണ്ണുവെട്ടിച്ചു നട ക്കുന്നതിനിടയിലാണ് അര രാത്രി ചെലവഴിക്കാൻ അദ്ദേഹം കാവുമ്പാ യി എത്തിയത്. അച്ഛൻ സഖാവിനെ വീട്ടിനുള്ളിൽ കയറ്റി. ആ കാലത്ത് ഞങ്ങളുടെ പെട്ടിപോലുള്ള കൊട്ടിലകത്ത് നിലത്ത് കിടക്ക വിരിച്ചാണ് അച്ഛൻ കിടക്കുന്നത്. പാതിരാവിൽ വന്ന സഖാവ് കുളിച്ചെന്നുവരുത്തി ചോറ് ഉണ്ടതിനുശേഷം അച്ഛനൊപ്പം ഒരേ കിടക്കയിൽ ഒന്നിച്ചുറങ്ങി. അടുത്ത ദിവസം അതിരാവിലെ എഴുന്നേറ്റ് പോകുകയും ചെയ്തു.

പാർട്ടിയുടെയും കർഷകസംഘത്തിന്റെയുമൊക്കെ പല സമ്മേളന ങ്ങളും ഞങ്ങളുടെ വീട്ടിൽ വെച്ച് നടത്തിയിട്ടുണ്ട്. വലിയ നേതാക്കന്മാ രൊക്കെ വരുന്ന കർഷക പ്രതിനിധി സമ്മേളനം എനിക്ക് ഓർമ്മയുണ്ട്. മലപ്പട്ടത്തെ എ.കുഞ്ഞിക്കണ്ണനൊക്കെ പങ്കെടുത്ത സമ്മേളനമായിരുന്നു അത്. ഒരു നീളമുള്ള തെക്കേ മുറിയും അതിനു മുന്നിലായി ഇറയത്തിനു ചേർന്ന് ഒരു പൂമുഖവും കൂടി പുതുതായി ഉണ്ടാക്കിയതിനു ശേഷമായി രുന്നു ആ സമ്മേളനം നടന്നത്. തെക്കേ മുറിയിലും ഇറയത്തുമായി അ ന്നത്തെ പ്രതിനിധികൾ ഇരുന്നു. നാട്ടിലെ ചെറുപ്പക്കാർ മുറ്റത്ത് അടുപ്പ് കൂട്ടി സദ്യയൊരുക്കി.

ഡിസംബർ 30 നാട്ടിലും വീട്ടിലും ആഘോഷം നിറയ്ക്കുന്ന ഒരു ദി നമായിരുന്നു. ചുണയുള്ള ചെറുപ്പക്കാർ ചുവപ്പും കാക്കിയുമണിഞ്ഞു വളണ്ടിയേഴ്സ് മാർച്ചുപാസ്റ്റിനിറങ്ങും. അതിൽ ആണും പെണ്ണുമുണ്ടാ കും. കുറേപ്പേർ സംഘാടനത്തിന്റെ മേഖലകളിൽ ഓടിനടക്കുമ്പോൾ ബാക്കിയുള്ളവർ പുലരുംവരെ നീളുന്ന പരിപാടിയുടെ ആവേശഭരിത രായ പ്രേക്ഷകരുമാകും.

1946 ഡിസംബർ 29ന്റെ രാത്രിയിൽ ജന്മിത്തത്തിനും ഫാസിസത്തി നും, അവരുടെ ആശ്രിത പോലീസിന്റെ നരനായാട്ടിനും എതിരെ തിരി ച്ചടി നൽകാൻ കാവുമ്പായിക്കുന്നിൽ സമ്മേളിച്ചത് ഇരിക്കൂർ ഫർക്കയി ലെ മുഴുവൻ കർഷകപ്രതിനിധികളായിരുന്നല്ലോ. പരിമിതമായ നാടൻ തോക്കുകളും വാരിക്കുന്തങ്ങളും കല്ലും കവണയും ആയുധമാക്കിയവർ. എന്റെ മുത്തച്ഛൻ, സഖാവ് തളിയൻ രാമൻ നമ്പ്യാർ, ഇരുപതിൽ താ ഴെ പ്രായമുള്ള രണ്ട് ആണമക്കളെയും കൊണ്ടാണ് അന്ന് സമരത്തിനെ ത്തിയത്. ഒരേ കുടുംബക്കാർ, ഒരേ നാട്ടുകാർ, പലനാട്ടുകാർ ഒക്കെ അ ധികാരത്തിന്റെ അതിക്രമത്തെ പ്രതിരോധിക്കാൻ അന്നവിടെ സമ്മേളി ച്ചു. കഴുകക്കണ്ണുകളുമായി ചതിയുടെ പിന്നാമ്പുറത്തുകൂടി കടന്നുവ ന്ന് പാവപ്പെട്ട കർഷകരുടെ മേൽ യന്ത്രത്തോക്ക് നീട്ടി അഗ്നി വർഷിച്ച അധികാരത്തിന്റെ കാവൽക്കാരെ തുരത്താൻ ആത്മബലം മാത്രം കൈ മുതലുള്ള സമരഭടന്മാർ തോറ്റുപോയെന്നാലും ഞങ്ങളവരെ വിജയിക ളായി കണക്കാക്കുന്നു. മരിച്ചവരും മരിച്ചുജീവിച്ചവരുമായ രക്തസാക്ഷി കൾ. അനന്തര തലമുറകൾ, ഞങ്ങളവരെ അനുസ്മരിക്കുന്നു, ആദരി ക്കുന്നു, കൊണ്ടാടുന്നു.

അന്നത്തെ രക്തസാക്ഷിത്വദിനത്തിലെ സമ്മേളനംപോലെ തന്നെ അ നേകം ഗ്രാമങ്ങളുടെ പങ്കാളിത്തം ഈ അനുസ്മരണാഘോഷ പരിപാ ടിയുടെ എല്ലാ മേഖലകളിലും ഉണ്ടാവാറുണ്ട്.

കൊടിമരം കൊണ്ടുവരുന്നത് പയ്യാവൂർ നിന്നാണ്. ജാഥയായിട്ടാണ് പല ഗ്രാമങ്ങളിലെയും ആളുകൾ ഐച്ചേരിയിലെ സമ്മേളന നഗരിയിൽ എത്തുന്നത്. ഈ ജാഥകൾ എല്ലാം ഒരു സ്ഥലത്ത് കേന്ദ്രീകരിച്ച് വള ണ്ടിയേഴ്സ് മാർച്ചുപാസ്റ്റിനെ മുൻനടത്തി പിന്നിൽ അലകടലായ് മുദ്രാ വാക്യം മുഴക്കി സമ്മേളനനഗരിയിലെത്തുന്ന ജാഥ കാണാൻ ഞാനും പോയിട്ടുണ്ട്. അമ്മ കൂട്ടുംമുഖത്ത് നിന്ന് ചിലപ്പോഴൊക്കെ ആ ജാഥ യിൽ നുഴഞ്ഞുകയറാറുമുണ്ട്.

എനിക്ക് ഡിസംബർ 30ന്റെ ആകർഷണങ്ങളിൽ ഏറ്റവും പ്രധാനം പ്രസംഗങ്ങൾക്കൊടുവിൽ അരങ്ങേറുന്ന നാടകവും കലാപരിപാടികളു മാണ്. അഖിലേന്ത്യാതലത്തിലുള്ള നേതാക്കന്മാരൊക്കെ പ്രസംഗിക്കാൻ എത്തുന്ന വേദിയാണല്ലോ. പ്രസംഗം തീരാൻ ഞാൻ ക്ഷമയോടെ കാ ത്തിരിക്കും. ടോർച്ചിന്റെ വെളിച്ചത്തിൽ കതിരിട്ടുനിൽക്കുന്ന വലിയ വ യലിന്റെ വരമ്പത്തു കൂടി അമ്മയെ തൊട്ടുതൊട്ട് നടന്ന്, അറുകണ്ടി കൾ കൈപിടിച്ചുകടന്ന് ഐച്ചേരിയെത്തിയത് അതിനാണല്ലോ. പാതി രാ കഴിഞ്ഞ്, പിന്നെയും മണിക്കൂറുകൾ കഴിഞ്ഞ് കലാപരിപാടി തുട

ങ്ങുമ്പോൾ ഞാൻ ആകാംക്ഷയോടെ നോക്കും. ആദ്യ ഇനം എന്റെ അ
നിയത്തിയുടെ ഡാൻസ് ആയിരിക്കുമോ? സ്റ്റേജിന്റെ പിൻകർട്ടന്റെ വിട
വിൽക്കൂടി അവൾ ഒളിഞ്ഞുനോക്കുന്നത് കണ്ടതാണല്ലോ. വേഷംകെട്ടി
നിൽക്കാൻ തുടങ്ങിയിട്ട് മണിക്കൂറുകൾ കഴിഞ്ഞല്ലോ. അവൾ കളിക്കാൻ
പോകുന്ന നൃത്തത്തിന്റെ ഓരോ ചുവടും എനിക്കറിയാമല്ലോ. എന്റെ മു
ന്നിൽ വെച്ചല്ലേ അതൊക്കെ പ്രാക്ടീസ് ചെയ്തത്. എന്നിട്ടുമെന്തിനീ ആ
കാംക്ഷ! അവൾ തെറ്റിക്കോന്നറിയണ്ടേ. ഇത്ര വലിയ സദസ്സിന്റെ മു
ന്നിലല്ലേ കളിക്കുന്നത്. നാടകം മുറുകി വരുമ്പോഴായിരിക്കും അമ്മ പറ
യുക, 'മതി, പോകാം.'

എന്നെ നിരാശയുടെ കയത്തിലേക്ക് വലിച്ചുകൊണ്ട് അമ്മ നടക്കും.
ചില കൊല്ലങ്ങളിൽ അമ്മ ഇതിനേക്കാൾ വലിയ നിരാശ എനിക്ക് സ
മ്മാനിക്കാറുണ്ട്. തലവേദനയെന്നു പറഞ്ഞ് സന്ധ്യയ്ക്ക് മുന്നേ അമ്മ
കയറിക്കിടക്കും. പിന്നെ എനിക്ക് ചെയ്യാനുള്ളത് വീട്ടിനു മുന്നിൽക്കൂടി
ഐച്ചേരിയിലേക്ക് പൊയ്ക്കൊണ്ടിരിക്കുന്ന ജനത്തെ നോക്കി പൂമുഖ
ത്ത് ഇരിക്കലാണ്. അവിടെയിരുന്നാൽ പ്രസംഗവും മറ്റും കേൾക്കാനും
കഴിയും.

അച്ഛൻ രാഷ്ട്രീയത്തിൽ സജീവമായിരുന്ന കാലത്ത് പ്രസംഗിക്കാൻ
വരുന്ന നേതാക്കന്മാർ പലപ്പോഴും വീട്ടിൽ വരാറുണ്ട്. അതിലൊരാളാ
യിരുന്നു സ.ചാത്തുണ്ണിമാസ്റ്റർ. അദ്ദേഹം ചോറ് ഉണ്ടതിനുശേഷം ഞ
ങ്ങളോട് സംസാരിച്ചു. എന്നെ കൂടുതൽ ചികിത്സിക്കേണ്ടതിനെക്കുറിച്ച്
പറഞ്ഞു. മെഡിക്കൽ കോളേജിൽ നല്ല ഡോക്ടർമാർ ഉണ്ട് എന്നും പറ
ഞ്ഞു. എന്റെ മാതാപിതാക്കളിൽ പ്രതീക്ഷയുടെ തിരി കൊളുത്തിയിട്ടാ
ണ് അന്ന് അദ്ദേഹം പോയത്.

പരിപാടി രാത്രിയായതുകൊണ്ട് രാത്രിയും അദ്ദേഹത്തിനു ഭക്ഷണം
വേണമായിരുന്നു. പക്ഷേ, വെല്യാലിൽ വിളഞ്ഞ കഴമയരിയുടെ ചോറും
അമ്മയുടെ കൈപ്പുണ്യത്തിൽ സ്വാദേറിയ കാമ്പും കൂമ്പും കായും
ചേനയും ചേമ്പും ചക്കയും മാങ്ങയും തോരയും ചീരയും കയ്പക്ക
യും വെണ്ടയ്ക്കയും വെള്ളരിക്കയും മത്തനും കുമ്പളവും അതിന്റെ ഇ
ലകളും ഒക്കെ കൊണ്ടുള്ള കൂട്ടാനും പോരല്ലോ. ഡയബറ്റിസ് രോഗി
യായതുകൊണ്ട് ചപ്പാത്തി തന്നെ വേണം. പരിപ്പു കറിയും. ഞങ്ങൾ
കാവുമ്പായിക്കാരിൽ പലരും അക്കാലത്ത് ചപ്പാത്തിയെന്നു കേട്ടിട്ടേയു
ള്ളൂ. കഴിച്ചിട്ടുമില്ല, ഉണ്ടാക്കാനൊട്ട് അറിയുകയുമില്ല. സഖാക്കൾ ഗോ
തമ്പുപൊടിയൊക്കെ വീട്ടിൽ കൊണ്ടുവെച്ചു. അതുകണ്ടപ്പോൾ അമ്മ
പറഞ്ഞു. 'അനക്കീ കണ്ടമാല്യോന്നും ഉണ്ടാക്കാനറിയ്ല്ല.'

അവർ പറഞ്ഞു. 'ദെച്ചൂട്ട്യേച്ചി പേടിക്കണ്ട. അയിന്റെ ആളെല്ലം ഇ പ്പെത്തും.'

ദാ...ആളെത്തിയല്ലോ. ഇത് നമ്മുടെ വായോറ നാരായണൻ വലിയ ച്ഛനല്ലേ. അച്ഛന്റെ അച്ഛനും വലിയച്ഛന്റെ അച്ഛനും ഒരേ അമ്മയുടെ വയ റ്റിൽ പിറന്നവരാണ്. എന്റെ മുതുമുത്തച്ഛൻ കോയാടൻ രാമൻ നമ്പ്യാർ പുടമുറി കഴിക്കുന്നതിനു മുമ്പ് എന്റെ മുതുമുത്തശ്ശി ചെറിയക്ക് ആദ്യ ത്തെ ബന്ധത്തിൽ രണ്ട് ആണമക്കൾ ഉണ്ടായിരുന്നു. അതിലൊരാളുടെ മകനാണ് നാരായണൻ വലിയച്ഛൻ. ഞാൻ തീരെ ചെറിയ കുട്ടിയായിരി ക്കുമ്പോൾ അങ്ങേമ്മ വലിയച്ഛന്റെ അമ്മയുടെ ചാത്തത്തിന്റെ സദ്യയ്ക്ക് കൊണ്ടുപോയത് എനിക്ക് ചെറുതായി ഓർമ്മയുണ്ട്. അച്ഛനോടും വലി യച്ഛനോടുമെല്ലാം വായോറ വലിയച്ഛനു നല്ല അടുപ്പമായിരുന്നു. അദ്ദേഹം ഗോതമ്പ് മാവ് കുഴയ്ക്കുന്നതും അമ്മയോട് അടിച്ചുറ്റിവാങ്ങി പരത്തു ന്നതുമെല്ലാം ഞങ്ങൾ കൌതുകത്തോടെ കണ്ടു. അടുപ്പിൽ ദോശക്ക ല്ലുവെച്ചു അതിൽ രണ്ടുപുറവും ചൂടാക്കിയ ശേഷം വലിയച്ഛനെന്താ ചെയ്യുന്നത്, മറ്റേ അടുപ്പിലെ കനലിലിട്ടു ചുടുകയാണല്ലോ. തിരിച്ചും മ റിച്ചും നല്ല ചൂടുള്ള കനലിൽ ചുട്ടെടുത്ത് അമ്മയോട് നെയ്ഭരണി വാ ങ്ങി രണ്ടുവശവും നെയ് പുരട്ടി. അങ്ങനെ സഖാവിനുള്ള ചപ്പാത്തിയും തയ്യാറായി.

വായോറ വലിയച്ഛന് ഐച്ചേരി ചായപ്പീടിക ഉണ്ട്. എന്നാലും ഈ വിദ്യകളെല്ലാം അദ്ദേഹം പഠിച്ചത് കണ്ണൂരോ മറ്റോ ഉള്ള ഹോട്ടലിൽ നിന്നാ ണത്രേ.

കുഞ്ഞമ്മാവനും കോഴിക്കോട് യാത്രയും

അമ്മമ്മയുടെ ഇളയ ആങ്ങള നാരായണമ്മാവൻ ചെറുപ്പത്തിലേ നാ ടുവിട്ടുപോയി പട്ടാളത്തിൽ ചേരുകയായിരുന്നു. ചെറുപ്പത്തിൽ അമ്മയെ ഒരുപാട് ലാളിച്ച ആളായിരുന്നു ആ അമ്മാവൻ എന്ന് അമ്മ എപ്പോഴും പറയാറുണ്ട്. സുന്ദരിയായ എന്റെ അമ്മയെ ഉനകത്താവ എന്നൊക്ക പ റഞ്ഞ് കുഞ്ഞമ്മാവൻ ഓമനിക്കുമായിരുന്നത്രേ.

ആ കാലത്ത് ഞങ്ങൾ അമ്മയുടെ കുഞ്ഞമ്മാവനുമായി ഏറെ അടു ത്തു. അമ്മാവൻ ലീവിൽ വന്നപ്പോൾ അച്ഛൻ പെരിങ്കോന്നിൽ പോയി കണ്ടു. അമ്മാവൻ ഇങ്ങോട്ടും വന്നു. അമ്മാവൻ അവധികഴിഞ്ഞു പോ യതിനുശേഷം അങ്ങോട്ടുമിങ്ങോട്ടും കത്തിലൂടെ വിശേഷം പങ്കുവെ ക്കാൻ തുടങ്ങി. മധ്യവേനലവധിക്കാലം ചെലവഴിക്കാൻ അമ്മാവൻ അ ധ്യാപികയായ അമ്മായിയെയും കുട്ടികളെയും ജോലിസ്ഥലത്തേക്ക് കൊ

ണ്ടുപോയിരുന്നു. അവർ അവധി കഴിഞ്ഞു വരുമ്പോൾ അച്ഛനും അമ്മ യും കണ്ണൂർ റെയിൽവേ സ്റ്റേഷനിൽ സ്വീകരിക്കാൻ പോയി. അച്ഛൻ ജീ പ്പ് വാങ്ങിയ സമയമായിരുന്നു അത്. അവർ നേരെ കാവുമ്പായിയിലേ ക്കാണ് വന്നത്.

അന്ന് അടുക്കളയുടെ ചാർജ് എനിക്കായിരുന്നു. അങ്ങനെ പലദിവ സങ്ങളിലും പല സമയങ്ങളിലും അടുക്കള എനിക്ക് കിട്ടാറുണ്ടല്ലോ. ആവാത്ത കാര്യങ്ങൾ ചെയ്തുനോക്കി പലതും ചെയ്യാൻ സാധിച്ചിട്ടു ണ്ടല്ലോ എനിക്ക്. അങ്ങനെയാണല്ലോ ഞാൻ കിണറ്റിൽനിന്ന് വെള്ളം കോരാൻ തുടങ്ങിയത്. കഞ്ഞി കരിഞ്ഞതിന് അമ്മയുടെ അടി കിട്ടിയ തിനുശേഷമാണ് ആരുമില്ലാത്തപ്പോൾ കുളിമുറിയിൽ നിന്നും തൊട്ടി കിണറ്റിലേക്ക് താഴ്ത്തിയത്. തൊട്ടിയിൽ ഒന്നോ, രണ്ടോ കപ്പ് വെള്ളം എന്ന മട്ടിലാണ് കോരിത്തുടങ്ങിയത്. അവിടെ എനിക്കൊരു പ്രശ്നമുട ലെടുത്തു. കുളിമുറിയുടെ അരവാതിൽ തുറക്കുന്നത് പൊതുവഴിയുടെ നേരെയാണ്. എപ്പോഴും ആളുകൾ അങ്ങോട്ടുമിങ്ങോട്ടും കടന്നുപോകുന്ന വഴിയാണ്. വിരലുകൾ മടക്കി മുറുക്കിപ്പിടിക്കാൻ കഴിയാത്ത ഞാൻ കൈ ത്തണ്ടയും മറ്റുഭാഗങ്ങളും കൂടി ഉപയോഗിച്ചാണ് കയർ വലിക്കുന്നത്. കാണുന്നവർ സഹതപിക്കും. അത് എനിക്ക് സഹിക്കാൻ കഴിയാത്ത കാര്യമായിരുന്നു. ഞാൻ തൊട്ടി കിണറ്റിലിട്ട സമയംനോക്കി ഈ വലി യച്ഛനെന്തിനാ അവിടെ വഴിയിൽ പ്രത്യക്ഷപ്പെട്ടത്. വലിയ വയലിൽനി ന്നുള്ള വരവാണ്. എന്റെ അഭ്യാസം കണ്ട് വലിയച്ഛൻ എന്നെ വിളിച്ചു. 'എന്തിനാ കിണറ്റിലേക്ക് തൊട്ടി ഇട്ട്'തെന്നു പറഞ്ഞു ശാസിച്ചു. തൊട്ടി വലിച്ചു കയറ്റുന്നതുവരെ വലിയച്ഛൻ നോക്കി നിന്നു. അവിടെയും തീർ ന്നില്ല. വീട്ടിൽ പോയി അങ്ങേമ്മയോട് പറഞ്ഞു. അങ്ങേമ്മയും വന്നു ചോദ്യംചെയ്തു. അവർക്ക് ഞാൻ അപകടത്തിൽ പെട്ടാൽ സഹിക്കുക യില്ലല്ലോ.

അടുക്കളയിൽ ചെറിയേച്ചി സഹായിക്കാനുണ്ടായിരുന്നു. പാകത്തിന് ചേരുവകൾ ചേർത്ത് പാകം നോക്കി കൂട്ടാൻ വെച്ചുവാങ്ങുക എന്നത് എന്റെ ജോലിയാണ്. ഉച്ചയ്ക്ക് ഊണ് കഴിക്കുമ്പോൾ അമ്മാവൻ 'സാമ്പാർ നന്നായി മോളെ' എന്നു പറഞ്ഞത് അഭിമാനത്തോടെ കേട്ടു.

ആ സമയത്ത് അനുജത്തി എട്ടാംക്ലാസ്സിൽ ശ്രീകണ്ഠാപുരം ഗവ. ഹൈസ്കൂളിലാണ് പഠിച്ചിരുന്നത്. അവളുടെ കൂട്ടുകാരിയും ഒരേ പേരു കാരിയുമായ പങ്കജവല്ലിയും കൂടെയുണ്ട്. മെയിൻ റോഡിലെത്തിയാൽ ബസ് കിട്ടും. പാസുള്ളതുകൊണ്ട് പത്ത് പൈസ കൊടുത്താൽ മതി. ഗിരിജ അതേ സ്കൂളിൽ പത്താംക്ലാസിലാണ് പഠിച്ചിരുന്നത്. അവളും

അക്കൊല്ലം കാവുമ്പായി നിന്നാണ് സ്കൂളിൽ പോയിരുന്നത്. കാവു മ്പായി നിന്ന് കുറെ പെൺകുട്ടികൾ ഹൈസ്കൂളിലേക്ക് പഠിക്കാൻ പോ കുന്നുണ്ടായിരുന്നു. കാവുമ്പായി നിന്നുള്ള പെൺകുട്ടികളെല്ലാം ചേർ ന്ന് ശ്രീകണ്ഠാപുരത്തെ സാവി സ്റ്റുഡിയോയിൽ പോയി ഗ്രൂപ്പ് ഫോ ട്ടോ എടുത്തു. അതിൽ ഏറ്റവും ചെറുത് എന്റെ അനിയത്തിയായിരു ന്നു. സുന്ദരിയും അവളാണല്ലോ.

അമ്മാവന്റെ മകൻ അശോകനും എട്ടാം ക്ലാസിൽ ശ്രീകണ്ഠാപു രത്ത് തന്നെയാണ് പഠിച്ചിരുന്നത്. അച്ഛനും അമ്മാവനും ചേർന്ന് ശ്രീക ണ്ഠാപുരത്ത് കുറച്ചുസ്ഥലം വാങ്ങി. വർക്ക്ഷോപ്പ് നിർമ്മിക്കുക എന്നാ ണ് അമ്മാവൻ ഉദ്ദേശിച്ചത്. അച്ഛന് വർക്ക്ഷോപ്പ് എന്തിന് എന്നൊരു സംശയം എനിക്കുണ്ടായിരുന്നു. അമ്മയോട് ഞാനത് പങ്കുവെക്കുകയും ചെയ്തു.

ഏതായാലും അച്ഛൻ വർക്ക്ഷോപ്പ് പങ്കാളിയായി മുന്നോട്ട് പോകാൻ തന്നെ തീരുമാനിച്ചു. അമ്മാവൻ ലീവിൽ വന്നപ്പോൾ അച്ഛൻ വർക്ക് ഷോപ്പിന്റെ കെട്ടിടം പണി തുടങ്ങി. അധികം വൈകാതെ വർക്ക്ഷോപ്പ് ഉദ്ഘാടനംചെയ്തു.

പട്ടാളത്തിൽ നിന്നും വിരമിച്ചതിനുശേഷം വേണ്ടപ്പെട്ടവരെയൊക്കെ അത്ഭുതപ്പെടുത്തിക്കൊണ്ട് പെരിങ്കോന്നിലെ നല്ല വീടും സൗകര്യവു മൊക്കെ പൂട്ടിയിട്ട് അമ്മാവനും കുടുംബവും കാവുമ്പായിയിലേക്ക് താ മസം മാറ്റി. പുലീരടുത്തെ പീടിക വീട്ടിലാണ് അവർ ആദ്യം താമസിച്ച ത്. പെരിങ്കോന്നിലേക്കാൾ ഇവിടെയാണല്ലോ യാത്രാസൗകര്യമുള്ളത്. അതോടെ അച്ഛനും അമ്മാവനും ഒരുമിച്ചായി പല യാത്രകളും. അടു ത്തായതുകൊണ്ട് ഒരുമിച്ചു ഭക്ഷണം കഴിക്കാനും കറികൾ പങ്കുവെ ക്കാനും സംസാരിച്ചിരിക്കാനുമൊക്കെ കൂടുതൽ സൗകര്യമായി.

പിന്നീട് അവർ മെയിൻ റോഡിനടുത്തുള്ള ഒരു കെട്ടിടം വിലയ്ക്കു വാങ്ങി. അവിടെ കുറേക്കാലം താമസമാക്കി.

അമ്മാവൻ കാവുമ്പായിലേക്ക് താമസം മാറ്റുന്നതിന് മുമ്പാണ് ചാത്തു ണ്ണി മാഷ് പറഞ്ഞതനുസരിച്ച് അച്ഛൻ എന്നെ കോഴിക്കോട് കൊണ്ടു പോയത്. കൂടുതൽ ലോകപരിചയമുള്ള, വിദ്യാഭ്യാസമുള്ള ആൾ എന്ന നിലയിൽ അമ്മാവനും ഞങ്ങളുടെ കൂടെയുണ്ടായിരുന്നു. പ്രസന്നയു ടെ ഭർത്താവിനും ഡോക്ടറെ കാണണം എന്ന് പറഞ്ഞ് കൂടെവന്നു.

കോഴിക്കോട് പോകുമ്പോൾ ധരിക്കാൻ എനിക്ക് നല്ല വസ്ത്രമുണ്ടാ യിരുന്നില്ല.ആകപ്പാടെ ഒരു പാവാടയും ദാവണിയുമേ ഉണ്ടായിരുന്നുള്ളൂ. പാവാടപ്രായം കഴിഞ്ഞു എന്ന് തോന്നിയപ്പോൾ മുതിർന്ന സ്ത്രീകളെ

പ്പോലെ ഞാനും വീട്ടിൽ മുണ്ട് ഉടുക്കാൻ തുടങ്ങിയിരുന്നു. എന്റെ അച്ഛൻ വലിയ ആഡംബരത്തിൽ വിശ്വസിക്കുന്ന ആളല്ല. ഏതാണ്ട് ആ സ്വഭാ വം എനിക്കും കിട്ടിയിരുന്നു. ഞാൻ നല്ല ഡ്രസ് വേണമെന്ന് ചെറുപ്പ ത്തിൽ ഒരിക്കലും പറഞ്ഞിട്ടില്ല. ഈ ആസ്പത്രി പോക്കിനുവേണ്ടി പു തിയ ഡ്രസ് വാങ്ങിപ്പിക്കാൻ ഞാൻ ആഗ്രഹിച്ചില്ല. ഒരു വിദൂരസാധ്യത പോലുമില്ലാത്ത കാര്യത്തിനാണ് പോകുന്നത് എന്ന് എനിക്ക് നന്നായറി യാം. ഏതായാലും വീട്ടിൽ ധരിക്കുന്ന വസ്ത്രം ധരിച്ചു പോകാൻ ആവില്ല. തേർതല പോയി ഗിരിജയുടെ ഒരു സാരിയും ബ്ലൗസും എടു ത്തുകൊണ്ടുവന്ന് അമ്മ അതിനു പരിഹാരം കണ്ടു. പത്താംക്ലാസ് കഴി ഞ്ഞ് അവൾ തേർതലയിൽ ഒരു ബാലവാടി ടീച്ചറായി ജോലി ചെയ്യാൻ തുടങ്ങിയിരുന്നു. അതുകൊണ്ട് അവൾക്ക് പെട്ടെന്ന് സാരിയിലേക്ക് ക യറേണ്ടിവന്നു. ആരും കാണാതെ അമ്മയുടെ സാരി ഉടുത്തുനോക്കാറു ള്ളതുകൊണ്ട് എനിക്ക് സാരിയുടുക്കാനൊക്കെ അറിയാം.

പുലർച്ചയ്ക്കുള്ള ആനന്ദകൃഷ്ണ ബസിന് ഞങ്ങളഞ്ചുപേർ അച്ഛൻ, അമ്മാവൻ, കുഞ്ഞിരാമേട്ടൻ, ഞാൻ, അമ്മ കോഴിക്കോട്ടേക്ക് പുറപ്പെട്ടു. ഉച്ചകഴിയുമ്പോഴേക്കും ഞങ്ങൾ കോഴിക്കോട്ടെത്തി. ഒരു ടാക്സി കാറിൽ ചാത്തുണ്ണിമാഷിന്റെ വീട് തേടിപ്പിടിച്ചു പോയി. എം.എൽ.എ.യുടെ വീട് കണ്ടുപിടിക്കാൻ പ്രയാസമുണ്ടായില്ല. അദ്ദേഹം പുറത്തുവന്ന് ഞങ്ങളു ടെ താമസസ്ഥലത്ത് വന്നു കണ്ടോളാമെന്ന് അറിയിച്ചു. ഞങ്ങൾ ഒരു ഹോട്ടലിൽ പോയി മുറിയെടുത്തു. എം. എൽ.എ. വാക്ക് പാലിച്ചു. രാത്രി യിൽ അദ്ദേഹം ഞങ്ങളെ കാണാനെത്തി. അടുത്ത ദിവസം വൈകു ന്നേരം ഡോക്ടറെ കാണാമെന്നു തീരുമാനിച്ചു.

അടുത്ത ദിവസം ഉച്ചയ്ക്ക് തന്നെ ഭക്ഷണമൊക്കെ കഴിച്ചു ഡോ ക്ടറെ കാണാനിറങ്ങി. ചാത്തുണ്ണിമാഷ് കൂടെ വന്നു. ഡോക്ടർ വേണു ഗോപാലൻ, കോഴിക്കോട് മെഡിക്കൽ കോളേജിലെ ഡോക്ടറാണ്. അ ദ്ദേഹം എന്റെ കൈയൊക്കെ പിടിച്ചുനോക്കി. പേശികൾക്ക് ബലമില്ലാ ത്തതാണ് അസുഖമെന്നു പറഞ്ഞു. ആ കണ്ടെത്തൽ എനിക്ക് അത്ര ദ ഹിച്ചില്ല. 'എല്ലിനും കൊട്ടിനും ഒറപ്പില്ല' എന്നല്ലേ എന്റെ അമ്മ പറയാറു ള്ളത്. ഞങ്ങളെ മുറിയിൽ കൊണ്ടാക്കിയിട്ട് അച്ഛനും അമ്മാവനും പുറ ത്തുപോയി.

മുറിയിൽ ഞാനും അമ്മയും കുഞ്ഞിരാമേട്ടനും. കുഞ്ഞിരാമേട്ടൻ ഷേവ് ചെയ്യാൻ തുടങ്ങി പകുതിയായപ്പോൾ ബ്ലേഡ് പണിമുടക്കി. പാതി ഷേവ് ചെയ്ത മുഖവുമായി കക്ഷിക്ക് പുറത്തുപോയി പുതിയ ബ്ലേഡ് വാങ്ങാൻ കഴിയില്ല. ഇനിയെന്താ ചെയ്യുക? ധീരയായ എന്റെ അമ്മ പരി

ചായമില്ലാത്ത നഗരത്തിൽ അച്ഛൻ കൊണ്ടാക്കിയ മുറിയിൽനിന്നും പതു
ക്കെ പുറത്തിറങ്ങി. ഒരു ബ്ലേഡ് വാങ്ങാൻ!

അച്ഛനെയും അമ്മാവനെയും രാത്രി ഒമ്പതുമണിയൊക്കെയായിട്ടും
കാണുന്നില്ല. അൽപ്പം കൂടി കാത്തിരുന്നപ്പോഴേക്കും അവരെത്തി. അച്ഛ
നാകെ ദേഷ്യത്തിലാണ്. കാരണമില്ലാതെ എന്നെയും അമ്മയെയും ചീ
ത്ത പറയാനുള്ള പുറപ്പാടിലാണ്. അപ്പോഴാണ് ഒരു ആരവം അവരുടെ
ശ്രദ്ധയിൽ പെട്ടത്. പെട്ടെന്ന് അച്ഛനും അമ്മാവനും 'എന്താ കാണിക
ളെ ആവേശ'മെന്നൊക്കെ കളിയെപ്പറ്റി പറയാൻ തുടങ്ങി. കക്ഷികൾ
ഞങ്ങളെ മൂന്നുപേരെയും ഗൗനിക്കാതെ ഫുട്ബോൾ ആവേശം പങ്കി
ടുകയാണ്.

ഞങ്ങൾക്ക് കാര്യം മനസ്സിലായി. നഗരത്തിൽ സന്തോഷ്ട്രോഫി ഫു
ട്ബോൾ മത്സരം നടക്കുകയാണ്. ഞങ്ങളോട് പറയാതെ രണ്ടുപേരും
കളികാണാൻ പോയതാണ്. എന്നിട്ടാണ് അച്ഛൻ പാവം ഞങ്ങളുടെ നേരെ
കയർക്കുന്നത്.

അടുത്ത ദിവസം ഞങ്ങൾ നാട്ടിലേക്ക് പുറപ്പെട്ടു. കണ്ണൂർ ബസ് സ്റ്റാൻ
ഡിലെത്തിയപ്പോൾ വർക്ക്ഷോപ്പിലെ ഒരു ജീവനക്കാരൻ രോഹിണി
അമ്മായിയുടെ അമ്മാവനെ ആസ്പത്രിയിൽ അഡ്മിറ്റ് ആക്കിയിരിക്കു
ന്ന വിവരം കുഞ്ഞമ്മാവനെ അറിയിച്ചു. അദ്ദേഹം ഞങ്ങളോട് യാത്രപ
റഞ്ഞ് അങ്ങോട്ട് കുതിച്ചു. രോഹിണിയമ്മായിയുടെ അമ്മാവൻ വർക്ക്
ഷോപ്പിൽ സഹായിക്കാൻ വന്നതായിരുന്നു. അവിടെവെച്ചാണ് അദ്ദേഹ
ത്തിന് ക്ഷീണം അനുഭവപ്പെട്ടത്. വർക്ക് ഷോപ്പിലെ ജീവനക്കാരാണ്
കണ്ണൂരെ ആസ്പത്രിയിൽ എത്തിച്ചത്.

അമ്മയുടെ കുഞ്ഞമ്മാവൻ എനിക്ക് നന്മ വരണം എന്ന് ആഗ്രഹി
ക്കുന്ന ഒരാളായിരുന്നു. അതുകൊണ്ടാണ് അദ്ദേഹം എനിക്ക് ഒരു സാ
ധാരണ ജീവിതം ഉണ്ടാകണമെന്ന് ആഗ്രഹിച്ചത്. അനിയത്തിയുടെ ക
ല്യാണക്കാര്യം സംസാരിക്കുമ്പോൾ ഒരിക്കൽ അദ്ദേഹം പറഞ്ഞിരുന്നു.
'അവൾക്ക് ഏതെങ്കിലും ഒരുത്തൻ വന്നാൽ നിന്നെ നോക്കുകയില്ല
മോളെ.' അതുകൊണ്ട് അവളുടെ ഭർത്താവ് വേണ്ടപ്പെട്ട ആളായിരിക്ക
ണം എന്നാണ് അദ്ദേഹം ഉദ്ദേശിച്ചത്.

അല്ലെങ്കിലും സഹോദരങ്ങളുടെ കുടുംബത്തിൽ ഒരു അംഗമായി
ചേക്കേറാൻ എനിക്ക് ഒരിക്കലും താൽപ്പര്യമുണ്ടായിരുന്നില്ല. അതു
കൊണ്ട് അനിയത്തിയെ ആര് കല്യാണം കഴിക്കുന്നു എന്നത് എനിക്ക്
വിഷയമല്ലായിരുന്നു. എനിക്ക് ജോലിയൊക്കെ ലഭിച്ച് വർഷങ്ങൾ കഴി
ഞ്ഞതിനുശേഷം രണ്ടു പ്രാവശ്യം എനിക്കുവേണ്ടി രണ്ടുപേരെ കണ്ടെ

ത്തി കൊണ്ടുവരാനും അദ്ദേഹം തുനിഞ്ഞതല്ലോ.

കോഴിക്കോട് യാത്രയ്ക്കുശേഷം എന്റെ ആരോഗ്യം മെച്ചപ്പെടുത്താൻ അച്ഛൻ എന്നെ കണ്ണൂർ ജില്ലാ ജനറൽ ആസ്പത്രിയിൽ അഡ്മിറ്റാക്കി. കുറച്ചുദിവസം അവിടെ കിടന്നു. അമ്മയും അമ്മമ്മയും മാറിമാറി കൂട്ടു നിന്നു. വീട്ടിലെ തിരക്കിൽ നിന്ന് അധികകാലം മാറിനിൽക്കാൻ അമ്മ യ്ക്കാവില്ല. അതുകൊണ്ട് എന്നെ വേഗം ഡിസ്ചാർജ് ചെയ്യിക്കുകയാ യിരുന്നു. അവിടെ കുറെ നാൾ കിടന്നതുകൊണ്ട് എനിക്ക് വലിയ മെച്ച മൊന്നും ഉണ്ടാകാൻ വഴിയില്ല എന്നതും ഒരു കാരണമാണ്.

മണിയടിക്കും ടെലിഫോണിൽ

1976ൽ വീട്ടിൽ ടെലഫോൺ കണക്ഷൻ ലഭിച്ചു. അച്ഛൻ കുറെ മുമ്പേ അപേക്ഷയൊക്കെ കൊടുത്തിരുന്നു. കാലത്തിനെ ഒന്ന് കവച്ചുവെച്ചു കയറാൻ അച്ഛൻ എപ്പോഴും ശ്രമിക്കാറുണ്ടല്ലോ. വൈദ്യുതി കാവുമ്പാ യിയിലെത്തിക്കാൻ മൂന്നുപേർ ഒപ്പമുണ്ടായിരുന്നെങ്കിൽ ടെലഫോണിൻ തുമ്പത്ത് തൊടാൻ മറ്റാരുമുണ്ടായിരുന്നില്ല. കാവുമ്പായി മാത്രമല്ല, സമീ പഗ്രാമങ്ങളിലൊന്നും ടെലഫോൺ ഉണ്ടായിരുന്നില്ല. അച്ഛനും കൂട്ടുംമു ഖത്തെ സി.എച്ച്. രാഘവനും മാത്രമാണ് ഒരേ സമയത്ത് കണക്ഷൻ ലഭിച്ചത്.

ശ്രീകണ്ഠാപുരം എക്സ്ചേഞ്ചിന്റെ പരിധിയിൽ ആണ് ഞങ്ങളുടെ ടെലഫോൺ. ജോലിക്കാർ വന്ന് പോസ്റ്റ് കുഴിച്ചിട്ടു. വീട്ടിൽ ടെലഫോ ണും കൊണ്ടുവെച്ചു.

പങ്കജം പത്താംക്ലാസിലാണ് പഠിക്കുന്നത്. അവൾ സ്കൂൾ വിട്ട് വീ ട്ടിലെത്തിയ നേരത്ത് ആദ്യമായി ഫോൺ ബെല്ലടിച്ചു. ഞാനും അനിയ ത്തിയും ഫോണിനടുത്തെത്തി. വീണ്ടും ബെല്ലടിച്ചു. ഞാൻ ഫോണെ ടുത്തപ്പോൾ 'ഹലോ' എന്ന് കേട്ടു. ഞാനും ഹലോ എന്ന് പറഞ്ഞു. ഏ ത് ഭാഗമാണ് ചെവിയിൽ വെക്കേണ്ടത് എന്നൊക്കെ ടെലഫോൺ കൊ ണ്ടുവെക്കുമ്പോൾ ജീവനക്കാരൻ പറഞ്ഞുതന്നിരുന്നു. ടെലഫോൺ എ ക്സ്ചേഞ്ചിൽ നിന്നാണ് വിളിച്ചത്. ഫോൺ പ്രവർത്തനക്ഷമമാണോ എന്ന് പരിശോധിക്കുകയായിരുന്നു. അവർ നമ്പർ പറഞ്ഞുതന്നു. 17 ആ യിരുന്നു ഞങ്ങളുടെ ഫോണിന്റെ നമ്പർ.

ഞങ്ങൾ പണ്ട് തീപ്പെട്ടിയിൽ നൂലുകെട്ടി അങ്ങോട്ടും ഇങ്ങോട്ടും മാ റിനിന്ന് സംസാരിക്കുന്നത് അപ്പോൾ ഓർത്തുപോയി.

അച്ഛൻ ഉറങ്ങുന്ന കൊട്ടിലകത്തെ കുഞ്ഞലമാരയുടെ തട്ടിലായിരു

ന്നു ഫോൺ വെച്ചത്. അക്കാലത്ത് ഒരുപാട് കോളൊന്നും ഉണ്ടാകാറി
ല്ല. മിക്ക ദിവസവും എക്സ്ചേഞ്ചിൽ നിന്നും വിളിക്കും. അതുകൊണ്ട്
നേരിൽ കണ്ടില്ലെങ്കിലും അവിടുത്തെ ജീവനക്കാരെ നല്ല പരിചയമായി.
കണ്ടിട്ടില്ലെങ്കിലും കലയും സാഹിത്യവും സിനിമയുമൊക്കെ സംസാര
വിഷയമാക്കുന്ന നാരായണനെയൊക്കെ പരിചയപ്പെട്ടത് അങ്ങനെയാ
ണ്. ലൈൻമാൻ ഫോൺ കേടായാൽ ലൈൻ നന്നാക്കാൻ വരും. ജ
നാർദ്ദനനൊക്കെ അങ്ങനെയാണ് കുടുംബസുഹൃത്തായത്.

ഫോണുമായി ബന്ധപ്പെട്ട കുറെ കാര്യങ്ങൾ എനിക്ക് ചെയ്യാനുണ്ടാ
യിരുന്നു. മുഴുവൻ സമയവും വീട്ടിലുള്ള ആളെന്ന നിലയ്ക്ക് വരുന്ന
കോളുകൾ കേൾക്കുന്നത് മിക്കവാറും ഞാനായിരുന്നു. അതെനിക്ക് ഇ
ഷ്ടവുമായിരുന്നു. അച്ഛനെ അറിയിക്കേണ്ട കാര്യങ്ങളായിരുന്നു മിക്കതും.
അച്ഛൻ എവിടെയെങ്കിലും പോയി വരുമ്പോൾ ശ്രീകണ്ഠാപുരത്ത് എത്തി
യാൽ വിളിക്കും. എന്നിട്ട് ചോദിക്കും, 'എന്താ സാധനം വേണ്ടത്.'

അപ്പോൾ ഞാൻ ഉറക്കെ അമ്മയെ വിളിച്ചു ചോദിക്കും. 'അമ്മേ,
അച്ഛൻ വിളിക്കന്നാ... എന്താ സാധനം വേണ്ടെന്നു ചോയ്ക്കന്നാ...'

അമ്മ അടുക്കളയിൽ നിന്ന് വിളിച്ചു പറയും. 'ഉപ്പ്, പറങ്കി, കൊത്ത
മ്പാരി, കടല...'

ഞാനത് ഫോണിലേക്ക് ഏറ്റുപാടും. ഇത് ഒരു ദിവസത്തെ പരിപാടി
യല്ല. എല്ലാ ദിവസവും അച്ഛൻ പല കാര്യങ്ങൾക്കായി പുറത്തുപോകും.
അതും ഫസ്റ്റ് ബസിനായിരിക്കും പോവുക. അതുകൊണ്ട് എല്ലാദിവസ
വും ഈ വിളിയും ആവർത്തിക്കും. ആ സമയത്ത് ഫോൺ എൻഗേജ്
ഡ് ആണെങ്കിൽ അച്ഛൻ ടെലഫോൺ എക്സ്ചേഞ്ചിൽ വിളിച്ച് ഫോൺ
കേടാണെന്ന് കംപ്ലെയ്ന്റ് ചെയ്യും. പാവങ്ങൾ നന്നാക്കാൻ വരും. വന്നി
ല്ലെങ്കിൽ മുകളിലേക്ക് വിളിക്കാൻ അച്ഛന് അറിയാമല്ലോ.

ശ്രീകണ്ഠാപുരം എക്സ്ചേഞ്ചിന്റെ പരിധിയിൽപ്പെട്ട നമ്പരുകളിലേ
ക്ക് വിളിക്കാൻ ലോക്കൽ കോളും മറ്റുള്ളവ ട്രങ്ക് ബുക്കിംഗുമായിരുന്നു.

ഞങ്ങളുടെ വീട്ടിലാണ് ഫോൺ വെച്ചിരിക്കുന്നതെങ്കിലും അത് ചുറ്റു
മുള്ള ഗ്രാമങ്ങളിൽ ഉള്ളവർക്കെല്ലാം അവകാശപ്പെട്ടതാണ്. ആർക്കും
ഏത് സമയത്തും കയറിവന്ന് ഫോൺ വിളിക്കാം. കാവുമ്പായിക്കാർ മാ
ത്രമല്ല, ഐച്ചേരി, നെടുങ്ങോം, മാപ്പിനി, ചെരിക്കോട് തുടങ്ങിയ ദേശ
ങ്ങളിൽ നിന്നെല്ലാം ആളുകൾ ഫോൺ വിളിക്കാൻ വരാറുണ്ട്. ചിലർക്ക്
അങ്ങോട്ട് വിളിക്കാനാണെങ്കിൽ വേറെ ചിലർക്ക് ഇങ്ങോട്ട് കാൾ വരും.
അതൊക്കെ കേട്ട് അവർ രണ്ടാമതും വിളിക്കുന്ന സമയം വേണ്ടപ്പെട്ടവ
രെ അറിയിക്കും. വിവരം ലഭിച്ചാൽ അവർ വന്ന് കോളിനായി കാത്തിരി
ക്കും. മിക്കവാറും ഗൾഫിലും മുംബൈയിലുമൊക്കെയുള്ളവരാണ് അ

ങ്ങനെ വിളിക്കുന്നത്. ആർക്കെങ്കിലും അസുഖമായാൽ ടാക്സി ജീപ്പ് വിളിച്ചുകൊടുക്കണം. അതിന് ശ്രീകണ്ഠാപുരത്തെ കുറെ ഡ്രൈവർമാരുടെ നമ്പരുകൾ സംഘടിപ്പിച്ചുവെച്ചിട്ടുണ്ട്. അതൊക്കെ വിളിച്ചുകൊടുക്കൽ എന്റെ ജോലിയായിരുന്നു.

അക്കാലത്ത് ഞങ്ങളുടെ നാടിനെയാകെ കണ്ണീരിലാഴ്ത്തിയ സംഭവമുണ്ടായി. ഒരു വൈകുന്നേരം ചെമ്പേരിയിൽനിന്ന് വരുന്ന നടരാജ് ബസിലെ ജീവനക്കാരൻ വീട്ടിൽ വന്ന് കണ്ണൂരെ കമ്പനിയിലേക്ക് ഫോൺ ചെയ്യണമെന്ന് ആവശ്യപ്പെട്ടു. അയാൾ ട്രങ്കാൾ ബുക്കുചെയ്ത് സംസാരിക്കുമ്പോഴാണ് ഞങ്ങളറിയുന്നത്. ബസ് ചെമ്പേരിയിൽ നിന്ന് വരുന്നവഴി ആപ്പൂരി വയലിൽ മറിഞ്ഞുവെന്ന്. അമ്മ വേവലാതിയോടെ അയാളോട് ചോദിച്ചു. 'ആർക്കെങ്കിലും കൊയപ്പൂണ്ടോ?'

അയാൾ മുക്കിമൂളി 'ഇല്ലാ'യെന്ന് പറയുമ്പോഴേക്കും മാരാൻ വീട്ടിലെ നാരായണൻ ഓടിക്കിതച്ചെത്തി ഇറയത്ത് തളർന്നുവീണു. അവൻ കരഞ്ഞുകൊണ്ട് പറഞ്ഞു. 'രണ്ടാൾ ബസിനടീല്ണ്ട് ദച്ചേച്ചീ.'

ദൈവമേ, അതാരാണ്? അവർക്ക് എന്തെങ്കിലും പറ്റിയോ? അവരെ വേഗം പുറത്തെടുക്കണ്ടേ?

ചോദ്യങ്ങൾ...ചോദ്യങ്ങൾ... പലതിനും ഉത്തരമില്ല. ഒരുകാര്യം മാത്രം മനസ്സിലായി. അത്ര എളുപ്പം അവരെ പുറത്തെടുക്കാനാവില്ല. വണ്ടിയുടെ അടിയിൽ ജീവനുണ്ടെന്ന് സംശയിക്കുന്ന രണ്ടു ശരീരങ്ങളാണ് കിടക്കുന്നത്. വണ്ടി എങ്ങനെയെങ്കിലും മറിച്ചിട്ടുകൂടാ. ക്രെയിൻ കൊണ്ടുവരണം. അത് ആ സന്ധ്യാ നേരത്ത് സാധിക്കില്ല. അന്ന് ഞങ്ങളുടെ നാടിന് ഉറക്കമില്ലായിരുന്നു. നാട്ടുകാർ രാത്രി മുഴുവൻ സംഭവസ്ഥലത്ത് കാവൽ നിൽക്കുകയായിരുന്നു.

അപ്പോഴേക്കും ബസിനടിയിൽപെട്ട ആളുകളെ തിരിച്ചറിഞ്ഞു കഴിഞ്ഞിരുന്നു. ഏവർക്കും പ്രിയപ്പെട്ട രണ്ടുപേർ, കെ.പി.പോക്കറും എടയത്ത് ഗോവിന്ദൻ നായരുടെ ഭാര്യ മാങ്കുന്നിൽ ചേയിയും. റോഡിൽനിന്നും താഴെയുള്ള വയൽ വരമ്പിൽ സംസാരിച്ചുകൊണ്ടിരുന്നവരുടെ മേലേക്ക് കൃത്യമായി നടരാജ് ബസ് മറിയുകയായിരുന്നു. അടുത്ത ദിവസം ക്രെയിൻ എത്തി ബസ് പൊക്കിയെടുത്ത് മാറ്റി. അതോടെ ജീവനുണ്ടായിരിക്കാം എന്ന പ്രിയപ്പെട്ടവരുടെ നേരിയ പ്രതീക്ഷയും അവസാനിച്ചു. രണ്ടു ജീവനും അവിടെ പൊലിഞ്ഞുകഴിഞ്ഞിരുന്നു. രണ്ടു കുടുംബം അനാഥമായി.

ചേയിയേച്ചി എനിക്ക് സുപരിചിതയാണ്. കെ.പി.പോക്കർ അച്ഛന്റെയും വലിയച്ഛന്റെയും ചങ്ങാതിയാണ്, സഹായിയാണ്, സഖാവാണ്. എന്നും വീട്ടിൽ വരുന്ന ആളാണ്. അദ്ദേഹത്തിന്റെ മൂത്ത മകൾ നഫീ

സയും ഞാനും ഒരേ പ്രായക്കാരാണ്. അവർ രണ്ടുപേരും ഇനിയില്ല എ
ന്നത് ഉൾക്കൊളള്ളാൻ പ്രയാസമായിരുന്നു.

മാഞ്ഞുപോയെന്റെ അങ്ങേമ്മ

1977ലായിരുന്നു എന്റെ അങ്ങേമ്മ മറഞ്ഞുപോയത്. അപ്പോഴത്തെ
ഏകാന്തവാസവും പൂർവകാലത്തെ പോലീസ് പീഡനവും അമ്മയെ രോ
ഗിയാക്കി മാറ്റിയിരുന്നു. ഇടയ്ക്ക് അച്ഛൻ പുതിയ വീട്ടിലേക്ക് കൂട്ടിക്കൊ
ണ്ടുവരാറുണ്ടെങ്കിലും അമ്മ വേഗം തിരിച്ചുപോകും. ഏതെങ്കിലും കു
ട്ടികളെ അന്തിക്കൂട്ട് സംഘടിപ്പിച്ച് അമ്മ തളിയന്മാർ വീട്ടിൽ തന്നെ ത
ങ്ങി. മക്കൾക്ക് അമ്മയെ വേണ്ടപോലെ പരിപാലിക്കാൻ പറ്റിയില്ല. അ
മ്മയ്ക്ക് എന്നും കൂട്ടുകിടക്കാനും ആശ്വാസമാകാനും എനിക്കും കഴി
ഞ്ഞില്ല. എങ്കിലും ക്ഷീണിച്ച അമ്മയെ കാണുമ്പോൾ എനിക്ക് സങ്കടം
വരുമായിരുന്നു.

കന്നിമാസമാണ്. ഓർക്കാപ്പുറത്ത് പെയ്യുന്ന മഴയുടെ കണ്ണുവെട്ടിച്ചു
വേണം കണ്ടത്തിൽ വിളഞ്ഞ നെല്ല് മൂർന്ന് കളത്തിലെത്തിക്കാൻ. അതി
നു മുന്നേ വീടിനുമുന്നിലെ വിശാലമായ കളം കിളച്ചുമറിച്ച് വലിയ നി
ലന്തല്ലികൊണ്ട് പലതവണ തല്ലിയുറപ്പിക്കണം. ഒരുവിധം ഉറച്ചുകഴി
ഞ്ഞാൽ വീണ്ടും തല്ലി ഉറപ്പിക്കണം. എന്നിട്ട് വീണ്ടും ചാണകം തേച്ചു
പിടിപ്പിക്കണം. ഇതേ രീതിയിൽ മൂന്നുഭാഗത്ത് മണ്ണുകൊണ്ട് വരമ്പ് പി
ടിപ്പിച്ച് തല്ലി ഉറപ്പിക്കണം. ആദ്യം വരമ്പാണ് പിടിപ്പിക്കുന്നത്. മുൻവർ
ഷം പിടിപ്പിച്ചതൊക്കെ മഴയിൽ പൊട്ടിപ്പോയിട്ടുണ്ടാകും. ഇതിനിടയിലെ
ങ്ങാൻ ഒരു മഴപെയ്താൽ കളത്തിന്റെ കാര്യം കഷ്ടമാകും. മഴയിൽ പരു
ക്ക് പറ്റിയാൽ വീണ്ടും നന്നാക്കണം.

അച്ഛൻ അതിരാവിലെ ടോർച്ചുമെടുത്ത് നിലംതല്ലാൻ ആളെ വിളി
ക്കാൻ പുറപ്പെടും. തലേ ദിവസം ഏൽപ്പിക്കുമെങ്കിലും ആൾ മുങ്ങിയാ
ലോ എന്ന് പേടിച്ചാണ് പുലർച്ചയ്ക്ക് വീണ്ടും പോകുന്നത്. അഞ്ചാറ്
ആണുങ്ങളെ സംഘടിപ്പിക്കണം. പലരും നിലംതല്ലിയുമായി വരും. ചെറു
തും വലുതുമായി കാഞ്ഞിരത്തിന്റെ തടിയിൽ കുറെ നിലംതല്ലികൾ
അച്ഛൻ ആശാരിയെക്കൊണ്ട് ഉണ്ടാക്കി വെച്ചിട്ടുമുണ്ട്. നിലം കൊത്തി
ക്കിളക്കുന്ന ഒച്ച കേട്ടുകൊണ്ടാണ് ഞങ്ങൾ രാവിലെ ഉണരുന്നത്.

നിലം തച്ചുറപ്പിച്ച് ചാണകം തേച്ച് ഉണങ്ങിക്കഴിഞ്ഞാലെ കളത്തിൽ
കറ്റ കൊണ്ടിടാൻ കഴിയൂ. അതിനുശേഷം മൂരണം, മെതിക്കണം, ഞാ
റിടണം, നാട്ടി നടണം.

ഈ വേവലാതിക്കാലത്താണ് അങ്ങേമ്മയ്ക്ക് രോഗം വീണ്ടും മൂർ ച്ഛിച്ചത്. ശ്രീകണ്ഠാപുരത്ത് ഒരു പ്രൈവറ്റ് ആസ്പത്രിയിൽ അമ്മ അ ഡ്മിറ്റായി. പിന്നീട് തളിപ്പറമ്പിലെ ലൂർദ്ദ് ഹോസ്പിറ്റലിലേക്ക് മാറ്റുക യായിരുന്നു. അതിനുമുമ്പും അമ്മയെ അവിടെ അഡ്മിറ്റാക്കിയിരുന്നു. അന്ന് അസുഖം മാറി ഞങ്ങളുടെ കൂടെ കുറച്ചുനാൾ താമസിച്ചിട്ട് തളി യന്മാർ വീട്ടിലേക്ക് പോവുകയായിരുന്നു.

ഇപ്രാവശ്യം കുറച്ചുകൂടി ഗുരുതരമായിരുന്നു. കരളിനെയാണ് രോഗം ബാധിച്ചത്. രണ്ടാഴ്ചയോളം അങ്ങേമ്മ ആസ്പത്രിയിൽ കിടന്നു. അച്ഛ നും വലിയച്ഛനും ഇടവിട്ട ദിവസങ്ങളിൽ ആസ്പത്രിയിൽ പോയി നിൽ ക്കും. അമ്മയും വലിയമ്മമാരും പോകും. ആര് പോയിട്ടെന്താ! ഡോക്ടർ അങ്ങേമ്മയെ ഡിസ്ചാർജ് ആക്കിക്കോളൂ എന്ന് പറഞ്ഞു. അമ്മയെ ഡിസ് ചാർജ് ചെയ്യുകയാണ് എന്നു മാത്രമേ ഞങ്ങളോട് പറഞ്ഞിരുന്നുള്ളൂ. അതറിഞ്ഞപ്പോൾ എന്റെ മനസ്സിൽ ആശങ്ക ഉരുണ്ടുകൂടി. ഞാൻ വലി യച്ഛനോട് ചോദിച്ചു. 'അസുഖം മാറാതെ എന്തിനാണ് അമ്മയെ ആസ് പത്രിയിൽനിന്ന് കൊണ്ടുവരുന്നത്?'

എനിക്ക് തൃപ്തികരമായ മറുപടി ലഭിച്ചില്ല. എന്റെ അമ്മയോട് ചോ ദിച്ചപ്പോൾ അമ്മ സമാധാനിപ്പിച്ചു. 'വീട്ട്ന്ന് നോക്ക്യാ മതി.'

തൽക്കാലം അത് വിശ്വസിക്കുകയേ നിവൃത്തിയുള്ളൂ. ഞാൻ ആശ്വ സിക്കാൻ ശ്രമിച്ചു. മാറും അമ്മയുടെ അസുഖം. അമ്മ എപ്പോഴും പറ യാറുണ്ട്. 'അറുപത്തേഴു വയസ്സിനപ്പുറം ഞാൻ കടക്കില്ല.' അതൊന്നും ശരിയാവില്ല എന്ന് ഞാൻ എന്റെ മനസ്സിനെ പഠിപ്പിക്കാൻ ശ്രമിച്ചു കൊ ണ്ടിരുന്നു.

വൈകുന്നേരമാണ് അമ്മയെ കൊണ്ടുവന്നത്. അമ്മയ്ക്ക് ഒട്ടും സുഖ മായിട്ടില്ല. ജീപ്പിൽ നിന്നും പടിഞ്ഞാറ്റകത്തേക്ക് എടുത്ത് കിടത്തുകയാ യിരുന്നു. അമ്മയുടെ കാര്യങ്ങൾ നോക്കാൻ ചിരുതേയി ഉണ്ട്. വലിയ ച്ഛൻ എപ്പോഴും വരും. അമ്മയ്ക്ക് മരുന്നും ഭക്ഷണവും വായിൽ വെച്ചു കൊടുക്കും. പലപ്പോഴും അമ്മ കഴിക്കാൻ കൂട്ടാക്കുകയില്ല. വായ തുറ ക്കില്ല. ഞാൻ അപേക്ഷിച്ചു പറയുമ്പോൾ അൽപ്പം വായ തുറന്നുതരും. ബിസ്ക്കറ്റ് തരികളും ഗ്ലൂക്കോസ് കലക്കിയതും കഞ്ഞി ഉടച്ചതുമൊക്കെ ഒന്നോ, രണ്ടോ സ്പൂൺ നിർബ്ബന്ധിച്ചു കഴിപ്പിക്കും. എനിക്ക് എന്റെ അ ങ്ങേമ്മയെ ജീവിതത്തിലേക്ക് തിരിച്ചുകൊണ്ടുവരണമായിരുന്നു.

ദിവസം ചെല്ലുന്തോറും അമ്മയുടെ അവസ്ഥ വഷളായിക്കൊണ്ടിരു ന്നു. ഒരു ദിവസം അമ്മ 'രണ്ടുപേരും ഒരുപോലെ എടുത്തോ. ആയി രം...' എന്ന് പറയാൻ തുടങ്ങി. ഞാനും വലിയച്ഛനും അമ്മയെ തടഞ്ഞു.

314

'അതൊന്നും ഇപ്പൊ പറയണ്ട. അമ്മയുടെ സൂക്കേട് മാറും.'

പക്ഷെ, മാറിയില്ല. ചിരുതേയിയും എന്റെ അമ്മയും വലിയമ്മയു മൊക്കെ അങ്ങേമ്മയെ കോളാമ്പിയിൽ പിടിച്ചിരുത്തിയിട്ടാണ് വയറ്റിന്നു പോകുന്നത്. ചിരുതേയി അവിടെ ഇരുത്തി കഴുകും. രണ്ടുമൂന്നു ദിവ സം അമ്മയ്ക്ക് വയറ്റിൽനിന്നു പോയതേയില്ല. ഞാൻ അതിനെക്കുറിച്ച് വേവലാതിപ്പെട്ട് പറഞ്ഞു. അങ്ങേമ്മ മരണത്തിലേക്ക് താഴുകയാണെ ന്ന് ചിരുതേയിക്കും അമ്മയ്ക്കും ഇടയ്ക്ക് വരുന്ന അമ്മമ്മയ്ക്കുമെല്ലാം അറിയാം. അവരുടെ സ്വകാര്യം പറച്ചിൽ ചിലപ്പോഴൊക്കെ എന്റെ ചെ വിയിൽ പതിയാറുണ്ടായിരുന്നു. ഞാൻ അത് കേൾക്കുമ്പോഴൊ ക്കെ എതിർക്കുമായിരുന്നു. അടുത്ത ദിവസം അമ്മയ്ക്ക് ഇടയ്ക്കിടെ വയ റ്റിൽനിന്നു പോയിക്കൊണ്ടിരുന്നു. അപ്പോൾ ആരോ ചോദിച്ചു, 'മോക്കി പ്പൊ സമാധാനായില്ലേ?'

എനിക്കെങ്ങനെ സമാധാനിക്കാൻ കഴിയും. അമ്മ ഏതാണ്ട് അർദ്ധ ബോധാവസ്ഥയിലാവുകയാണല്ലോ. ഒരു ദിവസം മുഴുവൻ അമ്മയുടെ തൊണ്ടയിൽ നിന്ന് ഉറക്കെയുള്ള കുറുകൽ കേട്ടുകൊണ്ടിരുന്നു. അടു ത്ത ദിവസം രാവിലെ വലിയച്ഛൻ അമ്മയുടെ തല മടിയിൽ എടുത്തു വെച്ച് സ്പൂൺ കൊണ്ട് വെള്ളം വായിൽ ഇറ്റിച്ചുകൊടുക്കുകയാണ്. അ മ്മയുടെ തൊണ്ടയിലെ കുറുകൽ ശബ്ദം നിലച്ചു. ശ്വാസം സാധാരണ പോലെയായി. ഒന്ന് എല്ലാവരെയും നോക്കി. പെട്ടെന്ന്! അമ്മ വാ തു റന്നു. ആവിയിടുമ്പോലെ ഒരു കവിൾ ശ്വാസം മുകളിലേക്ക് പോയി. കണ്ണ് മറിഞ്ഞ് അടഞ്ഞു. ഞാൻ പരിഭ്രമത്തോടെ 'വലിയച്ഛാ' എന്ന് ഉ റക്കെ വിളിച്ചു. മറ്റുള്ളവരൊക്കെ ഞങ്ങളുടെ അടുത്തേക്ക് വന്നു. അമ്മ യുടെ തല മെല്ലെ മടിയിൽനിന്ന് പായിൽ കിടത്തിയിട്ട് വലിയച്ഛൻ പറ ഞ്ഞു. 'കഴിഞ്ഞെണേ.'

ഒന്നുകൂടി നോക്കാൻ പറഞ്ഞപ്പോൾ കവിളിലേക്ക് ഉരുണ്ടുവീണ കണ്ണീർത്തുള്ളി കൈകൊണ്ട് തുടച്ച് അദ്ദേഹം എഴുന്നേറ്റു പുറത്തേക്ക് പോയി. ഞാൻ അവിടെ മരവിച്ചിരുന്നു. എന്റെ അമ്മ കരഞ്ഞുകൊണ്ട് പറഞ്ഞു. 'ഇത്രവേഗംന്ന് വിചാരിച്ചിര്ന്നെങ്കിൽ....' അമ്മ മുഴുവനാക്കി യില്ല.

എന്റെ അമ്മയാണോ, വലിയമ്മയാണോ എന്ന് ഓർമയില്ല. നിലവില ക്ക് കത്തിച്ചുവെച്ചു. തേങ്ങ പൊട്ടിച്ച് രണ്ടു മുറിയിലും വെളിച്ചെണ്ണ ഒഴി ച്ച് അങ്ങേമ്മയുടെ കാൽക്കലും തലയ്ക്കലും ഓരോ തിരിയിട്ട് കത്തി ച്ചുവെച്ചു.

അച്ഛൻ വാതിൽക്കൽ നിന്ന് നോക്കുകയായിരുന്നു. അമ്മ മരിച്ചു എന്ന്

മനസ്സിലായപ്പോൾ ഫോൺ ചെയ്ത് എല്ലാവരെയും വിവരം അറിയിക്കാൻ തുടങ്ങി.

പങ്കജം പത്താംക്ലാസ് ജയിച്ച ശേഷം തളിപ്പറമ്പ സർ സയിദ് കോ ളേജിലാണ് പ്രീഡിഗ്രി പഠിച്ചത്. അന്ന് അവൾ രാവിലെ കോളേജിൽ പോയിരുന്നു. അവളെ വരുത്തണം. ഫോൺ ഡയരക്കൂറി നോക്കി കോ ളേജിന്റെ നമ്പർ കണ്ടുപിടിക്കാൻ അച്ഛനെ സഹായിച്ചു. അച്ഛൻ കോ ളേജ് ഓഫീസിൽ വിളിച്ചു കാര്യം പറഞ്ഞു. അവർ ക്ലാസിൽ പോയി അനിയത്തിയെയും കൂട്ടുകാരി വല്ലിയെയും പറഞ്ഞുവിട്ടു. വിവരം അ റിഞ്ഞ ഉടനെ അനിയത്തിയും ഉറക്കെ കരഞ്ഞുവത്രെ.

മലപ്പട്ടം, എരുവേശി, തുടങ്ങിയ സ്ഥലങ്ങളിലെ ബന്ധുക്കളെ വിവ രം അറിയിക്കാൻ ഏറ്റവുമടുത്ത നമ്പറുകളിൽ വിളിച്ച് ഏൽപ്പിച്ചു. കാ വുമ്പായിക്കാരും അടുത്ത നാട്ടിലുള്ളവരും അങ്ങേമ്മയെ അവസാനമാ യി കാണാൻ വന്നുകൊണ്ടിരുന്നു.

ഉച്ചയൊക്കെ കഴിഞ്ഞപ്പോൾ നാട്ടിലെ മുതിർന്ന ആണുങ്ങൾ തിര ക്ക് കൂട്ടി. ശരീരം വേഗമെടുക്കണം. പക്ഷേ, അങ്ങനെയെടുത്തുകൂടാ. അങ്ങേമ്മയുടെ വല്യേടത്തിയുടെ മകളുടെ മകൾ, കല്യാണി വന്ന് കാണണം. അവരാണ് അമ്മയുടെ കുടുംബത്തിലെ ഏക സന്താനം. അവർ മലപ്പട്ടത്ത് നിന്ന് എത്തിയിട്ടേ ശരീരം എടുക്കാൻ പറ്റൂ. അവർ ഓടിയെത്തി വലിയമ്മയെ തൊട്ടിരുന്നു. ആണുങ്ങൾ അങ്ങേമ്മയെ പു റത്തേക്ക് എടുത്തു. അമ്മയുടെ കഴുത്തിലെ കറുത്ത നൂലിൽ കെട്ടിയ പത്താക്ക്(കാശ്) അഴിച്ചെടുത്ത് വലിയച്ഛൻ കല്യാണിയേച്ചിയുടെ കൈ യിൽ വെച്ചുകൊടുത്തു. അത് അങ്ങേമ്മയുടെ ആഗ്രഹമായിരുന്നു. സ്വർ ണത്തുടര് ആണമക്കളുടെ പെൺകുട്ടികൾക്ക് കൊടുത്തപ്പോൾ പത്താക്ക് കല്യാണിക്ക് കൊടുക്കണമെന്ന് അങ്ങേമ്മ പറഞ്ഞിരുന്നു.

ആണുങ്ങൾ അങ്ങേമ്മയെ വാഴയിലയിൽ കിടത്തി ഒരു പാനി വെ ള്ളമൊഴിച്ച് കുളിപ്പിച്ചു. കോടി പുതപ്പിച്ചു. സംബന്ധക്കാരായ ബന്ധു ക്കൾ ചുവന്ന പട്ടു പുതപ്പിച്ചു. കമ്മ്യൂണിസ്റ്റ് പാർട്ടി പ്രതിനിധികൾ പാർ ട്ടി പതാക പുതപ്പിച്ചു. റീത്ത് വെച്ചു. ഇനി അമ്മയ്ക്ക് പോകണം. എം. എസ്.പി. വീട് കത്തിച്ചുകളഞ്ഞതിനുശേഷം അമ്മ കെട്ടിപ്പടുത്ത തറ വാട്ടിലേക്ക്, തളിയന്മാർ വീട്ടുപറമ്പിലേക്ക്. അവിടെയാണല്ലോ അമ്മയു ടെ ഇളയമകനടക്കം അഞ്ചുമക്കളും മകന്റെ മകനും ഉറങ്ങുന്നത്. സ്വ ന്തം അമ്മയും ഭർത്താവിന്റെ അമ്മയും അച്ഛനും പെങ്ങളും ഉറങ്ങിയത് ആ മണ്ണിലാണല്ലോ. അമ്മയുടെ അന്ത്യവിശ്രമവും അവിടെത്തന്നെ യാകണം.

സേലം രക്തസാക്ഷി സ.തളിയൻ രാമൻ നമ്പ്യാരുടെ വിധവയാണ് എന്റെ അങ്ങേമ്മ. രക്തസാക്ഷിയുടെ പത്നിക്ക് നൽകേണ്ട ആദരവോ ടെ നാട്ടുകാർ അമ്മയെ അങ്ങോട്ട് ആനയിച്ചു. മക്കൾ കാലും തലയും പിടിച്ചു. കുട്ടികളായ പേരക്കിടാങ്ങൾ ചന്ദ്രനും ഉണ്ണിയും മധുവും അനു ഗമിച്ചു. കൂടെ ഘോഷയാത്രയായി നാട്ടുകാരും. ദൃശ്യങ്ങളൊപ്പിക്കൊ ണ്ട് പിന്നാലെ ഫോട്ടോ ഗ്രാഫറും.

കനംതൂങ്ങുന്ന മനസ്സോടെ ഇതൊക്കെ നോക്കിക്കൊണ്ട് ഞാനിരു ന്നു. ഒരു ഇതിഹാസത്തിന് അന്ത്യമായി. ജനിമൃതികളിൽ എനിക്കൊ ന്നും ചെയ്യാനാവില്ല. അതിനിടയിലും ഞാൻ നിസ്സഹായയായ വെറുമൊരു സാക്ഷി മാത്രമായിരുന്നു.

അനിയത്തിയുടെ വിവാഹം

ആ കാലത്ത് ഗ്രാമത്തിലെ പെൺകുട്ടികൾക്ക് കല്യാണം വരെയു ള്ള വെയിറ്റിംഗ് ഷെഡാണല്ലോ കോളേജ്. അന്നൊന്നും ജോലി വേണം, സ്വന്തമായി വരുമാനമുണ്ടാവണം എന്നൊക്കെയുള്ള അത്യാഗ്രഹങ്ങളൊ ന്നും സാധാരണ പെൺകുട്ടികൾക്ക് ഉണ്ടാവാറില്ല. എന്റെ അനിയത്തി യും അതിനൊരു അപവാദമായിരുന്നില്ല. എന്നാൽ എന്റെ അച്ഛന് അവ ളെ പഠിപ്പിക്കണമെന്ന് നിർബ്ബന്ധമുണ്ടായിരുന്നു.

പങ്കജം തളിപ്പറമ്പ് സർ സയിദ് കോളേജിലായിരുന്നല്ലോ പഠിച്ചത്. പ്രീഡിഗ്രിക്ക് അവൾ തേർഡ് ഗ്രൂപ്പാണ് എടുത്തത്. പ്രീഡിഗ്രി സെക്കന്റ് ഇയർ തീരാറായപ്പോഴാണ് അനിയത്തിക്ക് നടുവിൽ നിന്ന് തരക്കേടില്ലാ ത്തൊരു ആലോചന വന്നത്. ആൾ ഹൈസ്കൂൾ അധ്യാപകനാണ്. ചെക്കൻ മറ്റ് രണ്ടുപേർക്കൊപ്പം പെണ്ണുകാണാൻ വീട്ടിൽ വന്നു. അടു ക്കളയിലെ സൂത്രോട്ടയിൽ കൂടി ഞങ്ങൾ ഇറയത്തിരിക്കുന്ന ചെക്കനെ നോക്കി മാർക്കിട്ടു. കാണാൻ വലിയ കുഴപ്പമില്ല. മെലിഞ്ഞിട്ടാണ്. അനി യത്തിയും മെലിഞ്ഞിട്ടാണല്ലോ. കൂടെയുള്ള ബന്ധുവാണ് കുറച്ചു കൂ ടി ഉഷാർ എന്ന് എനിക്ക് തോന്നി. അവൾക്ക് പക്ഷെ, അങ്ങനെ തോന്നി യില്ല. ഞങ്ങളുടെ അന്നത്തെ ഒരു വിശ്വാസം സൂത്രോട്ടയിൽക്കൂടി നോ ക്കിയാൽ പുറത്തിരിക്കുന്നവർക്ക് ഞങ്ങളെ കാണാൻ കഴിയില്ല എന്നാ യിരുന്നു. പക്ഷെ, ഞങ്ങളുടെ വിശ്വാസം ഞങ്ങളെ രക്ഷിച്ചില്ല. ഞങ്ങൾ നോക്കുന്നത് ചെക്കൻ കണ്ടു. കൂടെയുള്ളവർക്ക് കാണിച്ചുംകൊടുത്തു. കണ്ണ് ചുമരിനു ചേർത്തുവെച്ചു നോക്കുന്നതുകൊണ്ട് ഒരു കണ്ണ് മാത്ര മേ കാണൂ. ആരുടെ കണ്ണ് എന്നൊന്നും തിരിച്ചറിയാൻ കഴിയില്ലെങ്കി ലും അനിയത്തി ദുഷ്ട എന്നെ പിന്നീട് ഒറ്റുകൊടുത്തുവത്രേ. 'ഏച്ച്യാ

നോക്ക്യത്, ഞാനല്ല.'

അവൾ നന്നായി നോക്കിയിരുന്നുവെന്ന കാര്യം എനിക്കല്ലേ അറിയൂ.

അച്ഛൻ അന്ന് എന്നെ ഒരു ദൗത്യമേൽപ്പിച്ചു. കല്യാണത്തിനു സമ്മ തമാണോ എന്ന് പങ്കജത്തിനോട് ചോദിച്ചറിയണം.

ഞാൻ എന്റെ ദൗത്യനിർവഹണത്തിനൊരുങ്ങി. അനിയത്തിയോട് ചോദിച്ചു. അവൾ പ്രത്യക്ഷമായി ഉത്തരം പറയാതെ മൗനംകൊണ്ട് എന്റെ ചോദ്യത്തെ സമർത്ഥമായി നേരിട്ടു. ഏതായാലും അവൾ വേണ്ട എന്ന് പറഞ്ഞില്ല. മുമ്പൊരു തവണ അവൾ അങ്ങനെ പറഞ്ഞിട്ടുണ്ടാ യിരുന്നു. അവളുടെ വിവാഹത്തോട് അച്ഛന് എതിർപ്പില്ലായിരുന്നെങ്കി ലും അവളുടെ പഠനം മുടങ്ങുന്നത് അച്ഛന് ഇഷ്ടമായിരുന്നില്ല. പ്രീഡി ഗ്രീ പരീക്ഷയെന്ന കടമ്പ എളുപ്പത്തിൽ കടക്കുമോ എന്നൊരു സംശ യം അവൾക്കുണ്ടായിരുന്നു എന്ന് വേണം കരുതാൻ. പഠിക്കാൻ കഴി യുന്ന കുട്ടിയാണെങ്കിലും അവൾ അതിനകം പഠിക്കാതിരിക്കാൻ പഠി ച്ചുകഴിഞ്ഞിരുന്നു.

അമ്മയും അവളെ വിവാഹം കഴിച്ചയക്കുന്നതിനെ അനുകൂലിച്ചു. ആർക്കും എതിർപ്പില്ലാത്തതുകൊണ്ട് വലിയച്ഛനെയൊക്കെ വിളിച്ച് ജാ തകം നോക്കി. ജാതകത്തിൽ പൊരുത്തമില്ല. അപ്പോൾ വേണ്ടെന്ന് വെ ക്കാനല്ലേ പറ്റൂ. വേണ്ടെന്നു വെക്കുകയും ചെയ്തു. കുറച്ചുദിവസങ്ങൾ മാത്രം. ദിവസങ്ങൾക്കുശേഷം വീണ്ടും ആലോചന തലപൊക്കി. രണ്ടു വീട്ടുകാരും ജാതകം മാറ്റിവെച്ചു. അങ്ങോട്ടും ഇങ്ങോട്ടും വരവും പോ ക്കുമൊക്കെ കഴിഞ്ഞു.

അടുത്ത ബന്ധുക്കളെയൊക്കെ വിളിച്ചു നിശ്ചയവും നടത്തി. 1978 ഏപ്രിൽ 30ന് കല്യാണം.

അച്ഛൻ മകളുടെ വിവാഹത്തിന് വലിയ ആർഭാടമൊന്നും കാണിച്ചി ല്ല. അധികം ആഭരണവും വസ്ത്രവുമൊന്നും വാങ്ങിയില്ല. അമ്മയുടെ പഴയ ഒരു നെക്ലേസ് അതേപടി ഉപയോഗിച്ചു. ഒരു ഇറക്കമുള്ള മാല യും രണ്ടുമൂന്നു വളകളും വാങ്ങി. പുതിയെരു കമ്മലും. അത് മണിയു ള്ള റിംഗ് മതിയെന്ന് അവൾ പറഞ്ഞപ്പോൾ അച്ഛൻ സമ്മതിച്ചു. എനി ക്കും അതുപോലെയുള്ള റിംഗ് വാങ്ങണമെന്ന് അമ്മ പറഞ്ഞു. അച്ഛൻ എനിക്കും റിംഗ് വാങ്ങിത്തന്നു. എല്ലാവർക്കും പുതിയ വസ്ത്രം ഓരോ ന്ന് വീതം വാങ്ങി. കല്യാണപ്പെണ്ണിനു കൂടുതലൊന്നും വാങ്ങിയില്ല. കു റച്ചു വിലകൂടിയത് വാങ്ങിയെന്നുമാത്രം.

അനുജത്തിയുടെ സഹപാഠിയായ ചന്ദ്രൻ, പുല്ലായിക്കൊടി ചന്ദ്രൻ, സമ്മാനപ്പൊതിയുമായി തലേദിവസം വൈകുന്നേരം തന്നെയെത്തി. അ

യാളെ സ്വീകരിച്ചു സംസാരിക്കേണ്ട ചുമതല എന്റേതുകൂടിയായി. ആ റാംക്ലാസിൽ പഠനം നിർത്തിയ ആളാണ് ഞാനെന്നറിഞ്ഞപ്പോൾ ചന്ദ്രൻ അഭിപ്രായപ്പെട്ടു. 'പഠിച്ചവരെപ്പോലെ സംസാരിക്കുന്നു.'

കേട്ടപ്പോൾ സന്തോഷം തോന്നി. മലയാറ്റൂർ രാമകൃഷ്ണൻ പൊന്നി എന്ന നോവലിൽ ഈ വാക്യം എഴുതിവെക്കുമ്പോൾ ഓർത്തുകാണില്ല. പിൽക്കാലത്ത് ഈയുള്ളവളും ഈ വാക്യത്തിന്റെ അവകാശിയാകു മെന്ന്.

മുറ്റത്തെ മുല്ലയിൽ നിന്നും പറിച്ചെടുത്ത് ഞാൻ കോർത്തുകൊടു ത്ത മുല്ലപ്പൂമാലയും മുടിയിൽ ചൂടി ഒരു ബ്യൂട്ടീഷന്റെയും സഹായമി ല്ലാതെ തന്നത്താൻ നീല സിൽക്ക് സാരിയുമുടുത്ത് ഒരുങ്ങി നിൽക്കു ന്ന പങ്കജത്തെ കണ്ട് അയൽപക്കത്തെ മുതിർന്ന സ്ത്രീകൾ പരസ്പ രം പറഞ്ഞു. 'സിൽമേൽ കാണുമ്പോലുണ്ട്.'

അക്കാലത്ത് കല്യാണത്തിനു ക്ഷണിച്ചവർ പണവും മറ്റും സമ്മാന മായി നൽകുന്ന പതിവുണ്ടായിരുന്നു. ആരോടും ഒന്നും വാങ്ങേണ്ട എ ന്ന് അച്ഛൻ തീരുമാനിച്ചിരുന്നു. കല്യാണപ്പെണ്ണ് തലയിൽ അരിയിടാൻ ഇരുന്നപ്പോൾ കരിമ്പൻ അഞ്ചുരൂപ കൊടുക്കാൻ തുടങ്ങി. അച്ഛന്റെ തീ രുമാനമനുസരിച്ച് അവൾ പണം വാങ്ങിയില്ല. അയാൾ കണ്ണീരോടെ പു റത്തേക്ക് ഇറങ്ങി നടന്നു. പങ്കജത്തെ പിന്നാലെ ഓടിച്ച് അത് വാങ്ങിയ പ്പോഴാണ് കരിമ്പന് സന്തോഷമായത്. അന്നത്തെ അഞ്ചുരൂപയ്ക്ക് നല്ല വിലയുണ്ട്.

കരിമ്പൻ ഞങ്ങളുടെ പണിക്കാരനായിരുന്നു. അച്ഛന്റെ സന്തത സ ഹചാരിയായിരുന്നു ഉരുക്ക് പോലുള്ള ആ ചെറുപ്പക്കാരൻ. അച്ഛന് സ്വ ത്ത് ഭാഗിക്കുമ്പോൾ ലഭിച്ച കൂരാച്ചിയുടെ മകൻ. താൻ പാവപ്പെട്ടവനാ യത് കൊണ്ടാണ് പണം വാങ്ങാഞ്ഞത് എന്നോർത്താണ് കരിമ്പൻ കര ഞ്ഞത്. അത് മനസ്സിലായതുകൊണ്ടാണ് അച്ഛൻ മകളോട് പിന്നാലെ പോയി പണം വാങ്ങാൻ പറഞ്ഞത്.

തൃച്ചംബരം ക്ഷേത്രത്തിൽ വെച്ചാണ് വിവാഹം. തളിപ്പറമ്പിലെ ഭാ രതീ ഹോട്ടലിൽ വെച്ച് സദ്യയും. കാവുമ്പായി നിന്ന് വധുവടക്കം ഒരു ജീപ്പിൽ നിറയെ ആളുകൾ മാത്രമേ പോയുള്ളൂ. കുറച്ചുപേർ ബസിനും പോയി. ആളുകളുടെ എണ്ണം പരമാവധി കുറയ്ക്കാൻ അച്ഛൻ ശ്രമിച്ചി രുന്നു. ഒഴിച്ചുകൂടാൻ പറ്റാത്ത കുറച്ചുപേരെ മാത്രം ക്ഷണിച്ചു. നാരായ ണമ്മാവനും വലിയമ്മയുമൊഴികെ അമ്മയുടെ മറ്റുസഹോദരങ്ങൾ മു ഹൂർത്തസമയത്ത് അമ്പലത്തിൽ എത്തുകയായിരുന്നു.

പങ്കജത്തിന്റെ കൂട്ടുകാരികളും അമ്പലത്തിലെത്തി.

കണ്ണന്റെ മുന്നിൽവെച്ച് വധൂവരന്മാർ പരസ്പരം മാലയിട്ടു, മോതി രം കൈമാറി. സദ്യയുണ്ടതിനുശേഷം കുറച്ചുപേർ പെണ്ണിനെ കൊണ്ടാ ക്കാൻ നടുവിലേക്ക് പോയി. ഞാനും ആങ്ങളമാരും അച്ഛനുമമ്മയും ജീ പ്പിൽ കാവുമ്പായിലേക്ക് തിരിച്ചു. അടുത്ത ദിവസമാണ് പെണ്ണിന്റെ വീ ട്ടിലെ വിരുന്ന്. അതിനുള്ള ഒരുക്കങ്ങൾ ചെയ്യണം.

അമ്മ രാത്രിയിൽ അടുക്കളയിൽ മറ്റുള്ളവർക്കൊപ്പമിരുന്ന് പായയിൽ തുണി വിരിച്ച് അതിൽ മുറുക്ക് പിരിക്കുകയായിരുന്നു. ദാമോദരൻ വലി യച്ഛന്റെ മകൾ സതി പങ്കജത്തിന്റെ നീണ്ട പാവാടയുമുടുത്ത് അതിനിട യിലേക്ക് ഒരു ചാട്ടം. അമ്മ പെട്ടെന്ന് കരഞ്ഞു. അമ്മയ്ക്ക് മോളെ ഓർമ്മ വന്നതാണ്.

അടുത്ത ദിവസം നടുവിൽനിന്നും വിരുന്നുകാരെത്തി. അനിയത്തി യുടെ ഭർത്താവ് എന്നോട് വന്നു മിണ്ടി. നാരായണൻ എന്നാണ് കക്ഷി യുടെ പേര്. ചപ്പാരപ്പടവ് ഹൈസ്കൂളിൽ അധ്യാപകനാണ്. അവർ നാല് മക്കളാണ്. ഏട്ടനും ഏച്ചിയും അനിയത്തിയും ഉണ്ട്.

പെണ്ണിന്റെ ബന്ധുക്കളും ചെക്കന്റെ വീട്ടിൽ വിരുന്നുപോകണം. പോ കുമ്പോൾ അപ്പം ചുട്ടു കൊണ്ടുപോകണം. മുറുക്കും കാരയും കൊയ ലയുമൊക്കെ (കുഴലപ്പം) കൊണ്ടുപോകും. സുഹൃത്തുക്കളും ബന്ധു ക്കളുമൊക്കെ അപ്പം ചുടാൻ സഹായിച്ചു. പെണ്ണിന്റെ വീട്ടിൽനിന്നും വേണ്ടപ്പെട്ടവരെയെല്ലാം കൂട്ടി അങ്ങോട്ട് വിരുന്നിനും പോയി ചടങ്ങു കൾ പൂർത്തിയാക്കി.

വീണ്ടുമൊരു വിദ്യാരംഭം

പങ്കജത്തിന്റെ പഠനം തുടരാൻ കഴിയാത്തതിൽ അച്ഛന് വലിയ പ്രയാ സമുണ്ടായിരുന്നു. അവളെ വെറുമൊരു വീട്ടമ്മയായി കാണാൻ അച്ഛന് കഴിയുമായിരുന്നില്ല. അവളുടെ കല്യാണത്തിനുശേഷം ഭർത്താവിന്റെ അമ്മയ്ക്ക് സുഖമില്ലാതായി. അതുകൊണ്ട് അവൾക്ക് ഭർതൃഗൃഹത്തിൽ നിന്നും വിട്ടുനിൽക്കാനുമാവില്ലായിരുന്നു.

അച്ഛൻ അതിനൊക്കെ പരിഹാരം കണ്ടു. പങ്കജത്തിനെ ബാംഗ്ലൂരിൽ അധ്യാപക പരിശീലന കോഴ്സിന് ചേർക്കാനുള്ള ഏർപ്പാടുകൾ ചെ യ്തു. ചിരുതേയിയെ നടുവിലെ വീട്ടിൽ കൊണ്ടാക്കി സഹായത്തിന് ആളില്ലാത്ത പ്രശ്നവും പരിഹരിച്ചു. ഇനിയിപ്പോൾ അവൾക്ക് മറ്റൊ ന്നും ചെയ്യാനില്ല. പോയി പഠിക്കുകയല്ലാതെ. മധുവിധുവൊക്കെ മാറ്റി വെച്ച് അവൾ പഠിക്കാൻ പോയി. അച്ഛനും ഭർത്താവും കൂടി അവളെ

ബാംഗ്ലൂർ കൊണ്ടുപോയി ചേർത്തു. ഇനി രണ്ടു കൊല്ലം പഠനം. അതു കഴിഞ്ഞ് ജോലിയിൽ പ്രവേശിക്കണം.

ഞാനും ചിലത് തീരുമാനിച്ചിരുന്നു. എനിക്കും എന്തെങ്കിലും പഠി ക്കണം. ഇങ്ങനെയൊരു തീരുമാനത്തിലെത്താൻ എനിക്ക് ചെറിയൊരു കാരണവുമുണ്ടായിരുന്നു. ഒരു ദിവസം എക്സ്ചേഞ്ചിൽ നിന്ന് ഫോൺ ടെസ്റ്റ് ചെയ്യാൻ വിളിച്ചപ്പോൾ ഒരു ഇംഗ്ലീഷ് വാക്ക് പറഞ്ഞു. എനിക്ക് അത് മനസ്സിലാവാതെ വന്നപ്പോൾ എന്ത് എന്ന് ഞാൻ ചോദിച്ചു. അ പ്പോൾ അയാൾ ഒന്നുചിരിച്ചു. എന്നിട്ട് മലയാളം വാക്ക് പറഞ്ഞുതന്നു. എനിക്ക് നാണക്കേടായി.

ഞാൻ ഉറച്ച തീരുമാനമെടുത്തു. എനിക്ക് ഇംഗ്ലീഷ് പഠിക്കണം. അ ടുത്ത ദിവസം തന്നെ ഏഴാംക്ലാസിലെ ഇംഗ്ലീഷ് ടെക്സ്റ്റ് ബുക്ക് സംഘ ടിപ്പിച്ചു. ഇംഗ്ലീഷ് ഡിക്ഷ്ണറി ഉപയോഗിച്ച് പഠിക്കാൻ തുടങ്ങി.

അപ്പോഴാണ് എന്റെ അടുത്ത് ഒരു വാർത്ത എത്തിയത്. ഓമന അ മ്മായി പത്താംക്ലാസ് പരീക്ഷയെഴുതി പാസ്സായിരിക്കുന്നു. ആ വാർത്ത എന്നിലുണ്ടാക്കിയ ചലനങ്ങൾ എത്രയാണെന്ന് പറഞ്ഞറിയിക്കാൻ ആവി ല്ല. എന്റെ ജീവിതം വഴിതിരിച്ചുവിട്ടൊരു വാർത്തയായിരുന്നു അത്.

ഓമന അമ്മായി നന്നായി പഠിക്കുന്ന കുട്ടിയായിരുന്നു. അത് പരിഗ ണിക്കാതെയാണ് ഒമ്പതാം ക്ലാസിൽ പഠിക്കുമ്പോൾ എന്റെ അമ്മാവനു മായി കല്യാണം നടത്തിയത്. കല്യാണത്തിനുശേഷം അമ്മായിയെ അ വരുടെ വീട്ടിൽ കൊണ്ടാക്കിയതാണ്, സ്കൂൾപഠനം തുടരാൻ. കുറച്ചു ദിവസം കഴിഞ്ഞ് അമ്മാവൻ ഭാര്യവീട്ടിൽ പോയപ്പോഴാണ് അറിയുന്ന ത്. അമ്മായി സ്കൂളിൽ പോയിട്ടില്ലെന്ന്. അമ്മാവൻ അമ്മായിയെ വീട്ടി ലേക്ക് തന്നെ കൊണ്ടുവന്നു. ഒമ്പതാം ക്ലാസിൽ പഠിക്കുന്ന ഒരു കുട്ടി ക്ക് കല്യാണശേഷം ആ ക്ലാസിൽ പോയി പഠിക്കാനുള്ള ബുദ്ധിമുട്ട് മറ്റു ള്ളവർക്ക് മനസ്സിലാവില്ലല്ലോ. അമ്മായി ഈ വിഷമങ്ങളൊന്നും ആരോ ടും തുറന്നുപറയാറില്ല താനും. അധികം സംസാരിക്കാത്ത പ്രകൃതമാ യിരുന്നു അവരുടേത്. പതിനാലു വയസ്സിൽ പഠനം നിർത്തിയ ആളാണ് അഞ്ചാറുവർഷത്തിനുശേഷം പരീക്ഷ എഴുതി പാസായത്.

അപ്പോൾ എനിക്കും ഒന്ന് പരീക്ഷിച്ചു നോക്കിക്കൂടെ! ഞാൻ നാരാ യണമ്മാവനോടു അമ്മായി എങ്ങനെയാണ് പരീക്ഷ എഴുതിയത് എന്ന് ചോദിച്ചറിഞ്ഞു. പതിനേഴു വയസ്സുകഴിഞ്ഞാൽ പ്രൈവറ്റ് ഓവർ ഏജ് ഡ് കാന്റിഡേറ്റ് ആയി എസ്.എസ്. എൽ.സി. പരീക്ഷ എഴുതാം. പരീ ക്ഷ എഴുതാൻ ഉദ്ദേശിക്കുന്ന സെന്ററിലെ ഹെഡ്മാസ്റ്റർ ഒരു പരീക്ഷ ന ടത്തും. അതിൽ പരീക്ഷാർത്ഥി വിജയിക്കണമെന്നുമാത്രം.

അമ്മായി കോട്ടയത്തോ മറ്റോ ഉള്ള പ്രകാശ് കോളേജിന്റെ നോട്സ് വരുത്തിയിരുന്നു. അവരുടെ മേൽവിലാസം വാങ്ങി ഞാനും എഴുതി. ഫീസ് അടക്കാൻ ആവശ്യപ്പെട്ട് അവരുടെ മറുപടി കിട്ടി. ഞാൻ പോ സ്റ്റുമാന്റെ സഹായത്തോടെ അച്ഛനോട് പണം വാങ്ങി ഫീസടച്ചു. വൈ കാതെ അവരുടെ കുറിപ്പുകൾ കിട്ടിത്തുടങ്ങി.

പരീക്ഷ എഴുതണമെന്ന തീരുമാനമെടുക്കാൻ എനിക്ക് അരനിമിഷം പോലും വേണ്ടിവന്നില്ല. എനിക്ക് എന്റെ ആ നശിച്ച ജീവിതത്തിൽനിന്ന് മോചനം നേടണമായിരുന്നു. അതിന് എന്റെ മുന്നിലുള്ള ഏകമാർഗം പഠനമാണെന്ന് ഞാൻ ഉറച്ചു വിശ്വസിച്ചു .

ഒരു നിമിഷം പോലും ഇനിയെനിക്ക് പാഴാക്കാനില്ല. കാരണം എനി ക്ക് 22 വയസ്സായി. ജൂൺ മാസം തുടങ്ങിയിട്ട് കുറെയായി. മാർച്ചിലാണ് പരീക്ഷ.

അക്കാലത്തെ എസ്.എസ്.എൽ.സി.പരീക്ഷയ്ക്ക് പഠിക്കാനുള്ള സില ബസിൽ എട്ട്, ഒമ്പത് ക്ലാസ്സുകളിലെ കുറച്ചു പാഠഭാഗങ്ങൾ കൂടി ഉൾ പ്പെടുത്തിയിരുന്നു. അവ ഏതൊക്കെയെന്ന് കുറച്ചു കഴിഞ്ഞേ അറിയാ നും പറ്റൂ. അതുകൊണ്ട് എട്ട്, ഒമ്പത്, പത്ത് ക്ലാസുകളിലെ പാഠപുസ്ത കങ്ങൾ സംഘടിപ്പിക്കണമായിരുന്നു. പഴയ പുസ്തകങ്ങൾ ജൂണിൽ കി ട്ടാൻ പ്രയാസമാണ്. അതൊക്കെ കുട്ടികൾ നേരത്തെ കൈമാറിക്കഴി ഞ്ഞിരിക്കും. പെട്ടെന്നെടുത്ത തീരുമാനമായതുകൊണ്ട് എനിക്ക് അതൊന്നും ഇനി കിട്ടാനും പോകുന്നില്ല. വേണമെങ്കിൽ പുതിയ പു സ്തകങ്ങൾ വാങ്ങാം.

മക്കളുടെ പഠനകാര്യങ്ങൾക്ക് പണം മുടക്കാൻ അച്ഛന് വിഷമമില്ലാ യിരുന്നു. പക്ഷെ, ഇവിടെ എനിക്കാണ് വിഷമം. ഞാൻ ഒരു വല്ലാത്ത മാനസികാവസ്ഥയിലെത്തിയിരുന്നു. ആർക്കും അധികം ബാധ്യത ആ കാതെ കഴിയണം. മാതാപിതാക്കൾ എനിക്കുവേണ്ടി കൂടുതൽ ചെലവ ഴിക്കേണ്ട. പഠനവും പരീക്ഷയും എന്റെ മുന്നിൽ തെളിയുന്നതിനുമുമ്പ് ഞാൻ സ്വന്തമായി വരുമാനമുണ്ടാക്കി ജീവിക്കാനുള്ള വഴികൾ ആലോ ചിച്ചിരുന്നു. ഒന്നിനും കൊള്ളാത്തവൾ, നിന്നെപ്പോലുള്ളതല്ലേ ബാക്കി യുണ്ടാവുക, എന്നിങ്ങനെയുള്ള അഭിപ്രായങ്ങൾ കേട്ടുമരവിച്ച മനസ്സി ന്റെ ആഗ്രഹമായിരുന്നു അത്. കോഴിയെ വളർത്തിയാലോ എന്നൊക്കെ യായിരുന്നു എന്റെ ചിന്തകൾ ആദ്യം കാടുകേറിയിരുന്നത്.

ഈ അവസ്ഥയിലുള്ള ഞാൻ അധികം പുസ്തകങ്ങൾ വാങ്ങിപ്പിച്ചി ല്ല. ചിലതൊക്കെ പഴയത് കിട്ടി. കുറെ കൈകൊണ്ടു പകർത്തിയെടു ത്തു. എനിക്ക് പരീക്ഷ എഴുതിയാൽ ജയിക്കുമെന്ന പ്രതീക്ഷയുമില്ലാ യിരുന്നു. അപ്പോൾ വെറുതെയെന്തിനു ബാക്കിയുള്ളവരെക്കൂടി കഷ്ട

പ്പെടുത്തുന്നു. യാതൊരു നിവൃത്തിയുമില്ലാത്തപ്പോൾ മാത്രം പുതിയ പുസ്തകങ്ങൾ വാങ്ങി.

എനിക്ക് സ്വയം പഠിക്കാൻ പറ്റിയ സാഹചര്യം എന്റെ വീട്ടിലുണ്ടാ യിരുന്നു. ഞാനത് വേണ്ട പോലെ ഉപയോഗിക്കുകയായിരുന്നു. എനി ക്ക് വേണ്ട വലിയ കാര്യങ്ങളൊക്കെ എന്റെ പ്രഗത്ഭനായ അച്ഛൻ ചെയ് തുതരും. അമ്മയാണെങ്കിലും പറ്റുന്നതൊക്കെ ചെയ്യുമായിരുന്നു. ഏത് സമയത്തും ചായവെച്ചുതരും. ഭക്ഷണം തരും.

എന്റെ വീടിന്റെ ഏതാണ്ട് അടുത്തായി പത്താംക്ലാസിൽ പഠിക്കുന്ന രണ്ടുപേരുണ്ടായിരുന്നു. ഒരാൺകുട്ടിയും ഒരു പെൺകുട്ടിയും. രണ്ടുപേ രെയും ഞാൻ ദുതൻ വഴി സമീപിച്ചു. വീട്ടിൽ പശുവിനെയും മൂരികളെ യും നോക്കാൻ നിൽക്കുന്ന മേമിയെന്ന കുട്ടിയായിരുന്നു എന്റെ ദുതൻ. ഞാൻ അവന്റെ കൈയിൽ ഇന്ന നോട്ട് വേണം, ഇന്ന ബുക്ക് വേണം എന്നെഴുതി കൊടുത്തയയ്ക്കും. അവൻ നോട്ടും ബുക്കും വാങ്ങി എനി ക്ക് കൊണ്ടുത്തരും. കഴിയുന്നത്ര വേഗത്തിൽ പകർത്തിയെടുത്ത് ഞാന ത് തിരിച്ചുകൊടുത്തയക്കും.

അധികം വൈകാതെ ഞാൻ പെൺകുട്ടിയുടെ നോട്ടിനെ മാത്രം ആശ്രയിക്കാൻ തുടങ്ങി. വല്ലപ്പോഴും എന്തെങ്കിലുമൊക്കെ കുത്തിക്കു റിക്കുന്ന നോട്ടുകൊണ്ട് എനിക്ക് പ്രയോജനമില്ലല്ലോ. എന്നാൽ പെൺ കുട്ടി സാമാന്യം നന്നായി പഠിക്കും. നോട്ടെഴുതും. അളോറ രാമേട്ടന്റെ മകൾ പങ്കജമായിരുന്നു ആ മിടുക്കി പെൺകുട്ടി. ശ്രീകണ്ഠാപുരം ഗവ.ഹൈസ്കൂളിലെ പത്താംക്ലാസിൽ അധ്യാപകർ നൽകുന്ന നോട്ടു കളെല്ലാം അധികം വൈകാതെ എന്റെ ബുക്കിലേക്ക് ഞാൻ പകർത്തി യെടുക്കും. കിട്ടാവുന്നത്ര ഗൈഡുകളും പഴയ ചോദ്യക്കടലാസുകളും ഞാൻ സംഘടിപ്പിച്ചു. പഠിക്കാൻ ഒരു ടൈംടേബിളും ഉണ്ടാക്കി. അതൊ രിക്കലും തെറ്റിക്കാതെ ഞാനിരുന്നു പഠിച്ചു.

രാവും പകലും മഞ്ഞും മഴയും തണുപ്പും ഭേദമില്ലാതെ, ഊണ്, ഉറ ക്കം, കുളി എല്ലാറ്റിന്റെയും സമയം വെട്ടിക്കുറച്ചുകൊണ്ട്, ഒരു ദിവസ ത്തിന്റെ 24 മണിക്കൂറിൽ 20 മണിക്കൂറും ഞാൻ പഠനത്തിനുവേണ്ടി ചെലവഴിച്ചു. രാത്രിയിൽ പന്ത്രണ്ടു മണിയെന്നോ, ഒരുമണിയെന്നോ ഓർ ക്കാതെ ഞാൻ ഇരയത്തിരുന്നു പഠിക്കുമായിരുന്നു. അക്കാലത്തെ തണു പ്പിനെ മറികടക്കാൻ കട്ടികുറഞ്ഞ ചകലാസ് പുതച്ചാണ് പുറത്തിരിക്കാ റുള്ളത്. പുലർച്ചെ നാലുമണിക്ക് വീണ്ടുമെഴുന്നേറ്റ് പുറത്തിരിക്കും. ഒ രുദിവസം നാലുമണിക്ക് പകരം ഞാൻ രണ്ടുമണിക്ക് എഴുന്നേറ്റുപോ യി. ക്ലോക്കിൽ നോക്കാനൊന്നും മെനക്കെടാതെയാണ് കിണ്ടിയിലെ വെ ള്ളമെടുത്ത് മുഖം കഴുകി പുറത്തിരുന്നത്. കുറച്ചുസമയം കഴിഞ്ഞപ്പോൾ

ഞാൻ തണുത്ത് വിറക്കാൻ തുടങ്ങി. സഹിക്കാൻ പറ്റാതായപ്പോൾ തെ ക്കേ അകത്തുകയറി ആങ്ങളയുടെ പുതപ്പിനുള്ളിൽ അൽപ്പസമയം ചു രുണ്ടുകൂടി. ആ കാലത്ത് ചിലദിവസങ്ങളിൽ ഞങ്ങളുടെ നാട്ടിൽ കൂ ളൻ (മൂടൽമഞ്ഞ്) ഇറങ്ങുമായിരുന്നു.

ഗൈഡിന്റെയും നോട്ടിന്റെയും സഹായത്തോടെ കണക്കിലെ പ്രശ് നങ്ങൾ നിർദ്ധാരണംചെയ്ത് ഉത്തരത്തിലെത്തും. ഇങ്ങനെ ഉത്തരത്തിൽ എത്തിച്ചേർന്നാൽ എനിക്ക് ലഭിക്കുന്ന സംതൃപ്തിയും സന്തോഷവും എത്രയാണെന്ന് പറഞ്ഞറിയിക്കാൻ ആവില്ലായിരുന്നു. കണക്ക് എന്റെ ഇഷ്ടവിഷയമായിരുന്നല്ലോ.

എപ്പോഴും കൈയിൽ പുസ്തകവുമായി ഇരിക്കുന്ന എന്റെ സമീപ ത്തേക്ക് പരിചയവും അടുപ്പവുമുള്ള ഒരു നാട്ടുകാരി വന്ന് പുസ്തകം മ റിച്ചുനോക്കി. 'ഓ..പത്താംക്ലാസിലെ പുസ്തകം. ഇനിയിപ്പോ പഠിച്ചിട്ട് എന്താകാനാ.' അവൾ അലസമായി പറഞ്ഞു. ഞാൻ ഒന്നും മിണ്ടിയി ല്ല. എന്തെങ്കിലും ആകും എന്നൊരു വിശ്വാസം എനിക്കുമുണ്ടായിരുന്നി ല്ലല്ലോ. ഇരുപത്തിരണ്ടു വയസ്സുകഴിഞ്ഞ ഒരുത്തി വീട്ടിലിരുന്നുകൊണ്ട് ഒറ്റയ്ക്ക് പഠിക്കുകയാണ്. പരീക്ഷ എഴുതാനാണ് ഉദ്ദേശിക്കുന്നത് എന്ന് ആരെയും അറിയിച്ചിട്ടില്ല താനും. അതിനുള്ള ആത്മവിശ്വാസം എനി ക്ക് ഉണ്ടായിരുന്നില്ല. അല്ലെങ്കിലും സാമാന്യബുദ്ധിക്ക് നിരക്കുന്ന നിർ ദ്ദോഷമായ അഭിപ്രായപ്രകടനമായിരുന്നു അതെന്ന് എനിക്കറിയാമായി രുന്നു.

ഒരുദിവസം ചപ്പാരപ്പടവിലെ നാരായണേട്ടൻ വന്നപ്പോൾ എന്റെ പഠ നയഞ്ജം കണ്ടിട്ട് പറഞ്ഞു. 'എനിക്കാണെങ്കിൽ ഇത്ര ക്ഷമയൊന്നും ഉണ്ടാവില്ല.'

അദ്ദേഹം അധ്യാപകനും പണ്ഡിതനുമൊക്കെയാണല്ലോ. പഠിക്കുന്ന വരെ പ്രോത്സാഹിപ്പിക്കുന്നതിനു പകരം ഇങ്ങനെയാണോ പറയേണ്ട ത് എന്ന് തോന്നാതിരുന്നില്ല.

മിക്ക ദിവസങ്ങളിലും പുറത്തുള്ള ആരെങ്കിലും ഞങ്ങളുടെ വീട്ടിൽ രാത്രിയിൽ ഉറങ്ങാൻ ഉണ്ടാകും. അത് മിക്കവാറും പാർട്ടിക്കാർ ആയിരി ക്കും. അവർ ചിലപ്പോൾ ഇറയത്ത് കിടക്കും. അല്ലെങ്കിൽ തെക്കേ അക ത്ത് കിടക്കും. എന്റെ രാത്രി, പുലർച്ചെ പഠനത്തിന് അത് ചില്ലറ അ ലോസരമുണ്ടാക്കാറുണ്ടെങ്കിലും അതിനെയും ഞാൻ മറികടന്നു. അ വർ അവിടെ കിടന്നോട്ടെ എന്ന മട്ടിൽ ഞാൻ ഇറയത്തിരുന്നുതന്നെ പഠിച്ചു. ഒരുദിവസം ടി.വി.കെ. രാവിലെ തെക്കേ അകത്തുനിന്ന് എഴു ന്നേറ്റ് പുറത്തുവന്നിട്ട് ഇറയത്തിരുന്നു പഠിക്കുന്ന എന്നോട് ചോദിച്ചു. 'പുലർച്ചയ്ക്കേ എഴുന്നേറ്റ് പഠിക്കാണല്ലേ.'

ഞാൻ ഒന്നും മിണ്ടിയില്ല. അച്ഛന്റെ സുഹൃത്തായ നേതാവാണ്. മുമ്പും അദ്ദേഹം വീട്ടിൽ വന്നു തങ്ങിയിട്ടുണ്ട്. കണ്ടിട്ടുണ്ട് എന്നല്ലാതെ ഇതുവരെ എന്നോടു മിണ്ടിയിട്ടില്ല. വീട്ടിൽ വരുന്ന സഖാക്കളും സുഹൃ ത്തുക്കളുമൊന്നും എന്നോടു മിണ്ടാറില്ല. അങ്ങനെ മിണ്ടാനുള്ള സാഹ ചര്യവും ഉണ്ടാകാറില്ല. എപ്പോഴും അച്ഛനെ കാണാൻ ആളുകൾ വരാറു ണ്ട്. ആരെങ്കിലും വരുമ്പോൾ ഞാൻ ഇറയത്തുണ്ടെങ്കിൽ അമ്മേന്നു വി ളിച്ചിട്ട് ആത്രേയകത്തേക്ക് കയറിപ്പോകുമായിരുന്നു. അമ്മ വന്നു നോ ക്കിയിട്ട് ആരാ, എന്താന്നൊക്കെ ചോദിക്കും. വീട്ടിൽ ഞാൻ മാത്രമുള്ള പ്പോഴാണ് ആരെങ്കിലും വരുന്നതെങ്കിൽ ആത്രേയകത്ത് നിന്ന് അച്ഛനോ ട് 'ആര് വന്നൂന്നാ പറയേണ്ടതെന്ന്' ചോദിക്കും.

അന്നത്തെ കാലത്ത് അതിൽ വലിയ അസ്വാഭാവികതയൊന്നുമില്ല. പരിചയമില്ലാത്ത ആണുങ്ങളോട് വീട്ടിലെ പെണ്ണുങ്ങൾ അത്രയൊക്ക യേ മിണ്ടാറുള്ളൂ. സുഖമില്ലാത്ത കുട്ടിയായതുകൊണ്ട് ഞാൻ ഒന്നുകൂടി ഉൾവലിഞ്ഞു എന്നേയുള്ളൂ. ഓർക്കാപ്പുറത്ത് അദ്ദേഹം അങ്ങനെ ചോ ദിച്ചപ്പോൾ ഞാനൊന്ന് പരിഭ്രമിച്ചു. അതാണ് എനിക്ക് മറുപടി പറയാൻ പറ്റാഞ്ഞത്.

സന്ദർശകരും പണിക്കാരും വിരുന്നുകാരുമൊക്കെയായി എല്ലായ്പ്പോ ഴും വീട് നിറയെ ആളുണ്ടാവും. അപ്പോൾ ഞാൻ പറമ്പിലേക്കിറങ്ങും. മാവിന്റെയോ, വാഴയുടെയോ തണലിൽ ഇരുന്ന് പഠിക്കും.

ആ വർഷം വായനശാലയുടെ വാർഷികം രണ്ടുദിവസമാണ് ഉച്ചഭാ ഷിണിയൊക്കെ വെച്ച് ആഘോഷിച്ചത്. വീട്ടുപറമ്പിൽ തന്നെയാണല്ലോ വായനശാല. ആ ഒച്ചയെ മറികടന്ന് എനിക്ക് പഠിക്കാൻ കഴിയില്ല എന്ന് തോന്നിയപ്പോൾ ഞാൻ പുസ്തകമൊക്കെ വാരിക്കെട്ടി വീട് വിട്ടിറങ്ങി. കുറച്ചു ദൂരെയുള്ള വലിയച്ഛന്റെ വീട്ടിൽ പോയിരുന്നാണ് ഞാൻ രണ്ടു ദിവസവും പഠിച്ചത്.

അത്രമേലിഷ്ടമുണ്ടായിട്ടും ആ വർഷം ഞാൻ വായനശാലാ വാർഷി കത്തിലെ ഒരു പരിപാടിയും കാണുകയോ, കേൾക്കുകയോ ചെയ്തില്ല. എനിക്ക് രണ്ടു ദിവസം പോയിട്ട് രണ്ടു മിനുട്ട് നഷ്ടപ്പെടുത്താൻ ഇല്ലായി രുന്നു. എല്ലാ പ്രലോഭനങ്ങളിൽ നിന്നും ഞാൻ സ്വയം അകന്നുമാറി. അപ്പോഴൊക്കെ ഒരു കഥയുടെ തുണ്ട് ഞാൻ ഓർക്കുമായിരുന്നു. വേദം പഠിക്കാൻ മറ്റൊരു ഇല്ലത്ത് എത്തിയ ബ്രഹ്മചാരി പഠനം പൂർത്തിയായ ദിവസമാണ് അവിടുത്തെ പെൺകുട്ടി വിളമ്പിയ കറിയുടെ സ്വാദ് തിരി ച്ചറിഞ്ഞു പറഞ്ഞത്. എന്നും അതേ തരത്തിലുള്ള കറിതന്നെയായിരു ന്നു അവൾ അയാൾക്ക് വിളമ്പിയിരുന്നത്. അന്നൊന്നും അയാൾ അതി ന്റെ രുചി തിരിച്ചറിഞ്ഞില്ലെന്നുമാത്രം. ഞാനും ഏതാണ്ട് ആ അവസ്ഥ

യിൽ എത്തിയിരുന്നു. എനിക്കൊരു ലക്ഷ്യമുണ്ട്. പഠിക്കണം, ജയിക്ക ണം. അതിനുവേണ്ടി എത്ര കഷ്ടപ്പെടാനും ഞാൻ തയ്യാറായിരുന്നു.

പഠനവഴിയിലെ കടമ്പകൾ

പഠനവഴിയിൽ എനിക്ക് തരണംചെയ്യാൻ കുറെ കടമ്പകൾ ഉണ്ടായി രുന്നു. പരീക്ഷയെഴുതാൻ അപേക്ഷിക്കുന്ന സെന്ററിൽ പോയി പരീ ക്ഷാർത്ഥി യോഗ്യത തെളിയിക്കുന്ന ടെസ്റ്റ് എഴുതി പാസ്സാവണം. അച്ഛൻ ശ്രീകണ്ഠാപുരം ഗവ.ഹൈസ്കൂളിൽ പോയി ഹെഡ്മാസ്റ്ററെ കണ്ട് അ തിനുള്ള ഏർപ്പാടൊക്കെ ചെയ്തു. വീട്ടിൽ വന്ന് എന്നോട് വിവരം പറ ഞ്ഞപ്പോൾ ഞാൻ അൽപ്പം ഭയന്നു. ഒരുപക്ഷേ, ഞാൻ ആ ടെസ്റ്റിൽ തോറ്റുപോയാലോ. അപ്പോൾ എനിക്ക് പത്താം ക്ലാസ് പരീക്ഷ എഴു താൻ കഴിയില്ലല്ലോ. എന്റെ തീവ്രാഭിലാഷത്തിന്റെ കടയ്ക്കൽ കത്തി വെക്കാൻ അങ്ങനെയൊരു സാധ്യത ഞാൻ മുൻകൂട്ടി കണ്ടു. എനിക്ക് അതൊഴിവാക്കിയേ തീരൂ. അതുകൊണ്ട് ഹെഡ്മാസ്റ്റർ നടത്തുന്ന പരീ ക്ഷയിൽനിന്ന് എന്നെ ഒഴിവാക്കിത്തരണം. അച്ഛൻ വീണ്ടും ഹെഡ്മാ സ്റ്ററെ കണ്ടു. എന്റെ ആവശ്യം ഭാഗികമായി അദ്ദേഹം അംഗീകരിച്ചു. ഞാൻ സ്കൂളിൽപോയി യോഗ്യതാ പരീക്ഷ എഴുതേണ്ട. പകരം അദ്ദേ ഹത്തിന് വിശ്വാസമുള്ള ഒരു അധ്യാപകനെ എന്നെ ഇന്റർവ്യു ചെയ്യാൻ വീട്ടിലേക്ക് അയക്കും.

ശ്രീകണ്ഠാപുരത്തുനിന്ന് ആയിടെ വിരമിച്ച പ്രഗത്ഭനായ അധ്യാപ കനായിരുന്നു ഗ്രിഗറി മാസ്റ്റർ. അദ്ദേഹം ശ്രീകണ്ഠാപുരത്ത് ഗ്രിഗറീസ് കോളേജ് എന്ന പേരിൽ ഒരു ട്യൂട്ടോറിയൽ കോളേജ് തുറന്നിട്ടുണ്ട്. അദ്ദേ ഹത്തെയാണ് ബാലകൃഷ്ണൻ മാസ്റ്റർ, ഹെഡ്മാസ്റ്റർ, എന്നെ പരീക്ഷി ക്കാൻ നിയോഗിച്ചത്. അച്ഛൻ അദ്ദേഹത്തെ വീട്ടിൽ കൂട്ടിക്കൊണ്ടു വന്നു. അദ്ദേഹം എന്നോട് രണ്ടുമൂന്നു ചോദ്യങ്ങൾ ചോദിച്ചു. സായിപ്പിനെ കാ ണുമ്പോൾ കവാത്ത് മറക്കുമ്പോലെ പരിഭ്രമംകാരണം ഞൊടിയിടകൊ ണ്ട് അതുവരെ പഠിച്ചതെല്ലാം ഞാൻ മറന്നുപോയി. വിക്കിവിക്കി ഞാ നെന്തോ പറഞ്ഞു. ഒന്നും ശരിയായ ഉത്തരമായിരുന്നില്ല. അദ്ദേഹം സ് കൂളിൽ പോയി ബാലകൃഷ്ണൻ മാഷിന് റിപ്പോർട്ട് നൽകി. 'ആ കുട്ടി പരീക്ഷ എഴുതാൻ യോഗ്യയല്ല.'

ഞാൻ ഒരു പരീക്ഷയെ അഭിമുഖീകരിച്ചിട്ട് പത്തുകൊല്ലം കഴിഞ്ഞു വല്ലോ. രോഗത്തിലും ദുരിതത്തിലും മുങ്ങിപ്പൊങ്ങുന്നതിനിടയിൽ ഉണ്ടാ യിരുന്ന ആത്മവിശ്വാസം മുഴുവൻ അപ്പോഴേക്കും അലിഞ്ഞു തീർന്നി രുന്നു.

അച്ഛനോട് ഞാൻ സങ്കടത്തോടെ പറഞ്ഞു. 'എന്നെ പരീക്ഷയെഴു താൻ അനുവദിക്കണമെന്ന് ഹെഡ്മാഷോട് പറയണം. എനിക്ക് തോറ്റ സർട്ടിഫിക്കറ്റ് എങ്കിലും കിട്ടുമല്ലോ.'

അച്ഛൻ ഹെഡ്മാസ്റ്ററെ കാണാൻ പോയി. മാഷ് ആച്ഛനോട് പറഞ്ഞു. 'അവൾ നന്നായി പഠിച്ചിട്ട് അടുത്തവർഷം പരീക്ഷയെഴുതട്ടെ.'

അച്ഛൻ അദ്ദേഹത്തോട് ചോദിച്ചു. 'ആ സുഖമില്ലാത്ത കുട്ടിക്ക് ഒരു തോറ്റ സർട്ടിഫിക്കറ്റെങ്കിലും കിട്ടുന്നതിന് മാഷക്കൊന്ന് സഹായിച്ചു കൂടെ?'

ആ ചോദ്യത്തിൽ മാഷ് വീണു. അദ്ദേഹം എന്നെ പരീക്ഷയെഴുതാൻ അനുവദിച്ചു. സ്കൂളിൽ പോയി അപേക്ഷയൊക്കെ സമർപ്പിച്ചു. ഗോപി മാഷാണ് ഫോമൊക്കെ പൂരിപ്പിക്കാൻ സഹായിച്ചത്. പിൽക്കാലത്ത് അ തേ സ്കൂളിൽ ജോലിചെയ്യാൻ തുടങ്ങിയപ്പോൾ അദ്ദേഹം എന്റെ സഹ പ്രവർത്തകനായി മാറി. പരീക്ഷയ്ക്ക് ഫീസ് അടച്ചു. ഇടതുകൈയിലെ മുറിവിന്റെ പാടും, വലതുകൈത്തണ്ടയുടെ മടക്കിലെ! കറുത്ത കരുപാ റ്റയും എസ്.എസ്.എൽ.സി. ബുക്കിൽ ചേക്കേറാനുള്ള അടയാളങ്ങളായി.

ഗ്രിഗറി മാഷ് അദ്ദേഹത്തിന്റെ കോളേജിലെ ഒരു അധ്യാപകനെ എ ന്റെ അടുത്തേക്ക് അയച്ചു. അൽപ്പം ഇംഗ്ലീഷ് ഒക്കെ പറഞ്ഞുതരാൻ. മാ ഷ് ഇംഗ്ലീഷ് ടെസ്റ്റ് നടത്തി ആൻസർ പേപ്പർ ഗ്രിഗറി മാഷെ ഏൽപ്പിച്ചു. അത് മൂല്യനിർണയം ചെയ്തിട്ട് ഗ്രിഗറി മാഷ് ചോദിച്ചുവത്രെ. 'മാഷി ന്റെ മുന്നിൽ വെച്ചാണോ ആ കുട്ടി പരീക്ഷ എഴുതിയത്?'

എനിക്ക് നല്ല മാർക്കുണ്ടായിരുന്നു. അതാണ് അദ്ദേഹം അങ്ങനെ ചോദിച്ചത്.

മാർച്ച് മാസമായി. സ്കൂളിൽ പോയി ഹാൾടിക്കറ്റ് വാങ്ങണം. അടു ത്ത ദിവസം മുതൽ പരീക്ഷ എഴുതാൻ പോകണം. അച്ഛൻ തീരുമാനം പറഞ്ഞു. 'പോകാനും വരാനും കാർ ഏർപ്പാടാക്കാം.'

എനിക്ക് കാറിൽ കയറി പരീക്ഷയ്ക്ക് പോകുന്ന കാര്യം ആലോചി ക്കാൻ പോലും കഴിയില്ലായിരുന്നു. ഒന്നാമത് ഞാൻ പരീക്ഷ എഴുതി യാൽ ജയിക്കുമെന്ന് യാതൊരുറപ്പും ഉണ്ടായിരുന്നില്ല. ഞാൻ പരീക്ഷ എഴുതുന്ന കാര്യവും നാട്ടിലാരും അറിഞ്ഞിരുന്നില്ല. കാർ ഞങ്ങളുടെ നാട്ടുകാരെ സംബന്ധിച്ച്, ഞങ്ങളെ സംബന്ധിച്ചും വലിയൊരു ആഡം ബരമാണ്. ഈ സാഹചര്യത്തിൽ കാറിൽ കയറി ആർഭാടപൂർവംപോ യി പരീക്ഷയെഴുതി ഞാനെങ്ങാൻ തോറ്റുപോയാൽ.

ഞാൻ പറഞ്ഞു. 'എനിക്ക് കാർ വേണ്ട. എങ്ങനെയെങ്കിലും ബസിനു പോകാം.'

ഞാൻ പറഞ്ഞുതീരുന്നതിനുമുമ്പ് അച്ഛൻ എന്നെ അടിക്കാൻ തുട

ങ്ങിയിരുന്നു. അച്ഛന്റെ ഉരുക്കുപോലുള്ള കൈകൾ കൊണ്ട് എന്നെ തല ങ്ങും വിലങ്ങും അടിച്ചു. 'എന്തിനാ എന്നെ അടിക്കുന്നത്' എന്നു ചോദി ച്ചുകൊണ്ട് ഞാൻ കരഞ്ഞു. എന്റെ കരച്ചിലിന് അച്ഛനെ പിന്തിരിപ്പിക്കാൻ കഴിഞ്ഞില്ല. കൈത്തരിപ്പ് മാറുവോളം അച്ഛൻ അന്ന് എന്നെ അടിച്ചു.

എന്നെയുംകൊണ്ട് ബസ്സിന് പോകാനുള്ള പ്രയാസം ഓർത്തിട്ടായി രിക്കും അച്ഛന് കലികയറിയത്.

എന്റെ ശരീരമാകെ ഇടിച്ചുനുറുക്കിയ വേദനയായിരുന്നു. ആ വേദന യ്ക്കിടയിലും ഞാൻ കരഞ്ഞുകൊണ്ട് പഠിച്ചു. എങ്ങനെ പഠിക്കാതിരി ക്കും. അടുത്ത ദിവസം പരീക്ഷയല്ലേ. ഒമ്പത് മാസത്തെ കഠിനാധ്വാനം കടലാസിൽ പകർത്തണ്ടേ.

നാരായണമ്മാവനാണ് ആദ്യദിവസം എന്നെ പരീക്ഷയെഴുതാൻ സ്കൂ ളിൽ കൊണ്ടാക്കിയത്. ഞങ്ങൾ മെയിൻ റോഡ് വരെ നടന്നുപോയി ബസിൽ കയറി സ്കൂളിന്റെ മുന്നിലിറങ്ങി. കുന്നിൻ പുറത്താണ് സ് കൂൾ. അമ്മാവന്റെ കൂടെ ഞാൻ പതുക്കെ കുന്നുകയറി. രാവിലെ 8.30നു മുമ്പുതന്നെ ഞങ്ങൾ സ്കൂളിലെത്തി. പുറത്തുകണ്ട ഒരു ബെഞ്ചിൽ ഇ രുന്ന് ഞാൻ വായിക്കാൻ തുടങ്ങി. സ്റ്റാഫ് റൂമിന്റെ പുറത്ത് ഒരു ജനലി നോട് ചേർന്നായിരുന്നു ഞാൻ ഇരുന്നത്. ഉള്ളിൽനിന്ന് ഒരു അദ്ധ്യാപ കൻ ഞാൻ ചാരിയിരിക്കുന്ന ജനാല വാതിൽ പെട്ടെന്ന് തള്ളിത്തുറന്നു. ഞാൻ ദാ കിടക്കുന്നു തറയിൽ. ഞാൻ വീഴുന്ന ഒച്ചകേട്ട് എല്ലാവരും പു റത്തേക്ക് വന്നു. എന്റെ തെറിച്ചുപോയ പുസ്തകവും മറ്റും അധ്യാപ കർ എടുത്തുതന്നു. അപ്പോഴേക്കും ഞാൻ എഴുന്നേറ്റ് ബെഞ്ചിലുറച്ചു. എന്നാലും ആകെ നാണക്കേടായി. ഹെഡ്മാസ്റ്റർ എന്നോട് പറഞ്ഞു. 'മോളിനി സ്റ്റാഫ് റൂമിൽ ഇരുന്നാൽ മതി.'

രാവിലത്തെ പരീക്ഷ എളുപ്പമായിരുന്നു. ഉച്ചയ്ക്ക് അമ്മാവൻ വീ ട്ടിൽനിന്നും ചോറ് കൊണ്ടുവന്ന് തന്നു. ഉച്ചയ്ക്ക് ശേഷവും പരീക്ഷ എ ളുപ്പമായിരുന്നു. ഇംഗ്ലീഷ് ആയിരുന്നു വിഷയം. അത് പായ്ക്ക് ചെയ്യു ന്നതിനുമുമ്പ് എന്റെ ആൻസർ പേപ്പർ എടുത്ത് ഹെഡ്മാസ്റ്റർ ഓടിച്ചു നോക്കിയത്രേ. അടുത്തദിവസം എന്നെ കൊണ്ടാക്കാൻ വന്നത് ഗംഗേട്ട നാണ്. അവനോട് ആ വിഷയത്തിൽ ഞാൻ പാസ്സാകുമെന്നു അദ്ദേഹം പറഞ്ഞുപോലും. ആ വീഴ്ചയും നേരത്തെ നടന്ന നാടകീയസംഭവങ്ങ ളും എന്നെ ശ്രദ്ധിക്കാൻ അദ്ദേഹത്തിനു പ്രേരണയായിട്ടുണ്ടാകും.

അടുത്തദിവസം മുതൽ എന്നെ കൊണ്ടുവിടുന്നതും കൂട്ടിക്കൊണ്ടു പോകുന്നതും ഉച്ചയ്ക്ക് ചോറ് കൊണ്ടുവരുന്നതുമൊക്കെ ഗംഗേട്ടന്റെ ജോലിയായി. അമ്മാവന് പീടിക തുറന്നിരിക്കണം. രാവിലെ അവൻ എ ന്നെ സ്റ്റാഫ് റൂമിൽ കൊണ്ടിരുത്തി. ഒരു ക്ലാസ്റും തന്നെയാണ് സ്റ്റാഫ്

328

റൂമാക്കിയത്. അവിടെ അന്ന് ഒരു വിശേഷം ഞാൻ കണ്ടു. സ്റ്റാഫ് റൂമി ന്റെ ഒരുഭാഗം കർട്ടനിട്ടു മറച്ചിരിക്കുന്നു. അവിടെ രണ്ടു ബെഞ്ചുണ്ട്. അ തിലൊന്നിലാണ് ഞാനിരിക്കുന്നത്. ഞാൻ മുറിയിൽ കയറുമ്പോൾ സ്റ്റാ ഫ് റൂമിൽ ആരുമില്ലായിരുന്നു. ഞാൻ അവിടെയിരുന്നു പഠിക്കാൻ തുട ങ്ങി. എന്റെ സാരിയുടെ അടിഭാഗം കർട്ടനപ്പുറത്ത് ഇരിക്കുന്നവർക്ക് കാ ണാം. അൽപ്പം കഴിഞ്ഞപ്പോൾ രണ്ട് അധ്യാപകർ അവിടെയിരുന്ന് സം സാരിക്കുന്നത് കേട്ടു. അതിലൊരാൾ പറഞ്ഞു. 'ടീച്ചർ വന്നെന്നു തോ ന്നുന്നു.'

ഇപ്പോൾ തമാശയായി തോന്നുമെങ്കിലും അധ്യാപികാധ്യാപകന്മാരെ വേർതിരിക്കുന്ന ആ കർട്ടൻ അന്ന് എനിക്ക് ഒരു ആവശ്യമായിരുന്നു.

സ്റ്റാഫ് റൂമിന് അടുത്തുതന്നെയുള്ള മുറിയാണ് പ്രൈവറ്റ് ഓവർ ഏ ജ്ഡ് പരീക്ഷാർത്ഥികളുടെ പരീക്ഷാഹാൾ. എനിക്ക് പരിചയമുള്ള നാ ട്ടുകാരനായ രാഘവനും അവിടെ പരീക്ഷ എഴുതുന്നുണ്ടായിരുന്നു. ഉച്ച യ്ക്ക് സംശയങ്ങളൊക്കെ മിണ്ടിയും പറഞ്ഞും തീർക്കാൻ ഈ പരിച യം ഉപകരിച്ചു. ഗ്രിഗറി കോളേജിലെ കുട്ടികൾ ഒക്കെയായിരുന്നു ആ ഹാളിൽ ഉണ്ടായിരുന്നത്.

അതിൽ ജെസ്സിയെ എനിക്ക് ഇപ്പോഴും ഓർമയുണ്ട്.

സോഷ്യൽ സയൻസിന്റെ പരീക്ഷ എഴുതുമ്പോൾ ഒരു ചോദ്യം യാ തൊരു പരിചയവും ഇല്ലാത്തതായിരുന്നു. പലവട്ടം വായിച്ചുനോക്കിയി ട്ടും ആ ചോദ്യം എനിക്ക് മനസ്സിലായില്ല. അത് അൽപ്പം വിഷമത്തോടെ ഞാൻ ഒഴിവാക്കി.

ആ വർഷം കൊയ്യം ഗവ. ഹൈസ്കൂളിലെ ആദ്യ ബാച്ച് കുട്ടികൾ എസ്.എസ്.എൽ.സി. പരീക്ഷ എഴുതുന്നുണ്ടായിരുന്നു. ആ സ്കൂൾ പ രീക്ഷാസെന്റർ അല്ലാത്തതുകൊണ്ട് കുട്ടികൾക്ക് പരീക്ഷ എഴുതാൻ മ റ്റ് സ്കൂളുകളിൽ പോകേണ്ടിവന്നു. കൊയ്യത്ത് പഠിച്ചിരുന്ന വലിയമ്മ യുടെ ഇളയ മകൾ ഗീത പരീക്ഷ എഴുതിയത് ശ്രീകണ്ഠാപുരം ഗ വ.ഹൈസ്കൂളിലാണ്. ഒടുവിലത്തെ പരീക്ഷ കഴിഞ്ഞ് ഇറങ്ങിയപ്പോൾ ഗംഗേട്ടൻ രണ്ടു പെങ്ങന്മാരോടും ചോദിച്ചു. 'നമ്മക്ക് ഒരു സിനിമ ക ണ്ടാലോ.'

ഞങ്ങൾ സന്തോഷത്തോടെ സമ്മതിച്ചു.

സ്കൂളിന്റെ തൊട്ടു താഴെയാണല്ലോ അശോകാ ടാക്കീസ്. ഞങ്ങൾ നേരെ ടാക്കീസിലെത്തി. ഗംഗേട്ടൻ ടിക്കറ്റെടുത്ത് ഞങ്ങളെ ഉള്ളിൽ കൊ ണ്ടിരുത്തി. സിനിമ തുടങ്ങി. തമിഴാണ്. മഞ്ഞൾകുങ്കുമംന്നോ മറ്റോ ആ ണ് സിനിമയുടെ പേര്. സിനിമ തുടങ്ങിയതും അപ്പുറത്തുനിന്നും ഇപ്പു റത്തുനിന്നും പലതരം ശബ്ദങ്ങൾ ഉയർന്നുപൊങ്ങി. ഞാനും ഗീതയും

മാത്രമേ അവിടെ പെണ്ണായിട്ട് ഉണ്ടായിരുന്നുള്ളൂ. ഗംഗേട്ടനെ നോക്കിയി
ട്ട് എങ്ങും കാണുന്നില്ല. അവൻ ഞങ്ങളുടെ കൺവെട്ടത്ത് ഇരിക്കാതെ
മറയത്ത് ഇരുന്ന് സിനിമ കണ്ടു രസിക്കുകയായിരുന്നു. സഹോദരിമാർ
ക്കൊപ്പം ഇരുന്ന് കാണാൻ പറ്റിയ സിനിമ ആയിരുന്നില്ല. അത് ഒരു എ
പടം ആയിരുന്നു. രണ്ടര മണിക്കൂർ ഞങ്ങൾ ആ ടാക്കീസിനുള്ളിൽ പേ
ടിച്ചു വിറച്ചിരുന്നു. ചുറ്റും അതുവരെ കേൾക്കാത്ത സീൽക്കാര ശബ്ദ
ങ്ങൾ. അതിൽ ഞങ്ങൾ ഒലിച്ചുപോകുമോ എന്ന് ഭയപ്പെട്ടുകൊണ്ട്, ശ്വാ
സംപോലും നിയന്ത്രിച്ചുകൊണ്ട് ഞങ്ങൾ രണ്ടു പെൺജീവികൾ.

സിനിമ കഴിഞ്ഞപ്പോൾ ഗംഗേട്ടൻ ഞങ്ങളുടെ മുന്നിൽ പൊട്ടിമുള
ച്ചു. ഒന്നും മിണ്ടാതെ ഞങ്ങൾ അവന്റെ കൂടെ നടന്നു. ബസ് കയറി നാ
ട്ടിലെത്തി.

പക്ഷെ, ടാക്കീസിനുള്ളിൽ ആരും ഞങ്ങളെ ശല്യപ്പെടുത്തിയിരുന്നി
ല്ല. ഒരുപക്ഷെ, കാലത്തിന്റെ നന്മയായിരിക്കും. അല്ലെങ്കിൽ ഗ്രാമത്തി
ന്റെ വിശുദ്ധിയായിരിക്കാം.

വിസ്മയപ്പൂവായ് വിരിഞ്ഞ പരീക്ഷാഫലം

അടുത്ത ദിവസം രാവിലെ ചോദ്യക്കടലാസൊക്കെ എടുത്തുവെച്ച്
ഞാൻ മാർക്ക് കൂട്ടിനോക്കി. കൂട്ടുമ്പോൾ കിട്ടുന്ന മാർക്ക് മുന്നൂറിനു
മുകളിലാണല്ലോ. എത്ര കുറച്ചിട്ടും അതിൽ താഴെ കിട്ടുന്നില്ല. അപ്പോൾ
സെക്കന്റ് ക്ലാസോ? എനിക്കോ?

ജയിക്കുമെന്നുപോലും ആരും വിശ്വസിക്കാത്ത ഞാനെങ്ങനെ ഈ
മാർക്ക് മറ്റുള്ളവരോട് പറയും! അമ്മയോടു മാത്രം പറഞ്ഞു. എന്റെ മൂ
ല്യനിർണയത്തിന്റെ കുഴപ്പമായിരിക്കും എന്ന് വിശ്വസിക്കാൻ ശ്രമിച്ചു.
അമ്മയോടും സഹോദരങ്ങളോടും ഈ മാർക്ക് മറ്റാരോടും പറയരുതെ
ന്ന് ശട്ടംകെട്ടി.

കോളേജിൽ പഠിക്കുന്ന ഒരു ചെറുപ്പക്കാരൻ വഴിയിൽ വെച്ച് കണ്ട
പ്പോൾ ഉണ്ണിയോട് ചോദിച്ചു.

'ഏച്ചിയുടെ റിസൾട്ട് എങ്ങന്യായിരിക്കും?'

'ഓള് ആറാംക്ലാസ് വര്യല്ലേ പഠിച്ച്റ്റുള്ളൂ. അപ്പൊ എങ്ങന്യാ ജയിക്കു.'
അവൻ മറുപടി പറഞ്ഞപ്പോൾ അയാൾ ചിരിച്ചു.

സോഷ്യൽ സയൻസിൽ ഞാൻ ഉത്തരമെഴുതാത്ത ആ ചോദ്യം സില
ബസിനു പുറത്തുള്ളതായിരുന്നു. ആ ചോദ്യം എഴുതാൻ ശ്രമിച്ചവർക്ക്
മാർക്ക് നൽകണമെന്ന് ഉത്തരവായി. നമ്പർ എഴുതിവെച്ചാലും മാർക്ക്
കിട്ടുമായിരുന്നു. ഞാൻ നമ്പർ എഴുതിയില്ലല്ലോ.

എന്റെ സഹോദരീ ഭർത്താവിന്റെ സുഹൃത്ത് പരീക്ഷാഭവനിൽ ജോ ലിചെയ്യുന്നുണ്ടായിരുന്നു. അളിയൻ എന്റെ നമ്പർ അയാൾക്ക് അയച്ചു കൊടുത്തിരുന്നു. മേയ് അവസാനം അയാളുടെ മറുപടി കിട്ടി. അതിൽ 424 എന്നു മാത്രമാണ് എഴുതിയിരുന്നത്. അനിയത്തിയുടെ ഭർത്താവ് കത്ത് ഞങ്ങളെ കാണിച്ചു. ഞങ്ങൾക്ക് ഒന്നും മനസ്സിലായില്ല. അറിയാ തെ ഏതെങ്കിലും നമ്പർ എഴുതിപ്പോയതായിരിക്കും എന്ന് ഞാൻ പ റഞ്ഞു.

അല്ലെങ്കിലും സംശയത്തിന്റെ രാജകുമാരിയാണല്ലോ ഞാൻ.

അങ്ങനെ സംശയിച്ചും പേടിച്ചുമിരിക്കുമ്പോൾ എസ്.എസ്.എൽ.സി.റി സൾട്ട് വന്നു. എനിക്ക് ഫസ്റ്റ് ക്ലാസുണ്ട്.

അപ്പോൾ 424 എന്നത് എന്റെ മാർക്കാണല്ലേ. എന്റെ ഹൃദയം വേഗം വേഗം മിടിക്കാൻ തുടങ്ങി. അത് നിന്നുപോകുമോ എന്ന് തോന്നി. എങ്ങ നെയൊക്കെയോ എന്റെ അത്യാഹ്ലാദത്തെ ഞാൻ നിയന്ത്രിച്ചുനിർത്തി. ജയിച്ചത് കൊള്ളാം എന്നല്ലാതെ വീട്ടിൽ ആരും സന്തോഷം പ്രകടിപ്പി ച്ചില്ല. അച്ഛൻ പതിവുപോലെ ദേഷ്യവും പ്രകടിപ്പിച്ചു.

എന്റെ ആരുമല്ലാത്ത ഒരാൾ എന്റെ വിജയത്തിൽ അതിയായി സന്തോ ഷിച്ചു. ശ്രീകണ്ഠാപുരത്ത് നിടിയേങ്ങ കോപ്പറേറ്റീവ് ബാങ്കിൽ ജോലി ചെയ്യുന്ന നടുവിലെ രാഘവൻ. അനിയത്തിയ്ക്ക് കല്യാണാലോചന കൊ ണ്ടുവന്നത് അദ്ദേഹമാണ്. അനിയത്തിയുടെ ഭർത്താവിന്റെ കൂട്ടുകാര നാണ് അദ്ദേഹം. കല്യാണത്തോടെ ഞങ്ങളുമായി നല്ല അടുപ്പത്തിലാ യി. രാഘവേട്ടൻ അനിയത്തിയുടെ ഭർത്താവിനോട് പറഞ്ഞു. 'പാർട്ടി നടത്തണം. അത്ര വലിയ കാര്യമല്ലേ.'

വായനശാലയിൽ വെച്ച് എം.സി.ഹരിദാസൻ എന്റെ ആങ്ങളമാരോ ടു പറഞ്ഞു. 'ഇനി ഇവർക്കൊക്കെ പാസ്സാവാൻ എന്താ പ്രയാസം.'

ഞാൻ അവരെ നന്നായി പഠിപ്പിക്കുമല്ലോ എന്നാണ് അയാൾ ഉദ്ദേശി ച്ചത്. അതൊരു അഭിനന്ദനമാണല്ലോ.

നാട്ടിൽ മറ്റാരും എന്റെ വിജയം അറിഞ്ഞമട്ടില്ല. അമ്മയുടെ കുടും ബക്കാർ അറിഞ്ഞേയില്ല. വലിയച്ഛനും ഒന്നും മിണ്ടിയില്ല.

എന്റെ വിജയത്തിൽ പിന്നീട് അഭിനന്ദിച്ച ഒരാൾ കൂടിയുണ്ട്. കാവു മ്പായി ജനാർദ്ദനൻ. പട്ടാളത്തിൽനിന്നും ലീവിൽ വരുമ്പോഴൊക്കെ അ വൻ വീട്ടിൽ വരുമായിരുന്നു. ആ പ്രാവശ്യം വന്നപ്പോൾ എന്നെ അഭിന ന്ദിച്ചു. എന്റെ മാർക്കൊക്കെ ചോദിച്ചറിഞ്ഞു.

അച്ഛന്റെ അമ്മാവന്റെ മകളുടെ മകനാണ് ജനാർദ്ദനൻ. എന്റെ സമ പ്രായക്കാരൻ. ഞാൻ കാവുമ്പായി സ്കൂളിൽ മൂന്നാംക്ലാസിൽ പഠിക്കു

മ്പോൾ അവൻ നാലിലായിരുന്നു. അന്നേ പ്രതിഭ തെളിയിച്ച കുട്ടിയാ
ണ്. അന്നവൻ സ്കൂൾ ലീഡർ ആയിരുന്നു.

വായനശാലാ പ്രവർത്തനങ്ങളിൽ, മാതൃഭൂമി സ്റ്റഡിസർക്കിളിന്റെ
പ്രവർത്തനങ്ങളിൽ, പഠനത്തിൽ, സ്പോർട്സിൽ എല്ലാം മിടുക്ക് തെളി
യിച്ച് പ്രീഡിഗ്രി പഠനകാലം വരെ കാവുമ്പായിയിൽ നിറഞ്ഞാടിയവൻ.
മിടുക്കിന്റെ അടിസ്ഥാനത്തിൽ പട്ടാളത്തിലേക്ക് തെരഞ്ഞെടുക്കപ്പെട്ടവൻ.
ആ റിക്രൂട്ട്മെന്റിൽ കണ്ണൂർ ജില്ലയിൽ നിന്ന് സെലക്ഷൻ കിട്ടിയ രണ്ടു
പേരിൽ ഒരാളായിരുന്നു ജനാർദ്ദനൻ.

അതുവരെയുള്ള എസ്.എസ്.എൽ.സി.പരീക്ഷയിൽ കാവുമ്പായിയിൽ
ഏറ്റവും ഉയർന്ന മാർക്ക് വാങ്ങിയത് ജനാർദ്ദനൻ ആയിരുന്നു. 420 മാർ
ക്ക്. പിന്നീട് എനിക്ക് ലഭിച്ചത് 424 മാർക്ക്.

സ്കൂളിൽ എസ്.എസ്.എൽ.സി.ബുക്ക് എത്തിയിട്ടുണ്ട് എന്ന് പറയു
ന്നതുകേട്ട് അച്ഛനും ഞാനും സ്കൂളിലേക്ക് പോയി. പക്ഷേ, എസ്.എ
സ്.എൽ.സി.ബുക്ക് സ്കൂളിൽ എത്തിയിട്ടില്ലായിരുന്നു. തിരിച്ചുപോരു
മ്പോൾ റോഡിൽ വെച്ച് ഗ്രിഗറി മാഷെ കണ്ടു. അദ്ദേഹം പറഞ്ഞു.
'അന്നേ ഞാൻ പറഞ്ഞിറ്റ്ലേ.'

അദ്ദേഹത്തോട് അച്ഛൻ വേറെന്തോ ഗൗരവമുള്ള കാര്യം സംസാരി
ച്ചതുകൊണ്ട് വിഷയത്തിൽനിന്നും മാറിപ്പോയി.

അടുത്ത ദിവസം അച്ഛൻ വെള്ളക്കടലാസിൽ എന്റെ ഒപ്പിട്ടു കൊ
ണ്ടുപോയി. വൈകുന്നേരമാണ് തിരിച്ചെത്തിയത്. പതിവുപോലെ ഒച്ചയെ
ടുത്ത് ദേഷ്യപ്പെട്ടുകൊണ്ടാണ് വരവ്. അച്ഛന്റെ കൈയിൽ എന്റെ എസ്.എ
സ്.എൽ.സി.ബുക്കുണ്ട്. എന്റെ എസ്.എസ്.എൽ.സി.ബുക്ക് സ്കൂളിൽ
നിന്നും എനിക്ക് നേരിട്ട് വാങ്ങണമെന്നുണ്ടായിരുന്നു. അമ്മ അത് പറ
ഞ്ഞപ്പോൾ അച്ഛൻ പൊട്ടിത്തെറിച്ചു. 'ഞാനിത് കത്തിക്കും.'

എനിക്ക് സഹിച്ചില്ല. ഞാൻ പറഞ്ഞു. 'അതൊന്നും പറ്റില്ല. എന്റെ
കഠിനാധ്വാനത്തിന്റെ ഫലമാണ്.'

അച്ഛൻ ഉദ്ദേശിച്ചത് ബുക്കിന്റെ ഫോട്ടോസ്റ്റാറ്റ് കോപ്പികൾ കത്തിക്കു
മെന്നാണ്. ഒരുപാട് കാര്യങ്ങൾ നടത്തിയശേഷം സ്കൂളിൽ പോയി ബു
ക്ക് വാങ്ങി ശ്രീകണ്ഠാപുരത്ത് നിന്ന് കുറെ ഫോട്ടോസ്റ്റാറ്റ് കോപ്പികളും
എടുത്താണ് അച്ഛൻ വരുന്നത്. അപ്പോഴാണ് ഓരോരുത്തീരെ നൊടി
ച്ചല്. അച്ഛന് ദേഷ്യം വന്നതിൽ അത്ഭുതമുണ്ടോ.

എന്റെ കൈയിൽ ബുക്ക് കിട്ടി. തുറന്നുനോക്കി. ഏറ്റവും കൂടുതൽ
മാർക്ക് ഇംഗ്ലീഷിനാണ്. 82 മാർക്ക്.

ഇനിയെന്ത് എന്നതിനെക്കുറിച്ച് അച്ഛന് യാതൊരു സംശയവുമില്ല.
എനിക്ക് സംശയിക്കാൻ അവസരം തന്നതുമില്ല. ഇത്രയുംകാലം സ്കൂ

ലിലൊന്നും പോകാതെ വീട്ടിലിരുന്നതല്ലേ. ഒരു കൊല്ലം കോളേജിൽ പൊയ്ക്കോട്ടെ. അടുത്തകൊല്ലം കണ്ണൂർ ഗവ. വിമൻസ് ടി.ടി.ഐ.യിൽ ടീച്ചേഴ്സ് ട്രെയിനിംഗ് കോഴ്സിനു ചേർക്കാം. അവിടെ മാർച്ചിൽ തന്നെ അപേക്ഷിക്കേണ്ടതാണ്. പത്താംക്ലാസ് റിസൾട്ട് വന്ന വർഷം അവിടെ ചേരാനാവില്ല.

ഈ തീരുമാനം എനിക്ക് അത്ര സ്വീകാര്യമായിരുന്നില്ല. കാരണം എനിക്ക് കുട്ടികളെ പഠിപ്പിക്കാനാവില്ല, ബലമില്ലാത്ത കൈകൊണ്ട് ചോക്കുപിടിച്ച് ബോർഡിൽ എഴുതാനാവില്ല. എന്റെ സംശയവും പേടി യും തീരുന്നേയില്ല.

ഇടയ്ക്ക് ഒരുദിവസം കേപ്പുക്കുട്ടി മാഷ് വീട്ടിൽ വന്നപ്പോൾ എന്റെ ആശങ്കയറിഞ്ഞിട്ടു പറഞ്ഞു. 'ശാന്തേ, ജീവനില്ലാത്ത ഫയലുകൾ നോ ക്കുന്നതിനേക്കാൾ ജീവനുള്ള കുട്ടികളെ പഠിപ്പിക്കുന്നതാണ് നല്ലത്.'

അതൊക്കെ എനിക്കും അറിയാം. എനിക്ക് പറ്റുമോ എന്നേ സംശയ മുള്ളൂ.

എന്നെ കോളേജിൽ ചേർക്കുന്നതിനും അച്ഛൻ മുന്നൊരുക്കം നട ത്തി. മാവില നാരായണേട്ടന്റെ മകൻ കുഞ്ഞിരാമനെ അച്ഛൻ വീട്ടിൽ വ രുത്തിച്ചു. എനിക്ക് പ്രീഡിഗ്രി ഏത് ഗ്രൂപ്പ് എടുക്കണമെന്ന് സംശയം ചോദിക്കാൻ. അപേക്ഷിച്ചാൽ മാർക്കിന്റെ അടിസ്ഥാനത്തിൽ എനിക്ക് ഏത് ഗ്രൂപ്പും കിട്ടുമായിരുന്നു. എനിക്ക് അനുയോജ്യമായത് ഏതാണെ ന്നേ അറിയാനുണ്ടായിരുന്നുള്ളൂ. എനിക്ക് പ്രാക്ടിക്കലൊന്നും ചെയ്യാൻ കഴിയില്ല എന്ന് തോന്നിയതുകൊണ്ട് സെക്കന്റ് ഗ്രൂപ്പ് വേണ്ടെന്ന് ഞാൻ ആദ്യമേ തീരുമാനിച്ചിരുന്നു.

കുഞ്ഞിരാമൻ തളിപ്പറമ്പ് സർ സയ്യിദ് കോളേജിൽ ബി.എസ്.സി മാത്ത്സിന് പഠിക്കുകയായിരുന്നു. അവിടെയാണ് ഞാനും അപേക്ഷ കൊടുക്കാൻ തീരുമാനിച്ചത്. അയാൾ പറഞ്ഞു. 'ഫസ്റ്റ് ഗ്രൂപ്പ് പറ്റില്ല. വ രയ്ക്കാനും പ്രാക്ടിക്കലും ഉണ്ട്.'

അതോടെ ഫസ്റ്റ് ഗ്രൂപ്പും കൈവിട്ടു. അങ്ങനെ ഫോർത്ത് ഗ്രൂപ്പിലെ ത്തി. അച്ഛൻ എന്റെ അപേക്ഷയൊക്കെ മറ്റുള്ളവരെക്കൊണ്ട് പൂരിപ്പിച്ച് കൊടുപ്പിച്ചു. കോളേജിൽ റാങ്ക് ലിസ്റ്റ് പ്രസിദ്ധീകരിച്ചു. അതിൽ ഒന്നാമ ത്തെ പേരുകാരി ഞാൻ തന്നെ.

തൽക്കാലം ടി.ടി.സി.പേടിയെ ഞാൻ അടുത്ത വർഷത്തേയ്ക്ക് മാറ്റി വെച്ചു. എനിക്ക് പേടിക്കാൻ മറ്റൊരു വിഷയം കിട്ടിയല്ലോ. കോളേജ് പേടിയെ താലോലിച്ചുകൊണ്ട് ഞാൻ കുറച്ചുനാൾ കഴിഞ്ഞു. അതിൽ പ്രധാനം കോളേജിലെത്തിയാൽ എനിക്ക് കയറാനുള്ള പടികളെക്കുറി ച്ചുള്ളതായിരുന്നു. പലനിലകളിലേക്ക് ഉയർന്നുപോകുന്ന ക്ലാസ് മുറിക

ളെക്കുറിച്ചും ചില അവറുകളിൽ ക്ലാസ് മാറി ഇരിക്കേണ്ടതിനെക്കുറിച്ചു മെല്ലാം എനിക്കറിയാമല്ലോ. എന്റെ അനിയത്തി അതൊക്കെ എനിക്ക് മുമ്പേ പറഞ്ഞുതന്നിട്ടുണ്ടല്ലോ. അവൾ ബാംഗ്ലൂരിൽനിന്നും അവധിക്കു വന്നപ്പോൾ പടികളെക്കുറിച്ച് ഞാൻ ആരാഞ്ഞു. അവൾ പറഞ്ഞു. 'ഞങ്ങൾ രണ്ടുപടികൾ ഒന്നിച്ചാണ് ചാടിക്കയറുന്നത്. വശങ്ങളിൽ പിടി ക്കാനും സൌകര്യമുണ്ട്.'

അത് കേട്ടതോടെ ഒരുവിധം സമാധാനമായി. എനിക്ക് കയറാൻ പറ്റും.

കോളേജ് എന്നത് എനിക്ക് ആ സമയത്ത് കുറേശ്ശെ പ്രലോഭനകര മായ ഒന്നായി മാറുകയായിരുന്നു. എത്രയെത്ര കോളേജ് കഥകൾ വാ യിച്ച് ഞാൻ കോരിത്തരിച്ചിട്ടുണ്ട് ആശങ്കയുണ്ടെങ്കിലും അതിലേറെ ആകാംക്ഷയോടെ പുതിയ ജന്മത്തിലേക്ക് പ്രവേശിക്കാൻ ഞാൻ തയ്യാ റായിക്കഴിഞ്ഞു. സ്വപ്നം കാണാനുള്ള അവകാശം കഷ്ടപ്പെട്ട് നേടിയെ ടുത്തുകൊണ്ടാണ് ഞാൻ എന്റെ പുതിയ ജന്മത്തിലേക്ക് കാലെടുത്തു വെയ്ക്കുന്നത്.

ഒടുവിലായ്....

മരണാസന്നയായി പിറന്നുവീണ കുട്ടി ഇപ്പോൾ മധ്യപ്രായവും പിന്നി ട്ട് ജീവിതത്തിന്റെ അവസാന പടവുകൾ വിറച്ചുവിറച്ച് കയറിക്കൊണ്ടി രിക്കുകയാണ്. അതിനിടയിൽ എന്തൊക്കെയോ നേടി എന്ന് അഭിമാനി ച്ചു. ചിലപ്പോഴൊക്കെ അഹങ്കരിച്ചു. പലതിനോടും പൊരുതിത്തോറ്റു, ചിലപ്പോൾ ജയിച്ചു എന്ന് കരുതി. ഒരുനാൾ അരങ്ങൊഴിയേണ്ടവൾ എന്ന ബോധമില്ലാതെ അമിതമായി ആഹ്ലാദിച്ചു, ആർത്തുകരഞ്ഞു.

സുന്ദരമായ ഭൂമിയെ വല്ലാതെ സ്നേഹിച്ചെങ്കിലും ഭൂമിക്ക് അവൾ ഒട്ടും അനുയോജ്യയല്ലായിരുന്നു. കാടും തോടും പുഴയും അവളെ അക റ്റിനിർത്തി. സൌന്ദര്യവും പൂർണതയും ചുറ്റും നിറഞ്ഞു നിൽക്കുമ്പോ ഴും അതിൽ ഒന്ന് തൊടാൻ പോലും അനുവാദമില്ലാത്ത വെറുമൊരു സാക്ഷിയായി ജീവിച്ചു.

അനിവാര്യമായ തിരിച്ചുപോക്കിൻ മുന്നേയെൻ കർമ്മം പൂർത്തിയാക്കാനൊരുമാത്രയെങ്കിലതുമതിയെനിക്കല്ലോ....

●